ஜீபூம்பா

திருப்புமுனை

ஜீபூம்பா

திருப்புமுனை

என். சொக்கன்

ZDP
SPECIFICS

Title: Jeeboomba
Author's Name: N Chokkan

Published by ZDP Specifics

SPECIFICS

(An imprint of Zero Degree Publishing)
No. 55(7), R Block, 6th Avenue,
Anna Nagar,
Chennai - 600 040

Website: www.zerodegreepublishing.com
E Mail id: zerodegreepublishing@gmail.com
Phone: 89250 61999

ZDP Specifics First Edition: January 2023
ISBN: 978-93-95222-25-9
TITLE NO ZDPS: 53

Cover Design & Layout: Vijayan, Creative Studio

முன்னுரை

அநேகமாக நாம் எல்லோரும், சிறுவயதில் கேட்டு, அல்லது படித்து அறிந்த ஒரு தகவல்:

மகாத்மா காந்தி, சின்னஞ்சிறுவனாக இருந்தபோது 'ஹரிச்சந்திரா' நாடகம் பார்த்தார். எப்போதும் பொய் சொல்லக்கூடாது, உண்மையே பேசவேண்டும் என்கிற கருத்து அவர் மனத்தில் பதிந்தது. அதன்பிறகு வாழ்நாள்முழுவதும், அந்த நம்பிக்கைதான் அவரை வழிநடத்தியது.

அன்றைய தினம், மோகன்தாஸ் காந்தி அந்த நாடகத்தைப் பார்க்கப் போகாமல், நண்பர்களுடன் விளையாடச் சென்றிருந்தால்? 'களைப்பாக இருக்கிறது' என்று வீட்டில் படுத்துத் தூங்கியிருந்தால்? நாம் ஒரு மகாத்மாவை இழந்திருக்கக்கூடிய அபாயம் நேர்ந்திருக்குமில்லையா?

மகாத்மா தொடங்கி, அரசியல், கலைத்துறை, விளையாட்டு, பிஸினஸ், இலக்கியம், அறிவியல் என்று

பலதுறைச் சாதனையாளர்கள் யாருடைய வாழ்க்கையை எடுத்துக்கொண்டாலும், இதுபோன்ற ஒரு (அல்லது பல) திருப்புமுனை அவசியம் இருக்கும். ஒரு நாடகம், ஒரு முதுமை / மரணக் காட்சி, அரசியல் ஆர்வம், ஓர் ஓஸி கம்ப்யூட்டர், ஒரு குறும்பு, ஒரு பயணம், ஒரு தோல்வி, அப்பாவின் அறிவுரை, அம்மாவின் அன்பு, நண்பர்களின் அரவணைப்பு, அல்லது துரோகம், எதேச்சையாகத் தெருமுனையில் பார்த்த ஒரு சம்பவம், வாசித்த ஒரு புத்தகம், சந்தித்த மனிதர்கள் என்று பல சாதனையாளர்களின் வாழ்க்கைகளைத் திருப்புமுனைகள் தீர்மானித்திருக்கின்றன.

அந்த விநாடியில் அவர்களுடைய வாழ்க்கை திசை திரும்பியிருக்கும், அதன்பிறகு, வழக்கத்திலிருந்து மீறியவர்களாக அவர்கள் தங்களை வெளிப்படுத்திக்கொண்டு வெற்றியடைந்திருப்பார்கள். திரைப்படங்களில் மட்டுமில்லை, நிஜ வாழ்க்கைகளில்கூட, எதிர்பாராத 'டர்னிங் பாயின்ட்' களால்தான் சுவாரஸ்யம் சேர்கிறது.

இந்தத் திருப்புமுனைகளை, அப்போது அவர்கள் உடனடியாக அடையாளம் கண்டிருக்க வாய்ப்பில்லை. ஆனால் பின்னர் சரித்திரம் அவர்களுடைய சாதனைக் கதையைத் திருப்பிப் பார்க்கும்போது, திருப்புமுனைகளின் முக்கியத்துவம் புரியவருகிறது.

நம் வாழ்க்கையிலும் இப்படிப்பட்ட மன / சூழ்நிலை மாற்றங்கள் தென்படுகின்றன, அவற்றைச் சரியான நேரத்தில் புரிந்துகொண்டு, பயன்படுத்திக்கொண்டுவிடுவது சாமர்த்தியம். இந்த வரிசையில் வரும் வெற்றியாளர்களும், அவர்களுடைய 'திருப்புமுனை'களும் நமக்கு உதவுவார்கள்.

இந்தப் புத்தகத்தில் உள்ள சம்பவங்கள் பல பிரபலங்கள், சாதனையாளர்கள், வெற்றிகரமான மனிதர்கள், நிறுவனங்கள், சமூகங்களின் வாழ்க்கையில் நிகழ்ந்த திருப்புமுனைகள், அனைத்தும் ஆதாரபூர்வமாகப் பதிவு செய்யப்பட்டவை. அந்தச் சம்பவங்களைக் கதை கலந்த வடிவில், சுவாரஸ்யம்,

சுய முன்னேற்றம், சரித்திரம் சரிவிகிதத்தில் கலந்து கொடுத்தது மட்டுமே என் வேலை.

இரண்டு ஆண்டுகளுக்குமேலாக இந்தத் தொடரைத் தொடர்ந்து வெளியிட்ட 'முத்தாரம்' இதழுக்கும், ஆதரவளித்த அதன் வாசகர்களுக்கும் மிகுந்த நன்றிகள், வணக்கங்கள். குறிப்பாக, நண்பர் திரு. வள்ளிதாசனுக்கும், தகவல்கள், யோசனைகளை வழங்கி இந்தக் கதைகளின் உருவாக்கத்துக்குத் துணை புரிந்த அனைத்துத் தோழர்களுக்கும் நான் நிறைய கடன்பட்டிருக்கிறேன்.

என்றும் அன்புடன்,
என். சொக்கன்

பெங்களூரு
29.06.2010

பொருளடக்கம்

1. கசப்பு சாக்லேட்

வெற்றிக்கும் தோல்விக்கும் நடுவே, ஒரு சின்ன நூலிழை வித்தியாசம்தான்.

அந்த நூலிழைதான், இப்போது அந்த இளைஞரைக் கைவிட்டிருந்தது. வெற்றியை எட்டிப்பிடிக்கமுடியாமல், தவறிக் கீழே விழுந்துவிட்டார்.

தோற்றுப்போனவர்களைப் பார்த்து மற்றவர்கள் பரிதாபப்படுவார்கள். ஆனால் மாலைகள், பாராட்டுகளெல்லாம், ஜெயித்தவர்களுக்குதான், 'நூலிழை வித்தியாசத்தில்தானே இவர் தோற்றுப்போனார்' என்று லேசாக முதுகு தட்டி ஊக்கப்படுத்துகிறவர்கள்கூட யாரும் இல்லை.

டெஹ்ராடூன் மலை முகட்டில் நின்றுகொண்டு, கீழே தெரியும் ஏரியைப் பார்த்தார் அப்துல் கலாம். தோல்வி அவரைத் துன்புறுத்திக்கொண்டிருந்தது.

அதுவும், சாதாரணத் தோல்வியா? 'இந்த இன்டர்வ்யூவில் மொத்தம் எட்டுப் பேர்தான் தேர்ந்தெடுக்கப்படுவார்கள்' என்று தெளிவாகச் சொல்லிவிட்டுதான் நேர்முகத் தேர்வைத் தொடங்கினார்கள். அந்த எட்டு இடங்களுக்கு, மொத்தம் இருபத்தைந்து பேர் மோதினார்கள்.

எங்கோ இந்தியாவின் தென்கோடிமுனை கிராமத்திலிருந்து, வடக்கே டெஹ்ராடூன் வரை இதற்காகவே பயணம் செய்து வந்திருந்தார் கலாம். எப்படியும் தனக்கு இந்த வேலை கிடைத்துவிடும் என்று ஓர் அசைக்கமுடியாத நம்பிக்கை.

அதற்கேற்ப, நேர்முகத் தேர்வும் கடினமாக இல்லை. அவர்கள் கேட்ட கேள்விகளுக்கெல்லாம் டாண்டாணென்று பதில் சொல்லிவிட்டார். இனிமேல், அப்பாயின்ட்மென்ட் ஆர்டரைக் கையில் வாங்கவேண்டியதுதான்.

மேகங்கள் இல்லாத நீல வானத்தை மகிழ்ச்சியோடு பார்த்துக்கொண்டார் அப்துல் கலாம், 'இன்னும் கொஞ்ச நாளில், நானும் விமானமேறி அங்கே வருவேன்.'

ஆனால், அவருடைய கனவு நெடுநேரம் நீடிக்கவில்லை. இன்டர்வ்யூவுக்கு வந்திருந்த இருபத்தைந்து பேரில், அவருக்கு ஒன்பதாவது இடம்தான் கிடைத்தது. அவர்களுக்கு வேண்டியது எட்டுப் பேர்தானே? 'நீ தேவையில்லை' என்று கலாமை நிராகரித்துவிட்டார்கள்.

தன்னுடைய இழப்பை நினைக்க நினைக்க, அவருக்கு வேதனையாக இருந்தது. இந்திய விமானப்படையில் பணிபுரியும் அபூர்வமான வாய்ப்பு, விரல்களுக்கு நடுவே தண்ணீர்போல் வழிந்து ஓடிவிட்டது.

சிறுவயதிலிருந்தே, அவருக்குப் பறக்கும் ஆசை அதிகம். விமானியாக உலகம் சுற்றலாம், தேச சேவைக்குத் தன்னுடைய பங்களிப்பைச் செய்யலாம் என்றுதான் இவ்வளவு தூரம் முயற்சி செய்திருந்தார்.

அத்தனையும், தோல்வி, படுதோல்வி. இன்டர்வ்யூவில் வெற்றியடைந்த எட்டுப் பேரும், விமானம் ஓட்டுவார்கள், ஆனால் நான்? இனிமேல், என் வாழ்க்கை என்னவாகப்போகிறது?

அப்துல் கலாமின் மனம்முழுக்கக் கேள்விகள் நிரம்பியிருந்தன, சுற்றிலும் பரந்து விரிந்திருக்கிற இயற்கை அழகைக்கூட அவரால் ரசிக்கமுடியவில்லை.

சரி, தோற்றுப்போய்விட்டோம். அதற்காக, இங்கேயே நின்றுகொண்டிருந்தால், எல்லாம் சரியாகிவிடுமா?

ஒரு மனமாற்றத்துக்காக, பக்கத்திலிருந்த ரிஷிகேஷத்துக்குக் கிளம்பினார் கலாம். அங்கே கங்கை ஆற்றின் புனிதத்தில் குளித்துக் கரையேறியபோது, கொஞ்சம் நிம்மதியாக இருந்தது.

ஆனால், கேள்விகள் அவரைத் தொடர்ந்து துரத்திக் கொண்டிருந்தன. அற்புதமான ஒரு வாய்ப்பை, இப்படி அநியாயமாகக் கோட்டைவிட்டிருக்கிறேனே, அடுத்து என்ன? இன்னொரு நல்ல வாய்ப்பு எனக்குக் கிடைக்குமா? எப்போது? எங்கே?

கேள்விகள், கவலைகளின் கனத்தைத் தாங்கமுடியாமல், தொடர்ந்து நடந்தார் அப்துல் கலாம். எதிரே ஒரு கட்டடம் தென்பட்டது, அருகே நடந்துகொண்டிருந்தவரிடம் விசாரித்தார், 'இது என்ன இடம்?'

'சுவாமி சிவானந்தா ஆசிரமம்.'

இனம் புரியாத ஓர் எதிர்பார்ப்புடன், அந்த ஆசிரமத்தினுள் நுழைந்தார் கலாம். அந்த விநாடியில், தன்னுடைய எல்லாப் பிரச்னைகளும் தீர்ந்துவிடும் என்பதுபோல் அவருக்கு உடல் சிலிர்த்தது.

சுவாமி சிவானந்தர், சுத்தமான வெள்ளை ஆடையில் அமர்ந்திருந்தார். அவரைச் சுற்றிலும், ஓர் அழகான அமைதி குடிகொண்டிருந்தது. மௌனமாக அவரெதிரே போய் நின்றார் அப்துல் கலாம்.

'வா இளைஞனே, ஏன் உன் முகம் வாடியிருக்கிறது? என்ன பிரச்னை?'

அதற்காகவே காத்திருந்ததுபோல், அவரிடம் தன்னுடைய மனக்குறையையெல்லாம் கொட்டினார் அப்துல் கலாம், 'சுவாமி, இந்திய விமானப்படையில் சேரவேண்டும் என்று நம்பிக்கையோடு காத்திருந்தேன், இப்போது, அந்த வாய்ப்பு பறிபோய்விட்டது, அடுத்து என்ன செய்யப்போகிறேன் என்று எனக்கே தெரியவில்லை.'

சுவாமி சிவானந்தர் அமைதி குலையாமல் புன்னகைத்தார், ‘கலாம், வாழ்க்கை உன்னை எந்தப் பாதையில் கொண்டுசெல்கிறதோ, அதோடு சண்டை போடாதே, மகிழ்ச்சியாக ஏற்றுக்கொள்.’

‘புரியவில்லை சுவாமி.’

‘நீ விமானியாகவேண்டும் என்று விதிக்கப்படவில்லை, இந்தத் தோல்வி, உன்னுடைய குற்றம் இல்லை, ஏற்கெனவே எழுதிவைக்கப்பட்ட விதி.’

‘அப்படியானால், நான் என்னவாகப்போகிறேன்?’

‘அது நமக்குத் தெரியாது, ஆனால், ஏற்கெனவே தீர்மானிக்கப்பட்டுவிட்டது’ என்றார் சுவாமி சிவானந்தர், ‘இந்தத் தோல்வியை மறந்துவிடு, உன்னுடைய வாழ்க்கையின் நோக்கம் என்ன என்று தேடு, கடவுளின் எண்ணப்படி, எல்லாம் நல்லபடியாக நடக்கும்.’

மீண்டும் பழைய நம்பிக்கையோடு அங்கிருந்து கிளம்பினார் அப்துல் கலாம், தன்னால் விமானியாக முடியவில்லையே என்கிற வருத்தம், ஏமாற்றம் அவருக்கு இன்னும் மிச்சமிருந்தது. ஆனால் அதேசமயம், தன்னாலும் ஜெயித்துவிடமுடியும் என்கிற உறுதியான எண்ணம் தோன்றியிருந்தது.

உடனடியாக, டெல்லி கிளம்பினார் அவர். அங்கே, மத்தியப் பாதுகாப்பு அமைச்சகத்தின் ஓர் ஆராய்ச்சிப் பிரிவில் அவருக்கு வேலை கிடைத்தது.

அந்தத் திருப்புமுனைதான், இன்றைக்கு நாம் நன்றாக அறிந்த பாரதரத்னா டாக்டர் ஏ பி ஜே அப்துல் கலாமை உருவாக்கியது!

ஒருவேளை, டெஹ்ராடூனில் அவருக்கு விமானப்படை வேலை கிடைத்திருந்தால், அப்துல் கலாம் சின்ன வயதிலிருந்து ஆசைப்பட்டதுபோல் அவர் வானத்தை அளந்திருப்பார், விமானத்தில் உலகம் சுற்றி வந்து மகிழ்ந்திருப்பார்.

ஆனால், அதன்பிறகு? எல்லா அரசு அதிகாரிகளையும்போல் நாற்பது வருடம் சம்பளம் வாங்கி, ஓய்வு பெற்று பென்ஷனுக்காக் காத்திருக்கப் பிறந்தவரா அப்துல் கலாம்?

அந்த ஒரு தோல்வி, அப்துல் கலாமின் வாழ்க்கையை வேறொரு புதிய பாதைக்குத் திருப்பிவிட்டது. இந்திய ராணுவம், விண்வெளி ஆராய்ச்சி என்று பல துறைகளில் அற்புதமான பங்களிப்பைச் செய்து, குடியரசுத் தலைவராக உயர்ந்து எல்லோரின் இதயம் கவர்ந்த அவர், இன்னும் பல தலைமுறைகளுக்குக் குழந்தைகள், இளைஞர்களின் லட்சிய பிம்பமாகத் திகழப்போகிறார்.

சில சமயம், தோல்விகள்கூட, கசப்புச் சாயம் பூசிய சாக்லேட்கள்தான். அந்தக் கசப்புச் சுவை நீங்கும்வரை பொறுமையாகக் காத்திருந்தால், வெற்றி எனும் இனிப்பு நமக்குக் கிடைக்கும், அப்துல் கலாம்போல!

2. பட்டை தீட்டு

‘மேட்ச் எப்போ ஆரம்பிக்கும்?’, அந்தப் பையன் பொறுமையில்லாமல் கேட்டான்.

அக்கம்பக்கத்தில் இருந்த எல்லோரும், ஒரேமாதிரியாக உதட்டைப் பிதுக்கினார்கள். ஏன் இன்னும் போட்டி தொடங்கவில்லை என்பதற்கான காரணம், அவர்கள் யாருக்கும் தெரியவில்லை.

வழக்கமாக ஞாயிற்றுக்கிழமை காலை இந்நேரம் கிரிக்கெட் போட்டி ஜோராகச் சூடு பிடித்திருக்கும். ஆனால் இன்றைக்கு, யாரும் மைதானத்தில் களமிறங்கவில்லை. எல்லோரும் ஒருவர் முகத்தை ஒருவர் பார்த்துக்கொண்டு பரிதாபமாக நின்றுகொண்டிருக்கிறார்கள். என்ன ஆச்சு?

சிறுவன் கபில் தேவுக்கு இருப்புக்கொள்ளவில்லை. ஒரே இடத்தில் உட்காரமுடியாமல், அங்கேயும் இங்கேயும் நடந்துகொண்டிருந்தான். அடிக்கடி, போட்டியில் கலந்து கொள்ளும் வீரர்களை ஆர்வத்தோடு எட்டிப்பார்த்தான் அவன்.

ம்ஹூம், எந்தப் பிரயோஜனமும் இல்லை. அவர்கள் எல்லோரும் கூடிக் கூடிப் பேசுகிறார்களேதவிர, மேட்ச் தொடங்குகிற வழியைக் காணோம்.

நேரம் போகப்போக, கபிலுக்கு எரிச்சல் அதிகமானது, பேசாமல் அங்கிருந்து ஒரே ஓட்டமாக ஓடிவிடலாமா என்றுகூட நினைத்தான் அவன்.

சிறுவயதிலிருந்தே, அவன் அப்படித்தான். எதற்காகவும் காத்திருப்பது பிடிக்காது. ஓர் இடத்தில் நிற்காமல், அங்கும் இங்கும் ஓடிக்கொண்டேதான் இருப்பான்.

ஓடுவது என்றால், சும்மா விளையாட்டு இல்லை. சண்டிகரில் தொடங்கி, சில மைல் தூரம் இருக்கிற அம்பாலாவரை அதிவேகமாக ஓடுவான். பிறகு, அதே வேகத்தில் திரும்ப ஓடி வருவான்.

இத்தனைக்குப்பிறகும், அவன் முகத்தில் துளி களைப்பு தெரியாது. அடுத்து என்ன விளையாடலாம் என்றுதான் கண்கள் அங்கும் இங்கும் துறுதுறுப்பாக அலைபாய்ந்துகொண்டிருக்கும்.

சிறுவன் கபில், அம்மா செல்லம். ஏழு குழந்தைகளைப் பெற்ற அந்த அம்மையாருக்கு, கபில் தேவ் என்றால் உயிர். அவன் எதைக் கேட்டாலும் செய்து தருவதற்குத் தயாராக இருந்தார் அவர்.

ஆனால் கபில், மற்ற குழந்தைகளைப்போல அது வேண்டும், இது வேண்டும் என்று அழுது அடம்பிடிக்கிற ஜாதி இல்லை. ருசியான சாப்பாடு, நல்ல துணிமணிகள் என்று எதையும் அவன் எதிர்பார்ப்பதில்லை, கொடுப்பதைச் சாப்பிடுவான், கிடைப்பதை உடுத்திக்கொள்வான், அப்படியே வெளியில் விளையாட ஓடிவிடுவான்.

எந்நேரமும் தரையில் கால் படாமல் எதையாவது விளையாடிக்கொண்டிருக்கவேண்டும். அது ஒன்றுமட்டும் போதும் அவனுக்கு, வேறு எதுவுமே தேவையில்லை.

இப்படிச் சும்மா ரோட்டில் நண்பர்களோடு விளையாடிக்கொண்டிருந்தவனை, பள்ளி ஆசிரியர்கள் அடையாளம் கண்டுகொண்டார்கள். ஓட்டப் பந்தயம், நீளம் தாண்டுதல், உயரம் தாண்டுதல், ட்ரிபிள் ஜம்ப் என்று

என்னென்னவோ போட்டிகளில் கலந்துகொண்டு மெடல்களை வாங்கிக் குவித்தான் கபில்.

ஆனால், இதையெல்லாம் தாண்டி, ஒரே ஒரு விளையாட்டின் மீதுதான் அவனுக்குத் தீவிரக் காதல்: கிரிக்கெட்!

இத்தனைக்கும், அவனுக்குக் கிரிக்கெட் விளையாடத் தெரியாது. ஆனால், அநேகமாக எல்லா சர்வதேச கிரிக்கெட் போட்டிகளையும், ரேடியோ வர்ணனைமூலம் மனக் கண்ணில் பார்த்து மகிழ்ந்துகொண்டிருந்தான். உள்ளூரில் எங்கே எந்தப் போட்டி நடந்தாலும் பார்வையாளர்கள் வரிசையில் முதலாவதாக உட்கார்ந்திருப்பான்.

கபில் தேவ் குடும்பம் வசித்த சண்டிகர் நகரம், பல பிரிவுகளாகப் பிரிக்கப்பட்டிருந்தது. இந்தப் பிரிவுகளை, 'செக்டார்' என்று அழைப்பார்கள், நம் ஊரில் தியாகராய நகர், தேனாம்பேட்டை என்பதுபோல், அங்கே 'செக்டார் 10', 'செக்டார் 24' என்று ஒவ்வொரு பேட்டைக்கும் பெயர் வைத்திருந்தார்கள்.

இந்த செக்டார்கள் ஒவ்வொன்றிலும், ஒரு குட்டி கிரிக்கெட் டீம் இருக்கும். சனி, ஞாயிறுகளில் இந்த அணிகள் தங்களுக்குள் மோதிக்கொள்வார்கள். வாரம்தோறும் நடைபெறும் இந்த 'செக்டார் போட்டி'கள், சண்டிகரில் மிகப் பிரபலம்.

கபில் தேவ் தன்னுடைய 'செக்டார் 16' அணி விளையாடும் போட்டி ஒன்றைக்கூடத் தவறவிடமாட்டான், தனக்கு விளையாடத் தெரியாவிட்டாலும், மற்றவர்கள் விளையாடுவதைப் பார்த்து ரசித்துக் கைதட்டுவதில் அவனுக்கு அப்படி ஒரு மகிழ்ச்சி.

ஆனால் இன்றைக்கு, அந்த மகிழ்ச்சி கிடைக்காமலே போய்விடும்போலிருக்கிறது. கிரிக்கெட் மேட்ச் நடக்கும், ஜாலியாக ரசித்துப் பார்க்கலாம் என்று ஆவலாகக் கிளம்பிவந்தால், இங்கே மேட்சும் காணோம், ஒரு மண்ணாங்கட்டியும் காணோம்.

சிறுவன் கபிலுக்கு, பொறுமை போய்விட்டது. நேராக எழுந்து, 'செக்டார் 16' அணியின் வீரர்களை நெருங்கினான், 'என்னாச்சு? ஏன் இன்னும் மேட்ச் ஆரம்பிக்கலை?'

அவர்கள் கபிலை மேலும் கீழும் பார்த்தார்கள், யார் இந்தப் பொடிப் பையன்?

கபிலும் அவர்களை தைரியமாக எதிர்கொண்டான், 'இந்நேரம் மேட்ச் தொடங்கியிருக்கணுமே, ஏன் எல்லோரும் இப்படி முழிச்சுக்கிட்டிருக்கீங்க?'

அப்போதுதான், அவர்கள் விவரத்தைச் சொன்னார்கள். 'செக்டார் 16' அணிக்காக விளையாடவேண்டிய ஒரு பையனைக் காணோம், அணியில் ஓர் ஆள் குறைவதால், மேட்ச் இன்னும் தொடங்கவில்லை.

இப்படிச் சொன்னபோது, அவர்களுக்குச் சட்டென்று ஒரு யோசனை தோன்றியது, 'தம்பி, உனக்கு கிரிக்கெட் ஆடத் தெரியுமா? நீ எங்க டீம்ல சேர்ந்து விளையாடுவியா?'

பதின்மூன்று வயதுச் சிறுவன் கபில் தேவ், பேந்தப் பேந்த விழித்தான். அவனுக்குக் கிரிக்கெட் விளையாட ஆசைதான். ஆனால் இதுவரை விளையாடியதில்லை. ஆகவே, அவர்கள் இப்படித் திடுதிப்பென்று கேட்டதும், அவனுக்கு என்ன பதில் சொல்வது என்றே தெரியவில்லை.

'செக்டார் 16' அணிக்கு வேறு வழி இல்லை, இதுவரை தலை காட்டாத அந்த இன்னொரு பையனுக்காகக் காத்திருப்பதைவிட, இந்தக் கத்துக்குட்டிச் சிறுவனைப் பயன்படுத்திக்கொள்ளலாம் என்று முடிவெடுத்துவிட்டார்கள்.

அதுதான், கபில் தேவின் முதல் கிரிக்கெட் அனுபவம். அதுவரை ஒரு ரசிகனாக மைதானத்தின் ஓரத்திலிருந்து கிரிக்கெட் பார்த்துக்கொண்டிருந்தவன், இப்போதுதான் முதன்முறையாக ரத்தமும் சதையுமாக அதை உணர்ந்தான். அந்தப் பரவசம், அவன் வாழ்க்கைமுழுவதும் மறக்கமுடியாத ஓர் அனுபவமாக இருந்தது.

அந்த முதல் போட்டியில், கபில் தேவ் அப்படியொன்றும் பெரிதாகச் சாதித்துவிடவில்லை. ஆனால், அவன் தன்னால் இயன்றவரை சிறப்பாகச் செய்யவேண்டும் என்று போராடிய விதம், எல்லோருக்கும் பிடித்திருந்தது.

அதன்பிறகு, பெற்றோர், சகோதரர்கள், உறவினர்கள், நண்பர்கள் எல்லோரும் கபிலை கிரிக்கெட்டில் கவனம் செலுத்தும்படி உற்சாகப்படுத்தினார்கள், ‘கபில், உன்னிடம் ஒரு துடிப்பு இருக்கிறது, இயற்கையான திறமை இருக்கிறது, இதைச் சரியாகப் பட்டை தீட்டிப் பயன்படுத்திக்கொண்டால், கிரிக்கெட்டில் நீ இன்னும் பெரிய ஆளாக வரமுடியும்.’

அவர்கள் சொன்னதுபோலவே, அந்தத் துடிப்பும் கடின உழைப்பும், கபில் தேவ் நிகஞ்ச் என்கிற அந்தச் சிறுவனை, இந்தியாவின் முன்னணி கிரிக்கெட் வீரராக உயர்த்தியது. அசாத்தியத் திறமையின் அடிப்படையில் இந்திய கிரிக்கெட் அணியில் நிரந்தர இடம் பிடித்த கபில் தேவ், அடுத்தடுத்து பல உலகச் சாதனைகளை நிகழ்த்தினார்.

அவற்றுக்கெல்லாம் சிகரம் வைத்தாற்போல், 1983ம் ஆண்டு அவர் ஜெயித்துக் கொடுத்த ‘உலகக் கோப்பை’க்கு, இது வெள்ளி விழா ஆண்டு. இத்தனை வருடங்களில், எத்தனையோ கிரிக்கெட் பிரபலங்கள், திறமையாளர்கள் வந்தும்கூட, நாம் இன்னொரு உலகக் கோப்பையை ஜெயிக்கவே இல்லை என்பது, கபிலின் தனித்தன்மைக்கு ஒரு சாட்சி!

கடினமாக உழைப்பவர்களை, அதிர்ஷ்டம் நிச்சயமாகத் தேடி வரும். கபில் தேவ்போல், எதேச்சையாகக் கிடைக்கிற வாய்ப்பையும்கூட சரியாகப் பயன்படுத்திக்கொண்டு முன்னேறுகிற திறமைசாலிகளால், எதையும் சாதிக்கமுடியும்!

૩. எங்கே என் இலக்கு?

'போரடிக்குது.'

சிறுவன் வில்லியம்ஸ், இந்த வார்த்தையைப் பயன்படுத்தாத நாளே கிடையாது. வீட்டில், பள்ளியில், விளையாடும் இடத்தில் என்று எங்கேயும் எப்போதும் எதுவும் அவனுக்கு 'போர்'தான்!

என்னதான் சுவாரஸ்யமான ஒரு விஷயத்தைச் சொல்லிக் கொடுத்தாலும், சில நிமிடங்களுக்குள் அவனுக்கு அது சலித்துப்போய்விடும், 'போரடிக்கிறது' என்று எழுந்து போய்விடுவான்.

இந்தப் பையனை என்னதான் செய்வது? வில்லியம்ஸை நினைக்கையில், அவனுடைய பெற்றோருக்கு மிகவும் கவலையாக இருந்தது.

பையன் என்னவோ புத்திசாலிதான், எந்தப் பாடத்தையும் அதிவேகத்தில் கிரகித்துக்கொள்கிறான், பிறகு நூலகத்தில் அதுபற்றிய புத்தகங்களையெல்லாம் கரைத்துக் குடித்துச் சில தினங்களுக்குள், மிகப் பெரிய வித்தகனாகிவிடுகிறான்.

அதன்பிறகுதான் பிரச்னையே, இவ்வளவு தூரம் விரும்பிப் படித்த பாடத்தை, 'போரடிக்கிறது' என்கிற ஒற்றைச் சொல்லால்

நிராகரித்துவிட்டு, அதற்குச் சம்பந்தமே இல்லாத வேறொரு விஷயத்துக்குத் தாவுவான் வில்லியம்ஸ். அங்கே சில தினங்களைக் கழித்தபிறகு, அதை மறந்து மறுபடி வேறொரு புதிய ஆர்வத்தைத் தேடத் தொடங்கிவிடுவான்.

இப்படி ஒரு பையன் குரங்குபோல் மரம் மரமாகத் தாவிக்கொண்டிருந்தால், அவனுடைய எதிர்காலம் என்ன ஆகும்? ஏதேனும் ஒரு விஷயத்தில் ஆர்வம் செலுத்தி உழைத்தால்தானே நாளைக்குப் பெரிய அளவில் முன்னேறமுடியும்?

வில்லியம்ஸின் பெற்றோர், ஆசிரியர்கள் அவனைத் திருத்துவதற்கு எவ்வளவோ முயன்று பார்த்தார்கள். அவனுக்கு எது மிகவும் பிடிக்கிறது என்று விசாரித்து, அதில் அவனுடைய கவனத்தைத் திருப்பினால், பையன் நிச்சயமாகத் தேறிவிடுவான் என்று ராத்திரி பகலாக மெனக்கெட்டார்கள்.

ம்ஹூம், எந்தப் பிரயோஜனமும் இல்லை. வில்லியம்ஸ் எப்போதும்போல் சோர்வான முகபாவத்துடன் ஊரைச் சுற்றிவந்துகொண்டிருந்தான். உலகமே இரண்டாகப் பிளந்தாலும்கூட, ‘ஓ, அப்படியா?’ என்று லேசாகப் புருவம் உயர்த்திவிட்டு, விலகிச் சென்றுவிடுவான் அவன்.

பள்ளிப் பாடங்களிலும், வில்லியம்ஸுக்குக் கொஞ்சம்கூட ஆர்வம் இல்லை. காரணம், ஒரு வருடத்துக்குரிய பாடங்கள் எல்லாவற்றையும், அவன் சில வாரங்களுக்குள் படித்து முடித்துவிடுவான்.

அதற்காக, பள்ளிக்குப் போகாமல் இருக்கமுடியுமா? ஏதோ கடமைக்கு அவ்வப்போது பள்ளியில் தலைகாட்டுவான், வகுப்புகளுக்குச் செல்ல மனம் இல்லாமல் நண்பர்களோடு எங்காவது சுற்றிக்கொண்டிருப்பான்.

வில்லியம்ஸின் நண்பர்களும், அவனைப்போலவே ‘விநோத’ப் பிறவிகள்தான். அவர்களுடைய வயதுக்கும், அவர்கள் படிக்கிற புத்தகங்கள், பேசிக்கொள்கிற விஷயங்களுக்கும் சம்பந்தமே இருக்காது.

முக்கியமாக, வில்லியம்ஸின் உயிர் நண்பன் பெயர், பால் ஆலென். இவர்கள் இருவருக்குமே, அறிவியல் துறையில் ஆர்வம் அதிகம் என்பதால், இந்த இயந்திரத்தை எப்படித் தயாரித்தார்கள், அந்தக் கருவி எப்படி இயங்குகிறது என்றெல்லாம் ஒருவருக்கு ஒருவர் கேள்வி கேட்டு விடை தேடிக்கொண்டிருப்பார்கள்.

வில்லியம்ஸ், பால் இருவரின் அறிவுப் பசிக்கு, அந்தப் பள்ளியில் இருக்கும் ஆசிரியர்களால் தீனி போட முடியவில்லை. இவர்கள் கேட்கும் பெரும்பாலான கேள்விகளுக்கு, அவர்களுக்குச் சுத்தமாகப் பதில் தெரியவில்லை. ஆகவே, தூரத்தில் இந்தப் பையன்கள் தென்பட்டாலே, ஆசிரியர்கள் தலைதெறிக்க ஓடத் தொடங்கினார்கள்.

இப்படி ஆசிரியர்களும் அவனைக் கைவிட்டபிறகு, வில்லியம்ஸால் என்ன செய்யமுடியும்? ‘உலகே மாயம், வாழ்வே மாயம்’ என்று பாடாதகுறையாக எங்கோ வெறித்துப் பார்த்தபடி திரிந்துகொண்டிருந்தான் அவன்.

அப்போதுதான், அவனுடைய பள்ளியில் ஏதோ பெரிய பெட்டிகள் வந்து இறங்கின. அவற்றை ஒரு தனி அறையில் பத்திரமாகப் பாதுகாத்து வைத்தார்கள்.

வில்லியம்ஸுக்குப் புதிதாக எதைப் பார்த்தாலும் ஆர்வம் துளிர்த்துவிடும், ’என்ன இது?’ என்று ஆவலோடு விசாரித்தான்.

‘கம்ப்யூட்டர்’ என்று பதில் வந்தது.

வில்லியம்ஸ் ஆச்சர்யமாக வாயைப் பிளந்தான், ‘கம்ப்யூட்டரா? நம் பள்ளியிலா?’

‘கணினி’ என்று செல்லமாக அழைக்கப்படும் கம்ப்யூட்டர்கள், இந்தக் காலத்தில் எல்லா இடங்களிலும் நுழைந்துவிட்டன. ஆனால் அப்போது, மிகப் பெரிய அலுவலகங்கள், ஆராய்ச்சி சாலைகளில்மட்டும்தான் கம்ப்யூட்டர்களைப் பயன்படுத்தினார்கள்.

அந்நாளைய கம்ப்யூட்டர்கள் ஒவ்வொன்றும், பீமன், கடோத்கஜன் சைஸுக்குப் பிரம்மாண்டமாக உயர்ந்து நிற்கும்,

அதற்கேற்ப, யானை விலை, டைனோசர் விலைதான்!

புத்திசாலிப் பையனான வில்லியம்ஸுக்கு, கணினிகளைப்பற்றி ஏற்கெனவே தெரிந்திருந்தது. ஆனால், இப்படிக் கண்ணெதிரே, தன்னுடைய பள்ளியிலேயே கம்ப்யூட்டர் வசதி வரும் என்று அவன் கனவில்கூட நினைத்திருக்கவில்லை.

'இந்தக் கம்ப்யூட்டரை நான் ஒருமுறை தொட்டுப் பார்க்கலாமா?' ஆசையாகக் கேட்டான் வில்லியம்ஸ்.

'ஓ, தாராளமாக' என்றார் அவனுடைய ஆசிரியர், 'உன்னைமாதிரி மாணவர்களுக்குப் பயன்படவேண்டும் என்பதற்காகதான் இதை வாங்கியிருக்கிறோம்.'

கம்ப்யூட்டரை ஆர்வத்தோடு தொட்டுப்பார்த்த வில்லியம்ஸுக்கு, அடுத்தடுத்த கேள்விகள் வரிசையாக எழுந்தன, 'இந்தக் கம்ப்யூட்டரை எப்படி இயக்குவது? இதில் ப்ரொக்ராம் எழுதுவது எப்படி? எனக்குச் சொல்லித்தருவீங்களா சார்?'

'அதெல்லாம் எனக்குத் தெரியாதுப்பா' என்றார் அந்த ஆசிரியர், 'முடிஞ்சா, நீயே கத்துக்கோ, நீதான் புத்திசாலிப் பையனாச்சே!'

இப்படிச் சொல்லிவிட்டு, அவர் பரபரவென்று ஓடி மறைந்து விட்டார். அதற்குமேலும் அங்கேயே நின்றால், வில்லியம்ஸ் புதுசாக ஏதேனும் கேள்வி கேட்டுவிடுவானோ என்று அவருக்குப் பயம்.

அடுத்த சில நாள்கள், வில்லியம்ஸும் பால் ஆலெனும் அந்தப் புதுக் கம்ப்யூட்டரைவிட்டு அங்கே, இங்கே நகரவில்லை. ராத்திரி பகலாக அந்த அறையிலேயே தவம் கிடந்தவர்கள், கம்ப்யூட்டருடன் வந்திருந்த கையேடுகள், உதவிக் குறிப்புகளைப் படித்துப் பார்த்து, அதனை எப்படிப் பயன்படுத்துவது என்று கொஞ்சம் கொஞ்சமாகப் பழகிக்கொண்டார்கள்.

அதுவரை எந்த விஷயத்திலும் தொடர்ச்சியான ஆர்வம் இல்லாமல் திரிந்துகொண்டிருந்த சிறுவன் வில்லியம்ஸின் வாழ்க்கையில், அந்தக் கம்ப்யூட்டர் காதல் ஒரு புதிய அத்தியாயமாக அமைந்தது. முதல்முறை கம்ப்யூட்டரைப்

பார்த்தபோது மயங்கி விழுந்தவன், அதன்பிறகு அந்த மாய வலையிலிருந்து மீளவே இல்லை.

பள்ளிக் கணினியில் முதன்முதலாக ப்ரொக்ராம் எழுதிப் பழகிய அந்தச் சிறுவன் வில்லியம்ஸை நமக்கு நன்றாகத் தெரியும்: மைக்ரோசாஃப்ட் நிறுவனத்தைத் தோற்றுவித்து, கம்ப்யூட்டர் சாஃப்ட்வேர் துறையில் ஒரு புரட்சியைக் கொண்டுவந்தவர், கிட்டத்தட்ட பதினைந்து ஆண்டுகளாக 'உலகின் டாப் பணக்காரர்' அந்தஸ்தில் அமர்ந்திருந்த பில் கேட்ஸ்!

நம்முடைய இலக்கு எது, பாதை எது என்று தெரியும்வரை, வாழ்க்கைப் பயணம் போரடிப்பதுபோல்தான் தோன்றும். ஆனால், பில் கேட்ஸுக்குக் கம்ப்யூட்டர்போல், நமது வாழ்க்கையைப் புரட்டிப்போடப்போகும் அந்தத் திருப்புமுனை, எப்போது, எப்படி எதிர்ப்படுமோ தெரியாது, அந்த நேரத்தில் அதைச் சரியாக அடையாளம் கண்டு பயன்படுத்திக்கொள்வது, நம்முடைய சமர்த்து!

4. கோடியில் ஒருவர்

'மார்கரெட், உனக்குத் தேர்தலில் நிற்க விருப்பம் உண்டா?'

இந்தக் கேள்வியை மார்கரெட் ராபர்ட்ஸ் கொஞ்சமும் எதிர்பார்த்திருக்கவில்லை. ஆகவே, இதற்கு என்ன பதில் சொல்வது என்று தெரியாமல் திகைப்புடன் நின்றுகொண்டிருந்தார்.

'என்ன ஆச்சு மார்கரெட்? உனக்கு இஷ்டம் இல்லை என்றால் வெளிப்படையாகச் சொல்லிவிடு, நாங்கள் உன்னைக் கட்டாயப்படுத்தமாட்டோம்' என்றார் அந்த நண்பர்.

'இல்லை இல்லை, எனக்கு விருப்பம்தான்' அவசரமாகச் சொன்னார் மார்கரெட், 'ஆனால், கட்சியில் எத்தனையோ பேர் இருக்கிறார்கள், அவர்களுக்கு நடுவே எனக்கு வாய்ப்புக் கிடைக்குமா?'

'உனக்கு ஏன் அந்தக் கவலை? அதையெல்லாம் நான் பார்த்துக்கொள்கிறேன்' என்று மார்கரெட்டுக்குத் தைரியம் சொன்னார் அவருடைய நண்பர், 'நிச்சயமாக, டார்ட்ஃபோர்ட் தொகுதியில் நீதான் நம் கட்சி வேட்பாளர்.'

அவர் பேசப்பேச, மார்கரெட்டுக்குப் பரவசமாக இருந்தது. நானா? தேர்தலில் நிற்கப்போகிறேனா? ஜெயித்துப் பாராளுமன்றத்தில் நுழையப்போகிறேனா? கடவுளே, எத்தனை வருடக் கனவு இது, கடைசியில் நிஜமாகப்போகிறதா?

மார்கரெட்டின் ரத்தத்திலேயே, அரசியல் இருந்தது. அவருடைய தந்தை ஆல்ஃப்ரட் ராபர்ட்ஸ், உள்ளூர் கவுன்சிலராகப் பணியாற்றிக்கொண்டிருந்தவர். அப்போதே, மக்களுடைய பிரச்னைகள், அவற்றை எப்படித் தீர்ப்பது என்றெல்லாம் மகளுடன் சகஜமாகப் பேசிக்கொண்டிருந்தார் அவர்.

அந்த நேரத்தில்தான், மார்கரெட்டுக்குள் அரசியல் ஆசை துளிர்விட்டது. அப்பாவைப்போலவே, தானும் மக்கள் பிரதிநிதியாகச் சேவை செய்யவேண்டும் என்று விருப்பத்தை வளர்த்துக்கொண்டார்.

ஆனால், அவர் நினைத்ததுபோல், அரசியல் உலகம் மார்கரெட்டைச் சிவப்புக் கம்பளம் விரித்து வரவேற்கவில்லை. ஒரு சாதாரண மளிகைக்கடைக்காரரின் மகளான அவர், தன்னுடைய அரசியல் ஆசைகளையெல்லாம் மறைத்துக் கொண்டு, பிழைப்பைத் தேடவேண்டியிருந்தது.

அப்போதும், மார்கரெட் தன்னுடைய கனவுகளைத் தொடர்ந்து துரத்திக்கொண்டிருந்தார். ஆக்ஸ்ஃபோர்ட் பல்கலைக்கழகத்தில் வேதியியல் படித்தபோது, கல்லூரி மாணவர் குழு ஒன்றின் தலைவியாகத் தேர்ந்தெடுக்கப்பட்ட அவருக்கு, பல அரசியல், சமூகத் தலைவர்களை நேரில் பார்த்துப் பழகுகிற வாய்ப்புக் கிடைத்தது.

இருபது வயது மார்கரெட்டுக்கு, தன்னுடைய வருங்கால வாழ்க்கை எப்படி அமையப்போகிறது என்பது தெளிவாகாமலேயே இருந்தது. படிப்பை முடித்துவிட்டு நல்ல வேலை தேடிக்கொண்டு வாழ்க்கையில் செட்டிலாகலாமா, அல்லது தீவிர அரசியலில் குதிக்கலாமா என்று அவரால் தைரியமாகத் தீர்மானிக்கமுடியவில்லை.

ஆனால், மார்கரெட் எந்நேரமும் தனது அரசியல்

ஆர்வங்களைப்பற்றியே பேசிக்கொண்டிருப்பதால், அவருடைய நண்பர்கள், உறவினர்களெல்லாம் ஒரு முடிவுக்கு வந்திருந்தார்கள், இந்தப் பெண், வருங்காலத்தில் பெரிய அரசியல்வாதியாகதான் வரப்போகிறது.

'மார்கரெட், நீ பேசுவதையெல்லாம் பார்த்தால், உனக்கு எம்.பி.யாகிப் பாராளுமன்றத்துக்குள் நுழையவேண்டும் என்கிற ஆசை இருக்கிறதுபோல' என்றார் ஒருவர்.

'ஆமாம்' என்று முதன்முறையாக ஒப்புக்கொண்டார் மார்கரெட் ராபர்ட்ஸ், 'நான் தேர்தலில் நின்று ஜெயித்து, மக்கள் பிரதிநிதியாகப் பாராளுமன்றத்துக்குப் போக விரும்புகிறேன்'

மார்கரெட் இப்படிச் சொல்வதை யாரேனும் கேட்டிருந்தால், விழுந்து விழுந்து சிரித்திருப்பார்கள், அடுத்தபடியாக, பைத்தியக்கார ஆஸ்பத்திரிக்கு ஃபோன் செய்திருப்பார்கள்.

ஏனெனில், அப்போது மார்கரெட் குடும்பம் தினசரிச் செலவுகளுக்கே தடுமாறிக்கொண்டிருந்தது. அவருக்கு ஒழுங்கான வேலை இல்லாவிட்டால், சாப்பாட்டுக்கே தகிடுதத்தம் போடவேண்டிய சூழ்நிலை.

இப்படி ஓர் ஏழைமையான குடும்பத்தைச் சேர்ந்தவர், அதுவும் ஒரு பெண், எம்.பி.யாக விரும்புகிறேன் என்றால், நடக்கிற காரியமா?

மார்கரெட்டுக்கும், தன்னுடைய வீட்டின் நிலைமை புரிந்திருந்தது. தேர்தலில் நிற்பது, அதற்காகப் பிரசாரம் செய்வது என்றால் ஏகப்பட்ட செலவாகும், அதையெல்லாம் தன்னால் சமாளிக்கமுடியாது என்று அவர் தெளிவாக உணர்ந்திருந்தார்.

இதனால், அப்போதைக்கு ஏதோ கிடைத்த வேலைகளைப் பார்த்தபடி குடும்பத்தைக் காப்பாற்ற முயன்றார் மார்கரெட். ஆனாலும், அவருக்குள் நெருப்பாக எரிந்துகொண்டிருந்த அரசியல் ஆசை, அணையவே இல்லை. மனத்தின் ஒரு மூலையில், 'என்றேனும் எனக்கு ஒரு வாய்ப்புக் கிடைக்கும், தேர்தலில் நின்று வெற்றி பெற்றுப் பாராளுமன்றத்துக்குள் நுழைவேன்' என்று அடிக்கடி நினைத்துக்கொள்வார்.

இந்த நேரத்தில்தான், 1948ம் ஆண்டு நடைபெற்ற கன்சர்வேடிவ் கட்சியின் அரசியல் மாநாட்டில் கலந்துகொண்டார் மார்கரெட். அங்கே, தன்னுடைய கல்லூரி நண்பர் ஒருவரை எதேச்சையாகச் சந்தித்தார்.

மார்கரெட்டின் அந்த நண்பர், இங்கிலாந்தின் 'டார்ட்ஃபோர்ட்' தொகுதியைச் சேர்ந்தவர். அங்கே அடுத்து வரும் தேர்தலுக்காக, தகுந்த வேட்பாளரைத் தேடிக்கொண்டிருந்தார்.

மாநாட்டில் மார்கரெட்டைப் பார்த்ததும், சட்டென்று அவருக்கு ஒரு யோசனை, இந்தப் பெண்ணைத் தேர்தலில் நிற்கவைத்தால் என்ன?

ஏற்கெனவே, தன்னுடைய மேடைப் பேச்சுகளின்மூலம், முக்கிய அரசியல் தலைவர்கள் பலரைக் கவர்ந்திருந்தார் மார்கரெட். இந்தச் சிறிய வயதில், இத்தனை முதிர்ச்சியாகச் சிந்திக்கிறார் என்று கட்சி வட்டாரங்களிலும் அவருக்கு மிகவும் நல்ல பெயர்.

தவிர, இருபத்தைந்து வயதுப் பெண் ஒருவரை வேட்பாளராக நிறுத்தினால், பத்திரிகைகள் சும்மா இருப்பார்களா? அவரைப்பற்றி ஆர்வத்துடன் செய்திகளை வெளியிடுவார்கள். ஒரு பைசா செலவில்லாமல், இலவச விளம்பரம்!

இப்படிப் பலவிதமாக யோசித்தபிறகுதான், கன்சர்வேடிவ் கட்சி அவரைத் தனது வேட்பாளராகத் தேர்ந்தெடுத்தது. 1950ம் ஆண்டு தேர்தலில் டார்ட்ஃபோர்ட் தொகுதி வேட்பாளராக அவர் போட்டியிடுவார் என்று அறிவிக்கப்பட்டது.

ஆனால், இந்தத் தேர்தலில் பிரசாரத்துக்காகச் செலவு செய்வதற்கு மார்கரெட் கையில் ஒரு பைசா இல்லை. சொல்லப்போனால், வேட்பாளராகத் தன் பெயர் அறிவிக்கப்பட்டபிறகுதான், அந்தப் பகுதிக்குக் குடிபெயர்ந்து, வேலை தேட ஆரம்பித்தார் அவர்.

அடுத்த சில மாதங்கள், அவர் மிகக் கடுமையாகப் போராட வேண்டியிருந்தது. சொற்ப சம்பளத்தை வைத்துக்கொண்டு, வீட்டுச் செலவுகளைச் சமாளித்தபடி, தொகுதிமுழுவதும் நடந்து சென்றே பிரசாரம் செய்தார். மேடை போட்டுப் பேச வசதி இல்லாமல், ஆங்காங்கே தெருமுனைகளில், சந்தைகளில்,

மற்ற பொது இடங்களில் ஒரு பெட்டியைக் கீழே போட்டு, அதன்மீது ஏறி நின்று பேசுவார் மார்கரெட்.

அவருடைய வசீகரமான பேச்சும், பழகும் முறையும், பலரைக் கவர்ந்தது. ஆனாலும், அந்தத் தேர்தலில் அவரால் ஜெயிக்கமுடியவில்லை.

ஆனால், மார்கரெட் மனம் தளரவில்லை. தேர்தலில் தோற்றாலும், தொகுதி மக்களுடன் மேலும் நெருங்கிப் பழக ஆரம்பித்த அவர், இன்னொருமுறையும் தோல்வியைத்தான் சந்திக்க நேர்ந்தது.

மார்கரெட்டின் விடாமுயற்சி, கடும் உழைப்புக்குப் பலன், 1958ம் ஆண்டுதான் கிடைத்தது. அந்த வருடம் நடைபெற்ற தேர்தலில், ஃபின்ச்லி தொகுதி வேட்பாளராகப் போட்டியிட்ட அவர், சிறப்பாக வெற்றி பெற்றுப் பாராளுமன்றத்துக்குள் நுழைந்தார்.

அன்றைய இங்கிலாந்தில் மார்கரெட் ராபர்ட்ஸ் போன்ற மத்திய வர்க்கப் பெண்கள் கோடிக்கணக்கில் இருந்தார்கள், அவர்களெல்லாம் தங்களுடைய வீட்டை, பணியிடத்தைவிட்டு வெளியே எட்டிப்பார்க்கக்கூட முடியாது என்று நினைத்துக்கொண்டிருந்தபோது, கோடியில் ஒருவராகக் கனவு காண்கிற துணிவு, மார்கரெட் ஒருவருக்குதான் இருந்தது.

அந்தக் கனவுதான், மார்கரெட் தாட்சர் எனும் இரும்புப் பெண்மணியை உருவாக்கியது, ஒரு சாதாரணப் பாராளுமன்றத் தேர்தல் தோல்வியில் தொடங்கி, இங்கிலாந்தின் முதல் பெண் பிரதமராக, சக்தி வாய்ந்த உலகத் தலைவராக அவருக்குச் சரித்திரத்தில் இடம் பிடித்துத் தந்தது!

5. மூடிய கதவுகள்

‘REJECTED’

தன்முன்னே இருந்த நாவலை நூறாவதுமுறையாக வேதனையுடன் பார்த்தார் கிட்டு பூர்ணா. இன்னொரு நிராகரிப்பா? இதை நாராயண சுவாமி எப்படித் தாங்கிக்கொள்வார்?

நாராயண சுவாமி, கிட்டுவின் நண்பர், பிரமாதமான எழுத்தாளர். ஆனால் ஏனோ, அவருடைய படைப்புகளை எந்தப் பதிப்பகமும் அச்சுக்கு எடுத்துக்கொள்ளவில்லை, பிடிவாதமாக நிராகரித்துக்கொண்டிருந்தார்கள்.

அதுவும் ஒருமுறை, இரண்டுமுறை இல்லை, இதுவரை ஐந்தாறு பதிப்பகங்களில் இதே கதைதான். ஒவ்வொருமுறையும் கிட்டு பூர்ணா ஆர்வத்தோடு நாவலைத் தூக்கிக்கொண்டு ஓடுவார், அவர்கள் வாசித்துவிட்டு, ‘நிராகரிப்பு’ முத்திரை குத்தித் திருப்பி அனுப்புவார்கள்.

நாராயண சுவாமியின் எழுத்து, அசாதாரணமானது. அப்போது ஊர்முழுவதும் பரபரப்பாக விற்றுத் தீர்ந்துகொண்டிருந்த ‘பிரபல’ எழுத்தாளர்களையெல்லாம்விட, அவருடைய படைப்புகள் அற்புதமானவை என்பது கிட்டுவுக்கு உறுதியாகத் தெரிந்திருந்தது.

குறிப்பாக, அவருடைய எளிய மொழி, அதில் தெரியும் இந்தியாவின் முகம், அதுவரை வேறு யாரும் காட்சிப்படுத்தாத அழகு அது.

ஆனால், என்ன பிரயோஜனம்? ஒரு பதிப்பாளருக்குக்கூட இந்த நாவலின்மீது ஆர்வம் இல்லையே.

இந்தமுறையும் நாவல் நிராகரிக்கப்பட்டுவிட்டது என்பது தெரிந்தால், நாராயண சுவாமி மொத்தமாக நம்பிக்கை இழந்துவிடுவார். அவர் எழுதுவதையே நிறுத்திவிட்டால்கூட ஆச்சர்யப்படுவதற்கு இல்லை.

'கிட்டு, இந்த நாவலால் யாருக்கும் எந்தப் பிரயோஜனமும் இல்லை' என்று ஏற்கெனவே சொல்லியிருந்தார் நாராயண சுவாமி, 'பேசாமல் இதில் ஒரு கல்லைக் கட்டி, ஆற்றில் தூக்கிப் போட்டுவிடு'

ஐயோ, தண்ணீரில் மூழ்கவேண்டிய படைப்பா இது? இன்னும் நூறு வருடத்துக்குப்பிறகும் மக்கள் வாசித்து, ரசித்து மகிழக்கூடிய உன்னதமான நாவலை, யாரேனும் இப்படி வீசி எறிவார்களா?

உடனடியாக ஏதாவது செய்யவேண்டும் என்று யோசித்தார் கிட்டு பூர்ணா. எப்படியாவது, நாராயண சுவாமியின் எழுத்துகளை வாசகர்களிடம் கொண்டுசெல்லவேண்டும்.

ஒரு நாவல், ஒரே ஒரு நாவல் பிரசுரமாகிவிட்டால் போதும், அந்த உற்சாகத்தில் நாராயண சுவாமி இன்னும் இன்னும் நிறைய எழுதுவார், அதன்பிறகு, பணம், புகழ், நோபல் பரிசுவரை எல்லாம் அவருடைய காலடியில்தான். அப்பேர்ப்பட்ட அபூர்வமான எழுத்தாளர் அவர்.

ஆனால், அந்த முதல் நாவல்தான் எந்தப் பதிப்பாளராலும் ஏற்றுக்கொள்ளப்படாமல், சுவற்றில் அடித்த பந்துபோல் திரும்பி வந்துகொண்டிருக்கிறதே, என்ன செய்யலாம்? - இப்படித் தீவிரமாக யோசித்துக்கொண்டிருந்தபோதுதான், கிட்டுவுக்கு கிரஹாம் க்ரீன் நினைவு வந்தது.

கிரஹாம் க்ரீன், புகழ்பெற்ற ஆங்கில எழுத்தாளர். அவருடைய

சிறுகதைகள், நாவல்கள், நாடகங்கள், கட்டுரைகள் என எல்லாமே ரசிகர்களால் கொண்டாடப்பட்டவை, அதேசமயம் மக்களுக்குப் பிடிக்கவேண்டும் என்பதற்காக, தரத்தைக் குறைத்துக்கொள்ளாத பிடிவாதக்காரர்.

கிட்டு பூர்ணாவுக்கு ஏற்கெனவே கிரஹாம் க்ரீன் அறிமுகமாகியிருந்தார். நாராயண சுவாமியின் எழுத்துகள், அவருக்கு மிகவும் பிடிக்கும் என்று கிட்டுவுக்குத் தோன்றியது. அந்த நம்பிக்கையில், நாராயண சுவாமியின் நாவலை அவரிடம் கொடுத்தார்.

'இது என்ன நாவல்? பார்ப்பதற்கு ரொம்பப் பழசாக இருக்கிறதே.'

கிட்டு பூர்ணா சங்கடமாகச் சிரித்தார், 'புது நாவல்தான், என் சிநேகிதர் எழுதியது'

கிரஹாம் க்ரீன் ரொம்ப பிஸியான எழுத்தாளர். கிட்டு பூர்ணா கொடுத்த அந்த நாவலை மேஜைமேல் வைத்துவிட்டு, அப்படியே மறந்துவிட்டார். அதன்பிறகு நெடுநாள்களுக்கு, அவர் அதைத் தொட்டுப்பார்க்கக்கூட இல்லை.

பின்னர் ஒருநாள், நன்றாக மழை பெய்துகொண்டிருந்த நேரம். கிரஹாம் க்ரீன் எதேச்சையாக, அந்த நாவலைக் கையில் எடுத்தார்.

நாராயண சுவாமியின் அந்த நாவல், அதுவரை பல பதிப்பாளர்களால் நிராகரிக்கப்பட்டது என்கிற விவரம் கிரஹாம் க்ரீனுக்குத் தெரியாது. கிட்டு பூர்ணா ஒரு விஷயத்தைச் சிபாரிசு செய்கிறார் என்றால், அது நன்றாகதான் இருக்கும் என்கிற நம்பிக்கையில் வாசிக்கத் தொடங்கினார்.

ஆனால், படிக்க ஆரம்பித்த சில நிமிடங்களுக்குள், நாராயண சுவாமி கிரஹாம் க்ரீனை முழுமையாகக் கவர்ந்துவிட்டார். ஆர்வத்துடன் நாவல்முழுவதையும் படித்து முடித்துவிட்டுதான் கீழே வைத்தார் அவர்.

கொஞ்சம் பரவசம், நிறைய பிரமிப்புடன் அந்த நாவலைத் திருப்பிப் பார்த்தார் கிரஹாம் க்ரீன், என்ன ஒரு மொழிநடை!

ஆங்கிலத்தில் இப்படி ஒரு புத்துணர்ச்சி பொங்கும் எழுத்தைப் பார்த்து எத்தனை நாளாகிவிட்டது!

உடனடியாக, கிட்டு பூர்ணாவை அழைத்து விசாரித்தார் கிரஹாம் க்ரீன். யார் இந்த நாராயண சுவாமி? இத்தனை நாளாக எங்கே இருந்தார்? இன்னும் என்னென்ன எழுதியிருக்கிறார்? இவருடைய எழுத்தில் வரும் அந்த கிராமம் நிஜத்திலேயே இருக்கிறதா?

கிட்டு பூர்ணா மகிழ்ச்சியுடன் அவர் கேட்ட விவரங்களைச் சொன்னார், 'நாராயண சுவாமி இந்தியாவில் மைசூர் பக்கத்தில் இருக்கிறார், அற்புதமாக எழுதக்கூடியவர், ஆனால் ஏனோ, அவருடைய நாவலை யாருமே பிரசுரிக்க மறுக்கிறார்கள், இதுவரை பல பதிப்பகங்கள் இதை நிராகரித்துத் திருப்பி அனுப்பிவிட்டார்கள்.'

'நீ கவலைப்படாதே பூர்ணா, அதை நான் பார்த்துக்கொள்கிறேன்' என்றார் கிரஹாம் க்ரீன், 'எனக்குத் தெரிந்த பதிப்பாளரிடம் சொல்லி, இந்த நாவல் அச்சில் வெளியாவதற்கு நான் ஏற்பாடு செய்கிறேன்.'

'ஆனால், ஒரே ஒரு விஷயம்.'

'என்ன?'

'நாராயண சுவாமி' என்ற பெயர் ரொம்ப நீளமாக இருக்கிறது, இந்தப் பெயர் வாசகர்கள் ஞாபகத்தில் பதிவது கஷ்டம்.'

'என்ன செய்யலாம்?'

'அவருடைய பெயரை, 'நாராயண்' என்று சுருக்கலாமா?'

இப்படியாக, 'ராசிபுரம் கிருஷ்ணசுவாமி அய்யர் நாராயண சுவாமி' என்கிற பெயர், 'ஆர். கே. நாராயண்' என்று சுருங்கியது. கிரஹாம் க்ரீன் முயற்சியில், அவருடைய முதல் நாவல், '*Swami And Friends*' வெளியானது.

'ஸ்வாமியும் நண்பர்களும்' நாவல், 'மால்குடி' என்ற கற்பனை ஊரை மையமாகக் கொண்டு அமைந்திருந்தது. அடுத்தடுத்து

வந்த ஆர்.கே. நாராயணின் நாவல்கள், சிறுகதைகளும், மால்குடியை, அங்கு வாழும் கற்பனை மனிதர்களை ரத்தமும் சதையுமாகச் சித்திரித்துப் புகழ் பெற்றன.

பிரிட்டிஷ் வாசகர்கள், ஆர் கே நாராயணின் எழுத்தில் மயங்கிப்போனார்கள். அதுவரை வெவ்வேறு எழுத்தாளர்கள் இந்தியா பற்றித் தீட்டியிருந்த மாயச் சித்திரங்களையெல்லாம் மாற்றி, ஓர் எதார்த்தப் பார்வையை அறிமுகப்படுத்தின ஆர் கே நாராயணின் படைப்புகள்.

சென்ற நூற்றாண்டின் மிகப் பிரபலமான இந்திய எழுத்தாளர் என்று பார்த்தால், ஆர் கே நாராயண்தான். அவருடைய படைப்புகள் ஒவ்வொன்றும், சர்வதேச இலக்கிய வட்டாரங்களில் பரபரப்பாகப் பேசப்பட்டன, விவாதிக்கப்பட்டன, இந்தத் தலைமுறையிலும், அவரை வாசித்து மகிழ்கிறவர்கள் ஏராளமான பேர்.

இத்தனைக்கும் ஆரம்பம், அந்த முதல் படைப்பு. அது எத்தனை முறை நிராகரிக்கப்பட்டது என்கிற கணக்கு, கடவுளுக்குதான் தெரியும். கிரஹாம் க்ரீன் என்கிற சரியான நபரின் கண்ணில் படும்வரை, ஆர் கே. நாராயணின் அற்புத எழுத்தும்கூட, நிராகரிப்புச் சுமையோடு காத்திருக்கவேண்டியிருந்தது.

வாழ்க்கையில் பல சந்தர்ப்பங்களில், நாம் மூடிய கதவுகளைச் சந்திக்கவேண்டியிருக்கிறது. அவற்றைத் தட்டிப் பார்க்கலாம், மோதிப்பார்க்கலாம், திறக்காவிட்டால், நம்பிக்கையிழக்க வேண்டியதில்லை, இன்னொரு கதவை முயற்சி செய்யலாம், எத்தனைமுறை நிராகரிக்கப்பட்டாலும் சரி, தொடர்ந்து முயன்றால், நமக்கான கதவு நிச்சயம் இருக்கும், நிச்சயம் திறக்கும்!

௬. திறமை மட்டும் போதுமா?

'**ஸா**ரி, என்கிட்டே இப்போ சுத்தமா கால்ஷீட் இல்லை' என்றார் தர்மேந்திரா, 'நான் இந்தப் படத்தில நடிக்கணும்ன்னா, நீங்க குறைஞ்சது ஆறு மாசம் காத்திருக்கணும்.'

'தேவையில்லை' என்று எழுந்துகொண்டார் பிரகாஷ் மெஹ்ரா, 'என்னால இனிமே காத்திருக்கமுடியாது, இந்தப் படத்தை உடனே ஆரம்பிக்கிறதா நான் முடிவு செஞ்சுட்டேன்.'

'அப்படின்னா?'

'இதே படத்தை, நான் வேற ஒரு கதாநாயகனை வெச்சு எடுக்கப் போறேன்' பிரகாஷ் மெஹ்ரா நம்பிக்கையோடு பேச, தர்மேந்திரா அவரையே ஆச்சர்யமாகப் பார்த்துக்கொண்டிருந்தார்.

பின்னே? அன்றைய ஹிந்தித் திரைப்படச் சந்தையில், தர்மேந்திராதான் நம்பர் 1 வசூல் ராஜா. பெரிய பெரிய தயாரிப்பாளர்கள், இயக்குனர்களெல்லாம் அவருடைய கால்ஷீட்டுக்காகத் தவமிருந்தார்கள், ஆறு மாதம் என்ன? ஒரு வருடம், இரண்டு வருடம் என்றால்கூட, மறு வார்த்தை பேசாமல் அவர்கள் காத்திருக்கத் தயார்.

அப்பேர்ப்பட்ட தர்மேந்திராவை விலக்கிவிட்டு, இந்த ஆள் என்ன படம் எடுக்கப்போகிறார்? இவர் படத்தில் யார் நடித்தாலும், தர்மேந்திராபோல் வருமா?

ஆனால், பிரகாஷ் மெஹ்ரா அதைப்பற்றியெல்லாம் கவலைப்படவில்லை. தொடர்ந்து மூன்று ஹிட் படங்களை இயக்கியிருந்த அவருக்குத் தன்னுடைய திறமைமீது, ஸ்க்ரிப்ட்மீது முழு நம்பிக்கை இருந்தது.

'ஜஞ்சீர்' என்ற இந்தப் புதிய படத்துக்காக, ஏற்கெனவே சில வாய்ப்புகளை இழந்திருந்தார் பிரகாஷ் மெஹ்ரா. ஆகவே, இனிமேலும் அநாவசியமாகத் தேவுடு காக்கமுடியாது, உடனே படப்பிடிப்பைத் தொடங்கவேண்டும் என்று பரபரத்தார்.

ஆனால், தர்மேந்திராவுக்கு பதில், வேறு யாரை ஹீரோவாக நடிக்கவைப்பது?

அன்றைய ஹிந்தித் திரையுலகின் முக்கிய நட்சத்திரங்களான தேவ் ஆனந்த், ராஜ் குமார் ஆகியோரிடம் பேசினார் பிரகாஷ் மெஹ்ரா. அவர்களுக்கு 'ஜஞ்சீர்' கதை மிகவும் பிடித்திருந்தது. ஆனால், வேறு சில விஷயங்கள் ஒத்துவரவில்லை, நாசூக்காக மறுத்துவிட்டார்கள்.

இப்போது என்ன செய்வது? தர்மேந்திராவைப் பகைத்துக்கொண்டு வெளியே வந்தது தப்போ? முதன்முறையாகக் கவலைப்பட ஆரம்பித்தார் பிரகாஷ் மெஹ்ரா.

அந்த நேரத்தில்தான், நடிகர் பிரான் அவரைப் பார்க்க வந்தார், 'உங்க கதைக்குப் பொருத்தமா ஒரு ஆள் இருக்கார், பார்க்கறீங்களா?'

'யார் அவர்? புதுமுகமா?', ஆவலுடன் கேட்டார் பிரகாஷ் மெஹ்ரா.

'ம்ஹுூம், இல்லை, ஏற்கெனவே ஏழெட்டுப் படங்கள்ல நடிச்சிருக்கார், ஆனா, எதுவும் சரியா ஓடலை.'

சட்டென்று பிரகாஷ் மெஹ்ராவின் முகம் சுருங்கிவிட்டது. தர்மேந்திரா நடிக்கவேண்டிய கதையில், யாரோ ஊர் பேர்

தெரியாத ஆளை நடிக்கவைப்பதா?

பிரகாஷ் மெஹ்ராவின் கவலையைப் புரிந்துகொண்ட பிரான், அவரை உற்சாகப்படுத்தினார், 'நீங்க நினைக்கிறமாதிரி இல்லை சார், இந்தப் பையன்கிட்டே ஒரு தனி வேகம் தெரியுது, உங்க ஜஞ்சீர்போல ஒரு நல்ல கதை கிடைச்சா, பிரமாதமா ஜமாய்ச்சிடுவான்.'

பிரான் இப்படிச் சொன்னதோடு நிறுத்திக்கொள்ளவில்லை. அமிதாப் பச்சன் என்கிற அந்த இளைஞரின் திரைப்படம் ஒன்றை, பிரகாஷ் மெஹ்ரா பார்ப்பதற்கும் ஏற்பாடு செய்தார்.

திரையில் அமிதாப் பச்சனைப் பார்த்த மறுவிநாடி, பிரகாஷ் மெஹ்ரா அசந்துவிட்டார், அந்தக் கண்களில்தான் எத்தனை உணர்ச்சிகள் கொட்டுகின்றன! சண்டைக் காட்சிகளில் என்ன ஒரு வேகம், ஆவேசம்! இவன்தான் என்னுடைய கதாநாயகன்!

அமிதாப் பச்சன் அதற்குமுன் பல படங்களில் முக்கியக் கதாபாத்திரம் ஏற்று நடித்திருந்தபோதும், அந்த இயக்குனர்கள் யாரும், அமிதாப்பின் திறமையை முழுவதுமாகப் பயன்படுத்திக்கொள்ளவில்லை. அவருக்குப் பொருத்தமான நல்ல கதை, பாத்திரங்கள் அமையாததால், அவரது பெரும்பாலான படங்கள் படுதோல்வியைத் தழுவியிருந்தன.

அமிதாப்மீது திரைத்துறையினர் அழுத்தமாகக் குத்தியிருந்த 'ராசியில்லாத நடிகர்' முத்திரை, பிரகாஷ் மெஹ்ராவைக் கொஞ்சமும் பாதிக்கவில்லை 'இந்த இளைஞர்தான், வருங்கால சூப்பர் ஸ்டார்' என்று அடித்துச் சொன்னார் அவர்.

'ஜஞ்சீர்' திரைப்பட அறிவிப்பு வெளியானபோது, பலருக்கு ஆச்சர்யம். பிரகாஷ் மெஹ்ராவுக்கு என்ன ஆச்சு? யாரோ ஒரு சின்னப் பையனை வைத்துப் படம் எடுக்கிறாராமே, அதுவும் சொந்தப் படம், இதுவரை சம்பாதித்ததையெல்லாம் மொத்தமாக இழந்துவிட்டு, மூலையில்தான் உட்காரப்போகிறார் இந்த ஆள் என்று ஊர்முழுக்கக் கேலி செய்தார்கள்.

அமிதாப் பச்சன் எம்.ஏ. படித்துவிட்டு, ஒரு கப்பல் கம்பெனியில் வேலை பார்த்துக்கொண்டிருந்தவர், நடிப்பு ஆர்வம் காரணமாக,

அந்த வேலையைத் தூக்கி எறிந்துவிட்டு பாலிவுட்டை நோக்கி வந்திருந்தார். சொந்த முயற்சியில் உழைத்து முன்னுக்கு வர முயன்றுகொண்டிருந்தார்.

ஆனால், அவர் எவ்வளவுதான் கஷ்டப்பட்டு உழைத்தாலும், அவரது படங்கள் வெற்றி இலக்கை எட்டுவதாக இல்லை. 'இந்த ஜஞ்சீர் படமும் தோத்துப்போயிட்டா, நான் என்னோட சொந்த ஊருக்கே திரும்பிப் போயிடுவேன்' என்று வேதனையுடன் சொன்னார் அவர்.

'அமிதாப், உன் நிலைமை எவ்வளவோ பரவாயில்லை', வேடிக்கையாகச் சொல்லிச் சிரித்தார் பிரகாஷ் மெஹ்ரா, 'இந்தப் படம் ஃப்ளாப் ஆச்சுன்னா, நான் நடுத்தெருவுக்குப் போகவேண்டியதுதான்.'

'தயவுசெஞ்சு அப்படியெல்லாம் சொல்லாதீங்க லல்லா' என்றார் அமிதாப். வடக்கே 'லல்லா' என்றால், 'அண்ணா' என்று அர்த்தம்.

அமிதாப் பச்சன், பிரகாஷ் மெஹ்ரா இருவருக்குமே, 'ஜஞ்சீர்' ஓர் அக்கினிப் பரீட்சை என்பது புரிந்தது. எப்படியாவது ஜெயித்துவிடவேண்டும் என்று ராத்திரி பகலாக உயிரைக் கொடுத்துப் பாடுபட்டுக்கொண்டிருந்தார்கள்.

'ஜஞ்சீர்' சாதாரணமான பழிவாங்கும் கதைதான். ஆனால், அதில் எல்லா மசாலா அம்சங்களையும் பிரமாதமாகக் கலந்திருந்தார் பிரகாஷ் மெஹ்ரா. ரசிகர்களைக் கவரும்படியான அதிவேகத் திரைக்கதை, அமிதாப் பச்சனின் துடிப்பான தோற்றம், ஆக்ஷன் எல்லாம், கதைக்கு இன்னும் விறுவிறுப்பைக் கூட்டியது.

1973ம் ஆண்டு மே மாதம், 'ஜஞ்சீர்' திரைப்படம் வெளியானது. அப்போது அமிதாப் பச்சனை யாருக்கும் தெரியாது என்பதால், தியேட்டர்களில் கூட்டத்தைக் காணோம்.

ஒரு நாள் போனது, இரண்டு நாள், நான்கு நாள், ஒரு வாரம், ம்ஹூம், எந்த முன்னேற்றமும் இல்லை.

அவ்வளவுதான். அமிதாப் பச்சன் நொந்துவிட்டார். இன்னொரு

தோல்வியா? இவ்வளவு கஷ்டப்பட்டு உழைத்தும், கடைசியில் எந்தப் பிரயோஜனமும் இல்லையா? நடிப்பு ஆசையை மறந்து, சொந்த ஊருக்கு மூட்டையைக் கட்டவேண்டியதுதானா? கவலையில் அவருக்கு ஜுரமே வந்துவிட்டது.

ஆனால், அடுத்த சில நாள்களில் நிலைமை மாறியது. முதல் வாரம் படத்தைப் பார்த்தவர்கள், 'பிரமாதம்ப்பா' என்று அடுத்தவர்களுக்குச் சிபாரிசு செய்தார்கள். மெல்ல, பெரும் எண்ணிக்கையிலான மக்கள் திரையரங்குகளை மொய்க்க ஆரம்பித்தார்கள். பம்பாய் தொடங்கி, அத்தனை பெரிய நகரங்களிலும் படம் சூப்பர் ஹிட்!

அதைவிட முக்கியம், அமிதாப் பச்சனை எல்லோரும் குறிப்பிட்டுப் பாராட்டியதுதான். திரையில் அவர் முகம் தோன்றும்போதெல்லாம், கைதட்டல்கள் கூரையைப் பிளந்தன. 'இந்தக் கதாபாத்திரத்தை, இவரைவிடச் சிறப்பாக வேறு யாரும் செய்திருக்கமுடியாது' என்று பத்திரிகைகள் தாராளமாகப் புகழ்ந்தன.

அன்று தொடங்கி, இன்றுவரை, பாலிவுட்டின் நிரந்தர சூப்பர் ஸ்டார், அமிதாப் பச்சன்தான். இருபத்தைந்து ஆண்டுகளுக்குமுன் ஆக்ரோஷமான இளைஞராகக் கோப முகம் காட்டி ரசிகர்களை ஈர்த்துக்கொண்ட அவர், இப்போதும் தன்னுடைய வயதுக்குப் பொருத்தமான பாத்திரங்களை ஏற்று ஜொலிக்கிறார். இளம் ஹீரோக்கள் நிறைந்த ஹிந்தி சினிமாவில், அவர்கள் அத்தனை பேருக்கும் ஈடு கொடுத்து முன்னால் நிற்கும் ஆளுமை அவருடையது.

ஆனால், அப்பேர்ப்பட்ட அமிதாப் பச்சனுக்குக்கூட, வெற்றி தங்கத் தாம்பாளத்தில் வைத்து வழங்கப்படவில்லை. ஒவ்வொரு தோல்வியாகச் சந்தித்துத் தட்டுத் தடுமாறிக்கொண்டிருந்தபோதும், அவர் தனது நம்பிக்கையை இழக்கவில்லை என்பதுதான் முக்கியம். ஒரு வாய்ப்பு, ஒரே ஒரு நல்ல வாய்ப்பு போதும், தனக்கான உயரத்தைப் பிடித்துவிடலாம் என்று பொறுமையாகத் தனது முயற்சிகளைத் தொடர்ந்தார்.

அடிப்படையில், நாம் எல்லோரும் திறமைசாலிகள்தான். அந்தத் திறமைகளின் உதவியோடுதான் வாழ்க்கைப் பாதையில் பயணம் செய்கிறோம். ஆனால், அதுமட்டும் போதுமா? இலக்கை எட்டும்வரை நம்பிக்கை இழக்காமல் தொடர்ந்து போராடுகிற பொறுமை, மன வலிமை, அமிதாப் பச்சன்போல் மிகச் சிலருக்குதான் வாய்க்கிறது. அவர்கள்மட்டுமே, கொஞ்சம் தாமதமானாலும், நிச்சயமாக ஜெயிக்கிறார்கள்!

7. கோபக் குதிரைகள்

‘அற்புதமான குதிரை’ என்றார் அரசர், ‘இவ்வளவு அழகான, கம்பீரமான ஒரு குதிரையை நான் இதுவரை பார்த்ததே கிடையாது.’

‘ஆமாம் அரசே’ அந்த வியாபாரி மரியாதையாகக் குனிந்து வணங்கினான், ‘சர்வ லட்சணங்களும் பொருந்திய இந்தக் குதிரையை, உங்களுக்காகவே தேடிக் கொண்டுவந்திருக்கிறேன்.’

மாசிடோனியா அரசர் இரண்டாம் ஃபிலிப், அந்தக் குதிரையை வைத்த கண் வாங்காமல் பார்த்துக்கொண்டிருந்தார். அதன் ஒவ்வோர் அசைவிலும், ராஜ அம்சம் தெரிந்தது. இத்தனை பிரமாதமான குதிரைக்கு, எவ்வளவு விலை கொடுத்தாலும் தகும்!

அந்தக் குதிரையின் பெயர், ‘பூசெஃபலஸ்’. கிரேக்க மொழியில், ‘பூசெஃபலஸ்’ என்றால், ‘காளை மாட்டின் தலை’ என்று அர்த்தம்.

குதிரைக்கும், காளை மாட்டுக்கும் என்ன சம்பந்தம்?

அரசர் இரண்டாம் ஃபிலிப் முன்னால் நின்றுகொண்டிருந்த அந்தக் கம்பீரமான குதிரையின் மூக்கில், ஒரு சின்ன வெள்ளைத்

திட்டு. அந்தத் திட்டு, காளை மாட்டுத் தலைபோன்ற வடிவத்தில் அமைந்திருந்ததால், குதிரைக்கு, 'பூசெஃபலஸ்' என்று பெயர் சூட்டியிருந்தார்கள்.

குதிரை, பெயர் இரண்டுமே நன்றாகதான் இருக்கிறது. ஆனால், இந்தக் குதிரையை நம்மால் பழக்கமுடியுமா? அல்லது, முரட்டுத்தனமாக முட்டித் தள்ளிவிடுமா? அரசருக்கு திடீர் சந்தேகம்.

ஆகவே, தன்னுடைய படை வீரர்கள் சிலரை அழைத்தார் அரசர். அவர்களிடம் பூசெஃபலஸைப் பரிசோதிக்கும்படி ஆணையிட்டார்.

'உத்தரவு அரசே' என்று கும்பிடு போட்ட அந்தப் படை வீரர்கள், ஒருவரை ஒருவர் தயக்கமாகப் பார்த்துக்கொண்டார்கள். பூசெஃபலஸின் கம்பீரத்தைப் பார்க்கும்போது, அவர்களுக்குக் கை, காலெல்லாம் உதறத் தொடங்கிவிட்டது.

அரசருக்கு என்ன? 'குதிரைமேல் ஏறு' என்று சாதாரணமாகச் சொல்லிவிடுவார், பழக்கமில்லாத குதிரை, ஒருவேளை முரட்டுத்தனமாக நம்மீது விழுந்து பிடுங்கினால், அடிபடுவது யார்?

ஆனால் அதற்காக, அரச கட்டளையை மீறமுடியுமா? பயத்தை உள்ளுக்குள் மறைத்துக்கொண்ட அவர்கள், பூசெஃபலஸை மெல்ல நெருங்கினார்கள்.

அந்த வீரர்களைப் பார்த்ததும், பூசெஃபலஸ் ஆவேசமாகத் துள்ளிக் குதித்தது. அவர்களைப் பக்கத்தில் அனுமதிக்காமல் கோபமாகச் சீறியது.

நடுங்கிப்போன படை வீரர்கள், அவசரமாகப் பின்வாங்கினார்கள். பிறகு சுதாரித்துக்கொண்டு, ஆளுக்கு ஒரு பக்கத்திலிருந்து குதிரையைச் சுற்றி வளைத்துப் பிடிக்க முயன்றார்கள்.

ஆனால், பூசெஃபலஸ் இப்போது முன்பைவிட அதிக வேகத்துடன் வெறிபிடித்ததுபோல் அங்கும் இங்கும் ஓடிக்கொண்டிருந்தது. அதைத் தொட முயன்ற எல்லோருக்கும்,

தோளில், இடுப்பில், தொடையில், முகத்தில் என்று ஓர் இடம் பாக்கியில்லாமல் செம அடி!

சில நிமிடங்களுக்குள், அந்த வீரர்களில் பாதிப் பேரைத் தூக்கி எறிந்துவிட்டது பூசெஃபலஸ். மீதமிருந்தவர்கள் அதன் காலடியில் விழுந்து பல் உடைந்தார்கள்.

இத்தனையையும் பார்த்துக்கொண்டிருந்த மன்னர், கோபமாக எழுந்துகொண்டார், 'இப்படி ஒரு முரட்டுக் குதிரையை என் தலையில் கட்டப்பார்க்கிறாயா?' என்று அந்தக் குதிரை வியாபாரியிடம் சீறினார் அவர்.

வியாபாரி, ஏதோ பேச முயன்றான். ஆனால், அரசர் அவனைப் பேசவிடவில்லை, 'யாரையும் பக்கத்தில் நெருங்கவிடாத இந்தக் குதிரையால் எனக்கு எந்தப் பிரயோஜனமும் இல்லை, இதை நீயே இழுத்துக்கொண்டு போய்விடு' என்று முடிவாகச் சொல்லிவிட்டார்.

அப்போதுதான், அவருக்குப் பக்கத்தில் ஒரு சின்னக் குரல் கேட்டது, 'அப்பா'.

அரசர் இரண்டாம் ஃபிலிப் திரும்பிப் பார்த்தார். அங்கே அவருடைய மகன் அலெக்ஸாண்டர் நின்றிருந்தான்.

மகனைப் பார்த்ததும், அரசரின் கோபம் கொஞ்சம் குறைந்தது, 'என்ன விஷயம் அலெக்ஸாண்டர்?' என்று அன்போடு விசாரித்தார் அவர்.

அலெக்ஸாண்டரின் பார்வை, பூசெஃபலஸ்மீது விழுந்திருந்தது, 'அப்பா, அந்தக் குதிரை எனக்கு மிகவும் பிடித்திருக்கிறது' என்றான் அவன்.

'எனக்கும் பிடித்திருக்கிறது மகனே, ஆனால், யாராலும் அந்தக் குதிரையை அடக்கமுடியவில்லையே.'

'நான் முயற்சி செய்யட்டுமா அப்பா?'

அலெக்ஸாண்டர் இப்படிக் கேட்டதும், அரசர் வாய்விட்டுச் சிரித்துவிட்டார். பின்னே? இத்தனை போர் வீரர்களால்

சமாளிக்கமுடியாத குதிரையை, இந்தச் சின்னப் பையன் அடக்கப்போகிறேன் என்கிறானே, இது என்ன விநோதம்?

அப்போது அலெக்ஸாண்டருக்கு வயது பத்தோ, பன்னிரண்டோதான். என்னதான் இளவரசனாக இருந்தாலும், விளையாட்டுப் பிள்ளைதானே? ஆகவே, அவன் சொன்னதை அரசர் பெரிய விஷயமாக எடுத்துக்கொள்ளவில்லை.

ஆனால், அலெக்ஸாண்டர் அத்தனை சுலபத்தில் தன்னுடைய பிடிவாதத்தைக் கைவிடுவதாக இல்லை, 'அப்பா, ஒரே ஒருமுறை முயன்று பார்க்கிறேன், தயவுசெய்து அனுமதியுங்கள்' என்று கெஞ்சினான்.

'மகனே, இந்த விபரீத விளையாட்டு உனக்கு வேண்டாம்' என்றார் அரசர், 'இந்த முரட்டுக் குதிரையோடு மோதப்போய், ஒருவேளை உனக்கு ஏதாவது ஆகிவிட்டால்?'

அரசர் எவ்வளவோ சொல்லியும், அலெக்ஸாண்டர் கேட்க வில்லை. கடைசியில், அரைமனதாக அவனுக்கு அனுமதி கொடுத்தார் அவர்.

அதன்பிறகு, அலெக்ஸாண்டர் அரை விநாடிகூடத் தயங்கவில்லை. விறுவிறுவென்று பூசெஃபெலஸுக்கு அருகே ஓடினான்.

பூசெஃபலஸ் குதிரை, அலெக்ஸாண்டரைக் கோபமாக முறைத்தது. பின்னர், கீழே குனிந்து பார்த்துவிட்டு ஆவேசமாக அங்கேயும் இங்கேயும் துள்ளியது.

அப்போதுதான், அலெக்ஸாண்டர் அந்த விஷயத்தைக் கவனித்தான். குதிரையின் காலுக்குக் கீழே, அதன் நிழல் விழுந்திருக்கிறது.

இதனால், குதிரை எந்தப் பக்கம் அசைந்தாலும், அதன் நிழலும் அதேபோல் அசைகிறது, இந்த விஷயம் புரியாமல், குதிரை தடுமாறுகிறது.

பூசெஃபலஸ் தன்னுடைய நிழலைப் பார்த்து பயப்படுகிறது என்பதைப் புரிந்துகொண்டபிறகு, அலெக்ஸாண்டரின் மூளை

அதிவேகத்தில் வேலை செய்தது. எப்படியாவது இந்த நிழலை அகற்றிவிட்டால், குதிரை அடங்கிவிடும்.

சரேலென்று குதிரையைத் தாவிப் பிடித்தான் அலெக்ஸாண்டர். குதிரைமேல் ஏற முயற்சி செய்யாமல், அதன் முகத்தைச் சூரியனுக்கு நேராகத் திருப்பினான் அவன்.

பூசெஃபலஸ் பலமாகத் திமிறியது. ஆனால் இப்போது, சூரிய வெளிச்சம் அதன் முகத்தில் நேரடியாகப் படுவதால், கால்களுக்குக் கீழே இருந்த நிழலைக் காணோம். உடனடியாக, அதன் கோபத்தில் பாதி குறைந்துவிட்டது.

இந்த வாய்ப்பைப் பயன்படுத்திக்கொண்ட அலெக்ஸாண்டர், சட்டென்று அதன்மீது ஏறி உட்கார்ந்தான். துள்ளிக் குதிக்கும் குதிரையை மெதுவாகத் தடவிக்கொடுத்தபடி, அதன் கோபத்தைத் தணித்தான்.

சில நிமிடங்களுக்குள், பூசெஃபலஸ் அலெக்ஸாண்டரின் செல்லப் பிராணியாகிவிட்டது. சற்றுமுன் ஆவேசமாகத் திமிறிக்கொண்டிருந்த குதிரை, இப்போது அவனுடைய பேச்சைக் கேட்டு அப்படியே நடந்தது. அதன்மீது கம்பீரமாகச் சவாரி செய்தான் அலெக்ஸாண்டர்.

அதுவரை, தன் மகனுக்கு ஏதேனும் ஆகிவிடுமோ என்கிற பதற்றத்தில் இருந்த அரசருக்கு, இப்போது மகிழ்ச்சி தாங்கவில்லை. குதிரையிலிருந்து இறங்கி வந்த மகனை, பெருமிதத்துடன் தழுவிக்கொண்டார் அவர், 'அலெக்ஸாண்டர், இந்த மாசிடோனியாவெல்லாம் உனக்குப் போதாது, உலகையே ஜெயிக்கப் பிறந்தவன் நீ!'

இத்தனை நாள்களாக அலெக்ஸாண்டரைச் சின்னப் பையனாக நினைத்துக்கொண்டிருந்த அரசர் இரண்டாம் ஃபிலிப், இந்தச் சம்பவத்துக்குப்பிறகுதான் அவனைத் தனது நிஜ வாரிசாக எண்ணத் தொடங்கினார். பூசெஃபலஸை அடக்கியதற்குப் பரிசாக, உலகப் புகழ் பெற்ற தத்துவ அறிஞர் அரிஸ்டாட்டிலிடம் பாடம் படிக்கும் அரிய வாய்ப்பு அலெக்ஸாண்டருக்குக் கிடைத்தது.

அதன்பிறகு, அலெக்ஸாண்டரின் வாழ்க்கைமுழுவதும் ஏறுமுகம்தான், தன்னுடைய வீரம், விவேகம் இரண்டையும் சிறப்பாகப் பயன்படுத்தி, பூமிப் பந்துமுழுவதும் பல நாடுகளை வென்று தன்னுடைய ராஜ்ஜியமாக்கிக்கொண்ட அவனை, சரித்திரம் ‘மகா அலெக்ஸாண்டர்’ என்று கொண்டாடுகிறது.

நாம் சந்திக்கும் தினசரிப் பிரச்னைகள் ஒவ்வொன்றும், பூசெஃபலஸ்போன்ற கோபக் குதிரைகள்தான். அவற்றை அடக்கி, ஜெயிக்க விரும்பினால், வெறும் வீரம்மட்டும் போதாது. பிரச்னையின் வேர் எது என்று கண்டறியவேண்டும், குதிரையின் நிழல்போல, அந்தப் பிரச்னை வேர்களை வெட்டி எறிந்துவிட்டால், வெற்றி தானாக மடியில் விழும்!

8. வெளிச்சம்

'பேப்பர், பேப்பர்.'

அந்தச் சிறுவனின் கைமுழுவதும் செய்தித் தாள் கட்டுகள். அவற்றைத் தூக்கமுடியாமல் தூக்கியபடி, ரயிலில் அங்கும், இங்கும் நடந்துகொண்டிருந்தான் அவன்.

'பேப்பர், பேப்பர்' அத்தனை நெரிசலுக்கு நடுவிலும், அவனுடைய கணீர்க் குரல் ரயில் பெட்டிமுழுவதும் எதிரொலித்தது, 'சார், பேப்பர் வேணுமா?'

அதிகாலையிலேயே தாமஸ் வீட்டிலிருந்து கிளம்பிவிடுவான். அன்றைய செய்தித்தாள்களை மொத்த விலைக்கு வாங்கிக்கொண்டு, ரயில் பயணிகளிடையே கத்திக் கத்தி விற்பனை செய்வதுதான் அவனுடைய வேலை.

இந்தத் தொழிலில், அவனுக்கு நல்ல வருமானம் இருந்தது. அவனுடைய சுறுசுறுப்பைப் பார்த்துக் கவரப்பட்ட பலர், தாமஸின் ரெகுலர் வாடிக்கையாளர்களாகியிருந்தார்கள். சீக்கிரத்திலேயே, கணிசமாகச் சம்பாதிக்கத் தொடங்கிவிட்டான் அவன்.

ஆனால், இதெல்லாம் தாமஸுக்குப் போதவில்லை. அவனுடைய பிஸினஸ் மூளை, செய்தித் தாள்களின் விற்பனையை அதிகரிப்பது எப்படி, தன்னுடைய வருமானத்தை உயர்த்திக்கொள்வது எப்படி என்றுதான் தொடர்ந்து யோசித்துக்கொண்டிருந்தது.

ரயில் பயணிகளில், சிலர்தான் செய்தித் தாள்களை வாங்கிப் படிக்கிறார்கள். மற்றவர்கள் எல்லோரும், 'அதில் என்ன அப்படிப் பெரிதாக இருந்துவிடப்போகிறது?' என்று அலட்சியமாக நினைக்கிறார்கள்.

இந்தப் பயணிகளையும், எப்படியாவது ஈர்த்துவிடவேண்டும் என்று விரும்பினான் தாமஸ். அதற்காக, ஒரு பிரமாதமான தந்திரம் செய்தான்.

அன்றுமுதல், தாமஸ் தினந்தோறும் செய்தித் தாளைக் கையில் வாங்கியதும், அதில் என்னென்ன முக்கியச் செய்திகள் வெளியாகியிருக்கின்றன என்று கவனிக்க ஆரம்பித்தான். பின்னர் அவற்றைச் சுருக்கமாக எழுதி, அச்சிட்டு, பல ரயில் நிலையங்களில் ஒட்டுவதற்கு ஏற்பாடு செய்தான்.

இதனால், ரயிலுக்காகக் காத்திருக்கும் பயணிகள் பலர், இந்தத் தலைப்புச் செய்திகளை வாசித்தார்கள். இதுகுறித்து மேலும் விவரம் தெரிந்துகொள்ளவேண்டுமே என்று அவர்களுக்குப் பரபரப்பாக இருந்தது.

சரியாக அதே நேரத்தில், அவர்களுடைய ரயில் பிளாட்ஃபாரத்தில் வந்து நிற்கும், பயணிகள் ரயில் பெட்டியில் ஏறியதும், 'பேப்பர், பேப்பர்' என்று கத்தியபடி தாமஸ் வந்து நிற்பான்.

'இந்தாப்பா, இங்கே ஒரு பேப்பர் கொடு', அதுவரை செய்தித் தாள்களை வாங்காதவர்கள்கூட, இப்போது தாமஸிடம் பேப்பர் வாங்கிப் படிக்க ஆரம்பித்தார்கள்.

கொஞ்சம் கொஞ்சமாக, தாமஸின் செய்தித் தாள் விற்பனை அதிகரித்தது. பதினைந்து வயதுக்குள், ஒரு குட்டி பிஸினஸ் மேனாகிவிட்டான் அவன்.

அப்போதுதான், தாமஸுக்கு இன்னொரு புது யோசனை தோன்றியது, அடுத்தவர்களுடைய செய்தித் தாள்களை விலைக்கு வாங்கி விற்பனை செய்வதைவிட, நாமே சொந்தமாக ஒரு செய்தித்தாள் தொடங்கிவிட்டால் என்ன?

மூன்று ஆண்டுகளாக ரயிலில் செய்தித் தாள்களைக் கூவிக் கூவி விற்பனை செய்த அனுபவம், மக்கள் என்னமாதிரியான செய்திகளை விரும்பிப் படிப்பார்கள் என்று தாமஸுக்குப் புரிந்திருந்தது. அதன் அடிப்படையில், 'தி வீக்லி ஹெரால்ட்' *(The Weekly Herald)* என்ற ஒரு செய்திப் பத்திரிகையைத் தொடங்கிவிட்டான்.

ஆனால், சொந்தமாக ஒரு செய்தித் தாள் தொடங்கி நடத்துவது என்றால் சாதாரண விஷயமா? ஆசிரியர், உதவி ஆசிரியர், நிருபர்கள் வேண்டாமா? பத்திரிகையை எங்கே, எப்படி அச்சிடுவது? ஊர்முழுவதும் கொண்டுசென்று விற்பனை செய்வது எப்படி?

இதற்கெல்லாம் தாமஸ் பெரிதாக அலட்டிக்கொள்ளவில்லை. முதலில் அவனே நிருபனாக மாறிச் செய்திகளைச் சேகரித்தான், பிறகு அந்தச் செய்திகளை அவனே அச்சுக் கோர்த்து, ரயிலிலேயே ஒரு சின்ன இயந்திரத்தின் துணையோடு அச்சடித்தான், அத்தனை செய்தித் தாள்களும், சுடச்சுட அதே ரயிலில் விற்பனை செய்யப்பட்டன.

சுருக்கமாகச் சொன்னால், 'வீக்லி ஹெரால்ட்' பத்திரிகை முழுக்க முழுக்க தாமஸின் 'ஒன் மேன் ஷோ'. உலகிலேயே, இப்படி ரயிலில் அச்சிடப்பட்டு வெளியான முதல் செய்தித் தாள் இதுதான்!

பதினைந்து வயதில் பத்திரிகை எடிட்டராகிவிட்ட தாமஸ், அப்போதும் ரயிலில் கூவிக் கூவிச் செய்தித் தாள் விற்பதை நிறுத்திவிடவில்லை. அவனே அச்சிட்டு அவனே விற்பனை செய்த 'வீக்லி ஹெரால்ட்' பத்திரிகை, அவனுக்கு ஏகப்பட்ட லாபத்தைக் குவித்துக் கொடுத்தது.

ஆனால், இத்தனை பணத்தையும் வைத்துக்கொண்டு தாமஸ் என்ன செய்தான்?

சின்ன வயதிலிருந்தே, தாமஸுக்கு அறிவியல் ஆர்வம் அதிகம். பாடப் புத்தகங்களில் படித்துத் தெரிந்துகொள்கிற ஒவ்வொரு விஷயத்தையும், நிஜத்தில் பரிசோதனை செய்து பார்த்துவிடவேண்டும் என்று துடிக்கிறவன் அவன்.

ஆனால், இந்தப் பரிசோதனைகளுக்கு ஏகப்பட்ட மூலப் பொருள்கள், ரசாயனங்கள் தேவைப்படும், அதையெல்லாம் வாங்குவதற்குக் காசு?

இதற்காகதான், ரயிலில் செய்தித் தாள் விற்க ஆரம்பித்தான் தாமஸ். அதன்மூலம் கிடைத்த வருமானத்தைக் கொண்டு, அறிவியல் நூல்கள் வாங்குவது, ஆய்வுகளில் ஈடுபடுவது என்று தனது ஓய்வு நேரத்தை உருப்படியாகச் செலவிட்டான்.

1862ம் ஆண்டு ஆகஸ்ட் மாதத்தில் ஒருநாள், தாமஸ் பயணம் செய்த ரயில் 'மவுன்ட் க்ளெமென்ஸ்' *(Mount Clemens)* என்ற ரயில் நிலையத்தில் வந்து நின்றது.

பதினைந்து வயது தாமஸ், ரயில் பெட்டியிலிருந்து கீழே இறங்கினான். தன்னிடமிருந்த செய்தித் தாள்களை பிளாட்ஃபார பெஞ்ச் ஒன்றின்மீது வைத்தான், கைகளை உயர்த்திப் பெரிதாகச் சோம்பல் முறித்தான்.

அவ்வளவு நேரமாக, ரயில் பெட்டிக்குள் ஜன நெரிசலுக்கு நடுவே புகுந்து புறப்பட்டுக்கொண்டிருந்த தாமஸுக்கு, மவுன்ட் க்ளெமென்ஸ் ரயில் நிலைய பிளாட்ஃபாரம் சொர்க்கமாகத் தோன்றியது. 'அப்பாடா, சில நிமிடங்கள் கொஞ்சம் நிம்மதியாகக் காற்று வாங்கலாம்' என்று நினைத்துக்கொண்டான் அவன்.

அந்த ரயில் நிலையத்தில், இரண்டு ரயில் பாதைகள் இருந்தன. ஒன்றில், இப்போது தாமஸ் வந்த ரயில் நின்றுகொண்டிருந்தது. இன்னொரு மாற்றுப் பாதையில், ஒரு சின்னப் பையன் விளையாடிக்கொண்டிருந்தான்.

தண்டவாளத்துக்கு நடுவே கற்களை வாரி இறைத்தபடி ஜாலியாக அங்கும் இங்கும் ஓடிக்கொண்டிருந்தான் அந்தச் சிறுவன். அவனை வேடிக்கை பார்த்துக்கொண்டே, மறுபக்கம் திரும்பினான் தாமஸ். சட்டென்று அவன் முகத்தில் அதிர்ச்சி.

காரணம், அந்த மாற்றுப் பாதையில் ஒரு ரயில் வேகமாக வந்துகொண்டிருந்தது.

'ஐயோ' என்று அலறினான் தாமஸ், 'யாராவது அந்தக் குழந்தையைக் காப்பாற்றுங்கள், ப்ளீஸ்.'

அவன் கத்தியது, யாருக்கும் கேட்கவில்லை. எல்லோரும் அவரவர் வேலையில் பிஸியாக இருந்தார்கள். ஒருவர்கூட, தாமஸையோ அந்தப் பையனையோ கவனிக்கவில்லை.

அடுத்த விநாடி, பிளாட்ஃபாரத்திலிருந்து கீழே குதித்தான் தாமஸ். பதற்றத்துடன் அந்தக் குழந்தையை நோக்கி ஓட ஆரம்பித்தான்.

இன்னொரு பக்கத்திலிருந்து ரயில் அவர்களை அதிவேகமாக நெருங்கிக்கொண்டிருந்தது. இன்னும் சில விநாடிகளில், ரயில் அந்தப் பையனைத் தொட்டுவிடும்.

விரைவாகக் குழந்தையை நெருங்கிய தாமஸ், கண்ணிமைக்கும் நேரம்கூடத் தாமதிக்கவில்லை, தயங்கவில்லை, சரேலென்று பாய்ந்தான், குழந்தையை இழுத்துக்கொண்டு இன்னொரு பக்கம் சென்று விழுந்தான்.

அதே விநாடியில், ரயிலும் அவர்களைக் கடந்து சென்றது. தாமஸின் காலில் மட்டும் நல்ல அடி, இன்னும் சில லேசான சிராய்ப்புகள், சின்னக் காயங்கள், மற்றபடி அவர்கள் இருவருடைய உயிருக்கும் ஆபத்து இல்லை.

'ஜிம்மி' என்ற அந்தச் சிறுவனின் தந்தை, மவுன்ட் க்ளெமென்ஸ் ரயில் நிலையத்தின் ஸ்டேஷன் மாஸ்டர். அவர் பெயர், ஜே யு மெக்கென்ஸி.

தன்னுடைய மகனின் உயிரைக் காப்பாற்றியதற்காக, தாமஸுக்குப் பலமுறை நன்றி சொன்னார் மெக்கென்ஸி, 'தாமஸ், நீ செய்த உதவியை என்னால் எப்போதும் மறக்கமுடியாது. அந்த நன்றிக் கடனைத் தீர்ப்பதற்காக, நான் உனக்கு ஒரு விஷயம் சொல்லித்தரப்போகிறேன்.'

'என்னது?' ஆர்வத்துடன் கேட்டான் தாமஸ்.

'உனக்கு நான் மோர்ஸ் தந்தி அடிப்பது எப்படி என்று கற்றுத்தருகிறேன்' என்றார் மெக்கென்ஸி, 'இதை மட்டும் நீ ஒழுங்காகக் கற்றுக்கொண்டுவிட்டால், உன்னுடைய எதிர்காலம் பிரகாசமாகிவிடும், ரயில்வேத்துறையிலேயே உனக்கு ஒரு நல்ல வேலை கிடைக்கும், வாழ்க்கையில் நிம்மதியாக செட்டிலாகிவிடலாம்.'

சிறுவன் தாமஸ், மோர்ஸ் தந்தி முறையை நன்றாகக் கற்றுக்கொண்டான். அதோடு நிறுத்தாமல், அந்தத் தந்தி எப்படி இயங்குகிறது என்றும் பார்த்து, கேட்டுப் புரிந்துகொண்ட அவன், அதில் பல ஆய்வுகள் செய்து, புதிய தொழில்நுட்பங்களைக் கண்டுபிடித்தான்.

அதன்பிறகு, தாமஸின் வாழ்நாள்முழுவதும், அறிவியல் ஆராய்ச்சிகள், கண்டுபிடிப்புகளுக்காகவே செலவிடப்பட்டது. ஒரு நிமிடத்தைக்கூட வீணாக்காமல் கடுமையாக உழைத்த அவர், ஆயிரக்கணக்கான புதுக் கண்டுபிடிப்புகளை அறிமுகப்படுத்திப் புகழ் பெற்றார்.

இன்றைக்கு, 'தாமஸ் ஆல்வா எடிசன்' என்றால், சின்னக் குழந்தைக்குக்கூடத் தெரியும். மின்விளக்கு, திரைப்படம் உள்ளிட்ட ஏராளமான புது விஷயங்களை நமக்குத் தந்த அவருக்கு, மனிதகுலமே கடமைப்பட்டிருக்கிறது!

சின்ன வயதிலேயே, ஒரு குட்டித் தொழிலதிபராக மாறிக்கொண்டிருந்த தாமஸின் வாழ்க்கையில், மிகப் பெரிய திருப்பத்தை ஏற்படுத்தியது, அந்தச் சிறிய விபத்துதான். 'யாரோ ஒரு பையன் அடிபடப்போகிறான், நமக்கென்ன?' என்று சும்மா இருந்துவிடாமல், பாய்ந்து சென்று உதவிய அந்த நல்ல குணம்தான், அவருக்கு ஒரு புதிய வெளிச்சத்தைக் கொடுத்தது.

அந்த வெளிச்சம்தான், கண்டுபிடிப்பாளர் எடிசனை உருவாக்கியது, ஒட்டுமொத்த உலகத்துக்கும் ஒளி பிறந்தது!

௯. உழைப்பு எனும் வைரம்

'**யா**ர் இந்தப் பையன்?'

வில்லியம் ஆர்ச்சர், அந்த இளைஞனுக்கு அருகே நகர்ந்து உட்கார்ந்தார். அவனையே ஆர்வத்தோடு கூர்ந்து கவனிக்க ஆரம்பித்தார்.

ஆனால் அந்த இளைஞன், தன் கையிலிருந்த புத்தகத்திலிருந்து கொஞ்சம்கூட பார்வையை அகற்றவில்லை. 'இந்தப் புத்தகத்தை வாசிப்பதற்காகதான் நான் பிறந்தேன்' என்பதுபோல் கண்ணையும் மனத்தையும் அங்கேயே பதித்துவைத்திருந்தான் அவன்.

அதுதான், அதுதான் வில்லியம் ஆர்ச்சருக்கு மிகவும் பிடித்திருந்தது. இந்த வயசுப் பையன்களெல்லாம் வேடிக்கை, வெட்டிப் பேச்சுகளில் நேரத்தை வீணடித்துக்கொண்டிருக்கையில், இவன் ஒருவனாவது, புத்தகத்தில் கவனம் செலுத்துகிறானே!

அதைவிட ஆச்சர்யம், இந்த இளைஞன் படிக்கும் புத்தகங்கள். கதை, கவிதை என்று பொழுதுபோக்கு விஷயங்களில் கவனம் செலுத்தாமல், கம்யூனிஸம், கலை, இலக்கியம், நாடகம் போன்ற தலைப்புகளில் நல்ல, கனமான புத்தகங்களைத் தேர்ந்தெடுத்துப்

படிக்கிறான், இந்த வயதில், இப்படி ஓர் ஆர்வம் எங்கிருந்து வந்ததோ, தெரியவில்லை.

வில்லியம் ஆர்ச்சர் அந்த இளைஞனைப் பல நாள்களாகக் கவனித்துக்கொண்டிருக்கிறார். அவர் இந்த நூலகத்துக்கு வரும்போதெல்லாம், அவன் அதே மேஜையில் உட்கார்ந்து ஏதையாவது படித்துக்கொண்டிருப்பான். ஒழுங்கில்லாத தலைமுடி, அழுக்குப் படிந்த ஆடைகள், ஆனால் கண்ணில்மட்டும் சூரிய வெளிச்சம்.

கையில் ஒரு புத்தகத்தை எடுத்துவிட்டான் என்றால், அவனுடைய உலகம் தனி. சுற்றிலும் என்ன நடக்கிறது என்பதைப்பற்றிய அக்கறையே இல்லாமல் தொடர்ந்து வாசித்துக் கொண்டிருப்பான் அவன்.

சிறந்த எழுத்தாளர், கலை விமர்சகரான வில்லியம் ஆர்ச்சர், அந்த இளைஞனுடன் ஒரு வார்த்தை பேசியதில்லை. ஆனால் எப்படியோ, அவன்மீது அவருக்கு ஓர் அக்கறை பிறந்திருந்தது. எப்படியாவது, அவனைப்பற்றி அதிகம் தெரிந்துகொள்ள வேண்டும் என்று விரும்பினார் அவர்.

சீக்கிரத்திலேயே, அதற்கான வாய்ப்புக் கிடைத்தது. ஒரு நண்பர் வீட்டில், அதே இளைஞனை எதேச்சையாகச் சந்தித்தார் வில்லியம் ஆர்ச்சர். யாரோ, அவனை அவருக்கு அறிமுகப்படுத்திவைத்தார்கள்.

'மிஸ்டர் ஆர்ச்சர், இவர் பெயர் பெர்னார்ட் ஷா.'

'ஹலோ' என்றார் வில்லியம் ஆர்ச்சர், 'நான் உங்களை நூலகத்தில் அடிக்கடி பார்த்திருக்கிறேன்.'

அந்த முதல் சந்திப்பில், பெர்னார்ட் ஷா அதிகம் பேசவில்லை. ஆனால், அதன்பிறகு அவர்கள் அடிக்கடி சந்திக்க ஆரம்பித்தார்கள், பல்வேறு விஷயங்களைப்பற்றி காரசாரமாக விவாதித்துக்கொண்டார்கள், தகவல்கள், அனுபவங்கள், உணர்வுகளைப் பகிர்ந்துகொண்டார்கள்.

அப்போதுதான், வில்லியம் ஆர்ச்சருக்கு ஒரு விஷயம்

தெரியவந்தது, பெர்னார்ட் ஷா நல்ல வாசகர்மட்டுமில்லை, எழுத்தாளரும்கூட! ஏற்கெனவே சில நாவல்கள் எழுதியிருக்கிறார். ஆனால் பாவம், ஒன்றுகூடப் பிரசுரம் ஆகவில்லை.

வில்லியம் ஆர்ச்சருக்கு, நாவல்களில் ஆர்வம் இல்லை. ஆனால், நாடகங்கள் என்றால் கொள்ளை பிரியம்.

புகழ் பெற்ற டானிஷ் மொழி எழுத்தாளர் இப்ஸனின் சில மேடை நாடகங்களை, வில்லியம் ஆர்ச்சர் ஆங்கிலத்தில் மொழிபெயர்த்திருந்தார். இந்த விஷயத்தை அவர் சொன்ன போது, பெர்னார்ட் ஷா உற்சாகமாகிவிட்டார், இப்ஸனின் நாடகங்கள்பற்றிப் பல விஷயங்களை அவரிடம் கேட்டுத் தெரிந்துகொண்டார் ஷா.

திடீரென்று ஒருநாள், பெர்னார்ட் ஷாவுக்கு ஒரு சந்தேகம், 'மிஸ்டர். ஆர்ச்சர், நீங்கள் ஏன் சொந்தமாக நாடகங்கள் எழுதவில்லை?'

'ம்ஹூம், அது எனக்குச் சரிப்பட்டு வராது' என்றார் வில்லியம் ஆர்ச்சர், 'மேடை நாடகத்துக்குக் கதை எழுதுவது என்றால் பிரமாதமாக ஜமாய்த்துவிடுவேன், ஆனால், எனக்கு வசனம் எழுத வராது.'

வில்லியம் ஆர்ச்சர் இப்படிச் சொன்னதும், பெர்னார்ட் ஷா முகத்தில் ஏதோ மாற்றம். சட்டென்று தீவிர யோசனையில் ஆழ்ந்தார் அவர்.

காரணம், பெர்னார்ட் ஷாவுக்கு ரொம்ப நாளாகவே, மேடை நாடகம் எழுதவேண்டும் என்கிற ஆசை இருந்தது. ஆனால், அதற்குச் சரியான கதை அமையவில்லை.

'பேசாமல், நாம் இருவரும் இணைந்து ஒரு நாடகம் எழுதினால் என்ன?'

அதாவது, நாடகத்துக்கான கதை, கட்டமைப்பு விவகாரங்களை யெல்லாம் வில்லியம் ஆர்ச்சர் பார்த்துக்கொள்வார், அதற்கு வசனம் எழுதித் தரவேண்டியது பெர்னார்ட் ஷாவின் பொறுப்பு.

உடனடியாக, அவர்கள் இருவரும் உற்சாகத்துடன் வேலையில்

இறங்கினார்கள். ஒரு சுவாரஸ்யமான கதையைத் தேர்ந்தெடுத்து, ஒவ்வொரு காட்சியாக பெர்னார்ட் ஷாவுக்கு விவரித்தார் வில்லியம் ஆர்ச்சர்.

அவர் பேசப் பேச மிகுந்த ஆர்வத்துடன் கேட்டுக்கொண்டிருந்தார் பெர்னார்ட் ஷா. வில்லியம் ஆர்ச்சர் காட்சிகளை விவரிக்கையில், அவருக்குள் வசனங்கள் தானாக ஓட ஆரம்பித்திருந்தன.

மறுநாள், நூலகத்தில் பெர்னார்ட் ஷா கையில் புத்தகம் எதுவும் இல்லை. அதற்குபதிலாக, நாடக வசனங்களை விறுவிறுவென்று எழுதித் தள்ள ஆரம்பித்திருந்தார்.

ஆறு வாரங்கள் கழித்து, வில்லியம் ஆர்ச்சர்முன் வந்து நின்றார் பெர்னார்ட் ஷா, 'நாடகத்தில் பாதி எழுதிவிட்டேன். ஆனால், ஒரு பிரச்னை.'

'என்னாச்சு?'

'நீங்கள் சொன்ன கதை அதற்குள் தீர்ந்துபோய்விட்டது' என்று பரிதாபமாகச் சொன்னார் பெர்னார்ட் ஷா, 'தயவுசெய்து, இன்னும் கொஞ்சம் கதையை உருவாக்கிச் சொல்லுங்களேன்'

வில்லியம் ஆர்ச்சருக்குக் கோபம் வந்துவிட்டது. முடிந்துபோன கதையை இன்னும் நீட்டுவதா? சான்ஸே இல்லை என்று மறுத்துவிட்டார்.

அவ்வளவுதான். வில்லியம் ஆர்ச்சர் - பெர்னார்ட் ஷா கூட்டணி அத்துடன் முறிந்தது. அவர்கள் இணைந்து எழுதுவதாக முடிவு செய்திருந்த நாடகம், அரைகுறையாகக் கிடப்பில் போடப்பட்டது.

அதன்பிறகு, பெர்னார்ட் ஷாவுக்கு அரசியல், சமூக சேவை ஆர்வம் வந்தது, துண்டுப் பிரசுரங்கள், பிரசார நூல்கள் எழுதினார், மேடை நிகழ்ச்சிகளில் பேசிப் பிரபலமடைந்தார். ஆனால் அந்த நாடகம்மட்டும், அப்படியே புழுதி படிந்து கிடந்தது.

ஏழு வருடங்கள் கழித்து, லண்டனில் ஒரு புதிய நாடக நிறுவனம் தொடங்கப்பட்டது. அதற்கு ஒரு நாடகம் எழுதித் தரமுடியுமா

என்று பெர்னார்ட் ஷாவைக் கேட்டார்கள்.

அப்போதுதான், பெர்னார்ட் ஷாவுக்குத் தன்னுடைய பழைய நாடகத்தின் நினைவு வந்தது. எங்கோ கிடந்த அந்தப் பிரதியை தூசு தட்டி எடுத்து, வாசித்துப் பார்த்தார்.

பரவாயில்லை, எழுதியவரை நன்றாகதான் இருக்கிறது. கொஞ்சம் அங்கே இங்கே தட்டிக் கொட்டிச் சரி செய்தால், நல்ல நாடகமாக உருவாகிவிடும் என்று யோசித்தார் பெர்னார்ட் ஷா.

உடனடியாக, பேனாவும் கையுமாக உட்கார்ந்துவிட்டார் பெர்னார்ட் ஷா. இத்தனை வருட இடைவெளியே தெரியாமல் மளமளவென்று அந்த நாடகத்தைத் தொடர்ந்து எழுதி முடித்துவிட்டார்.

1885ம் ஆண்டில் பெர்னார்ட் ஷா எழுதத் தொடங்கிய அந்த நாடகத்தின் பெயர் *Widowers' Houses*. பின்னர் அது எழுதி முடிக்கப்பட்டு அரங்கேறியபோது, வருடம் 1892.

முழுசாக ஏழு வருடங்கள், பெர்னார்ட் ஷாவின் முதல் நாடகம் பெட்டிக்குள் முடங்கிக் கிடந்தது. ஆனாலும், அவர் தன்னுடைய திறமையை ஒட்டடை படிய விடவில்லை. பின்னர் சரியான வாய்ப்பு வந்தபோது, அந்தப் பழைய நாடகத்தை எழுதி முடித்துப் பயன்படுத்திக்கொண்டார்.

அந்தத் திருப்புமுனைதான், பெர்னாட் ஷாவின் நாடக வாழ்க்கையைத் தொடங்கிவைத்தது. அதன்பிறகு, அறுபதுக்கும் மேற்பட்ட நாடகங்களை எழுதி, உலகின் தலைசிறந்த நாடக எழுத்தாளர்களில் ஒருவராகப் புகழ் பெற்று, அதற்காக நோபல் இலக்கியப் பரிசையும் வென்றார் பெர்னார்ட் ஷா. இன்றைக்கும், ஷேக்ஸ்பியருக்கு இணையாகப் போற்றப்படும் ஒரே இலக்கிய மேதை, அவர்தான்!

சில சமயங்களில், நாம் கஷ்டப்பட்டு உழைத்தும்கூட, அதற்குச் சரியான பலன் கிடைப்பதில்லை. நம்முடைய முயற்சிகள் வீணாகப்போகிறதே என்று வருந்துகிறோம், சோர்வடைகிறோம்.

அப்போதெல்லாம், பெர்னார்ட் ஷாவை நினைத்துக் கொள்ளுங்கள். வெளிச்சம் புகாத கறுப்புப் பெட்டிக்குள் புதைத்துவைத்தாலும்கூட, வைரம் தனது ஜொலிஜொலிப்பை இழப்பதில்லை, மீண்டும் அதைத் திறந்துபார்த்தால், அதே பழைய ஒளியுடன் மிளிர்ந்துநிற்கிறது, நம்முடைய உழைப்பும், அப்படிதான்!

10. குரு

1935: திருப்பூர் வாலிபர் மாநாடு.

பெயருக்குத் தகுந்ததுபோல், அந்த அரங்கம் முழுவதும் இளைஞர்கள் நிறைந்திருந்தார்கள். ஒவ்வொரு முகத்திலும் குரலிலும் புதுப்புதுக் கனவுகள், சிந்தனைகள், நம்பிக்கைகள்.

இந்தியா இன்னும் சுதந்தரம் அடைந்திருக்காத நேரம் அது. வெள்ளைக்காரனின் அடக்குமுறை, உள்ளூர் ஜாதி, மதம் சார்ந்த கொடுமைகள், பெண்களை ஒதுக்கிவைக்கும் மனப்போக்கு, அந்நியமோகம், ஹிந்தி ஆதிக்கம் என்று எத்தனையோ விஷயங்கள் நம் தமிழ்ச் சமூகத்தைச் சுரண்டிக்கொண்டிருந்தன.

ஒரு தவளையைத் தண்ணீரில் போட்டுக் கொதிக்கவைத்தால், அது உடனே துள்ளாது, துடிக்காது. காரணம், தண்ணீரின் வெதுவெது வெப்பநிலை அதற்கு இதமாக இருக்கும், அதை மீறி வெளியேறவேண்டும் என்று தோன்றாமல் அங்கேயே ஜாலியாக நீச்சலடித்துக்கொண்டிருக்கும்.

ஆனால், சிறிது நேரம் கழித்து, அதே தண்ணீர், கொதிக்கத் தொடங்கிவிடும், இப்போது தவளைக்கு உடம்பு சுடும், வலிக்கும், ஆனால் அதால் குதித்து வெளியேறமுடியாது, அப்படியே சாகவேண்டியதுதான்.

அதேபோல்தான், அன்றைய தமிழகத்தில், ஏன் இந்தியா முழுவதும், இப்படிப்பட்ட சமூகப் பிரச்னைகளைப் பெரும்பாலானோர் கண்டுகொள்ளவில்லை, ‘என்ன பிரச்னை? எல்லாம் நன்றாகதானே இருக்கிறது?’ என்றுதான் பேசினார்கள், நாளைக்கு அது நம்மையும் பாதிக்கலாம் என்பது அப்போது அவர்களுக்குப் புரியவில்லை.

இதுபோன்ற விஷயங்களை எதிர்த்துப் போராடுவதற்குப் பெரியவர்களே தயங்கும் சூழ்நிலையில், அந்த அரங்கில் குழுமியிருந்த இளைஞர்கள் மிகவும் வித்தியாசமானவர்களாகத் தெரிந்தார்கள். தவறு செய்தவர்கள் யாராக இருந்தாலும், நாங்கள் தைரியமாக எதிர்ப்போம் என்கிற அவர்களுடைய அணுகுமுறை, தீபோல் பரவிக்கொண்டிருந்தது.

அந்தத் திருப்பூர் வாலிபர் மாநாட்டின் சிறப்பு அம்சம், இளைஞர்களின் மேடைப் பேச்சு. அந்த வயதுக்கே உரிய துள்ளல், துடிப்புடன், அவர்களுடைய மொழியில் சமூக முன்னேற்றம், மாற்றம்பற்றிய கருத்துகள் சொல்லப்படும்போது, அது இன்னும் பலரைக் கவர்ந்து இழுத்தது, கைதட்டச் செய்தது.

மாநாட்டின் ஒரு பகுதியாக, அந்த இளைஞர் மேடையேறினார். குள்ளமான உருவம், சுமார் இருபத்தைந்து வயது இருக்கலாம்.

அவருடைய உருவமோ, உடை அலங்காரமோ விசேஷமாக இல்லை. மக்களை ஈர்க்கும்படியான எந்தக் கவர்ச்சியும் அவரிடம் இல்லை. அவரைச் சாதாரணமாகப் பார்க்கிறவர்கள், ‘இவர் என்ன பெரிதாகப் பேசிவிடப்போகிறார்?’ என்றுதான் நினைப்பார்கள்.

ஆனால், அவர் மேடையேறித் தன்னுடைய பேச்சைத் தொடங்கிய மறுகணம், நிலைமை மாறிவிட்டது. அந்த கணீர்க் குரலை முதன்முறை கேட்டதுமே, இந்த இளைஞரிடம் ஏதோ விசேஷம் இருக்கிறது என்பது எல்லோருக்கும் புரிந்துவிட்டது.

தான் பேசத் தேர்ந்தெடுத்துக்கொண்ட தலைப்பிலிருந்து அவர் இம்மியளவும் பிசகவில்லை. கேட்கச் சுகமான அடுக்குமொழிகளின் துணையோடு, எல்லோருக்கும்

புரியும்படியான மொழியில், ஆதாரபூர்வமான வாதங்களை நேர்த்தியாகப் பட்டியலிட்டு அவர் பேசப்பேச, அதுவரை முற்போக்குச் சிந்தனை இல்லாதவர்களுக்கும்கூட நரம்பு துடித்தது.

சில நிமிடங்களுக்குள், அங்கிருந்த எல்லோரையும் கட்டிப்போட்டு விட்டார் அந்த இளைஞர். அவர் பேசி முடித்தபோது, அரங்கில் எழுந்த கைதட்டல் ஒலி நெடுநேரத்துக்கு அடங்கவில்லை.

தன் பேச்சால், ஒரு சின்னப் புயலையே உருவாக்கிவிட்ட அந்த இளைஞருக்கு, அங்கே ஒரு சின்ன ரசிகர் வட்டம் உருவாகிவிட்டது. அந்த ரசிகர்களில் முக்கியமான ஒருவர், மாநாட்டுக்கு வந்திருந்த பிரபலம், ஈ.வெ. ராமசாமி பெரியார்!

ஈரோட்டைச் சேர்ந்த தந்தை பெரியார், அன்றும், இன்றும் தமிழக அரசியலில் ஓர் உன்னத ஆளுமையாகத் திகழ்கிறவர். அப்போது அவர், திராவிடர்கள், முக்கியமாகத் தமிழர்கள் சுயமரியாதை உணர்வு பெறவேண்டும் என்பதற்காகவே ஒரு தனி இயக்கத்தைத் தொடங்கி நடத்திக்கொண்டிருந்தார்.

இந்தச் சமூகம் திருந்தவேண்டுமென்றால், இன்றைய தலைமுறை மட்டும் மாறினால் போதாது, நாளைய தலைமுறையினரையும் ஈர்க்கவேண்டும், அவர்களிடையே ஒரு சிந்தனை மாற்றத்தை உருவாக்கவேண்டும் என்று விரும்பினார் தந்தை பெரியார்.

அதனால்தான், பக்கத்து நகரமான ஈரோட்டைச் சேர்ந்த அவர், இந்தத் திருப்பூர் வாலிபர் மாநாட்டுக்கு ஆர்வத்தோடு வந்து கலந்துகொண்டார். இங்கிருக்கும் இளைஞர்களின் புதுச் சிந்தனையும் செயல்வேகமும் அவருக்கு மிகவும் பிடித்திருந்தது.

குறிப்பாக, இப்போது மேடையேறிப் பேசிய அந்த இளைஞர், பெரியாரை மொத்தமாக ஈர்த்துவிட்டார். அவருடைய பேச்சின் அழகு, சிந்தனையின் தெளிவைப் பார்க்கிறபோது, இவரைப்போன்ற இளைஞர்களிடம்தான் தமிழகத்தின் எதிர்காலம் இருக்கவேண்டும் என்று உற்சாகமாக நினைத்தார் பெரியார்.

அன்றைய கூட்டத்தின் முடிவில், பெரியாரும் அந்த இளைஞரும் சந்தித்துப் பேசுகிற வாய்ப்புக் கிடைத்தது. இந்தச் சந்திப்பு, அவர்கள் இருவருக்குமே மிகப் பெரிய சந்தோஷம்.

பெரியாருக்கு, தன்னைப்போலவே சிந்திக்கக்கூடிய, வேகமும், விவேகமும் நிறைந்த ஒருவரைச் சந்திக்கும் மகிழ்ச்சி. அவருக்கு எதிரே நின்றிருந்த அந்த இளைஞருக்கோ, தந்தை பெரியாரை நேரில் சந்தித்துப் பேசுகிற பரவசம்!

ஏற்கெனவே, தந்தை பெரியாரின் சீர்திருத்தக் கருத்துகள் பலவற்றை வாசித்து, அதனால் வெகுவாக ஈர்க்கப்பட்டிருந்தார் அந்த இளைஞர். ஆகவே, மிகுந்த பணிவு, மரியாதையுடன், 'ஐயா, என் பெயர் சி.என். அண்ணாத்துரை' என்று தன்னை அறிமுகப்படுத்திக்கொண்டார்.

'என்ன செய்கிறாய் அண்ணாத்துரை?' அன்போடு விசாரித்தார் பெரியார்.

'படிக்கிறேன் ஐயா' என்றார் அண்ணாத்துரை. அப்போது அவர் பி.ஏ. ஹானர்ஸ் பரீட்சை எழுதிவிட்டு, தேர்வு முடிவுகளை எதிர்பார்த்துக்கொண்டிருந்தார்.

'அடுத்து என்ன செய்வதாக உத்தேசம்?' ஆர்வமாகக் கேட்டார் பெரியார், 'எங்காவது உத்தியோகம் பார்க்கப்போகிறாயா?'

'இல்லை' என்று உடனடியாகவும், உறுதியோடும் சொன்னார் அண்ணாத்துரை, 'எனக்கு வேலை பார்க்கும் விருப்பம் இல்லை. நான் பொதுவாழ்வில் ஈடுபட விரும்புகிறேன்.'

அவர் இப்படிச் சொன்னதும், பெரியாரின் உற்சாகம் இருமடங்காகிவிட்டது. இளைஞர்கள் பொதுவாழ்க்கைக்கு வரவேண்டும் என்று தொடர்ந்து வலியுறுத்திக்கொண்டிருந்த அவர், இப்போது இந்த அண்ணாத்துரையைத் தனது முதன்மைச் சீடராக ஏற்றுக்கொள்ள முடிவு செய்துவிட்டார்.

அன்றுமுதல், அரசியல், சமூகப் பணிகளில் மட்டுமின்றி, தனிப்பட்டமுறையிலும் அண்ணாத்துரை தந்தை பெரியாரின் மகன்போல மாறிவிட்டார். பெரியாருடன் பயணம் செய்வது,

அவருடைய பத்திரிகைகளைக் கவனித்துக்கொள்வது, கட்சி விவகாரங்களில் ஈடுபடுவது என ஓர் அழுத்தமான அரசியல் அடித்தளம் அவருக்கு அமைந்தது.

பெரியாரின் வழிநடத்துதலில், அண்ணாத்துரை தனித்துவம் நிறைந்த ஓர் அரசியல் தலைவராக உருவானார். தனது திராவிடர் கழகத்தின் பல முக்கியப் பொறுப்புகளையும் அவரிடம் ஒப்படைத்து மகிழ்ந்தார் தந்தை பெரியார்.

பின்னாள்களில், அண்ணாத்துரை, பெரியார் இருவருக்கும் இடையே பல சிறிய, பெரிய கருத்து வேறுபாடுகள், பிளவுகள் ஏற்பட்டன. எனினும், அவையெல்லாம் அவர்களிடையே இருந்த தந்தை - மகன், குரு - சீடர் உறவுகளைப் பாதிக்கவில்லை.

தனது வாழ்நாள்முழுவதும், தந்தை பெரியாரின் தொண்டராகவே வாழ்ந்த அண்ணாத்துரையை, தமிழகம் 'அறிஞர் அண்ணா' என்று அன்போடு அழைக்கிறது. 'திராவிட முன்னேற்றக் கழகம்' என்ற புதிய கட்சியைத் தோற்றுவித்த அவர், அதனைப் படிப்படியாக வளர்த்து, அரசாங்கம் அமைத்தார். சிறப்பான ஆட்சி நடத்தி மக்கள் மனத்தில் நீங்காத இடம் பிடித்தார்.

ஒருவர் எத்தனை பெரிய திறமைசாலி, உழைப்பாளியாக இருந்தாலும் பரவாயில்லை. அவர்களும்கூட, தங்களுடைய முழுத் திறமையை வெளிப்படுத்தி ஜொலிப்பதற்கு, ஒரு சரியான ஆசிரியர், வழிகாட்டி தேவைப்படுகிறார்.

ஆனால் அதேசமயம், 'நாம் குருநாதரைத் தேடிச் செல்லவேண்டியதில்லை, சரியான நேரத்தில், அவரே நம்மைத் தேடி வருவார், வழிநடத்துவார்' என்கிறது ஆன்மிகம்.

தந்தை பெரியாருக்கோ, அறிஞர் அண்ணாவுக்கோ ஆன்மிகத்தில் நம்பிக்கை இல்லை. ஆனால், அவர்கள் இருவரையும் இணைத்த அந்த முதல் சந்திப்பு, அவர்களுடைய தனிப்பட்ட வாழ்க்கையில் மட்டுமின்றி, ஒட்டுமொத்தத் தமிழகச் சமுதாயத்துக்கும் ஒரு முக்கியத் திருப்புமுனையாகத் திகழ்கிறது!

11. உடம்புக் கோவில்

அந்த இளம் தொழிலதிபர் பேசி முடித்ததும், அரங்கில் ஒரு நிமிடம் அமைதி, அதன்பிறகு, பெரிய கைதட்டல் தொடங்கியது.

கொஞ்சம் கொஞ்சமாக, அங்கிருந்த எல்லோருமே அந்தக் கரகோஷப் பாராட்டில் கலந்துகொண்டார்கள். அந்த அளவுக்கு அவருடைய பேச்சு மிகச் சிறப்பாக அமைந்திருந்தது.

பின்னே, சும்மாவா? இந்தியாவின் மிகப் பெரிய தொழிலதிபர்களில் ஒருவருடைய மகன் அவர், வெளிநாட்டுப் படிப்பு, கூடவே அப்பாவுடன் பல ஆண்டுகள் இணைந்து பணியாற்றிய அனுபவம், எல்லாமாகச் சேர்ந்து, அவரை நன்கு மெருகேற்றியிருந்தது.

ஆகவே, நியூயார்க் நகரில் அவர் கலந்துகொண்ட இந்தக் கூட்டத்துக்கு, பல முதலீட்டாளர்கள் ஆர்வத்தோடு வந்திருந்தார்கள். எல்லோருக்கும், அப்படி அவர் என்னதான் பேசப்போகிறார் என்கிற குறுகுறுப்பு, அவருடைய நிறுவனத்தின் வருங்காலச் செயல் திட்டங்கள் என்னென்ன என்பதைத் தெரிந்துகொள்கிற ஆவல்.

இந்த விஷயம், அந்த இளம் தொழிலதிபருக்கும் நன்றாகப் புரிந்திருந்தது. ஆகவே, அவர்கள் எல்லோருடைய கேள்விகளுக்கும் துல்லியமாகப் பதில் அளிக்கும்வகையில் தனது நிறுவனத்தைப்பற்றியும், அடுத்த திட்டங்களைப்பற்றியும் பிரமாதமாகப் பேசி முடித்துவிட்டார்.

அவருடைய பேச்சைக் கேட்ட முதலீட்டாளர்களுக்கு, பரம திருப்தி, இந்த ஆள் திறமைசாலிதான், இவரை நம்பித் தாராளமாகப் பணம் போடலாம்!

உற்சாகமாக அவர்கள் கைதட்டுவதைக் கேட்டதும், அந்த இளைஞர் முகத்தில் சந்தோஷம் கலந்த பெருமை. எல்லோருக்கும் நன்றி சொல்லிவிட்டு மேடையிலிருந்து கீழே இறங்க முயன்றார் அவர்.

அப்போது, அதே மேடையிலிருந்த இன்னொருவர் எழுந்து, 'மிஸ்டர் அனில், ஒரு நிமிஷம்' என்றார், 'நான் உங்களுடன் கொஞ்சம் பேசவேண்டும்.'

அனில் என்ற அந்த இளம் தொழிலதிபர் குழப்பத்தோடு திரும்பிப் பார்த்தார், அதான் எல்லா விஷயங்களையும் பேசி முடிச்சாச்சே? அப்புறம் என்ன?

'உங்கள் பேச்சு பிரமாதமாக இருந்தது' என்றார் அவர், 'உங்களுடைய நிறுவனம், அற்புதமாக இயங்கிக்கொண்டிருக்கிறது என்பதை நாங்கள் புரிந்துகொண்டோம், அதன் எதிர்காலத்தில் எங்களுக்கு நல்ல நம்பிக்கை இருக்கிறது.'

'ரொம்ப நன்றி' என்றார் அனில்.

'ஆனால், நான் உங்களிடம் கேட்க நினைத்தது வேறொரு விஷயம்' என்று கொக்கி போட்டார் அவர்.

'எதுவானாலும் நீங்கள் தாராளமாகக் கேட்கலாம்', அனிலின் முகத்தில் சின்னப் புன்னகை. ஆனாலும் உள்ளுக்குள், இந்த ஆள் என்ன கேட்கப்போகிறாரோ என்கிற பதற்றம், அதை வெளிக்காட்டிக்கொள்ளாமல் சிரமப்பட்டு மறைத்திருந்தார் அவர்.

அந்த மனிதர், நேராக விஷயத்துக்கு வந்தார், 'சமீபத்தில் எப்போதாவது, நீங்கள் உங்களைக் கண்ணாடியில் பார்த்துக்கொண்டது உண்டா?'

அவர் இப்படிக் கேட்டதும், அனில் திகைத்துப்போய்விட்டார், இந்த ஆள் என்னவோ பிஸினஸ் விஷயத்தை நோண்டப் போகிறார் என்று மனசுக்குள் விதவிதமான புள்ளிவிவரங்களை யோசித்துவைத்தால், இவர் இப்படி அபத்தமாக ஏதோ கேட்கிறாரே!

நான் என்னைக் கண்ணாடியில் பார்த்துக்கொள்வதற்கும், இந்தக் கூட்டத்துக்கும் என்ன சம்பந்தம்? அனிலுக்குச் சுத்தமாகப் புரியவில்லை.

ஆனால் அந்த மனிதர், உடும்புப் பிடியை விடுவதாக இல்லை, 'சொல்லுங்கள் மிஸ்டர் அனில், நீங்கள் உங்களைக் கண்ணாடியில் பார்த்துக்கொண்டது உண்டா? இல்லையா?'

'இதெல்லாம் பர்ஸனல் விஷயம்' சங்கடமாகச் சிரித்தார் அனில், 'நாம் இதைப்பற்றித் தனியாகப் பேசலாமே, ப்ளீஸ்!'

'இல்லை மிஸ்டர் அனில், இதற்கும் உங்கள் பிஸினஸுக்கும் நிறைய சம்பந்தம் இருக்கிறது' என்றார் அவர், 'எப்படியோ, நான் இந்த மேடையில் இந்தக் கேள்வியைக் கேட்டுவிட்டேன், நீங்கள் அதற்கு இங்கேயே, இப்போதே பதில் சொல்ல வேண்டும்.'

அனில் சுற்றுமுற்றும் பார்த்தார். அங்கிருந்த நியூயார்க் முதலீட்டாளர்கள் எல்லோருமே, அவருடைய பதிலை ஆர்வத்தோடு எதிர்பார்த்துக்கொண்டிருப்பதாகத் தோன்றியது.

இது என்ன தர்மசங்கடம்? இந்தக் கேனத்தனமான கேள்விக்கு நான் நிஜமாகவே பதில் சொல்லத்தான் வேண்டுமா?

அனில் யோசிக்க ஆரம்பித்தார், நான் எப்போதாவது என்னைக் கண்ணாடியில் பார்த்துக்கொண்டிருக்கிறேனா?

'ம்ஹூம் இல்லை.'

அனில் இப்படிச் சொன்னதும், அவரைக் கேள்வி கேட்டு

மடக்கியவர் திருப்தியோடு புன்னகைத்தார், 'அடுத்தமுறை கண்ணாடிமுன் நிற்கும்போது, உங்களை நீங்களே நன்றாக உற்றுக் கவனித்துப் பாருங்கள் மிஸ்டர் அனில், நான் ஏன் இந்தக் கேள்வியைக் கேட்டேன் என்பது புரியும்.'

சட்டென்று, தன்னுடைய உடம்பின்மீது யாரோ தீயை அள்ளி வீசியதுபோல் உணர்ந்தார் அனில். அந்த மனிதர் தன்னுடைய 'குண்டு' தேகத்தைதான் சுட்டிக்காட்டுகிறார் என்பது, அவருக்கு இப்போது புரிந்துவிட்டது.

'மிஸ்டர் அனில், நீங்கள் உங்களுடைய உடம்பைச் சரியாகக் கவனித்துக்கொள்ளவில்லை, பராமரிக்கவில்லை, அலட்சியமாகப் போகிறபோக்கில் விட்டிருக்கிறீர்கள்' என்றார் அவர், 'இப்படி உங்கள் உடம்பு விஷயத்திலேயே கவனம் செலுத்தாமல் இருக்கிற உங்களால், ஒரு பெரிய நிறுவனத்தை எப்படிப் பொறுப்புடன் நிர்வகிக்கமுடியும்? நீங்களே கொஞ்சம் நிதானமாக யோசித்துப் பாருங்கள்!'

சற்றுமுன் கம்பீரமாகத் தலைநிமிர்ந்து நின்றிருந்த அனில், இப்போது அவமானத்துடன் முகத்தைத் தொங்கப்போட்டுக் கொண்டார். மௌனமாக மேடையிலிருந்து இறங்கியபோது, அந்த மனிதர் சொன்ன ஒவ்வொரு வார்த்தையும் அவருக்குள் முள்ளாகக் குத்திக்கொண்டிருந்தது.

கூட்டம் முடிந்து திரும்பியதும், முதல் வேலையாக பாத்ரூமுக்கு ஓடினார் அனில். அங்கிருந்த ஆள் உயரக் கண்ணாடியில் தன் உடம்பைப் புதுசுபோல் பார்த்தார்.

ஐயோ, இது என்ன உடம்பா? அல்லது கொழுப்பு மலையா?

அவசரமாக, அனில் தன்னுடைய எடையைப் பரிசோதித்துப் பார்த்தார். 103 கிலோ!

இப்போது அவருக்கு மயக்கமே வரும்போலாகிவிட்டது, இப்படிக் கணக்கில்லாமல் பெருத்துக்கிடக்கிற உடம்பை வைத்துக்கொண்டு, என்னால் எப்படிச் சுறுசுறுப்பாகப் பணியாற்றமுடியும்? சிறந்த தொழிலதிபராகப் பெயர் வாங்கமுடியும்?

உடம்பை ஒழுங்காகப் பார்த்துக்கொண்டால்தான், உயிர் வளரும், வியாதி வராது, நீண்டநாள் வாழலாம், பல விஷயங்களைச் சாதிக்கலாம், இப்படி அத்தனைக்கும், இந்த உடல்தானே ஆதாரம்? அதைச் சரியானபடி கவனித்துக்கொள்ளாவிட்டால், நான் பிஸினஸில் ஏதேதோ சாதனைகள் செய்து என்ன புண்ணியம்?

அந்த விநாடியில், அனில் ஒரு முடிவெடுத்தார். இனிமேல், நான் என் உடம்பை அலட்சியப்படுத்தமாட்டேன், அதற்குள் கண்டதையும் திணித்து அசிங்கப்படுத்தமாட்டேன், ஒழுங்காகச் சாப்பிட்டு, முறையான உடற்பயிற்சிகளின்மூலம் இதைக் கவனமாகப் பராமரிப்பேன்!

அப்போதிலிருந்து, அனிலின் வாழ்க்கைமுறையே மாறிவிட்டது. அவர் அதுவரை நொறுக்கித் தள்ளிக்கொண்டிருந்த பண்டங்களெல்லாம், குப்பைக்குச் சென்றன, ஆரோக்கியமான உணவுவகைகளைமட்டும் தேர்ந்தெடுத்துச் சாப்பிட்டார் அவர்.

அதுமட்டுமில்லை, தினமும் அதிகாலையிலேயே எழுந்து, ஓட ஆரம்பித்தார். உடம்பில் வியர்வை வழிய வழிய, ஊளைச்சதை எரிந்தது, எடை குறைந்தது, முன்பு எப்போதும் இல்லாத அளவுக்கு, அவருக்குள் உற்சாகம் பொங்கியது, செயல்வேகம் பெருகியது.

ஆனால், பரபரப்பாக ஓடிக்கொண்டிருக்கிற 'பிஸி' வாழ்க்கையில், இதற்கெல்லாம் ஏது நேரம்?

உடம்பு முக்கியம் என்று தீர்மானித்தபிறகு, அதற்காக நேரம் ஒதுக்குவதா சிரமம்? ஒருநாள் விடாமல் அதிகாலை ஓட்டம், மற்ற உடற்பயிற்சிகள், சரிவிகித உணவு, நொறுக்குத் தீனிகளுக்குத் தடா என்று கட்டுப்பாடாகத் தனது வாழ்க்கையை மாற்றிக்கொண்டபிறகு, அனிலின் எடை முப்பத்தைந்து கிலோ குறைந்துவிட்டது!

இன்றைக்கு 'ஸ்லிம்' அனிலைப் பார்க்கிறவர்கள், அவர் ஒருகாலத்தில் 103 கிலோ மாமிசக் குன்றாக இருந்தார் என்று நம்பக்கூட மாட்டார்கள். சும்மா எடையைக்

குறைப்பதற்காக ஓடத் தொடங்கி, இப்போது மாரத்தான் ஓட்டப் பந்தயங்களில்கூடக் கலந்துகொள்கிற அளவுக்குத் தேறிவிட்டார் மனிதர்.

அந்த அனிலை, உங்களுக்கும் நிச்சயமாகத் தெரிந்திருக்கும், சுதந்திர இந்தியாவின் முக்கியமான தொழில் சாம்ராஜ்யங்களில் ஒன்றான 'ரிலையன்ஸ்' குழுமத்தைத் தோற்றுவித்த திருபாய் அம்பானியின் இரண்டாவது மகன், 'ரிலையன்ஸ் கம்யூனிகேஷன்' உள்ளிட்ட பல நிறுவனங்களின் தலைவர், இந்தியாவின் மிகப் பெரிய பணக்காரர்களில் ஒருவரான, அனில் அம்பானிதான் அவர்!

நாம் எத்தனை பெரிய, 'பிஸி'யான மனிதராக வேண்டுமானாலும் இருக்கலாம், நாம் சொன்ன வேலையைச் செய்து முடிப்பதற்கு ஆயிரக்கணக்கான வேலைக்காரர்கள் ஓடி வரலாம். ஆனால் நம்முடைய உடம்பைக் கோவில்போல் புனிதமாக நினைத்துப் பராமரிக்கவேண்டியதுமட்டும், முழுக்க முழுக்க நம்முடைய பொறுப்புதான். இதில் நாம் தவறிவிட்டால், இன்னொரு வாய்ப்புக் கிடைக்கவே கிடைக்காது.

அனில் அம்பானியைப் பார்த்து, இன்றைக்குப் பல இளம் தொழிலதிபர்கள் உடம்பைக் கவனிக்கத் தொடங்கியிருக்கிறார்கள். பணம், காசைவிட, உடல் நலம்தான் மிகப் பெரிய சொத்து என்பதை, அனில் அம்பானியின் 'ஆரோக்கிய வாழ்க்கை' நிரூபித்துக்கொண்டிருக்கிறது!

12. பாதை தெரியுது பார்

'மியாமி சர்வதேச விமான நிலையம் உங்களை வரவேற்கிறது.'

விமானத்திலிருந்து மெல்ல இறங்கி வந்தார் யூரி. அவருடைய ஏழு வயது மகள் மரியா, அப்பாவின் கையைப் பிடித்தபடி கூடவே நடந்தாள்.

அவர்கள் இருவருக்கும், ஆங்கிலத்தில் ஒரு வார்த்தைகூடத் தெரியாது.

ஆனால், வேறு வழியில்லை. அடுத்த சில மாதங்களுக்கு, மொழி தெரியாத இந்தப் புதிய தேசத்தில்தான் அவர்களுடைய வாழ்க்கை, அது ஏற்கெனவே தீர்மானிக்கப்பட்டுவிட்டது.

'மாஷா' என்று செல்லமாக அழைக்கப்படும் தன் மகள் மரியாவை அன்பு கலந்த கவலையோடு பார்த்தார் யூரி. இந்தப் பிஞ்சு உடம்பும் மனசும் இத்தனை அழுத்தத்தைத் தாங்குமா? வாழ்க்கை இவள்மேல் சுமத்தியிருக்கிற எல்லாத் துயரங்களையும் தாங்கிக்கொண்டு, தன்னுடைய திறமையை இவள் தொடர்வாளா? அல்லது சோகத்தில் அப்படியே முடங்கிப்போய்விடுவாளா?

அமெரிக்காவுக்குக் கிளம்பும்போது, விமான நிலையத்தில் மரியாவும் அவளுடைய அம்மாவும் விடை பெற்றுக்கொண்ட காட்சி, இன்னும் யூரி கண்களில் நிற்கிறது. பாவம், இந்தப் பெண் மறுபடி எப்போது அம்மாவைப் பார்க்கப் போகிறாளோ, தெரியவில்லை.

மரியாவின் தாய் யெலேனாவுக்கு, அமெரிக்கா வருவதற்கான விசா கிடைக்கவில்லை. ஆகவே, மரியாவின் டென்னிஸ் பயிற்சி முடிந்து, அவர்கள் ரஷ்யா திரும்பும்வரை, அம்மாவும் மகளும் பிரிந்திருக்கவேண்டியதுதான்.

டென்னிஸ்!

சிறுமி மரியாவுக்கு, அது ஒன்றுதான் ஆறுதல், ஆதரவு, அம்மா, அப்பா, குரு, தெய்வம், எல்லாமே.

நான்கு வயதில், யாரோ அவளுக்கு ஒரு டென்னிஸ் மட்டையைப் பரிசாகக் கொடுத்தார்கள். அதை வைத்துக்கொண்டு, உள்ளூர்ப் பூங்காவின் செங்கல் சுவர்களில் பந்தடித்துப் பழக ஆரம்பித்தாள் அவள்.

டென்னிஸ் பணக்காரர்களின் விளையாட்டாச்சே என்று யூரி தடை சொல்லவில்லை. பாவம் குழந்தை, ஜாலியாக விளையாடட்டும் என்று கண் மலரப் பார்த்துக்கொண்டிருந்தார்.

அப்போதுதான், யூரி ஒரு விஷயத்தைக் கவனித்தார். மரியா விளையாடுவதைப் பார்க்கும்போது, யாரோ ஒரு கத்துக்குட்டி சும்மா பொழுதுபோக்குவதைப்போல இல்லை, அதில் ஒரு நளினம், அழகு, கூடவே ஓர் ஆவேசமும்.

இத்தனைக்கும், ஐந்து வயதுக் குழந்தை மரியாவுக்கு, டென்னிஸ் ஆட்டத்தின் விதிமுறைகள் எவையும் தெரியாது. ஆனாலும், அவளிடம் இயல்பான ஒரு திறமை இருப்பதை உணர்ந்துகொண்டார் யூரி. இவளுக்குச் சரியான பயிற்சி கொடுத்தால், இன்னும் சிறப்பாக வருவாள் என்று அவருக்குத் தோன்றியது.

முறைப்படி டென்னிஸ் பயிற்சி பெறவேண்டுமென்றால், அவர்கள் வீட்டுக்குப் பக்கத்தில் மைதானங்கள் எவையும்

இல்லை. அரை மணி நேரத் தொலைவில் இருக்கும் 'டென்னிஸ் சென்டர்'க்குச் சென்றால்தான் உண்டு.

மரியா அதற்கெல்லாம் தயங்கவில்லை. அப்பா ஒரு வார்த்தை சொன்னதும் சந்தோஷமாக மட்டையைத் தூக்கிக்கொண்டு கிளம்பிவிட்டாள்.

அதன்பிறகு, வெயில் காலம், குளிர் காலம், இலையுதிர் காலம், வசந்த காலமெல்லாம் காலண்டருக்குதான். மரியா, யூரிக்கு இல்லை, எந்தச் சூழ்நிலையிலும், அந்த டென்னிஸ் சென்டரின் மைதானங்களில் அவர்கள் இருவரையும் தவறாமல் பார்க்கமுடியும்.

ரஷ்யாவின் குளிர், மிகக் கொடுமையானது. நெப்போலியன் போன்ற மாபெரும் வீரர்கள்கூட, அந்தக் குளிரைத் தாங்கமுடியாமல் புறமுதுகு காட்டித் திரும்பியிருக்கிறார்கள்.

ஆனால் அப்போதும், மரியாவுக்கு யூரி ஓய்வு தரவில்லை. எத்தனை குளிரானாலும் பரவாயில்லை, கோட்டுப் போட்டுக்கொண்டு மைதானத்துக்குக் கிளம்பு, அவ்வளவுதான்.

அடுத்த அரை மணி நேரத்தில், அவர்கள் டென்னிஸ் சென்டரில் இருப்பார்கள். பனி உறைந்த, ஆள் இல்லாத மைதானத்தில், அவர்கள்மட்டும் தன்னந்தனியே வியர்க்க விறுவிறுக்க விளையாடிக்கொண்டிருப்பார்கள்.

ஒருநாள், மைதானத்துக்குச் சென்றுகொண்டிருந்த வழியில், மரியா தவறி விழுந்துவிட்டாள். கையில் நகம் உடைந்து ரத்தம் கொட்டியது. 'அப்பா, வலிக்குதுப்பா, வீட்டுக்குப் போலாம்பா' என்று கதறினாள்.

'அழாதே மாஷா' என்றார் யூரி, 'கொஞ்சம் வலியைப் பொறுத்துக்கோம்மா, இன்னிக்கு ப்ராக்டீஸ் இருக்குல்ல?'

நாளைக்கு ஜெயிக்கவேண்டும் என்றால், இன்றைக்குக் குளிர், வலி பார்க்கமுடியாது, சவுகர்யங்களை எதிர்பார்க்கமுடியாது, எத்தனை பெரிய திறமைசாலியாக இருந்தாலும், கடுமையாக உழைத்தால்தான் வெற்றி எட்டிப்பார்க்கும்.

தனக்குத் தெரிந்த நுணுக்கங்களையெல்லாம், மரியாவுக்கு ஒவ்வொன்றாகச் சொல்லித்தர ஆரம்பித்தார் யூரி. அவள் எல்லாவற்றையும் உடனுக்குடன் பழகிக்கொண்டு, தன்னைவிடச் சிறப்பாகப் பயன்படுத்துவதைக் கண்டதும், அவருக்குப் பூரிப்பு.

ஆனால், நிஜமாகவே மரியா திறமைசாலிதானா? அல்லது என் மகள் என்பதால் அவள் எனக்கு விசேஷமாகத் தோன்றுகிறாளா?

யூரி மரியாவைப் பரிசோதித்துப் பார்க்கவேண்டும் என்று தீர்மானித்தார். அதற்கு வசதியாக, அதே நேரத்தில் மார்ட்டினா நவரத்திலோவா ரஷ்யாவுக்கு வந்திருந்தார்.

மார்ட்டினா, பெண்கள் டென்னிஸின் உச்ச நட்சத்திரம். அன்றும் சரி, இன்றும் சரி, அவருக்கு இணையாக இன்னொரு வீராங்கனையை நினைத்துக்கூடப் பார்க்கமுடியாது. அப்படி ஓர் ஆதிக்கம் செலுத்திய மகாராணி, அற்புதச் சாதனையாளர்.

தன் மகள் மரியாவை, மார்ட்டினாவிடம் அழைத்துச் சென்றார் யூரி. 'இவளுடைய ஆட்டத்தைப் பார்த்து உங்கள் கருத்தைச் சொல்லுங்கள்' என்று கேட்டுக்கொண்டார்.

ஆறு வயது மரியாவின் இயல்பான திறமையை, மார்ட்டினாவும் அடையாளம் கண்டுகொண்டார், 'ஆனால், இவள் உலக அரங்கில் ஜெயிக்கவேண்டுமென்றால், நிறைய பயிற்சி வேண்டியிருக்குமே'

பயிற்சி என்றால், எங்கே?

அமெரிக்காவில். அங்கேதான் உலகின் தலைசிறந்த டென்னிஸ் பயிற்சியாளர்கள் இருக்கிறார்கள். நல்ல மைதானங்கள், நிபுணர்கள், ஆலோசகர்கள், வழிகாட்டிகள் எல்லாவற்றுக்கும் அமெரிக்காதான்.

ஆனால், அமெரிக்கா போவது என்றால், ஏகப்பட்ட செலவாகுமே? அப்போது யூரியிடம் விமானக் கட்டணத்துக்குக்கூட காசு இல்லை.

அடுத்த சில மாதங்கள், வாயைக் கட்டி வயிற்றைக் கட்டிப் பணம் சேமித்தார் யூரி. பல சிரமங்களுக்குப்பிறகு, அமெரிக்கப் பயணம்,

அங்கே கொஞ்ச நாள் தங்குவதற்குக் காசு சேர்ந்துவிட்டது.

அதன்பிறகு? எல்லாம் அங்கே போய்ப் பார்த்துக்கொள்ளலாம் என்று தைரியமாகக் கிளம்பிவிட்டார் யூரி.

ஆங்கிலம் தெரியாத அப்பாவும் மகளும், அமெரிக்காவில் நிறைய சிரமப்படவேண்டியிருந்தது. எல்லாவற்றையும் பொறுத்துக்கொண்டு, யூரி மரியாவை டென்னிஸ் பயிற்சிக்கு அனுப்ப முயன்றார்.

ஆனால் டென்னிஸ் பயிற்சியாளர்கள், 'ரொம்பச் சின்னப் பொண்ணுப்பா இது' என்று அவளை ஏற்க மறுத்துவிட்டார்கள், 'இன்னும் ரெண்டு வருஷம் கழிச்சு வாங்க, பார்க்கலாம்'

இரண்டு வருடமா? ஐயோ! இதற்காக மீண்டும் ரஷ்யா போய்விட்டுத் திரும்பி வரவாமுடியும்?

ம்ஹூம், வாய்ப்பே இல்லை. எப்படியாவது பல்லைக் கடித்துக்கொண்டு, இரண்டு வருடங்களை இங்கேயே ஓட்டவேண்டியதுதான்.

யூரியிடம் இருந்த சேமிப்பு, சில நாள்களுக்குக்கூடப் போதவில்லை. பாஷை தெரியாத ஊரில், வேலை தேடி அலைந்தார் அவர்.

ஆங்கிலம் பேசக்கூட வராத ஒருவருக்கு, கலெக்டர் உத்யோகமா வாய்க்கப்போகிறது? கைக்குக் கிடைத்த எடுபிடி வேலைகளையெல்லாம் செய்தார் யூரி, அதிலும் எப்படியோ கொஞ்சம் கொஞ்சமாகப் பணம் மிச்சம் பிடித்து, மரியாவின் பயிற்சிக்காகச் சேர்த்துவைத்தார்.

ஒருவழியாக, 1995ம் ஆண்டு மரியா முறைப்படி டென்னிஸ் பயிற்சி பெற ஆரம்பித்தாள். அப்போது அவளுக்கு வயது, வெறும் ஒன்பது!

தனக்காக அப்பாவும், மற்ற குடும்பத்தினரும் செய்திருக்கும் தியாகங்களை, மரியா நன்கு உணர்ந்திருந்தாள். அவர்களுக்குத் தன்னால் முடிந்த பதில் மரியாதையாக, தன்னுடைய திறமை, கவனம், உழைப்பு அனைத்தையும் டென்னிஸில் செலுத்தினாள்.

அடுத்த ஐந்து ஆண்டுகளில், மரியாவின் பெயரை உலகமே கவனிக்கத் தொடங்கியது, சின்னச் சின்ன வெற்றிகளில் தொடங்கி, 2004ம் ஆண்டு பெருமைக்குரிய விம்பிள்டன் கோப்பையை வென்று சரித்திரத்தில் இடம் பிடித்தார் மரியா ஷரபோவா.

சில சமயங்களில், வாழ்க்கை நமக்குப் பல அபூர்வமான வாய்ப்புகளைத் தருகிறது. ஆனால் அவற்றைப் பற்றிக்கொள்ள, நாம் ஒரு சிரமமான பாதையைக் கடந்துசெல்லவேண்டியிருக்கும். பாதையைப் பார்த்துப் பயந்தால், பயண அனுபவமும் இல்லை, வெற்றி கௌரவமும் இல்லை.

பாஷை தெரியாத ஊருக்குச் சென்று ஏன் அநாவசியமாகச் சிரமப்படவேண்டும் என்று யூரியோ அவர் மனைவியோ, மகளோ நினைத்திருந்தால், மரியா ஷரபோவா எனும் அற்புதமான வீராங்கனையை உலகம் அறிந்திருக்காது, ஒருகாலத்தில் சாப்பாட்டுக்கே கஷ்டப்பட்ட அவர், இன்றைக்கு உலகிலேயே அதிகம் சம்பாதிக்கும் பெண் விளையாட்டு வீராங்கனை என்கிற பெருமையைப் பெற்றிருக்கமுடியாது.

வெற்றியை நோக்கிய பாதை, எப்போதும் பலாப்பழத் தோல்போலக் கரடுமுரடானது. ஆனால் அதைத் தாண்டிச் சென்றால்தான், தேன்போல் ருசிக்கும் பழச்சுளைகள் காத்திருக்கின்றன!

13. நீங்க நல்லவரா, கெட்டவரா?

அன்றைக்கு, ஆல்ஃப்ரட் எப்போதும்போல் சீக்கிரமாகவே எழுந்துவிட்டார்.

'இன்னும் அஞ்சு நிமிஷம்' என்று அவர் படுக்கையிலேயே செல்லத் தூக்கம் போடமுடியாது. சோம்பல் முறிக்கக்கூட நேரமில்லாதபடி ஏகப்பட்ட வேலைகள் வரிசையாகக் காத்திருக்கின்றன.

சின்ன வயதில், ஆல்ஃப்ரடின் நெஞ்சுமுழுக்க நிறைந்திருந்த ஒரே ஆசை, நன்றாகப் படிக்கவேண்டும், இன்னும் இன்னும் ஏராளமாகப் படிக்கவேண்டும்.

இந்தப் படிப்பு ஆர்வம்தான், ஆல்ஃப்ரடை அறிவியலின்பக்கம் இழுத்துவந்தது. தன்னைச் சுற்றி நிகழ்ந்த சின்னச் சின்ன கண்டுபிடிப்புகள், அவற்றின் விநோதங்கள் அவருக்குள் பல கனவுகளைக் கொளுத்திப்போட்டன.

அதன்பிறகு, அவருடைய வாழ்க்கையே அறிவியல் ஆராய்ச்சிதான் என்றாகிவிட்டது. ஒழுங்கான சாப்பாடு கிடையாது, தூக்கம் கிடையாது, காதல் கிடையாது, மனைவி, குழந்தைகள், குடும்பம், பொழுதுபோக்கு எதுவும் கிடையாது. எந்நேரமும் தனது ஆய்வுச் சாலையில்தான் நேரம் செலவிட்டுக்கொண்டிருந்தார் அவர்.

ஆராய்ச்சி என்றால், சும்மா சிவப்புக் கலர் கரைசலை நீலக் கலரில் ஊற்றி அது எப்படி நிறம் மாறுகிறது என்று கவனிப்பது அல்ல. ஆல்ஃப்ரட் ஈடுபட்டிருந்த ஆராய்ச்சிகள், மிகவும் ஆபத்தானவை.

அந்தக் காலத்தில், கட்டட வேலைகள், சுரங்கம் தோண்டுவது போன்ற பணிகளுக்குச் சாதாரண வெடிமருந்தைதான் பயன்படுத்திக்கொண்டிருந்தார்கள். இந்த வெடிமருந்துக்கு, அவ்வளவாக ஆற்றல் போதாது, கொஞ்சம் பெரிய சைஸ் ஓலைப் பட்டாசுமாதிரி 'டுப்'பென்று வெடிக்கும், அவ்வளவுதான்.

இதனால், ஒரே வேலைக்கு, பலமுறை வெடிமருந்து தயார் செய்து, திரும்பத் திரும்ப வெடிக்கவேண்டியிருந்தது. ஏகப்பட்ட நேரம் வீண்.

இதைக் கவனித்த ஆஃல்ப்ரடுக்கு ஒரு யோசனை. இப்படிச் சக்தி குறைவான வெடி மருந்தை வைத்துக்கொண்டு போராடுவதற்குபதில், இன்னும் ஆற்றல் அதிகமுள்ள ஒரு ரசாயனப் பொருளைக் கண்டுபிடித்தால் என்ன?

அதாவது, சாதாரண வெடிமருந்தை நான்கு ஐந்து முறை வெடிக்கச் செய்வதற்குபதில், அவருடைய இந்தக் கண்டுபிடிப்பை ஒருமுறை வெடித்தாலே போதும், உடனடிப் பலன் கிடைக்கும்.

கேட்பதற்குச் சுலபமாக இருக்கிறது. ஆனால் இந்த ஆராய்ச்சியைச் செய்து முடிப்பதற்கு ஆல்ஃப்ரட் பட்ட பாடுகள் கொஞ்ச நஞ்சமில்லை, பலவிதமான வெடிபொருள்களைத் தயாரித்துப் பரிசோதனை செய்ததில், ஏகப்பட்ட விபத்துகள், உயிர் இழப்புகள். ஏதோ ஒரு மருந்து எக்குத்தப்பாக வெடித்து, ஆல்ஃப்ரடின் சொந்தத் தம்பியே இறந்துவிட்டார்.

ஆனாலும், ஆல்ஃப்ரட் சளைக்கவில்லை. 'இப்படி ஓர் ஆபத்தான பரிசோதனை தேவையா' என்று நண்பர்கள், உறவினர்கள், பத்திரிகைகள், பொதுமக்கள், அரசியல்வாதிகள் யார் சொன்னாலும், அவர் தன்னுடைய முடிவில் உறுதியாக இருந்தார்.

'நாளைய சமூகத்துக்கு ஒரு நல்ல கண்டுபிடிப்பு வேண்டுமென்றால், இதுபோன்ற இழப்புகளைப் பொருட்படுத்தமுடியாது' என்றார் ஆல்ஃப்ரட். இந்த முயற்சியில் தன்னுடைய உயிரே போனாலும் பரவாயில்லை என்று தனது ஆராய்ச்சிகளை இன்னும் தீவிரமாகத் தொடர்ந்தார்.

இத்தனை கஷ்டப்பட்டு உழைக்கிறவர்களுக்கு, உரிய பலன் கிடைக்காமல் போகுமா? தான் விரும்பியதுபோலவே, சக்தி மிகுந்த ஒரு வெடிமருந்தைக் கண்டுபிடித்துவிட்டார் ஆல்ஃப்ரட்.

அதுமட்டுமில்லை, அந்த வெடிமருந்தைப் பயன்படுத்துவதில் என்னென்ன பிரச்னைகள் வரக்கூடும் என்று யோசித்து, அவை ஒவ்வொன்றையும் கவனித்துச் சரி செய்தார் அவர். கொஞ்சம் கொஞ்சமாக அதனை எங்கு வேண்டுமானாலும் பாதுகாப்பாக உபயோகப்படுத்தும் அளவுக்கு மெருகேற்றிவிட்டார்.

அவ்வளவுதான். சர்வதேசத் தொழில் உலகம் தீப்பிடித்தாற்போல் பரபரப்பாகிவிட்டது. ஆல்ஃப்ரடின் இந்தப் புதிய கண்டுபிடிப்பு, கட்டுமானத்துறை, சுரங்கம் தோண்டுவது, போர்க் கருவிகள் தயார் செய்வது என்று பல விஷயங்களுக்குப் பயன்பட ஆரம்பித்தது.

ஆல்ஃப்ரடுக்கு மிகவும் சந்தோஷம். அவர் இத்தனை தூரம் சிரமப்பட்டதெல்லாம், தன்னுடைய கண்டுபிடிப்பு மக்களுக்கு உபயோகப்படவேண்டும் என்பதற்காகதானே?

தனது வெடிமருந்துக்கு 'டைனமைட்' என்று பெயர் சூட்டிய ஆல்ஃப்ரட், உடனடியாக அதனைப் பெரும் அளவில் தயாரிக்கிற முயற்சிகளில் இறங்கினார். இதற்காக, அவர் ஒரு தொழிலதிபராகவும் அவதாரம் எடுக்கவேண்டியிருந்தது.

அடுத்த சில ஆண்டுகளில், டைனமைட் உலகம்முழுவதும் பிரபலமாகிவிட்டது. பல நாடுகளில் ஆய்வகங்கள், தொழிற்சாலைகளை அமைத்த ஆல்ஃப்ரட், டைனமைட் விற்பனைமூலம் நன்றாகச் சம்பாதித்தார், தான் கற்பனையிலும் நினைத்துப்பார்க்கமுடியாத அளவுக்குப் பணக்காரர் ஆகிவிட்டார்.

ஆனால் அதற்காக, அவர் நிம்மதியாக ஈஸி சேரில் சாய்ந்து விடவில்லை. எப்போதும்போல் தன்னுடைய ஆராய்ச்சிகளைத் தொடர்ந்துகொண்டிருந்தார் ஆல்ஃப்ரட், 'எனக்கு ஒவ்வொரு வருடமும் குறைந்தது 300 யோசனைகளாவது தோன்றும், அவற்றில் ஒன்றே ஒன்று உருப்படியான தயாரிப்பாக மாறினால் போதும், எனக்குப் பரம திருப்தி' என்று அவர் அடிக்கடி சொல்வதுண்டு.

உண்மையில், இப்படித் தொடர் ஆராய்ச்சிகளில் ஈடுபட்டிருந்த ஆல்ஃப்ரட், டைனமைட்போல் இன்னும் நூற்றுக்கணக்கான பொருள்களைக் கண்டுபிடித்திருந்தார். அந்த உற்சாகம்தான், அவரைத் தொடர்ந்து அறிவியல் ஆராய்ச்சிகளில் ஈடுபடத் தூண்டியது.

ஒருபக்கம் தொழிற்சாலை, பிஸினஸ் பிரச்னைகள், இன்னொரு பக்கம் அறிவியல் பரிசோதனைகள், கண்டுபிடிப்புகள் என்று அலைக்கழிந்துகொண்டிருந்த ஆல்ஃப்ரட், இப்போதெல்லாம் ரொம்ப பிஸி. ஐம்பது வயதைத் தாண்டியபிறகும், ஓய்வில்லாமல் உலகம் சுற்றிவந்துகொண்டிருந்தார் அவர்.

1988ம் ஆண்டு ஏப்ரல் 13ம் தேதி, அவர் ஃப்ரான்ஸில் உள்ள தனது ஆராய்ச்சி சாலையில் இருந்தார். காலை எழுந்து எதேச்சையாகச் செய்தித் தாளைப் புரட்டியபோது, முதல் பக்கத்தில் அவருடைய பெயர் தென்பட்டது.

'அட' என்று ஆர்வத்தோடு வாசிக்கத் தொடங்கினார் ஆல்ஃப்ரட். மறுவிநாடி, அவருடைய முகம் அதிர்ச்சியில் விழுந்துவிட்டது.

காரணம், அது சாதாரணச் செய்தி அல்ல, அஞ்சலிக் கட்டுரை!

இது என்ன கலாட்டா? இறந்துபோனவர்களுக்குதானே அஞ்சலி செலுத்துவார்கள்? நான் நன்றாக உயிரோடுதானே இருக்கிறேன்? பிறகு ஏன் இப்படி ஓர் அஞ்சலிக் கட்டுரையை வெளியிட்டிருக்கிறார்கள்? ஆல்ஃப்ரடுக்குக் குழப்பம்.

உண்மையில், அன்றைக்கு ஆல்ஃப்ரடின் சகோதரர் லுட்விக் இறந்துபோயிருந்தார். இந்தத் தகவலைத் தவறாகப்

புரிந்துகொண்ட ஒரு ஃபிரெஞ்சுச் செய்தித்தாள், ஆல்ஃப்ரட்தான் மரணமடைந்துவிட்டதாக நினைத்து, ஓர் அஞ்சலிக் கட்டுரையை எழுதி வெளியிட்டுவிட்டது.

இந்த விஷயமெல்லாம், அப்போது ஆல்ஃப்ரடுக்குத் தெரியாது. ஆகவே, அந்தச் செய்தித்தாளைப் பார்த்துவிட்டுத் திகைத்துப்போய் உட்கார்ந்திருந்தார் அவர்.

எங்கேயோ, யாரோ செய்த தவறு. அதன்மூலம், உயிரோடு இருக்கும்போதே, தன்னுடைய அஞ்சலியை வாசிக்கிற அபூர்வமான வாய்ப்பு ஆல்ஃப்ரடுக்குக் கிடைத்தது. மிகுந்த ஆர்வத்தோடு அந்தக் கட்டுரையைத் தொடர்ந்து படித்தார் அவர்.

அந்தக் கட்டுரையின் தலைப்பே அவரைப் 'பளார்' என்று முகத்தில் அறைந்தது, 'மரண வியாபாரி.'

அதை வாசித்ததும், ஆல்ஃப்ரடுக்கு அதிர்ச்சி, 'நான் மரண வியாபாரியா? ஐயோ, ஏன் இப்படி எழுதியிருக்கிறார்கள்?'

தொடர்ந்து படித்தபோது, அவருக்கு விஷயம் புரிந்தது. ஆல்ஃப்ரடின் கண்டுபிடிப்பான டைனமைட், போர் ஆயுதங்களில் பயன்படுகிறது. அதன்மூலம் உலகமெங்கும் ஏராளமான மக்கள் இறந்துபோயிருக்கிறார்கள். அப்படியென்றால், அவர்களுடைய சாவுக்கெல்லாம், டைனமைட்டைத் தயாரித்த ஆல்ஃப்ரட்தானே பொறுப்பு? இந்தக் கண்ணோட்டத்தில் அவரை 'மரண வியாபாரி' என்று வர்ணித்திருந்தது அந்தக் கட்டுரை.

அதை வாசித்து முடித்தபோது, ஆல்ஃப்ரடுக்குக் கோபம் வரவில்லை. மாறாக, ஆழ்ந்த சிந்தனையில் மூழ்கிவிட்டார் அவர்.

நான் பெரிய அறிவியல் மேதையாக இருக்கலாம், நூற்றுக்கணக்கான விஷயங்களைக் கண்டுபிடித்திருக்கலாம், ஏகப்பட்ட பணம் சம்பாதித்திருக்கலாம், ஐந்து மொழிகள் பேசலாம், உலகைச் சுற்றிவரலாம், அரசியல், சமூகத் தலைவர்கள் மத்தியில் எனக்கு ஏகப்பட்ட செல்வாக்கு இருக்கலாம், ஆனால்

கடைசியில், உலகம் என்னை ஒரு மரண வியாபாரியாகதான் நினைக்கிறது.

நாளைக்கே நான் உண்மையிலேயே மரணமடைந்துவிட்டால், ஆல்ஃப்ரட் என்ற பெயர் மறைந்துவிடும், அவர் டைனமைட்டைக் கண்டுபிடித்தவர் என்கிற விஷயம்தான் பொதுமக்கள் மனத்தில் நிற்கும். 'ஜனங்களைக் கொத்துக்கொத்தாகக் கொலை செய்து, அதன்மூலம் நன்றாகச் சம்பாதித்தவன்' என்று எல்லோரும் என்மீது காறித் துப்புவார்கள்.

உண்மையில், ஆல்ஃப்ரட் போரை வெறுத்தார். அவர் டைனமைட்டைக் கண்டுபிடித்தது யாரையும் கொல்கிற நோக்கத்துடன் அல்ல. தன்னுடைய கண்டுபிடிப்புகள், மக்களுக்கு நல்லவிதமாகப் பயன்படவேண்டும் என்பதுதான் அவருடைய ஒரே ஆசை.

ஆனால், இந்த விஷயமெல்லாம் ஜனங்களுக்குத் தெரியாதே! அவராக இப்படிச் சொன்னாலும் யார் நம்புவார்கள்?

எப்படியாவது, தன்னுடைய இந்த அவப்பெயரைத் துடைத்தாக வேண்டும் என்று தீர்மானித்தார் ஆல்ஃப்ரட். என்ன செய்யலாம்?

ஒரு கோட்டைச் சின்னதாக்கவேண்டுமென்றால், அதன் பக்கத்தில், அதைவிடப் பெரிய கோடு ஒன்றை வரைய வேண்டும். அதேபோல், ஆல்ஃப்ரடின் கெட்ட பெயர் மறையவேண்டுமானால், அவர் வேறு ஒரு மிகப் பெரிய நல்ல விஷயத்தைச் செய்யவேண்டும், அப்போது மக்கள் டைனமைட் மரண வியாபாரியை மறந்துவிடுவார்கள், அவர் செய்த நல்லவைகளைமட்டும் நினைவில் வைத்திருப்பார்கள்.

இதுகுறித்து ஆழ்ந்து சிந்தித்தபிறகு, ஓர் உயில் எழுதினார் ஆல்ஃப்ரட், 'என்னுடைய சொத்து முழுவதையும் பயன்படுத்தி, ஓர் உயர்ந்த விருதை உருவாக்கவேண்டும். இந்த விருது, ஒவ்வொரு வருடமும் உலக அளவில் அறிவியல், மருத்துவம், இலக்கியம், அமைதிக்காகப் பாடுபடுகிறவர்களுக்கு வழங்கப்படவேண்டும்'

இதன்படி, ஆல்ஃப்ரட் மரணமடைந்தபிறகு, 'நோபல்' என்ற அவருடைய குடும்பப் பெயரில் ஒரு விருது உருவாக்கப்பட்டது.

இன்றுவரை, ஒவ்வோர் ஆண்டும் பல துறைகளைச் சேர்ந்த சாதனையாளர்களுக்கு வழங்கப்படும் பெருமைக்குரிய சர்வதேச விருதாகத் திகழ்கிறது 'நோபல் பரிசு'.

இன்றைக்கு, 'ஆல்ஃபரட் நோபல்' என்றதும், நமக்கு டைனமைட் ஞாபகத்துக்கு வருவதில்லை. நோபல் பரிசு என்கிற உன்னதமான விஷயத்தைதான் முதலில் நினைத்துக்கொள்கிறோம். ஆல்ஃபரட் நோபல் விரும்பியதுபோலவே, அவருடைய 'மரண வியாபாரி' பட்டம் கால ஓட்டத்தில் கரைந்து மறைந்துவிட்டது.

யோசித்துப்பாருங்கள், நமக்குப்பிறகு, உலகம் நம்மை எப்படி நினைவில் வைத்திருக்கப்போகிறது? நல்லவிதமாகவா, கெட்டவிதமாகவா?

ஒருவேளை 'கெட்டவிதமாக' என்றால், கவலைப்படவேண்டாம். ஆல்ஃப்ரட்போல் நாமும் நம்முடைய வாழ்க்கையை நல்லவிதமாக மாற்றி எழுதுவது சாத்தியம்தான், இப்போதே அதற்கான பணிகளைத் தொடங்கிவிடுங்கள்!

14. மயக்கமா, கலக்கமா

விரக்தியின் விளிம்பில் நின்றிருந்தார் அந்த இளைஞர்.

இதுவரை, எப்படியெல்லாமோ முட்டி மோதி எதிர்நீச்சல் போட்டுப் பார்த்தாகிவிட்டது. எந்தப் பலனும் இல்லை. இனிமேலும் தொடர்ந்து கையைக் காலை உதைத்துக் கொண்டிருந்தால், மிச்சமிருக்கும் ஆவியும் வீணாகதான் போகும்.

'ஊருக்குக் கிளம்பிவிடலாம்' வேதனையுடன் நினைத்துக் கொண்டார் அவர், 'இனிமேலும் காத்திருந்து பிரயோஜனம் இல்லை, இந்த சினிமாத்துறை நமக்குச் சரிப்படாது.'

அன்றைய தமிழ்த் திரைப்படப் பாடல்களில், கவியரசர் கண்ணதாசனின் ராஜாங்கம் நடந்துகொண்டிருந்தது. பெரிய பெரிய நட்சத்திரங்களில் தொடங்கி, நேற்று முன்தினம்தான் அரிதாரம் பூசிய புதுமுகங்கள்வரை எல்லோருடைய படங்களுக்கும் அவருடைய பாடல்கள் அழகு சேர்த்துக்கொண்டிருந்தன.

இப்படிப்பட்ட நிலைமையில்தான், அந்த இளைஞர் சென்னைக்கு வந்து சேர்ந்தார். திரைப்படங்களில் பாடல் எழுதவேண்டும் என்பது அவருடைய மிகப் பெரிய ஆசை, விருப்பம், கனவு, வெறி, எல்லாமே.

ஆனால், ஒரு மஹாராஜா ஆட்சி செய்யும் இடத்தில், குட்டி அரசர்களுக்கு இடம் இருக்குமா? திரையுலகம் அவரை வெவ்வேறு திசைகளுக்குத் துரத்தியது. ஆனாலும் உருப்படியான வாய்ப்புகள் எவையும் கிடைக்கவில்லை.

நீண்ட போராட்டத்துக்குப்பிறகு, அவருடைய உழைப்புக்குப் பலன் கிடைத்தது. ஒன்றிரண்டு படங்களில் பாடல் எழுத அழைக்கப்பட்டார் அவர்.

உடனே, இளைஞரான அந்தக் கவிஞருக்கு உற்சாகம் தாங்கவில்லை. தன்னுடைய திறமையையெல்லாம் பாடல் வரிகளில் வடித்துக் கொட்டினார். கேட்டவர்களெல்லாம் 'சபாஷ்' போட்டுப் பாராட்டினார்கள்.

ஆனால், என்ன பிரயோஜனம்? பாடல்கள் 'ஹிட்' ஆனாலும், அவற்றை எழுதியவர் இவர்தான் என்று யாருக்கும் தெரியவில்லையே!

இதனால், அவருக்கு அடுத்தடுத்த திரைப்பட வாய்ப்புகள் கிடைக்கவில்லை. மீண்டும் பழைய போராட்ட நிலைமைக்கே திரும்பிவிட்டார்.

கொஞ்சம் கொஞ்சமாக, கையிருப்பு கரைந்தது. மூன்று வேளை ஒழுங்கான சாப்பாட்டுக்குக்கூட வழியில்லாத அவல நிலைமை.

அப்போதுதான், அவருக்கு முதன்முறையாக ஒரு சந்தேகம் பிறந்தது, இனிமேலும், எனக்கு சினிமாவில் ஒரு நல்ல வாய்ப்புக் கிடைக்குமா? வளமான எதிர்காலம் பிறக்குமா?

ஒருவேளை, அந்த வாய்ப்பு கிடைக்காமலே போய்விட்டால்? நான் இந்தச் சென்னைப் பட்டணத்திலேயே போராடி ஓயவேண்டியதுதானா? வாழ்க்கைமுழுவதும் நடந்து நடந்தே என் கால்கள் தேய்ந்துவிடுமா? ஏமாற்றம், அவநம்பிக்கை, வேதனை எல்லாம் அவரைக் கூறுபோட்டுத் தின்றன.

அவருடைய நிலைமையைப் பார்த்து, சில நண்பர்கள் வருந்தினார்கள், 'உங்களுக்கு வேறொரு நல்ல வேலைக்கு ஏற்பாடு செய்யறோம்' என்றார்கள்.

ஆனால், அதையெல்லாம் ஏற்றுக்கொள்வதா? அல்லது, தொடர்ந்து சினிமாவிலேயே நல்லதொரு வாய்ப்புக்காகப் போராடுவதா? அவரால் நிச்சயமாகத் தீர்மானிக்கமுடியவில்லை.

என்னதான் திரையுலகம் அவரைச் சிவப்புக் கம்பளம் விரித்து வரவேற்காவிட்டாலும், அந்த இளைஞருக்குத் தன்னுடைய திறமைமீது முழு நம்பிக்கை இருந்தது. என்றேனும் ஒருநாள், தமிழர்களின் இதய கீதமாக என் பாடல்கள் உலா வரும் என்று உறுதியாக நம்பினார் அவர்.

அதனால்தான், அத்தனை பிரச்னைகளுக்கு நடுவிலும் அவர் மனம் சலிக்கவில்லை. திரும்பத் திரும்பப் படக் கம்பெனிகளின் படிகளில் ஓயாமல் ஏறி இறங்கிக்கொண்டிருந்தார்.

ஆனால், ஒற்றை இதயம், எத்தனை வலி தாங்கும்? எவ்வளவுதான் சிரமப்பட்டு முயன்றாலும், நிராகரிப்பே பதிலாகக் கிடைத்தால் அவரால் என்ன செய்யமுடியும்?

அப்போது அவருடன் பேசியவர்கள் எல்லோரும் சொல்லிவைத்தாற்போல் ஒரே ஒரு விஷயம்தான் சொன்னார்கள், 'கவிஞரே, கோவிச்சுக்காதீங்க, நீங்க திறமைசாலிதான், சந்தேகமில்லை, ஆனா, பிரபலமான இசையமைப்பாளர்கள்கிட்டே நீங்க பாட்டு எழுதணும், இல்லாட்டி உங்களை ஒரு பயலுக்குத் தெரியாது.'

உண்மைதான். ஆனால், விஸ்வநாதன் – ராமமூர்த்தி, கே. வி. மஹாதேவன் போன்ற புகழ் பெற்ற இசையமைப்பாளர்கள் எல்லோரும், கண்ணதாசன், மற்ற பெரிய கவிஞர்களைதானே பயன்படுத்துவார்கள்? என்னைப்போன்ற ஒரு சின்னப் பையனுக்கு வாய்ப்புத் தருவார்களா?

இதை நினைக்க நினைக்க, அவருக்குள் வேதனை பொங்கியது. எத்தனை திறமை இருந்து என்ன பயன்? அதையெல்லாம் பயன்படுத்தி முன்னேறுவதற்கு ஒரு வாசல் திறக்கவில்லையே!

ஒருகட்டத்தில், அவருக்குள் இருந்த நம்பிக்கையெல்லாம் வறண்டுவிட்டது. சினிமாவில் போராடியது போதும்,

இனிமேலாவது உருப்படியாக வேறு வேலையைப் பார்க்கப் போகலாம் என்று தீர்மானித்துவிட்டார்.

மதுரையில் அவருக்குத் தெரிந்த ஒருவர் அலுவலகத்தில் வேலை பார்த்துக்கொண்டிருந்தார். அவருக்கு விஷயத்தைச் சொல்லிக் கடிதம் எழுதினார்.

விரைவில் பதில் வந்தது, 'உங்களுக்கு ஒரு நல்ல வேலை கிடைக்க ஏற்பாடு செய்துவிட்டேன், உடனடியாகப் புறப்பட்டு வரவும்'

இந்தக் கடிதம் பார்த்ததும், அவருக்கு மகிழ்ச்சி பிறக்கவில்லை. மனத்துக்குள் ஏகப்பட்ட துக்கம் மண்டிக் கிடந்தது.

அவ்வளவுதான். நாடகம் முடிந்துவிட்டது, ஊருக்குக் கிளம்பவேண்டியதுதான்.

பாட்டு எழுதுகிறேன் பேர்வழி என்று பட்ட பாடுகளுக்கெல்லாம், ஒரு விடிவுகாலம் பிறக்கவில்லை. இனிமேல், எனக்கு சினிமா கிடையாது, பாடல்கள் கிடையாது, எதுவும் கிடையாது. என்னுடைய தமிழும், கவித்திறமையும் எனக்குள்ளேயே முடங்கிப்போகவேண்டியதுதான்.

வேதனையுடன் ஊருக்குக் கிளம்பிக்கொண்டிருந்தார் அவர். அப்போது, வாசல் கதவு தட்டப்பட்டது. திறந்து பார்த்தால், பாடகர் P.B. ஸ்ரீநிவாஸ் அங்கே நின்றிருந்தார்.

'என்னப்பா, சௌக்யமா?'

கவிஞர் தன்னுடைய வருத்தத்தை மறைத்துக்கொண்டு லேசாகப் புன்னகைத்தார். 'வாங்க, உட்காருங்க.'

இப்போது, அடுத்து என்ன பேசுவது? சினிமா முயற்சியைக் கைவிட்டு, ஊருக்குக் கிளம்பவிருக்கும் விஷயத்தை இவரிடம் சொல்லலாமா வேண்டாமா?

சிறிது நேரம் யோசித்தபிறகு, அதைச் சொல்லாமல் இருப்பதே நல்லது என்று தீர்மானித்தார் கவிஞர். பேச்சை மாற்றுவதற்காக, 'சமீபத்தில என்ன பாட்டுப் பாடினீங்க?' என்று விசாரித்தார்.

'சுமைதாங்கி-ங்கிற புதுப் படத்தில ஒரு பிரமாதமான பாட்டு'

என்றார் P.B. ஸ்ரீநிவாஸ், 'இப்போ அதைப் பாடிக் காட்டட்டுமா?'

கவிஞர் பாட்டுக் கேட்கும் மனோநிலையில் அப்போது இல்லை. ஆனாலும், இதன்மூலம் கொஞ்சம் மன ஆறுதல் பெறலாமே என்கிற எண்ணத்தில், மெல்லத் தலையாட்டினார்.

P.B. ஸ்ரீநிவாஸ் கண்களை மூடியபடி அனுபவித்துப் பாடத் தொடங்கினார், வார்த்தைகளுக்கு வலிக்காமல் வருடிவிடும் அவருடைய மென்மையான குரலில், அந்தப் பாடல் அற்புதமாக மிதந்து வந்தது.

மயக்கமா, கலக்கமா
மனதிலே குழப்பமா
வாழ்க்கையில் நடுக்கமா

வாழ்க்கை என்றால் ஆயிரம் இருக்கும்,
வாசல்தோறும் வேதனை இருக்கும்,
வந்த துன்பம் எதுவென்றாலும்
வாடி நின்றால் ஓடுவதில்லை!
எதையும் தாங்கும் இதயம் இருந்தால்,
இறுதி வரைக்கும் அமைதி இருக்கும்!

அவர் முழுக்கப் பாடி முடிப்பதற்குள்ளாகவே, அந்தப் பாடல் கவிஞருக்குள் ஏதேதோ செய்யத் தொடங்கியிருந்தது. அந்தப் பாட்டின் ஒவ்வொரு வரியும், ஒவ்வொரு வார்த்தையும், அவருக்காகவே எழுதப்பட்டதுபோல் தோன்றியது.

வாழ்க்கை என்றால், அது தடைகள் இல்லாத பூந்தோட்டமாகவா இருக்கும்? பிரச்னைகள், தோல்விகளுக்குப் பயந்து ஓடிவிட்டால், வெற்றி எப்படி கிடைக்கும்? துணிச்சலாக எதிர்த்து நின்று ஜெயித்தால்தானே நமக்குப் பெருமை?

கண்ணதாசனின் அற்புதமான அந்தப் பாடல், அன்றைக்கு அந்தப் புதுக் கவிஞரின் இதயத்தில் அளவற்ற நம்பிக்கையைக் குவித்தது. 'சோர்ந்துபோன என் சுவாசப்பையில் பிராண வாயுவை நிரப்பி, எனக்கு உயிர்ப் பிச்சை கொடுத்து, என்னைப் புது மனிதனாக்கியது' என்று பின்னர் அவரே தனது சுயசரிதையில் எழுதினார்.

சினிமா முயற்சியைக் கைவிட்டு மதுரை கிளம்பலாம் என்று நினைத்துக்கொண்டிருந்த அவர், 'மயக்கமா, கலக்கமா' எனும் அந்த ஒரே ஒரு பாடலைக் கேட்டபிறகு, அந்த எண்ணத்தைக் கைவிட்டார். எதுவானாலும் மோதிப் பார்த்துவிடலாம், பாதியில் திரும்பக்கூடாது, இறுதிவரை பயணம் செய்து ஜெயித்தே தீரவேண்டும்!

அன்றிலிருந்து, அந்தக் கவிஞரின் பாதையில் வெளிச்சம் பரவியது. விரைவில், அவர் எதிர்பார்த்த 'நல்ல' வாய்ப்புகள் தேடி வரத் தொடங்கின, கொஞ்சம் கொஞ்சமாக, தமிழின் முக்கிய நடிகர்கள், முன்னணி இசையமைப்பாளர்கள், பிரபல இயக்குனர்கள் எல்லோருக்கும் பாடல் எழுதத் தொடங்கிய அவர், ஆயிரக்கணக்கான அற்புதப் பாடல்களின்மூலம், தமிழ் இதயங்களில் நீங்காத இடம் பிடித்தார்.

'மயக்கமா, கலக்கமா' பாடலை, தனக்குக் கண்ணதாசன் செய்த கீதோபதேசம் என்று நெகிழ்ச்சியுடன் சொல்லும் அந்தக் கவிஞர், வாலி. பல தலைமுறைகள் கடந்தபிறகும்கூட, இளமையும் அழகும் துள்ளுகிற அவருடைய எழுத்து, இன்றைய சினிமாவிலும் தனக்குரிய இடத்தைப் பிடித்து நிற்கிறது!

'எந்தத் துறையிலும் முட்டி மோதி முயன்று முன்னுக்கு வரமுடியாமல் மனம் ஒடிந்தவர்கள், கண்ணதாசனின் இந்தப் பாடலை மந்திரம்போல் மனப்பாடம் செய்யுங்கள்' என்கிறார் கவிஞர் வாலி. அதன்பிறகு, மயக்கம், கலக்கம், குழப்பம் எதுவும் இருக்காது, தெளிவு, அமைதி, வெற்றிமட்டும்தான் நம் வாழ்வில்!

15. கனவுகள் தொடர்கதை

பதினேழு வயது இளைஞன் விளாடிமிர், அந்தச் சிறைக் கூடத்துக்கு வெளியே காத்திருந்தான்.

அவன் முகத்தில் ஏகப்பட்ட கவலைகள், குழப்பங்கள், கேள்விகள், நம்பிக்கைகள். மூடிக் கிடக்கும் அந்த வாசலையே ஏக்கத்துடன் திரும்பத் திரும்பப் பார்த்துக்கொண்டிருந்தான் அவன்.

அம்மா ஏன் இன்னும் திரும்பி வரவில்லை? அண்ணனைப் பார்க்க அம்மாவுக்கு அனுமதி கிடைத்ததா இல்லையா? போலீஸ்காரர்கள் அண்ணனை விடுவித்துவிடுவார்களா? அம்மாவும் அண்ணனும் ஒன்றாக வெளியே வருவார்களோ?

விளாடிமிரின் இதயத் துடிப்பு, அவனுக்கே தெளிவாகக் கேட்டுக்கொண்டிருக்கிறது. மிகுந்த பதற்றத்துடன் அம்மா மரியா, அண்ணன் அலெக்ஸாண்டர் இருவருக்காகவும் காத்திருந்தான் அவன்.

அண்ணா, உனக்கு என்ன ஆச்சு? ஏன் உன்னைப் பிடித்து ஜெயிலில் வைத்திருக்கிறார்கள்?

விளாடிமிருக்குக் காரணங்கள் முழுசாகப் புரியும் வயது இல்லை. கவலைப்படமட்டுமே அவனுக்குத் தெரிந்திருந்தது.

அலெக்ஸாண்டர் கைது செய்யப்பட்டிருக்கும் தகவல், முதலில் விளாடிமிருக்குதான் வந்து சேர்ந்தது. அந்தக் கடிதத்தைப் பிடித்துப் படித்ததும், அதிர்ச்சியில் அப்படியே உறைந்து நின்றுவிட்டான் அவன்.

'ஜார் மன்னரைக் கொலை செய்ய முயன்ற குற்றத்துக்காக, அலெக்ஸாண்டரைக் கைது செய்திருக்கிறோம்.'

நம்பமுடியாமல், அந்தக் கடிதத்தை மீண்டும் ஒருமுறை படித்தான் விளாடிமிர். என் அண்ணன் அலெக்ஸாண்டரா? அரசரைக் கொல்ல முயன்றானா? என்ன அநியாயம் இது?

சிறுவன் விளாடிமிர் கொண்டாட்டமாகத் துள்ளி விளையாடிக் குறும்புகள் செய்துகொண்டிருக்கும்போதுகூட, அலெக்ஸாண்டரிடம் ஒரு சத்தம் வராது. அவன் பாட்டுக்கு ஒரு மூலையில் உட்கார்ந்து யோசித்துக்கொண்டிருப்பான், இல்லாவிட்டால் ஏதேனும் ஒரு புத்தகத்தைப் பிரித்துவைத்து வாசித்துக்கொண்டிருப்பான்.

அண்ணனைப் பார்க்கும்போதெல்லாம் விளாடிமிருக்கு விநோதமாக இருக்கும், பெரியவர்கள் எல்லோருமே இப்படிதானா? ஜாலியாக விளையாடவேண்டும், அடுத்தவர்களை வம்புக்கு இழுத்து கலாட்டா செய்யவேண்டும் என்றெல்லாம் அவர்களுக்குத் தோன்றாதா?

ஏனோ, அலெக்ஸாண்டருக்குக் கொண்டாட்டம் பிடிக்கவில்லை. அவன் உண்டு, அவனுடைய வேலை உண்டு என்று கர்ம யோகியாக இருந்துவிட்டான்.

அப்படி என்னதான் செய்கிறான் அண்ணன்? விளாடிமிர் அலெக்ஸாண்டரைக் கூர்ந்து கவனிக்கத் தொடங்கினான்.

நாள்முழுக்கப் புத்தகங்கள், ஒன்றைப் படித்து முடித்ததும், அரை விநாடிகூட ரெஸ்ட் எடுக்காமல் இன்னொன்றைப் பிரித்துப் படிக்க ஆரம்பித்துவிடுகிறான்.

விளாடிமிருக்கும் புத்தகங்கள் என்றால் உயிர். ஆனால், அவனுக்குத் தெரிந்ததெல்லாம் பாடப் புத்தகங்கள்தான்.

எத்தனை குறும்பு செய்தாலும், பரீட்சை என்று வந்துவிட்டால், அவனை மிஞ்ச ஆள் கிடையாது.

ஆனால் அண்ணன் அலெக்ஸாண்டரின் படிப்பு ஆர்வம், பள்ளிப் பாடங்களுடன் நின்றுவிடவில்லை. தம்பி விளாடிமிருக்குச் சுத்தமாகப் பரிச்சயம் இல்லாத பல விஷயங்களைத் தேடிப் பிடித்துப் படிக்கிறான், அதுவும் ஓய்வில்லாமல் மணிக்கணக்காகப் படிக்கிறான், மூளையில் அத்தனை விஷயங்களை மொத்தமாக நிரப்பி வைத்துக்கொண்டால் பிதுங்கி வழிந்துவிடாதோ?

ஒருநாள், ஆர்வமாக அண்ணனின் புத்தகம் ஒன்றைப் பிரித்துப் பார்த்தான் விளாடிமிர். எழுத்துகள் தெரிகிறது, வார்த்தைகள் தெரிகிறது, ஆனால் அவற்றின்மூலம் என்ன சொல்லவருகிறார்கள்? அதுதான் புரியவில்லை.

அதன்பிறகு, விளாடிமிரால் குறுகுறுப்பைத் தாங்கிக்கொள்ள முடியவில்லை. அலெக்ஸாண்டரிடமே நேரடியாகக் கேட்டுவிட்டான், 'இதெல்லாம் என்ன புத்தகங்கள் அண்ணா? நீ ஏன் எந்நேரமும் இதையே வாசித்துக்கொண்டிருக்கிறாய்? இதையெல்லாம் படிப்பதால் நமக்கு என்ன பிரயோஜனம்?'

அலெக்ஸாண்டர் சிரித்தார், 'நீ தெரிந்துகொள்ளவேண்டியது இன்னும் நிறைய இருக்கிறது தம்பி.'

விளாடிமிர் கற்றுக்கொள்ளத் தயாராக இருந்தான். கொஞ்சம் கொஞ்சமாக, அவனுக்கு உலகத்தைச் சொல்லித்தரத் தொடங்கினார் அலெக்ஸாண்டர்.

அன்றைய ரஷ்யாவில், ஜார் வம்சத்தினரின் ஆட்சி நடைபெற்றுக்கொண்டிருந்தது. இந்தப் பொற்கால அரசாங்கத்தில் மன்னர், அவருடைய குடும்பத்தினர், அவர்களுக்கு நெருக்கமானவர்கள் என்று சிலர்மட்டும் நன்கு வசதியாக வாழ்ந்தார்கள்.

அப்படியானால் மற்றவர்கள்?

ஜார் மன்னர்கள், ரஷ்யப் பொதுமக்களை மனிதர்களாகக்கூட மதிக்கவில்லை. அவர்களைப் பொறுத்தவரை, ஜனங்கள்

எல்லோரும் விவசாயம் செய்கிற, வேலை செய்கிற இயந்திரங்கள், அவ்வளவுதான்.

இதனால், மக்களை நன்றாகக் கசக்கிப் பிழிந்தது ஜார் அரசாங்கம். அவர்களுடைய தனிப்பட்ட தேவைகள், விருப்பு, வெறுப்புகளையெல்லாம் கண்டுகொள்ளாமல், சாட்டையால் அடித்து வேலை வாங்கினார்கள், தேசத்தின் பெரும்பான்மை ஜனம், வறுமையின் பிடியில் சிக்கித் திணறியது.

ஆனால் அதைப்பற்றி ஜார் அரசர்கள் கவலைப்படவே இல்லை. அவர்கள் எப்போதும்போல் ஆடம்பர வாழ்க்கையில் திளைத்துக்கொண்டிருந்தார்கள்.

இதைப் பார்த்துப் பொங்கி எழுந்தவர்தான் அலெக்ஸாண்டர். தன்னுடைய தோழர்கள் பலருடன் இணைந்து, ஜார் அரசாங்கத்தை எப்படியாவது வீழ்த்தவேண்டும், மக்களுடைய ஆட்சி ஒன்றை அமைக்கவேண்டும் என்று கனவு கண்டார் அவர்.

இதையெல்லாம் அவர் தன்னுடைய தம்பி விளாடிமிரிடம் நேரடியாகச் சொல்லவில்லை. அதேசமயம், நாட்டின் நிலைமைபற்றி அவனுக்கு என்ன தெரியவேண்டுமோ அதைமட்டும் பொறுமையாகக் கற்றுக்கொடுத்தார்.

அதேசமயம், அலெக்ஸாண்டரும் அவரது தோழர்களும் ரகசியமாகப் பல திட்டங்களைத் தயார் செய்து கொண்டிருந்தார்கள். அவற்றில் ஒன்று, ஜார் மன்னரைக் கொலை செய்வது!

அவர்களுடைய இந்தக் கொலை முயற்சி, படுதோல்வி அடைந்தது. அலெக்ஸாண்டர் பிடிபட்டுச் சிறையில் அடைக்கப் பட்டுவிட்டார்.

இந்தச் செய்தி கேள்விப்பட்ட விளாடிமிர், அவருடைய தாய் மரியா இருவரும் அவசரமாக செயிண்ட் பீட்டர்ஸ்பெர்க் நகருக்கு ஓடினார்கள். பல நாள்கள் காத்திருந்தபிறகு, இப்போதுதான் மரியாவுக்குத் தன் மகன் அலெக்ஸாண்டரைச் சந்திக்க அனுமதி கிடைத்திருக்கிறது.

'எனக்கும் அண்ணனைப் பார்க்கவேண்டும், நானும் அம்மாவோடு போகிறேன்' என்று துடித்தான் விளாடிமிர். ஆனால், சிறைக்கூட அதிகாரிகள் அவனை உள்ளே அனுமதிக்க மறுத்துவிட்டார்கள்.

வேறு வழியில்லை. அம்மாவைமட்டும் அண்ணனைப் பார்க்க அனுப்பிவைத்துவிட்டு, வெளியே நகம் கடித்துக்கொண்டு காத்திருக்கிறான் விளாடிமிர்.

சிறிது நேரத்துக்குப்பிறகு, மரியாமட்டும் வெளியே வந்தார். அவருடைய நடையில் சோர்வு தெரிந்தது.

அவசரமாக அம்மாவிடம் ஓடினான் விளாடிமிர், 'என்ன ஆச்சு அம்மா? அண்ணன் என்ன சொன்னான்? அவனை எப்போது விடுதலை செய்வார்கள்?'

அவனுடைய ஆர்வக் கேள்விகளுக்குப் பொறுமையாக பதில் சொல்லும் சக்தி மரியாவுக்கு இல்லை. ஆகவே, 'ஒன்றும் பிரச்னையில்லை, சீக்கிரமே அண்ணன் நம்மைப் பார்க்க வந்துவிடுவான்' என்றுமட்டும் பொதுவாகச் சொல்லிவைத்தார்.

ஆனால், அவருடைய நம்பிக்கை பலிக்கவில்லை. ஜார் மன்னனை எதிர்த்துப் போராடி, அவரைக் கொலை செய்ய முயன்ற குற்றத்துக்காக, அலெக்ஸாண்டருக்குத் தூக்குத் தண்டனை விதிக்கப்பட்டுவிட்டது.

அலெக்ஸாண்டர் தூக்கில் இடப்பட்டபோது, விளாடிமிருக்கு வயது பதினெட்டு. ஏற்கெனவே தந்தையை இழந்திருந்த அவன், தனக்கு ஒரு ஞான குருவாக இருந்த அண்ணனையும் இப்போது பறிகொடுத்துவிட்டான்.

வேதனையைத் தாங்கமுடியாமல் தவித்துக்கொண்டிருந்த விளாடிமிர் கண்களில், அண்ணனின் புத்தகங்கள் பட்டன. உடனடியாக, அவருக்குள் ஒரு சின்ன நெகிழ்வு.

இந்தப் புத்தகங்கள்தானே, என் அண்ணனைத் தூக்குமேடைவரை கொண்டுசென்றன? இதில் அப்படி என்னதான் இருக்கிறது? இதைப் படித்து என் அண்ணன் என்ன புரிந்துகொண்டான்?

ரஷ்யாவில் அவன் என்ன மாற்றங்களைச் செய்ய விரும்பினான்? அந்த எண்ணம் ஏன் நிறைவேறாமலே போய்விட்டது? ஆர்வத்தோடு அண்ணனின் புத்தகங்களைப் படிக்க ஆரம்பித்தான் விளாடிமிர்.

முன்பு அவனுக்குப் புரியாத விஷயங்கள்கூட, இப்போது புரிபடத் தொடங்கின. முதலாளித்துவம், தொழிலாளர்களின் நிலைமை, சமூக ஏற்றத்தாழ்வுகள், சுரண்டல்கள், புரட்சி, ஒற்றுமை என்று பல விஷயங்கள் அவனுக்குள் அழுத்தமாகப் பதிவாகின.

அண்ணனின் இழப்பைத் தாங்கமுடியாமல் புத்தகங்களை வாசிக்கத் தொடங்கிய அந்த விளாடிமிர், பின்னாள்களில் அதே அண்ணனின் கனவை நிறைவேற்றினார். மக்கள் புரட்சியின்மூலம் ஜார் வம்சத்தினரின் ஆட்சியை நிரந்தரமாக அகற்றி, ஒரு மிகப் பிரம்மாண்டமான சோஷலிஸக் குடியரசை அமைத்த பெருமை, அவருக்கு உண்டு.

‘விளாடிமிர் இலியீச் உலியானவ்’ என்ற அந்த இளைஞரின் பிரபலமான பெயர் ‘லெனின்’!

தோழர் லெனின் உருவாக்கிய ரஷ்யா, சோவியத் யூனியன் கூட்டமைப்பு இன்றைக்கு இல்லை. என்றாலும், அவருடைய கொள்கைகள் உலகமெங்கும் முதலாளிகள் - தொழிலாளிகள் என்கிற வேறுபாட்டைக் களைந்து, சமதர்மச் சமுதாயத்தை உருவாக்க உதவிக்கொண்டிருக்கின்றன!

அலெக்ஸாண்டரின் கனவுகள், அவருடைய மரணத்துடன் முடிந்துவிடவில்லை. அவருக்குப்பிறகு தம்பி விளாடிமிர் லெனின் அதனைச் சாதித்து முடித்தார்.

நம்மால் நேசிக்கப்படுகிறவர்கள், மதிக்கப்படுகிறவர்களுக்கு நாம் செலுத்தவேண்டிய மிகப் பெரிய நன்றிக் கடன், அவர்களுடைய முடிவடையாத கனவுகளைத் தொடர்ந்து சென்று பூர்த்தி செய்வதுதான். அப்போது நமக்குக் கிடைக்கும் அந்த நிம்மதி உணர்வுக்கு, ஈடு, இணை கிடையாது!

16. பலூன்களைப் பிடியுங்கள்!

சபாபதிப் பிள்ளைக்கு அன்று கடுமையான ஜுரம்.

உடல் கொதிக்கிறது, எழுந்து உட்கார்ந்தால் தலை சுற்றுகிறது, மயக்கம் வருகிறது, வாயைத் திறந்தாலே வாந்தி வந்துவிடுமோ என்று பயம், அசையக்கூட முடியாமல் சோர்ந்து படுத்திருந்தார் அவர்.

ஆனால், சபாபதிப் பிள்ளை இப்படிப் படுத்துவிட்டால், வீட்டில் எப்படி அடுப்பு எரியும்? அவர் வெளியே சென்று பிரசங்கம் செய்து திரும்பினால்தானே நாலு காசு கிடைக்கும், எல்லோரும் அரைவேளைக் கஞ்சியாவது சாப்பிடலாம்?

சபாபதிப் பிள்ளைக்கு இதை நினைக்கும்போது மிகவும் வேதனையாக இருந்தது, அவர் ஒரு நாள் காய்ச்சல் என்று படுத்துவிட்டால், அவ்வளவுதான், அன்றைய வருமானம் போய்விடும்.

முத்தியாலுப்பேட்டையில் சோமு செட்டியார் என்று ஒரு பணக்காரர். அவருடைய வீட்டில்தான் ஒவ்வொரு வாரமும் ஆன்மீகப் பிரசங்கம் செய்துகொண்டிருந்தார் சபாபதிப் பிள்ளை.

செட்டியாருக்கு மிகவும் நல்ல மனது, சொற்பொழிவு ஆற்றுகிற சபாபதிக்குச் சன்மானம், கேட்க வருகிற மக்களுக்குப் பிரசாதம்

என்று ஒரு குறை வைக்கமாட்டார், அள்ளித் தருகிற வள்ளல்.

ஆனால் இன்றைக்கு, அந்த வள்ளலுக்குச் சேவை செய்யமுடியாத சூழ்நிலை. சபாபதிப் பிள்ளை ஜுரம் வந்து படுத்துவிட்டார்.

இந்த நிலைமையில், தன்னால் நிச்சயமாகப் பிரசங்கம் செய்யமுடியாது என்று வேதனையுடன் நினைத்துக்கொண்டார் சபாபதிப் பிள்ளை. வேறு வழியே இல்லை, இன்றைய சொற்பொழிவை இன்னொரு நாளைக்குத் தள்ளிவைக்க வேண்டியதுதான்.

ஆனால், சபாபதிப் பிள்ளைக்கு ஜுரம் வந்திருக்கிற விஷயம், சோமு செட்டியாருக்குத் தெரியாது. அவரும் மற்ற ஆன்மிக அன்பர்களும், சொற்பொழிவுக்காக அங்கே காத்திருப்பார்கள். அவர்களுக்குத் தகவல் சொல்லி அனுப்பவேண்டுமே!

சபாபதிப் பிள்ளை தன் தம்பியை அழைத்தார், 'ராமலிங்கம், ராமலிங்கம்'

பத்து வயதுச் சிறுவர் ராமலிங்கம் அண்ணன் எதிரில் வந்து நின்றார், 'அண்ணா, என்னை அழைத்தீர்களா?'

'ஆமாம் ராமலிங்கம், எனக்காக நீ ஒரு சின்ன வேலை செய்யவேண்டும்.'

'சொல்லுங்கள் அண்ணா.'

'உனக்கு சோமு செட்டியார் வீடு தெரியும்தானே?'

'தெரியும்' என்பதுபோல் தலையாட்டினார் தம்பி ராமலிங்கம்.

'அங்கே இன்றைக்கு நம்முடைய பிரசங்கம் ஏற்பாடாகியிருக்கிறது. மக்கள் காத்திருப்பார்கள். நீ அவர்களிடம் சென்று, எனக்கு ஜுரம் என்று செய்தியைச் சொல்லிவிட்டு வா' என்றார் சபாபதிப் பிள்ளை.

'இதோ, இப்போதே புறப்படுகிறேன் அண்ணா.'

உடனடியாக மாட்டு வண்டியில் கிளம்பினார் ராமலிங்கம். அவர் புறப்பட்டுப் போவதையே பார்த்தபடி மீண்டும் சோகத்தில் மூழ்கினார் சபாபதிப் பிள்ளை.

தம்பி ராமலிங்கத்தை நினைத்தாலே, சபாபதிக்குப் பாசம், அன்பைவிட, வேதனைதான் அதிகம். பத்து வயதாகியும், கொஞ்சம்கூட பொறுப்பு இல்லாமல் இருக்கிறானே, இந்தப் பையன் எப்படி உருப்படுவான்?

அன்றைய சென்னை நகரில், சபாபதிப் பிள்ளை ஓரளவு பிரபலமான ஆன்மிகச் சொற்பொழிவாளர். பல மகாவித்வான்களிடம் கல்வி கற்றுப் பல்வேறு விஷயங்களைத் தெரிந்துகொண்டு, அவற்றைச் சிறப்பாகப் பிரசங்கம் செய்துவந்தார்.

இதையெல்லாம், தன் தம்பி ராமலிங்கத்துக்குச் சொல்லித்தர வேண்டும் என்று அவருக்குக் கொள்ளை ஆசை. தன்னைப் போலவே ராமலிங்கமும் சிறந்த ஆன்மீகப் பிரசங்கியாகப் பெயர் வாங்கவேண்டும் என்று விரும்பினார் அவர்.

ஆனால், ராமலிங்கத்திடம் படிக்கும் ஆர்வம் துளிகூட இல்லை. சபாபதிப் பிள்ளை எதைச் சொல்லிக்கொடுத்தாலும், அவரிடம் சுரத்தே இருக்காது, ஏதோ கடமைக்குக் கேட்டுக்கொண்டிருப்பார். முகத்தில் கொஞ்சம்கூட உற்சாகம், சந்தோஷம் தெரியாது, எதையோ யோசித்தபடி உட்கார்ந்திருப்பார்.

அண்ணன் சொல்லும் பாடங்களை, நூல்களை ராமலிங்கம் ஒழுங்காகப் படிப்பதோ, மனப்பாடம் செய்வதோ கிடையாது. எந்நேரமும் கோவில்கள், திருவிழாக்களுக்குச் சென்று சாமி கும்பிடுவார், ஒழிந்த நேரத்தில் தன் மனத்துக்குத் தோன்றிய ஏதோ புத்தகங்களைப் படித்துக்கொண்டிருப்பார்.

எதிலும் ஓர் ஒழுங்கு இல்லாத ராமலிங்கம், எப்படி முன்னுக்கு வரமுடியும் என்று வேதனைப்பட்டார் சபாபதிப் பிள்ளை. தம்பியை வழிக்குக் கொண்டுவருவதற்காக, கடுமையாகத் திட்டிப் பார்த்தார், சாப்பாடு தராமல் பட்டினி போட்டுப் பார்த்தார், ம்ஹூம், எந்தப் பலனும் இல்லை.

ரொம்ப வற்புறுத்தியபிறகு, சபாபதிப் பிள்ளையின் பிரசங்கங்களில் அவருக்கு உதவியாகக் கையேடு வாசிக்கத் தொடங்கினார் ராமலிங்கம். மற்றபடி வேறு எந்தவிதத்திலும் அவரிடம் முன்னேற்றம் இல்லை.

ஆனால் ஒன்று, என்னதான் அண்ணன் பேச்சை மீறித் தன்போக்கில் செயல்பட்டாலும், சபாபதிப் பிள்ளையை எதிர்த்து ராமலிங்கம் ஒரு வார்த்தை பேசுவது கிடையாது. அண்ணன்மேல் அவருக்கு மிகவும் மரியாதை.

அதனால்தான், இன்றைக்கு அண்ணன் 'சோமு செட்டியார் வீட்டுக்குப் போ' என்று கட்டளையிட்டதும், சட்டென்று கிளம்பிவிட்டார் ராமலிங்கம். எந்தத் தாமதமும் இல்லாமல் நேராகச் செட்டியார் வீட்டுக்குச் சென்று இறங்கினார்.

அண்ணன் சொன்னதுபோலவே, அங்கு மக்கள் ஆவலோடு காத்திருந்தார்கள். மேடையில் ஓர் அழகிய நடராஜர் படம் வைக்கப்பட்டிருந்தது, அதற்குப் பிரமாதமான மாலை அலங்காரங்களெல்லாம் செய்திருந்தார்கள்.

நடராஜர் படத்துக்குமுன்னால், தேங்காய், கனிவகைகள், இவற்றோடு கூடவே, கற்கண்டு சாதம் பிரசாதமாக வைக்கப்பட்டிருந்தது.

ஆனால், சொற்பொழிவு நடந்தால்தானே பிரசாதம் கிடைக்கும்? மக்கள் ராமலிங்கத்தை விநோதமாகப் பார்த்தார்கள், 'யார் இந்தப் பையன்? சபாபதிப் பிள்ளை எங்கே?'

ராமலிங்கம் நேராகச் செட்டியார் முன் சென்றார், 'ஐயா, வணக்கம்'

'குழந்தாய், நீ யார்?'

'நான் இங்கே பிரசங்கம் செய்யும் திரு சபாபதிப் பிள்ளையின் தம்பி' என்றார் ராமலிங்கம், 'அண்ணனுக்கு இன்று உடல்நிலை சரியில்லை, ஆகவே பிரசங்கத்துக்கு வரமுடியாது என்று தங்களிடம் தகவல் தெரிவிக்கச் சொன்னார்.'

அவ்வளவுதான். சோமு செட்டியாரின் முகம் ஏமாற்றத்தில் விழுந்துவிட்டது, 'அடடா, இத்தனை மக்கள் ஆசையோடு காத்திருக்கிறார்களே, இப்போது நான் எப்படிப் பிரசங்கத்தை ரத்து செய்யமுடியும்?'

'செட்டியாரே, ஏன் அநாவசியமாகக் கவலைப்படுகிறீர்கள்?'

என்றார் ஒருவர், 'இந்த சபாபதிப் பிள்ளை இல்லாவிட்டால், இன்னொரு ஆன்மீகச் சொற்பொழிவாளர் உங்களுக்குக் கிடைக்கமாட்டாரா?'

'கிடைப்பார், ஆனால் அதற்கெல்லாம் ரொம்ப நேரமாகுமே, இப்படிக் கடைசி நேரத்தில் அவருக்கு ஜுரம் என்றால், நான் யாரைச் சென்று தேடுவேன்'

'இதோ, இந்தப் பையன் இருக்கிறானே, சபாபதிப் பிள்ளையின் தம்பிதானே? அவனைப் பிரசங்கம் செய்யச் சொல்லுங்களேன்.'

சோமு செட்டியார் ராமலிங்கத்தை ஆர்வத்தோடு பார்த்தார், 'தம்பி, உன் அண்ணனுக்குபதில் நீ இன்றைக்குப் பிரசங்கம் செய்வாயா?' என்று கெஞ்சலாகக் கேட்டார்.

'ஐயா, நான் சின்னஞ்சிறுவன், எனக்கு எதுவும் தெரியாது' என்றார் ராமலிங்கம்.

'நீ அப்படியெல்லாம் சொல்லக்கூடாது தம்பி, சபாபதிப் பிள்ளையிடம் எவ்வளவோ விஷயங்களைக் கேட்டுத் தெரிந்துகொண்டிருப்பாய், அதில் ஒரு சிலவற்றை எங்களுக்குச் சொன்னாலே போதும், பிரசங்கம் களைகட்டிவிடும்.'

இப்படி அவர் மிகவும் வற்புறுத்தியபிறகு, ராமலிங்கம் பேசச் சம்மதித்தார். மேடையேறி நடராஜர் சிலைக்கு மலர் சூட்டி வணங்கினார், கணீரென்ற குரலில் பேசத் தொடங்கினார்.

அதற்குமுன் எப்போதும், ராமலிங்கம் ஆன்மிகச் சொற்பொழிவாற்றியது கிடையாது. இப்போதுதான் முதன் முறையாக மக்கள் மத்தியில் பேசுகிறார்.

ஆனால், அந்தக் குறையே தெரியாதபடி, அவருடைய பேச்சு அற்புதமாக அமைந்திருந்தது. எளிய சொற்களில், பக்தியும் ஞானமும் தத்துவங்களும் பொங்கி வந்தன. அவர் பேசப் பேச, கூட்டம் மகுடிக்குக் கட்டுப்பட்ட பாம்பாகக் கேட்டுக்கொண்டிருந்தது.

இதனால், சில நிமிடங்கள்மட்டும் பேசுவதாக ஒப்புக்கொண்ட ராமலிங்கம், மடைதிறந்ததுபோல் அமுதத் தமிழைப்

பொழிந்தார். வழக்கமாக, பிரசாதத்துக்காகச் சொற்பொழிவுக்கு வருகிறவர்கள்கூட, இப்போது ஆன்மிகச் சுவையில் மூழ்கித் திளைத்தார்கள்.

விடிய விடிய, ராமலிங்கத்தின் பிரசங்கம் நடைபெற்றது. அதிகாலையில் அவர் பேசி முடித்தபோது, ‘இது சாதாரணப் பிள்ளை இல்லை, தெய்வப் பிறவி’ என்று எல்லோரும் போற்றினார்கள்.

வழக்கமாக சபாபதிப் பிள்ளைக்குக் கிடைக்கிற சன்மானம்போல், பலமடங்கு அன்றைக்குக் குவிந்தது. ராமலிங்கத்தை வணங்கி நன்றி சொன்ன சோமு செட்டியார், ‘இனிமேல் நீங்களே ஒவ்வொரு வாரமும் வந்திருந்து பேசவேண்டும்’ என்று கேட்டுக்கொண்டார்.

மறுநாள், ராமலிங்கத்தின் பெருமை சென்னை மாநகரம் முழுவதும் பரவியிருந்தது. அதுவரை தம்பியைச் சாதாரணமாக நினைத்துவந்த சபாபதிப் பிள்ளைகூட, இப்போது அவருடைய பேச்சைக் கேட்டு ஆனந்த அதிர்ச்சியில் ஆழ்ந்தார், பெருமையுணர்வில் மிதந்தார்.

அன்றைக்கு ஒரே சொற்பொழிவில், ஆன்மிக அன்பர்களின் நெஞ்சத்தில் இடம் பிடித்துவிட்ட ராமலிங்கம்தான், ‘அருட்பெரும் சோதி, தனிப்பெரும் கருணை’ என்று போற்றப்படும் வள்ளலார் பெருமான்! அவர் அருளிச்செய்த திருவருட்பாவும், எல்லா உயிர்களின்மீதும் அவர் செலுத்திய நேசமும், இன்றைய உலகின் வழிகாட்டிகளாகத் திகழ்கின்றன.

சோமு செட்டியார் வீட்டில் மேடையேறும்வரை, வள்ளலாரின் திறமையை யாரும் அடையாளம் காணவில்லை. தனக்குக் கிடைத்த அந்த முதல் வாய்ப்பைச் சிறப்பாகப் பயன்படுத்திக்கொண்டார் அவர், அதன்மூலம் உலகிற்கு ஓர் இணையற்ற கருணையாளர், சொல்வேந்தர், ஆன்மிகச் செம்மல் கிடைத்தார்!

பல சந்தர்ப்பங்களில், வாய்ப்புகள் நம் வீட்டுக் கதவைத் தட்டுவதில்லை, காற்றில் பலூன்போல மிதந்துவருகின்றன.

அவற்றை நாம் நிமிர்ந்து பார்க்காமல் அலட்சியமாக இருந்துவிட்டால், பலூன்கள் நமக்காகக் காத்திருக்காது, அப்படியே மிதந்து, வேறு எங்கேனும் சென்றுவிடும்.

ஆகவேதான், எந்நேரமும் தலைநிமிர்ந்து, கவனத்தோடு காத்திருப்பது அவசியமாகிறது. வாய்ப்பு பலூன்கள் தென்படும்போது, அவற்றை எகிறிப் பிடித்துக்கொண்டுவிட்டால், அப்படியே மிதந்து உயரே சென்றுவிடலாம், சிகரம் தொடலாம்!

17. என்னால் முடியும்

‘டொனால்ட், இதுதான் நம்முடைய புது வீடு’ என்றார் அம்மா.

அப்போது டொனால்டுக்கு வயது மூன்று. தங்களுடைய அந்தப் புதிய வீட்டை ஆவலுடன் சுற்றிப் பார்த்தான் அவன்.

வீடு மாறுகிறோம், பழைய நண்பர்களைப் பிரிகிறோம் என்றெல்லாம் அப்போது அவனுக்குப் புரியவில்லை. ஏதோ ஒரு புது இடத்துக்கு வந்திருக்கிறோம் எனச் சுற்றிலும் ஆவலாக வேடிக்கை பார்த்துக்கொண்டிருந்தான்.

டொனால்டின் குடும்பம் குடியேறியிருந்த ஊரின் பெயர், பௌரல். இங்கேதான் அவனுடைய அப்பா ஜார்ஜுக்கு ஒரு நல்ல வேலை கிடைத்திருந்தது.

தினமும் காலையில் அப்பா வேலைக்குக் கிளம்பிச் சென்றபிறகு, டொனால்ட் தனது சகோதர, சகோதரிகளுடன் ஜாலியாக விளையாடுவான். அவனுக்குப் பிடித்த விளையாட்டுகள், டென்னிஸ், மற்றும் கிரிக்கெட்.

ஜார்ஜ்கூட, பிரமாதமாகக் கிரிக்கெட் விளையாடுவார். ஆகவே, பௌரல் உள்ளூர்க் கிரிக்கெட் அணியிலும் அவருக்கு இடம் கிடைத்திருந்தது.

அப்பா கிரிக்கெட் விளையாடச் செல்லும்போதெல்லாம், சிறுவன் டொனால்டும் அவருடன் கிளம்பிவிடுவான், 'நானும் கிரிக்கெட் பார்க்க வர்றேன்ப்பா'

வீட்டில் கடைக்குட்டி டொனால்ட். ஆகவே, எல்லோருக்கும் அவன்மீது பிரியம் அதிகம்.

ஆகவே, மறுக்காமல் டொனால்டைத் தன்னுடன் கிரிக்கெட் மைதானத்துக்கு அழைத்துச் செல்வார் ஜார்ஜ். அப்பாவும் அவருடைய நண்பர்களும் கிரிக்கெட் விளையாட, டொனால்ட் மட்டும் ஓரமாக உட்கார்ந்து வேடிக்கை பார்த்துக் கொண்டிருப்பான்.

பையன் சும்மாதானே உட்கார்ந்திருக்கிறான் என்று பௌரல் கிரிக்கெட் அணியினர் அவனுக்கு ஒரு சின்ன வேலை கொடுத்தார்கள், 'ஒவ்வொருவரும் எத்தனை ரன் எடுக்கிறார்கள் என்று இந்தக் காகிதத்தில் குறித்து வை டொனால்ட்'

கரும்பு தின்னக் கூலியா? உற்சாகமாக அந்த வேலையை ஏற்றுக்கொண்டான் டொனால்ட். அதன்பிறகு பௌரல் அணி விளையாடும் பயிற்சி ஆட்டங்கள், போட்டிகள் எல்லாவற்றிலும் டொனால்ட்தான் ஆஸ்தான ஸ்கோரர்!

துறுதுறு வயதில், குழந்தை வெறுமனே காகிதத்தில் ஸ்கோர் எழுதிக்கொண்டு உட்கார்ந்திருக்குமா? அப்பாபோலவே தானும் கிரிக்கெட் விளையாடவேண்டும் என்று கனவு கண்டான் டொனால்ட்.

ஆனால், அத்தனை சின்னப் பையனை யார் ஆட்டத்தில் சேர்த்துக்கொள்வார்கள்? டொனால்ட் எங்கே சென்றாலும், சும்மா பந்து பொறுக்கிப் போடுகிற வாய்ப்புகூடக் கிடைக்கவில்லை.

டொனால்டுக்கு ஏமாற்றம். ஆனால் அப்போதும், அவன் நம்பிக்கை இழக்கவில்லை. எப்படியாவது நன்றாக கிரிக்கெட் விளையாடிப் பயிற்சி பெறவேண்டும் என்று உள்ளுக்குள் தீர்மானித்துக்கொண்டான் அவன்.

ஆனால், கிரிக்கெட் விளையாடுவதற்குக் குறைந்தபட்சம் இரண்டு பேர் வேண்டுமே. ஒருவர் பந்து வீசினால்தான் இன்னொருவர் அதை அடித்து விளையாடிப் பயிற்சி எடுக்கமுடியும்.

சின்னப் பையன் டொனால்டுக்கு, யார் பந்து வீசிப் பயிற்சி தருவார்கள்? யோசனையோடு வீட்டைச் சுற்றிவந்துகொண்டிருந்தான் அவன்.

அப்போதுதான், அவர்கள் வீட்டுக்கு வெளியே இருந்த ஒரு தண்ணீர்த் தொட்டி அவன் பார்வையில் பட்டது. அதைப் பார்த்ததும், சட்டென்று அவனுக்கு ஒரு யோசனை.

தண்ணீர்த் தொட்டி, வட்ட வடிவமானது. அதைத் தரையில் நிறுத்திவைக்காமல், சற்றே உயரத்தில் அமைத்திருந்தார்கள். அதற்குக் கீழே, செங்கற்களால் ஆன ஒரு பீடம்.

அந்தச் செங்கல் பீடம், கிட்டத்தட்ட டொனால்டின் உயரம்தான் இருந்தது. அதைத் தன்னுடைய 'பவுலிங்' பார்ட்னராகப் பயன்படுத்தலாமே என்று கணக்குப் போட்டான் அவன்.

அது எப்படி? செங்கல் பீடம், பந்து வீசுமா?

அங்கேதான் டொனால்டின் புத்திசாலித்தனம் வேலை செய்தது. ஒரு பந்தைச் செங்கல் பீடத்தின்மீது வீசுவது, அந்தப் பந்து அங்கே பட்டுத் திரும்பி வரும்போது, அதை ஒரு கிரிக்கெட் ஸ்டம்பால் அடித்துப் பயிற்சி செய்வது.

இப்படி அவன் ஸ்டம்பால் அடிக்கிற பந்து, மீண்டும் செங்கல் பீடத்தின்மீது படும், திரும்பி வரும், அதை டொனால்ட் மறுபடி அடிப்பான். இதுபோல், டொனால்டும் அந்தச் செங்கல் பீடமும் மணிக்கணக்காக கிரிக்கெட் விளையாடிக்கொண்டிருந்தார்கள்.

இதை வாசிக்கும்போது, நமக்குச் சாதாரணமாகத் தோன்றலாம். ஆனால், இந்தச் சிறிய உத்தியின்மூலம் அன்றைக்கு டொனால்ட் பெற்ற கிரிக்கெட் பயிற்சி அற்புதமானது, அங்கே அவன் கற்றுக்கொண்ட நுணுக்கங்களை, கோடிக்கணக்கில் கொட்டிக்கொடுத்தால்கூட, யாரும் அவனுக்குச் சொல்லித் தந்திருக்கமாட்டார்கள்.

முதலில், கிரிக்கெட் மட்டைக்குபதிலாக, சிறிய ஸ்டம்பைப் பயன்படுத்தினான் டொனால்ட். இதனால், பந்து எங்கே வருகிறது என்று கச்சிதமாகக் கவனித்து அடிக்கவேண்டும், இந்தக் கணக்கு கொஞ்சம் பிசகினாலும் பந்து தப்பித்துச் சென்றுவிடும்.

அடுத்தபடியாக, அந்தச் செங்கல் பீடம் வளைந்த வடிவத்தில் இருக்கிறது. ஆகவே, அதில் பந்து எங்கே பட்டு எப்படித் திரும்புமோ, யாருக்கும் தெரியாது.

அதுமட்டுமில்லை, டொனால்ட் பந்தை அடித்து, அது சுவரில் பட்டு, ஏதோ ஒரு கோணத்தில் திரும்பி வரும், அந்தச் சில விநாடிகளுக்குள் இத்தனை கணக்குகளையும் சரியாகப் போட்டுப் பார்த்து, கச்சிதமாகப் பந்தை அடிக்கவேண்டும்.

சில நாள்களுக்குள், இந்த நுட்பங்களையெல்லாம் நன்றாகப் பழகிக்கொண்டுவிட்டான் டொனால்ட். இப்படித் தன்னந்தனியாக மணிக்கணக்கில் விளையாடியதில் அவனுடைய கண், கை, மூளை மூன்றும் ஒரே வேகத்தில் இயங்கத் தொடங்கிவிட்டது. இனிமேல் யார் எப்படிப் பந்து வீசினாலும் தன்னால் சமாளிக்கமுடியும் என்கிற அளவுக்குத் தன்னம்பிக்கையை வளர்த்துக்கொண்டுவிட்டான்.

இப்படிப் பல நாள்கள் ‘தனி’க் கிரிக்கெட் விளையாடிப் பழகியபிறகு, டொனால்டின் திறமை நன்றாக வெளிப்பட ஆரம்பித்தது. எல்லோரும் அவனைத் தங்கள் அணியில் சேர்த்துக்கொள்ளத் துடித்தார்கள். சீக்கிரத்திலேயே, அக்கம்பக்கத்து கிரிக்கெட் போட்டிகளிலும், தன்னுடைய பள்ளி கிரிக்கெட் அணிக்காகவும் சிறப்பாக விளையாடத் தொடங்கினான் டொனால்ட்.

டொனால்டுக்குப் பதின்மூன்று வயதாகியிருந்தபோது, இங்கிலாந்து கிரிக்கெட் அணி ஆஸ்திரேலியாவுக்குச் சுற்றுப்பயணம் வந்திருந்தது. சிட்னியில் இந்த இரு அணிகளும் மோதிய டெஸ்ட் போட்டிக்கு, டொனால்டின் தந்தை அவனை அழைத்துச் சென்றார்.

அந்தக் கால கிரிக்கெட்டில் இங்கிலாந்தும் ஆஸ்திரேலியாவும்தான் சூப்பர் ஸ்டார்கள். நம்முடைய இந்தியா - பாகிஸ்தான்போல, 'நீயா, நானா' என்று ஆக்ரோஷமாக முட்டி மோதுவார்கள், இவர்களுடைய திறமையான போட்டியைப் பார்க்க ரசிகர் கூட்டம் குவியும்.

சிறுவன் டொனால்டுக்கு, ஒரு சர்வதேசக் கிரிக்கெட் போட்டியை நேரில் பார்க்கப்போகிறோமே என்கிற பரவசம். சிட்னி மைதானத்தின் ஒவ்வொரு மூலையையும் ரசித்துப் பார்த்தான் அவன். இத்தனை பிரமாதமான மைதானத்தில் கிரிக்கெட் விளையாடினால் எப்படி இருக்கும் என்று உள்ளுக்குள் நினைத்துப் பெருமிதப்பட்டான்.

அன்றைக்குதான், டொனால்ட் தன் மனத்துக்குள் ஓர் உறுதி எடுத்துக்கொண்டான், 'என்றாவது ஒருநாள், இதே சிட்னி மைதானத்தில் நான் கிரிக்கெட் விளையாடுவேன், அதுதான் என்னுடைய லட்சியம்'

நல்லவேளை, இந்த விஷயத்தை அவன் தனக்குள் சொல்லிக்கொண்டான். ஒருவேளை வாய்விட்டுச் சொல்லியிருந்தால், எல்லோரும் சிரித்திருப்பார்கள்.

பின்னே? இத்தனூண்டு பையன், ஏதோ பள்ளி கிரிக்கெட் போட்டிகளில், உள்ளூர் அணிகளில் முப்பது, நாற்பது, ஐம்பது என்று ரன்களுக்குத் திண்டாடிக்கொண்டிருக்கிறவன், சிட்னி மைதானத்தில் விளையாடுவது என்றால் சும்மாவா?

ஆஸ்திரேலியாவில் கிரிக்கெட் ஆர்வம் மிகவும் அதிகம். நம் ஊரைப்போலவே, ஒட்டுமொத்த தேசத்திலும் ஏராளமான இளைஞர்கள் அந்தந்த மாநில கிரிக்கெட் அணியில் இடம் கிடைக்காதா என்று ஏங்கிப் போராடிக்கொண்டிருந்தார்கள்.

இந்தச் சூழ்நிலையில், எங்கோ ஒரு சின்ன ஊரில் சுமாராக விளையாடிக்கொண்டிருக்கும் டொனால்டுக்கு, ஆஸ்திரேலிய அணியில் இடம் கிடைக்கச் சாத்தியமே இல்லை. ஏதாவது அதிசயம் நடந்தால்தான் உண்டு!

ஆனால், இதையெல்லாம் டொனால்ட் நினைத்துக் கவலைப்பட்டதாகத் தெரியவில்லை. அவனுடைய நோக்கம், ஆஸ்திரேலியாவுக்காகக் கிரிக்கெட் விளையாடுவது, அதுவும் சிட்னி மைதானத்தில் விளையாடுவது, அதைமட்டும் உள்ளுக்குள் வைத்துக்கொண்டு தொடர்ந்து உழைத்துக்கொண்டிருந்தான் அவன்.

பயிற்சி என்றால், சாதாரணப் பயிற்சி இல்லை. தினமும் பல மணி நேரப் பயிற்சி, வெவ்வேறு வேகங்களில், பலவிதமாகச் சுழல்கிற பந்துகள், விரைவாகத் திரும்பி வருகிற பந்துகள் எவற்றாலும் அவனைக் கட்டுப்படுத்த முடியவில்லை. இதனால், பள்ளிப் போட்டிகள், உள்ளூர்ப் போட்டிகள், மாநிலப் போட்டிகள் என்று படிப்படியாக முன்னேறினான் டொனால்ட்.

டொனால்ட் மட்டையைத் தூக்கிக்கொண்டு களத்தில் இறங்கிவிட்டான் என்றால், கடவுளால்கூட அவனை வீழ்த்தமுடியாது, நூறு, இருநூறு, முன்னூறு, நானூறு என்று சர்வ சாதாரணமாக ரன்களைக் குவித்தபிறகு, அவனாகப் பார்த்து அவுட் ஆனால்தான் உண்டு.

இப்படி ஓர் அசாதாரணமான திறமைசாலியைப்பற்றி, மக்கள் பேசாமல் இருப்பார்களா? கொஞ்சம் கொஞ்சமாக ஆஸ்திரேலிய விளையாட்டு ரசிகர்கள் மத்தியில் 'பௌரல் பையன்' என்ற செல்லப் பெயரில் பிரபலமானான் டொனால்ட்.

விரைவில், டொனால்டுக்கு ஆஸ்திரேலிய கிரிக்கெட் அணியில் விளையாடும் வாய்ப்புக் கிடைத்தது. அதன்பிறகு, அவனுடைய பயணத்தில் தடைகளே இல்லை!

அடுத்த சில ஆண்டுகள், உலகின் எந்த பவுலராலும், டொனால்டின் மட்டைவீச்சைக் கட்டுப்படுத்த முடியவில்லை, அதிவேகத்தில் ரன்களைக் குவித்து, சரித்திரத்தில் நிரந்தர இடம் பிடித்தார் அவர்!

டொனால்ட், இந்தத் தலைமுறை கிரிக்கெட் வீரர் கிடையாது. சுமார் எண்பது வருடங்களுக்குமுன்னால் விளையாடியவர், அவருக்குப்பிறகு, கிட்டத்தட்ட மூன்று தலைமுறை கிரிக்கெட் வீரர்கள் வந்து போய்விட்டார்கள்.

ஆனாலும், இன்றுகூட, உலகின் எந்த மூலையிலும் கிரிக்கெட் விளையாடுகிற யாருக்கும், சர் டொனால்ட் பிராட்மெனைத் தெரியாமல் இருக்காது. 'டான்' என்று செல்லமாக அழைக்கப்படுகிற பிராட்மென்போல், சர்வதேச கிரிக்கெட்டில் அழுத்தமான ஆதிக்கம் செலுத்தியவர்கள் அன்றும், இன்றும், என்றும் கிடையாது.

வெறும் 52 டெஸ்ட் போட்டிகளில் மட்டும் விளையாடிய பிராட்மென், கிட்டத்தட்ட ஏழாயிரம் ரன்களைக் குவித்திருக்கிறார். அவருடைய சராசரி ரன் விகிதம், 99.94.

அதாவது, அவர் ஒவ்வொருமுறை விளையாடச் சென்றபோதும் ஒரு செஞ்சுரி அடித்திருக்கிறார் பிராட்மென்! இந்த அற்புதச் சாதனையை இன்றும் சரி, இனி வருங்காலத்திலும் சரி, யாரும் கற்பனை செய்வதுகூடச் சிரமம்.

இத்தனை சாதனைகளும், ஒரு சாதாரண மனத்தின் உறுதியிலிருந்து பிறந்தவை என்பதுதான் அதிசயம். 'என்னால் முடியும்' என்று ஒரு மனம் உறுதியாக நினைத்துவிட்டால், அதற்காக உழைக்கத் துண்டிந்துவிட்டால், முடியாதது எதுவுமே இல்லை!

18. சொந்தக் கால் சொர்க்கம்

'குட் மார்னிங் மாஸ்டர் ரதன்.'

நேர்த்தியாக சல்யூட் வைத்த வெள்ளைக்கார டிரைவர் ரோல்ஸ் ராய்ஸ் காரின் கதவைத் திறந்துவிட்டார். ரதன் அதில் ஏறியதும், பணிவோடு குனிந்து வணங்கி மெல்லமாகக் கதவைச் சாத்தினார்.

ஆனால் காருக்குள் அமர்ந்திருந்த ரதன் முகத்தில் துளி சிரிப்போ, பெருமையோ இல்லை. சிடுசிடுவென்றுதான் உட்கார்ந்திருந்தான் அவன்.

கோபத்துக்குக் காரணம், தினமும் ரோல்ஸ் ராய்ஸ் காரில் பள்ளிக்குச் செல்கிற ஆடம்பரம் அவனுக்குக் கொஞ்சமும் பிடிக்கவில்லை. தன்னிடம் பணம் இருக்கிறது என்பதற்காக, அதனை இப்படி வெளிச்சம் போட்டுக் காட்டுவதை, கண்டபடி செலவு செய்வதை வெறுத்தான் அவன்.

அன்றைய இந்தியாவின் மிகப் பெரிய பணக்காரர்களைப் பட்டியல் போட்டால், அதில் ரதனின் குடும்பத்துக்கு முக்கிய இடம் உண்டு. அவனுடைய தந்தை, தாய் தொடங்கி நெருங்கிய, தூரத்து உறவுக்காரர்களெல்லாம்கூட, பணத்துடன் பிறந்து, செல்வத்தில் திளைக்கிறவர்கள்தான்.

பொதுவாக, பணக்காரக் குடும்பத்தில் பிறக்கும் ஒரு குழந்தை, பணக்காரனாகதான் வளரும். அப்பா, அம்மா அதன்மீது பாசத்தைக் கொட்டுகிறார்களோ இல்லையோ, பணத்தை வாரி இறைப்பார்கள், அந்தக் குழந்தை எது கேட்டாலும் உடனே கிடைத்துவிடும், எதையும் கேட்காவிட்டால்கூட, இவர்களாகவே எல்லாவற்றையும் வாங்கித் தந்துவிடுவார்கள்.

இதனால், மிகச் சிறிய வயதிலேயே அந்தக் குழந்தைக்குத் தான் மற்றவர்களைவிட ஒரு படி மேலே என்பது புரிந்துவிடும். அதன்பிறகு, கர்வம், திமிர், இன்னபிற ‘பணக்கார’ அம்சங்கள் எல்லாம் தானாக வந்துவிடும்.

ஆனால், இந்தப் பொது விதிக்குப் பொருந்தாத அபூர்வக் குழந்தை ரதன். பணக்காரனாகப் பிறந்து வளர்ந்தபோதும், அவனுக்கு ஏனோ, பணத்தின்மீது அதீத ஆசை இல்லை. அடிப்படை வசதிகள் இருந்தால் போதும், அதற்குமேல் ஆடம்பரமெல்லாம் அநாவசியம் என்று நினைக்கத் தொடங்கிவிட்டான்.

காரணம், ரதன் வீட்டில் பணம் ஏராளமாக இருந்தது. ஆனால் பாசம்?

ரதனுக்கு ஏழு வயதாகியிருந்தபோது, அவனுடைய அம்மாவும் அப்பாவும் பிரிந்துவிட்டார்கள். அதன்பிறகு, பாட்டி நவஜ்பாய்தான் அவனைக் கவனித்துக்கொண்டார்.

பாட்டியிடம் அன்புக்குக் குறைச்சலே இல்லை, ரதன்மீது பாசத்தைப் பொழிந்து வளர்த்தார் அவர்.

ஆனால், தன்னுடைய அப்பா, அம்மா பிரிந்து வாழ்கிறார்கள் என்கிற உண்மையை, அந்த ஏழு வயதுப் பிஞ்சு மனத்தால் பொறுத்துக்கொள்ளமுடியவில்லை. மற்ற எல்லா வீடுகளிலும் வளர்கிற குழந்தைகளுக்குப் பெற்றோரின் அரவணைப்பு முழுசாகக் கிடைக்கிறது. தனக்கும் தன்னுடைய தம்பிக்கும்மட்டும் அது இல்லையே என்று ஏங்கினான் ரதன்.

பாட்டியோ, மற்ற உறவினர்களோ, ரதன் எதைக் கேட்டாலும் வாங்கித் தருவார்கள், ஆனால், மிகச் சிறிய வயதிலிருந்தே, அவனுக்கு இதிலெல்லாம் விருப்பம்

குறைந்துவிட்டது. சொல்லப்போனால், அப்போதே அநாவசிய ஆடம்பரங்களையெல்லாம் அவன் முற்றிலுமாக வெறுக்கத் தொடங்கிவிட்டான்.

பணக்காரக் குடும்பத்தில் பிறந்த பிள்ளை, இப்படியெல்லாம் சொன்னால் யார் நம்புவார்கள்? பையன் ஏதோ புரியாமல் பேசுகிறான் என்று எப்போதும்போல் அவனைச் செல்வத்தில் குளிப்பாட்டிக்கொண்டிருந்தார்கள்.

இதனால், ரதன் ஒரு மாற்றத்துக்கு ஏங்கினான். ஒரு மகா பணக்காரக் குடும்பத்தின் வாரிசாக இல்லாமல், எல்லோரையும் போல் சாதாரணமாக, எளிமையாக வாழ்வதற்கு விரும்பினான் அவன்.

ரதனின் இந்த விருப்பம், அடுத்த பல ஆண்டுகளுக்கு நிறைவேறவில்லை. அவன் பள்ளிப் படிப்பை முடித்துக் கல்லூரியில் சேர்ந்தபோதுதான், ‘சாதாரண’மாக வாழ்வதற்கான ஒரு வாய்ப்பு அவனுக்குக் கிடைத்தது.

காரணம், ரதன் படிக்கச் சேர்ந்த கல்லூரி, இந்தியாவில் இல்லை. கட்டுமானத்துறை மேற்படிப்புக்காக, அவர் அமெரிக்காவின் கலிஃபோர்னியா மாநிலத்தில் தங்கிப் படிக்கவேண்டியிருந்தது.

இப்போதெல்லாம், யார் வேண்டுமானாலும் நினைத்த நேரத்தில் வெளிநாடு கிளம்பிச் சென்றுவிடலாம். ஆனால் அன்றைய இந்தியாவில், அதற்கு ஏகப்பட்ட கட்டுப்பாடுகள் இருந்தன.

குறிப்பாக, வெளிநாடு செல்கிறவர்கள் கையில் மிகக் குறைந்த அளவு பணம்தான் கொண்டுசெல்லமுடியும். அந்தச் சொற்ப தொகைக்குள் அவர்கள் தங்களுடைய செலவுகளையெல்லாம் முடித்துக்கொள்ளவேண்டும். போதாவிட்டால், அங்கேயே ஏதாவது வேலை செய்து சம்பாதித்துக்கொள்ளவேண்டியது தான்.

இந்த விஷயத்தைக் கேட்டதும், ‘ஆஹா’ என்று குஷியாகிவிட்டார் ரதன். இனிமேல், அவருடைய பணக்காரக் குடும்பத்தின் நிழல் அவர்மீது விழாது. எல்லோரையும்போல் அளவாகச் செலவு செய்து, எளிமையாக வாழத் தயாராகிவிட்டார் அவர்.

ரதனை அமெரிக்காவுக்கு அனுப்பிய அவருடைய குடும்பம், 'பையன் பாவம், அங்கே என்னவெல்லாம் கஷ்டப்படுகிறானோ!' என்று கவலையில் இருந்தது. ஆனால் உண்மையில், ரதன் இதுவரை அனுபவிக்காத ஒரு சந்தோஷ வாழ்க்கையில் திளைத்துக்கொண்டிருந்தார்.

இந்தியாவிலிருந்து ரதன் கொண்டுவந்த பணம், அவருடைய அடிப்படைச் செலவுகளுக்குக்கூடப் போதவில்லை. ஆகவே, கல்லூரிக்குச் சென்று வந்தபிறகு, ஓய்வு நேரத்தில் வெவ்வேறு வேலைகளைச் செய்து பணம் சம்பாதித்துக்கொண்டிருந்தார் அவர்.

அதுவும், வழக்கமான பணக்கார வீட்டுப் பையன்களைப்போல, நான் இந்த வேலைதான் பார்ப்பேன் என்றெல்லாம் அவர் அலட்டவில்லை. கௌரவமாக உழைத்துச் சம்பாதிப்பதற்கு, எந்த வேலையும் கேவலம் இல்லை என்று நினைத்த ரதன், ஹோட்டல்களில் எச்சில் தட்டு கழுவக்கூடத் தயாராக இருந்தார்.

இப்படிக் கஷ்டப்பட்டுச் சம்பாதித்த பணத்தைப் பார்த்துப் பார்த்துச் செலவு செய்கிறபோது ரதன் அடைந்த மகிழ்ச்சிக்கு ஈடு, இணையே கிடையாது. தன்னுடைய பழைய ஆடம்பர வாழ்க்கையை மறந்து, இனிமேல் இப்படிதான் சொந்தக் காலில் நிற்கவேண்டும் என்று மனத்துக்குள் அழுத்தமாக எழுதிக்கொண்டுவிட்டார் அவர்.

ஆனால், ரதன் தனது கல்லூரிப் படிப்பை முடித்தபிறகு, மீண்டும் இந்தியாவுக்குத்தானே திரும்பிச் செல்லவேண்டும், அத்தனை பெரிய பணக்கார வீட்டின் வாரிசு, அங்கே இப்படி மாதச் சம்பளத்துக்கு வேலை செய்தால், யார் ஒப்புக்கொள்வார்கள்?

அந்த வம்பே வேண்டாம் என்று முடிவு செய்தார் ரதன். நான் இந்தியாவுக்குத் திரும்பிச் செல்லப்போவதில்லை, அங்கே செல்வந்தனாக இருப்பதைவிட, இங்கே ஒரு சாதாரணக் குடிமகனாக வேலை செய்து சம்பாதித்து வாழ்வது எனக்குப் பிடித்திருக்கிறது.

கொஞ்சம் கொஞ்சமாக, அமெரிக்கக் கலாசாரத்துக்குப் பழகிக்கொண்டார் ரதன். கல்லூரிப் படிப்பை முடித்தவுடன், அவருக்கு அங்கேயே ஒரு பெரிய நிறுவனத்தில் நல்ல வேலையும் கிடைத்துவிட்டது.

அவ்வளவுதான், என்னுடைய வாழ்க்கை செட்டிலாகிவிட்டது என்று ரதன் நிம்மதியடைந்தபோது, இந்தியாவிலிருந்து ஒரு தகவல் வந்தது, 'ரதன், பாட்டி நவஜ்பாய்க்கு உடல்நிலை சரியில்லை, உன்னைப் பார்க்கவேண்டும் என்று மிகவும் விரும்புகிறார்.'

தன்னை வளர்த்த பாட்டியின்மீது ரதனுக்குப் பாசம் அதிகம். சின்ன வயதிலிருந்தே, அவர்மேல் வெறும் அன்பைமட்டும் காட்டாமல், அக்கறையோடு பல நல்ல பழக்க வழக்கங்களையும் சொல்லித்தந்து வளர்த்திருந்தார் பாட்டி நவஜ்பாய்.

ஆகவே, அவருக்கு உடல்நிலை சரியில்லை என்றதும், ரதன் பதறிப்போய்விட்டார். உடனடியாக இந்தியாவுக்கு ஓடினார்.

நல்லவேளையாக, ரதனைப் பார்த்ததும் பாட்டிக்கு உடம்பு குணமாகிவிட்டது. அவர் கையைப் பிடித்துக்கொண்டு, 'ரதன், நீ மறுபடி அமெரிக்காவுக்குப் போகத்தான் வேண்டுமா?' என்று கேட்டார் நவஜ்பாய்.

ரதனுக்கும் அவரைப் பிரிந்து செல்ல மனம் இல்லை. ஆனால், இனிமேல் தன்னுடைய வாழ்க்கை அமெரிக்காவில்தான் என்று அவர் உறுதியாக முடிவெடுத்திருந்தார்.

ஆகவே, பாட்டியின் கெஞ்சல், கொஞ்சலால் அவரைக் கட்டுப்படுத்தமுடியவில்லை. சில வாரங்களுக்குப்பிறகு மீண்டும் இந்தியாவிலிருந்து கிளம்பிவிட்டார் அவர்.

அமெரிக்கா வந்தபிறகுதான், இந்தியாவில் அவர் அனுபவித்த ஆடம்பர நெடி கொஞ்சம் குறைந்தது. மீண்டும் சுதந்தரக் காற்றைச் சுவாசிக்க ஆரம்பித்தார் ரதன்.

ஆனால் விரைவில், மறுபடியும் பாட்டி நவஜ்பாய் மருத்துவ மனையில் சேர்க்கப்பட்டார். இந்த விஷயம் கேள்விப்பட்ட ரதன், அவசரமாக இந்தியா திரும்பினார்.

இந்தமுறையும், பாட்டி பிழைத்துவிட்டார். ஆனால், அவர் அதிக நாள் உயிர் வாழப்போவதில்லை என்று ரதனுக்குப் புரிந்துவிட்டது. பாட்டிக்காக, நிரந்தரமாக இந்தியாவுக்கே திரும்பிவிடலாம் என்று முடிவெடுத்தார்.

ஆனால் அதேசமயம், தான் ஒரு பணக்காரனாகக் கால் மேல் கால் போட்டுக்கொண்டு சுகஜீவனம் செய்யமுடியாது என்பதிலும் அவர் உறுதியாக இருந்தார். ஆகவே, தன்னுடைய குடும்பத்துடன் தொடர்புடைய ஒரு நிறுவனத்தில், சாதாரண வேலை ஒன்றில் சேர்ந்தார்.

திறமையுள்ள ஒருவரை, அதே இடத்தில் யாரால் கட்டிப்போட முடியும்? தொழிலாளர்களோடு தொழிலாளியாக யூனிஃபார்ம் அணிந்து வேலை கற்றுக்கொண்ட ரதன், தனது திறமையினால் படிப்படியாக வளர்ந்து, அதே நிறுவனத்தின் மேலாளர்களில் ஒருவராக உயர்ந்தார்.

அதன்பிறகு நடந்ததுதான் இன்னும் அதிசயம். ஒருகாலத்தில் அவர் 'வேண்டாம்' என்று மறுத்த குடும்ப கௌரவம், இப்போது அவருடைய திறமையை மதித்து அவரிடமே வந்து சேர்ந்தது. தனது குடும்பத்தைச் சேர்ந்த பல நிறுவனங்களின் தலைமைப் பொறுப்பை ஏற்றுப் பணியாற்றத் தொடங்கினார் அவர்.

ஆரம்பத்தில், ரதனுக்குப் பிரமாதமான வெற்றிகள் எவையும் கிடைத்துவிடவில்லை. சொல்லப்போனால் அவர் கை வைத்த நிறுவனங்கள் எல்லாம் தொடர்ந்து தோல்விகளைதான் சந்தித்துக்கொண்டிருந்தன.

இன்னொருவராக இருந்தால், 'போதும்ப்பா இந்த விளையாட்டு' என்று விலகியிருப்பார்கள். ஆனால் ரதன், வெறும் பணக்காரக் குடும்பத்தின் வாரிசாகத் தலைமைப் பொறுப்புக்கு வந்தவர் இல்லை, முழுக்க முழுக்கத் தன்னுடைய திறமை, தகுதியின் அடிப்படையில் தலைவராக ஆனவர்.

ஆகவே, தோல்விகளைப்பற்றிக் கவலைப்படாமல், நம்பிக்கை, முழு வேகத்துடன் தொடர்ந்து உழைத்தார் ரதன். அதன்பிறகு, சிறிய, பெரிய, மிகப் பெரிய வெற்றிகள் ஒவ்வொன்றாக அவரைத் தேடி வரத் தொடங்கின.

இன்றைக்கு, இந்தியாவின் மிகப் பெரிய தொழில் குழுமமான 'டாடா'வின் தலைவராகச் செயல்பட்டுவருகிறார் ரதன் டாடா. நாட்டின் மிகச் சிறந்த பிஸினஸ் தலைவர்களில் ஒருவராகப் போற்றப்படுகிறார் இந்த 71 வயது இளைஞர்!

சின்ன வயதில், ரோல்ஸ் ராய்ஸ் காரின் ஆடம்பரத்தைப் பார்த்து முகம் சுளித்த ரதன் டாடா, இப்போது கோடிக்கணக்கில் சம்பாதிக்கிற பல்வேறு நிறுவனங்களின் தலைவர். என்றாலும், மிக எளிமையாகவே தனது 'பிரம்மச்சாரி' வாழ்க்கையைத் தொடர்கிறார் அவர்.

இந்த உலகத்தில், பணம் அவசியம்தான். ஆனால் அதற்காக, அது ஒன்றே இலக்காக, நாம் வெறுமனே காசு சம்பாதிக்கும் இயந்திரங்களாக வாழவேண்டியதில்லை, பணத்தைவிட முக்கியமான விஷயங்கள் எத்தனையோ இருக்கின்றன. அவற்றைப் புரிந்துகொண்டுவிட்டால், வாழ்க்கை சுவாரஸ்யமாகிவிடுகிறது, அர்த்தம் நிறைந்ததாகிவிடுகிறது!

19. அணையா நெருப்பு

ரயில் கிளம்பிவிட்டது.

ஜோ சலிப்பாகச் சாய்ந்து உட்கார்ந்தார். இன்னும் இரண்டரை மணி நேரத்துக்கு ஒரு வேலையும் கிடையாது, ஜன்னல் வழியே வேடிக்கை பார்த்துக்கொண்டு சும்மா உட்கார்ந்திருக்கவேண்டியதுதான்.

எதையும் செய்யாமல் வெறுமனே இருப்பது ஜோவுக்குப் பிடிக்காத விஷயம். எந்நேரமும் பேசிக்கொண்டு, படித்துக்கொண்டு, எழுதிக்கொண்டு இருக்கிற சுறுசுறுப்புத் திலகம் அவர்.

எழுதுவது என்றால், சும்மா பொழுதுபோக்குதான். இதுவரை ஏகப்பட்ட கதைகளை ஜாலியாக எழுதிக் குவித்திருந்தாலும், எதையும் பத்திரிகைகளுக்கு அனுப்பியது கிடையாது. ஏதோ ஓர் இனம் புரியாத தயக்கம், பயம்.

சிறுவயதுமுதல், ஜோவுக்குக் கதை கேட்கிற ஆர்வம் அதிகம். ஏ, பி, சி, டி என்று எழுத்துக் கூட்டிப் படிக்கத் தொடங்கிய காலத்திலேயே, அவர் விதவிதமான குழந்தைக் கதைகளைத் தேடிப் பிடித்து வாசிக்க ஆரம்பித்துவிட்டார்.

கற்பனைக் கதைகளின் உலகத்தில் வாழ்வது, ஜோவுக்கு மிகவும் பரவசமாக இருந்தது. அதேபோன்ற கதைகளைத் தானும் உருவாக்கவேண்டும் என்று ஆசைப்பட்டார்.

இதற்கு வசதியாக, அவருக்கு ஒரு குட்டித் தங்கை கிடைத்தாள். தங்கச்சிக்கு தினமும் புதுப்புது கதைகளைக் கற்பனை செய்து சொல்லத் தொடங்கினார்.

ஜோ சொல்லும் கதைகளில், மனிதர்களைவிட, விலங்குகளும், விநோத ஜீவராசிகளும்தான் அதிகம் தென்பட்டார்கள். பலவிதமான கதாபாத்திரங்களை மையமாக வைத்துச் சுவாரஸ்யமான கற்பனைகள், திருப்பங்களுடன் தனது கதைகளை அமைத்தார் அவர்.

இப்படிக் கதை சொல்லிப் பழகிய அவருக்கு, அவற்றைக் காகிதத்தில் எழுதிப் பார்க்கவும் ஆசை தோன்றியது. ஆறு வயதுக்குள், தன்னுடைய முதல் கதையை எழுதி முடித்துவிட்டார் ஜோ. அதன்பிறகு, ஜோவின் படிப்பு, எழுத்து ஆர்வம் பலமடங்கு பெருகிவிட்டது. பள்ளிப் பாடங்களைவிட, இந்தப் பொழுதுபோக்குக்காக அவர் செலவிட்ட நேரம்தான் அதிகம்.

பத்து வயதுக்குள், ஜோ ஓர் உறுதியான முடிவுக்கு வந்துவிட்டார், வளர்ந்து பெரியவளானதும், நான் ஓர் எழுத்தாளராகப் போகிறேன்!

இதென்ன கலாட்டா? நான் பெரிய டாக்டர் ஆவேன், எஞ்சினியர் ஆவேன், வக்கீல் ஆவேன், விண்வெளி ஆராய்ச்சியாளர் ஆவேன் என்றெல்லாம் சொன்னால் பெருமை, 'நான் எழுத்தாளர் ஆவேன்' என்றால், அடுத்தவர்கள் சிரிக்கமாட்டார்களோ?

அதனால்தான், ஜோ தன்னுடைய ஆசையை யாரிடமும் சொல்லவில்லை. எழுத்தாளர் ஆகும் விருப்பத்தைத் தனக்குள்ளேயே மறைத்தபடி, தொடர்ந்து எப்போதும்போல் படித்துக்கொண்டும் எழுதிக்கொண்டும் இருந்தார்.

ஜோ பள்ளிப் படிப்பை முடித்ததும், அவர் கல்லூரியில் சேர்கிற நேரம். 'நீ என்ன படிக்க விரும்புகிறாய் ஜோ?' என்று எல்லோரும் அவரிடம் கேட்டார்கள். புத்தகப் புழுவான ஜோ-வுக்கு, வேறு என்ன பிடிக்கும்? இலக்கியம்தான்!

ஆனால், நான் இலக்கியம் படிக்கப்போகிறேன் என்று சொன்னால், மற்றவர்கள் கேலி செய்வார்களோ என அவருக்குக்

கூச்சமாக இருந்தது. ஆகவே, இந்த ஆசையையும் தனக்குள் பூட்டிக்கொண்டுவிட்டார்.

கடைசியில், ஜோவின் பெற்றோர்தான் அவர் அடுத்து என்ன படிக்கவேண்டும் என்று தீர்மானித்தார்கள். சமர்த்தாகக் கல்லூரிக்குச் சென்று அவர்கள் சொன்ன பாடங்களை வாசிக்கத் தொடங்கினார் ஜோ.

கல்லூரிப் படிப்பை முடித்தபிறகு, ஜோவுக்கு மீண்டும் குழப்பம். இப்போது என்ன செய்வது? மேலே படிக்கலாமா, அல்லது வேலைக்குப் போகலாமா?

உண்மையில், ஆஃபீஸுக்குச் சென்று வேலை பார்ப்பதெல்லாம் அவருக்குக் கொஞ்சம்கூடப் பிடிக்கவில்லை. முழு நேர எழுத்தாளராகிவிடவேண்டும் என்றுதான் அவர் மிகவும் விரும்பினார்.

ஆனால், எழுத்தாளர்களுக்கு வருமானம் குறைவு. வயிறு பசித்தால், கதைகளையா பிய்த்துச் சாப்பிடமுடியும்?

ஆகவே, முதலில் புவ்வாவுக்கு வழி செய்துகொள்வோம் என்று தீர்மானித்தார் ஜோ. லண்டனில் அவருக்கு ஓர் அலுவலக வேலை கிடைத்தது.

அடுத்த சில மாதங்களில், ஜோவுக்குள் இருந்த எழுத்தாளர் காணாமல் போனார். மற்ற எல்லோரையும்போல் தினசரி அலுவலகம் செல்வது, ஒரேமாதிரியான வேலைகளைத் திரும்பத் திரும்பச் செய்வது என்று சலிப்பான வாழ்க்கை.

இதனிடையே ஒரே ஒரு சந்தோஷம், இந்த ஆஃபீஸ் வேலை காரணமாக, நன்றாக டைப் அடிக்கப் பழகிக்கொண்டார் ஜோ. கதை எழுதாவிட்டாலும், எதையாவது எழுதிக் கொண்டிருக்கிறோம் என்கிற நிம்மதி.

நல்லவேளையாக, ஜோவின் மனத்துக்குள் கற்பனைகள் வற்றிவிடவில்லை. அவ்வப்போது புதுப்புது கதாபாத்திரங்கள், கதைத் திருப்பங்கள் என்று ஏதாவது தோன்றும், அப்படியே எங்காவது குறித்துவைத்துக்கொள்வார், பிறகு நேரம்

கிடைக்கும்போது அதனைக் கதையாக எழுதுவார். வழக்கம்போல் எங்கேயும் அனுப்பாமல் பாதுகாத்துவைத்துக்கொள்வார்.

இந்த அபூர்வத் தருணங்கள்தவிர, மற்ற நேரமெல்லாம், ஜோவின் தினசரி வாழ்க்கை மிகச் சாதாரணமாகதான் சென்றுகொண்டிருந்தது. அதில் ஒரு சின்ன மாற்றம், சுவாரஸ்யம் எதுவும் இல்லை.

இதனால், சிறிது காலத்துக்குப்பிறகு, ஜோவுக்கு லண்டன் வாழ்க்கை அலுக்கத் தொடங்கியது. அங்கிருந்து சுமார் முன்னூறு கிலோ மீட்டர் தொலைவில் உள்ள மான்செஸ்டர் என்ற ஊருக்கு இடம் மாறுவதாக முடிவெடுத்தார். மான்செஸ்டருக்கு நிரந்தரமாகக் குடிபெயர்வதற்குமுன்னால், அங்கே வாடகைக்கு ஒரு நல்ல வீடு தேடவேண்டும். இதற்காகப் புறப்பட்டு வந்த ஜோ, இப்போது மீண்டும் ரயிலில் லண்டன் திரும்பிக்கொண்டிருக்கிறார்.

லண்டன் - மான்செஸ்டர் ரயில் அதிவேகமாக விரைந்து கொண்டிருந்தது. அதனுள்ளே, ஜோ போரடித்துப்போய் உட்கார்ந்திருந்தார்.

கண்களை மூடி ஏதோ யோசித்துக்கொண்டிருந்த அவருக்கு, சட்டென்று ஒரு கற்பனை தோன்றியது. அதில் மூக்குக் கண்ணாடி போட்ட ஒரு பையன் கம்பீரமாக வந்து நின்றான்.

அந்தப் பையனை மனக் கண்ணில் பார்த்ததுமே, ஜோவுக்குப் பிடித்துவிட்டது. இவன் யார், எப்படிப்பட்டவன் என்று யோசிக்கத் தொடங்கினார்.

அடுத்தடுத்து, அந்தப் பையனின் கதை ஜோவின் கற்பனையில் விரியத் தொடங்கியது. அவனுக்கு ஒரு நண்பன், இன்னொரு தோழி, ஒரு வில்லன், காமெடிக்குச் சில கதாபாத்திரங்கள், மாயாஜாலக் காட்சிகள் என்று தனது கற்பனையை வளர்த்தார் அவர். யோசிக்க யோசிக்க, இது ஓர் அற்புதமான கதை என்று அவருக்குத் தோன்றிவிட்டது. இந்த யோசனையை உடனே குறித்துவைத்துக்கொள்ளவேண்டும் என்று பையில் நோட்டுப் புத்தகம், பேனாவைத் தேடினார்.

கையில் பேனா இல்லாமல் ஜோ எங்கேயும் வெளியே கிளம்புவது கிடையாது. ஆனால் அன்றைக்கு, துரதிருஷ்டவசமாகப் பேனாவை மறந்துவிட்டார் அவர்.

'சரி, அதுவும் நல்லதுக்குதான்' என்று நினைத்துக்கொண்டார் ஜோ, கதையைக் காகிதத்தில் எழுதுவதற்கு நேரமாகும், அதற்குபதிலாக, லண்டன் வரும்வரை கற்பனையை மேலும் மேலும் வளர்க்கலாம், முழுக் கதையையும் மனத்துக்குள்ளேயே யோசித்துவிடலாம் என்று தீர்மானித்தார் அவர்.

ஆனால், ஒருவேளை லண்டன் போய்ச் சேர்ந்ததும் இதெல்லாம் மறந்துபோய்விட்டால்?

அபூர்வமான அந்தச் சிறுவனைத் தன்னால் ஒருபோதும் மறக்கமுடியாது என்று உறுதியாக நம்பினார் ஜோ. ஆகவே, பேனா, பென்சிலைப் பற்றிக் கவலைப்படாமல், மீண்டும் கற்பனை உலகத்தில் மூழ்கிவிட்டார்.

முன்பு வெறும் முகமாகத் தெரிந்த அந்தப் பையனுக்கு, இப்போது ஒரு குடும்பம் அமைந்திருந்தது. அந்தப் பையன் யார்? எந்த ஊர்? எந்தப் பள்ளியில் படிக்கிறான்? அது என்னமாதிரியான பள்ளி? அவனுக்குப் பாடம் சொல்லித்தருகிறவர்கள் யார்? பையன் சமர்த்தா, அல்லது குறும்பா? அவனுடைய பின்கதை என்ன? இத்தனை சின்னப் பையனுக்கு ஓர் எதிரி இருக்கிறான், அது ஏன்?... ஜோவின் கற்பனைக் குதிரை அதிவேகமாகப் பாய்ந்தது.

கொஞ்சம் கொஞ்சமாக, அந்த மாயச் சிறுவனின் கதை ஜோவின் மனத்துக்குள் உருவாகிவிட்டது. இதை எப்படி எழுதவேண்டும் என்றுகூடத் தீவிரமாகச் சிந்திக்கத் தொடங்கிவிட்டார் அவர்.

இதற்குமுன் ஜோ எத்தனையோ கதைகளை யோசித்திருக்கிறார், எழுதியிருக்கிறார், அவையெல்லாம் சுமாராக இருக்கும், அல்லது நன்றாக இருக்கும், ஆனால், ஒரு சிறந்த கதையை எழுதி முடித்திருக்கிறோம் என்கிற திருப்தி அவருக்கு உருவானது கிடையாது. இந்தக் கதை அப்படி அல்ல. பேனா, பேப்பர் தொடுவதற்கு முன்பாகவே, இது ஒரு மிகச் சிறந்த படைப்பாக

உருவாகப் போகிறது என்று ஜோவுக்குப் புரிந்துவிட்டது. ஆனந்தப் பரவசத்தில் மிதந்தபடி, லண்டன் ரயில் நிலையத்தில் இறங்கினார் அவர்.

நேராக வீட்டுக்குச் சென்ற ஜோ, அன்று இரவே ஒரு சின்ன நோட்டுப் புத்தகத்தில் அந்தச் சிறுவனின் கதையை எழுதத் தொடங்கிவிட்டார். அவனோடு இன்னும் பல கதாபாத்திரங்களை உருவாக்கி, ஒவ்வொன்றுக்கும் ஒரு முகம், அடையாளம் கொடுத்து, புதுமையான பெயர்களை உருவாக்கி, ஏகப்பட்ட குறும்புகள், மாயாஜாலங்கள் என்று காட்சிகளை நகர்த்திச் செல்ல ஆரம்பித்தார்.

தன்னுடைய கதாநாயகச் சிறுவனுக்கு ஜோ சூட்டிய பெயர்: ஹாரி பாட்டர்!

'ஜோ' என்ற செல்லப் பெயரால் அழைக்கப்படும் அந்தப் பெண் எழுத்தாளர், ஹாரி பாட்டரின் பிரம்மா ஜே கே ரௌலிங். கடந்த பத்து ஆண்டுகளில், உலகெங்கும் சிறியவர், பெரியவர் வித்தியாசமில்லாமல், தனக்கென்று ஒரு மிகப் பெரிய ரசிகர் வட்டத்தை உருவாக்கிக்கொண்டிருக்கிறார் அவர்.

இன்றைக்குப் பணம், புகழ் என அனைத்திலும் ஜே கே ரௌலிங் சிகரம் தொட்டுவிட்டார். அதுமட்டுமா? புத்தகம் படிப்பதில் ஆர்வமில்லாமல் இருந்த நவீன தலைமுறைக் குழந்தைகளை வாசிப்பின்பக்கம் திருப்பிய அபூர்வ சாதனை அவருடையது.

ஜே கே ரௌலிங் தன்னுடைய எழுத்து ஆர்வத்தை, விருப்பத்தை யாரிடமும் சொல்லவில்லை. ஆனாலும் அவருக்குள் அணையாமல் தகதகத்துக்கொண்டிருந்த அந்த நெருப்பு, சரியான தருணத்தில் வெளிப்பட்டது, அவரை ஒரு சிறந்த எழுத்தாளராக உயர்த்தியது.

நம் ஒவ்வொருவருக்குள்ளும் அப்படி ஒரு நெருப்பு உண்டு. அதை அணையவிடாமல் பார்த்துக்கொள்வது நம்முடைய பொறுப்பு!

20. சுமார் Vs சூப்பர்

'ம்ஹூம்', திருப்தியில்லாமல் உதட்டைப் பிதுக்கினார் மாக் சென்னெட்.

சட்டென்று சார்லியின் முகத்தில் சோகம் ஏறிக்கொண்டது. எவ்வளவு கஷ்டப்பட்டுக் காமெடி செய்கிறேன், இதுவும் இந்த முதலாளிக்குப் பிடிக்கவில்லையா? இனிமேல் என்ன செய்வேன் நான்?

முதலாளி மாக் சென்னெட் அவரை நெருங்கி வந்தார், 'சார்லி, நீ நல்ல திறமைசாலிதான், எனக்குத் தெரியும், ஆனா, சினிமாவுக்கு எது தேவை, மக்களுக்கு என்னவெல்லாம் பிடிக்கும்ன்னு உனக்குச் சுத்தமாப் புரியலை.'

'நான் இப்போ என்ன செய்யட்டும் சார்?'

'நீ நடிச்சுக் காட்டினது எதுவுமே எனக்குப் பிடிக்கலை' என்றார் மாக் சென்னெட், 'எனக்குத் தேவை, ரொம்பப் புதுசா ஒரு வேஷம், அதைப் பார்த்ததுமே, ஜனங்க விழுந்து விழுந்து சிரிக்கணும், அவ்வளவுதான்.'

'ஓகே சார், எனக்கு இன்னும் ஒரே ஒரு வாய்ப்புக் கொடுங்க' என்றார் சார்லி, 'புதுசா ஏதாவது முயற்சி பண்றேன்.'

'உனக்கு இதுதான் கடைசி சான்ஸ் சார்லி' முதலாளியின் குரலில் லேசான மிரட்டல்.

'நன்றி சார்' என்று சொல்லிவிட்டு சார்லி உள்ளே நடந்தார். இப்போது அவருடைய நெஞ்சுமுழுக்கக் கவலை நிரம்பியிருந்தது.

எத்தனையோ கனவுகளுடன் இந்தச் சினிமாத் துறைக்குள் நுழைந்திருந்தார் சார்லி. அவற்றையெல்லாம் நிஜமாக்குவதற்கான ஒரு வாய்ப்புக் கிடைக்காதா என்று தினம் தினம் ஏங்கிக்கொண்டிருந்தார்.

கடைசியில், ஏதோ ஒரு படத்தில் சின்ன வேஷம் ஒன்று கிடைத்தது. அந்த இத்தனூண்டு வாய்ப்புக்குள் தன்னுடைய திறமையையெல்லாம் கொட்டி நிரப்பிக் கலக்கினார் சார்லி.

அதோடு நிறுத்தவில்லை. நேரம் கிடைத்தபோதெல்லாம், படத்தின் இயக்குனரிடம் தன்னுடைய யோசனைகளைச் சொல்ல ஆரம்பித்தார் அவர். 'இந்தக் காட்சியை இப்படி எடுத்தா நல்லாயிருக்கும்', 'இங்கே கேமெராவை வெச்சா பிரமாதமா வரும்', ... ஏகப்பட்ட ஐடியாக்கள் அவரிடமிருந்து கொட்டின.

ஆனால், சார்லி இப்படித் தன்னுடைய வேலையில் குறுக்கிடுவது அந்த இயக்குனருக்குப் பிடிக்கவில்லை. கடுப்பாகி, 'யோவ், இந்தப் படத்துக்கு நான் டைரக்டரா? இல்லை, நீயா?' என்று கத்திவிட்டார்.

அப்போதும், சார்லி சும்மா இருக்கவில்லை. தொடர்ந்து தனக்குத் தோன்றிய விஷயங்களையெல்லாம் சொல்லிக்கொண்டே இருந்தார். ஆனால் யாரும் அவற்றைக் காது கொடுத்துக் கேட்கவில்லை.

ஒருவழியாக, படப்பிடிப்பு முடிந்து அந்தப் படம் வெளியானது. அதே வேகத்தில், பெட்டிக்குள் சுருண்டுவிட்டது, படுதோல்வி.

தன்னுடைய முதல் படமே மண்ணைக் கவ்விய வருத்தத்தில் சார்லி உட்கார்ந்திருக்க, சுற்றியிருந்தவர்கள் அவரை மேலும் கேலி செய்ய ஆரம்பித்தார்கள், 'இந்த ஆளை நடிக்கக்

கூப்பிட்டா, என்னவெல்லாம் பேசினான், இப்போ பார், மூக்கு உடைஞ்சு மூலையில கிடக்கறான்.'

இப்படிக் கிண்டலடித்த கூட்டம், நேராக முதலாளியிடம் சென்றது, 'சார், இந்த சார்லி சுத்த வேஸ்ட், அவனை முதல்ல வெளியே அனுப்புங்க.'

நல்ல வேளையாக, முதலாளி மாக் சென்னெடுக்கு சார்லிமீது இன்னும் நம்பிக்கை இருந்தது. ஆகவே, அவருக்கு இன்னொரு வாய்ப்புத் தருவதாகத் தீர்மானித்தார்.

'சார்லி, நாம அடுத்து எடுக்கப்போற படத்தில, உனக்கு ஒரு முக்கியமான வேஷம் ஒதுக்கியிருக்கேன்' என்று மாக் சென்னெட் சொன்னபோது, சார்லிக்கு ஆச்சர்யம் தாங்கவில்லை. என்னை நம்பி இந்த முதலாளி இன்னொரு வாய்ப்புக் கொடுக்கிறாரா? இந்தப் படம் ஜெயித்தால் இவருக்கு ஒரு கோயில் கட்டிவிடவேண்டியதுதான்.

'இந்தப் படத்தில எனக்கு எந்தமாதிரியான கேரக்டர்?' ஆவலுடன் கேட்டார் சார்லி.

'அதை நீதான் முடிவு செய்யணும்' என்றார் மாக் சென்னெட், 'எல்லோரும் நல்லா ரசிக்கிறமாதிரி பிரமாதமா ஒரு காமெடி கேரக்டர் தயார் செஞ்சு நடிச்சுக் காட்டு, பார்க்கலாம்.'

முதலாளியே இப்படிக் கேட்டதும், சார்லி உற்சாகமாகிவிட்டார். வரிசையாகத் தன்னுடைய சொந்தக் கற்பனையில் பல்வேறு விநோதமான கதாபாத்திரங்களை உருவாக்கி, ஒவ்வொன்றாக நடித்துக் காண்பித்தார்.

ஆனால், அவற்றில் எதுவும் மாக் சென்னெடுக்குப் பிடிக்கவில்லை. 'இது சரியில்லை', 'போதாது', 'தேறாது', 'சிரிப்பே வரலை', 'கேவலமா இருக்கு', 'தண்டம்' என்று தொடர்ந்து சார்லி எதைச் செய்தாலும் நிராகரித்துக்கொண்டிருந்தார் அவர்.

ஒருகட்டத்தில், சார்லிக்கே இந்த விளையாட்டு அலுத்துவிட்டது. நிஜமாகவே இந்த முதலாளி என்னிடம் ஏதேனும் ஒரு புதிய வேஷத்தை எதிர்பார்க்கிறாரா, அல்லது, என்னை மொத்தமாக

ஒழித்துவிடத் திட்டம் போட்டிருக்கிறாரா?

இப்படி அவர் நொந்து நூடுல்ஸாகிக் கொண்டிருந்தபோதுதான், எதேச்சையாக அவருக்கு ஒரு யோசனை தோன்றியது.

அதை 'யோசனை' என்றுகூடச் சொல்லமுடியாது, ஒரு சின்ன சிந்தனைப் பொறி, அவ்வளவுதான்.

பொதுவாக, நீங்கள், நான், எல்லோருமே, கச்சிதமாக உடை உடுத்தவேண்டும், அதற்குப் பொருத்தமாக, நன்றாக அலங்காரம் செய்துகொள்ளவேண்டும் என்றுதான் நினைப்போம். ஆனால், இதற்கு நேரெதிராக, ஒருவர் கன்னாபின்னாவென்று, சம்பந்தாசம்பந்தமில்லாமல் உடுத்திக்கொண்டு வெளியே நடமாடினால் எப்படி இருக்கும்?

தன்னுடைய மனக்கண்ணில் இப்படி ஒரு மனிதரைக் கற்பனை செய்து பார்த்த மறுகணம், சார்லிக்கு உற்சாகம் திரும்பிவிட்டது. இந்தக் கேரக்டர் முதலாளிக்கு நிச்சயமாகப் பிடிக்கும் என்று தனக்குள் சொல்லிக்கொண்டார் அவர்.

மளமளவென்று, அந்த விநோத மனிதரை மையமாக வைத்துப் பல நகைச்சுவைக் காட்சிகளை உருவாக்கத் தொடங்கினார் சார்லி. ஒவ்வொன்றையும் நினைக்க நினைக்க, அவருக்குள் சிரிப்பு பொங்கியது. இதே சிரிப்பு முதலாளி முகத்திலும் தோன்றிவிட்டால் போதும், இந்த கேரக்டர் சூப்பர் ஹிட்!

அடுத்து, இந்தக் 'கிறுக்கு'க் கதாபாத்திரத்துக்கு ஏற்ப, சில கேனத்தனமான ஆடை அலங்காரங்களைத் தேர்ந்தெடுக்க வேண்டும். என்ன செய்யலாம்?

அந்த ஸ்டூடியோவில் ஒரு குண்டுபுஷ்கா நடிகர் இருந்தார். அவரோடு ஒப்பிடும்போது சார்லி ஒரு சின்னக் குச்சிபோல்தான் இருப்பார்.

இப்போது, அந்த குண்டுபுஷ்காவின் பேன்ட்டை இந்த ஒல்லிப்பையன் மாட்டிக்கொண்டால் எப்படி இருக்கும்? பார்க்கிறவர்கள் விழுந்து விழுந்து சிரிக்கமாட்டார்களா?

அடுத்து, இந்த 'தொளதொளா' பேன்ட்டுக்கு நேர் எதிராக,

இறுக்கமான ஒரு மேல் சட்டை. அதையும் இன்னொரு நடிகரிடம் கடன் வாங்கிப் போட்டுக்கொண்டார் சார்லி.

இப்போது, காலுக்கு ஏதாவது அணியவேண்டும். சாதாரணமாக ஷூ அல்லது செருப்பு அணிந்தால் மக்கள் சிரிப்பார்களா? அங்கேயும் ஏதாவது வித்தியாசம் காட்டவேண்டுமே!

அங்கே இருப்பதிலேயே மிகப் பெரிய ஷூ ஒன்றைத் தேர்ந்தெடுத்துப் போட்டுக்கொண்டார் சார்லி. அது அவருடைய காலுக்குப் பொருந்தாமல் கழன்று கழன்று விழுந்தது.

வெறுத்துப்போன சார்லி, வலது கால் ஷூவை இடது காலில் போட்டார், இடது கால் ஷூவை வலது காலில் போட்டார். இதுவும் பார்ப்பதற்கு ரொம்பக் காமெடியாக இருந்தது.

அப்புறம், தலைக்கு ஒரு பழைய தொப்பி, கையில் சுழற்றுவதற்கு ஒரு பிரம்புத் தடி. போதுமா?

ம்ஹூம், போதாது, முகத்திலும் ஏதாவது புதுமையாகச் செய்யவேண்டும். அப்போதுதான் மக்கள் உடனடியாகச் சிரித்து ரசிப்பார்கள்.

மூக்குக்குக் கீழே சின்னதாக ஒரு மீசையை ஒட்டிக்கொண்டார் சார்லி. இதன்மூலம் அவருடைய தோற்றம் இன்னும் விநோதமாக மாறிவிட்டது.

தன்னை ஒருமுறை கண்ணாடியில் நன்றாகப் பார்த்துக்கொண்டார் சார்லி... தொளதொளா பேன்ட், இறுக்கமான சட்டை, காலுக்குப் பொருந்தாத பெரிய ஷூ, அந்தக் காலத் தொப்பி, கைத்தடி, டூத் பிரஷ் மீசை... எல்லாம் பிரமாதமாகச் சேர்ந்து வேஷம் ஜோராகக் களைகட்டியிருந்தது.

இப்போது, சார்லியின் உடைமட்டுமில்லை, நடையும் மாறியிருந்தது. சாதாரணமாக நீங்களும், நானும் நடப்பதுபோல் இல்லாமல், கால்களை லேசாக அகட்டிக்கொண்டு, சற்றே வித்தியாசமான பாணியில், ஏதோ அவசரத்திற்குக் கட்டுப்பட்டவர்போல் விறுவிறுவென்று நடந்தார் அவர்.

இந்தக் கோலத்தில் சார்லியை தூரத்திலிருந்து பார்த்தவுடனே,

மாக் சென்னெட் முகத்தில் லேசான புன்னகை. அவரோடு இருந்தவர்களும் அடக்கமுடியாமல் விழுந்து விழுந்து சிரித்தார்கள்.

அங்கிருந்து மளமளவென்று நடந்து பக்கத்தில் வந்த சார்லி, எதிர்பாராதவிதமாக யாரோ ஒருவரின்மீது மோதி, லேசாகச் சரிந்து விழுந்தார், பிறகு சமாளித்து எழுந்துகொண்டு, அவரிடம் மன்னிப்புக் கேட்கும்விதமாகத் தனது தொப்பியை உயர்த்திக் காட்டிவிட்டு, பின்னோக்கி நகரும்போது, இன்னொருவரின்மீது மோதிக் கீழே விழுந்தார்.

அவ்வளவுதான். அந்த இடமே சிரிப்புச் சத்தத்தில் நிரம்பிப் போனது. குலுங்கிக் குலுங்கிச் சிரித்தபடி சார்லியின் கையைப் பிடித்துகொண்டார் மாக் சென்னெட், 'சார்லி, ரொம்பப் பிரமாதம், ரொம்பப் பிரமாதம்.'

அவர் சொன்னதை, பிறகு மக்கள் சொன்னார்கள், விமர்சகர்கள் சொன்னார்கள், உலகமே சொன்னது.

இன்றைக்கும், தனது கோக்குமாக்கான தோற்றம், தத்தக்கா புத்தக்கா நடையின்மூலம் பல நாட்டு மக்களை விடாமல் சிரிக்கவைத்துக்கொண்டிருக்கிறார் சார்லி சாப்ளின். மிகச் சிறந்த நடிகராகமட்டுமின்றி, அற்புதமான இயக்குனர், உன்னதமான படைப்பாளி என உலக சினிமா சரித்திரத்தில் அவருடைய இடம் யாராலும் தொடமுடியாத ஒன்று.

மாக் சென்னெட் சாப்ளினுக்குச் சவால் விட்டபோது, அவர் வரிசையாகப் பல்வேறு புதுமையான கேரக்டர்களை முயன்று பார்த்தார். அவை எல்லாமே, நல்ல கதாபாத்திரங்கள்தான். ஆனால் ஏனோ, 'முதலாளி'க்கு அவை பிடிக்கவில்லை.

காரணம், சார்லி சாப்ளினால் இன்னும் சிறப்பாகச் செய்யமுடியும் என்று அவர் வைத்த நம்பிக்கை. அதே நம்பிக்கையை சாப்ளின் தன்மீதும் வைத்திருந்த காரணத்தால்தான், தோல்விகளால், நிராகரிப்புகளால் மனம் சலிக்காமல், நொந்துபோய் மூலையில் உட்கார்ந்துவிடாமல் அவரால் தொடர்ந்து போராடமுடிந்தது, புதுப்புது விஷயங்களை யோசிக்க முடிந்தது.

விடாமுயற்சியால், சார்லி சாப்ளின் தனக்குள் எங்கேயோ ஒளிந்திருந்த அந்தக் 'கோமாளி'யை அடையாளம் கண்டுகொண்டார், அதன்மூலம், சினிமாத்துறையில் தனக்கான நிரந்தர சிம்மாசனத்தையும் உருவாக்கிக்கொண்டார்.

ஒரு மரத்தில், கைக்கு எட்டும் உயரத்தில் சில பழங்கள் இருக்கும். ஆனால், அந்தச் 'சுமார்' சுவையோடு திருப்தியடைந்துவிடாமல், சிரமப்பட்டு மேலேறிச் செல்லத் தயாராக இருக்கிறவர்களுக்குதான் அருமையான 'சூப்பர்' சுவையுள்ள பழங்கள் கிடைக்கின்றன.

நமக்கு எந்தப் பழம் வேண்டும்? சுமாரா? அல்லது, சூப்பரா?

21. கனவு, பற பற

'ஏய் மோன்டு' மிகுந்த பரவசத்தோடு கத்தினான் சஞ்சய், 'மேலே பாரு, ஏரோப்ளேன்.'

அண்ணனின் குரல் கேட்டதும், மோன்டு சட்டென்று சைக்கிள் ஓட்டுவதை நிறுத்திவிட்டாள். அவசரமாக மேலே நிமிர்ந்து தேடினாள்.

அந்த விமானம், ரொம்பச் சிறியது. இங்கிருந்து பார்க்கும்போது இன்னும் சிறியதாக, ஒரு இத்தனூண்டு குச்சிபோலத் தெரிந்தது.

ஆனால், சிறகு அசைக்காமல் அது பறக்கும் அழகு மோன்டுவுக்கு மிகவும் பிடிக்கும். எங்கே எப்போது விமானத்தைப் பார்த்தாலும் அந்த இடத்திலேயே நின்றுவிடுவாள். அதன்பிறகு, விமானம் கண்ணுக்கு எட்டாத தூரத்துக்குச் சென்று மறையும்வரை முகத்தில் ஈ ஆடாமல் பார்த்துக்கொண்டிருப்பாள்.

'சஞ்சய், அந்த ஏரோப்ளேன்ல்லாம் எங்க போகுது?'

'யாருக்குத் தெரியும்?' அலட்சியமாகச் சொன்னான் சஞ்சய், 'வேணும்ன்னா ஒரு நாள் நீயும் நானும் அதுக்குள்ள உட்கார்ந்து பார்க்கலாம்.'

அவன் விளையாட்டுக்காகப் பேசினாலும், மோன்டுவுக்குள் ஓர் உறுதியான எண்ணம் ஏற்கெனவே உருவாகியிருந்தது. என்றைக்காவது, நானும் அந்த விமானத்துக்குள் உட்கார்ந்து பயணம் போவேன்.

வெறுமனே விமானத்துக்குள் உட்கார்ந்து பார்த்தால் போதுமா? நாமே சொந்தமாக விமானம் ஓட்டப் பழகவேண்டாமா? வானம் முழுவதையும் அரை இஞ்ச் மீதமில்லாமல் சுற்றிவரவேண்டாமா?

மோன்டுவின் கனவுகள் ஒரு பலூனைப்போல் பெரிதாகத் தொடங்கின. ஒவ்வொருமுறை விமானத்தைப் பார்க்கும்போது, இந்த ஆசை இன்னும் இன்னும் அதிகரித்துக்கொண்டிருந்தது.

அவர்கள் வளர்ந்த கர்னால் நகரத்தின் அருகே, ஒரு குட்டி விமான நிலையம் இருந்தது. நிறைய பெரிய இடத்துப் பிள்ளைகள் அங்கே வந்து விமானம் ஓட்டப் பயிற்சி பெறுவார்கள்.

இதனால், மோன்டுவுக்கு அடிக்கடி விமானங்களைப் பார்க்கும் வாய்ப்புக் கிடைத்தது. அவள் இங்கே தரையில் சைக்கிள்மேல் உட்கார்ந்திருந்தாலும், அவளது எண்ணங்கள் மேலே பறந்துகொண்டிருந்தன.

‘சஞ்சய், நாமும் அந்தமாதிரி ஏரோப்ளேன் ஓட்டணும்’ என்றாள் மோன்டு, ‘அப்பாகிட்டே கேட்கலாமா?’

மோன்டு இப்படி அப்பாவியாகக் கேட்டதும், சஞ்சய்க்குச் சிரிப்புதான் வந்தது. இத்தனூண்டு குட்டிப் பெண், விமானம் ஓட்டுவது என்றால் சாதாரண விஷயமா? ஏகப்பட்ட செலவு பிடிக்கிற விஷயம், அதெல்லாம் நமக்கு ஒத்துவருமா?

அண்ணன் எவ்வளவுதான் எடுத்துச் சொன்னாலும், மோன்டுவுக்குத் திருப்தியாகவில்லை, எப்படியாவது அப்பாவிடம் இதுபற்றிக் கேட்கவேண்டும் என்று தீர்மானித்துவிட்டாள்.

பின்னர் ஒரு நாள், அப்பா பன்சாரி லால் நல்ல மூடில் இருந்தபோது, அவரிடம் சென்றாள் மோன்டு, ‘அப்பா, எங்களுக்கு ஏரோப்ளேன்ல பறக்கணும்ன்னு ஆசையா இருக்கு, ஒருவாட்டி கூட்டிகிட்டுப் போங்களேன், ப்ளீஸ்.’

மோன்டுதான் அந்த வீட்டிலேயே கடைக்குட்டி. ஆகவே, எல்லோருக்கும் அவள்மீது செல்லம் அதிகம். அவளே இப்படி வலிய வந்து கேட்கும்போது, மறுக்கமுடியுமா? ‘பார்க்கலாம்’ என்றார் அப்பா.

அவ்வளவுதான், அதன்பிறகு அவரே அந்த விஷயத்தை மறந்துவிட்டாலும் மோன்டு விடுவதாக இல்லை. திரும்பத் திரும்ப அவரை நச்சரித்துப் பிடுங்கிவிட்டாள்.

கடைசியாக ஒரு நாள், சஞ்சய், மோன்டு இருவரையும் கர்னால் அருகே இருந்த ‘ஃப்ளையிங் க்ளப்’க்கு அழைத்துச் சென்றார் பன்சாரி லால். தன்னுடைய நீண்ட நாள் கனவு நிறைவேறப்போகும் சந்தோஷத்துடன் மோன்டு துள்ளலாக நடந்தாள்.

அந்தக் குட்டி விமான நிலையத்துக்குள் நுழையும்போதே, மோன்டுவின் நெஞ்செல்லாம் ஜில்லாகிவிட்டது. அங்கும் இங்குமாக நின்றுகொண்டிருந்த உலோகப் பறவைகள் அவளுடைய பரவசத்தை இன்னும் அதிகப்படுத்தின.

அதற்குமுன் அவள் எத்தனையோ விமானங்களைப் பார்த்திருக்கிறாள். ஆனால் அவை எல்லாம் உயரத்தில் குட்டியாகப் பறந்துகொண்டிருந்தவை. அவற்றோடு ஒப்பிடும்போது, இங்கே நிற்கும் விமானங்கள் ராட்சஸத்தனமான பிரம்மாண்டத்துடன் இருந்தன.

ஐயோ, இதுவா மேலே வானத்தில் பறக்கப்போகிறது? எடை தாங்காமல் கீழே விழுந்துவிடாதா? தெரியாமல் கதவைத் திறந்துவிட்டால், பொத்தென்று கீழே விழுந்துவிடமாட்டோமா?

நினைக்க நினைக்கப் பயமாக இருந்தாலும், மோன்டுவின் இன்னொரு மனது உடனடியாக அந்த விமானத்தில் ஏறிப் பறக்கவேண்டும் என்றது. அப்பாவின் முகத்தை ஆவலுடன் பார்த்தபடி உள்ளே நடந்தாள் அவள்.

பன்சாரி லால் அங்கிருந்த விமானிகளுடன் ஏதோ பேசினார். பொடிசுகள் சஞ்சய், மோன்டுவின் ஆர்வத்தைப் பார்த்த அவர்களுக்கும் ரொம்ப சந்தோஷம்.

அடுத்த சில நிமிடங்களில், மோன்டு விமானம் ஏறிவிட்டாள். ஆவலுடன் ஜன்னலுக்கு வெளியே எட்டிப் பார்த்தபடி விமானம் புறப்படக் காத்திருந்தாள் அவள்.

'புஷ்பக்' என்று அழைக்கப்பட்ட அந்த விமானம், மெதுவாக ரன் வேயில் நகரத் தொடங்கியது. சில விநாடிகளுக்குப்பிறகு ஜிவ்வென்று வானில் மேலேறிப் பறந்தது.

மோன்டுவின் சந்தோஷத்துக்கு எல்லையே இல்லை. சுற்றி எங்கே பார்த்தாலும் மேகங்கள், கீழே சின்னச் சின்ன தீப்பெட்டிகளைப்போல் கட்டடங்கள், பேனாவில் பட்டை அடித்ததுபோல் சாலைகள், ஒவ்வொன்றையும் அணு அணுவாகப் பார்த்து ரசித்துக்கொண்டிருந்தாள் அவள்.

'என்ன பேபி, ஃப்ளைட் பிடிச்சிருக்கா?' என்று யாரோ அவளிடம் கேட்டார்கள்.

அப்போதும், ஜன்னலில் இருந்து பார்வையை விலக்காமல், 'ரொம்பப் பிடிச்சிருக்கு' என்று தலையைமட்டும் பெரிதாக ஆட்டினாள் மோன்டு. இந்த விமானப் பயணம் நிற்காமல் என்றென்றும் தொடர்ந்துகொண்டிருந்தால் நன்றாக இருக்குமே என்று அவளுக்குத் தோன்றியது.

ஆனால், அவள் பறந்தது ஒரு சின்னப் பயிற்சி விமானம். ஆகவே, வானத்தில் சிறிது தூரம் ரவுண்ட் அடித்துவிட்டு, பழையபடி அதே விமான நிலையத்துக்குத் திரும்பிவிட்டது.

தன்னுடைய முதல் விமானப் பயணத்தில் மோன்டுவுக்கு முழுத் திருப்தி. ஆனால், இன்னும் சிறிது நேரம் பறந்தால் நன்றாக இருக்குமே என்று அவள் மனம் ஏங்கத் தொடங்கிவிட்டது.

கர்னால் விமானிப் பயிற்சி நிலையத்தில் இருந்த பைலட்களுக்கு, மோன்டுவை மிகவும் பிடித்துவிட்டது. அன்றைக்கே, இன்னொரு க்ளைடர் விமானத்திலும் சிறிது தூரம் பறந்தாள் அவள்.

மறுநாள் தொடங்கி, மோன்டுவால் தரையில் நிற்கவே முடியவில்லை. எந்நேரமும் வானத்தில் பறக்கவேண்டும் என்கிற ஆசை, ஒரு சின்னக் குருவி, காக்காயைப் பார்த்தால்கூட,

நம்மால் அப்படிப் பறக்கமுடியவில்லையே என்கிற ஏக்கம்.

மோன்டுவுடன் படித்துக்கொண்டிருந்த மற்ற பிள்ளைகள், ஆட்டம், பாட்டம், விளையாட்டு என்று ஜாலியாக நேரம் செலவிட்டுக்கொண்டிருந்தார்கள். ஆனால் இவள்மட்டும் எப்போதும் ஒரு காகிதத்தில் வானம், மேகம், பறவைகள், அவற்றுக்கு நடுவே ஒரு விமானம் என்று படங்களை வரைந்து குவித்துக்கொண்டிருந்தாள்.

அப்போதுதான், இந்தியாவில் 'விமான'ப் புரட்சி சுறுசுறுப்படைந்திருந்தது. ஜே.ஆர்.டி. டாடா என்கிற பிஸினஸ்மேன், தன்னுடைய 'பறக்கும்' ஆர்வம் காரணமாக இந்தியாவில் விமான சேவையைத் தொடங்கியிருந்தார். அவர் உருவாக்கிய 'டாடா ஏர்லைன்ஸ்' நிறுவனம் தபால்கள், சரக்குகளை ஏற்றிக்கொண்டு பல ஊர்களுக்குப் பறந்துகொண்டிருந்தது.

ஜே.ஆர்.டி. டாடா விமானம் ஓட்டிக் கலக்கிய காலத்தில், மோன்டு பிறந்திருக்கவில்லை. அதன்பிறகு பல ஆண்டுகள் கழித்து, அவருடைய சாதனைகளைப்பற்றிக் கேட்டுத் தெரிந்துகொண்டு, அவர் ஓட்டிய விமானத்தை நேரில் பார்த்து மகிழ்ந்தாள் அவள்.

மோன்டுவின் ஆசை, வெறுமனே விமானத்தில் பறக்கவேண்டும் என்றுதான் தொடங்கியது. அதன்பிறகு தானே அந்த விமானங்களை இயக்கவேண்டும், இன்னும் வேகமாக, அதிக தூரம், அதிக உயரம் செல்லக்கூடிய விமானங்களை வடிவமைக்கவேண்டும் என்றெல்லாம் விருப்பங்களை வளர்த்துக்கொண்டாள்.

'விமானங்களை வடிவமைப்பது என்றால், சும்மாவா?' சிநேகிதிகள் மோன்டுவைக் கிண்டல் அடித்தார்கள், 'அதற்கு நீ ஏரோஸ்பேஸ் எஞ்சினியரிங் படிக்கவேண்டும், தெரியுமா?'

'ஓ, ரொம்ப சந்தோஷம்' என்றாள் மோன்டு, 'பெரியவளானதும், நான் ஏரோஸ்பேஸ் எஞ்சினியரிங்தான் படிக்கப்போகிறேன், புதுப்புது விமானங்களை உருவாக்கப்போகிறேன்.'

சாதாரணமாக எல்லாக் குழந்தைகளும் சின்ன வயதில் இப்படிதான் ஏதாவது சொல்வார்கள். ஆனால் அதன்பிறகு, அப்பா, அம்மா, மாமா, அத்தை, பக்கத்து வீட்டு நாய்க்குட்டி ஏதோ சொன்னது என்பதற்காக, வேறு ஏதாவது படிக்கச் சென்றுவிடுவார்கள்.

ஆனால், மோன்டு தன்னுடைய உறுதியிலிருந்து கொஞ்சம்கூடப் பின்வாங்கவில்லை. மேல்நிலைப் பள்ளியில் சேரும்போதும் சரி, கல்லூரியில் பாடங்களைத் தேர்ந்தெடுத்தபோதும் சரி, அவளாக விரும்பித் தேர்ந்தெடுத்தது, விமானத் தொழில்நுட்பத்தைதான்.

மோன்டு இப்படிச் சொன்னபோது, அவளுடைய பெற்றோர் டென்ஷனாகிவிட்டார்கள். முக்கியமாக, அப்பா பன்சாரி லால், 'இது என்ன சின்னப் பிள்ளைத்தனம்? ஒழுங்காக, டாக்டருக்குப் படி, அதுதான் கௌரவம், உன்னுடைய எதிர்காலத்துக்கும் நல்லது' என்று அதட்டினார், அறிவுரை சொன்னார்.

ஆனால், மோன்டு ஏற்கெனவே முடிவு செய்துவிட்டாள், 'எனக்கு விமானத் தொழில்நுட்பம்தான் வேண்டும், நான் ஏரோஸ்பேஸ் எஞ்சினியரிங்தான் படிக்கப்போகிறேன்.'

கடைசியாக, அவளுடைய பெற்றோர், உறவினர்கள் இன்னொரு பிரம்மாஸ்திரத்தை வீசினார்கள், 'இதெல்லாம் ஆண்களுடைய படிப்பு, உனக்குச் சரிப்படாது.'

அதையும் மோன்டு ஏற்றுக்கொள்ளவில்லை, 'படிப்பு எல்லோருக்கும் பொது, இதில் ஆண் என்ன, பெண் என்ன?' என்று அடித்துப் பேசிவிட்டாள்.

இறுதியில், அவளுடைய பிடிவாதம்தான் ஜெயித்தது. பஞ்சாப் எஞ்சினியரிங் கல்லூரியில் 'ஏரோஸ்பேஸ் எஞ்சினியரிங்' வகுப்பில் சேர்ந்தாள் மோன்டு.

அப்போது அந்த வகுப்பிலேயே ஒரே ஒரு பெண் மோன்டுதான். ஆனால் அதைப்பற்றிப் பெரிதாக அலட்டிக்கொள்ளாமல், தன்னுடைய பாடங்களில்மட்டும் முழு கவனம் செலுத்தத் தொடங்கினாள்.

பஞ்சாப் எஞ்சினியரிங் கல்லூரியில் தொடங்கிய மோன்டுவின் பயணம், படிப்படியாக வளர்ந்து, அவரை அமெரிக்காவில் உள்ள 'நாஸா' விண்வெளி ஆராய்ச்சி மையத்துக்குச் சென்று சேர்த்தது. அங்கே ஆய்வாளராகப் பயிற்சி பெற்ற அவர், தன்னுடைய 'வானில் பறக்கும்' கனவைக் கடந்து இன்னொரு படி மேலே சென்றார், இரண்டுமுறை விண்வெளிக்குச் சென்று திரும்பினார்.

மோன்டுவின் இரண்டாவது விண்வெளிப் பயணம், இன்றைக்கு எல்லோருக்கும் தெரிந்த துயரச் செய்தி. 2003 பிப்ரவரி 1ம் தேதி மோன்டு பயணம் செய்த 'கொலம்பியா' விண்கலம் பூமிக்குத் திரும்பும்போது வானில் வெடித்துச் சிதறியது. தன்னுடைய மனத்துக்குப் பிடித்த விண்வெளி ஆய்வில் ஈடுபட்டிருக்கும்போது நிரந்தரமாகக் காற்றில் கலந்துவிட்டார் 'மோன்டு' என்று செல்லமாக அழைக்கப்பட்ட கல்பனா சாவ்லா.

இன்று கல்பனா சாவ்லா உயிரோடு இல்லை. ஆனால், ஒரு நடுத்தரக் குடும்பத்தில் பிறந்து, மிகப் பெரிய கனவுகளுடன் வளர்ந்து, நாற்பது வயதுக்குள் அவற்றைச் சாதித்துக் காட்டிய அவருடைய வாழ்க்கை, எண்ணற்ற இந்திய இளைஞர்கள், இளைஞிகளுக்கு உற்சாகம் தருகிறது, நம்பிக்கை ஊட்டுகிறது.

நம்முடைய மிகப் பெரிய சொத்து, கனவுகள்தான். 'இது முடியாது', 'அது சரிப்படாது', 'இது ஒத்துவராது' என்பதுபோன்ற பேச்சுகளில் நம்முடைய கனவுகளைக் கரைத்துவிடாமல், 'எல்லாம் முடியும்' என்கிற நம்பிக்கையை நமக்குள் பத்திரமாகப் பாதுகாத்துவைத்துக்கொண்டால், அந்தக் கனவுகளே நமக்குச் சிறகுகளாக, சக்கரங்களாகச் செயல்படும், நாம் விரும்பிய உயரத்துக்குக் கொண்டுசென்று நிறுத்தும்.

22. வெ(ற்)றி

அண்ணா மும்முரமாக எழுதிக்கொண்டிருந்தார்.

அவருடைய வேகம் யாருக்கும் வராது. பேப்பரில் பேனா தொடுவதுதான் தெரியும். அதன்பிறகு பரபரவென்று கடைசி வாக்கியம்வரை நிறுத்தாமல் எழுதுவார், சட்டென்று அந்தக் காகிதத்தைக் கீழே போட்டுவிட்டு, அடுத்த காகிதத்தில் எழுதுவதைத் தொடர்வார்.

அண்ணா இப்படிக் கீழே போடும் காகிதங்களையெல்லாம் அங்கிருந்த தொண்டர்கள்தான் எடுத்து அடுக்கிவைப்பார்கள். இத்தனை வேகமாகவும், அதேசமயம் தரம் குறையாமலும் எப்படிதான் இவர் எழுதுகிறாரோ என்று அவர்களுக்கெல்லாம் ஆச்சர்யம்.

அந்தத் தொண்டர்களில் ஒருவர், கணேசன். விழுப்புரத்தைச் சேர்ந்தவர், அறிஞர் அண்ணாவின் 'திராவிட நாடு' பத்திரிகை அலுவலகத்தில் தங்கி, அங்கிருந்த சின்னச் சின்ன வேலைகளையெல்லாம் கவனித்துக்கொண்டிருந்தார்.

கணேசனுக்கு அண்ணாமீது மரியாதை, பக்தி ஏராளம். இப்போது சுறுசுறுப்பாக எழுதிக்கொண்டிருக்கும் அண்ணாவை நெருங்கி, 'அண்ணா, இப்போது நீங்கள் என்ன எழுதுகிறீர்கள்? நான் தெரிந்துகொள்ளலாமா' என்று ஆவலுடன் கேட்டார்.

‘புதிதாக ஒரு நாடகம் எழுதுகிறேன் கணேசா’ என்றார் அண்ணா, ‘சென்னையில் சுயமரியாதை மாநாடு வருகிறதில்லையா, அதற்குதான் இந்தப் புது நாடகம்.’

அவர் இப்படிச் சொன்னதும், கணேசனுக்கு மகிழ்ச்சி தாங்கவில்லை. காரணம், அண்ணா ஒரு நாடகம் எழுதுகிறார் என்றால், அதில் வெறும் கதை, சம்பவங்கள், வசனம்மட்டும் இருக்காது, கதையோடு கூடவே பல சுயமரியாதைக் கருத்துகள், சமூக முன்னேற்றக் கொள்கைகளையும் இணைத்துத் தருவது அவருக்குக் கைவந்த கலை.

அண்ணாவின் நாடகங்கள் எளிமையானவை, எல்லோரும் ரசிக்கக்கூடியவை. அதேசமயம், ஆயிரம் பேச்சாளர்கள் மேடை ஏறி மணிக்கணக்காகப் பேசினாலும் விளக்கமுடியாத கருத்துகளை, அனைவருக்கும் புரியும்படி அந்த நாடகங்களுக்குள் ஒளித்துவைத்திருப்பார் அவர். அதனால்தான், அண்ணாவின் புதிய நாடகம்பற்றிக் கேள்விப்பட்ட கணேசன் துள்ளிக் குதித்தார், ’என்ன நாடகம் அண்ணா?’ என்று பரபரப்பாக விசாரித்தார்.

‘சிவாஜி கண்ட இந்து ராஜ்ஜியம்’ அண்ணாவின் குரல் கம்பீரமாக ஒலித்தது, ‘மராட்டிய மன்னன் வீர சிவாஜியின் கதையைத்தான் நாடகமாக எழுதியிருக்கிறேன்.’

‘ரொம்ப சந்தோஷம் அண்ணா, இதில் யாரெல்லாம் நடிக்கப்போகிறார்கள்?’

‘வீர சிவாஜியாக எம். ஜி. ராமச்சந்திரன் நடிக்கிறார்’ என்றார் அண்ணா, ‘இன்னொரு முக்கியக் கதாபாத்திரத்தில் நானே நடிக்கப்போகிறேன்.’

அதன்பிறகு, அண்ணா மீண்டும் மும்முரமாக எழுதத் தொடங்கிவிட்டார். நெஞ்சு நிறைய சந்தோஷத்துடன் கணேசன் தன்னுடைய வேலைகளைக் கவனிக்கத் திரும்பினார்.

அடுத்த வாரம், புதிய நாடகத்துக்கான வேலைகள் தொடங்கின. சரித்திர நாடகம் என்பதால், உடை அலங்காரம், மேடை அமைப்பு, வசனங்களைத் தவறில்லாமல் பேசுவது

என எல்லாவற்றையும் அக்கறையாகக் கவனித்துச் செய்யவேண்டியிருந்தது.

பின்னர் திரையுலகில் மிகப் பெரிய கதாநாயகனாகவும், அரசியல் தலைவராகவும் புகழ் பெற்ற எம்.ஜி.ஆர்., அப்போது ஒன்றிரண்டு திரைப்படங்களில் சின்னச் சின்ன வேடங்களில் தலைகாட்டிக்கொண்டிருந்தார். அண்ணாவின் நாடகத்தில் வீர சிவாஜியாக நடிக்கும் இந்த வாய்ப்பு, அவருக்கு மிகப் பெரிய திருப்புமுனையாக அமையும் என்று எல்லோரும் பேசிக்கொண்டார்கள். ஆனால், நாடகம் நடைபெறுவதற்குச் சரியாக ஒரு வாரம் இருந்தபோது, எம்.ஜி.ஆரிடமிருந்து தகவல் வந்தது, 'நான் இந்த நாடகத்தில் நடிக்க விரும்பவில்லை, மன்னிக்கவும்.'

அண்ணாவின் தோழர்கள் துடித்துப்போய்விட்டார்கள், 'இப்படிக் கடைசி நேரத்தில ஹீரோவா நடிக்கவேண்டியவர் விலகிட்டாரே, இப்ப என்ன பண்றது?'

அப்போதும், அண்ணா பதறவில்லை, 'கவலைப்படாதீங்க, அவருக்குப் பதிலா இன்னொரு கதாநாயகனைத் தேடிப் பிடிக்கலாம்' என்றார் நிதானமாக. ஆனால், ஒரு வாரத்துக்குள் புதுக் கதாநாயகனைக் கண்டுபிடித்து, வசனங்களைச் சொல்லிக் கொடுத்து, ஒத்திகை பார்த்து மேடையேற்றுவதெல்லாம் நடக்கிற காரியமா?

'எல்லாம் நிச்சயமாக நடக்கும்' நம்பிக்கையோடு சொன்னார் அண்ணா. அவருடைய கண்கள், அந்த அறையில் இருந்த எல்லோர்மீதும் பதிந்தன. அவர்கள் ஒவ்வொருவருக்கும் கற்பனையாக தாடி, மீசை வளர்த்து அழகு பார்த்தார் அண்ணா, 'இவர்களில் யாருக்கு சிவாஜி வேஷம் பொருத்தமாக இருக்கும்?'

கடைசியாக, கணேசனைத் தன் அருகே அழைத்தார் அண்ணா, 'கணேசா, நீ இந்த நாடகத்தில் வீர சிவாஜியாக நடிக்கிறாயா?' என்று கேட்டார்.

அவ்வளவுதான். பயத்தில் கணேசன் வெலவெலத்துப் போய்விட்டார். அவரால் வாய் திறந்து பேசக்கூட முடியவில்லை.

இத்தனைக்கும், கணேசனுக்கு மேடை, நடிப்பு அனுபவமெல்லாம் நிறைய உண்டு. சிறிய வயதிலிருந்தே பல வேடங்களில் நடித்து நல்ல பயிற்சி பெற்றவர் அவர்.

'ஆனால், அண்ணாவின் நாடகத்தில் நானா? அதுவும் வீர சிவாஜி வேஷத்திலா?' இதை நினைக்கும்போதுதான் கணேசனுக்கு உடம்பெல்லாம் வியர்த்துக் கொட்டியது.

'பயப்படாதே கணேசா, உன்னால் நிச்சயமாக முடியும்' என்று உற்சாகப்படுத்தினார் அண்ணா, 'உன்னுடைய திறமையில் எனக்கு முழு நம்பிக்கை இருக்கிறது, தைரியமாக முயற்சி செய், எல்லாம் நல்லபடியாக அமையும்.'

இப்படிச் சொன்ன அண்ணா, தன்னுடைய 90 பக்க நாடகத்தை கணேசன் கையில் கொடுத்தார், 'நான் கொஞ்சம் வெளிய போய்ட்டு வர்றேன், அதுக்குள்ள இதில சில வசனங்களைப் படிச்சு எனக்குப் பேசிக் காட்டு, பார்க்கலாம்.'

அண்ணா கொடுத்த உற்சாகத்தில், கணேசன் அந்த வசனங்களைப் படிக்கத் தொடங்கினார். கொஞ்ச நேரத்துக்குள், அண்ணாவின் சொக்கும் தமிழ் அவரை மயக்கிவிட்டது. பதினொரு மணிக்கு வெளியே சென்ற அண்ணா, மாலை ஆறு மணிக்குத் திரும்பினார், 'என்னப்பா கணேசா, வசனமெல்லாம் படிச்சுப் பார்த்தியா?' என்று விசாரித்தார். 'நீங்க கொஞ்சம் இப்படி உட்காருங்க அண்ணா' என்றார் கணேசன், 'நான் படிச்சதை அப்படியே நடிச்சுக் காண்பிக்கிறேன், சரியா இருக்கா-ன்னு நீங்கதான் சொல்லணும்.'

அடுத்த நிமிடம், அங்கே கணேசன் இல்லை. வீர சிவாஜியே வானத்திலிருந்து பூமிக்கு இறங்கி வந்துவிட்டதுபோல் மடமடவென்று உணர்ச்சிமயமான வசனங்களைப் பொழிய ஆரம்பித்தார் கணேசன். அதுவும், ஒரு பக்கம், இரண்டு பக்கம் இல்லை, முழுசாகத் தொண்ணூறு பக்க நாடகத்தையும் அப்படியே நின்றபடி நடித்துக் காண்பித்தார். அவர் வசனம் பேசும் அழகைக் கேட்டு, அக்கம்பக்கத்தில் இருந்தவர்களெல்லாம், ஏதோ நிஜமாகவே நாடகம் நடக்கிறதுபோல என்று ஓடி வந்து வேடிக்கை பார்த்தார்கள்.

கணேசனின் நடிப்பில் பிரமித்துப்போய் உட்கார்ந்திருந்த அண்ணா, அப்படியே எழுந்து வந்து அவரைக் கட்டிக்கொண்டார், 'வெறும் ஏழு மணி நேரத்தில மொத்த நாடகத்தையும் படிச்சு மனப்பாடம் செஞ்சுட்டியே, பிரமாதம், பிரமாதம்' என்று பாராட்டினார்.

உடனடியாக, முன்பு தைக்கப்பட்ட வீர சிவாஜி உடைகள் எல்லாம் கணேசனுக்குப் பொருத்தமாக மாற்றி அமைக்கப்பட்டன. அழகிய தாடி, தலைப்பாகை, வீர வாள் என்று அவருடைய மெலிந்த உருவத்துக்கே தனி கம்பீரம் சேர்ந்துவிட்டது. 1946ம் ஆண்டு சென்னையில் நடைபெற்ற ஏழாவது சுயமரியாதை மாநாட்டில், அறிஞர் அண்ணாவின் 'சிவாஜி கண்ட இந்து ராஜ்ஜியம்' நாடகம் அரங்கேறியது. வீர சிவாஜி வேடத்தில் அற்புதமாக நடித்த கணேசன், தொண்டர்கள், தலைவர்கள் என எல்லோருடைய பாராட்டுகளையும் அள்ளிக்கொண்டார்.

அப்போதும், அவருக்கு லேசான உதறல். காரணம், நாடகத்தைப் பார்ப்பதற்குத் தந்தை பெரியார் வந்திருந்தார்.

பெரியாருக்கு, நாடகம், திரைப்படம், கலைகள் என்றாலே வெறுப்பு. 'இதையெல்லாம் பார்த்துப் பார்த்துதான் தமிழன் கெட்டுப்போய்விட்டான்' என்பது அவருடைய உறுதியான கருத்து.

அப்படிப்பட்ட பெரியார்தான், இப்போது 'சிவாஜி கண்ட இந்து ராஜ்ஜியம்' நாடகத்தைப் பார்க்க வந்திருந்தார். ஆகவே, நாடகம் முடிந்ததும், அவர் என்ன சொல்வாரோ என்று கணேசனுக்குக் கவலை.

உண்மையில், அவர் பதற்றப்படவேண்டிய அவசியமே இல்லை, பெரியாருக்கு இந்த நாடகம் மிகவும் பிடித்திருந்தது, 'நான் பத்து மகாநாடுகள் போட்டுச் சொல்லவேண்டிய கருத்துகளையெல்லாம், அண்ணாதுரை ஒரே நாடகத்தில் சொல்லிவிட்டார்' என்று மனமாரப் பாராட்டினார் அவர்.

'ஆமாம், இந்த நாடகத்தில ஒரு பையன் சிவாஜியா நடிச்சிருந் தானே, யார் அவன்?' பெரியார் ஆர்வமாக விசாரித்தார்.

‘இதோ, இந்தப் பையன்தான்’ யாரோ கணேசனை அழைத்துப்போய் பெரியார்முன்னால் நிறுத்தினார்கள், ‘இவன் பெயர் கணேசன்.’

‘ம்ஹூம் இல்லை’ என்று தலையாட்டினார் பெரியார், ‘இவனைப் பார்க்கும்போது எனக்கு கணேசன் தெரியவில்லை, வீர சிவாஜிதான் தெரிகிறார்’ என்று தட்டிக்கொடுத்தார் அவர், ‘தம்பி, இனிமேல் நீ வெறும் கணேசன் இல்லை, நீதான் சிவாஜி!’

தந்தை பெரியாரின் வாழ்த்துகளைப் பெற்ற அந்த இளைஞர், அதன்பிறகு ‘சிவாஜி கணேசன்’ என்றே அறியப்பட்டார். ‘பராசக்தி’ திரைப்படத்தில் அறிமுகமாகி, எண்ணற்ற கதாபாத்திரங்களுக்கு உயிர் கொடுத்து, பல தலைமுறைத் தமிழர்கள் மத்தியில் நீங்காத இடம் பிடித்துவிட்ட அவரை, ‘நடிகர் திலகம்’ என்று வணங்கி மகிழ்கிறது தமிழ்ச் சமூகம்.

கொஞ்சம் யோசியுங்கள், தொண்ணூறு பக்க நாடகத்தை ஏழு மணி நேரத்துக்குள் படித்து முடித்து, மனப்பாடம் செய்து, உச்சரிப்பு பழகி, சரியான உணர்ச்சிகளுடன் நடித்தும் காட்டுவது என்றால் சாதாரண விஷயமா? இதைச் செய்வதற்கு, ஒருவர் நடிப்பின்மீது வெறுமனே ஆசை, காதல் கொண்டவராகமட்டும் இருந்தால் போதாது, அதையும் தாண்டிய ஒரு வெறி, சாதிக்கவேண்டும் என்கிற துடிப்பு இருக்கவேண்டும்.

அந்த வெறிதான், சிவாஜி கணேசனை ஒரு மகா நடிகராக வெற்றியடையச் செய்தது. இறுதிவரை நடிப்பு, நடிப்பு என்றே சுவாசித்துக்கொண்டிருந்த அவருடைய அர்ப்பணிப்பு உணர்வுதான் அவரை இணையற்ற ஒரு சிகரத்தில் சிம்மாசனம் போட்டு உட்காரவைத்திருக்கிறது.

அதுபோல, உங்களுடைய கனவு, லட்சியம் எது? அதன்மீது நீங்கள் வைத்திருப்பது, வெறும் ஆசையா? அல்லது வெறியா?

23. என் கனவு, என் வாழ்க்கை

மேலே ஒரு பந்து தொங்கிக்கொண்டிருந்தது.

பச்சைக் கலர் பந்து, அழகான பந்து, உருண்டையான பந்து, வலப்பக்கமும் இடப்பக்கமும் ஊசலாடுகிற பந்து.

குழந்தை ஆந்த்ரே, அந்தப் பந்தையே வெறித்துப் பார்த்தான். பந்து எந்தத் திசையில் சென்றாலும், குழந்தையின் கண்களும் அதன் பின்னாலேயே அதிவேகமாக ஓடிக்கொண்டிருந்தன.

அந்தக் கண்கள் திரும்பும் வேகத்தை, லாகவத்தை, ஆந்த்ரேயின் தந்தை மைக் ஆவலோடு ரசித்துக்கொண்டிருந்தார், 'இந்தப் பையனிடம் ஏதோ விசேஷம் இருக்கிறது' என்று அவருக்கு நூற்றுப் பதினைந்தாவது முறையாகத் தோன்றியது.

சின்னக் குழந்தை, ஒரு பந்தை வேடிக்கை பார்க்கிறது. இதில் என்ன விசேஷம் இருக்கமுடியும்?

ஆனால், மைக் அப்படி அலட்சியமாக நினைக்கவில்லை. காரணம், அவர் ஒரு டென்னிஸ் வீரர், அல்லது வெறியர்.

டென்னிஸில் மூளை, கை இரண்டுமே முக்கியம். ஆனால் இதற்கெல்லாம் முன்னதாகக் கண் பார்க்கவேண்டும், அது எத்தனை வேகமாகவும், துல்லியமாகவும் பந்தை, எதிராளியின்

மட்டையைப் பார்க்கிறதோ, அந்த அளவு சீக்கிரமாக மூளை யோசித்துத் திட்டமிடும், கை சட்டென்று செயல்படும், அப்போதுதான் யாரும் எதிர்பார்க்காதபடி விளையாடி ஜெயிக்கமுடியும்.

ஆகவேதான், ஆந்த்ரே அப்போது நடக்கக்கூடத் தெரியாத கைக்குழந்தையாக இருப்பினும், அவனுடைய தொட்டிலுக்குமேல் பல வண்ணப் பந்துகளைக் கட்டி ஆடவிட்டார் மைக், குழந்தையின் கண்கள் அலைபாய்கிற அழகை ஆசையோடு ரசித்தார்.

ஆந்த்ரேவின் கண்களைப் பார்க்கும்போது, மைக்கிற்கு மெய்சிலிர்த்தது, 'வருங்காலத்தில் இவன் ஒரு பெரிய டென்னிஸ் வீரனாக வரப்போகிறான்' என்று எல்லோரிடமும் பெருமையுடன் சொன்னார்.

இதைக் கேட்ட மற்றவர்கள், கிண்டலடிக்கவில்லை. லேசாகப் பரிதாபப்பட்டார்கள்.

காரணம், மைக் தன்னுடைய குழந்தைகள்மீது ஏகப்பட்ட நம்பிக்கை வைப்பதும், கடைசியில் அது நிறைவேறாமல் ஏமாற்றம் அடைவதும் வழக்கம்தான். அவருடைய முதல் மூன்று குழந்தைகளையும் இப்படிதான் 'நம்பர் 1' டென்னிஸ் வீரர்கள், வீராங்கனைகளாக வளர்க்கவேண்டும் என்று போராடினார், அதெல்லாம் சரிப்படாமல், இப்போது ஆந்த்ரேமீது மொத்த நம்பிக்கையையும் கொட்டியிருக்கிறார்.

குழந்தை ஆந்த்ரே எழுந்து உட்கார்ந்து, தவழத் தொடங்கியதும், அவன் கையில் ஒரு சின்ன பேட்டைக் கொடுத்துவிட்டார் மைக். தூரத்திலிருந்து அவர் பெரிய பலூன்களைத் தூக்கிப் போட, குழந்தை அவற்றை மட்டையால் அடித்து விளையாடியது.

ஆந்த்ரே நடக்கத் தொடங்கியவுடனேயே, அப்பா மைக் முறைப்படி அவனுக்கு டென்னிஸ் பயிற்சியைத் தொடங்கி விட்டார். இதற்காகவே, தன்னுடைய வீட்டின் பின்புறம் ஒரு சிறிய மைதானத்தை உருவாக்கினார் அவர்.

பயிற்சி என்றால், சாதாரணப் பயிற்சி இல்லை. தினமும் ஆந்த்ரேவின் பள்ளி முடிவதற்கு அரை மணி நேரம் முன்பாகவே மைக் அவனைக் கொத்திக்கொண்டு வந்துவிடுவார். அதன்பிறகு இருட்டும்வரை அவனுக்குப் பல வேகங்களில் பாய்ந்து வரும் பந்துகளை எப்படி அடிக்கலாம் என்கிற நுணுக்கங்களைச் சொல்லித்தருவார். இப்படி வருடம் 365 நாள்களும் கட்டாயப் பயிற்சி.

மைக் எதிர்பார்த்ததுபோலவே ஆந்த்ரே அற்புதமாக டென்னிஸ் விளையாடத் தொடங்கினான். அவன் புதிய விஷயங்களைக் கற்றுக்கொள்கிற வேகம், கை பலம், யாரும் எதிர்பார்க்காத திசைகளில் பந்துகளை விரட்டும் லாகவம் என ஒவ்வொன்றும் இவன் விசேஷமானவன் என்பதை உரக்கச் சொல்லிக்கொண்டிருந்தது.

இதனால், மைக்கிற்கு ரொம்ப சந்தோஷம், 'நான் கனவு கண்டதுபோல் என் மகன் டென்னிஸில் ஓர் உயர்ந்த இடத்தைப் பிடிக்கப்போகிறான்' என்று எல்லோரிடமும் பெருமையாகச் சொல்லிக்கொண்டிருந்தார் அவர்.

ஆனால், அவர் கவனிக்கத் தவறிய ஒரு விஷயம், இப்படி நாள்முழுக்க டென்னிஸ், டென்னிஸ் என்று தீவிரப் பயிற்சியில் ஈடுபட்டிருப்பது ஆந்த்ரேவுக்குப் பிடிக்கவில்லை.

உண்மையில், அவனுக்கு டென்னிஸ் என்றால் ரொம்ப இஷ்டம், அற்புதமான திறமைசாலி. ஆனால், அவன் விளையாட்டை ஒரு 'ஜாலி' விஷயமாகவே நினைத்தான், அதில் பெரிய ஆளாக வரவேண்டும், உலகப் புகழ் பெறவேண்டும் என்றெல்லாம் கனவுகள், கற்பனைகள், லட்சியங்களை வளர்த்துக்கொள்ளவில்லை.

மைக்கைப் பொறுத்தவரை, ஆந்த்ரேதான் அவருடைய பெயரைக் காப்பாற்றப்போகிற கடைசி நம்பிக்கை. எப்படியாவது அவனை இந்தத் துறையில் பெரிய ஆளாக்கிவிடவேண்டும் என்பதற்காகப் பாடுபட்டுக்கொண்டிருந்தார் அவர்.

உங்களுக்கு விருப்பமில்லாத ஒரு விஷயத்தை, யாரேனும்

உங்கள்மீது திணிக்கப் பார்த்தால், என்ன செய்வீர்கள்? அவர்கள்மீது எரிச்சல், கோபம் வரும்தானே?

ஆனால், ஆந்த்ரேவுக்கு அப்பா மைக்கைப் பார்த்தாலே உடம்பெல்லாம் நடுங்கும். இல்லையென்றால், 'டென்னிஸூம் வேண்டாம், ஒரு மண்ணும் வேண்டாம்' என்று மட்டையை அவர் முகத்தில் வீசிவிட்டுப் போயிருப்பான்.

அப்பாமீது உள்ள பயத்தாலேயே, ஆந்த்ரே மிகப் பிரமாதமாக டென்னிஸ் விளையாடினான். சுற்றுவட்டாரத்தில் இருக்கிற யாராலும் அவனை நெருங்கமுடியவில்லை, அவன் கலந்து கொள்கிற போட்டிகளில் எல்லாம், ஆந்த்ரேவுக்குதான் வெற்றி.

ஒருவேளை, எப்போதாவது அபூர்வமாக அவன் தோற்றுவிட்டால், அவ்வளவுதான். அப்பா மைக் தன்னுடைய கோபத்தையெல்லாம் அவன்மீது கொட்டுவார், 'நீ இப்படி விளையாடியிருக்கவேண்டும், உன்னுடைய ஆட்டத்தில் அது தப்பு, இது தப்பு' என்று அவர் கண்டபடி திட்டித் தீர்க்க, பயத்தில் ஆந்த்ரேவுக்கு ஜூரமே வந்துவிடும்.

அப்பாவின் திட்டுகளில் இருந்து தப்பிக்கவேண்டும் என்பதற்காகவே, ஆந்த்ரே எல்லாப் போட்டிகளிலும் உயிரைக் கொடுத்து விளையாடினான், அவன் வீட்டில் ஏகப்பட்ட வெற்றிக் கோப்பைகள் குவிந்தன.

அப்போது ஒருநாள், ஆந்த்ரே விளையாடுவதை எதேச்சையாகப் பார்த்த ஒரு டென்னிஸ் பயிற்சியாளர், ஆடிப்போய்விட்டார், 'இந்தத் திறமைசாலிப் பையனை என்னுடன் அனுப்புங்கள், நான் இவனைப் பெரிய ஆளாக மாற்றிக் காட்டுகிறேன்' என்றார்.

ஆனால், ஆந்த்ரேவை முழு நேர டென்னிஸ் பயிற்சிக்கு அனுப்புவதென்றால், ஏகப்பட்ட செலவு ஆகும், 'என்னிடம் அவ்வளவு பணம் இல்லை' என்றார் மைக்.

'பணமெல்லாம் வேண்டாம், நான் இவனுக்கு இலவசமாகவே பயிற்சி தருகிறேன்' என்றார் அந்தப் பயிற்சியாளர்.

அவ்வளவுதான். ஆந்த்ரே வாழ்க்கையில் கொஞ்ச நஞ்சம் இருந்த

சந்தோஷமும் போச்சு. அப்பா, அம்மா, நண்பர்கள், சொந்த ஊர் எல்லாவற்றையும் பிரிந்து எங்கோ தொலைதூரத்தில் இருக்கும் டென்னிஸ் பள்ளியில் சேர்ந்து முழு நேரப் பயிற்சி பெறத் தொடங்கினான் அவன்.

ஆந்த்ரேவின் புதிய பயிற்சியாளர் பெயர் நிக் போலெட்டிரி. கண்டிப்புக்குப் பெயர் போன அவருடைய டென்னிஸ் பயிற்சிப் பள்ளியில், ஏராளமான திறமைசாலி மாணவர்கள் தங்கியிருந்தார்கள்.

இப்படிப் பிரமாதமான பையன்களுடன் விளையாடுவது, புதுப்புது விஷயங்களைக் கற்றுக்கொள்வது எல்லாமே ஆந்த்ரேவுக்கு மிகவும் பிடித்திருந்தது. ஆனால், அதற்காக நிக் போட்டிருந்த கண்டிப்பான விதிமுறைகளை அவன் வெறுத்தான். வேண்டுமென்றே, வீம்புக்காக அவற்றை மீறத் தொடங்கினான்.

‘பையன்களா, தினமும் டென்னிஸ் பயிற்சி முடிந்தபிறகு, நீங்கள் சமர்த்தாக உங்களுடைய ரூமில்தான் இருக்கவேண்டும், மற்றவர்களுடைய ரூமுக்குள் நுழையக்கூடாது’ என்றார் நிக்.

‘ஏன் நுழையக்கூடாது?’ என்று எதிர்த்துக் கேட்டான் ஆந்த்ரே.

‘சும்மா கண்ட நேரத்தில் டிவி பார்க்கக்கூடாது.’

‘பார்த்தால் என்ன தப்பு?’

‘அடிக்கடி வீட்டுக்கு ஃபோன் பேசக்கூடாது.’

‘ஏன் அப்படி? நான் இப்போதே என் அம்மாவுடன் பேசவேண்டும்.’

இப்படி ஒவ்வொரு விஷயத்திலும் ஆந்த்ரே பெரியவர்களை எதிர்த்துப் பேசுவது, விதிமுறைகளை மீறுவது என்று பெரிய கலகக்காரனாக இருந்தான். இத்தனை திறமைசாலிப் பையன் இப்படி ஒழுக்கமில்லாமல் இருக்கிறானே என்று மிகவும் வருந்தினார் அவனுடைய குருநாதர் நிக்.

ஒருநாள், அவர்கள் இருவருக்கும் சண்டை பெரியதாகிவிட்டது.

'ஆந்த்ரே, உனக்கு என்னதான் வேண்டும்?' நிக் எரிச்சலுடன் கேட்டார்.

'நான் இங்கிருந்து வெளியேறவேண்டும்' என்றான் ஆந்த்ரே, 'எனக்கு உங்களுடைய கட்டுப்பாடுகள் எதுவும் பிடிக்கவில்லை.'

'சரி வெளியே போ' என்றார் நிக், 'இதற்குமேல் ஒரு நிமிடம்கூட நீ இங்கே நிற்கக்கூடாது.'

சந்தோஷமாக வெளியேறிவிட்டான் ஆந்த்ரே. 'இனிமேல் எந்தக் கட்டுப்பாடுகளும் எனக்கு இல்லை, நான் ஒரு சுதந்திரப் பறவை' என்று உற்சாகத்துடன் பறந்தான்.

கொஞ்ச நேரத்துக்குப்பிறகு, அவனுக்குப் பசித்தது. சாப்பாட்டுக்கு வழி?

அப்போதுதான் ஆந்த்ரேவுக்கு நிஜம் உறைத்தது. இனிமேல் வருமானத்துக்கு நான் என்ன செய்வேன்? மூட்டை தூக்கியா பிழைக்கமுடியும்?

ஏன் மூட்டை தூக்கவேண்டும்? என் கையில் டென்னிஸ் திறமை இருக்கிறது, அதை வைத்துச் சம்பாதிக்கமுடியாதா?

அந்த விநாடிவரை, ஆந்த்ரேவின் தந்தை மைக், அவனுடைய குருநாதர் நிக் இருவரும்தான் அவனை டென்னிஸ் விளையாடும்படி கட்டாயப்படுத்திக்கொண்டிருந்தார்கள். ஆனால் இப்போது, யாருடைய தூண்டுதலும் இல்லாமல், தன்னுடைய சுய விருப்பத்தின்பேரில் முழு நேர டென்னிஸ் வீரனாக மாறினான் அவன்.

அதன்பிறகு, அவனுடைய ஆட்டத்தில் புதுத் துள்ளல் சேர்ந்துகொண்டது. இன்னொருவரின் கனவுகளுக்காக விளையாடுகிறோம் என்கிற உணர்வு இல்லாமல், தன்னுடைய சொந்தக் கனவுகளுக்காக வாழத் தொடங்கினான். வரிசையாகப் பல வெற்றிக் கோப்பைகள், பாராட்டுகள், கௌரவங்கள் அவனைத் தேடிவந்தன.

மைக் சொன்னதுபோலவே, அவர் மகன் ஆந்த்ரே அகாஸி டென்னிஸ் உலகின் 'நம்பர் 1' வீரராக உயர்ந்தார், ஏகப்பட்ட

பணம், புகழ், ரசிகர்களைச் சம்பாதித்தார், இன்றுவரை, டென்னிஸ் சரித்திரத்தின் குறிப்பிடத்தக்க வீரர்களில் ஒருவராக மதிக்கப்படுகிறார்.

ஆந்த்ரே அகாஸி தன்னுடைய தந்தை மைக், பயிற்சியாளர் நிக்கின் எதிர்பார்ப்புகளைமட்டும் நிறைவேற்றிக்கொண்டிருந்த காலத்தில், அவரால் ஓரளவுக்குதான் முன்னேறமுடிந்தது. அப்படியில்லாமல், டென்னிஸில் பெரிதாக வளரவேண்டும் என்கிற உணர்வு அவருக்குள்ளாகவே தோன்றியபிறகுதான், அகாஸியின் வளர்ச்சி பலடங்கு வேகம் பிடித்தது.

நம்முடைய குழந்தைகள், உறவினர்கள், நண்பர்கள், அடுத்தவர்களுக்கு ஆலோசனையோ, அறிவுரையோ சொல்வதற்குமுன்னால், கொஞ்சம் யோசியுங்கள்: நாம் நம்முடைய கனவுகளை அவர்கள்மீது திணிக்கிறோமா, அல்லது, அவர்களுடைய கனவுகளைப் புரிந்துகொண்டு ஊக்குவிக்கிறோமா?

24. சவால்

‘உங்கள் பெயர் என்ன?’ ஆர்வமாகக் கேட்டான் அந்தச் சிறுவன்.

‘சார்லி’ என்றார் அந்தப் போர் வீரர், பிறகு அந்தப் பையனின் உயரத்துக்குக் குனிந்து உட்கார்ந்து அன்பாக விசாரித்தார், ‘உன் பெயர் என்னப்பா?’

‘லூயிஸ்’ என்றான் அவன், ‘நான் உங்களைத் தொட்டுப் பார்க்கலாமா?’

‘ஷ்யூர்’ அவனுடைய கைகளைப் பற்றித் தன்னுடைய கன்னத்தில் வைத்துக்கொண்டார் சார்லி.

சிறுவன் லூயிஸ் சிறிது நேரம் சார்லியின் முகத்தை வருடினான். பிறகு, ‘நீங்கள் போர் வீரரா?’ என்று ஆவலுடன் கேட்டான்.

‘ஆமாம் லூயிஸ்.’

‘நிஜமாவே சண்டைக்கெல்லாம் போயிருக்கீங்களா?’

‘அதுதான்ப்பா என்னோட வேலை’ என்று சிரித்தார் அவர், ‘உனக்குச் சண்டைன்னா ரொம்பப் பிடிக்குமா?’

‘ஓ’ பெரிதாகத் தலையாட்டினான் லூயிஸ், ‘நீங்க சண்டை போட்ட கதையையெல்லாம் எனக்குக் கொஞ்சம் சொல்லுங்களேன், ப்ளீஸ்.’

சிறுவன் லூயிஸ் ஆசையோடு பேசுவதைப் பார்க்கையில், சார்லிக்குக் கண்ணீரே வந்துவிட்டது. பாவம், இந்தப் பையன் என்ன குற்றம் செய்தான்? ஏன் இவனுடைய பார்வை பறிபோய்விட்டது? என்னைப்போல ராணுவத்தில் சேர்ந்து நாட்டுக்காகப் போராடவேண்டிய வயதில் இப்படி இருட்டைத் தடவிக்கொண்டு மூலையில் உட்கார்ந்திருக்கிறானே, இதுதான் இவனுடைய தலைவிதியா?

லூயிஸ் பிறந்தபோது, நம் எல்லோரையும்போல் சாதாரணமாகத்தான் இருந்தான். அவனுடைய பார்வையில் எந்தக் கோளாறும் இல்லை.

மூன்று வயதில், எதேச்சையாக நிகழ்ந்த ஒரு விபத்து. குழந்தை லூயிஸின் பார்வையை நிரந்தரமாகப் பறித்துவிட்டது.

லூயிஸின் அப்பா, அம்மா துடித்துப்போனார்கள். அவர்கள் வேண்டாத தெய்வம் இல்லை, பார்க்காத மருத்துவம் இல்லை, ஆனாலும், குழந்தையின் பார்வை போனது போனதுதான்.

அந்தக் காலத்தில், ஒருவருக்குக் கண் பார்வை போச்சு என்றால், வாழ்க்கையே போச்சு என்றுதான் அர்த்தம். பள்ளியில் சேர்ந்து படிக்கமுடியாது, பிழைப்புக்குக் கைத் தொழில் கற்றுக்கொள்ளமுடியாது, தினசரி வேலைகளுக்குக்கூட அடுத்தவர்களின் உதவியை எதிர்பார்த்துக்கொண்டு வாழ்நாளைக் கழிக்கவேண்டியதுதான்.

தங்களுடைய மகனின் எதிர்காலம் இப்படி இருண்டு போய்விட்டதே என்று லூயிஸின் பெற்றோர் தவித்தார்கள். அதேசமயம், தங்களுடைய நம்பிக்கையை, முயற்சிகளைக் கைவிடவில்லை.

லூயிஸின் அப்பா, ஒரு மரப் பலகை, நிறைய ஆணிகளை எடுத்துக்கொண்டார். அந்தப் பலகையில் ஆணிகளை எழுத்து வடிவத்தில் வரிசையாக அடித்தார்.

பிறகு, லூயிஸின் விரல்களைப் பிடித்து அந்த ஆணிகளை ஒவ்வொன்றாக வருடிக் காண்பித்தார் அப்பா, 'லூயிஸ், இந்த எழுத்து உனக்குப் புரியுதா?'

‘புரியுதுப்பா’ என்றான் லூயிஸ், ‘நான் உங்க கையில எழுதிக் காட்டட்டுமா?’

சந்தோஷமாகக் கைகளை நீட்டினார் அப்பா. ஆணியில் வருடிப் பார்த்த அதே வடிவத்தை அவருடைய கையில் அழகாக எழுதிக் காண்பித்தான் சிறுவன் லூயிஸ்.

‘என் பிள்ளைக்குப் பார்வைமட்டும்தான் போச்சு, மூளை நன்றாக இருக்கிறது’ என்று அப்பாவுக்கு ஏகப்பட்ட சந்தோஷம். இப்படியே ஒவ்வொன்றாக ஃபிரெஞ்சு எழுத்துகள் அனைத்தையும் ஆணிகளின் துணையோடு லூயிஸுக்குச் சொல்லிக்கொடுத்தார் அவர்.

எழுத்துகளை மட்டுமின்றி, தன்னைச் சுற்றிலும் கேட்கிற சத்தங்களை, வாசனைகளை, மாறுகின்ற பருவச் சூழ்நிலைகளை, இயற்கை, செயற்கைப் பொருள்களையெல்லாம் தொட்டுப் பார்த்து உணர்ந்துகொண்டான் லூயிஸ். மெல்ல, பார்வை, வெளிச்சம் தேவைப்படாமலே அவனுக்கு உலகம் புரியத் தொடங்கிவிட்டது.

‘லூயிஸ் நல்ல புத்திசாலிப் பையன்’ என்று எல்லோரும் பாராட்டினார்கள், ‘பள்ளிக்கூடத்தில் சேர்ந்து படித்தால் பிரமாதமாக வருவான்.’

உண்மைதான். ஆனால், கண் தெரியாத பிள்ளையை யார் பள்ளியில் சேர்த்துக்கொள்வார்கள்?

அப்போது உலகம்முழுக்க, பார்வை இழந்த குழந்தைகளுக்கான பள்ளி ஒன்றே ஒன்றுதான் இருந்தது: பாரிஸ் நகரில் அமைந்த ‘*Royal Institute for Blind Youth*’.

எப்படியாவது, லூயிஸை இந்தப் பள்ளியில் சேர்த்துவிடவேண்டும் என்று அவனுடைய அப்பா விரும்பினார். உள்ளூர்ப் பாதிரியாரின் துணையோடு முயற்சி செய்தார்கள், இடம் கிடைத்துவிட்டது.

அதன்பிறகு, லூயிஸுக்கு அந்தப் பள்ளிதான் வாழ்க்கை, அதுதான் உலகம். அங்கேயே பாடங்களைப் படித்தான், இசை

கற்றுக்கொண்டான், கணக்குப் போட்டுப் பழகினான், இன்னும் ஏராளமான புது விஷயங்கள் அவனுக்காகக் காத்திருந்தன.

அந்தப் பள்ளியில் லூயிஸ் சந்தித்த ஒரே பெரிய பிரச்னை, புத்தகங்கள்.

கண் தெரியாத மாணவர்களுக்கு, சாதாரணப் புத்தகங்கள் சரிப்படாது. அவர்கள் வருடிப் பார்த்துப் படிப்பதற்கு வசதியாக, ஒவ்வொரு எழுத்தையும் நன்கு தடிமனாகத் தயார் செய்திருப்பார்கள்.

இதனால், ஒரு பக்கத்தில் ஒரு வார்த்தை அல்லது இரண்டு வார்த்தைகள்தான் இடம்பெறமுடியும். இப்படி பத்து, இருபது பக்கங்கள் சேர்ந்தாலே, புத்தகம் ஒரு குட்டி சூட்கேஸ் அளவுக்குத் தடிமனாகிவிடும்.

அங்கே லூயிஸுடன் படித்த எல்லாப் பிள்ளைகளும், இப்படிச் சிறிய, பெரிய சூட்கேஸ்களைத் தூக்கிக்கொண்டுதான் சுற்றினார்கள். அந்தத் தலையணை சைஸ் புத்தகங்களைப் பிரித்து ஒவ்வோர் எழுத்தாகப் படித்து முடிப்பதற்கு ஏகப்பட்ட நேரம் ஆனது.

ஆனால், அப்போது அவர்களுக்கு வேறு வழி இல்லை. பார்வையை இழந்த மாணவர்கள் படிக்கவேண்டும், புது விஷயங்களைக் கற்றுக்கொள்ளவேண்டும் என்று விரும்பினால், கண்டிப்பாக இந்த சூட்கேஸ் புத்தகங்களைத் தூக்கவேண்டியிருக்கும்!

இந்தச் சமயத்தில்தான், லூயிஸுக்குள் ஒரு சின்னச் சிந்தனை, 'இப்படி தடிதடியாகப் புத்தகங்களைத் தூக்கிக்கொண்டு சுற்றுவதைவிட, எளிமையாக, அதேசமயம் கண் தெரியாத பிள்ளைகளுக்கு நன்றாக உதவும்படி ஓர் எழுத்து முறையைக் கண்டுபிடித்தால் என்ன?'

தன்னுடைய ஓய்வு நேரத்தில் இதுபற்றித் தீவிரமாக யோசித்த லூயிஸ், பலவிதமான பரிசோதனைகளை முயன்று பார்த்தான். எதுவும் சரியாக வரவில்லை.

அடுத்து என்ன செய்யலாம் என்று அவன் குழம்பிக் கொண்டிருந்தபோது, ராணுவ வீரர் சார்லி பார்பியர் அவர்களுடைய பள்ளிக்கு வந்திருந்தார். அவர் தன்னுடைய போர் அனுபவங்களைச் சுவாரஸ்யமாக விவரிக்க, மாணவர்கள் ஆச்சர்யத்துடன் கேட்டுக்கொண்டிருந்தார்கள்.

'நீங்க ராத்திரியிலும் சண்டை போடுவீங்களா?'

'கண்டிப்பா' என்றார் சார்லி, 'இரவு நேரத்தில யாருக்கும் தெரியாம ரகசியத் தகவல்களைப் பரிமாறிக்கறதுக்கு நாங்க ஒரு டெக்னிக் வெச்சிருக்கோம், தெரியுமா?'

சட்டென்று பதினேழு வயது லூயிஸ் மனத்தில் ஒரு விளக்கு எரிந்தது. சார்லி அடுத்து என்ன சொல்லப்போகிறார் என்று கூர்ந்து கவனிக்க ஆரம்பித்தான் அவன்.

சார்லி தன்னுடைய ராணுவ ரகசியத்தை அந்தச் சிறுவர்களுக்குப் புரியும்படி விளக்கினார், 'இங்கே மொத்தம் பன்னிரண்டு சின்னச் சின்ன பொட்டுகள், அதாவது புள்ளிகள் இருக்கு, இந்தப் பன்னிரண்டு புள்ளிகளையும் விதவிதமா மாற்றி அமைச்சா, வெவ்வேறு எழுத்துகள் வரும், துளி வெளிச்சம் இல்லாத அமாவாசை ராத்திரியிலகூட, நாங்க இந்தப் புள்ளிகளைத் தொட்டுப் பார்த்துத் தகவல்களைச் சுலபமாப் படிச்சுடுவோம்.'

அவர் இப்படிச் சொன்னதும், லூயிஸுக்குத் தன்னுடைய சின்ன வயது ஞாபகம் வந்தது. சார்லியின் புள்ளிகளுக்குப் பதிலாக, லூயிஸின் அப்பா ஆணிகளை வைத்து அவனுக்குப் பாடம் சொல்லித்தந்திருந்தார்.

ஆகவே, சார்லி, அவருடைய தோழர்கள் ராணுவத்தில் பயன்படுத்திய இந்த ரகசியச் சங்கேத மொழியை, ஆர்வத்துடன் கற்றுக்கொண்டான் லூயிஸ். வெறும் பன்னிரண்டு புள்ளிகளைப் பலவிதமாக மாற்றி, எல்லா எழுத்துகளையும் உருவாக்கிவிட முடியும் என்பது அவனுக்குப் பெரிய அதிசயமாக இருந்தது.

அதுமட்டுமில்லை, இந்தப் புள்ளிகளை இன்னும் கொஞ்சம் எளிமையாக்கி, சில மாற்றங்கள் செய்தால், ராணுவ வீரர்கள் மட்டுமின்றி, இதை எல்லோரும் பயன்படுத்தலாம் என்றான்

லூயிஸ். இதன்மூலம், ஏராளமான பார்வை இழந்த மாணவர்கள் நன்கு பலன் பெறுவார்கள் என்று உறுதியாக நம்பினான் அவன்.

அன்றிலிருந்து, லூயிஸின் முழு நேர வேலை, இந்தப் புள்ளிகளைப் பலவிதமாக மாற்றி அமைத்துப் பரிசோதனை செய்வது. ராத்திரி பகலாகப் பாடுபட்டு, பார்வை இழந்தவர்கள் மிக எளிமையாக எழுதக்கூடிய, பயன்படுத்தக்கூடிய ஒரு புதிய மொழியை உருவாக்கிவிட்டான் அவன்.

பதினேழு வயதில் இந்த மாபெரும் சாதனையை நிகழ்த்திய சிறுவன் லூயிஸின் முழுப் பெயர், லூயிஸ் பிரெய்லி. அவர் உருவாக்கிய 'பிரெய்லி' எழுத்து முறை, இன்றைக்கு உலகம்முழுவதும் பல ஆயிரம் பள்ளிகளில் பின்பற்றப்படுகிறது.

பார்வை இழந்தவர்களின் சமூகத்துக்கு பிரெய்லி கொடுத்த மிகப் பெரிய நன்கொடை, புதுமையான இந்த எழுத்துத் திட்டம். சில புள்ளிகள், சிறு கோடுகளின்மூலம் உருவாக்கப்பட்ட இந்தச் சுலபமான பிரெய்லி மொழியில், பள்ளிப் பாடங்கள், சூத்திரங்கள், அறிவியல் கோட்பாடுகள், கணக்குகள், இசைக் குறிப்புகள், கதை, கட்டுரைகள், நாவல்கள், ஏன், ஆராய்ச்சிக் கட்டுரைகள்கூட எழுதலாம், படிக்கலாம்.

இதன்மூலம், ஒருகாலத்தில் பார்வை இழந்தவர்களின் வாழ்க்கை கேள்விக்குறியாக இருந்த நிலைமை மாறி, அவர்களும் மற்ற குழந்தைகளைப்போல் எல்லா விஷயங்களையும் படித்துத் தெரிந்துகொண்டு முன்னேறலாம் என்கிற சூழ்நிலை உருவாகியிருக்கிறது. இந்தச் சாதனையின் பின்னணியில் இருந்தவர், கண் பார்வை தெரியாத ஓர் இளைஞர்!

ஊனம் என்பது, ஒருவருக்கு விதிக்கப்படுகிற சாபம் அல்ல, சவால்! 'இப்படி ஆகிவிட்டதே' என்று வருத்தப்பட்டுக்கொண்டு முடங்கிக்கிடக்கிறவர்களைவிட, 'சவாலே சமாளி' என்று எதிர்நீச்சல் போடுகிறவர்கள்தான் இங்கே ஜெயிக்கிறார்கள், லூயிஸ் பிரெய்லியைப்போல!

25. நிழலும் வெயிலும்

கல்யாண மண்டபத்தில் நல்ல கூட்டம். எங்கு பார்த்தாலும் ஜனங்கள் சிரித்துக்கொண்டும் பேசிக்கொண்டும் நலம் விசாரித்துக்கொண்டும் இருந்தார்கள்.

‘இவர்களுக்கு நடுவில் எப்படிப் பாடுவது?’ சுப்பு ரத்தினத்துக்கு மலைப்பாக இருந்தது, ‘நாம் பாடினாலும் இவர்கள் கேட்பார்களா?’

‘எல்லாம் தாராளமாகக் கேட்பார்கள் ஓய்’, மாப்பிள்ளை வேணு நாய்க்கர் சுப்புவின் முதுகில் தட்டி உற்சாகப்படுத்தினார், ‘நீர் எதைப்பற்றியும் கவலைப்படாமல் தைரியமாகப் பாடுங்கள், மற்றதெல்லாம் தானாக நடக்கும்.’

மாலை மூன்று மணி. கல்யாணச் சத்தம் கொஞ்சம் ஓய்ந்ததும், பாட்டுக் கச்சேரி தொடங்கியது.

பாடகர்கள் கோஷ்டியோடு சுப்புவும் ஆர்வமாக உட்கார்ந்தி ருந்தார். அவருக்கு முன்னால் சுமார் முப்பது பேர் நன்றாகத் தாளம் போட்டுப் பாட்டுகளை ரசித்துக்கொண்டிருந்தார்கள்.

அன்றைக்குச் சபையில் பாடுவதற்காகவே, சுப்பு ரத்தினம் பல பாடல்களைத் தயார் செய்துகொண்டு வந்திருந்தார். அத்தனையும் மகாகவி சுப்ரமணிய பாரதியார் எழுதியவை.

பாரதியாரின் பாடல்கள் என்றால், சுப்பு ரத்தினத்துக்கு அவ்வளவு இஷ்டம். அவருடைய 'சுதேச கீதங்கள்' என்ற கவிதைத் தொகுப்பைப் படித்துவிட்டுக் கிறங்கிப்போயிருந்தார்.

கவிதை என்றால், வெறும் இலக்கிய அழகுமட்டுமில்லை, அந்தப் பாடல்களைக் கேட்கக் கேட்க, 'நான் ஓர் இந்தியன்' என்கிற பெருமித உணர்வில் திளைத்தார் சுப்பு ரத்தினம்.

இதேபோல், இந்தியாவில் இருக்கிற எல்லோரும் பாரதியின் கவிதைகளை வாசிக்கவேண்டும், அப்போதுதான் நாம் சுதந்திரம் பெறவேண்டிய அவசியத்தை மக்கள் உணர்வார்கள் என்று நினைத்தார் அவர்.

அதன்பிறகு, சுப்பு ரத்தினம் எங்கே சென்றாலும் சரி, அவரோடு ஒரு பாரதியார் கவிதைப் புத்தகமும் பயணம் செய்யும். வாய்ப்புக் கிடைக்கும்போதெல்லாம், அவருடைய பாடல்களைச் சத்தமாகப் பாடிக் காண்பித்து மக்களை மகிழ்விப்பது, அதன் இலக்கிய, சந்த, கருத்து நயத்தை நண்பர்களுடன் பகிர்ந்துகொள்வது என பாரதி படைப்புகளில் மூழ்கித் திளைத்துக்கொண்டிருந்தார்.

வேணு நாய்க்கர் திருமண விழாவில் சுப்பு ரத்தினம் தேர்ந்தெடுத்துப் பாடிய பாடல், பாரதியாரின் மிகப் பிரபலமான கவிதைகளில் ஒன்று: 'வீர சுதந்திரம் வேண்டி நின்றார், பின்னர் வேறொன்றும் கொள்வாரோ!'

சுப்பு ரத்தினத்துக்குக் கணீர் என்று பிரமாதமான குரல், சபையில் உட்கார்ந்திருந்த எல்லோரும் அவர் பாடுவதை மகிழ்ச்சியாகக் கேட்டு ரசித்தார்கள்.

ஆனால், அவர்கள் அவ்வப்போது பின்னால் திரும்பிப் பார்க்கிறார்களே, அது ஏன்? சுப்பு ரத்தினத்துக்குப் புரியவில்லை.

ரசிகர்கள் திரும்பிப் பார்த்த திசையில் அவரும் நோட்டமிட்டார். அங்கே கம்பீரமான ஒரு மனிதர் அமர்ந்திருந்தார்.

யார் இவர்? அசப்பில் ரவி வர்மா ஓவியங்களில் வருகிற பரமசிவனைப்போல் அம்சமாக இருக்கிறாரே!

மக்கள் இவரை அடிக்கடி திரும்பிப் பார்க்கிறார்கள்

என்றால், இவர் ஒரு பெரிய ஆளாகதான் இருக்கவேண்டும் என்று நினைத்துக்கொண்டார் சுப்பு ரத்தினம். அதற்குமேல் அதைப்பற்றி நினைக்காமல் பாடலைப் பாடி முடித்தார்.

ரசிகர்கள் மகிழ்ந்து கைதட்டினார்கள், 'சுப்பு, இன்னொரு பாட்டுப் பாடு' என்றார் வேணு நாய்க்கர்.

உடனடியாக, மற்றொரு பாரதி பாடலைப் பாடத் தொடங்கினார் சுப்பு ரத்தினம், 'தொன்று நினைத்தது அனைத்தும் உணர்ந்திடும் சூழ் கலை வாணர்களும்...'

சுப்பு ரத்தினம் ரசித்துப் பாடிக்கொண்டிருக்க, மக்கள் மறுபடி பின்னால் திரும்பிப் பார்த்தார்கள். மீண்டும் அதே ரவி வர்மா ஓவிய மனிதர்தான்.

அவருக்கு லேசாக எரிச்சல், இங்கே ஒருவன் உயிரைக் கொடுத்துப் பாடிக்கொண்டிருக்கிறான், இவர்கள் ஏன் யாரோ ஒரு பெரிய மனிதரை வேடிக்கை பார்க்கிறார்கள்?

சுப்பு ரத்தினம் பாடி முடிக்கும்வரை, இதே கதைதான். அங்கிருந்த எல்லோரும் அந்த ரவி வர்மா பரம சிவனைத் திரும்பித் திரும்பி நோட்டமிட்டுக்கொண்டிருந்தார்கள்.

கச்சேரி முடிந்து சுப்பு ரத்தினம் மேடையிலிருந்து இறங்கியதும், வேணு நாய்க்கர் அவரை அழைத்துக்கொண்டு அந்தப் பெரிய மனிதரிடம் சென்றார், 'இவுங்க யார் தெரியுமா?'

'ம்ஹூம், தெரியாதே' என்றார் சுப்பு ரத்தினம்.

உடனே, அந்தப் பெரிய மனிதர் குறுக்கிட்டார், 'நீங்க முறைப்படி தமிழ் வாசிச்சிருக்கீங்களா?'

'ஏதோ, கொஞ்சம்' என்றார் சுப்பு ரத்தினம்.

'நன்றாக உணர்ந்து பாடுகிறீர்கள்' என்று பாராட்டினார் அந்தப் பெரிய மனிதர், 'உங்களுடைய குரலும் நன்கு கம்பீரமாக இருக்கிறது.'

வேணு நாய்க்கர் அவரை சுப்பு ரத்தினத்துக்கு அறிமுகப்படுத்தினார், 'இப்ப நீங்க பாடினீங்களே, அந்தப்

பாட்டையெல்லாம் எழுதினவர் இவர்தான், சுப்பிரமணிய பாரதியார்.'

அவர் சாதாரணமாகச் சொல்லிவிட, சுப்பு ரத்தினம் அப்படியே ஆச்சர்யத்தில் மூழ்கிப்போய்விட்டார். பாரதியாரா? என்முன்னே நின்றிருப்பது அந்த மகாகவியா? இத்தனை நேரமாக நான் பாடியதையெல்லாம் கேட்டுக்கொண்டிருந்தாரா? பரவசத்தில் அவருக்குத் தலைகால் புரியவில்லை.

ஒரே நேரத்தில் வெட்கம், சந்தோஷம், பயம் எல்லாம் சுப்பு ரத்தினத்தைப் பற்றிக்கொண்டன. அதன்பிறகு பாரதியார் என்ன பேசுகிறார் என்பதுகூட அவருக்குச் சரியாகக் காதில் விழவில்லை.

'நீங்க கவிதை எழுதறது உண்டா?' மகாகவியின் குரல் கம்பீரமாக ஒலித்தது.

அத்தனை பெரிய கவிஞருக்கு முன்னால் நம்முடைய கவிதையைப் பற்றிப் பேசுவதா என்று தயங்கினார் சுப்பு ரத்தினம், 'ஏதோ எப்பவாவது எழுதுவேன்.'

'நீங்கள் எழுதிய பாட்டுகளில் ஏதாவது ஒன்றை இப்போது பாடிக் காட்டுங்களேன்.'

'பாரதியாருக்கு முன்னால் என்னுடைய கவிதையா?' கூச்சத்தில் சுப்பு ரத்தினம் கூனிக் குறுகினார், 'நான் இப்போதுதான் எழுத ஆரம்பித்திருக்கிறேன், என்னுடைய கவிதைகள் அப்படியொன்றும் ரஸமாக இருக்காது.'

'பரவாயில்லை, பாடுங்கள், கேட்போம்' என்றார் பாரதி.

ஒருவழியாக மனத்தைத் தைரியப்படுத்திக்கொண்டு பாடத் தொடங்கினார் சுப்பு ரத்தினம்:

> *'எங்கெங்கு காணிலும் சக்தியடா - தம்பி*
> *ஏழு கடல் அவள் மேனியடா!*
> *தங்கும் வெளியினில் கோடி அண்டம் - எங்கள்*
> *தாயின் கைப் பந்து என ஓடுமடா!'*

இப்படி ஆரம்பித்து அவர் பாடி முடிக்கவும், பாரதியாருக்குச் சந்தோஷம் தாங்கவில்லை, 'புலவரே, தமிழ் யாரிடம் படித்தீர்?' என்று கேட்டார் உற்சாகமாக.

'இன்னும் படிக்கவில்லை, இப்போதுதான் ஆரம்பம்' என்றார் சுப்பு ரத்தினம்.

'பலே பலே, ஆரம்பம் குற்றமில்லை' பாரதியார் மனப்பூர்வமாகப் பாராட்டினார், 'விடாமுயற்சி, தெய்வபக்தி, அறிவு, சுதந்திர உணர்வு எல்லாம் சேர்ந்தால், உங்கள் கவிதைகள் இன்னும் அற்புதமாக மலரும்.'

பாரதியார் இப்படிச் சொல்லக் கேட்டதும், சுப்பு ரத்தினத்துக்கு உடம்பெல்லாம் சிலிர்த்தது. 'இவர் வாயால் இதுபோல் ஒரு வார்த்தையைக் கேட்க நான் கொடுத்துவைத்திருக்கவேண்டும்' என்று பூரித்துப்போனார்.

'ஐயா, நீங்கள்தான் என்னுடைய குருநாதர்' என்று பாரதியை வணங்கினார் சுப்பு ரத்தினம், 'உங்களைச் சந்தித்தது எனக்கு மிகவும் மகிழ்ச்சி.'

'எனக்கும் மகிழ்ச்சிதான் புலவரே' என்றார் பாரதியார், 'நீங்கள் அருமையான கவிஞராக வருவீர்கள், அடிக்கடி நம் வீட்டுக்கு வந்து போய்க்கொண்டிருங்கள்!'

அதுதான் ஆரம்பம். அதன்பிறகு, பாரதியாரின் இலக்கிய வட்டத்தில் சுப்பு ரத்தினம் நிரந்தர உறுப்பினராகிவிட்டார். பாரதியாரின் கவிதைகளை, கட்டுரைகளை, மற்ற அனைத்துப் படைப்புகளையும் உடனுக்குடன் படித்து, அணுஅணுவாக ரசித்து, உணர்ந்து, நேசித்து அவற்றில் கரைந்துபோனார் அந்த மகா ரசிகர்.

பாரதி, அவரது எழுத்தின்மீது அளவற்ற அன்பு, மரியாதை வைத்திருந்தவர் சுப்பு ரத்தினம், இதனை வெளிப்படுத்தும் வகையில், தன்னுடைய பெயரையே 'பாரதிதாசன்' என்று மாற்றிக்கொண்டார். மகாகவி பாரதியின் வாக்கு, அவருடைய சீடரான பாரதிதாசன் விஷயத்தில் அப்படியே

பலித்தது. நல்ல ரசிகராக மட்டுமின்றி, சிறந்த கவிஞராகவும் தன்னை நிலைநிறுத்திக்கொண்ட அவர், இணையற்ற தனது கவிதைகளின்மூலம் 'பாவேந்தர்' என்கிற பட்டத்துக்குச் சொந்தக்காரர் ஆனார்.

நாம் விரும்பி ரசிக்கிற, வியக்கிற லட்சிய பிம்பத்துக்குப் பக்கத்தில் உட்கார்ந்து பேசுகிற, பழகுகிற அபூர்வமான வாய்ப்பு எல்லோருக்கும் வாய்த்துவிடுவதில்லை. பாரதிதாசனுக்கு அந்த பாக்கியம் கிடைத்தது!

தனது நேசத்துக்குரிய மகாகவியை பாரதிதாசன் கடைசிவரை தெய்வமாக மதித்தார். அதேசமயம், அவருடைய நிழலில் முடங்கியிருக்காமல், தனக்கென்று ஒரு பாணியை உருவாக்கிக் கொண்டு பெயர் பெற்றார், பாரதி போட்டுச் சென்ற பாதையில் புதுப்புதுப் பயணங்கள், திசைகள், உலகங்களை உருவாக்கினார்!

நம்முடைய பயணம், நிழலிலா? வெயிலிலா?

26. பிரச்னைகளுக்கு நன்றி!

நியூயார்க் ரயில் நிலையம்.

அந்த பிளாட்ஃபார்ம் ஏகப்பட்ட கூட்டத்தில் சிக்கித் திணறிக்கொண்டிருந்தது. ஒரே நெரிசல், இரைச்சல், எங்கே பார்த்தாலும் பயணிகளும் அவர்களை வழியனுப்ப வந்தவர்களும் கத்திப் பேசிக்கொண்டிருக்கிறார்கள், திடும் திடுமென்று யாரோ பெட்டிகளைத் தூக்கிப் போடும் சத்தம் விடாமல் கேட்டுக்கொண்டிருந்தது.

ஆனால், லாஸ் ஏஞ்சலஸ் செல்லும் ரயிலில் ஏறி அமர்ந்திருந்த வால்ட்மட்டும் அமைதியாக எங்கோ வேடிக்கை பார்த்துக் கொண்டிருந்தார். சுற்றிலும் இத்தனை சப்தங்கள் கேட்டாலும், அவை எதுவும் அவருடைய மூளையைச் சென்றடையவில்லை.

வால்ட் பக்கத்தில் அவருடைய மனைவி லில்லியன் அமர்ந்திருந்தார். அவர் பேசுவதைக்கூடக் கவனிக்கிற மனோநிலையில் வால்ட் இல்லை.

அப்போது அவருடைய மனசெல்லாம் ஒரே ஒரு சிந்தனை, கேள்விதான் நிரம்பியிருந்தது: இனிமேல் எனக்கு எதிர்காலம் உண்டா?

எல்லாம் முடிந்துவிட்டது, என்னுடைய உழைப்பையெல்லாம் யாரோ திருடிக்கொண்டுவிட்டார்கள், நான் பல வருடங்கள் கஷ்டப்பட்டு உருவாக்கியது, வளர்த்தது அத்தனையும் பறிபோய்விட்டது. இனி நான் என்ன செய்வேன்?

வால்ட் ஓர் ஓவியர். 'ஆஸ்வால்ட்' என்கிற பெயரில் முயல் கதாபாத்திரம் ஒன்றை உருவாக்கி, அனிமேஷன் படங்களைத் தயாரித்துக்கொண்டிருந்தார்.

கார்ட்டூன் பட ரசிகர்கள் மத்தியில், ஆஸ்வால்டுக்கு நல்ல வரவேற்பு. வால்டும் அடுத்தடுத்து நிறையப் படங்களைத் தயாரித்துப் புகழ் அடைந்தார்.

இதைப் பார்த்து மற்றவர்கள் சும்மா இருப்பார்களா? சட்டபூர்வமாக ஒரு சூழ்ச்சி செய்து அவருடைய கற்பனைக் கதாபாத்திரம் ஆஸ்வால்டைப் பறித்துக்கொண்டுவிட்டார்கள்.

அதுமட்டுமில்லை, நேற்றுவரை வால்ட்டுடன் பணிபுரிந்து கொண்டிருந்த ஓவியர்கள், அனிமேஷன் நிபுணர்கள் எல்லோரும், இப்போது அவர்கள் பக்கம் சென்றுவிட்டார்கள், இனிமேல் அவர் என்ன செய்யமுடியும்?

'அவ்வளவுதான், எல்லாம் முடிந்துவிட்டது' வேதனையுடன் நினைத்தார் வால்ட், 'இப்போதுதான் எனக்கென்று ஒரு பெயர் அமைய ஆரம்பித்தது, இனிமேல் மறுபடியும் பூஜ்ஜியத்திலிருந்து தொடங்கவேண்டும், ஒவ்வொரு விநியோகஸ்தராகத் தேடி அலைந்து, வாய்ப்புக் கேட்கவேண்டும்.'

தன்னை இந்த நிலைமைக்கு ஆளாக்கியவர்களை வெறுப்போடு நினைத்துக்கொண்டார் வால்ட், 'நேற்றுவரை என்னோடு சிரித்துப் பழகிப் பேசிக்கொண்டிருந்தவர்கள், இப்படித் திடீரென்று காலை வாரிவிட அவர்களுக்கு எப்படி மனசு வருகிறது?'

வெகுநேரம் இப்படி ஆற்றாமையோடு புலம்பிக்கொண்டிருந்த வால்ட், கடைசியில் ஒரு தெளிவான முடிவுக்கு வந்தார், 'நடந்ததையே நினைத்து வருத்தப்படுவதால், முடங்கிப்போவதால்

எந்தப் பிரயோஜனமும் இல்லை, அடுத்து நடக்கவேண்டியதை யோசிப்பதுதான் புத்திசாலித்தனம்.'

சரி, இப்போது என்ன பிரச்னை?

என்னுடைய ஆஸ்வால்ட் கதாபாத்திரம் பறிபோய்விட்டது, யாரோ திருடிக்கொண்டுவிட்டார்கள்.

போகட்டுமே, அவர்களால் என்னுடைய பர்ஸைதானே திருடமுடியும், என்னுடைய கை, கால், உழைப்பு, நம்பிக்கை அதையெல்லாம் யாராலும் பறித்துக்கொள்ளமுடியாதுதானே?

'அவர்கள் எனது ஆஸ்வால்ட் கதாபாத்திரத்தை அநியாயமாகத் திருடியிருக்கலாம். ஆனால், அதோடு எனது கற்பனையும் தொலைந்துவிடாது' என்று தெம்புடன் நினைத்துக்கொண்டார் வால்ட், 'ஆஸ்வால்டுக்கு பதிலாக, அதேமாதிரி இன்னொரு வெற்றிகரமான கதாபாத்திரத்தை நான் உருவாக்குவேன்.'

அடுத்து, நண்பர்களாகப் பழகியவர்கள், என்னிடம் தொழில் கற்றுக்கொண்ட அனிமேஷன் கலைஞர்கள், என் உப்பைச் சாப்பிட்டவர்கள், எனக்கு துரோகம் செய்துவிட்டுக் கிளம்பிவிட்டார்கள்.

கஷ்டம்தான். ஆனால், இதில் என்னுடைய தவறு என்று எதுவும் இல்லையே. பிறகு ஏன் நான் அதை நினைத்து வருத்தப்படவேண்டும்? இவர்களுக்குப் பதிலாக வேறு சில திறமைசாலி இளைஞர்களைக் கண்டுபிடித்து உருவாக்க என்னால் முடியாதா?

இப்படி யோசித்தபிறகு, வால்ட் சுறுசுறுப்பாகிவிட்டார். ஆஸ்வால்டுக்குப் பதிலாக இன்னொரு கற்பனைக் கதாபாத்திரத்தைக் கண்டுபிடித்து மீண்டும் வெற்றியை எட்டிப் பிடிக்கவேண்டும் என்று அவருடைய இதயம் துடிக்கத் தொடங்கிவிட்டது.

அதிக நேரமில்லை. ஆஸ்வால்ட்போலவே துறுதுறுப்பான, குழந்தைகள், பெரியவர்கள் என எல்லோரையும் கவரக்கூடிய இன்னொரு சுவாரஸ்யமான கதாபாத்திரத்தை உடனடியாக

உருவாக்கவேண்டும், அப்போதுதான் நான் பிழைப்பேன், என்னுடைய நிறுவனம் பிழைக்கும், இல்லாவிட்டால், இந்த ரயிலில் இருந்து இறங்கியதும், நான் நிரந்தரமாக நடுத்தெருவில் நிற்கவேண்டியதுதான்.

வால்ட் மொத்த சிந்தனையும் அந்தப் புதிய கதாபாத்திரத்தின்மீது குவித்தார். ரயிலில் அவருக்கு ஒதுக்கப்பட்டிருந்த மேல் பர்த்தில் படுத்தபடி, புதிய அனிமேஷன் கதாபாத்திரங்கள் பலவற்றை மனத்துக்குள் வரைந்து பார்த்து அழித்துக்கொண்டிருந்தார் அவர்.

பூனை, நாய், மாடு, குதிரை, பன்றி, யானை, ஏன் டைனோசரைக் கூடக் கதாநாயகனாக்கி அனிமேஷன் படங்கள் வந்துவிட்டன. ஆகவே, இவற்றிலிருந்து விலகி, கொஞ்சம் வித்தியாசமாகச் சிந்திக்கவேண்டும் என்று எண்ணினார் வால்ட்.

அப்போதுதான், வால்ட்டுக்கு ஒரு பழைய நண்பனின் நினைவு வந்தது. பல வருடங்களுக்குமுன்னால் தன்னுடைய ஓவியக் கூடத்தில் அந்த நண்பனைச் சந்தித்திருக்கிறார் வால்ட், பேசாமல், அவனை ஒரு கார்ட்டூன் கதாபாத்திரமாக உருவாக்கிவிட்டால் என்ன?

வால்ட்டின் அந்தச் சிநேகிதன், ஓர் எலி!

இதற்குமுன் வால்ட் ஓவியம் வரைந்துகொண்டிருந்த அறைக்கு, அவ்வப்போது பல எலிகள் வந்து போகும். ஏதேனும் சாப்பிடக் கிடைக்குமா என்று குப்பைக் கூடைகளை உருட்டும், கீச்கீச்சென்று சத்தம் போடும்.

இப்படி எந்நேரமும் எலிகள் குறுக்கே, நெடுக்கே ஓடிக்கொண்டிருந்தால், ஓவியம் வரைகிறவர்களுக்குத் தொந்தரவுதானே? எல்லா எலிகளைப் பிடித்து ஒரு கூண்டில் அடைத்துவைத்தார் வால்ட்.

அந்தக் கூண்டில் பலவிதமான எலிகள் இருந்தன. ஆனால், பழுப்பு நிறத்தில் அமைதியான தோற்றத்துடன் இருந்த ஓர் எலிதான் வால்ட்டின் கவனத்தைக் கவர்ந்தது.

காரணம், மற்ற எலிகளெல்லாம் அந்தக் கூண்டிலிருந்து எப்படி தப்பிக்கலாம் என்றுதான் தீவிர முயற்சி செய்துகொண்டிருந்தன. ஆனால் இந்த எலிமட்டும், அவருடைய விருந்தாளிபோல் அங்கேயே தங்கிவிட்டது.

வால்டுக்கும் ரொம்ப நாளாகத் தனியே ஓவியம் வரைந்து போரடித்தது, அந்த எலிக்கு 'மார்டிமெர்' *(Mortimer)* என்று செல்லப் பெயர் சூட்டித் தனது நெருங்கிய சிநேகிதனாக்கிக்கொண்டுவிட்டார்.

எல்லோரும் நாய், பூனையைப் பழக்குவார்கள். ஆனால் வால்ட், தன்னுடைய மார்டிமெர் எலிக்குப் பல விஷயங்களைச் சொல்லிக்கொடுத்துப் பழக்கினார். அதுவும் ஆர்வத்தோடு கற்றுக்கொண்டு, அவருடைய கட்டளைகளுக்கு அடிபணிந்தது.

ஆனால், அவர்களுடைய நட்பு ரொம்ப நாள் நீடிக்கவில்லை. வால்ட் அந்த அறையைக் காலி செய்துகொண்டு லாஸ் ஏஞ்சலஸ் கிளம்பியபோது, அவர் மார்டிமெர் எலியைப் பிரியவேண்டியிருந்தது.

வால்டுக்கு மார்டிமெரை விட்டுக் கிளம்ப மனமே இல்லை. ஆனால் என்ன செய்வது? புது ஊருக்கு எலிக் கூண்டையும் தூக்கிக்கொண்டா பயணம் செய்யமுடியும்? வருத்தத்துடன் கூண்டைத் திறந்து தனது எலித் தோழனை வெளியே துரத்திவிட்டார் அவர்.

இப்போது அந்த எலியை நினைத்துக்கொண்ட வால்ட், சட்டென்று உற்சாகக் குவியலாகிவிட்டார். ஆஸ்வால்ட் போலவே, மார்டிமெர் எலியாலும் பல்வேறு சாகசங்களைச் சுவாரஸ்யமாகச் செய்யமுடியும் என்று கற்பனை செய்த அவர், மார்டிமெரை நினைவுக்குக் கொண்டுவந்து, கைக்குக் கிடைத்த காகிதம் ஒன்றில் மளமளவென்று ஓவியமாக வரைய ஆரம்பித்தார். எலி என்றால், குட்டியாக, இத்தனூண்டு இருக்கும். அந்த அளவுக்கு கார்ட்டூன் வரைந்தால் அனிமேஷன் செய்வது சிரமம், ரசிகர்களும் பூதக்கண்ணாடி வைத்துதான் பார்க்கவேண்டும்.

ஆகவே, இந்த பொம்மை மார்டிமெரைக் கொஞ்சம் பெரியதாக, மனிதனைப்போல் சட்டை, பேன்ட் எல்லாம் மாட்டிவிட்டு அசத்தலாக வரைந்தார் வால்ட். அந்தப் படத்தைத் தன் மனைவியிடம் காட்டி, 'எப்படி இருக்கிறது?' என்றார்.

'பிரமாதம்' என்றார் லில்லியன், 'எதற்கு இந்த எலிப் படம் வரைந்திருக்கிறீர்கள்?'

'சார்தான் நம்ம புது ஹீரோ' என்று உற்சாகமாகச் சொன்னார் வால்ட், 'இனிமேல் ஆஸ்வால்டுக்குப் பதிலாக இந்த எலிதான் நம்முடைய அனிமேஷன் படங்களில் நடிக்கப்போகிறது.'

'வாவ், சூப்பர்' என்று துள்ளினார் லில்லியன், 'இந்த எலிக்கு என்ன பெயர்?'

'மார்டிமெர்', என்றார் வால்ட்.

'ம்ஹூம், தேறாது' என்றார் லில்லியன், 'இவ்வளவு நீளமாகப் பெயர் வைத்தால் மக்களுக்கு மறந்துவிடும், எல்லோரும் சுலபமாகச் சொல்லும்படி ஒரு புதுப் பெயர் வைத்தால்தான் இந்த எலிக் கதாபாத்திரம் சீக்கிரமாகப் பிரபலமாகும்.'

'சரி, நீதான் ஒரு நல்ல பெயராகச் சொல்லேன்', சாக்லெட்டுக்கு அழும் குழந்தையைப்போலக் கெஞ்சினார் வால்ட்.

கொஞ்ச நேரம் யோசித்த லில்லியன், எளிமையான, உச்சரிக்கச் சுலபமான இன்னொரு நல்ல பெயரைச் சிபாரிசு செய்தார், 'மிக்கி'!

இன்றைக்கு உலகிலேயே அதிகக் குழந்தைகள் உடனடியாக அடையாளம் காணும் பிரபலமான கார்ட்டூன் கதாபாத்திரம் மிக்கி மவுஸ், இப்படி ஒரு ரயில் பயணத்தில் தோன்றிய திருப்பு முனைதான். ஆஸ்வால்ட் முயலை இழந்த வருத்தத்தில் இருந்த வால்ட் டிஸ்னி, மிக்கி எலியின் மூலம் அந்தக் காயத்துக்கு மருந்து போட்டுக்கொண்டார், பதிலுக்கு அந்த எலி அவரை உலகப் புகழ் பெற்ற கலைஞராக உயர்த்தியது.

ஒரு சாதாரணப் பூனையைக்கூட, மூலையில் போட்டு அடித்தால், கோபம் வந்து சீறும். அதுபோல, சந்தர்ப்ப சூழ்நிலையாலோ,

அல்லது நமது விரோதிகளின் கைங்கர்யத்தாலோ பெரிய பிரச்னைகள் வரும்போதுதான், நமக்குள் இருக்கிற அலாதியான பல திறமைகள் வெளிப்படுகின்றன, வால்ட் டிஸ்னியின் 'மிக்கி மவுஸ்' போல!

ஆகவே, நமக்கு நடக்கும் கெட்ட விஷயங்களுக்குக்கூட, மனமார ஒரு 'நன்றி' சொல்லிவிடுங்கள்!

27. நம்முடைய அரிசி

அந்த வீட்டு வாசலில் ஒரு கார் வந்து நின்றது.

காரிலிருந்து இறங்கிய டிரைவர் உள்ளே நடந்தார், 'இங்கே பாலசுப்ரமணியம்ங்கறது யாரு?'

களைத்த முகத்துடன் உள்ளே படுத்திருந்தவர் எழுந்து உட்கார்ந்தார், 'நான்தான், நீங்க யாரு?'

'எம்.ஜி.ஆர். சார் உங்களுக்குக் கார் அனுப்பியிருக்கார்' என்றார் அவர், 'இன்னிக்கு ஏதோ பாட்டு ரெகார்டிங் இருக்காமே.'

சட்டென்று பாலசுப்ரமணியம் முகத்தில் இருள் படர்ந்தது, அவரைப் போன்ற ஓர் இளம் பாடகர், மக்கள் திலகம் எம்.ஜி.ஆர். படத்தில் பாட்டுப் பாடுவது என்றால், எப்பேர்ப்பட்ட வாய்ப்பு!

ஆனால், இன்றைக்கு அவருக்கு அதிர்ஷ்டம் இல்லை. அவரால் ஓர் அடிகூட எடுத்துவைக்கமுடியாது, ஒரு வரிகூடப் பாடமுடியாது, அந்த அளவுக்குக் காய்ச்சல் அவரைச் சாய்த்துப் படுக்கச் செய்துவிட்டது.

'நீங்க என்னை மன்னிக்கணும்' என்றார் பாலசுப்ரமணியம், 'எனக்கு ரொம்ப உடம்பு சரியில்லை, என்னால இன்னிக்குப் பாட வரமுடியாதுன்னு நினைக்கறேன்.'

அந்த டிரைவர் பாலசுப்ரமணியத்தைப் பரிதாபமாகப் பார்த்தார், 'தம்பி, நான் சொல்றேனேன்னு தப்பா நினைக்காதீங்க, வாத்தியார் படத்தில பாடற அதிர்ஷ்டம் சில பேருக்குதான் கிடைக்கும், அது கிடைச்சும் நீங்க அதைப் பயன்படுத்திக்கலைன்னா சுத்த முட்டாள்தனம்.'

'நீங்க சொல்றது சரிதாங்க' என்று ஒப்புக்கொண்டார் பாலசுப்ரமணியம், 'ஆனா, நான் என்ன செய்யறது? இன்னிக்கு நான் பாடற நிலைமையில இல்லை, என்னோட அதிர்ஷ்டம் அவ்வளவுதான்.'

டிரைவர் சில விநாடிகளுக்கு அங்கேயே நின்றிருந்தார். பிறகு பாலசுப்ரமணியத்திடம் விடை பெற்றுக்கொண்டு வெளியேறினார். கதவு அறைந்து சாத்தப்பட்டது.

பாலசுப்ரமணியம் சிறிது நேரம் வெறுமையாக அந்தக் கதவையே பார்த்துக்கொண்டிருந்தார். இத்துடன் தன்னுடைய இசை உலக வாழ்க்கையும் மொத்தமாக இழுத்து மூடப்பட்டுவிட்டதுபோல் தவிப்பாக உணர்ந்தார் அவர்.

மிகச் சிறிய வயதிலிருந்தே, பாலசுப்ரமணியத்துக்குப் பாடும் ஆர்வம் அதிகம். அவர் பாடக் கேட்டவர்களெல்லாம், 'பையனுக்கு தெய்வீகக் குரல்' என்று புகழ்ந்தார்கள், 'நீங்க ஏன் சினிமாவிலே பாட முயற்சி செய்யக்கூடாது?'

பாலசுப்ரமணியம் முயற்சி செய்தார். ஆனால் வாய்ப்புகள்தான் அமையவில்லை.

மேடைகளில் அவர் பாடுவதைக் கேட்ட பிரமுகர்கள், பொதுமக்கள், சினிமாக்காரர்கள் ஒருவர் பாக்கியில்லாமல், 'உங்களுக்கு நல்ல எதிர்காலம் இருக்கு' என்று பாராட்டினார்கள். ஆனால், அந்த எதிர்காலம் எங்கே என்பதுதான் புரியவில்லை.

அப்போது கல்லூரி மாணவராக இருந்த பாலசுப்ரமணியம், படிப்பைக்கூடப் புறக்கணித்துவிட்டு இசைத்துறையில் ஒரு நல்ல தொடக்கத்துக்காக அலைந்தார். அடுத்தடுத்துப் பல சினிமாத்துறைப் புள்ளிகளைச் சந்தித்து வாய்ப்புக் கேட்டார்.

இசையமைப்பாளர் எம்.எஸ். விஸ்வநாதன், நடிகை பானுமதி உள்பட, பாலசுப்ரமணியத்தின் குரலைக் கேட்டவர்கள் எல்லோரும், 'நல்ல சந்தர்ப்பம் வரும்போது உங்களுக்குச் சொல்லி அனுப்புகிறோம், சிபாரிசு' என்றார்கள். ஆனால், நிஜத்தில் எதுவும் நடக்கவில்லை.

ரொம்ப நாள் காத்திருந்தபிறகு, பாலசுப்ரமணியத்துக்கு அவருடைய தாய்மொழியான தெலுங்கில் ஒரு சில பாடல்களைப் பாடும் வாய்ப்புக் கிடைத்தது. பின்னர் தமிழிலும் ஒன்றிரண்டு பாடல்களைப் பாடினார்.

ஆனால், இவை எல்லாமே துண்டு துக்கடாப் படங்கள், இவற்றில் சில படங்கள் வெளியாகவே இல்லை, மற்றவை தொடர்ந்து தாமதமாகிக்கொண்டிருந்தன, சிரமப்பட்டு வெளியான படங்களும், அதே வேகத்தில் பெட்டிக்குள் புகுந்துகொண்டன.

இதனால், சினிமாக்காரர்கள் மத்தியிலும் சரி, இசை ரசிகர்கள் மத்தியிலும் சரி, பாலசுப்ரமணியம் என்கிற பெயரே சரியாக அறிமுகமாகவில்லை. அவருடைய அபாரமான திறமைக்குச் சரியான வாய்ப்புகளும் கிடைக்கவில்லை.

இந்த நிலைமையில்தான், ஒருநாள் பாலசுப்ரமணியம் பாடுவதை எதேச்சையாக எம்.ஜி.ஆர். கேட்க நேர்ந்தது, இசைப் பிரியரான அவருக்கு இளமை ததும்பும் இந்தப் புதுக் குரல் மிகவும் பிடித்துவிட்டது.

அப்போது எம்.ஜி.ஆர். 'அடிமைப் பெண்' என்ற பெயரில் ஒரு படம் தொடங்கியிருந்தார். அதில் வருகிற ஒரு டூயட் பாடலை பாலசுப்ரமணியம் பாடவேண்டும் என்று விரும்பினார் அவர்.

எம்.ஜி.ஆர். படத்தில் நானா? ஆனந்த அதிர்ச்சியில் பாலசுப்ரமணியத்துக்கு என்ன பேசுவது என்றே தெரியவில்லை. உற்சாகத்தில் அவர் மனம் துள்ளிக்கொண்டிருந்தது.

ஆனால், மனத்துக்குத் தெரிந்தது, உடம்புக்குத் தெரியவில்லை. அன்று இரவே அவருக்குக் கடுமையான காய்ச்சல் வந்துவிட்டது,

படுத்த படுக்கையாகிவிட்டார். இதனால், அபூர்வமான எம்.ஜி.ஆர். பட வாய்ப்பை அவர் இழக்கவேண்டிய சூழ்நிலை.

கொஞ்சம் கொஞ்சமாக அந்த ஏமாற்றத்திலிருந்து வெளியே வந்தார் பாலசுப்ரமணியம், 'சரி, அந்த வாய்ப்பு எனக்குப் பதிலாக வேறு யாருக்கோ போகவேண்டும் என்று இருக்கிறது, நாளைக்கு அதேபோல் இன்னொரு வாய்ப்பு வரும், அப்போது நான் என்னுடைய திறமையை நிரூபிப்பேன்' என்று தன்னைத் தானே தேற்றிக்கொண்டார்.

ஒரு மாதம் கழித்து, மீண்டும் பாலசுப்ரமணியம் வீட்டு வாசலில் எம்.ஜி.ஆர். அலுவலகக் கார் வந்து நின்றது, 'உங்களுக்கு உடம்பு சரியாயிடுச்சா-ன்னு வாத்தியார் விசாரிச்சுட்டு வரச் சொன்னார்.'

பாலசுப்ரமணியத்துக்கு ஆச்சர்யம் தாங்கவில்லை. எம்.ஜி.ஆர். எப்பேர்ப்பட்ட நடிகர், அவர் என்னை நலம் விசாரிக்கிறாரே, ஏன்? எதற்கு?

'அடிமைப் பெண்-ல நீங்க ஒரு பாட்டு பாடணுமாமே, அதுக்குதான் உங்களைக் கூட்டிகிட்டுப் போக வந்தோம்.'

'அந்தப் பாட்டு போன மாசமே ரெகார்டிங் முடிஞ்சிருக்குமே.'

'இல்லை சார், உங்களுக்காகதான் வெயிட் பண்றோம்' என்றார் அவர், 'எவ்வளவு நாள் ஆனாலும் பரவாயில்லை, அந்தப் பாட்டை நீங்கதான் பாடணும்ன்னு வாத்தியார் கண்டிப்பாச் சொல்லிட்டார்.'

இதைக் கேட்டதும், நெகிழ்ச்சியில் பாலசுப்ரமணியத்துக்குக் கண்ணீரே வந்துவிட்டது. உடனடியாகப் புறப்படத் தயாராகிவிட்டார் அவர். உண்மையில், அவருக்கு இன்னும் உடம்பு முழுசாகக் குணமாகியிருக்கவில்லை. ஆனால், இன்னொருமுறை இப்படி ஓர் அபூர்வமான வாய்ப்பைத் தவறவிட அவர் விரும்பவில்லை. ஆகவே, லேசான காய்ச்சலையும் பொறுத்துக்கொண்டு, அந்தப் பாடலைப் பாடி முடித்தார் பாலசுப்ரமணியம், 'ஆயிரம் நிலவே வா, ஓராயிரம் நிலவே வா.'

பாடல் பதிவு முடிந்ததும், எம். ஜி. ஆரை நேரில் சந்தித்து நன்றி சொன்னார் பாலசுப்ரமணியம், 'நீங்க எவ்ளோ பெரிய ஆர்ட்டிஸ்ட், என்னைமாதிரி ஒரு சின்னப் பாடகனுக்காக இவ்ளோ நாள் காத்திருந்தது ரொம்பப் பெரிய விஷயம் சார்.'

எம்.ஜி.ஆர். சிரித்தார், 'அப்படியில்லை தம்பி, நான் உங்களுக்கு வாய்ப்புத் தர்றேன்னு சொன்னதும், நீங்க உங்க நண்பர்கள், உறவினர்கள்ன்னு எல்லார்கிட்டயும் சொல்லியிருப்பீங்க, எம்.ஜி.ஆர். படத்தில உங்க குரலைக் கேட்கப்போறோம்-ன்னு அவங்களும் ஆர்வமா இருப்பாங்க.'

'இப்போ நான் உங்களுக்குப் பதில் இன்னொருத்தரைப் பாட வெச்சிருந்தா, என்ன ஆகும்? நீங்களும் ஏமாந்துடுவீங்க, அவங்களும் ஏமாந்து போவாங்க.'

'அப்புறம், அவங்க சும்மா இருப்பாங்களா? உங்களுக்கு அதிர்ஷ்டம் இல்லைன்னு பேசுவாங்க, நீங்க பாடினது எம்.ஜி. ஆருக்குப் பிடிக்கலை அதனாலதான் அவர் உங்களைத் தூக்கி எறிஞ்சுட்டார்ன்னு கேவலப்படுத்துவாங்க, உங்களைமாதிரி வளரும் நிலையில இருக்கிற இளம் கலைஞர்களுக்கு, இதெல்லாம் பெரிய ஆபத்து.'

'அதனாலதான், இந்தப் பாட்டை நீங்கதான் பாடணும்ன்னு நான் பிடிவாதமாக் காத்திருந்தேன்' என்று முடித்தார் எம்.ஜி. ஆர், 'உங்களுக்குப் பிரமாதமான எதிர்காலம் இருக்கு தம்பி, நீங்க ரொம்ப நல்லா வருவீங்க.'

எம்.ஜி.ஆர். சொன்னதுபோலவே, அந்தப் பாடகர் மிகப் பெரிய அளவில் வளர்ந்தார், தமிழ், தெலுங்கு, கன்னடம், மலையாளம், ஹிந்தி உள்ளிட்ட பல மொழிகளிலும் அவருடைய தேன் குரலைக் கேட்டு மகிழாத ரசிகர்கள் இல்லை, அவருடைய குரலாலேயே தனி மகுடம் சூட்டப்பட்ட பாடல்கள் ஆயிரக்கணக்கில் உண்டு.

'பாடும் நிலா' என்று ரசிகர்களால் பாராட்டப்படும் எஸ்.பி. பாலசுப்ரமணியத்துக்கு, எம்.ஜி.ஆரின் 'ஆயிரம் நிலவே வா' பாடல்தான் மிகப் பெரிய திருப்புமுனையாக

அமைந்தது. அதுவரை சின்னச் சின்னப் படங்களில்மட்டும் பாடிக்கொண்டிருந்தவர், அதன்பிறகுதான் அத்தனை உச்ச நட்சத்திரங்களின் நிரந்தரக் குரலாகிப் புகழ் பெற்றார்.

'நாம் உண்ணும் ஒவ்வோர் அரிசியிலும், நம் பெயர் பொறிக்கப்பட்டிருக்கிறது' என்று சொல்வார்கள், அதுபோல, நமக்கான நல்ல வாய்ப்புகள் உலகில் எங்கோ இருக்கின்றன, நம்பிக்கை இழக்காமல் தொடர்ந்து பாடுபட்டால் அவை நம்மைக் கைவிடாது!

28. தவிப்பு

நீதிபதி முன்னால் அந்தப் பையனைக் கொண்டுவந்து நிறுத்தினார்கள்.

அவர் பெருமூச்சுடன் அவனை நிமிர்ந்து பார்த்தார், இந்தச் சின்ன வயதில் தப்புச் செய்துவிட்டு கோர்ட்டுக்கு வந்து நிற்கிறானே, யார் இவன்?

'தம்பி, உன் பேர் என்ன?', அக்கறையாக விசாரித்தார் அவர்.

'மைக்' அலட்சியமாக பதில் வந்தது.

அதற்குமேல் அந்த நீதிபதி எதுவும் கேட்கவில்லை. இப்படிப் பேச்சிலேயே முரட்டுத்தனம் காட்டுகிற ரௌடிப் பையன்களுக்கெல்லாம், புத்தி சொல்லிப் பிரயோஜனம் இல்லை, தண்டனை மட்டும்தான் கொடுக்கமுடியும்.

ஆனால், மைக்கிற்கு அப்போது வயது வெறும் பன்னிரண்டுதான். ஆகவே, அவரை ஜெயிலில் போடமுடியாது, சிறுவர்களுக்கான சீர்திருத்தப் பள்ளிக்கு அனுப்பிவைத்தார்கள்.

'சீர்திருத்தப் பள்ளி' என்று பெயர் சொன்னாலும், அதுகூட ஒரு மினி ஜெயில்தான். கதவுகள், ஜன்னல்கள் அனைத்தும் அடைத்துவைத்திருப்பார்கள், கண்றாவியாக ஒரு சாப்பாடு,

அறைகள், படுக்கை என எல்லாம் அசிங்கமாக இருக்கும், அங்கிருக்கும் 'வாத்தியார்'கள் எல்லோரும் மிகவும் முரட்டுத்தனமாக நடந்துகொள்வார்கள்.

உண்மையில், சீர்திருத்தப் பள்ளிகளின் நோக்கம், தப்புச் செய்துவிட்டு இங்கே வருகிற பையன்கள் யோசிக்கவேண்டும், 'அடுத்தமுறை இந்த இடத்துக்கு வந்துவிடக்கூடாது' என்று நினைக்கவேண்டும், மனம் திருந்தவேண்டும்.

ஆனால், மைக் ஏற்கெனவே நன்றாக இறுகிப்போயிருந்தான். அவனுக்குச் சீர்திருத்தமெல்லாம் சரிப்படாது, எப்போது இங்கிருந்து வெளியே போய் பழையபடி திருட்டுத் தொழிலை ஆரம்பிக்கலாம் என்றுதான் அவன் எந்நேரமும் நினைத்துக் கொண்டிருந்தான்.

சில நாள்களில், அவன் அந்தச் சீர்திருத்தப் பள்ளியிலிருந்து விடுவிக்கப்பட்டான். உடனடியாக, நாலு பேரை பிக்பாக்கெட் அடித்து, மறுபடியும் மாட்டிக்கொண்டான்.

அந்த வயதில், மைக்கிற்கு எது சரி, எது தவறு என்பதெல்லாம் முக்கியமாகத் தோன்றவில்லை. எனக்குப் பணம் வேண்டும், அது யாரிடம் இருக்கிறதோ அவர்களை நான் கொள்ளையடிக்கிறேன், அவ்வளவுதான்.

இப்படித் தனக்கென்று ஒரு நியாயத்தை உருவாக்கிக்கொண்ட மைக், போலீஸ், நீதிபதி, ஜெயில் யாரைப்பற்றியும் கவலைப் படவில்லை. விழித்திருக்கும் நேரமெல்லாம் யாரையேனும் அடிப்பது, பணத்தைப் பிடுங்குவது, ஜாலியாகச் செலவு செய்வது, இதுதான் அவனுடைய தினசரி வாழ்க்கை.

போலீஸ்காரர்களும் சலிக்காமல் அவனைத் துரத்தித் துரத்திப் பிடித்தார்கள், கைது செய்தார்கள். ஆறு மாதத்துக்குள், அந்த ஊரில் இருக்கும் அத்தனை சீர்திருத்தப் பள்ளிகளையும் பார்த்துவிட்டான் மைக்.

அப்போதும், அவன் திருந்தியதாகத் தெரியவில்லை. பதின்மூன்று வயதுக்குள், மொத்தம் 38 முறை கைது செய்யப்பட்டிருந்தான் அவன்.

வெறுத்துப்போன நீதிபதிகள், ஒரு முடிவுக்கு வந்தார்கள், 'இந்தப் பையனுக்கு சாதாரண சீர்திருத்தப் பள்ளியெல்லாம் போதாது, பெரிதாக ஏதாவது தண்டனை தரவேண்டும்.'

அப்படி யோசித்து அவர்கள் தேர்ந்தெடுத்த தண்டனை, நியூ யார்க் நகரில் உள்ள ட்ரையன் பள்ளி.

அதுவரை மைக் பார்த்த சீர்திருத்தப் பள்ளிகளுடன் ஒப்பிடுகையில், ட்ரையன் மிகப் பெரியது. சுற்றுவட்டாரங்களில் உள்ள மிகவும் முரட்டுப் பையன்களையெல்லாம், காவல் துறையினர் இங்கேதான் அனுப்பிவைத்துக்கொண்டிருந்தார்கள்.

ஆனால் அங்கேயும், மைக் தனது அடாவடி வேலையைக் காட்டினான். வேண்டுமென்றே மற்ற பையன்களை வம்புக்கு இழுப்பது, அடித்து, உதைப்பது என்று ஏகப்பட்ட கலாட்டா.

'எப்படியாவது இந்த மைக்கின் மூக்கை உடைக்கவேண்டும்' என்று யோசித்தது ட்ரையன் நிர்வாகம், 'அவன் இனிமேல் யாருடனும் கலாட்டா செய்யாமல் ஒழுங்காக மூலையில் உட்கார்ந்திருக்கவேண்டும், அதற்கு என்ன செய்யலாம்?

'கவலைப்படாதீங்க, அந்த மைக்கை வழிக்குக் கொண்டுவர வேண்டியது என்னுடைய பொறுப்பு' என்றார் ஒருவர், அவர் பெயர் பாபி ஸ்டீவர்ட்.

'என்ன செய்யப்போகிறீர்கள்?'

'தான் ஒரு பலசாலி என்கிற நினைப்பில்தானே அவன் எல்லோரையும் அடித்து, உதைக்கிறான்? அவனுடைய அந்தத் திமிரை அழித்துவிட்டால், மைக் திருந்திவிடுவான்' என்றார் அவர்.

'நீங்கள் சொல்வது புரியவில்லையே!'

'மற்றவர்களை மைக் அடிப்பதற்குமுன்னால், நான் அவனை அடிக்கப்போகிறேன்' என்றார் பாபி ஸ்டீவர்ட், 'அதன்பிறகு, அவன் அவமானப்பட்டுக்கொண்டு அமைதியாகிவிடுவான், யார் மேலும் கை வைக்கமாட்டான்.'

பாபி ஸ்டீவர்ட் ஒரு குத்துச்சண்டை வீரர். எதிராளியை எப்படி அடிக்கவேண்டும், அவன் நம்மை அடிக்கவந்தால் எப்படித் தப்பவேண்டும், எப்படி ஏமாற்றித் திருப்பித் தாக்கவேண்டும் என்றெல்லாம் அவருக்குப் பல நுணுக்கங்கள் அத்துப்படி.

அவருடன் ஒப்பிடும்போது, மைக் ஒரு சின்னப் பாப்பா. அவனிடம் ஏகப்பட்ட பலம் இருந்தது. ஆனால் அதை எப்படிப் பயன்படுத்தவேண்டும் என்பதெல்லாம் தெரியாது, சும்மாக் கண்டபடி கையை, காலை உதறுவான், எதிரில் இருக்கிறவர்கள் அடிபட்டுக் கீழே விழுவார்கள், அவ்வளவுதான்.

அடுத்த நாள், மைக்கைச் சந்திக்கச் சென்றார் பாபி ஸ்டீவர்ட், 'தம்பி, நீ பெரிய சண்டைக்காரனாமே, எல்லோரும் சொல்றாங்க, நிஜமாகவா? நீ என்னோட சண்டை போடுவியா?'

'சண்டை' என்றதும் மைக் முகம் ஒளிர்ந்தது, சட்டென்று துள்ளி எழுந்தான் அவன்.

அதற்குள், பாபி ஸ்டீவர்ட் முந்திக்கொண்டார். மைக்கின் கன்னத்தில் ஒரு குத்து விழுந்தது.

அப்படியே நிலைதடுமாறிக் கீழே சாய்ந்தான் மைக். எங்கே அடிபட்டது என்றுகூடத் தெரியவில்லை, ஆனால் முகமெல்லாம் அப்படியே பிய்ந்து கீழே விழுந்துவிட்டதுபோல் எரிச்சலாக இருந்தது.

எப்படியோ சமாளித்து எழுந்து நின்றான் மைக், பழிக்குப் பழிவாங்க அவனுடைய ரத்தம் கொதித்தது.

ஆனால், இந்த பாபி ஸ்டீவர்ட் எங்கே நிற்கிறார்? வலியில் கண்களைச் சுருக்கிக்கொண்டு கஷ்டப்பட்டுத் தேடி அவரைக் கண்டுபிடித்த மைக், ஆக்ரோஷமாக அவர்மேல் பாய்ந்தான்.

அவனுடைய கை பாபி ஸ்டீவர்டை நெருங்குவதற்குள், அவர் சட்டென்று விலகிக்கொண்டார், நிலைதடுமாறிய மைக்கின் வயிற்றில் வேகமாக ஒரு குத்து விட்டார். அவ்வளவுதான். மைக்கிற்கு மூச்சே நின்றுவிட்டது. உடம்புமுழுவதும் ரத்தம் வழிவதுபோல் வலி, ஒழுங்காகச் சுவாசிக்கக்கூட முடியவில்லை.

பாபி ஸ்டூவர்ட் புன்னகையோடு மைக்கை நெருங்கினார், 'என்ன தம்பி? இந்த அடி போதுமா? இன்னும் கொஞ்சம் வேணுமா?'

மைக் அவருக்குப் பதில் சொல்லும் நிலைமையில் இல்லை. முகமெல்லாம் விண்விண் என்று வலிக்க, வேதனையில் அப்படியே சுருண்டு கிடந்தான் அவன்.

மறுநாள், யாரோ பாபி ஸ்டூவர்ட் அறைக் கதவைத் தட்டினார்கள், திறந்து பார்த்தால், மைக். தயங்கித் தயங்கி உள்ளே நுழைந்தான் அவன், 'நான் உங்ககிட்ட குத்துச் சண்டை கத்துக்கணும், எனக்கு நீங்க சொல்லித்தருவீங்களா? ப்ளீஸ்!'

பாபி ஸ்டூவர்டுக்கு சிரிப்புதான் வந்தது, பையன் ஏதோ விளையாடுகிறான் என்று நினைத்துவிட்டார்.

'இல்லை சார், நிஜமாவே எனக்குக் குத்துச்சண்டை பழகணும்ன்னு ஆசையா இருக்கு' என்று கெஞ்சினான் மைக், 'நீங்கதான் எனக்கு உதவி செய்யணும் சார்.'

இப்போது, பாபி ஸ்டூவர்டின் மனம் இளகியது, மறுநாள் தொடங்கி, அவனுக்குக் குத்துச் சண்டையின் அடிப்படை அம்சங்களைப் பொறுமையாகச் சொல்லித் தர ஆரம்பித்தார்.

மைக் ராப்பகலாகப் பயிற்சி எடுத்தான், குத்துச்சண்டை நுணுக்கங்கள், உத்திகளையெல்லாம் அக்கு வேறு ஆணி வேறாகப் பிரித்துப்போட்டுப் பழகிக்கொண்ட அவன், சீக்கிரத்திலேயே போட்டிகளில் பங்கேற்று ஜெயிக்கத் தொடங்கினான்.

ஒருகாலத்தில் சாதாரண பிக்பாக்கெட் திருடனாக இருந்த அந்த 'மைக்'தான், பின்னாள்களில் உலகின் மிக இளம் வயது 'ஹெவி வெயிட் குத்துச்சண்டை' சாம்பியனாக உயர்ந்த 'மைக் டைசன்'. தன்னுடைய காலத்தின் மிகச் சிறந்த குத்துச்சண்டை வீரர்கள் அத்தனை பேரையும் வீழ்த்தி, 'மிஸ்டர். நாக் அவுட்' என்றே பெயர் வாங்கினார் அவர்.

'மைக் ஒரு பொறுக்கிப் பயல்' என்று எல்லோரும் நினைத்துக் கொண்டிருந்த நேரத்தில், அவருக்குள்ளேயும் ஒரு தவிப்பு

இருந்தது, அடையாளம் தேடும் தவிப்பு. அந்தத் தவிப்புதான், அவரைக் கடுமையாக உழைக்கச் செய்தது, தனக்கு விழுந்த அடியைக்கூட அவமானமாக எண்ணாமல், அபூர்வமான ஒரு வாய்ப்பாக நினைத்து, அதைப் பயன்படுத்திக்கொண்டு நன்கு முன்னேறத் தூண்டியது.

நமக்குள்ளும் அப்படி ஒரு தவிப்பு நிச்சயமாக இருக்கும், அதை உறங்கவிடாமல் விழிப்போடு வைத்திருந்தால், உழைப்பை உரமாகப் போட்டு வளர்த்தால், வெற்றி கைக்கெட்டும் தூரத்தில்!

29. யுரேகா! யுரேகா!!

மன்னர் ஹைரோன் தெய்வத்தின்முன் மிகுந்த பணிவோடு நின்றுகொண்டிருந்தார்.

எப்பேர்ப்பட்ட அரசர்! போர்க்களத்தில் அவரைப் பார்த்தாலே எதிரிகள் பயந்து நடுங்குவார்கள், அப்படி ஒரு வீரம், தைரியம், ஆக்ரோஷம்!

ஆனால், கோவிலுக்குள் நுழைந்துவிட்டால் மட்டும், அரசருடைய சுபாவம் தலைகீழாக மாறிவிடும். பக்தியோடு வணங்குவார், 'நான் சம்பாதித்த எல்லா வெற்றிகளும் இந்தக் கடவுள் கொடுத்ததுதான்' என்று தன்னடக்கத்துடன் சொல்வார்.

கடவுள் கொடுத்தது சரி, பதிலுக்கு ஹைரோன் அந்தக் கடவுளுக்கு என்ன செய்யப்போகிறார்?

இதுபற்றி ஹைரோன் தனது மந்திரிகளுடன் கலந்து பேசினார். அவர்கள் ஒரே குரலில் சொன்னார்கள், 'அரசே, உங்களைச் சக்கரவர்த்தியாக முடிசூட்டிய கடவுளுக்கு, நீங்களும் சுத்தத் தங்கத்தில் ஒரு கிரீடம் செய்து சூட்டினால் மிகவும் பொருத்தமாக இருக்கும்.'

'அற்புதமான யோசனை' என்றார் ஹைரோன், 'உடனடியாக அதற்கு ஏற்பாடு செய்யுங்கள்.'

மறுநாள், ஹைரோனின் சபைக்கு ஒரு நகைக் கலைஞர் வந்தார். அரசரை மரியாதையுடன் வணங்கி நின்றார்.

அவரை எடைபோடுவதுபோல் மேலும் கீழும் பார்த்தார் அரசர், 'நம்முடைய கடவுளுக்குச் சுத்தத் தங்கத்தில் ஒரு கிரீடம் செய்யவேண்டும்' என்றார்.

'அற்புதமாகச் செய்துவிடலாம் மன்னா' என்றார் நகைக் கலைஞர்.

'உனக்கு எவ்வளவு தங்கம் தேவையோ அதை கஜானாவில் வாங்கிக்கொள்' என்றார் அரசர்.

சில நாள் கழித்து, அந்த நகைக் கலைஞர் அதே சபைக்கு மீண்டும் வந்தார், அவர் கையில் ஓர் அற்புதமான தங்கக் கிரீடம் தகதகத்தது.

அதைப் பார்த்த எல்லோரும் ஆச்சர்யப்பட்டுப் போனார்கள், 'இத்தனை பிரமாதமாக ஒரு கிரீடமா!' என்று மூக்கில் விரல் வைத்தார்கள்.

அரசர் ஹைரோனுக்கும் கிரீடத்தின் வடிவமைப்பில் பரம திருப்தி. அதனைக் கடவுளுக்குச் சூட்டி வழிபடுவதற்கு ஒரு நல்ல நாள் குறித்தார்.

அதற்குள், ஊரில் ஒரு வதந்தி, 'விஷயம் தெரியுமா? அரசர் செய்த கிரீடம் சுத்தமான தங்கம் இல்லை, பொற்கொல்லன் தங்கத்துடன் வெள்ளியைக் கலந்து ஏமாற்றிவிட்டான்' என்று மக்கள் பேசிக்கொண்டார்கள்.

அரசர் அதிர்ந்துபோனார், உடனடியாக அந்தப் பொற்கொல்லனை வரவழைத்து விசாரித்தார், 'என்னப்பா, நீ கிரீடத்தில் ஏதோ கலப்படம் செய்ததாகச் சொல்கிறார்களே'

'இல்லவே இல்லை அரசே' என்றான் அவன், 'கடவுள் விஷயத்தில் நான் தப்புச் செய்வேனா?'

ஹைரோனுக்கும் அதே குழப்பம்தான். கடவுளுக்குத் தூய்மையான தங்கத்தில்தான் நகை சூட்டவேண்டும், அதில் அசுத்தம் கலந்துவிட்டால் தெய்வ குற்றமாகிவிடும்.

ஆனால், இந்தப் பொற்கொல்லனின் வார்த்தைகளை நம்பலாமா? நிஜமாகவே இவன் தங்கத்தில் வெள்ளியைக் கலப்படம் செய்திருக்கிறானா, இல்லையா? அதை எப்படிக் கண்டுபிடிப்பது?

‘அரசே, கிரீடத்தை எடை போட்டுப் பார்த்தால் உண்மை தெரிந்துவிடாதா?’ அமைச்சர் ஒருவர் கேட்டார்.

‘எடையெல்லாம் சரியாகதான் இருக்கிறது’ என்றார் அரசர், ‘அது மொத்தமும் தங்கமா, வெள்ளியா என்பதில்தான் குழப்பம்.’

‘அப்படியென்றால், கிரீடத்தை உருக்கிப் பார்த்துவிடலாம்’ என்றார் இன்னொருவர்.

அரசருக்குக் கோபம் வந்துவிட்டது, ‘தெய்வத்துக்குச் செய்த கிரீடத்தை உருக்குவது தவறு’ என்று சீறினார், ‘கிரீடத்தைச் சிதைக்காமல், அதில் வெள்ளி கலந்திருக்கிறதா என்று கண்டுபிடிக்கவேண்டும், இது யாரால் முடியும்?’

யோசித்தபோது, அவருக்கு ஒரே ஒரு மனிதர்தான் நினைவில் தோன்றினார்: ஆர்க்கிமிடிஸ்.

அந்தக் காலத்தில் வாழ்ந்த இணையற்ற அறிவியல் நிபுணர் ஆர்க்கிமிடிஸ். அதிபுத்திசாலி, சிறந்த சிந்தனையாளர், அரசாங்கத்துக்கும் பொதுமக்களுக்கும் பயன் தரக்கூடிய பல புதுமையான கண்டுபிடிப்புகளுக்குச் சொந்தக்காரர்.

‘இந்தக் கிரீடப் பிரச்னையைத் தீர்ப்பதற்கு ஆர்க்கிமிடிஸ்தான் சரியான ஆள்’ என்று நினைத்த அரசர், உடனடியாக ஆர்க்கிமிடிஸைத் தன்னுடைய சபைக்கு வரவழைத்தார். பிரச்னையை விளக்கிச் சொன்னார்.

‘இப்போது இந்தக் கிரீடத்தை உருக்கக்கூடாது, சிதைக்கக்கூடாது. ஆனால் இதில் வெள்ளி கலந்திருக்கிறதா, இல்லையா என்று கண்டுபிடிக்கவேண்டும், உங்களால் முடியுமா?’

‘முயற்சி செய்கிறேன் அரசே’ என்றார் ஆர்க்கிமிடிஸ். வீடு செல்லும் வழியெல்லாம் அவருக்கு ஒரே யோசனை, கிரீடத்தை உருக்காமல் அதில் உள்ளது தங்கமா, வெள்ளியா என்று எப்படிக்

கண்டுபிடிப்பது? எவ்வளவுதான் யோசித்தும் இந்தப் புதிருக்கு விடை கிடைக்கவில்லை.

ஆர்க்கிமிடிஸ் இப்படி நீண்ட சிந்தனையில் உள்ளபோது, நேராகக் குளியல் அறைக்குச் சென்றுவிடுவார். அங்கே உள்ள தண்ணீர்த் தொட்டியில் படுத்தபடி நெடுநேரம் யோசித்துக்கொண்டிருப்பார். அப்போதுதான் அவருக்குப் பலப்பல புது விஷயங்கள் தோன்றும்.

இன்றைக்கும் அப்படிதான், குளியல் அறைக்குள் நுழைந்தார் ஆர்க்கிமிடிஸ். உடைகளை அவிழ்த்துவிட்டுக் குளிக்கத் தயாரானார்.

அப்போது, தண்ணீர்த் தொட்டியின் விளிம்புவரை நீர் நிரம்பியிருந்தது. அதில் ஆர்க்கிமிட்ஸ் காலை நுழைத்து உள்ளே இறங்கியதும், கொஞ்சம் தண்ணீர் வழிந்தது. அப்படியே மடிந்து உட்கார்ந்ததும், நிறைய தண்ணீர் வழிந்தது.

அவ்வளவுதான், ஆர்க்கிமிடிஸுக்குள் சட்டென்று ஒரு வெளிச்சம், 'யுரேகா' என்று கத்தியபடி தண்ணீர்த் தொட்டியிலிருந்து வெளியே குதித்தார்.

கிரேக்க மொழியில், 'யுரேகா' என்றால், 'நான் கண்டுபிடித்து விட்டேன்' என்று அர்த்தம், அதை உரக்கச் சொன்னபடி, அவசரமாக வெளியே ஓடினார் ஆர்க்கிமிடிஸ்.

அப்போது ஆர்க்கிமிடிஸ் உடம்பில் பொட்டுத் துணி இல்லை, அதைப்பற்றி கவலைப்படாமல் 'யுரேகா, யுரேகா' என்று கூச்சலிட்டவாறு அரண்மனையை நோக்கி நிர்வாணமாக ஓடினார் அவர்.

வழியில் ஆர்க்கிமிடிஸைப் பார்த்தவர்கள் அதிர்ந்துபோனார்கள், சிலர் 'ஷேம் ஷேம், பப்பி ஷேம்' என்று தலையில் அடித்துக்கொண்டார்கள், மற்றவர்கள், 'ஐயோ, ஆர்க்கிமிடிஸுக்கு ஏதோ ஆகிவிட்டது' என்று உச்சுக்கொட்டினார்கள். கடைசியில், சில நண்பர்கள் ஆர்க்கிமிடிஸை நிறுத்தி அவருக்கு உடைகளை அணிவித்தார்கள், 'ஏன் இப்படி நிர்வாணமாக ஓடுகிறீர்கள்?' என்று விசாரித்தார்கள்.

‘யுரேகா’ என்றார் ஆர்க்கிமிடிஸ், ‘அரசர் சொன்ன புதிருக்கு நான் விடை கண்டுபிடித்துவிட்டேன், நான் உடனடியாக அரசரைப் பார்க்கவேண்டும்.’

குளிக்கப் போன இடத்தில், அப்படி என்னதான் கண்டுபிடித்தார் ஆர்க்கிமிடிஸ்?

தண்ணீர்த் தொட்டிக்குள் ஆர்க்கிமிடிஸ் இறங்கியபோது, நிறைய நீர் வழிந்தது, இல்லையா? இதே தொட்டியில் ஓர் ஒல்லிப்பிச்சி மனிதர் இறங்கியிருந்தால், அதைவிடக் குறைவான அளவு நீர்தான் வழிந்திருக்கும்.

அதாவது, தண்ணீரில் ஒரு மனிதரை, அல்லது பொருளைப் போட்டால், அந்த எடைக்குச் சமமான அளவு நீர் வழியும், வெளியேறும். ‘இந்த விஷயத்தை வைத்து, கிரீடத்தில் தில்லுமுல்லு நடந்திருக்கிறதா இல்லையா என்று கண்டுபிடித்துவிடலாம்’ என்றார் ஆர்க்கிமிடிஸ்.

உடனடியாக, பொற்கொல்லர் செய்த கிரீடம் அங்கே கொண்டு வரப்பட்டது. அதே எடைக்குச் சுத்தத் தங்கக் கட்டிகளையும் கொண்டுவரும்படி கேட்டுக்கொண்டார் ஆர்க்கிமிடிஸ்.

இப்போது, ஆர்க்கிமிடிஸ் தங்கக் கட்டிகளைத் தண்ணீரில் போட்டார், எவ்வளவு நீர் வழிகிறது என்பதைக் குறித்துக்கொண்டார்.

அடுத்து, தங்க(?)க் கிரீடம் தண்ணீரில் போடப்பட்டது, இப்போது வழியும் நீர் எவ்வளவு என்று கவனமாகப் பார்த்தார் ஆர்க்கிமிடிஸ்.

உண்மையாகவே பொற்கொல்லன் சுத்தத் தங்கத்தில் கிரீடம் செய்திருந்தால் என்ன ஆகும்? ஆர்க்கிமிடிஸ் தங்கக் கட்டிகளை உள்ளே போட்டபோது எவ்வளவு தண்ணீர் வெளியேறியதோ, அதே அளவு தண்ணீர்தான் கிரீடத்தைப் போட்டபோதும் வழியவேண்டும். ஆனால் உண்மையில், அப்படி நடக்கவில்லை. கிரீடத்தைத் தண்ணீரில் போட்டபோது, முன்பைவிட அதிக அளவு தண்ணீர் வழிந்து ஓடியது.

இதன் அர்த்தம், கிரீடத்தில் தங்கம் மட்டும் இல்லை. வேறு ஏதோ ஓர் உலோகம் கலப்படம் செய்யப்பட்டிருக்கிறது.

ஆர்க்கிமிடிஸ் இதை விளக்கிச் சொன்னதும், அரசர் அசந்துபோனார், பொற்கொல்லனைச் சிறையில் போட்டுவிட்டு, ஆர்க்கிமிடிஸுக்குப் பரிசுகள், பாராட்டுகளை அள்ளி வழங்கினார்.

தண்ணீர்த் தொட்டியில் ஆர்க்கிமிடிஸ் கண்டறிந்த இந்த அறிவியல் உண்மை, இன்றைக்கும் 'ஆர்க்கிமிடிஸ் தத்துவம்' என்கிற பெயரில் உலகமெங்கும் வாசிக்கப்படுகிறது, பயன்படுத்தப்படுகிறது.

அழுக்குச் சிப்பிக்குள் அற்புதமான முத்து மலர்வதுபோல், சில சமயங்களில் குளியல் அறை போன்ற விநோதமான இடங்களிலும் சில நல்ல யோசனைகள் தோன்றும். அவற்றைத் தவறவிடாதீர்கள், 'யுரேகா' சொல்லி உங்களுக்குள் பதித்துவைத்துக் கொள்ளுங்கள், பயன்படுத்துங்கள்!

யார் கண்டது, அந்த ஒற்றை யோசனை உங்களுடைய வாழ்க்கையையே மாற்றிவிடலாம்!

30. சிறுவாட்டுக் காசு

மாலை நேரம். அலுவலகத்திலிருந்து திரும்பி வந்த நாராயணமூர்த்தியிடம், வழக்கமான உற்சாகம் இல்லை.

'என்னாச்சு? ஏன் ஒருமாதிரியா இருக்கீங்க?' அவருடைய மனைவி சுதா உரிமையுடன் கேட்டார்.

'ப்ச், ஒண்ணுமில்லை' என்றார் நாராயணமூர்த்தி. ஆனால் ஏதோ இருக்கிறது என்பதை அவருடைய முகம் சொல்லாமல் சொன்னது.

சிறிது நேரத்துக்குப்பிறகு, அவரே மீண்டும் பேசினார், 'உன்கிட்டே ஒரு விஷயம் சொல்லணும் சுதா.'

'என்னது?'

'நானும் சில நண்பர்களும் சேர்ந்து, சொந்தமா ஒரு கம்பெனி ஆரம்பிக்கலாம்ன்னு இருக்கோம்.'

சுதாவுக்கு பகீரென்றது. சொந்தத் தொழிலா? மறுபடியுமா? ஏன்? ஒருதடவை பட்டது போதாதா?

நாராயணமூர்த்தி எப்போதும் கனவுகளுடன் வாழ்கிற மனிதர். தனிப்பட்ட மக்கள் எல்லோரும் முயன்று உழைத்தால்,

சமூகத்தை மாற்றிவிடலாம் என்கிற நம்பிக்கை அவருக்கு அதிகம்.

நல்ல விஷயம்தான். ஆனால், கொஞ்சம் எதார்த்தத்தையும் யோசிக்கவேண்டாமா?

சுதாவின் தந்தை குல்கர்னி முதன்முறையாக நாராயண மூர்த்தியைச் சந்தித்தபோது, அவரிடம் ஒரே ஒரு கேள்விதான் கேட்டார், 'உன்னுடைய லட்சியம் என்ன? நீ வாழ்க்கையில் என்னவாக வர விரும்புகிறாய்?'

'நான் அரசியலில் ஈடுபட்டு சமூகத்துக்குச் சேவை செய்யப்போகிறேன்' என்றார் நாராயணமூர்த்தி, 'மக்களுடைய கஷ்டங்களைப் போக்கப் பாடுபடுவேன், அவர்களுக்குப் பயன்படும்விதமாக அனாதை ஆசிரமங்கள், மருத்துவமனைகள் தொடங்குவேன், இன்னும் ஏகப்பட்ட திட்டங்கள் வைத்திருக்கிறேன்.'

அவ்வளவுதான். குல்கர்னி முடிவு கட்டிவிட்டார், 'இந்தப் பையன் சரிப்படமாட்டான்!'

ஆனால், சுதாவுக்கு நாராயணமூர்த்திமீது நம்பிக்கை இருந்தது, அவரைத்தான் திருமணம் செய்துகொள்வேன் என்று பிடிவாதமாக இருந்து ஜெயித்துவிட்டார்.

கல்யாணத்துக்குப்பிறகு, குல்கர்னி பயந்ததுபோல் எதுவும் பிரச்னை வந்துவிடவில்லை, நாராயணமூர்த்தி ஒரு பெரிய மென்பொருள் நிறுவனத்தில் நல்ல வேலையில் இருந்தார், குடும்ப வண்டி சிரமம் இல்லாமல் ஓடியது.

ஆனால், நாராயணமூர்த்திக்குதான் நிம்மதி இல்லை. தன்னுடைய திறமையை முழுசாகப் பயன்படுத்திக்கொள்ளாமல் தினமும் ஒரேமாதிரியான வேலையைச் செய்துகொண்டிருக்கிறோம், மூளையை மழுங்கடித்துக்கொண்டிருக்கிறோம் என்று தவித்தார் அவர்.

நாராயணமூர்த்தியின் அலுவலகத்தில் இன்னும் சில இளைஞர்கள், அவரைப்போலவே சிந்தித்தார்கள், 'நாம்

எல்லோரும் இணைந்து ஏதாவது புதிதாகச் செய்யலாமே' என்று யோசித்தார்கள்.

ஆனால், சுதாவுக்கு பயம். காரணம், ஏற்கெனவே நாராயணமூர்த்தி *'SRI' (Systems Research Institute)* என்ற பெயரில் ஒரு சொந்தக் கம்பெனி தொடங்கி, அது சரிப்பட்டுவரவில்லை. இந்த நிலைமையில், மறுபடியும் ஒரு புது முயற்சியா என்று தயங்கினார் அவர்.

தன்னுடைய கணவர் நாராயணமூர்த்தியின் திறமைமீது சுதாவுக்கு முழு நம்பிக்கை உண்டு. அதேசமயம், சொந்த நிறுவனம் என்று வந்துவிட்டால், பல தியாகங்கள், இழப்புகள், தோல்விகளுக்குத் தயாராக இருக்கவேண்டும். அதனால்தான் சுதா மிகவும் தயங்கினார்.

தவிர, புதிதாக நிறுவனம் தொடங்குவது என்றால் சும்மாவா? ஆரம்ப முதலீட்டுக்குக் காசு வேண்டாமா?

அப்போது நாராயணமூர்த்தி, சுதா இருவரிடமும் அவ்வளவாக சேமிப்பு இல்லை. நாராயணமூர்த்தியின் சகோதரிகள் சிலருக்குத் திருமணம் செய்துவைக்கிற கடமை மிச்சமிருந்தது, சுதாவும் அப்போது கர்ப்பமாக இருந்ததால், பல புதிய செலவுகள் காத்திருந்தன. இதையெல்லாம் மனத்தில் வைத்து யோசிக்கிறபோது, இந்த விஷயத்தில் அவசரப்படுவது நல்லதில்லை.

ஆனால் நாராயணமூர்த்தி தன்னுடைய முடிவில் உறுதியாக இருந்தார். அவருக்குத் தங்கள் குழுவின்மீது அசாத்தியமான நம்பிக்கை. 'நாங்கள் எல்லோரும் கஷ்டப்பட்டு உழைத்தால், நிச்சயமாக ஒரு சிறந்த நிறுவனத்தை உருவாக்கிவிடுவோம்' என்று திரும்பத் திரும்பச் சொல்லிக்கொண்டிருந்தார் அவர்.

இப்போது, சுதாவின் நிலைமைதான் தர்ம சங்கடம், இந்த அளவு நம்பிக்கையோடு இருக்கும் கணவருக்கு ஆதரவாக நிற்பதா? அல்லது, எதார்த்தத்தை விளக்கிச்சொல்லி, இதே வேலையில் இன்னும் கொஞ்ச நாளுக்குத் தொடரும்படி கேட்பதா?

குழம்பிப்போன சுதா, கணவரிடம் கேட்டார், ‘இந்தக் கம்பெனியைத் தொடங்குவதற்கு எவ்வளவு முதலீடு?’

‘ஆளுக்குப் பத்தாயிரம் ரூபாய்.’

‘அம்மாடி’ என்று திகைத்துப்போனார் சுதா, ‘அவ்வளவு பணத்துக்கு நீங்கள் எங்கே போவீர்கள்?’

‘இந்த விஷயத்தில் நீதான் எனக்கு உதவி செய்யவேண்டும் சுதா’ என்றார் நாராயணமூர்த்தி, ’என்னுடைய கனவு நிஜமாவதற்கு உன்னால் எனக்குக் கொஞ்சம் பணம் கொடுக்கமுடியுமா?’

இது நல்ல கதையாக இருக்கிறதே, நாராயணமூர்த்தியிடமே பணம் இல்லாதபோது, சுதாவிடம் எங்கிருந்து பத்தாயிரம் ரூபாய் வரும்?

பண விஷயத்தில் நாராயணமூர்த்தியைவிட சுதாவுக்குக் கவனம் அதிகம், குடும்பச் செலவுகளில் மிச்சம் பிடித்து அவர் ஏதாவது சிறுவாட்டுக் காசு சேர்த்துவைத்திருப்பார் என்று நினைத்தார் நாராயணமூர்த்தி.

ஒருவேளை அதுவும் இல்லாவிட்டால், சுதாவின் நகைகள் இருக்கின்றன. இப்போது ஓர் அவசரத்துக்கு அவற்றை அடகு வைக்கலாம், அல்லது விற்றுவிடலாம், பிறகு புதுக் கம்பெனி நல்லபடியாக முன்னேறியபிறகு மீண்டும் நகை வாங்கிக்கொண்டால் ஆச்சு.

தன் கணவரின் மனத்தில் என்ன இருக்கிறது என்பதை சுதா நன்றாகப் புரிந்துகொண்டுவிட்டார், அப்போது அவருக்குச் சட்டென்று தன் அம்மா விமலாவின் ஞாபகம் வந்தது.

சுதாவுக்குத் திருமணமானபோது, விமலா தன்னுடைய மகளுக்கு ஒரு முக்கியமான அறிவுரையைச் சொல்லியிருந்தார், ‘இப்போது, உங்களுக்குப் புதிதாகக் கல்யாணமாகியிருக்கிறது. இருவரும் நன்றாக சம்பாதிக்கிறீர்கள். அந்த ஜோரில் நீங்கள் ஏராளமாக செலவழிப்பீர்கள். ஆனால், உங்கள் சம்பாத்தியத்தில் கொஞ்சமாவது சேமித்து வைக்காவிட்டால், பின்னால் கஷ்டப்படுவீர்கள்.’

'பணத்தட்டுப்பாடு யாருக்கு வேண்டுமானாலும் வரலாம், எப்படி வேண்டுமானாலும் வரலாம், எப்போது வேண்டுமானாலும் வரலாம். ஆகவே, அப்படிப்பட்ட நிலைமைகளில் சிரமப்படாமல் சமாளிப்பதற்காக, தனிப்பட்டமுறையில் நீ கொஞ்சமாவது பணத்தைச் சேமித்து வைத்திருக்கவேண்டும்!'

அப்போது இந்த அறிவுரையைக் கேட்ட சுதாவுக்கு, சிரிப்புதான் வந்தது. என்றாலும், இந்த விஷயத்தில் அனுபவஸ்தரான அம்மாவின் வார்த்தையை மதித்து, சமையலறையிலிருந்த ஓர் அலமாரியில், கொஞ்சம் பணத்தைச் சேமிக்கத்தொடங்கினார். அவ்வப்போது, கையில் மிஞ்சுகிற தொகையை அதில் போட்டுவைப்பார். மற்றபடி, அதைப்பற்றி அவர் பெரிதாக நினைத்ததே இல்லை.

இப்போது, அந்த அலமாரியைத் திறந்து பார்த்தார் சுதா. அதனுள் சேர்ந்திருந்த நோட்டுகளை எண்ணிப்பார்த்தபோது, கிட்டத்தட்ட பத்தாயிரம் ரூபாய் சேர்ந்திருந்தது.

ஆனால், இந்தப் பணம்தான் அவர்கள் குடும்பத்தின் ஒரே சேமிப்பு. இந்தத் தொகையை நாராயணமூர்த்தியின் புதிய நிறுவனத்துக்கு முதலீடாகத் தூக்கிக் கொடுத்துவிட்டால், நாளைக்கே இன்னொரு வீட்டில் பெரிய பிரச்னை வந்தால் என்ன செய்வது? நடுத்தெருவில் நிற்கவேண்டியதுதான்!

மறுபடியும், அம்மா விமலா சொன்னதை நினைத்துக்கொண்டார் சுதா, 'நீ சேமித்த பணத்தை, அவசியமான நேரத்தில் எடுத்துச் செலவழித்துக்கொள்.'

யோசித்துப்பார்த்தபோது, அம்மா சொன்ன 'அவசியமான நேரம்' இதுதான் என்று சுதாவுக்குப் புரிந்தது. ஆகவே, கடவுளின்முன் சில நிமிடங்கள் நின்று, பிரார்த்தனை செய்துவிட்டு, அந்தப் பணத்தைத் தன் கணவரிடம் கொடுத்தார், 'உங்களுடைய இந்தப் புதிய முயற்சி வெற்றிபெறுவதற்கு வாழ்த்துகிறேன் மூர்த்தி!'

சுதாவின் அஞ்சறைப்பெட்டி சேமிப்பு ரூபாய் பத்தாயிரத்தில் தொடங்கப்பட்ட நாராயணமூர்த்தியின் அந்த நிறுவனம்,

இன்ஃபோசிஸ், இன்றைக்குப் பத்தாயிரம் கோடி, இருபதாயிரம் கோடி என்று மிகப் பெரியதாக வளர்ந்து நிற்கிறது!

ஆரம்பத்தில், நாராயணமூர்த்தி, சுதா, மற்றவர்கள் எல்லோரும் பல பிரச்னைகளைச் சந்திக்கவேண்டியிருந்தது, ஓய்வு நேரத்தை, சௌகர்யங்களைத் தியாகம் செய்துவிட்டு வேலைகளைக் கவனிக்கவேண்டியிருந்தது, அந்த உழைப்புதான் இன்றைக்கு இந்தியாவின் குறிப்பிடத்தக்க தொழில் அடையாளங்களில் ஒன்றாக இன்ஃபோசிஸை உயர்த்தியிருக்கிறது.

புதிதாகத் தொழில் தொடங்குகிற பலர், ‘என்னிடம் பெரிய அளவில் முதலீடு செய்யப் பணம் இல்லை’ என்று வருந்துவதைப் பார்க்கிறோம். உண்மையில், ஒரு விஷயத்தைச் செய்துமுடிக்கவேண்டும் என்கிற முனைப்பும், நம்பிக்கையும், உழைப்பும் இருந்துவிட்டால் போதும், சிறுவாட்டுக் காசில்கூட, இன்ஃபோசிஸ்கள் உருவாகலாம்!

31. நான் கடவுள்

அந்தப் பேருந்து முழுவதும் ஒரே சத்தம், காட்டுத்தனமான இரைச்சல், கூச்சல், அலறல், சிரிப்பு, அழுகை, இன்னும் என்னென்னவோ கர்ணகடூரக் கூக்குரல்கள்.

சாதாரணமாக நான்கு பையன்கள் ஒன்றாகச் சேர்ந்தாலே அவர்களை யாராலும் கட்டுப்படுத்தமுடியாது, இப்படி ஒரு வகுப்பு மொத்தத்தையும் கட்டி மேய்ப்பது என்றால் சும்மாவா?

அந்த வகுப்பின் ஆசிரியர், ஒரு பாதிரியார். அவரால் முடிந்தவரை எல்லோரையும் அதட்டல் போட்டு ஒழுங்குபடுத்திக் கொண்டிருந்தார் அவர்.

அப்போதும், பையன்கள் சும்மா இருக்கவில்லை, அங்கேயும் இங்கேயும் ஓடுவது, ஒருவர்மீது மற்றவர் ஏறி நின்று சண்டை போடுவது என கலாட்டா தொடர்ந்தது.

கடைசியில், பஸ் எங்கேயோ ஒரு வயல்வெளி அருகே போய் நின்றது. 'எல்லோரும் கீழே இறங்குங்க' என்று உத்தரவு போட்டார் ஆசிரியர். பையன்கள் திருதிருவென்று விழித்தார்கள், இது என்ன இடம்? ஃபாதர் எதற்காக நம்மை இங்கே கொண்டுவந்திருக்கிறார்? யாருக்கும் எதுவும் புரியவில்லை.

‘ம், சீக்கிரம்’, ஃபாதரின் குரல் கேட்டதும் அவர்கள் அரக்கப் பரக்க ஓடினார்கள். பஸ்ஸிலிருந்து கீழே இறங்கி வரிசையாக நின்றார்கள்.

‘இப்போ நாம எங்கே போறோம்?’ என்று கேட்டான் ஒரு பையன்.

அவனுக்குப் பக்கத்தில் நின்றவன் பெரியதாக உதட்டைப் பிதுக்கினான், ‘தெரியலையே.’

எல்லோரும் பாதிரியாரை ஆவலுடன் பார்த்துக் கொண்டிருந்தார்கள். அவர் அடுத்து என்ன சொல்லப்போகிறார் என்பதைக் கேட்கிற ஆர்வத்தில் அவர்களுடைய கலாட்டாச் சத்தம் கூடக் குறைந்துபோய் நின்றுவிட்டது.

அந்த மாணவர்கள் எல்லோருக்கும் பத்து, பன்னிரண்டு வயதுதான் இருக்கும். இன்பச் சுற்றுலாவாக அவர்களை இங்கே அழைத்துக்கொண்டு வந்திருந்தார் பாதிரியார்.

ஆனால், இந்த இடம் வெறும் வயல் வெளிபோல் தெரிகிறது, தூரத்தில் நதி ஓடிக்கொண்டிருக்கிறது, இங்கே எதைச் சுற்றிப்பார்ப்பது? பையன்கள் குழம்பிப்போனார்கள்.

பாதிரியார் தூரத்தில் கைகாட்டினார், ‘பாய்ஸ், நாம அதுவரைக்கும் நடக்கணும்.’

‘ஃபாதர், அங்கே என்ன இருக்கு?’ ஒரு பையன் தைரியமாகக் கேட்டுவிட்டான்.

பாதிரியார் அவர்களிடம் சொல்லலாமா வேண்டாமா என்பதுபோல் கொஞ்சம் யோசித்தார், பிறகு, ‘அங்கே ஒரு சினிமா ஷூட்டிங் நடக்குது, அதைத்தான் நாம பார்க்கப்போறோம்’ என்றார். அவ்வளவுதான், பையன்களுடைய முகம் தொங்கிவிட்டது. பின்வரிசையில் இருந்த சிலர், ‘போச்சுடா’ என்று ஏமாற்றத்துடன் முணுமுணுத்தார்கள்.

அந்தப் பாதிரியார் சரியான சினிமா பைத்தியம். அதனால்தான், பையன்களை ஒரு பெரிய கோவிலுக்கோ, திருவிழாவுக்கோ, மலைப் பிரதேசத்துக்கோ அழைத்துச் செல்லாமல், இங்கே

சினிமாப் படப்பிடிப்பைப் பார்க்கக் கூட்டிவந்திருக்கிறார்.

உண்மையில், அங்கிருந்த பையன்கள் யாருக்கும் சினிமா ஷூட்டிங் பார்க்கவேண்டும் என்று ஆசை இல்லை. வேறு எங்கேயாவது போய் ஜாலியாக விளையாடலாமே என்றுதான் அவர்கள் விரும்பினார்கள். ஆனால், அதை வெளிப்படையாகச் சொன்னால் பாதிரியார் கோபித்துக்கொள்வார்.

வேறு வழியில்லை, அவர்கள் தங்களுக்குள் முணுமுணுத்தபடி மெல்ல நடக்க ஆரம்பித்தார்கள். ஒரு பையன், பக்கத்தில் இருந்தவனைக் கூப்பிட்டான், ‘டேய் மகேந்திரா, நீ இதுக்குமுன்னாடி சினிமா ஷூட்டிங் பார்த்திருக்கியா?’

‘ம்ஹூம்’ என்று தலையசைத்தான் மகேந்திரா, ‘நீ பார்த்திருக்கியாடா?’

‘இல்லைடா’ என்றான் அவன், ‘ஷூட்டிங்ன்னா அங்கே என்ன நடக்கும்?’

‘தெரியலையே, ஃபாதரைக் கேட்கலாமா?’

‘அய்யோ, அடி விழும்’, அவர்கள் அமைதியாகத் தொடர்ந்து நடந்தார்கள்.

சிறிது நேரத்தில், பையன்கள் கூட்டம் நதிக்கரையை நெருங்கிவிட்டது. அங்கே வைக்கப்பட்டிருந்த திரைப்பட ஒளிப்பதிவுக் கருவி (கேமெரா)யை எல்லோரும் ஆச்சர்யத்துடன் பார்த்தார்கள்.

‘பாய்ஸ், நாம கேமெராவுக்குப் பக்கத்திலே போகக்கூடாது’ என்றார் பாதிரியார், ‘இங்கேயே நின்னுகிட்டு வேடிக்கை பார்க்கணும், சரியா?’

மகேந்திராவுக்கு சினிமா ஷூட்டிங்கில் என்ன நடக்கிறது என்பதைத் தெரிந்துகொள்ள மிகவும் ஆர்வமாக இருந்தது. முண்டியடித்துக்கொண்டு முதல் வரிசைக்கு வந்தான்.

கேமெராவுக்கு அருகே, வெறும் அரை டிராயர் போட்டுக்கொண்டு ஒருவர் நின்றிருந்தார். அவரைப் பார்ப்பதற்கே வேடிக்கையாக

இருந்தது. ஆனால், மற்றவர்கள் எல்லோரும் அவருக்கு ரொம்ப மரியாதை கொடுத்தார்கள், அவர்தான் டைரக்டர் என்று பேசிக்கொண்டார்கள்.

டைரக்டர் என்றால் என்ன? மகேந்திராவுக்குத் தெரியவில்லை. ஆனால் அவர் ஏதோ பெரிய ஆள் என்பதுமட்டும் நன்றாகப் புரிந்துவிட்டது.

அன்றைக்கு மகேந்திரா பார்த்த அந்த இயக்குனரின் பெயர், டேவிட் லீன். பல புகழ் பெற்ற ஆங்கிலத் திரைப்படங்களை இயக்கியவர், இப்போது *'The Bridge On The River Kwai'* என்ற படத்தை உருவாக்கிக்கொண்டிருந்தார்.

இந்த விவரமெல்லாம் மகேந்திராவுக்குத் தெரியவில்லை. யார் இந்தக் கோமாளி? சின்னப் பையன்போல் டவுசர் மாட்டிக் கொண்டு, மேல் சட்டைகூடப் போடாமல் இப்படி நிற்கிறாரே என்று ஆவலாக வேடிக்கை பார்த்துக்கொண்டிருந்தான்.

சிறிது நேரம் கழித்து, அந்த டவுசர் பார்ட்டி கேமெராவை நெருங்கி வந்தார், 'ஷாட் போகலாமா?'

'ஓகே சார்.'

'ரெடி, ஸ்டார்ட், ஒன், டூ, த்ரீ, ரெய்ன்.'

அவர் சொல்லி முடித்த மறுவிநாடி, யாரோ மந்திரம் போட்டதுபோல் எங்கிருந்தோ சடசடவென்று தண்ணீர் கொட்ட ஆரம்பித்தது. சொடக்குப் போடும் நேரத்தில், சின்னத் தூறல் பெரிய மழையாகிவிட்டது.

ஆனால், ஆச்சர்யமான விஷயம், அந்த மழை கேமெராவுக்கு முன்னே ஒரு சின்ன வட்டத்தில்தான் பெய்கிறது. பின்னால் நின்றிருந்த பையன்கள் ஒருவர்கூட மழையில் நனையவில்லை.

சில நிமிடங்களுக்குப்பிறகு, அந்த அரை டவுசர்காரர் மீண்டும் வாய் திறந்தார், 'கட்.'

உடனடியாக, மழை நின்றுபோனது. மகேந்திரா ஆச்சர்யத்தில் வாய் பிளந்தான்.

இது என்ன மாயாஜாலம்? இந்த ஆள் கட்டளை போட்டதும் மழை பெய்கிறது, வேண்டாம் என்றால் உடனே நின்றுவிடுகிறது. இது எப்படி? இவர்தான் இந்த உலகத்தைக் கட்டுப்படுத்தும் கடவுளா?

அதன்பிறகுதான், மகேந்திராவுக்குக் கொஞ்சம் கொஞ்சமாக விஷயம் புரிந்தது, இவர் உலகத்துக்குக் கடவுள் இல்லை, இந்தத் திரைப்படத்துக்குக் கடவுள், நிஜத்தில் இல்லாத ஒரு விஷயத்தைக்கூட, இந்தத் திரைக் கடவுளால் உருவாக்கிப் படமாக்கித் தரமுடியும்.

இதைப் புரிந்துகொண்டதும், மகேந்திராவுக்குள் ஒரு புதிய ஆசை, என்றைக்காவது, நானும் கடவுள் ஆகவேண்டும், நானும் ஒரு சினிமாப் படம் எடுக்கவேண்டும், நான் 'ரெடி, ஸ்டார்ட், ரெய்ன்' என்று சொன்னதும், மழை பெய்யவேண்டும்.

பன்னிரண்டு வயதில் தன்னுடைய முதல் சினிமா ஷூட்டிங்கைப் பார்த்த மகேந்திரா, பின்னர் திரைக்கலையை முறைப்படி இன்னும் நுணுக்கமாகப் படித்து, பார்த்துப் புரிந்துகொண்டார். பூனா திரைக் கல்லூரியிலும் லண்டன் பல்கலைக்கழகத்திலும் பயிற்சி பெற்றபிறகு, 'பாலு மகேந்திரா' என்ற பெயருடன் இந்தியத் திரையுலகின் குறிப்பிடத்தக்க ஒளிப்பதிவாளர்களில் ஒருவராக வளர்ந்தார்.

தான் ஒளிப்பதிவு செய்த முதல் படத்துக்கே தேசிய விருது பெற்ற பாலு மகேந்திரா, பின்னர் ஓர் இயக்குனராகவும் உருவெடுத்தார். அப்போதும் முதல் படத்திலேயே இன்னொரு தேசிய விருது பெற்று அசத்தினார்.

இன்றைக்கு இந்தியாவின் மிகச் சிறந்த ஒளிப்பதிவாளர்களில் ஒருவராகவும், அற்புதமான இயக்குனராகவும் போற்றப்படும் பாலு மகேந்திராவின் திரைப் பயணம், ஒரு சின்ன பள்ளிச் சுற்றுலாவில் தொடங்கியது. அதனை என்றும் முடியாத இன்பச் சுற்றுலாவாக மாற்றிக்கொண்டது அவருடைய தணியாத ஆர்வம்!

சிறுவர்கள், சிறுமிகள் எத்தனையோ விஷயங்களைப் பார்க்கிறார்கள், அப்போது அவர்கள் மனத்துக்குள் உருவாகும் அற்புதமான உணர்வுகளை, கனவுகளைப் பதிவு செய்ய எந்த மொழியிலும் வார்த்தைகள் இல்லை.

அதேசமயம், அந்தக் கற்பனை நினைவுகளை அன்றோடு மறந்துவிடாமல், தொடர்ந்து நினைவில் வைத்திருந்து, அந்த இலக்குகளை எட்டுவதற்காக முனைப்போடு பாடுபடும் உத்வேகம் இருந்துவிட்டால் போதும், மனித மனத்தால் எதுவும் முடியும்!

32. அசிங்கமில்லை, சிங்கம்!

மேடையில் அந்தச் சிறுவன் கம்பீரமாக முழங்கிக் கொண்டிருந்தான்.

அவன் பெயர் மார்ட்டின். வயது பதினான்கு. அவனுடைய உருவம், பேச்சின் ஏற்ற இறக்கங்கள், அவன் முன்வைக்கிற கருத்துகள் எல்லாமே அற்புதமாக அமைந்திருந்தன. ஒவ்வொரு வார்த்தையும் ஒவ்வொரு வாக்கியமும் கூட்டத்தை அப்படியே மயக்கிக்கொண்டிருந்தது.

'கறுப்பர்களுக்குச் சம நீதி' என்கிற தலைப்பில் பேசிய மார்ட்டின், ஏராளமான புரட்சிக் கருத்துகளை அடுக்கினான். இந்தச் சிறு வயதில் இப்படி ஒரு முதிர்ச்சியா என்று மக்கள் வாய்பிளந்து கேட்டுக்கொண்டிருந்தார்கள்.

மார்ட்டின் பேசி முடித்ததும், மிகப் பெரிய கைதட்டல். 'நிச்சயமாக இந்தப் பையனுக்குதான் முதல் பரிசு' என்று எல்லோரும் பேசிக்கொண்டார்கள்.

பரிசுகள் மார்ட்டினுக்குப் புதிது இல்லை. இந்தச் சின்ன வயதிலேயே, ஏகப்பட்ட மேடைகளில் ஏறி, கணக்கில்லாத விருதுகள், கௌரவங்கள், பாராட்டுகளைக் குவித்திருந்தான் அவன்.

ஆனால், மார்ட்டினுக்கு இந்தக் கைதட்டல்கள், பரிசுகளெல்லாம் போதவில்லை. தன்னுடைய பேச்சின்மூலம் அமெரிக்கச் சமூகத்தில் ஒரு மிகப் பெரிய மாற்றத்தை உண்டுபண்ணிவிடவேண்டும் என்று அவன் ஆசைப்பட்டான்.

அன்றைய அமெரிக்காவில், வெள்ளையர்களின் ஏகபோக ராஜ்ஜியம் நடந்துகொண்டிருந்தது. கறுப்பர்களுக்கு எங்கேயும் மரியாதை இல்லை, உரிமைகள் இல்லை, அவர்களை யாரும் மனிதர்களாகக்கூட மதிப்பதில்லை.

கறுப்பினத்தைச் சேர்ந்த மார்ட்டின், தன்னுடைய உறவினர்கள், நண்பர்கள் வெள்ளையர்களால் அவமானப்படுத்தப்படுவதை அடிக்கடி பார்த்திருக்கிறான், அப்போதெல்லாம் அவனுடைய ரத்தம் கொதித்தது.

அந்தக் கோபத்தையெல்லாம், தன்னுடைய மேடைப் பேச்சுகளில் கொட்டினான் மார்ட்டின், 'நாங்களும் மனிதர்கள்தானே? கறுப்பர்களுக்குச் சம உரிமை கொடுக்காவிட்டால் சரித்திரம் உங்களை மன்னிக்காது' என்று அவன் மேடையில் முழங்கும்போது, வெள்ளையர்கள்கூடக் கைதட்ட நினைப்பார்கள்.

அன்றைக்கு டுப்ளின் நகரில் பேசிய மார்ட்டின், மக்களின் ஆதரவை அள்ளிக்கொண்டான், பலத்த கரகோஷம், ஆரவாரத்துக்கு நடுவே மேடையிலிருந்து இறங்கினான். கீழே அவனுடைய ஆசிரியை ப்ராட்லி காத்திருந்தார்.

'நான் சரியாப் பேசினேனா மிஸ்?' என்று அவரிடம் ஆவலுடன் கேட்டான் மார்ட்டின்.

'ஆஹா, உன் பேச்சு பிரமாதமா இருந்தது மார்ட்டின்' என்று அவனை அன்போடு கட்டிக்கொண்டார் ப்ராட்லி.

மார்ட்டினுக்குப்பிறகு, வரிசையாகப் பலர் மேடையேறினார்கள், விதவிதமாகக் கையாட்டி, காலாட்டிப் பேசினார்கள். ஆனால் எல்லாம் 'மனப்பாட கேஸ்'கள், யாரும் மார்ட்டினுக்குப் பக்கத்தில்கூட வரமுடியவில்லை.

சிறிது நேரம் கழித்து, பேச்சுப் போட்டி முடிவுகள் அறிவிக்கப் பட்டன, எல்லோரும் எதிர்பார்த்தபடி மார்ட்டினுக்குதான் முதல் பரிசு.

மீண்டும் மேடையேறிப் பரிசை வாங்கிக்கொண்டபோது, மார்ட்டினுக்குள் அளவில்லாத சந்தோஷம். அப்பாடா, இந்தப் போட்டியில் கலந்துகொள்வதற்காகக் கிட்டத்தட்ட நூற்று ஐம்பது கிலோமீட்டர் பயணம் செய்து வந்தது வீண்போகவில்லை!

பரிசுடன் இறங்கி வந்த மார்ட்டினுக்குப் பாராட்டுகள் குவிந்தன, யார் யாரோ அவனுடைய கையைப் பிடித்துக் குலுக்கினார்கள், 'உனக்கு நல்ல எதிர்காலம் இருக்கிறது, யங் மேன்' என்று புகழ்ந்தார்கள்.

ஒருவழியாக, எல்லோரிடமும் விடை பெற்றுக்கொண்டு புறப்பட்டான் மார்ட்டின். அவனும், அவனுடைய ஆசிரியை ப்ராட்லியும் ஊருக்குத் திரும்புவதற்கான பஸ்ஸில் ஏறினார்கள்.

டுப்ளினில் இருந்து அவர்களுடைய சொந்த ஊர் அட்லாண்டாவுக்கு மூன்று மணி நேரப் பயணம். சந்தோஷத்தின் உச்சியில் இருந்த மார்ட்டின், ஜன்னல் வழியே வேடிக்கை பார்க்கத் தொடங்கினான்.

டீச்சர் ப்ராட்லிக்கும் அன்றைக்கு நல்ல களைப்பு, வசதியாகச் சாய்ந்து உட்கார்ந்துகொண்டு ஓய்வு எடுத்தார் அவர்.

சிறிது நேரத்துக்குள், அந்த பஸ் முழுக்க நிரம்பிவிட்டது. அதிவேகத்தில் அட்லாண்டாவை நோக்கி வண்டியை விரட்டத் தொடங்கினார் ஓட்டுனர்.

அடுத்த ஊரில் பஸ் நின்றபோது, சில வெள்ளையர்கள் ஏறிக்கொண்டார்கள். ஆனால், அவர்களுக்கு உட்கார்வதற்கு இடம் இல்லை.

'அடடா' என்று உச்சுக்கொட்டிய டிரைவர், பஸ்முழுவதும் நோட்டமிட்டார், கடைசியில் அவருடைய பார்வை மார்ட்டின், ப்ராட்லிமீது விழுந்தது, 'ஏய்' என்று அவர்களை அதட்டினார்.

மார்ட்டினுக்கு ஒன்றும் புரியவில்லை, 'என்ன?' என்பதுபோல் விழித்தான்.

'ரெண்டு பேரும் சீட்லயிருந்து எழுந்திருங்க' வள்ளென்று விழுந்தார் ஓட்டுனர், 'இவங்க உட்காரணும்'

'இதென்ன அநியாயம்?' என்று கோபப்பட்டான் மார்ட்டின், 'நாங்கதானே முதல்ல ஏறினோம்? இந்த சீட் எங்களுடையது, நாங்க எழுந்திருக்கமாட்டோம்.'

அவ்வளவுதான். அந்த டிரைவர் வாயிலிருந்து ஏகப்பட்ட கெட்ட வார்த்தைகள் கொட்டத் தொடங்கின, 'கறுப்பு நாய்ங்களுக்கு இத்தனை திமிரா?' என்று கர்ஜித்த அவர், 'இப்போ நீங்க எழுந்திருக்கலைன்னா, பஸ்ஸிலிருந்து உங்களை வெளிய தள்ளிடுவேன்' என்றார்.

மார்ட்டினுக்கு ரத்தம் கொதித்தது. யாரோ சில வெள்ளையர்கள் பஸ்ஸில் ஏறிவிட்டார்கள் என்பதற்காக நாங்கள் எங்களுடைய இருக்கையைத் தியாகம் செய்யவேண்டுமா? 'முடியவே முடியாது' என்று கையைக் கட்டிக்கொண்டு நிமிர்ந்து உட்கார்ந்தான் அவன்.

டிரைவர் இன்னும் ஆவேசமாகத் திட்டத் தொடங்கினார், மார்ட்டினின் அப்பா, அம்மா, தாத்தா, பாட்டி, கொள்ளுத் தாத்தா யாரையும் அவருடைய வசவுகள் விட்டுவைக்கவில்லை. ஒட்டுமொத்தக் கறுப்பினத்தையும் வீதிக்கு இழுத்துவந்து, வார்த்தைகளால் அசிங்கப்படுத்தினார் அவர்.

டீச்சர் ப்ராட்லி அவசரமாக எழுந்துகொண்டார், 'மார்ட்டின், நமக்கு ஏன் அநாவசிய வம்பு? பேசாம எழுந்துக்கோ' என்றார் பதற்றத்துடன்.

மார்ட்டின் அவரை வேதனையுடன் பார்த்தான், இப்போதுதான் கறுப்பர்களுக்குச் சம உரிமை வேண்டும் என்று மேடையில் பேசினேன், எல்லோரும் கைதட்டினார்கள். ஆனால் இங்கே? பஸ்ஸில் உட்கார்ந்து பயணம் செய்கிற உரிமைகூட எங்களுக்கு இல்லையா?

‘சீக்கிரம் எழுந்திரு மார்ட்டின்’ அவன் கையைப் பிடித்து இழுத்தார் ப்ராட்லி, ‘இங்கே கலாட்டா செஞ்சா நமக்குதான் பிரச்னை.’

இதற்குள், அந்த டிரைவர் மறுபடியும் திட்ட ஆரம்பித்திருந்தார், ‘கறுப்புச் சனியன்களே, இப்போ எழுந்திருக்கப்போறீங்களா, இல்லையா?’

இன்னும் கொடுமையான விஷயம், அந்த பஸ்ஸில் அமர்ந்திருந்தவர்கள் ஒருவர்கூட, அவர்களுக்கு ஆதரவாகப் பேசவில்லை, ‘ஏன்ய்யா இப்படி அநியாயம் பண்றே?’ என்று அந்த டிரைவரைக் கண்டிக்கவில்லை.

வேதனையுடன் எழுந்துகொண்டான் மார்ட்டின். அவர்கள் ஒதுங்கி நின்றதும், அந்த இடத்தில் வெள்ளையர்கள் கம்பீரமாக அமர்ந்துகொண்டார்கள்.

அடுத்த மூன்று மணி நேரம், மார்ட்டினும் ப்ராட்லியும் அந்த பஸ்ஸில் நின்றுகொண்டேதான் பயணம் செய்தார்கள். கால் விண்விண்ணென்று வலிக்கத் தொடங்கியிருந்தது, அதைவிட அதிகமாக மனசு வலித்தது.

அதுவரை எப்போதும் இல்லாத அளவுக்கு, மார்ட்டின் கொதித்துப்போயிருந்தான். வெள்ளையர்களின் ராஜ்ஜியத்தில் கறுப்பர்களுக்கு நிஜமான சம உரிமை தானாகக் கிடைக்காது, நாம்தான் அதைப் போராடிப் பெறவேண்டும் என்று அவன் தீர்மானித்தது அப்போதுதான்.

அற்புதமான பேச்சாளராக உருவாகிக்கொண்டிருந்த மார்ட்டின், அதன்பிறகு கறுப்பினத்தவர்களின் உரிமைகளுக்கான நேரடிப் போராட்டங்களில் பங்கு பெறத் தொடங்கினார். தன்னுடைய முற்போக்குச் சிந்தனை, தலைமைக்குணம் போன்றவற்றின்மூலம் பெரும்பான்மை மக்களின் மரியாதை, ஆதரவைச் சம்பாதித்துக்கொண்டார் அவர்.

கிட்டத்தட்ட இதே காலகட்டத்தில்தான், இந்தியாவில் மகாத்மா காந்தி தலைமையில் விடுதலைப் போராட்டம் வெற்றியடைந்திருந்தது. காந்தியின் கொள்கைகளால் கவரப்பட்ட

மார்ட்டின் லூதர் கிங், அவர் காட்டிய அகிம்சை வழியில் போராடினார், மாபெரும் வெற்றி பெற்றார்.

ஒருகாலத்தில் பேருந்து இருக்கைகளைக்கூடக் கறுப்பர்களுக்கு விட்டுத்தர மறுத்த அமெரிக்காவில், இன்றைக்கு ஒரு கறுப்பினத்தவர் அதிபராகப் பொறுப்பேற்கும் சூழ்நிலை ஏற்பட்டிருக்கிறது என்றால், அதற்கு முக்கியக் காரணம், மார்ட்டின் லூதர் கிங்போன்ற போராளிகளின் உழைப்பும் முனைப்பும்தான்.

அவமானம் என்கிற சேறு, யார்மீது வேண்டுமானாலும் வீசப்படலாம். 'ஐயோ, இப்படி நேர்ந்துவிட்டதே!' என்று முடங்கிப் போகாமல், அந்த அசிங்கத்தைத் துடைத்துப் போட்டுவிட்டு, அதற்குக் காரணமானவர்களை எதிர்த்துச் சிங்கம்போல் முன்னேறுகிறவர்கள்தான் மாபெரும் வெற்றிகளைச் சம்பாதிக்கிறார்கள்.

அன்றைக்கு, மார்ட்டின் லூதர் கிங்கிற்குப் பேருந்து இருக்கை கிடைக்காவிட்டால் என்ன? சரித்திரத்தில் அவருக்கு ஒரு நிரந்தர இடம் கிடைத்துவிட்டது!

33. புத்தம்புது உலகம்

அன்றைக்கு அந்த தேவாலயத்தில் ஏகப்பட்ட கூட்டம். எல்லோரும் இசை கேட்பதற்காகக் கிளம்பி வந்திருந்த ரசிகர்கள்.

அதுவும் சாதாரண இசையா? ஒரு மழலை மேதையின் மூளையும் விரல்களும் இணைந்து நிகழ்த்துகிற அற்புதம். அதைப் பார்ப்பதற்கும் கேட்பதற்கும் கொடுத்துவைத்திருக்கவேண்டுமே!

இதற்காகவே, லண்டன் சுற்றுவட்டாரத்திலிருந்த ரசிகர்கள் பலர் ரொம்பத் தூரம் பயணம் செய்து வந்திருந்தார்கள். ஆர்வமாகத் தங்களுக்குள் பேசியபடி கச்சேரிக்காகக் காத்திருந்தார்கள். தேவாலயம் நிரம்பி, வெளியே படிகளில்கூட மக்கள் உட்கார்ந்திருந்தார்கள்.

'அந்தப் பையனுக்கு என்ன வயது?'

'எட்டு.'

'இந்த வயதிலா இத்தனை ஞானம்?' கேட்டவர் வாயைப் பிளந்தார், 'அவனுடைய இசையைக் கேட்டவர்களெல்லாம் பாராட்ட வார்த்தை இல்லாமல் ஆச்சர்யப்பட்டு நிற்கிறார்களாமே!'

'உண்மைதான்' என்றார் இன்னொருவர், 'நான் அவருடைய கச்சேரியை பாரிஸில் கேட்டிருக்கிறேன், தெய்வீக அனுபவம், நிஜமாகவே அவர் பெரிய மேதைதான்.'

'என்ன சார்? எட்டு வயதுப் பையனைப்போய் அவர், இவர் என்று கூப்பிடுகிறீர்களே' என்று கிண்டலடித்தார் முதல் ஆள்.

'அவருடைய அறிவுக்குமுன்னால், நாம்தான் சார் சின்னப் பையன்கள்' என்றார் இவர், 'இந்தக் கச்சேரியைக் கேட்டால் உங்களுக்கு எல்லாம் புரிந்துவிடும்.'

அவர்கள் பேசிக்கொண்டிருக்கும்போதே, நிகழ்ச்சி தொடங்குவதற்கான அறிவிப்பு ஒலித்தது. மேடையில் அந்தச் சிறுவன் தோன்றினான்.

கூட்டம் அவனை ஆச்சர்யமாகப் பார்த்தது, இந்தப் பொடியனா கச்சேரி செய்யப்போகிறான்? பியானோ உயரம்கூட இருக்கமாட்டானே, இவனுடைய இசைக்காகவா இத்தனை பெரிய கூட்டம் கூடியிருக்கிறது?

அவர்கள் சந்தேகமாகப் பார்த்துக்கொண்டிருக்கும்போதே, அந்த மழலை மேதையின் இசை நிகழ்ச்சி தொடங்கியது. அரங்கமெங்கும் இதமான சங்கீதம் பரவ ஆரம்பித்தது.

ஒரு நிமிடம், இரண்டு நிமிடம், ஐந்து நிமிடம்,. அங்கிருந்த எல்லோரையும் அந்த அற்புதமான இசை உள்ளிழுத்துக்கொண்டு விட்டது. இங்கே வாசித்துக்கொண்டிருப்பது ஒரு சின்னஞ்சிறுவன் என்கிற உணர்வே இல்லாமல், நிபுணர்கள்கூடப் பாமர ரசிகர்களாகிச் சொக்கிப்போகத் தொடங்கியிருந்தார்கள்.

அந்த ரசிகர் கூட்டத்தில் ஒருவர், பாக்.

'ஜொஹாதன் க்றிஸ்டியன் பாக்' என்று சொன்னால், இன்றைக்கும் இசைப் பிரியர்கள் கண்களில் நீர் மல்க உணர்ச்சிவயப்படுவார்கள். எண்ணற்ற அற்புதமான சிம்ஃபொனி இசைக் கோர்ப்புகளைச் செய்து அழியாப் புகழ் பெற்றுவிட்ட விற்பன்னர் அவர். அப்பேர்ப்பட்ட மாமேதை, அன்றைக்கு அந்த மழலை மேதையின் இசையைக் கேட்பதற்காக வந்திருந்தார். தான்

யார் என்பதை வெளிக்காட்டிக்கொள்ளாமல், தேவாலயத்தின் ஒரு மூலையில் உட்கார்ந்து கண்மூடி ரசித்துக்கொண்டிருந்தார்.

'ஆஹா, பையன் அற்புதமாக வாசிக்கிறானே' என்று மற்றவர்கள் நினைத்த நேரத்தில், பாக் வேறுமாதிரி யோசித்தார், 'இந்தச் சிறுவன் சாதாரண இசைக் கலைஞன் இல்லை, இவன் உன்னதமான சங்கீதத்தை உருவாக்கக்கூடிய படைப்பாளி, நல்ல பயிற்சியும் வாய்ப்புகளும் கிடைத்தால், உலக இசையை இன்னொரு படி மேலே கொண்டுசெல்லக்கூடிய தகுதியும் திறமையும் இவனுக்கு உண்டு.'

அன்றைக்கு பாக் வீடு திரும்பியபோது, அவருடைய மனம்முழுக்க அந்தச் சிறுவனும் அவனுடைய இசையும்தான் நிறைந்திருந்தது. அவர் ஏற்கெனவே பலமுறை கேட்ட சங்கீதம்தான். ஆனால், இவனுடைய கை பட்டு ஒலிக்கும்போது, அதில் ஏதோ புதுச் சங்கதிகள் சேர்ந்துகொண்டுவிடுகின்றன.

இரவு நேரம். பாக் வீட்டுக் கதவு தட்டப்பட்டது. திறந்தால், ஒரு நடுத்தர வயதுக்காரரும், அன்றைக்கு இசை நிகழ்ச்சி நடத்திய சிறுவனும் நின்றிருந்தார்கள். புன்னகையுடன் அவர்களை வரவேற்றார் பாக்.

வந்தவர் பெயர் லியோபோல்ட். அவர் பாக்கை மரியாதையுடன் வணங்கி, 'ஐயா, இந்த நேரத்தில் உங்களைத் தொந்தரவு செய்துவிட்டோம், மன்னிக்கவேண்டும்' என்றார், 'இவன் என்னுடைய மகன், இசையில் ரொம்ப ஆர்வமாக இருக்கிறான், உங்களைச் சந்திக்கவேண்டும் என்று பிரியப்பட்டான், அதான் கூட்டிக்கொண்டு வந்தேன்.'

'எனக்கு இவனை நன்றாகத் தெரியுமே' என்று அவன் முதுகில் தட்டிக்கொடுத்தார் பாக், 'இன்றைக்கு தேவாலயத்தில் இவனுடைய இசை நிகழ்ச்சியை நானும் கேட்டேன், பிரமாதமாக இருந்தது.'

லியோபோல்ட் ஆச்சர்யத்தில் மலைத்துப்போய்விட்டார். உலகமே பிரமிக்கிற இசைமேதை பாக் என்னுடைய குட்டிப் பையனின் கச்சேரியைக் கேட்க வந்திருந்தாரா? கடவுளே,

எத்தனை பெரிய கௌரவம் இது! அந்தச் சிறுவன் பாக்கை வியப்புடன் கூர்ந்து கவனித்துக்கொண்டிருந்தான். பிறகு, 'ஐயா, எனக்கு ஒரு சந்தேகம்' என்றான் மெதுவாக.

'சொல்லுப்பா.'

'சிம்ஃபொனி இசை என்று சொல்கிறார்களே, அது என்ன? எப்படிப்பட்டது? நீங்கள் அதை எனக்குச் சொல்லித்தரமுடியுமா?' என்றான் அந்தச் சிறுவன்.

பாக்கிற்கு அவனைப் பார்க்கச் சந்தோஷமாகவும், பெருமையாகவும் இருந்தது. எட்டு வயதுப் பையன், கச்சேரி ரசிகர்களின் கைதட்டலில் திருப்தி அடையாமல், சிம்ஃபொனி இசையைப்பற்றித் தெரிந்துகொள்ள ஆசைப்படுகிறானே!

சிம்ஃபொனி இசை என்பது, மிகச் சிக்கலான கட்டமைப்பைக் கொண்டது. இசைத்துறையில் பழம் தின்று கொட்டை போட்ட பெரியவர்கள்கூட, சொந்தமாக ஒரு சிம்ஃபொனி உருவாக்குவது என்றால் விழி பிதுங்கி நிற்பார்கள். ஞானம்மட்டுமில்லை, ஏகப்பட்ட உழைப்பும் சிரத்தையும் இருந்தால்தான் சிம்ஃபொனியை உருவாக்கமுடியும்.

ஆனால், இதையெல்லாம் விளக்கமாகச் சொன்னால் பையன் பயந்துவிடுவான் என்று நினைத்தார் பாக். ஆகவே, 'சிம்ஃபொனியெல்லாம் ஒன்றும் பெரிய விஷயம் இல்லைப்பா, நீ சீக்கிரத்தில் கற்றுக்கொண்டுவிடுவாய்' என்று உற்சாகப்படுத்தினார், 'அதன்பிறகு, நீயே சொந்தமாகப் பல சிம்ஃபொனிகளை எழுதலாம்!'

பாக் இப்படிச் சொன்னதும், அந்தச் சிறுவன் திகைத்துப்போனான், 'சிம்ஃபொனியா? நானா? என்னால் முடியுமா?'

'நிச்சயமாக முடியும்' என்றார் பாக், 'உனக்கு அந்தத் திறமை இருக்கிறது. தொடர்ந்து பயிற்சி செய், அடுத்தவர்களுடைய இசையைக் கேள், கச்சேரி செய், ஆனால் அதெல்லாமே இரண்டாம்பட்சம்தான், அதைத் தாண்டி நீ புதுசாக என்ன செய்யமுடியும் என்று யோசித்துப்பார், உள்ளுக்குள் புதுப்புது இசைக் கோர்ப்புகளை எழுதிப் பழகு.'

அவர் பேசப்பேச, அந்தச் சிறுவனின் கண்ணில் கனவுகள் மிதந்தன. இப்போதே சொந்தமாக ஒரு சிம்ஃபொனி எழுதி முடித்துவிட்டதுபோல் பெருமிதமாக உணர்ந்தான் அவன், ‘ஐயா, கடைசியாக ஒரு சின்னக் கோரிக்கை.’

‘என்னது?’

‘நான் சிம்ஃபொனி எழுதியதும், முதலில் உங்களிடம்தான் கொண்டுவந்து காட்டுவேன், நீங்கள் அதைப் பார்த்துச் சரியாக இருக்கிறதா என்று சொல்லவேண்டும்.’

‘கண்டிப்பாக’ என்று சிரித்தார் பாக், அவன் தோளில் தட்டிக்கொடுத்து, ‘திறமை, தன்னம்பிக்கை இரண்டுமே உன்னிடம் பொங்கி வழிகிறது, நீ ரொம்பப் பெரிதாக வளரப்போகிறாய் தம்பி, அட்வான்ஸ் வாழ்த்துகள்!’

பாக்கைச் சந்தித்துவிட்டு வீடு திரும்பிய அந்தச் சிறுவன், அதன்பிறகு வாழ்நாள்முழுக்க அன்றைய சந்திப்பை மறக்கவில்லை. அவன் வாழ்க்கையில் மிகப் பெரிய திருப்புமுனை, பாக்கின் உற்சாக வார்த்தைகள்தான்!

அதுவரை, இசைக் கச்சேரிகளில்மட்டும் கவனம் செலுத்திக்கொண்டிருந்த அவன், பாக்கைச் சந்தித்தபிறகு சொந்தமாக இசைக் கோர்ப்புகளை உருவாக்குவதுபற்றி யோசிக்க ஆரம்பித்தான். யார் என்ன செய்திருக்கிறார்கள் என்பதை ஆழ்ந்து கவனித்து, அங்கிருந்து பல படிகள் மேலேறிச் சென்றான்.

பாக் சொன்னதுபோலவே, மிக விரைவில் அவனால் சொந்தமாக இசையை உருவாக்கமுடிந்தது, அதிஅற்புதமான சிம்ஃபொனிகள் எழுதமுடிந்தது. உலக இசை ரசிகர்களின் மனத்தில் நீங்காத இடம் பிடித்துவிடவும் முடிந்தது. எட்டு வயதில் பாக்கைச் சந்தித்த அந்தச் சிறுவன்தான், இன்றைக்கு இணையற்ற சர்வதேச இசை அடையாளமாக அறியப்படும் மாமேதை மொஸார்ட்!

மழலை மேதைகள் எல்லா ஊர்களிலும் பிறக்கிறார்கள். ஆனால் அவர்கள் வெறுமனே பிறரைப் பிரதி எடுக்கிறவர்களாக,

மற்றவர்கள் செய்ததையே திரும்பத் திரும்பச் செய்கிறவர்களாக மாறிவிடாமல், தங்களுடைய திறமையை உணர்ந்து, புதுமையான படைப்புகளை உருவாக்கவும், இந்த உலகத்தில் தங்களுக்கென்று ஒரு முத்திரையைப் பதிக்கவும் ஒரு தூண்டுதல், வழிகாட்டி, அவர்கள்மீது முழு நம்பிக்கை வைத்து உற்சாகப்படுத்தும் ஒருவர் தேவைப்படுகிறார்.

மொஸார்ட்டுக்கு ஒரு பாக், அதுபோல, நமக்கும் ஒருவர் கிடைத்துவிட்டால், உலகமே புதுசாகிவிடும், அதுவும், நாமே உருவாக்குகிற புத்தம்புது உலகம்!

34. கனவுக்கு மரியாதை

பெரிய படிப்பு, பிரமாதமான வேலை, கைநிறையச் சம்பளம், சமூகத்தில் நல்ல மரியாதை, சகலவிதமான ஆடம்பர வசதிகளும் வீட்டில் நிறைந்திருக்கின்றன, விரலைச் சொடுக்கினால் ஓடிவருவதற்கு உலகம் காத்திருக்கிறது.

இளம் வழக்கறிஞர் ராபின் ஷர்மாவைப் பார்த்து ஊரே வாய் பிளந்தது. இந்தச் சின்ன வயதில் இத்தனை சாதித்துவிட்டார், சம்பாதித்துவிட்டார் என்று பொறாமைப்பட்டுக் கண் போடாதவர்கள் குறைவு.

நிஜமாகவே, அன்றைக்கு ராபின் ஷர்மா உலகத்தின் உச்சியில்தான் இருந்தார். கனடாவின் மிகப் பெரிய சட்ட நிறுவனம் ஒன்றில் பணியாற்றிக்கொண்டிருந்த அவர், தனது வழக்கறிஞர் தொழிலில் படிப்படியாக முன்னேறிப் பெரிய உயரங்களைத் தொட்டுக்கொண்டிருந்தார்.

அப்போது ராபின் ஷர்மாவிடம் இல்லாதது என்று எதுவும் கிடையாது. கார், பங்களாவில் தொடங்கி, சாதாரண மனிதர்களால் கற்பனை செய்யமுடியாத சவுகர்யங்கள்கூட அவருக்குச் சொந்தமாக இருந்தன.

ஆனால் ஏனோ, அவர் மனத்தில் நிம்மதிமட்டும் இல்லை.

'தினமும் அலுவலகத்துக்குப் போகிறேன், வழக்கு விவரங்களைக் கவனிக்கிறேன், எனது கட்சிக்காரர்களுடன் பேசுகிறேன், நீதிமன்றம் சென்று வாதாடுகிறேன், ஜெயிக்கிறேன், நன்றாகச் சம்பாதிக்கிறேன். ஆனால், இதுதான் வாழ்க்கையா?' தன்னைத்தானே கேட்டுக்கொண்டார் ராபின் ஷர்மா.

எவ்வளவோ யோசித்தும் இந்த ஒரு கேள்விக்குமட்டும் அவருக்கு விடை கிடைக்கவில்லை. எல்லாம் இருந்தும் ஏதோ குறைவதுபோல ஒரு வெறுமை உணர்வு. அதற்கான காரணமும் புரியவில்லை, பிரச்னையைத் தீர்க்கிற வழியும் தெரியவில்லை.

குழப்பத்துடன் சுற்றிக்கொண்டிருந்த ராபின் ஷர்மா, கொஞ்சம் கொஞ்சமாகச் சோகத்தில் விழுந்தார். அதன்பிறகு, தினசரி வேலைகளில்கூட அவரால் ஒழுங்காகக் கவனம் செலுத்த முடியவில்லை.

'உனக்கு என்ன ஆச்சு ராபின்?' நண்பர்கள் அக்கறையோடு விசாரித்தார்கள்.

ராபின் ஷர்மா அவர்களுக்கு எந்தப் பதிலும் சொல்லவில்லை. மௌனமாகத் தனக்குள் முடங்கிப்போனார்.

அப்போதுதான், அவருக்குப் புத்தகங்களின் அறிமுகம் கிடைத்தது. குறிப்பாக, தத்துவ நூல்களைத் தேடிப் பிடித்து வாசிக்கத் தொடங்கினார்.

நாம் இந்த உலகத்தில் பிறந்தது எதற்காக? வாழ்வது எதற்காக? கைநிறையச் சம்பாதிக்கிறவர்கள்தான் வாழ்க்கையில் வெற்றியடைந்தவர்களா? உலகத்தில் உள்ள ஆடம்பரங்கள் அனைத்தையும் வாங்கிக் குவித்துவிட்டால், சந்தோஷம் வந்துவிடுமா? ராபின் ஷர்மாவின் தேடலுக்குத் தத்துவ நூல்கள் ஆழமான பதில்களைச் சொல்லிக்கொடுத்தன.

இவற்றைப் படித்ததும், ராபினின் சந்தேகங்கள் மேலும் தீவிரமடைந்தன. அவற்றுக்குப் பதில் தேடி இன்னும் இன்னும் அதிகப் புத்தகங்களுக்குள் மூழ்கினார் அவர்.

தத்துவப் புத்தகங்களுடன், பெரிய தலைவர்கள், ஞானிகளின் வாழ்க்கை வரலாறுகளையும் ராபின் ஷர்மா வாசித்தார். குறிப்பாக, காந்தியடிகளின் 'சத்திய சோதனை' அவருக்குள் பெரிய மாற்றத்தை உருவாக்கியது.

முப்பது வயதில் ராபின் ஷர்மா படித்த புத்தகங்கள் எவையும் பொழுதுபோக்கு வகையைச் சேர்ந்தவை அல்ல. ஒவ்வொன்றும், வாழ்க்கையைப் பழுதுபார்ப்பது எப்படி என்று அவருக்குப் பாடம் சொல்லிக்கொடுத்தன.

புத்தகப் பிரியராகிவிட்ட ராபின் ஷர்மா, இன்னும் இன்னும் படிக்கவேண்டும் என்று விரும்பினார். இவற்றை எல்லோருக்கும் கற்றுத்தரவேண்டும் என்றும் ஆசைப்பட்டார்.

ஆனால், வழக்கறிஞர் தொழிலில் பிஸியாக இருக்கிற ஒருவர், இப்படி நாள்முழுக்கப் புத்தகம் படித்துக்கொண்டிருந்தால் சரிப்படுமா?

திடீரென்று ஒருநாள், ராபின் ஷர்மா முடிவெடுத்தார், 'எனக்கு இனிமேல் இந்த வக்கீல் தொழில் வேண்டாம். நான் எழுத்தாளனாகப்போகிறேன், உலகிற்கு வாழ்க்கை உண்மைகளைச் சொல்லித்தரப்போகிறேன்!'

ராபின் ஷர்மா இப்படிச் சொன்னதும், சுற்றியிருந்த எல்லோரும் விழுந்து விழுந்து சிரித்தார்கள், 'நிச்சயமாக உனக்குப் பைத்தியம்தான் பிடித்திருக்கிறது' என்று கேலி செய்தார்கள்.

ஏனெனில், அமெரிக்கா, கனடா போன்ற நாடுகளில் ஒரு திறமைசாலி வழக்கறிஞர் லட்சம் லட்சமாகச் சம்பாதிக்கலாம், இன்னும் கொஞ்சம் அனுபவம் சேர்த்துக்கொண்டால் கோடி கோடியாகக் காசு வந்து குவியும்.

அப்படிப் பணம் கொழிக்கும் ஒரு தொழிலை விட்டு, கதை எழுதப் போகிறேன் என்று சொல்கிறாரே ராபின், இவர் உருப்படுவாரா?

சுற்றியிருந்த எல்லோரும் ராபினைக் கண்டித்தார்கள், 'இதுமாதிரி பிதற்றாமல் ஒழுங்காக வேலையைக் கவனி'

என்று அறிவுரை சொன்னார்கள். ஆனால் ராபின், தனக்குள் ஒலிக்கும் குரலைமட்டும்தான் நம்பினார். உடனடியாகத் தனது வழக்கறிஞர் வேலையை ராஜினாமா செய்துவிட்டு எழுத உட்கார்ந்துவிட்டார்.

அவர் எழுதிய முதல் புத்தகத்தின் பெயர் ‘Megaliving’. வாழும் வழி என்று தான் படித்துப் புரிந்துகொண்டதையும் சிந்தித்து உணர்ந்ததையும் அற்புதமான நடையில் எழுதி முடித்தார் ராபின் ஷர்மா.

ராபின் எழுதிய புத்தகத்தை அவருடைய அம்மா வாசித்தார். அவரே அதில் சில திருத்தங்கள் செய்து ஒழுங்குபடுத்தித் தந்தார். அடுத்தபடியாக, இந்தப் புத்தகத்தைப் பிரசுரிக்கவேண்டும்.

ஆனால், ஊர் பேர் தெரியாத ராபின் ஷர்மாவின் புத்தகத்தை யார் வெளியிடுவார்கள்?

இதைப்பற்றி ராபின் ஷர்மா அவ்வளவாகக் கவலைப்படவில்லை. அவரே செலவு செய்து தன்னுடைய முதல் புத்தகத்தை வெளியிட ஏற்பாடுகள் செய்தார்.

சில நாள்களில், ‘Megaliving’ புத்தகம் இரண்டாயிரம் பிரதிகள் அச்சிடப்பட்டது. அத்தனை புத்தகங்களையும் தன் வீட்டுச் சமையலறையில் கட்டுக்கட்டாக அடுக்கிவைத்தார் ராபின் ஷர்மா.

அச்சடிப்பது சரி, அடுக்கிவைப்பது சரி, விற்பது?

அதற்கும் ராபின் ஷர்மா யாரையும் எதிர்பார்க்கவில்லை. அவரே ஒவ்வொரு கடையாக ஏறி இறங்கினார், ‘இந்தப் புத்தகத்தை உங்கள் கடையில் விற்பனை செய்யமுடியுமா?’ என்று கெஞ்சிக் கேட்டுப் புத்தகங்களை விநியோகித்தார்.

அவர் எவ்வளவுதான் கஷ்டப்பட்டபோதும், அந்தப் புத்தகம் பெரிதாக விற்கவில்லை. அச்சடித்த பிரதிகளெல்லாம் ராபின் ஷர்மா வீட்டிலேயே அழுக்காகிக்கொண்டிருந்தன.

அதை நினைத்து ராபின் வருந்தவில்லை. என்றைக்காவது உலகம் இந்தப் புத்தகத்தின் அருமையைப் புரிந்துகொள்ளும்

என்று உறுதியாக நம்பிய அவர், அதே வேகத்தில் அடுத்த புத்தகத்தையும் எழுதி முடித்துவிட்டார்.

இந்தப் புத்தகத்தையும் அவரே வெளியிட்டார். வழக்கம்போல், இதுவும் விற்பனை ஆகாமல் தேங்கி நின்றது.

அப்போதுதான் ஒரு நண்பர் சொன்னார், 'ராபின், நீங்களே உங்கள் புத்தகத்தை வெளியிடுவதெல்லாம் அநாவசியமான வேலை. மற்ற பதிப்பாளர்களைச் சென்று பாருங்கள், அவர்களுக்கு உங்கள் புத்தகம் பிடித்திருந்தால், அவர்களே அச்சிட்டு, வெளியிட்டு, விளம்பரம் செய்து, விற்றுவிடுவார்கள், உங்களுடைய சிந்தனைகள் இன்னும் அதிகப் பேரைச் சென்று சேரும், நல்ல விஷயம்தானே?'

நண்பர் ஆலோசனைப்படி, ராபின் ஷர்மா ஒரு பதிப்பாளரை அணுகினார், தன்னுடைய புத்தகத்தைக் கொடுத்துப் படித்துப் பார்க்கும்படி கேட்டுக்கொண்டார்.

அந்தப் பதிப்பாளர், ராபின் ஷர்மாவைப் பார்த்து நக்கலாகச் சிரித்தார், 'இதெல்லாம் ஒரு புத்தகமா? இதை எவன் படிப்பான்? ஒழுங்கா வேற வேலையைப் பார்க்கப் போங்க சார்'

இப்படி ராபின் ஷர்மா சென்ற திசையெல்லாம் நிராகரிப்புகள்தான் பரிசாகக் கிடைத்தன. அப்போதும், அவர் 'பழையபடி வக்கீல் வேலையைப் பார்க்கப் போய்விடலாமா' என்று நப்பாசைப்படவில்லை, தன்னுடைய கனவில் முழு நம்பிக்கையுடன் இருந்தார்.

கடைசியில் ஜெயித்தது ராபின் ஷர்மாதான். அவருடைய கனவு பலித்துவிட்டது. 'இதையெல்லாம் எவன் படிப்பான்?' என்று பதிப்பாளர்களால் நிராகரிக்கப்பட்ட அவருடைய '*The Monk Who Sold His Ferrari*' புத்தகம், இன்றைக்கு உலகமெங்கும் பல லட்சம் வாசகர்களால் வாசிக்கப்பட்டு, நேசிக்கப்படும் ஒன்றாக உயர்ந்திருக்கிறது.

அதன்பிறகு, ராபின் ஷர்மாவின் புத்தகங்களை வாசகர்கள் கொண்டாடத் தொடங்கினார்கள். அவருடைய ஒவ்வொரு

நூலும் ஆங்கிலத்தில்மட்டுமின்றி, தமிழ் உள்ளிட்ட பல்வேறு மொழிகளில் வெளியாகின்றன, ஏராளமான மக்களுக்கு அற்புதமான வாழ்வியல் சிந்தனைகளைச் சொல்லித் தந்துகொண்டிருக்கின்றன.

இப்போதும், ராபின் ஷர்மா பழசை மறக்கவில்லை. தன்னுடைய புத்தகத்துக்கு வந்த நிராகரிப்புக் கடிதம் ஒன்றை, பத்திரமாக ஃப்ரேம் போட்டு வீட்டில் மாட்டிவைத்திருக்கிறார் அவர்.

திறமைசாலிகள் யாரையும் இந்த உலகம் உடனே ஏற்றுக்கொண்டு விடுவதில்லை. மற்றவர்களுடைய கேலி, கிண்டல், நிராகரிப்புகளைப் பார்த்து மனம் உடைந்துவிடாமல், பாதை மாறிவிடாமல் தொடர்ந்து போராடி வெற்றி பெறுவதுதான் நாம் நம்முடைய கனவுக்குத் தரும் மிகப் பெரிய மரியாதை!

35. கரை சேர்ந்த கனவு

நடுக் கடலில் அந்தக் கப்பல் மெல்ல ஊர்ந்து சென்று கொண்டிருந்தது.

கப்பலின் தலைவர் கிறிஸ்டோபர் சோர்வாக எழுந்து நின்றார். சுற்றிலும் ஒருமுறை வேடிக்கை பார்த்துவிட்டு நீளமாகப் பெருமூச்சு விட்டார்.

கடல், கடல், எங்கு பார்த்தாலும் கடல்மட்டும்தான், தண்ணீர்மட்டும்தான்.

கடந்த சில வாரங்களில், கரை எப்படி இருக்கும் என்பதே கிறிஸ்டோபருக்கு மறந்துபோயிருந்தது. உப்பு வாசமடிக்கும் இந்தக் கடல் காற்றிலேயே தன்னுடைய வாழ்க்கை முடிந்துபோய்விடுமோ என்றுகூட அவர் பயந்தார்.

ஆனால், அந்த பயத்தை அவர் வெளிக்காட்டிக்கொள்ளவில்லை. மற்றவர்கள் முன் கம்பீரம் குறையாமல் நடந்துகொண்டார், 'இதோ, இன்னும் கொஞ்ச நேரத்தில் கரை தென்பட்டுவிடும்' என்பதுபோல் தைரியமாகப் பேசினார்.

அதேசமயம், அந்தக் கப்பலில் உள்ள யாரும் கிறிஸ்டோபரை நம்புவதாக இல்லை. 'கரையாவது, தென்படுவதாவது? சான்ஸே இல்லை' என்று அடித்துப் பேசிக்கொண்டிருந்தார்கள்.

அந்தக் காலத்துக் கடல் பயணம் மிகவும் ஆபத்தானது. ஆகவே, கப்பலில் கிளம்புகிற யாரும் உயிரைக் கையில் பிடித்துக்கொண்டுதான் ஒவ்வொரு நாளையும் கடத்தவேண்டும், புயலிலோ, அலைகளிலோ சிக்கி ஜல சமாதியாகாமல் உருப்படியாக ஊர் போய்ச் சேர்வதற்கு ஆண்டவன் கருணை வேண்டும்.

அவர்கள் பயணம் செய்துகொண்டிருந்த அந்தக் கப்பலுக்கு, ஆண்டவன் கருணை காட்ட மறுத்துவிட்டார். பல நாள்களுக்குமுன்பே தரையை எட்டிப் பிடித்திருக்கவேண்டிய கப்பல், இன்னும் திசை தெரியாமல் நடுக் கடலில் தள்ளாடிக்கொண்டிருக்கிறது.

ஒவ்வொரு நாளும், கப்பலில் இருக்கும் உணவின் அளவு குறைந்துகொண்டே போகிறது. இன்னும் மூன்று அல்லது நான்கு வாரங்களுக்குள் எல்லாம் காலியாகிவிடும், அதன்பிறகு கடல் நம்மைக் கொல்கிறதோ, இல்லையோ, பசி நிச்சயமாகக் கொன்றுவிடும்.

அந்தக் கப்பலில் இருந்த மாலுமிகள் பயங்கர ஏமாற்றத்தில், வெறுப்பில், கோபத்தில், பயத்தில் இருந்தார்கள். யாரோ ஒரு கிறுக்குப் பயலை நம்பிக் கிளம்பியது, இப்படி நம் உயிருக்கே ஆபத்தாகிவிட்டதே என்று தவித்தார்கள், மீண்டும் அப்பா, அம்மாவை, மனைவி, குழந்தைகளைப் பார்க்கமுடியுமா என்று ஏங்கினார்கள்.

மாலுமிகளுடைய மனோநிலை, கப்பல் தலைவர் கிறிஸ்டோபருக்கு நன்றாகப் புரிந்தது. ஆகவே, ‘கவலைப்படாதீர்கள், இதோ, இப்போது கரை வந்துவிடப்போகிறது, அதன்பிறகு நாமெல்லாம் பெரிய பணக்காரர்களாகிவிடுவோம்’ என்று அவர்களை உற்சாகப்படுத்தினார், ‘தயவுசெய்து நம்பிக்கை இழக்காதீர்கள், நாம் மிகப் பெரிய சாதனை ஒன்றைச் செய்யப்போகிறோம், அதை நினைத்து சந்தோஷப்படுங்கள், சுறுசுறுப்பாக வேலைகளைக் கவனியுங்கள்.’

கிறிஸ்டோபர் மீண்டும் கற்பனைகளில் மூழ்கினார். ‘நாளைக்கோ, நாளை மறுநாளோ கரை தென்பட்டுவிடும், அந்தப் புதிய

உலகத்தில் தங்கமும் வெள்ளியும் வைடூரியமுமாகச் செல்வங்கள் நிரம்பியிருக்கும், அத்தனையையும் அள்ளி எடுத்துக்கொண்டு நான் ஊர் திரும்புவேன், மஹாராஜாவும் ராணியும் என்னைப் பாராட்டிப் பரிசு மழையால் குளிப்பாட்டுவார்கள், சரித்திரத்தில் என் பெயர் நிரந்தரமாக இடம்பெறப் போகிறது!'

சின்ன வயதிலிருந்தே, இதுபோன்ற பிரம்மாண்டமான லட்சியக் கனவுகள்தான் கிறிஸ்டோபரின் விளையாட்டுத் தோழர்கள். சாதாரணக் குடும்பத்தில் பிறந்தாலும், பெரிதாக ஏதாவது சாதிக்கவேண்டும் என்கிற ஆசையுடன் வளர்ந்தவர் அவர்.

அப்போதெல்லாம், கப்பலில் பயணம் செய்கிறவர்கள் கரையைவிட்டு அதிக தூரம் போகமாட்டார்கள். கடற்கரை ஓரமாகவே ரவுண்ட் அடித்துக் கொஞ்சம்போல் மீன் பிடித்துக்கொண்டு உடனே திரும்பிவிடுவார்கள்.

காரணம், பயம். கடலுக்குள் ரொம்பத் தொலைவு போய்விட்டால், புயல் வரும், மழை வரும், இடி, மின்னல் வரும், அலைகளோ, திமிங்கிலங்களோ கப்பலைத் தூக்கிப் போட்டு விளையாடும், சட்டென்று கரைக்குத் திரும்பி வருவது சிரமம். அந்தப் பயத்தில்தான், யாரும் கடலில் நெடுந்தொலைவு பயணம் செய்வது இல்லை.

அப்போதுதான் கிறிஸ்டோபர் யோசித்தார், 'யாரும் ஜெயிக்காத இந்தக் கடலை நான் ஜெயித்தால் எப்படி இருக்கும்?'

இப்படி வெறுமனே கனவு காண்பதுடன் அவர் நிறுத்திவிட வில்லை. இந்தப் பெரிய கடலை எந்தத் திசையில் கடக்கவேண்டும், எவ்வளவு தூரம் பயணம் செய்யவேண்டும், எந்த இடத்துக்குச் சென்று சேரவேண்டும் என்றெல்லாம் கச்சிதமாகக் கணக்குப் போட்டார்.

கிறிஸ்டோபரின் திட்டம், நடுக் கடலில் போய் மீன் பிடிப்பது அல்ல, கடல் தாண்டி இருக்கும் புதுப்புது தேசங்களைக் கண்டுபிடிக்கவேண்டும், முக்கியமாக, இந்தியாவுக்குப் பயணம் செய்யவேண்டும் என்று அவர் மிகவும் விரும்பினார்.

திட்டமெல்லாம் சரி, இத்தனை நாள் கப்பலில் பயணம் செய்வதற்குப் பணம்? கப்பல் கட்டுவதில் தொடங்கி, மாலுமிகள், வேலைக்காரர்களுக்குச் சம்பளம், சாப்பாடு, துணிமணிகள் என்று ஏகப்பட்ட செலவுகள் இருக்கிறதே, அதற்கெல்லாம் என்ன வழி?

கிறிஸ்டோபர் தனது கடல் பயணத் திட்டத்தை எடுத்துக்கொண்டு ஊர் ஊராகச் சென்றார், ஒவ்வொரு நாட்டு ராஜா, ராணி, இளவரசர்கள், மந்திரிகள், ஜமீன்தார், தாசில்தார் யாரையும் விட்டுவைக்கவில்லை, எல்லோரிடமும் தன்னுடைய கனவை விரிவாகச் சொல்லி உதவி கேட்டார்.

அவர்கள் கிறிஸ்டோபரைப் பார்த்துச் சிரித்தார்கள், 'கடலில் பயணம் செய்து இவன் இந்தியாவுக்குப் போகிறானாம், கிறுக்குப் பய புள்ள' என்று கேலி செய்தார்கள்.

அப்போதும், கிறிஸ்டோபர் மனம் தளரவில்லை. தொடர்ந்து முயற்சி செய்து, கடைசியாகத் தன்னுடைய பயணத்துக்கு ஒரு வழி செய்துவிட்டார்.

1492ம் வருடம் ஆகஸ்ட் 2ம் தேதி, ஸ்பெயின் நாட்டு அரசி இஸபெல்லாவின் ஆதரவுடன் கிறிஸ்டோபரின் கனவுப் பயணம் தொடங்கியது. மூன்று கப்பல்களில் 90 மாலுமிகள், தொழிலாளர்களுடன் இந்தியாவைத் தேடிப் புறப்பட்டார் அவர்.

ஆரம்பத்தில் எல்லாம் ஒழுங்காகத்தான் சென்றுகொண்டிருந்தது. அதன்பிறகு எங்கே என்ன குழப்படி நேர்ந்ததோ தெரியவில்லை, கிறிஸ்டோபரின் கணக்குகள் எல்லாம் தப்பாகப் போய்விட்டன.

அவருடைய ஒரிஜினல் திட்டப்படி, அவர்கள் எப்போதோ ஆசியாக் கண்டத்தைத் தொட்டிருக்கவேண்டும். ஆனால், கிட்டத்தட்ட இரண்டு மாதங்கள் பயணம் செய்தபிறகும், வெறும் கடல்தான் அவர்களைப் பார்த்து முறைத்துக்கொண்டிருந்தது.

கிறிஸ்டோபருடன் வந்தவர்கள் நம்பிக்கை இழந்துவிட்டார்கள். இனிமேல் கரை தட்டுப்படும் என்று அவர்களுக்குத்

தோன்றவில்லை. அவர்கள் எல்லோரும் மொத்தமாகச் சேர்ந்து அவரிடம் வந்தார்கள், 'தலைவரே, உங்களுடன் ஒரு விஷயம் பேசவேண்டும்.'

'என்னது?'

'இனிமேலும் இந்தப் பயணத்தைத் தொடரவேண்டுமா?' ஒரு மாலுமி பரிதாபமாகக் கேட்டார், 'நம்மிடம் இருக்கும் உணவின் அளவு ரொம்பக் குறைந்துவிட்டது, அது பூஜ்ஜியத்தில் போய் நிற்பதற்குள், ஒழுங்காக நாம் ஊருக்குத் திரும்பிவிடுவதுதான் நல்லது.'

இதைக் கேட்டதும் கிறிஸ்டோபருக்குக் கோபம் வந்தது, 'ஏன் இப்படி நம்பிக்கையில்லாமல் பேசுகிறீர்கள்? நாம் தேடி வந்த இலக்கை எட்டிப் பிடிக்காமல் ஊருக்குத் திரும்பினால் அவமானம் இல்லையா?'

'மான அவமானம் பார்த்தால், உயிர் போய்விடும் தலைவரே' யாரோ கிண்டலாகச் சிரித்தார்கள், 'நாங்கள் உங்களை நம்பி இத்தனை நாள் கஷ்டப்பட்டது போதும், மரியாதையாகக் கப்பலைத் திருப்புங்கள், எல்லோரும் உயிரோடு ஊர் போய்ச் சேரலாம்.'

'முடியவே முடியாது' என்றார் கிறிஸ்டோபர், 'நான் இந்தக் கப்பலின் தலைவன், என் பேச்சைதான் நீங்கள் கேட்கவேண்டும், இந்தியாவைக் கண்டுபிடிக்காமல் நான் நிச்சயமாகத் திரும்பிப் போகமாட்டேன்.'

மாலுமிகள் கிறிஸ்டோபரை முறைத்தார்கள். ஆனால், கப்பல் தலைவரை எதிர்த்து அவர்களால் என்ன செய்யமுடியும்? மௌனமாகத் திரும்பிச் சென்றுவிட்டார்கள்.

அவர்கள் ரொம்பக் காலம் அப்படி அமைதியாக இருக்கமாட்டார்கள் என்று கிறிஸ்டோபருக்குப் புரிந்தது. இன்னும் ஒரு நாளோ, இரண்டு நாளோ, அதன்பிறகு இவர்களுக்கு மறுபடி கோபம் வரும், பயம் வரும், ஊரைப் பார்க்கவேண்டும் என்று ஏக்கம் வரும், என்னைக் கட்டிப்

போட்டுக் கடலுக்குள் தள்ளிவிட்டுக் கப்பலை 'யு டர்ன்' எடுத்துவிடுவார்கள்.

அந்த நேரத்திலும், கிறிஸ்டோபர் கொஞ்சமும் நம்பிக்கை இழக்கவில்லை, நடுக் கடலில் உயிர் போய்விடுமோ என்று பயப்படவில்லை, ஊருக்குத் திரும்பிப் போய்விடலாமா என்று ஆசைப்படவில்லை, இன்னும் சிறிது நேரத்தில் கரை தட்டுப்பட்டுவிடும் என்றுதான் அவர் மிக உறுதியாக நம்பிக்கொண்டிருந்தார்.

அன்று நள்ளிரவு கடந்து சிறிது நேரத்தில், கிறிஸ்டோபரின் கனவு பலித்தது. தொலைதூரத்தில் கரை தென்பட்டது, அதைப் பார்த்ததும், 'ஆஹா, வெற்றி, வெற்றி' என்று ஆனந்தக் கூத்தாடினார் அவர்.

எல்லோரும் பார்த்துப் பயந்த பெருங்கடலை, கிறிஸ்டோபர் கொலம்பஸ் என்கிற தனி மனிதனின் தன்னம்பிக்கையால் கடக்கமுடிந்தது. அதனால்தான், சரித்திரத்தின் மிக முக்கியமான கதாநாயகர்களில் ஒருவராகக் கொலம்பஸுக்குத் தனி இடம் கிடைத்திருக்கிறது.

அதைவிட முக்கியம், ஒருவேளை கொலம்பஸ் பயப்பட்டுக் கப்பலைத் திருப்பியிருந்தால், மனித சரித்திரம் சில நூற்றாண்டுகள் பின்தங்கியிருக்கும். மற்றவர்கள் நம்பிக்கை இழந்தபோதும், அவர் தனது லட்சிய இலக்கிலிருந்து துளிகூட விலகவில்லை.

கொலம்பஸிடமிருந்து நாம் கற்றுக்கொள்ளவேண்டிய மிக முக்கியமான பாடம், அந்த மன உறுதிதான்!

36. ‘ஒரிஜினல்’தான் உசத்தி

அந்த ஸ்டூடியோவினுள் நுழைந்த லதா, சட்டென்று கீழே குனிந்தார். தரையைத் தொட்டுத் தலையில் மூன்று முறை ஒற்றிக்கொண்டார், ‘கடவுளே, இந்த வாய்ப்பு எனக்கு நல்லபடியாக அமையவேண்டும், அதற்கு நீதான் அருள் புரியவேண்டும்.’

‘லதா, உனக்கு தெய்வீகக் குரல்ம்மா’ என்றார் குலாம் ஹைதர், ‘அதுமட்டுமில்லை, இந்தச் சின்ன வயசில இத்தனை பிரமாதமான திறமையும் உழைப்பும் ரொம்ப அபூர்வம். நீ வேணும்ன்னா பாரு, நாளைக்கே இந்த சினிமாத்துறையில நீ ரொம்பப் பெரிய பாடகியாக வருவே, உன்னோட குரலைக் கேட்டு ஒட்டுமொத்த இந்தியாவும் சொக்கப்போகுது!’

‘எல்லாம் உங்க ஆசிர்வாதம்-ஜி’ என்று பணிவுடன் வணங்கினார் லதா. ஆனால் அவருக்குள் இன்னும் பதற்றம் தணிந்திருக்கவில்லை.

இசையமைப்பாளர் குலாம் ஹைதருக்கு என்னுடைய குரல் பிடித்திருக்கிறது. ஆனால் அந்தத் தயாரிப்பாளர்? அவர் என் பாடலை ரசிப்பாரா? அவருடைய படத்தில் பாடுவதற்கு எனக்கு ஒரு சான்ஸ் கிடைக்குமா?

சின்ன வயதிலிருந்தே லதாவுக்குப் பாட்டு என்றால் உயிர். முதலில் பக்திப் பாடல்கள், பிறகு பாரம்பரிய இசை, நல்ல சினிமாப் பாட்டுகள் என்று கொஞ்சம் கொஞ்சமாகத் தன் ரசனையையும் குரல் வளத்தையும் வளர்த்துக்கொண்ட மழலை மேதை அவர்.

ஆனால், லதாவின் திறமையை அங்கீகரித்துப் பயிற்சி கொடுத்து ஊக்குவித்த அவருடைய அப்பா, திடீரென்று ஒருநாள் இறந்துபோனார். குடும்பப் பொறுப்பு மொத்தமும் மூத்த பெண் லதாவின் தலையில் வந்து விழுந்தது.

வருமானத்துக்கு என்ன வழி என்று யோசித்தபோது, லதாவுக்குத் தோன்றியது ஒரே ஒரு யோசனைதான், 'நான் சினிமாவில் பாடப்போகிறேன்!'

அன்றைய ஹிந்தித் திரையுலகில், 'நூர் ஜஹான்' என்கிற இளம் பாடகிதான் நம்பர் ஒன். அவருடைய நடிப்புக்கும் குரலுக்கும் அழகுக்கும் ஏகப்பட்ட ரசிகர்கள். நூர் ஜஹான் தங்கள் படத்தில் பாடமாட்டாரா என்று தயாரிப்பாளர்களும், இசையமைப்பாளர்களும் ஏங்கித் தவம் கிடந்தார்கள்.

இந்த நிலைமையில்தான், திரைப்படங்களில் பின்னணி பாடவேண்டும் என்கிற மிகப் பெரிய கனவுடன் லதாவின் இசைப் பயணம் தொடங்கியது. நூர் ஜஹானின் ராஜ்ஜியத்தில், இந்தச் சின்னப் பெண்ணுக்கு யார் வாய்ப்புத் தருவார்கள்?

லதாவும் சளைக்கவில்லை, எவ்வளவோ முயற்சி செய்து பார்த்தார். பெரிய இசையமைப்பாளர்கள் தொடங்கி, ஊர், பெயர் தெரியாத இசைக் கலைஞர்கள், தயாரிப்பாளர்களையெல்லாம் சந்தித்துப் பேசினார், பாடினார், வாய்ப்புக் கேட்டார், ம்ஹூம், பெரிதாக எந்தப் பலனும் இல்லை.

இதனால், ஒவ்வொரு நாளும், லதா வீட்டில் பெரிய பிரச்னை. அம்மா, தம்பி, தங்கைகளைப் பட்டினி போடாமல் காப்பாற்றவேண்டுமென்றால், அவர் எப்படியாவது பணம் சம்பாதிக்கவேண்டும். அதுவும் உடனடியாக.

லதாவுக்கு வேறு வழி தெரியவில்லை. தன்னுடைய பாடகிக் கனவுகளைத் தாற்காலிகமாக மூட்டை கட்டி வைத்துவிட்டு, நடிகையாகிவிட்டார்.

ஏற்கெனவே லதா அவருடைய அப்பா எழுதிய மேடை நாடகங்கள் சிலவற்றில் பாடி, நடித்திருக்கிறார். அந்த அனுபவம் இப்போது கைகொடுத்தது. ஏழெட்டுத் திரைப்படங்களில் குழந்தை நட்சத்திரமாகத் தலைகாட்டுகிற வாய்ப்புகள் கிடைத்தன.

ஆனால், லதாவுக்கு நடிப்பில் சுத்தமாக ஆர்வம் இல்லை. குடும்பத்தைக் காப்பாற்றவேண்டும் என்கிற ஒரே கட்டாயத்துக்காகக் கேமெராமுன்னால் சிரித்து, அழுது, அலைமோதிக்கொண்டிருந்தார்.

இன்னொருபக்கம், அவருக்குள் இசை ஆர்வம் கொழுந்துவிட்டு எரிந்துகொண்டிருந்தது. எப்படியாவது தன்னுடைய பாட்டுத் திறமையை நிரூபித்துவிடவேண்டும் என்று துடிதுடித்தார் அவர்.

இந்த நேரத்தில், லதாவுக்குச் சில படங்களில் பாடுவதற்கான வாய்ப்புகள் கிடைத்தன. ஆனால் அவை எல்லாம் உப்புமாப் பாடல்கள்தான். ஒன்றுகூடப் பெரிய அளவில் ஹிட் ஆகவில்லை.

இதனால், லதாவின் குரலைக் கேட்ட எல்லோரும், பெரிதாக உதட்டைப் பிதுக்கினார்கள். இது சரியில்லை, அது சரியில்லை என்று இஷ்டம்போல் குறைசொல்ல ஆரம்பித்தார்கள்.

இன்னும் சிலர், லதாவுக்கு ஒரு விபரீதமான யோசனையைச் சொன்னார்கள், 'நீ உன் குரலை மாற்றிக்கொண்டு, நூர் ஜஹான்மாதிரிப் பாடவேண்டும், அப்போதுதான் பெரிய இசையமைப்பாளர்கள் உனக்கு சான்ஸ் தருவார்கள்!'

லதாவுக்கு நூர் ஜஹான் குரல் மிகவும் பிடிக்கும். ஆனால் அதற்காக, அவரைக் காப்பியடித்துப் பாடுவது அவருக்குக் கொஞ்சம்கூட விருப்பம் இல்லை.

'நூர் ஜஹான் மாதிரிப் பாடுவதற்குதான் அவர் இருக்கிறாரே? நானும் ஏன் அவரைப்போல் பாடவேண்டும்? என்னுடைய

சொந்த பாணியில் பாடினால்தானே எனக்கென்று ஓர் அடையாளம் வரும்?'

இப்படி அவர் ஆதங்கத்துடன் கேட்டதை யாரும் புரிந்துகொள்ளவில்லை, 'இதுமாதிரி திமிராப் பேசினா, அப்புறம் உனக்குதான் ஆபத்து' என்று மிரட்டினார்கள், 'உனக்கு சினிமாவிலே பெரிய சான்ஸ் வேணும்ன்னா ஒழுங்கா நாங்க சொல்ற பேச்சைக் கேளு' என்று அதட்டினார்கள்.

லதா தன்னுடைய ஏமாற்றத்தை விழுங்கிக்கொண்டார். அவர்கள் சொன்னதுபோல் தனது குரலை மாற்றி, நூர் ஜஹானை நகல் எடுத்ததுபோல் பாடத் தொடங்கினார்.

இப்போது, அவருடைய நிலைமை இன்னும் மோசமாகி விட்டது. நிஜமான நூர் ஜஹானே அற்புதமாகப் பாடிக்கொண்டிருக்கும் போது, அவருடைய ஜெராக்ஸ் பிரதிகளை யார் மதிப்பார்கள்?

தன்னுடைய திறமையும் குரல் வளமும் கொஞ்சம் கொஞ்சமாக வீணாகிக்கொண்டிருப்பதை லதா வெறுப்புடன் பார்த்தார். அப்போதுதான் அவர் தனது வாழ்க்கையின் மிக முக்கியமான ஒரு முடிவை எடுத்தார்.

'எனக்கு நடிப்பு வேண்டாம். அதேபோல், இன்னொருவரைக் காப்பியடித்துப் பாடிப் பெயர், பணம் சம்பாதிப்பதும் என்னால் முடியாது. இனிமேல் நான் என்னுடைய சொந்தக் குரலில்தான் பாடப்போகிறேன், அதற்குத் தகுதியான வாய்ப்புகள் கிடைத்தால் எனக்குப் போதும்.'

இப்படித் தீர்மானித்தபிறகு, லதா முன்பைவிடச் சுதந்திரமாக, சந்தோஷமாக உணர்ந்தார். தனது நிஜமான முழுத் திறமையையும் காண்பித்துப் பாடத் தொடங்கினார்.

சில நாள் கழித்து, இசையமைப்பாளர் குலாம் ஹைதர் எதேச்சையாக லதாவின் குரலைக் கேட்டார். இந்தப் புதுக் குரல் அவருக்கு மிகவும் பிடித்திருந்தது. லதாவைத் தன்னுடைய அடுத்த படத்தில் பாடவைக்கவேண்டும் என்று அவர் முடிவு செய்துவிட்டார்.

ஆனாலும் லதாவுக்கு முழு நம்பிக்கை இல்லை. இசையமைப்பாளர் ஒப்புக்கொண்டாலும், தயாரிப்பாளர் என்ன சொல்வாரோ என்று பயம்.

லதா நினைத்ததுபோலவே, அந்தத் தயாரிப்பாளருக்கு லதாவின் குரல் பிடிக்கவில்லை, 'ம்ஹூம், தேறாது' என்று உடனடியாக நிராகரித்துவிட்டார்.

குலாம் ஹைதருக்குக் கோபம், 'இந்தக் குரலையா கேலி செய்கிறீர்கள்?' என்று சீறினார், 'இதே பாடகியை நான் பெரிய ஆளாக்கிக் காட்டுகிறேன், நாளைக்கு அத்தனை சினிமாத் தயாரிப்பாளர்களும், இயக்குனர்களும் இதே பெண்ணின் காலில் வந்து விழுவீர்கள், நீங்கள் என் படத்தில் பாடவேண்டும் என்று கெஞ்சுவீர்கள், கதறுவீர்கள்' என்று சவால் விட்டார்.

இந்த விஷயமெல்லாம் லதாவுக்குத் தெரியாது. அவர் எப்போதும்போல் இந்த நிராகரிப்பையும் அமைதியாக ஏற்றுக்கொண்டார். ஏமாற்றத்தை மறைத்துக்கொண்டு, அடுத்து என்ன செய்யலாம் என்று யோசிக்கத் தொடங்கிவிட்டார்.

ஆனால், குலாம் ஹைதருக்கு லதாவின் குரல்மீது முழு நம்பிக்கை இருந்தது. தன்னுடைய இன்னொரு படத்தில் அவரைப் பாடவைத்தார். அந்தப் பாடல் ஓரளவு பிரபலமானது.

கிட்டத்தட்ட அதே நேரத்தில், லதா கொஞ்சம்கூட எதிர் பார்க்காத இன்னொரு திருப்பு முனையும் நிகழ்ந்தது.

இந்தியா சுதந்தரம் அடைந்த நேரம் அது. இங்கே பெரிய பாடகியாகக் கொடி நாட்டிக்கொண்டிருந்த நூர் ஜஹான், புதிதாக உருவாகியிருந்த பாகிஸ்தான் தேசத்துக்குக் குடி பெயர்ந்தார்.

இதனால், நூர் ஜஹான் உருவாக்கிய வெற்றிடத்தை நிரப்புவதற்கு ஹிந்தித் திரையுலகம் புதிய, நல்ல குரல்களைத் தேட ஆரம்பித்தது. அந்த வாய்ப்பை லதா மிகப் பிரமாதமாகப் பயன்படுத்திக்கொண்டார்.

அடுத்த நாற்பது ஆண்டுகள், இந்தியாவில் லதாவின் குரல்

கேட்காத சினிமா அரங்கங்கள் இல்லை, ரசிகர்கள் அவருடைய பாடல்களுக்காகவே பல திரைப்படங்களைத் திரும்பத் திரும்பப் பார்த்து மகிழ்ந்தார்கள். ஹிந்தித் திரையுலகின் எல்லா முக்கிய இசையமைப்பாளர்களும் தங்களுடைய மிகச் சிறந்த பாடல்களை லதாவுக்குக் கொடுத்து, அவருடைய திறமைகளை வெளிச்சத்துக்குக் கொண்டுவந்தார்கள். பாமரர்கள்முதல் பண்டிதர்கள்வரை எல்லோருடைய பாராட்டுகளையும் பெற்று உயர்ந்தார் அவர்.

இன்றைக்கு, பாரதரத்னா லதா மங்கேஷ்கரின் தனித்துவமான குரல் எல்லோருக்கும் தெரியும். ஒருகாலத்தில் அவர் இன்னொரு பாடகியை ஜெராக்ஸ் எடுக்க முயன்றார் என்று சொன்னால் யாரும் நம்பக்கூட மாட்டார்கள். அந்த வலையிலிருந்து விடுபட்டபிறகுதான், அவரால் தன்னுடைய திறமையை முழுவதுமாக வெளிக்காட்டி வளர முடிந்தது.

ஜெயித்தவர்களைக் காப்பியடிப்பது ரொம்பச் சுலபம். ஆனால் என்றைக்கும், 'ஒரிஜினல்'தான் உசத்தி. இதைப் புரிந்துகொண்டுவிட்டால், அதன்பிறகு நாம் குறுக்கு வழிகளுக்கு ஆசைப்படமாட்டோம், நம்முடைய நிஜமான தனித்துவத்தை நிரூபித்து முன்னேறுகிற வழிகளைத் தேடத் தொடங்குவோம்!

37. ஒரு சின்னத் தீபம்

பேராசிரியர் முகமது யூனுஸ் உற்சாகமாகப் பாடம் நடத்திக்கொண்டிருந்தார்.

யூனுஸின் பேச்சில் இருந்த துள்ளல், அங்கே உட்கார்ந்திருந்த மாணவர்கள் எல்லோர் முகத்திலும் தொற்றியிருந்தது. அவர் சொல்லும் ஒவ்வொரு வார்த்தையையும் கவனமாகக் கேட்டார்கள், குறிப்பு எடுத்துக்கொண்டார்கள்.

முகமது யூனுஸ், அன்றைய பங்களாதேஷின் மிகச் சிறந்த பொருளாதார மேதைகளில் ஒருவர். பிஹெச்டி படிப்பை முடித்துவிட்டு, தன்னுடைய சிந்தனை, உழைப்பு சகலத்தையும் அடுத்த தலைமுறை மாணவர்களுக்குக் கொண்டு சேர்க்கும் முனைப்புடன் தீவிரமாக உழைத்துக்கொண்டிருந்தார் அவர்.

அந்த பங்களாதேஷ் பல்கலைக்கழக வளாகத்துக்குள், முகமது யூனுஸ் ஒரு குட்டி மஹாராஜா. அவருடைய திறமைக்கும், வாய் திறந்தால் வந்து கொட்டுகிற முற்போக்குக் கருத்துகள், புதிய யோசனைகளுக்கும் மயங்காதவர்களே கிடையாது.

ஆனால், இந்தப் பெருமையை, கௌரவத்தை யூனுஸால் முழுமையாக அனுபவிக்க முடியவில்லை. காரணம், அன்றைய பங்களாதேஷ் தேசத்தைச் சூழ்ந்துகொண்டிருந்த கொடும் பஞ்சம்.

பல்கலைக்கழகக் காம்பவுண்டுக்குள் இருக்கும்வரை, எந்தப் பிரச்னையும் தெரியாது. வெளியே கால் வைத்தால் போதும், பசியும் பட்டினியும் சோகமும் வறுமையும் நோய்களும் மரணமும் காற்றில் மிதந்துகொண்டிருக்கும்.

இத்தனூண்டு தேசமான பங்களாதேஷ், அத்தனை பெரிய பஞ்சத்தைத் தாங்கமுடியாமல் தவித்தது. ஒரு நாளைக்கு ஒரு கவளம் சாப்பாடுகூடக் கிடைக்காமல் தவித்தவர்கள் எண்ணிக்கை பல லட்சம். வாழ்வதைவிட, சாவதுதான் மேல் என்று மக்கள் முடிவு செய்யத் தொடங்கியிருந்த காலகட்டம் அது.

முகமது யூனுஸ் யோசித்தார், இங்கே நான் புதுப்புது பொருளாதாரச் சிந்தனைகளைப் பொழிந்துகொண்டிருக்கிறேன், கனவுக் கோட்டைகளைக் கட்டிக்கொண்டிருக்கிறேன், ஆனால் வெளியே, மக்கள் கொத்துக்கொத்தாகச் செத்துக்கொண்டிருக்கிறார்கள். அப்படியானால், நான் படித்த படிப்பால் என்ன பிரயோஜனம்? நான் நடத்துகிற பாடங்களால் இந்த நாட்டுக்கு என்ன பயன்?

அதுவரை, முகமது யூனுஸுக்கு வாழ்க்கை லட்சியம், கனவு என்றெல்லாம் பெரிதாக எதுவும் கிடையாது. நன்றாகப் படிப்பது ஒன்றுதான் முக்கியம் என்கிற சிந்தனையுடனே வளர்ந்துவிட்டவர் அவர்.

ஆனால் இப்போது, வெறும் படிப்பெல்லாம் போதாது, கஷ்டப்படும் மக்களுக்கு ஏதாவது செய்யவேண்டும் என்று அவருக்குத் தோன்றியது. அதற்கான வழிகளைத் தேட ஆரம்பித்தார்.

ஒருநாள், தனது பல்கலைக்கழகத்துக்கு அருகில் இருந்த ஒரு கிராமத்துக்குச் சென்றார் முகமது யூனுஸ். சந்தோஷம், செழுமை, வளமை போன்றவற்றின் சுவடுகூடத் தெரியாத நலிந்த ஊர் அது. அங்கே எலும்புக் கூடுபோல் மெலிந்திருந்த ஒரு பெண், சின்ன மூங்கில் ஸ்டூல் ஒன்றைப் பின்னிக்கொண்டிருந்தார். அவரிடம் பேச்சுக் கொடுத்தார் யூனுஸ்.

‘இந்த ஸ்டூல் ரொம்ப நல்லா இருக்கே. என்ன விலை?’

‘மன்னிக்கணும்’ என்றார் அந்தப் பெண், ‘நான் இந்த ஸ்டூலை யாருக்கும் விற்கமுடியாது.’

‘ஏன் அப்படி?’ ஆச்சர்யமாகக் கேட்டார் யூனுஸ்.

‘இந்த ஸ்டூல் செய்யறதுக்குத் தேவையான மூங்கிலை, நான் ஒருத்தர்கிட்டே கடன் வாங்கியிருக்கேன். அதனால, ஸ்டூல் செஞ்சு முடிச்சதும் அவர்கிட்டதான் நான் விக்கணும், வேற யாருக்கும் விற்கக்கூடாது.’

‘நியாயம்தான்’ என்றார் முகமது யூனுஸ், ‘என்ன விலைக்கு விற்பீங்க? உங்களுக்கு எவ்வளவு லாபம் கிடைக்கும்?’

‘அம்பது பைசா’ என்றார் அந்தப் பெண். யூனுஸ் அதிர்ந்துவிட்டார்.

வெறும் ஐம்பது பைசா! அதற்காகவா இந்தப் பெண் நாள்முழுக்க மாங்கு மாங்கென்று மூங்கிலை முடைந்துகொண்டிருக்கிறது? இதே ஸ்டூலை வெளியில் விற்றால் ஐந்து, அல்லது பத்து ரூபாய் லாபம் வராதா?

நிச்சயமாக வரும். ஆனால், மூங்கிலைக் கடன் வாங்கியிருக்கும் இந்தப் பெண், தன்னுடைய ஸ்டூலை வெளியே நியாயமான விலைக்கு விற்கமுடியாது, விற்கக்கூடாது. அதுதான் அந்த ஊரில் சட்டம்.

‘இந்த மூங்கில் என்ன விலை இருக்கும்?’, விசாரித்தார் யூனுஸ்.

அதிகமில்லை. ஐந்து ரூபாயோ, பத்து ரூபாயோதான். அதற்கு வழியில்லாமல், இந்தப் பெண் கடன் வாங்குகிறார். பதிலுக்கு, அந்த ஸ்டூலை அடிமாட்டு விலைக்கு வாங்கிக்கொள்கிறான் கடன் கொடுத்தவன்.

நினைக்க நினைக்க முகமது யூனுஸுக்குப் பதற்றமாக இருந்தது. இது என்ன கொடுமை? அஞ்சு ரூபாய் காசுக்காக இந்தப் பெண்ணை நிரந்தர ஏழையாக்கிவிட்டதே இந்தச் சமூகம். இதைத் தடுக்க நான் என்ன செய்யமுடியும்?

அப்போது யூனுஸ் பாக்கெட்டில் கொஞ்சம் காசு இருந்தது. அதை எடுத்து இந்தப் பெண்ணுக்குக் கொடுத்துவிடலாமா என்று யோசித்தார் அவர்.

கஷ்டப்படும் இந்தப் பெண்ணுக்குப் பத்து ரூபாய் கிடைத்தால், அது அவருக்குப் பெரிய உதவியாக இருக்கும். மூங்கிலுக்காக யாரிடமும் அநியாயக் கடன் வாங்காமல், தன்னுடைய ஸ்டூல்களை நல்ல விலைக்கு விற்று லாபம் சம்பாதிப்பார், குடும்பத்தை நன்கு பார்த்துக்கொள்வார், வெறும் பத்து ரூபாயில் ஒரு குடும்பமே நன்றாக வாழும்.

ஆனால், இதே கிராமத்தில் இன்னும் எத்தனை பேர் மூங்கில் வாங்கக் காசு இல்லாமல் கஷ்டப்படுகிறார்களோ? யாருக்குத் தெரியும்?

தன்னுடைய நண்பர் ஒருவரைக் கூட்டிக்கொண்டு உடனடி ஆராய்ச்சியில் இறங்கினார் முகமது யூனுஸ். ஒவ்வொரு வீடாக ஏறி இறங்கித் தகவல் திரட்டியபோது, மொத்தம் 42 குடும்பங்களின் பட்டியல் கிடைத்தது.

சரி, இந்த 42 பேருக்கும் எவ்வளவு பணம் தேவை?

‘குத்துமதிப்பாக ஆயிரத்து இருநூறு ரூபாய்’ என்று பதில் வந்தது.

அதாவது, வெறும் ஆயிரத்து இருநூறு ரூபாய் செலவழித்தால் போதும், ஒரு கிராமத்தையே வறுமையிலிருந்து காப்பாற்றி விடலாம்.

சட்டென்று தன்னுடைய பாக்கெட்டிலிருந்து சில ரூபாய் நோட்டுகளை எடுத்தார் முகமது யூனுஸ், ‘இந்தப் பணத்தை அந்த 42 குடும்பங்களுக்கும் பிரித்துக் கொடுங்கள்.’

இந்த விஷயம் கேள்விப்பட்டதும், அந்த மூங்கில் தொழிலாளிகளுக்கு ஆச்சர்யம் தாங்கவில்லை. நெகிழ்ந்த குரலில் யூனுஸுக்கு நன்றி சொன்னார்கள்.

‘எனக்கு நீங்கள் நன்றி சொல்லவேண்டிய அவசியம் இல்லை’ என்றார் முகமது யூனுஸ், ‘இந்தப் பணத்தை நான் உங்களுக்குக் கடனாகதான் கொடுக்கிறேன். நீங்கள் இதை வைத்துச்

சம்பாதித்து உங்கள் குடும்பத்தை முன்னேற்றுங்கள். பிறகு, எப்போது முடிகிறதோ அப்போது இந்தப் பணத்தைத் திருப்பிக் கொடுத்தால் போதும்.'

யூனுஸ் இப்படி ஏழை மக்களுக்குக் கடன் கொடுத்திருக்கிறார் என்ற விஷயம் தெரிந்ததும், மற்றவர்கள் சிரித்தார்கள், 'ஐயோ பாவம், இப்படிப் பணத்தை வாரிக் கொடுத்து ஏமாந்துவிட்டீர்களே' என்று கிண்டலடித்தார்கள், 'அந்த ஜனங்கள் யாரும் உங்களுடைய காசைத் திருப்பித் தரமாட்டார்கள்' என்று சவால் விட்டார்கள்.

ஆனால் முகமது யூனுஸுக்கு, உழைக்கும் மக்கள்மீது நம்பிக்கை இருந்தது. அவர்கள் பிச்சைக்காரர்கள் இல்லை, நியாயமாகப் பிழைக்கவேண்டும் என்று விரும்புகிறவர்கள். நிச்சயமாக வாங்கிய கடனைத் திருப்பிக் கொடுத்துவிடுவார்கள் என்று உறுதியாக நம்பினார்.

அவர் நினைத்ததுபோலவே, அந்த எளிய கிராமத்து ஜனங்கள் முகமது யூனுஸைக் கைவிடவில்லை. கொஞ்சம் கொஞ்சமாக, பைசா பைசாவாக அவரிடம் வாங்கிய கடன் முழுவதையும் திரும்ப அடைத்துவிட்டார்கள்.

இப்போதும், மற்றவர்கள் யூனுஸை நம்பவில்லை, 'இதெல்லாம் சும்மா ஏமாத்துவேலை' என்றார்கள், 'ஒரு கிராமத்தில நடக்கும், எல்லா ஊர்லயும் செய்யமுடியுமா? எதார்த்தத்தில சரிப்படாது' என்று அவநம்பிக்கை பேசினார்கள்.

முகமது யூனுஸ் இதனை ஒரு சவாலாக எடுத்துக்கொண்டார். பெரிய வங்கிகள் யாரும் ஏழைகளை நம்பிக் கடன் தர விரும்பாத சூழ்நிலையில், அவர் தன்னுடைய சொந்தப் பொறுப்பில் அவர்களுக்குக் கடன் வாங்கித் தந்தார். ஒரு கிராமம், இரண்டு கிராமம், ஐந்து கிராமம், பத்து கிராமம் என்று ஆயிரக்கணக்கான குடும்பங்களில் விளக்கேற்றி வைத்தார்.

ஒரு சின்னப் பொறியாகத் தொடங்கிய யூனுஸின் சிந்தனை, இன்று 'கிராமின் வங்கி' என்ற பெயரில் மிகப் பெரிய ஆல மரமாக விரிந்து நிற்கிறது. பல ஆயிரம் கிராமங்களில்,

ஏராளமான ஏழைகள், உழைக்கும் வர்க்கத்தினர், சிறு வியாபாரிகள், பெண்கள் அவரிடம் கடன் பெறுகிறார்கள். யாரும் ஏமாற்றுவதில்லை, ஒரு பைசா பாக்கியில்லாமல் திருப்பிச் செலுத்திவிடுகிறார்கள்.

பங்களாதேஷ் நாட்டின் சரித்திரத்தையே மாற்றி எழுதிய முகமது யூனுஸின் 'குறுங்கடன்' (மைக்ரோஃபைனான்ஸ்) திட்டம், இப்போது உலகம்முழுக்கப் பேசப்படுகிற, பின்பற்றப்படுகிற விஷயமாகிவிட்டது. இதற்காக அவருக்கு வழங்கப்பட்ட நோபல் பரிசைக் காட்டிலும், எண்ணற்ற ஏழைக் குடும்பங்களைப் பட்டினியின் பிடியிலிருந்து விடுவிக்கக் கிடைத்த வாய்ப்பைதான் முகமது யூனுஸ் பெரிய பெருமையாகக் கருதுகிறார்.

'எங்கு பார்த்தாலும் இருட்டாக இருக்கிறதே' என்று குறை சொல்லிக்கொண்டிருப்பதைவிட, நாமாக முன்வந்து ஒரு சின்னத் தீபம் ஏற்றிவைப்பது நல்லது. அது நமக்குமட்டுமில்லை, ஊருக்கெல்லாம் வெளிச்சம் தரும்!

38. நதி!

மதிய நேரம், தலைக்கு மேல் கொளுத்தும் வெயில்.

அந்தச் சின்னஞ்சிறிய மைதானத்தில் ஏழெட்டுப் பையன்கள் ஓடி விளையாடிக்கொண்டிருந்தார்கள். அவர்களுக்கு நடுவே ஒரு நைந்துபோன பழைய பந்து செமத்தியாக உதை வாங்கியது.

கடுமையான வெப்பம், அந்தப் பையன்களின் உற்சாகத்தைக் கொஞ்சமும் குறைத்திருக்கவில்லை. ஒருவரை ஒருவர் ஊக்கப்படுத்தியபடி சத்தமாகக் கத்திக்கொண்டும் பேசிக்கொண்டும் அவர்கள் உற்சாகமாக விளையாடினார்கள்.

மைதானத்தின் நடுவில் இருந்த பந்து, கொஞ்சம் கொஞ்சமாக இடதுபக்கம் நகர்ந்தது. கோல் கம்பத்தை நெருங்கியது.

அங்கே நின்றுகொண்டிருந்த பையன் சுறுசுறுப்பானான். பந்து செல்லும் திசையிலெல்லாம் அவனுடைய கண்கள் அலைமோதின, பந்தை யார் எடுக்கிறார்கள், எப்படி உதைக்கிறார்கள், அது எந்தக் கோணத்தில் விரைகிறது என்று உள்ளுக்குள் அதிவேகமாகக் கணக்குப் போட்டுக்கொண்டிருந்தான் அவன்.

அந்தக் கணக்கின்படி இன்னும் பத்து விநாடிகளில் அந்தப் பந்து கோல் கம்பத்தை நெருங்கப்போகிறது. அவனுடைய

கைகள் சட்டென்று விறைத்துக்கொண்டன. இடதுபக்கம் தாவத் தயாரானான்.

அவன் நினைத்ததுபோலவே, பந்து இடதுபுறமாகப் பாய்ந்து வந்தது. நொடிப்பொழுதும் தாமதிக்காமல் சரேலென்று தாவி, கடைசி விநாடியில் அந்தப் பந்தை வெளியே தள்ளிவிட்டான் அவன்.

'ஹேய்ய்ய்ய்ய்ய்' பையன்கள் உற்சாகமாகக் கத்தினார்கள், 'மஹி, சூப்பரா கலக்கிட்டேடா!'

அந்தப் பையன் முகமெல்லாம் புன்னகையாக எழுந்து நின்றான். எதிர் அணிக்கு கோல் விழுவதைத் தடுத்துவிட்ட சந்தோஷத்தில் ஆனந்தமாகத் துள்ளிக் குதித்தான்.

கொண்டாட்டமெல்லாம், அரை நிமிடத்துக்குதான். அதன்பிறகு, அவன் மீண்டும் பழையபடி ஆட்டத்தில் கவனமாகிவிட்டான். அவனுடைய கண்கள் பந்தைப் பின்தொடரத் தொடங்கின.

அப்போது மஹிக்கு வயது பன்னிரண்டுதான். ஆனால் அவனை நேரில் பார்க்கிற யாரும் அதை நம்பமாட்டார்கள். வயதுக்கு மீறிய உயரம், உடல் பலம்.

இத்தனைக்கும் அவன் நன்றாகச் சாப்பிடுவதுகூடக் கிடையாது. காலையில் ஒரு கப் பால் குடித்துவிட்டுப் புறப்பட்டு வந்தால், பல மணி நேரங்கள் ஓய்வில்லாமல் விளையாடிக்கொண்டிருப்பான். ஒரு சின்னக் களைப்பு? சோர்வு? நண்பர்களுடன் அரட்டை? ம்ஹூம்.

மஹிக்கு உலகமே கால்பந்து விளையாட்டுதான். உண்மையில், அவன் பள்ளிக்குச் செல்வதுகூட, விளையாடுவதற்காகதான். தன்னுடன் விளையாடுகிற நண்பர்களுடன் ஜாலியாக ஜோக் அடித்துச் சிரித்துப் பேசுவானே தவிர, ஆட்டத்தில் துளி கவனம் குறையாது.

ஒன்றும் தெரியாத முரட்டுப் பையனாகப் பள்ளி அணியில் சேர்ந்த மஹியை, அவனுடைய விளையாட்டு ஆசிரியர்கள், பயிற்சியாளர்கள் கொஞ்சம் கொஞ்சமாக

மெருகேற்றியிருந்தார்கள். தன்னுடைய இயல்பான திறமையைக் கடும் பயிற்சி, உழைப்பின்மூலம் நன்றாக வளப்படுத்தி வைத்திருந்தான் அவன்.

இதனால், மஹி கோல் கீப்பராக நிற்கிறான் என்றால், அவனுடைய அணி எதைப்பற்றியும் கவலைப்படவேண்டியதில்லை. எப்பேர்ப்பட்ட கோலையும் மிகத் துல்லியமாகப் பாய்ந்து தடுத்துவிடுவான்.

இந்த ஒரே காரணத்துக்காக, அந்தப் பள்ளியில்மட்டுமின்றி, ஊர்முழுக்க அவனுக்கு ரசிகர்கள் கிடைத்திருந்தார்கள். மஹி விளையாடுகிறான் என்பதாலேயே, சாதாரண உள்ளூர்க் கால்பந்துப் போட்டிகளுக்குக்கூட தனி கௌரவம், மரியாதை ஏற்பட்டுவிட்டது.

தன்னை உற்சாகப்படுத்தும் நண்பர்கள், ஆசிரியர்கள், ரசிகர்களைப் பார்க்கப் பார்க்க, மஹிக்கு உற்சாகம் பொங்கியது. இன்னும் சிறப்பாக விளையாடவேண்டும் என்று வெறிபிடித்தவன்போல் நாள்முழுக்கப் பயிற்சி எடுக்கத் தொடங்கினான்.

மஹியுடன் படித்த மற்றவர்கள் எல்லோரும், டாக்டராக வேண்டும், எஞ்சினியராக வேண்டும், விமானம் ஓட்டவேண்டும் என்றெல்லாம் கனவு கண்டுகொண்டிருந்த நேரம். இவன்மட்டும் வித்தியாசமாகச் சிந்தித்தான், 'நான் பெரியவனாகி, ஒரு நல்ல கால்பந்துக் குழுவில் சேர்ந்து விளையாடுவேன், சர்வதேச அளவில் மிகச் சிறந்த கோல் கீப்பர் என்று பெயர் வாங்குவேன்.'

இந்தக் கனவை நிஜமாக்குவதற்காக, தன்னுடைய ஃபேவரிட் கால்பந்து வீரர்களைக் கூர்ந்து கவனிக்கத் தொடங்கினான் மஹி. அவர்கள் ஒவ்வொருவரும் பயன்படுத்துகிற ஆட்ட நுணுக்கங்களை அறிந்து, அதைத் தன் பாணியில் மெருகேற்றிப் பின்பற்றுகிற லாகவம் அவனுக்கு அந்தச் சின்ன வயதிலேயே வந்துவிட்டது.

பள்ளி ஆசிரியர்கள், பயிற்சியாளர்களும் மஹியை நன்றாக உற்சாகப்படுத்தினார்கள், 'நல்லா கஷ்டப்பட்டு ப்ராக்டீஸ்

பண்ணு, புதுப்புது விஷயங்களைக் கத்துக்கோ, உன்னோட குறைகளைக் கண்டுபிடிச்சு, அடுத்தமுறை அதெல்லாம் தலைகாட்டாம பார்த்துக்கோ, உன் திறமைக்கு நீ எங்கயோ போயிடுவே மஹி!'

இப்படியாக, மஹி ஒரு மிகச் சிறந்த கால்பந்து வீரனாக, உலகின் 'நம்பர் 1' கோல் கீப்பராக உருவாகவேண்டும் என்று போராடிக்கொண்டிருந்த நேரம். அவனுடைய வாழ்க்கையில் ஒரு மிகப் பெரிய திருப்புமுனை!

அந்த ஊரில், ஒரு கிரிக்கெட் குழு. இங்கே மஹி கால்பந்து விளையாடப் பழகிக்கொண்டிருந்ததுபோல், அங்கே சில பையன்கள், பெரியவர்கள் கிரிக்கெட் கற்றுக்கொண்டார்கள், மற்ற அணிகளுடன் போட்டிகளில் விளையாடிப் பயிற்சி எடுத்தார்கள்.

ஆனால், அந்தக் குழுவுக்கு ஒரு பெரிய பிரச்னை. அவர்கள் டீமில் பிரமாதமாக மட்டை வீசக்கூடிய பேட்ஸ்மேன்கள், பந்துவீச்சாளர்கள் எல்லாம் இருந்தார்கள். ஒரு நல்ல விக்கெட் கீப்பர்மட்டும் அவர்களுக்குக் கிடைக்கவில்லை.

அங்கிருந்த கிரிக்கெட் பயிற்சியாளர் என்னென்னவோ முயற்சி செய்தார். சின்னப் பொடியன்களில் ஆரம்பித்துப் பெரிய தடியன்கள்வரை எல்லோருக்கும் விக்கெட் கீப்பிங் பயிற்சி கொடுத்து தயார்ப்படுத்தினார். இவர்களில் யாராவது சுமாரான விக்கெட் கீப்பர்களாக உருவானால்கூடப் போதுமே என்று தவித்தார் அவர்.

ஆனால், அவருக்கு அதிர்ஷ்டம் இல்லை. சொல்லிவைத்தாற் போல், அங்கே பயிற்சி எடுத்துக்கொண்ட எல்லோரும் செமத்தியாக சொதப்பினார்கள். ஒவ்வொரு போட்டியிலும் சரியான விக்கெட் கீப்பர் இல்லாமலேயே அந்த அணி தொடர்ந்து தோற்றுக்கொண்டிருந்தது.

இந்த விஷயம், எதேச்சையாக மஹியின் பள்ளி ஆசிரியர் ஒருவருக்குத் தெரியவந்தது. அவர் சொன்னார், 'எங்க ஸ்கூல்ல ஒரு பையன் இருக்கான், பிரமாதமான கோல் கீப்பர், நல்ல

சுறுசுறுப்பான திறமைசாலி, அவனுக்குக் கொஞ்சம் கிரிக்கெட் பயிற்சி கொடுத்தா விக்கெட் கீப்பிங்கும் நல்லாச் செய்வான்னு நினைக்கறேன்.'

மறுநாள், அந்த ஆசிரியர் மஹியைக் கூப்பிட்டுப் பேசினார், 'உனக்குக் கிரிக்கெட் விளையாட ஆர்வம் உண்டா மஹி?'

அரை விநாடிகூட யோசிக்காமல் தலையாட்டினான் மஹி. விளையாட்டு என்றால் விளையாட்டுதான், அதில் கால்பந்து என்ன, கிரிக்கெட் என்ன?

ஆனால், கோல் கீப்பிங் என்பது வேறு. விக்கெட் கீப்பிங் என்பது வேறு. இங்கே கால்பந்து விளையாட்டில் நன்றாக ஜொலிக்கும் மஹிக்கு, கிரிக்கெட் என்றால் ஆனா ஆவன்னாகூடத் தெரியாது.

'அதனால் என்ன? நான் கற்றுக்கொள்ள ரெடி' என்றான் மஹி. ஏற்கெனவே கால்பந்து விளையாட்டில் அவனுக்கு இருக்கும் அனுபவத்தைப் பயன்படுத்தி, கிரிக்கெட்டையும் சுலபத்தில் பழகிக்கொண்டுவிடமுடியும் என்று அவனுக்குள் ஒரு குரல் சொன்னது.

அன்றுமுதல், மஹி கிரிக்கெட்டும் விளையாடப் பழகினான். விக்கெட் கீப்பிங் நுணுக்கங்களை ஆர்வத்துடன் கற்றுக் கொண்டான். தனது இயல்பான சுறுசுறுப்பு, துடிப்பு, பந்து செல்லும் திசையைக் கணிக்கிற திறமை ஆகியவற்றைப் பயன்படுத்தி, கிரிக்கெட் போட்டிகளிலும் ஜொலிக்கத் தொடங்கினான்.

கிரிக்கெட்டில் மஹி விக்கெட் கீப்பிங்குடன் நின்றுவிடவில்லை. பேட்டிங் பழகினான். அதிலும் தன்னுடைய தனித்துவத்தைக் காண்பித்து சிக்ஸர்களாக, பவுண்டரிகளாக விளாசிக் கலக்கினான்.

இந்தக் கற்றுக்கொள்ளும் ஆர்வம்தான், ராஞ்சி என்கிற ஒரு சின்ன ஊரில் பிறந்து வளர்ந்த 'மஹி'யை, இந்தியக் கிரிக்கெட் அணிவரை கொண்டு சென்றது. இன்றைக்கு, சிறந்த விக்கெட் கீப்பராகமட்டுமின்றி, 'நம்பர் 1' பேட்ஸ்மேனாகவும்,

வெற்றிகரமான கேப்டனாகவும் திகழ்கிறார் மஹேந்திர சிங் தோனி!

நாம் திரும்பத் திரும்ப ஒரேமாதிரி வேலைகளைச் செய்துகொண்டு, ஒரே இடத்தில் உட்கார்ந்திருந்தால், அப்படியே குட்டையாகத் தேங்கிவிடுவோம். தொடர்ந்து கண்களைக் காதுகளைத் திறந்துவைத்தபடி, புதுப்புது விஷயங்களைப் பழகிக்கொண்டு முன்னேறினால்தான், நதியாகத் துள்ளி ஓடமுடியும், பல கிராமங்களை, நகரங்களை, நாடுகளை வாழவைக்கமுடியும்.

மஹி ஒரு நதி. நீங்கள்?

39. வட்டங்கள் உடையட்டும்

ஜான்சன் விண்வெளி மையம்.

பிரம்மாண்டமாகப் பரந்து விரிந்திருந்த அந்தக் கட்டடத்தை ஆச்சர்யத்துடன் பார்த்தார் சுனிதா. சட்டென்று அவருக்குள் ஒரு குழந்தைக் குதூகலம் சூழ்ந்துகொண்டது. அவர் மனம் பல வருடங்கள் பின்னோக்கி ஓடியது.

1969ம் ஆண்டு ஜூலை மாதம் 21ம் தேதி. அமெரிக்க விண்வெளி வீரர்கள் நீல் ஆர்ம்ஸ்ட்ராங், எட்வின் ஆல்ட்ரின் இருவரும் சந்திரனில் கால் பதித்தார்கள். சரித்திர முக்கியத்துவம் வாய்ந்த அந்தக் காட்சி, டிவிமூலம் உலகமெங்கும் திரும்பத் திரும்ப ஒளிபரப்பப்பட்டது.

நவீன அறிவியலின் அற்புதச் சாதனையாகிய அந்த நிகழ்ச்சியை ஒட்டுமொத்த அமெரிக்காவும் ஆனந்தமாகக் கொண்டாடியது. அடுத்த பல வாரங்களுக்கு வீடுகள், பள்ளிகள், கல்லூரிகள், கடை வீதிகள், தேவாலயங்கள், மருத்துவமனைகள், திரையரங்குகள், சுற்றுலாத் தலங்கள் என்று எங்கே பார்த்தாலும் மக்கள் நிலாப் பயணத்தைப்பற்றிமட்டுமே பேசினார்கள், ஆச்சர்யப்பட்டார்கள், பெருமிதப்பட்டார்கள்.

அப்போது சுனிதாவுக்கு வயது நான்கு. ஆர்ம்ஸ்ட்ராங்கும் ஆல்ட்ரினும் நிலாவில் குதித்துக் குதித்து நடக்கிற காட்சியை டிவியில் பார்த்துவிட்டு உற்சாகமாகத் துள்ளினாள் அவள்.

சுனிதா தினந்தோறும் ஜன்னல்வழியே கண்டு மகிழ்ந்த அதே நிலா. இதோ, கைக்கெட்டும் தூரத்தில்!

ஆர்ம்ஸ்ட்ராங், ஆல்ட்ரின்போல நானும் ஒருநாள் விண்வெளிக்குப் போவேன். நிலா, சூரியன், நட்சத்திரங்கள், செவ்வாய், வெள்ளி, நெப்டியூன், புளூட்டோ என எதையும் விட்டுவைக்காமல் சுற்றிவருவேன்!

சுனிதாமட்டுமில்லை. அன்றைய அமெரிக்காவில் பெரும்பாலான குழந்தைகள் விண்வெளிக் கனவுகளோடுதான் வளர்ந்தார்கள். விண்வெளி வீரர்களைப்போலவே உடை அணிந்து, அவர்களைப்போலவே நடந்து பார்த்து சந்தோஷப்பட்டார்கள். சூரிய மண்டலத்தின் வரைபடத்தைக் கைகளால் வருடிக் கற்பனையில் மிதந்தார்கள்.

ஆனால், சிறிது காலத்துக்குள் இந்த மயக்கம் கலைந்துபோனது. அந்த முதல் நிலாப் பயணத்தை மக்கள் மறந்ததும், கூடவே அமெரிக்கக் குழந்தைகளின் விண்வெளிக் கனவுகளும் கொஞ்சம் கொஞ்சமாகக் காணாமல் போய்விட்டன.

அதன்பிறகு, சுனிதா விண்வெளியைப்பற்றி அதிகம் யோசிக்கவில்லை. எல்லோரையும்போல் பள்ளியில் படித்தார், கல்லூரியில் சேர்ந்தார், படித்து முடித்துவிட்டு வேலை தேடினார்.

அப்போதுதான், *'Top Gun'* என்கிற ஹாலிவுட் திரைப்படம் வெளியானது. டாம் க்ரூய்ஸ் நடித்த இந்தப் படத்தின் முக்கியமான சிறப்பு அம்சம், போர் விமானங்கள் வானில் பறந்து பறந்து மோதுகிற சண்டைக் காட்சிகள்.

சுனிதாவுக்கு இந்தப் படம் மிகவும் பிடித்திருந்தது. டாம் க்ரூய்ஸின் ஆகாயச் சாகசங்களைப் பார்த்தபிறகு, அவருக்குள் புதிதாக ஓர் ஆசை முளைத்தது, 'நானும் ஒரு போர் விமானியாகவேண்டும்!'

அன்றைய அமெரிக்க ராணுவத்தில், பெண்களுக்கான வாய்ப்புகள் மிக மிகக் குறைவு. அதுவும் போர் விமானங்களையெல்லாம் பெண்கள் தொட்டுப் பார்க்க அனுமதித்தாலே அதிசயம்.

இந்தச் சூழ்நிலையில், சுனிதாவின் 'போர் விமானி'க் கனவு நிறைவேறவில்லை. அவருடைய விண்ணப்பம் நிராகரிக்கப்பட்டது.

அப்போதும் சுனிதா நம்பிக்கை இழக்கவில்லை. விமானம் ஓட்ட முடியாவிட்டாலும், அதே துறையில் வேறு ஏதேனும் வாய்ப்புகள் கிடைக்குமா என்று தொடர்ந்து தேடிக்கொண்டிருந்தார்.

மிகுந்த போராட்டத்துக்குப்பிறகு, சுனிதாவுக்கு அமெரிக்க ராணுவத்தில் பைலட் வேலை கிடைத்துவிட்டது. ஆனால் அவர் விரும்பியதுபோல் ஜெட் பைலட்டாக இல்லை, ஹெலிகாப்டர் பைலட்டாக!

சரி, விமானம் இல்லாவிட்டாலும், ஏதோ ஹெலிகாப்டராவது கிடைத்ததே என்று மனத்தைத் தேற்றிக்கொண்ட சுனிதா, உற்சாகமாகப் பயிற்சியில் ஈடுபட்டார். ஹெலிகாப்டரை இயக்குவதுபற்றிப் பல விஷயங்களை ஆர்வத்துடன் கற்றுக்கொண்டு நல்ல பெயர் வாங்கினார்.

இந்த நேரத்தில்தான், சுனிதாவும் மற்ற ஹெலிகாப்டர் பைலட்களும் ஜான்ஸன் விண்வெளி மையத்துக்குச் செல்கிற வாய்ப்புக் கிடைத்தது. அங்கே அமெரிக்காவின் விண்வெளிச் சாதனைகள் அனைத்தும் புகைப்படங்களாக, ஓவியங்க்ளாக, மாதிரிகளாக அடுக்கிவைக்கப்பட்டிருந்தன.

ஒவ்வொன்றையும் பார்க்கப் பார்க்க, சுனிதாவுக்குப் பரவசம் தாங்கவில்லை. சின்ன வயதில் அவர் பார்த்த ஆர்ம்ஸ்ட்ராங், ஆல்ட்ரினைத் தொடர்ந்து பல அமெரிக்கர்கள் விண்வெளிக்குப் பயணம் செய்திருந்தார்கள். இந்தத் துறையில் ஏகப்பட்ட முன்னேற்றங்கள், எண்ணற்ற சாதனைகள்.

அங்கே இருந்த விண்வெளி உடையில் தன்னைக் கற்பனை செய்து பார்த்து மகிழ்ந்தார் சுனிதா. ஒரே நேரத்தில் சந்தோஷமும் ஏமாற்றமும் அவருக்குள் பொங்கியது.

‘முதலில் நான் விண்வெளிக்கு ஆசைப்பட்டேன், பிறகு விமானம் ஓட்ட விரும்பினேன், கடைசியில் எனக்குக் கிடைத்தது வெறும் ஹெலிகாப்டர்தான்!’ பெருமூச்சுடன் மனத்தைத் தேற்றிக்கொண்டார் சுனிதா.

ஜான்ஸன் ஆராய்ச்சி மையத்தில் பணிபுரிந்துகொண்டிருந்த விஞ்ஞானிகள், விண்வெளி வீரர்கள் எல்லோரும் சுனிதா, மற்ற ஹெலிகாப்டர் பைலட்களுடன் நன்றாகப் பேசினார்கள். அவர்களுடைய அனுபவங்களைக் கேட்கக் கேட்க சுனிதா காற்றில் மிதப்பதுபோல் உணர்ந்தார்.

குறிப்பாக, ஜான் யங் என்ற விண்வெளி வீரர் அவர்கள் எல்லோரையும் வெகுவாக ஈர்த்தார். அவருடைய வசீகரமான முகமும் பேசுகிற பாணியும் சுனிதாவை அப்படியே கட்டிப்போட்டுவிட்டது.

ஜான் யங் சாதாரண மனிதர் இல்லை. நிலாவில் கால் பதித்த விண்வெளிச் சாதனையாளர். அவர் தன்னுடைய அனுபவங்களை விவரித்தபோது அனைவரும் திறந்த வாய் மூடாமல் கேட்டுக்கொண்டிருந்தார்கள்.

‘ஹேய், உங்களுக்கு ஒரு சுவாரஸ்யமான விஷயம் சொல்லட்டுமா?’ உற்சாகமாகக் கை தட்டினார் ஜான் யங், ‘உங்களைப்போலவே எனக்கும் நல்லா ஹெலிகாப்டர் ஓட்டத் தெரியும்!’

‘நிஜமாகவா?’ சுனிதாவுக்கு ஆச்சர்யம் தாங்கவில்லை.

‘ஓ, யெஸ்’ என்றார் ஜான் யங், ‘நிலாவில் இறங்குவதற்காகவே நான் விசேஷமா ஹெலிகாப்டர் ஓட்டிப் பழகினேன்.’

சுனிதாவுக்குக் குழப்பம், நிலாவுக்கும் ஹெலிகாப்டருக்கும் என்ன சம்பந்தம்?

அவருடைய கேள்வியைப் புரிந்துகொண்ட ஜான் யங் புன்னகையோடு பதில் சொன்னார், ‘முதலில், எங்களுடைய விண்கலம் நிலாவை நெருங்கிப் பறக்கும், அதன்பிறகு அங்கிருந்து நாங்கள் கீழே நிலாவில் இறங்கவேண்டும், அதற்கு ஹெலிகாப்டரைத் தரையிறக்குகிற அனுபவம் தேவை.’

'அப்பபடின்னா, எங்களைப்போல ஹெலிகாப்டர் ஓட்டத் தெரிஞ்சவங்க என்றைக்காவது நிலாவில இறங்கலாம்ன்னு சொல்றீங்களா?' ஆர்வத்துடன் கேட்டார் சுனிதா.

'நிச்சயமா' என்று சிரித்தார் ஜான் யங், 'கொஞ்சம் முயற்சி செஞ்சா, நீங்க எல்லோருமே பிரமாதமான விண்வெளி ஆராய்ச்சியாளர்களா வரலாம்.'

அவ்வளவுதான். அதுவரை சுனிதாவுக்குள் தேங்கிக் கிடந்த ஏக்கங்கள் இப்போது தளும்பி வெளியில் வந்தன. ஹெலிகாப்டரில் இருந்து விண்வெளிக்குத் தாவுவது எப்படி என்று அவர் சிந்திக்கத் தொடங்கிவிட்டார்.

அன்றுமுதல், சுனிதாவின் சிந்தனை, பேச்சு, செயல் எல்லாமே ஒரு திசையில் குவிந்தன: நான் ஒரு விண்வெளி வீராங்கனையாகவேண்டும், அதற்குத் தேவையான தகுதிகள் என்னென்ன, அவற்றை நான் வளர்த்துக்கொள்வது எப்படி?

இப்படி அவர் தீவிர முயற்சிகளில் ஈடுபட்டிருந்தபோது, சுனிதாவின் மேலதிகாரி ஒருவர் அவரை அழைத்தார், 'என்னம்மா, நீ விண்வெளி ஆராய்ச்சியாளராக விரும்புறியாமே?' என்று நக்கலாக விசாரித்தார்.

'ஆமா சார், அதுக்குதான் முழு வேகத்தில ரெடியாகிட்டிருக்கேன்' பெருமையுடன் சொன்னார் சுனிதா.

'நீ செய்யறது சுத்த முட்டாள்தனம்' என்றார் அந்த அதிகாரி, 'சும்மா ஹெலிகாப்டர் ஓட்டுறவங்கல்லாம் விண்வெளிக்குப் போக ஆசைப்பட்டா, நடக்குமா?'

அவர் இப்படிக் கேலி செய்தபோது, சுனிதாவுக்குள் பொங்கியிருந்த உற்சாகமெல்லாம் முழுமையாக வற்றிவிட்டாற்போலிருந்தது. ஆனாலும், அவர் தன்னுடைய நம்பிக்கையை முழுமையாக இழந்துவிடவில்லை.

சின்ன வயதிலிருந்தே, சுனிதாவுக்குத் தான் என்ன செய்ய வேண்டும், என்ன செய்யக்கூடாது என்பதை அடுத்தவர்கள் சொன்னால் பிடிக்காது. எதையும் தானே சுயமாக முயன்று

பார்த்து ஜெயிக்கவேண்டும் என்கிற உணர்வு அவருக்கு அதிகம்.

என்னால் எது முடியும், எது முடியாது என்பதைத் தீர்மானிப்பதற்கு இந்த ஆள் யார்? என்னால் இதைச் செய்யமுடியாது என்று இவர் சொல்வதை நம்பி, நான் என்னுடைய முயற்சியைக் கைவிட்டால், அவர் சொன்னது நிஜமாகிவிடுமே?

இந்த விஷயத்தில் சுனிதா மிகத் தெளிவாக இருந்தார். 'ஒருவேளை என்னால் நிஜமாகவே விண்வெளி ஆராய்ச்சியாளராக முடியாமல் போகலாம், ஆனால் அதற்காக முயற்சி செய்து பார்க்காமல் இருப்பது தவறு, என்னால் முடிந்தவரை முழுத் திறமை, உழைப்பைச் செலுத்திப் பாடுபடுவேன், அதன்பிறகு என்ன நடக்கிறது என்று பார்த்துவிடலாமே!'

அன்றுமுதல், முன்பைவிட அதிகத் தீவிரத்துடன் உழைத்தார் சுனிதா. அந்த முனைப்பும் விடாமுயற்சியும் அவரைக் கைவிடவில்லை. விரைவில் சுனிதாவுக்கு அமெரிக்க விண்வெளி ஆய்வு மையம் 'நாஸா'வில் வேலை கிடைத்தது.

இந்திய வம்சாவளிப் பெண்ணாகிய சுனிதா வில்லியம்ஸ், கடந்த 2007ம் ஆண்டு வெற்றிகரமாக விண்வெளி சென்று திரும்பினார். அவருடைய சாதனையை அமெரிக்காமட்டுமின்றி, இந்தியாவும் உரிமையுடன் உச்சி முகர்ந்து கொண்டாடுகிறது!

நம் ஒவ்வொருவரைச் சுற்றிலும் ஒரு மாய வட்டம் இருக்கிறது. பெரும்பாலானோர் அதைத் தாண்டிச் செல்லத் தயங்கிக் கொண்டு, அல்லது பயந்துகொண்டு அதற்குள்ளேயே உட்கார்ந்திருக்கிறோம்.

ஆனால், சுனிதா போன்றவர்கள் அந்த வட்டங்களையெல்லாம் உடைத்து முன்னேறிச் சென்று சாதனை படைக்கிறார்கள். 'என்னால் இதுதான் முடியும்' என்று தயங்கி நிற்காமல், 'என்னால் எதுவும் முடியும்' எனத் துணிந்து பாடுபடுகிற இவர்கள்தான் சரித்திரத்தின் செல்லப் பிள்ளைகள்!

40. வெற்றிப் பயணங்கள்

‘இனி பொறுக்கமுடியாது. ஏதாவது செய்தாகவேண்டும். அதுவும் உடனே.’

தோழர் மாவோ கம்பீரமான குரலில் அறிவித்தார். அவருடைய தளபதிகள் எல்லோரும் ஒரேமாதிரியாகத் தலையாட்டி அதனை ஏற்றுக்கொண்டார்கள்.

சீன அரசாங்கத்தின் அடக்குமுறைகள் எல்லை மீறிவிட்டன. கம்யூனிஸ்ட் கட்சியை, சிவப்புப் படையை எப்படியாவது நசுக்கிவிடவேண்டும் என்கிற திட்டத்தை அவர்கள் படிப்படியாக, மிகக் கச்சிதமாக நிறைவேற்றிக்கொண்டிருக்கிறார்கள்.

நாம் இன்னும் சில நாள்கள் தாமதப்படுத்தினால்கூட ஆபத்து பெரியதாகிவிடும். புரட்சிக்கான சுவடே இல்லாமல் இந்த மக்கள் இயக்கம் முற்றிலுமாக அழிக்கப்பட்டுவிடும்.

அன்றைய சீனாவில், குறிப்பாக அதன் தெற்குப் பகுதியில் பொதுவுடைமைக் கொள்கைகளின் தாக்கம் அதிகமாக இருந்தது. விவசாயிகள், தொழிலாளர்கள், பொதுமக்கள் எனப் பெரும்பான்மையினர் கம்யூனிஸ்ட் கட்சிக்குத் தங்களுடைய நேரடி, அல்லது மறைமுக ஆதரவைக் கொடுத்துக்கொண்டிருந்தார்கள்.

இந்த விஷயம், சீன அரசாங்கத்துக்குப் பிடிக்கவில்லை. கம்யூனிஸம் வளர்ந்தால் நமக்குதான் ஆபத்து என்று நினைத்த அரசு, அவர்களுக்கு எதிராகத் தனது அடக்குமுறையை அவிழ்த்துவிட்டது.

கம்யூனிஸ்ட்கள் மிகவும் அபாயமானவர்கள். அவர்களைக் கைது செய்வது, விசாரணை நடத்துவது, சிறையில் அடைப்பதெல்லாம் சரிப்படாது. அவர்களை எங்கே பார்த்தாலும் உடனடியாகச் சுட்டுக் கொல்லுங்கள். அவ்வளவுதான்.

இந்த ஒற்றை நோக்கத்துடன் கம்யூனிஸ்ட்களை ஆவேசமாகத் தேடிப் பிடித்து வேட்டையாடத் தொடங்கியது சீன ராணுவம். அவர்களுடைய பிடியிலிருந்து தப்பிய சிலர்மட்டும், காடுகளில், மலைகளில், தொலைதூரக் கிராமங்களில் ஒளிந்து வாழத் தொடங்கினார்கள்.

இதனால், சீனக் கம்யூனிஸ்ட் இயக்கத்தில் ஒரு மிகப் பெரிய தேக்கம் உருவாகிவிட்டது. பல நல்ல தலைவர்கள், ஏராளமான தொண்டர்கள், படை வீரர்கள் இருந்தும்கூட அரசாங்கத்தின் முரட்டுத்தனம் காரணமாக எல்லோருடைய கைகளும் கட்டிப்போடப்பட்டிருந்தன.

மக்களுடைய ஆதரவு நமக்கு இருக்கிறது. ஆனால் அதைப் பயன்படுத்திக்கொள்ளமுடியாதபடி அரசாங்கம் தடுக்கிறது. அதைப் பார்த்து மக்களும் பயந்து பின்வாங்கிவிட்டால், இந்த ஊரில் அடக்குமுறையே நிரந்தரமாகிவிடும். அதை அனுமதிக்கமுடியாது.

ஆகவே, மாவோவும் அவருடைய தோழர்களும் மக்களிடம் சென்று பேசத் தொடங்கினார்கள். அரசாங்கம் நடந்துகொள்ளும் விதம் சரியாக இல்லை என்பதையும், நம்மை நாமே ஆட்சி செய்வதன் மகத்துவத்தையும் அவர்களுக்கு விளக்கிச் சொன்னார்கள்.

ஆனால், இப்படிக் குடிசைத் தொழில்போல ஊருக்கு ஊர் சின்னச் சின்னக் குழுக்களாக ஆதரவு திரட்டினால் போதுமா? இந்த விஷயம் அரசாங்கத்துக்கு, ராணுவத்துக்குத் தெரிந்தால்,

டைம் டேபிள் போட்டுவைத்துக்கொண்டு ஒரே வாரத்தில் எல்லாக் குழுக்களையும் ஒட்டுமொத்தமாக அழித்துவிடுவார்கள்.

'நாம் தனித்தனியாக இருந்தால் பிரயோஜனம் இல்லை' என்று கம்யூனிஸ்ட் தலைவர்கள் முடிவெடுத்தார்கள், 'நாடு முழுவதும் உள்ள மக்கள் ஒருங்கிணையவேண்டும், சாதாரணக் கட்சியாகவோ, படையாகவோ இல்லாமல் அது ஒரு பெரிய புரட்சியாக உருவெடுக்கவேண்டும். அதற்கு என்ன வழி?'

அன்றைய சீனாவில் 'புரட்சி' என்றால் கெட்ட வார்த்தை. நாலு பேர் தெருமுனையில் கூடிப் பேசினாலே, 'என்னடா, அரசாங்கத்துக்கு எதிராக ஆள் சேர்க்கிறீர்களா?' என்று அடித்து விரட்டுவார்கள். இந்த நிலைமையில் புரட்சி கிரட்சி என்றெல்லாம் ஆரம்பித்தால், அவ்வளவுதான்.

ஆனால், கம்யூனிஸ்ட்களுக்கு அப்போது வேறு வழி இல்லை. இன்னும் எத்தனை நாள்தான் உயிருக்குப் பயந்து காட்டில் பதுங்கிக்கொண்டு, மிஞ்சிய நேரத்தில் கொள்கைப் பிரசாரம் செய்துகொண்டு நாளைக் கழிப்பது? இனி தாமதப்படுத்துகிற ஒவ்வொரு விநாடியும் ஆபத்து.

தோழர் மாவோவின் திட்டம் இதுதான்: நாம் ஒரு படையாகப் புறப்படுவோம். நம்முடைய கொள்கைகளை விளக்கிச் சொன்னபடி நாடுமுழுவதும் பயணம் செல்வோம், மக்களின் ஆதரவைத் திரட்டுவோம். நம்மைப்போலவே சீனாமுழுக்கக் குட்டி குட்டியாக இயங்கிக்கொண்டிருக்கும் அமைப்புகளையெல்லாம் ஒருங்கிணைப்போம். அந்தப் புரட்சி வெளிச்சத்துக்கு முன்னால் இந்த அரசாங்கம், அடக்குமுறை அத்தனையும் தூள்தூளாகிவிடும்.

இதெல்லாம் கேட்பதற்கு நன்றாகதான் இருக்கிறது. எதார்த்தத்தில் சரிப்படுமா?

உலக வரைபடத்தில் சீனாவைப் பார்த்திருக்கிறீர்களா? பரப்பளவில் இந்தியாவைப்போல் பலமடங்கு பெரிய நாடு அது. அத்தனை பெரிய தேசம்முழுக்க நாம் எப்படிப் பயணம் செய்யப்போகிறோம்?

அதுமட்டுமில்லை. கம்யூனிஸ்ட்கள் இப்படிப் பயணம் போகிறார்கள் என்று தெரிந்தால் சீன அரசாங்கம் பார்த்துக் கொண்டு சும்மா இருக்குமா? முன்பைவிடத் தீவிரத்துடன் நம்மைத் துரத்தித் துரத்தி அடிக்கமாட்டார்களா?

தோழர் மாவோ சிரித்தார், ‘என்னை நம்பி என் பின்னே வாருங்கள். இந்தப் பயணம் நிச்சயமாக வெற்றியடையும்.’

அதன்பிறகு, யாரும் எந்தச் சந்தேகமும் எழுப்பவில்லை. உலகச் சரித்திரத்தில் முக்கிய இடம் பெற்றுவிட்ட அந்த ‘நீண்ட பயணம்’ தொடங்கியது.

பயணம் என்றால், தண்ணீர் பாட்டில், சாப்பாட்டு மூட்டையுடன் சொகுசு பஸ்ஸில் பிக்னிக் போவது அல்ல. ஒழுங்கற்ற பாதைகள், காடுகள், மலைகள், பள்ளத்தாக்குகள், ஆறுகள் என்று மிகக் கடினமான ஒரு வழியில்தான் அவர்கள் பயணம் செய்யவேண்டியிருந்தது.

இந்த விஷயம் கேள்விப்பட்ட சீன அரசாங்கம், ஆவேசத்துடன் தனது வேட்டையை மீண்டும் தொடங்கியது. மாவோ குழுவினரின் பயணப் பாதையை வேவு பார்த்து, வழியில் உள்ள சாலைகள், பாலங்களையெல்லாம் உடைத்துப் போட்டார்கள். அதையும் மீறி வருகிறவர்களைக் கொல்வதற்கு ராணுவம் காத்திருந்தது.

ஆனால், இந்தத் தடைகள் எவற்றாலும் அந்தப் புரட்சிப் பயணத்தைத் தடுக்கமுடியவில்லை. ஒவ்வொரு நாளும், ஒவ்வொரு கிராமத்திலும் அவர்களுக்கு ஆதரவு பெருகிக்கொண்டே போனது.

ஆவேசமடைந்த சீன அரசாங்கம், தனது தேடல் வேட்டையைத் தீவிரமாக்கியது. ராணுவத்துடனான நேரடி மோதல்களில் பல செம்படையினர் மரணமடைந்தார்கள்.

அப்போதும், அவர்களுடைய பயணம்மட்டும் தடைபடவே இல்லை. லட்சக்கணக்கானோரை நேர்த்தியாக லட்சியப் பாதையில் வழிநடத்திச் சென்றார் தோழர் மாவோ.

1934ம் ஆண்டு அக்டோபர் மாதம் தொடங்கிய அந்த நீண்ட பயணம், ஒரு வருடத்துக்குமேல் நீடித்தது. இந்தக் காலகட்டத்தில் கிட்டத்தட்ட பத்தாயிரம் கிலோ மீட்டர் தூரத்தை அவர்கள் கடந்து சென்றிருந்தார்கள்.

இந்தியாவில் காஷ்மிர் முதல் கன்னியாகுமரி வரை உள்ள தூரமே, சுமார் மூவாயிரம் கிலோ மீட்டர்கள்தான். அப்படியானால் மாவோ குழுவினரின் பத்தாயிரம் கிலோ மீட்டர் பயணம் எப்பேர்ப்பட்டது என்று நீங்களே யோசித்துக்கொள்ளுங்கள்.

இந்தப் பயணத்தின்போது செம்படையினர் பதினெட்டு மலைகளை ஏறி இறங்கினார்கள், 24 நதிகளை நீந்திக் கடந்தார்கள், ஆபத்தான பல காட்டுப் பகுதிகளைத் தாண்டி வந்தார்கள்.

அதைவிட முக்கியம், பயணத்தின்போது அவர்கள் பின்பற்றிய ஒழுக்க நெறிமுறைகள். தன்னுடைய படையினர் எப்படி நடந்துகொள்ளவேண்டும் என்று மாவோ எட்டு விதிகளை வகுத்துக் கொடுத்திருந்தார்:

மக்களிடம் அன்பாகப் பேசவேண்டும்

எப்போதும் நேர்மையாக நடந்துகொள்ளவேண்டும்

எதை வாங்கினாலும் ஒழுங்காகத் திருப்பித் தரவேண்டும்

நாம் தெரியாமல் எதையேனும் சேதப்படுத்திவிட்டால், அதற்குப் போதுமான நஷ்ட ஈடு கொடுத்துவிடவேண்டும்

யாரையும் அடித்துத் துன்புறுத்தக்கூடாது

பயிர்களைச் சேதப்படுத்தக்கூடாது

பெண்களை மரியாதையுடன் நடத்தவேண்டும்

நம்மிடம் பிடிபட்ட எதிரிகளை அவமானப்படுத்தக்கூடாது

இந்த எட்டுக் கட்டளைகளையும் செம்படையினர் ஒழுங்காக மதித்துப் பின்பற்றினார்கள். இவற்றை மீறியவர்கள் உடனே தண்டிக்கப்பட்டார்கள், படையிலிருந்து நீக்கப்பட்டார்கள்.

மாவோவின் வழிகாட்டுதலில் மிகுந்த ஒழுக்கம், கட்டுப்பாட்டுடன் நடைபெற்ற அந்த நீண்ட பயணம், சீன சரித்திரத்தில் ஒரு மிகப் பெரிய மாற்றத்தை உருவாக்கியது. அடக்குமுறை அரசாங்கத்துக்கு எதிராக மக்களை ஒரே குடையின்கீழ் ஒன்றுதிரட்டியது.

இதன்மூலம், அதுவரை பேச்சளவில் நின்றுகொண்டிருந்த மக்கள் புரட்சி சீனாவில் நிஜமாகவே நிறைவேறியது. ஓர் உண்மையான மக்களாட்சி அங்கே மலர்ந்தது.

‘தோழர் மாவோ’ என்று அன்பாக அழைக்கப்படும் மாசேதுங்கின் வாழ்க்கை நமக்குச் சொல்லும் முக்கியமான பாடம்: சூழ்நிலை எத்தனை சிரமமாக இருந்தாலும் பரவாயில்லை, எதிரி எத்தனை பலமானவனாக இருந்தாலும் பிரச்னையில்லை, நம்முடைய முயற்சி உண்மையாகவும் ஒழுக்கமாகவும் இருந்தால் போதும், பொறுமையாக இலக்கை நோக்கி முன்னேறினால் போதும், எந்தப் பயணமும் நிச்சயமாக வெற்றியடையும்!

41. அக்கினிக் குஞ்சுகள்

தேர்தல் பிரசாரம் தொடங்கிவிட்டது.

ஆபிரஹாம் லிங்கன் மிகுந்த பரபரப்புடன் இருந்தார். தினந்தோறும் பொதுக் கூட்டங்கள், அறிக்கைகள், பத்திரிகையாளர் சந்திப்புகள், சூறாவளிச் சுற்றுப்பயணங்கள் என அவருக்கு நிற்க நேரம் இல்லை.

சின்ன வயதிலிருந்தே, இந்தக் கடின உழைப்புக்கு நன்றாகப் பழகியவர் ஆபிரஹாம் லிங்கன். இல்லையென்றால் ஒரு சின்னக் குடிசை வீட்டில் பிறந்தவர் தொடர்ச்சியான தோல்விகளைச் சந்தித்து, அத்தனையையும் தனது வளர்ச்சிக்கான படிக்கட்டுகளாக மாற்றிக்கொண்டு இந்த அளவு முன்னேறி வந்திருக்கமுடியாது.

உண்மையில், லிங்கன் இதுவரை அரசியலில் பெரிதாக எதையும் சாதிக்கவில்லை, முக்கியமான பதவிகளை வகிக்கவில்லை. ஆனால், அமெரிக்க மக்களுக்காகத் தன்னால் இயன்ற நல்லதைச் செய்யவேண்டும் என்கிற உயர்வான எண்ணம்மட்டும் அவரிடம் நிறைய இருந்தது.

அதுமட்டும் போதுமா? மக்கள் என்னை நம்பி ஓட்டுப் போடுவார்களா? என்னால் தேர்தலில் ஜெயித்து அமெரிக்க ஜனாதிபதியாகமுடியுமா? ஆபிரஹாம் லிங்கனுக்குக் குழப்பம்.

ஒருபக்கம் நம்பிக்கை, இன்னொருபக்கம் தயக்கம் என்று லிங்கன் தடுமாறிக்கொண்டிருந்த அதே நேரத்தில், அவருடைய கட்சி உறுப்பினர்கள் நாடு முழுவதும் பிரசாரத்தை முடுக்கிவிட்டிருந்தார்கள். பிட் நோட்டீஸ்கள் தொடங்கி, சுவரொட்டிகள்வரை எங்கே பார்த்தாலும் லிங்கனின் முகம் தென்பட்டது. பத்திரிகைகள் அவரைப்பற்றிக் கதை கதையாக எழுதித் தள்ளினார்கள்.

அமெரிக்க மக்கள் எல்லோரும், லிங்கனை உன்னிப்பாகக் கவனிக்கத் தொடங்கியிருந்த காலகட்டம் அது. அவரைப்போல் வறுமையில் பிறந்த ஒருவர், படிப்படியாக முன்னேறி இந்த உயரத்துக்கு வந்திருக்கிறார் என்றால், நம்மாலும் அது முடியும் என்கிற தன்னம்பிக்கை, பெருமிதம் அவர்களைப் பரவசப்படுத்தியது.

நியூ யார்க் அருகே, வெஸ்ட்ஃபீல்ட் என்ற கிராமம். அங்கிருந்த க்ரேஸ் என்கிற 11 வயதுச் சிறுமி, ஆபிரஹாம் லிங்கனின் மிகப் பெரிய விசிறியாக மாறியிருந்தாள்.

காரணம், க்ரேஸின் அப்பா அவளுக்கு லிங்கனுடைய கதையை விரிவாகச் சொல்லியிருந்தார், 'இந்த மனிதர்தான் நம்முடைய தேசத்தை இன்னும் உயர்வாக முன்னேற்றப்போகிறார்' என்று பெருமையாகக் குறிப்பிட்டிருந்தார் அவர்.

அதைக் கேட்டதிலிருந்து, க்ரேஸுக்கு ஒரே குறுகுறுப்பு! இந்த ஆபிரஹாம் லிங்கன் எப்படி இருப்பார்? அவரை ஒருமுறையாவது பார்க்கவேண்டுமே!

அடுத்த நாள், க்ரேஸின் அப்பா வீட்டுக்கு வரும்போது கையோடு ஒரு போஸ்டரை எடுத்துவந்தார். அதனைப் பிரித்துக் காண்பித்து, 'நல்லாப் பார்த்துக்கோம்மா, இதுதான் ஆபிரஹாம் லிங்கன்' என்றார்.

ஆவலுடன் ஓடி வந்து பார்த்தாள் க்ரேஸ். மறுவிநாடி அவள் முகம் ஏமாற்றத்தில் சுருங்கிப்போனது. அடக் கடவுளே! இதுவா ஆபிரஹாம் லிங்கன்? பார்ப்பதற்கு ரொம்பச் சாதாரணமாக இருக்கிறாரே!

லிங்கனின் கதைகளைக் கேட்டதிலிருந்து, அவரை ஒரு கம்பீரமான தோற்றத்தில் கற்பனை செய்திருந்தாள் க்ரேஸ். அவளுடைய மனக் கண்ணில் தோன்றியிருந்த அந்த 'ஹீரோ' உருவத்துக்கும், இங்கே போஸ்டரில் இருக்கும் நிஜமான ஆபிரஹாம் லிங்கனுக்கும் துளிகூட சம்பந்தம் இல்லை.

உண்மையில், ஆபிரஹாம் லிங்கன் பார்ப்பதற்கு அப்படியொன்றும் அழகாக இருக்கமாட்டார். மெலிந்த தோற்றம், முகம் முழுக்க மேடு, பள்ளங்கள், ஒட்டிப்போன கன்னங்கள், ஆங்காங்கே சில தழும்புகள் என்று மிகச் சாதாரணமான தோற்றம்தான் அவருடையது.

க்ரேஸ் சிறுமிதானே? ஆபிரஹாம் லிங்கனின் சுமாரான இந்த முகத் தோற்றம் அவளுக்குக் கொஞ்சமும் பிடிக்கவில்லை. 'இந்த மூஞ்சிக்குப்போய் யார் ஓட்டுப் போடுவாங்க?' என்று நினைத்துக்கொண்டாள்.

அதேசமயம், அவள் ஆபிரஹாம் லிங்கனை வெறுத்துவிடவில்லை. இந்த மனிதரை எப்படியாவது அழகாக்கவேண்டும், அதற்கு என்ன செய்யலாம் என்று யோசிக்கத் தொடங்கினாள்.

அடுத்த சில விநாடிகளுக்குள், அவளுக்கு ஒரு திட்டம் தோன்றிவிட்டது. மனத்துக்குள் லிங்கனின் புதிய உருவத்தை வரைந்து பார்த்துத் திருப்தி அடைந்த க்ரேஸ், உடனடியாக அவருக்கு ஒரு கடிதம் எழுதத் தொடங்கினாள்.

'மதிப்பிற்குரிய திரு. ஆபிரஹாம் லிங்கன்,

என் பெயர் க்ரேஸ். எனக்கு உங்களை மிகவும் பிடிக்கும். நீங்கள் தேர்தலில் ஜெயித்து அமெரிக்க அதிபராகவேண்டும் என்று நான் மிகவும் விரும்புகிறேன்.

இன்றைக்கு நான் உங்களுடைய புகைப்படத்தைப் பார்த்தேன். தங்களுக்கு நான் ஒரு சின்ன யோசனை சொல்லலாமா?

உங்களது முகத் தோற்றத்துக்கு, நீங்கள் தாடி வளர்த்தால் அது மிகவும் அழகாக, கம்பீரமாக இருக்கும் என்று நினைக்கிறேன். அப்போதுதான் எல்லா மக்களும் உங்களைப் பார்த்து

மகிழ்ச்சியடைவார்கள், உங்களுக்கே ஓட்டுப் போட்டு ஜெயிக்கவைப்பார்கள்.

இப்படிக்கு,
க்ரேஸ்'

என்ன சிரிப்பு வருகிறதா? நியாயம்தான். ஆபிரஹாம் லிங்கனின் அலுவலகத்தில் இருந்த உதவியாளர்களும் அந்தக் கடிதத்தைப் படித்துவிட்டு விழுந்து விழுந்து சிரித்தார்கள்.

ஆனால், லிங்கன் மட்டும் சிரிக்கவில்லை. இந்தச் சிறுமிக்கு இன்னும் ஓட்டுப் போடும் வயதுகூட இல்லை. ஆனால், அவள் சொல்வதில் ஏதோ நியாயம் இருக்கிறது என்று உணர்ந்தார் அவர்.

ஆபிரஹாம் லிங்கனின் முகத்தில் பல குறைகள் இருக்கலாம். அதையெல்லாம் ஒரு தாடி மறைத்துவிடுமா? அவருக்குக் கம்பீரத்தைக் கொண்டுவந்துவிடுமா? அதன்மூலம் மக்கள் அவரை மேலும் ரசிக்கத் தொடங்கிவிடுவார்களா? நிச்சயமாகச் சொல்வதற்கில்லை.

ஆனால், க்ரேஸ் சொல்வதை ஒருமுறை முயற்சி செய்து பார்த்தால் என்ன? காசா, பணமா? வெறும் தாடிதானே? நாலு நாள் ஷேவ் செய்யாமல் விட்டால் அதுவே தானாக வளர்கிறது!

மறுநாள்முதல் ஆபிரஹாம் லிங்கன் அக்கறையாகத் தாடி வளர்க்க ஆரம்பித்தார். அதைக் கச்சிதமாக ட்ரிம் செய்து பார்த்தபோது அவருக்கு ஒரு தனி அழகு, கம்பீரம் சேர்ந்திருந்தது.

அந்தத் தேர்தலில், ஆபிரஹாம் லிங்கன் பிரமாதமான வெற்றி பெற்றார். அமெரிக்கர்களின் பெரும் ஆதரவுடன் புதிய ஜனாதிபதியாகத் தேர்வு செய்யப்பட்டார். பெரிய திறமைசாலி, கடின உழைப்பாளியான லிங்கனின் வெற்றிக்கு அந்தத் தாடிதான் காரணம் என்று சொல்லமுடியாது. ஆனால் மக்கள் மத்தியில் அவருடைய முகம் ஒரு தனித்துவமான அடையாளமாகப் பதிவதற்கு அவருடைய தாடி ஒரு முக்கியக் காரணமாக இருந்தது.

இதை உணர்ந்த ஆபிரஹாம் லிங்கன், தன்னுடைய வெற்றிப் பயணத்தின்போது வெஸ்ட்ஃபீல்ட் ரயில் நிலையத்தில் சில நிமிடங்கள் நின்றார், 'இந்த ஊர்ல க்ரேஸ்ன்னு என்று ஒரு சின்னப் பொண்ணு இருக்கா?' என்று ஆவலுடன் விசாரித்தார்.

கூட்டத்தில் சலசலப்பு. அந்த ரயில் நிலையத்தின் ஒரு மூலையில் மக்கள் நெரிசலுக்கு நடுவே நின்றுகொண்டிருந்த க்ரேஸை யாரோ முன்னே அழைத்துவந்தார்கள்.

கையெல்லாம் நடுநடுங்கத் தன் முன்னே வந்து நின்ற க்ரேஸை லிங்கன் ஆர்வமாகப் பார்த்தார், 'நீதானேம்மா எனக்கு லெட்டர் எழுதினது?' என்று விசாரித்தார்.

'ஆ-ஆமாம்' பதற்றத்துடன் தலையாட்டினாள் க்ரேஸ்.

'நீ சொன்னதுமாதிரியே நான் இப்போ தாடி வளர்த்திருக்கேன், பார்த்தியா?' என்று சிரித்தார் ஆபிரஹாம் லிங்கன், 'இப்போ உனக்குச் சந்தோஷம்தானே?'

திருப்தியுடன் தலையாட்டிய க்ரேஸின் கைகளைப் பற்றிக் குலுக்கினார் லிங்கன். அன்பாக அவளுக்கு ஒரு முத்தம் கொடுத்து நன்றி சொன்னார்.

கூட்டத்தினருக்கு எதுவும் புரியவில்லை. புதிய ஜனாதிபதி எதற்கு இந்தக் குட்டிப் பெண்ணுக்கு நன்றி சொல்கிறார்?

ஆபிரஹாம் லிங்கன் அவர்களுக்குத் தன்னுடைய தாடிக் கதையை விளக்கிச் சொன்னார், 'என்னுடைய தோற்றத்தை மேம்படுத்தவேண்டும் என்பதற்காக இந்த அற்புதமான யோசனையைச் சொன்னவள் இந்தச் சிறுமி க்ரேஸ்தான். அவளுக்கு நான் மிகவும் நன்றி சொல்லக் கடமைப்பட்டிருக்கிறேன்!'

ரொம்பப் படித்தவர்கள், பெரிய புத்திசாலிகள், அனுபவஸ்தர்களுக்குமட்டும்தான் சிறப்பான யோசனைகள் தோன்றவேண்டும் என்று எந்த அவசியமும் இல்லை. யார் வேண்டுமானாலும் நல்ல யோசனைகளைச் சொல்லலாம். ஆனால், பெரும்பாலும் நாம் என்ன செய்கிறோம்?

யோசனை என்ன என்பதைக்கூடச் சிந்திக்காமல், அதை யார் சொன்னார்கள் என்றுமட்டும் கவனித்து முடிவு செய்கிறோம். இதனாலேயே, பல சமயங்களில் அற்புதமான யோசனைகள்கூட அநியாயமாக நிராகரிக்கப்பட்டுவிடுகின்றன.

எப்போதும், நாம் நம்முடைய காதுகளை, மனத்தைத் திறந்துவைத்திருப்பது அவசியம். லிங்கனுக்கு க்ரேஸ்போல, ஒரு சின்ன அக்கினிக் குஞ்சுகூட, நமக்கான பெரிய ஜோதியை ஏற்றிவைக்கலாம்!

42. அடுத்த பக்கம்

'ஒன்று, இரண்டு, மூன்று, நான்கு, ... பதினெட்டு, பத்தொன்பது, இருபது!'

மொத்தம் இருபது தூக்க மாத்திரைகள். ஒவ்வொன்றாக எண்ணி மேஜைமேல் எடுத்துவைத்தார் சிட்னி. பக்கத்திலேயே ஒரு பாட்டில் விஸ்கி.

சிட்னிக்குக் குடிக்கும் பழக்கம் இல்லை. இன்றைக்குதான் முதல்முறையாக மதுக் கோப்பையைக் கையில் எடுத்திருக்கிறார்.

முதல்முறை மட்டுமில்லை. இதுதான் கடைசிமுறையும்கூட!

இந்த ராத்திரியுடன், சிட்னியின் வாழ்க்கை முடிந்துவிடப் போகிறது. இருபது தூக்க மாத்திரைகளை விழுங்கித் தற்கொலை செய்துகொள்வதாக முடிவெடுத்துவிட்டார் அவர்.

தூக்க மாத்திரைகளை விழுங்கும்போது, கூடவே ஒரு கோப்பை விஸ்கியையும் சேர்த்துக்கொண்டால் நல்லது என்று யாரோ சொன்னார்கள். அப்போதுதான் சீக்கிரத்தில் சாகமுடியுமாம்.

சிட்னிக்கு அதுதான் வேண்டும். எவ்வளவு சீக்கிரம் முடியுமோ இந்த உலகத்தை விட்டுச் சென்றுவிடவேண்டும்,

எப்படியாவது இந்த வாழ்க்கையின் கொடுமைகளில் இருந்து விடுபட்டாகவேண்டும் என்று துடித்தார் அவர்.

பதினேழு வயது சிட்னிக்கு, வாழ்க்கைமேல் அப்படி என்ன வெறுப்பு?

சின்ன வயதிலிருந்தே, சிட்னி சந்தோஷம் என்று பெரிதாக எதையும் அனுபவித்துவிடவில்லை. எந்தப் பக்கம் திரும்பினாலும் விதவிதமான பிரச்னைகளும் கவலைகளும் தோல்விகளும்தான் அவரை விடாமல் துரத்திக்கொண்டிருந்தன.

சிட்னியின் அப்பா ஒரு சேல்ஸ்மேன். அவருடைய சொற்ப வருமானம் அவர்களுடைய குடும்பத்துக்குப் போதவில்லை.

இதனால், வீட்டில் சாப்பாடு, துணிமணிகள், மற்ற வசதிகள் என்று எதற்கெடுத்தாலும் தட்டுப்பாடு. எப்படிக் கஷ்டப்பட்டு வாயைக் கட்டி, வயிற்றைக் கட்டிப் பணம் மிச்சப்படுத்தினாலும்கூட, வருடம்முழுக்க மாதக் கடைசிபோல் அவஸ்தைதான்.

சிட்னி பள்ளிப் படிப்பை முடித்ததும், கல்லூரிக்குப் போக வேண்டும் என்று ஆசைப்பட்டார். ஆனால், மூன்று வேளைக் கஞ்சிக்கே வழியில்லாத குடும்பத்தில் காலேஜ் ஃபீஸ் கட்ட ஏது பணம்?

வேதனையுடன் தன்னுடைய கல்லூரிக் கனவுகளை விழுங்கிக் கொண்டார் சிட்னி. படிப்பை நிறுத்திவிட்டு ஒரு மருந்துக் கடையில் வேலைக்குச் சேர்ந்து சம்பாதிக்கத் தொடங்கினார்.

என்ன பெரிய வேலை? என்ன பெரிய சம்பளம்? வருகிறவன், போகிறவனுக்கெல்லாம் மருந்து எடுத்துக் கொடுப்பதற்குதான் நான் பிறந்தேனா?

தன்னுடைய கஷ்டங்களை மறப்பதற்காக, சிட்னி கதை எழுத ஆரம்பித்தார். பத்துப் பதினைந்து சிறுகதைகள் எழுதிப் பிரபலமான பத்திரிகைகளுக்கு அனுப்பிவைத்தார்.

ஒவ்வொரு கதையையும் எழுதி முடித்துத் தபால் பெட்டியில் போட்ட கையோடு, சிட்னி விதவிதமான கனவுகளில் மிதந்தார்,

'விரைவில், என்னுடைய கதைகள் பிரசுரமாகும், மக்கள் அவற்றைப் படித்து ரசிப்பார்கள், இனிமேல் சிட்னி எழுதும் கதைகள்தான் எங்களுக்கு வேண்டும் என்று பிடிவாதமாகக் கேட்பார்கள், உடனே எல்லாப் பத்திரிகைகளும் என்னை எழுதச் சொல்லிக் கெஞ்சுவார்கள், எனக்கு ஏகப்பட்ட பணமும் புகழும் குவியப்போகிறது!'

ஆனால், சிட்னியின் கனவுகள் ஒன்றுகூட நிறைவேறவில்லை. அவர் அனுப்பிவைத்த எல்லாக் கதைகளும் சென்ற வேகத்தில் திரும்பி வந்தன, 'தங்கள் கதையைப் பிரசுரிக்க இயலாமைக்கு வருந்துகிறோம்'

ஒவ்வொரு கதை திரும்பி வரும்போதும், சிட்னியின் இதயம் உடைந்து நொறுங்கியது. தன்னுடைய எழுத்தாளர் ஆசை நிறைவேறாமலே போய்விடுமோ என்கிற வேதனையில் தவித்தார் அவர்.

பிறகு, கஷ்டப்பட்டு மனத்தைத் தேற்றிக்கொண்டு, மறுபடியும் ஒரு கதை எழுதுவார், அனுப்பிவைப்பார், அதுவும் திரும்பி வரும், மறுபடியும் அவரது இதயம் முறியும்.

ஒருகட்டத்தில், சிட்னிக்கு எல்லாம் வெறுத்துவிட்டது. கல்லூரியில் படிக்கவேண்டும் என்று விரும்பினேன், பெரிய எழுத்தாளராகவேண்டும் என்று ஆசைப்பட்டேன், கடைசியில் இந்த மருந்துக் கடையில் வெட்டியாகப் பொட்டலம் மடித்துக்கொண்டிருக்கிறேன். என்னால் இந்த உலகத்துக்கு என்ன பிரயோஜனம்? இனிமேல் நான் ஏன் உயிரோடு வாழவேண்டும்?

விஸ்கிக் கோப்பையைக் கையில் எடுத்துக்கொண்டார் சிட்னி. கூடவே, நான்கைந்து தூக்க மாத்திரைகளையும் அப்படியே வாயில் போட்டபோது பின்னாலிருந்து அந்தக் குரல் கேட்டது, 'சிட்னி, இங்க என்ன செஞ்சுகிட்டிருக்கே?'

பதற்றத்துடன் திரும்பிப் பார்த்தார் சிட்னி. அங்கே அவருடைய அப்பா நின்றுகொண்டிருந்தார்.

அந்த நேரத்தில் சிட்னி தன்னுடைய அப்பாவை அங்கே எதிர்பார்த்திருக்கவில்லை. மகன் கையில் விஸ்கி கோப்பையைப் பாத்தவுடன், அவரது அப்பாவுக்கும் அதிர்ச்சி.

'என்னாச்சு சிட்னி?' என்று பதற்றத்துடன் விசாரித்தார் அப்பா, 'உன் கையில அதென்ன மாத்திரை?'

மறைக்காமல் பதில் சொன்னார் சிட்னி, 'இதெல்லாம் தூக்க மாத்திரைங்க!'

விஸ்கி, தூக்க மாத்திரைகள், சிட்னியின் அப்பாவுக்கு விஷயம் புரிந்துவிட்டது. நம்பமுடியாத அதிர்ச்சியுடன் மகனை நெருங்கினார் அவர், 'உனக்கு என்ன பிரச்னை சிட்னி?'

'எனக்கு வாழ்க்கையே பெரிய பிரச்னைதாம்பா' என்றார் சிட்னி, 'நான் தற்கொலை செஞ்சுக்கப்போறேன், தயவுசெஞ்சு என்னைத் தடுக்காதீங்க.'

அப்பா சிட்னியைப் புரிந்துகொண்டதுபோல் சிரித்தார், 'சரி, நீ உன் விருப்பம்போல தற்கொலை செஞ்சுக்கலாம். ஆனா அதுக்குமுன்னாடி, நான் உன்னோட கொஞ்ச நேரம் பேசணும்.'

'உங்களால என் மனசை மாத்தமுடியாதுப்பா' சிட்னியின் பேச்சில் ஏகப்பட்ட விரக்தி, 'இன்னிக்கு இல்லைன்னாலும், நாளைக்கோ, நாளன்னிக்கோ நான் கண்டிப்பாத் தற்கொலை செஞ்சுக்குவேன். இது நிச்சயம்.'

'ஓகே ஓகே' என்று சிட்னி முதுகில் தட்டிக்கொடுத்தார் அப்பா, 'சட்டையைப் போட்டுக்கோ, நாம ஒரு சின்ன வாக் போகலாம்.'

அந்தக் குளிர் இரவில் அவர்கள் மெல்ல நடந்தார்கள். சிறிது தூரம் சென்றதும், 'நீ லேட்டஸ்டா என்ன கதை எழுதினே?' என்று கேட்டார் அப்பா.

கதை என்றதும் சிட்னியின் முகத்தில் ஒரு சின்ன மாற்றம். இந்த அப்பா ஏன் என்னுடைய கதையைப்பற்றி விசாரிக்கிறார்?

அப்பா பொறுமையாக, ஆனால் அழுத்தமாகப் பேசினார், 'சிட்னி, வாழ்க்கைங்கறது ஒரு விறுவிறுப்பான நாவல்மாதிரி.

அடுத்த பக்கத்தில என்ன இருக்கும்ன்னு யாருக்குமே தெரியாது. அந்த எதிர்பார்ப்பு, சஸ்பென்ஸ்தான் இந்த வாழ்க்கையோட மிகப் பெரிய சுவாரஸ்யம்.'

அப்போதும் சிட்னியின் மனம் மாறவில்லை, 'என் நாவல் இதோட முடியப்போகுதுப்பா' என்றார்.

'அதை நீயே முடிவு செய்யக்கூடாது சிட்னி' என்று சிரித்தார் அப்பா, 'உன்னோட வாழ்க்கைங்கற நாவல்ல அடுத்து வரப்போற பக்கங்கள்ல என்னென்ன திருப்பங்கள், முன்னேற்றங்கள், ஆச்சர்யங்கள் இருக்குன்னு ஒவ்வொண்ணாப் புரட்டிப் பார்த்தால்தானே உனக்குத் தெரியும்? திடுதிப்ன்னு புக்கை மூடிவெச்சுட்டா எப்படி?'

சிட்னி யோசிக்க ஆரம்பித்தார். அப்பா சொல்வதும் நியாயம்தான். என்னுடைய நாவலின் அடுத்த பக்கம் எப்படி இருக்குமோ, யாருக்குத் தெரியும்?

அப்பா சிட்னியின் தோளைத் தொட்டுத் திருப்பினார், 'சிட்னி, இதுவரைக்கும் உன் வாழ்க்கை எப்படி இருந்தது-ங்கறது முக்கியமே இல்லை. இனிமே உன் நாவலோட அடுத்தடுத்த பக்கங்களை நீதான் எழுதப்போறே. அதை நல்லவிதமா எழுதி உன் வாழ்க்கையை முன்னேற்றிக்கறது முழுக்க முழுக்க உன் கையிலதான் இருக்கு. சரியா?'

அன்று இரவு, சிட்னி தனது தூக்க மாத்திரைகளைக் குப்பைத் தொட்டியினுள் வீசினார். புதிய வேகம், நம்பிக்கையுடன் தனது வாழ்க்கையைச் சந்திக்கத் தயாரானார்.

சிட்னி ஷெல்டன் வாழ்க்கையில் அடுத்தடுத்த பக்கங்கள் மிகச் சுவாரஸ்யமாக அமைந்தன. அவர் விரும்பியதுபோலவே ஓர் எழுத்தாளராக, அதுவும் உலகிலேயே மிக அதிக அளவில் விற்பனையாகும் 'நம்பர் 1' சூப்பர் ஸ்டார் எழுத்தாளராக வளர்ந்தார் அவர்.

பதினெட்டு 'விறுவிறு' நாவல்கள், நாடகங்கள், ஹாலிவுட் திரைக்கதைகள், தொலைக்காட்சி நிகழ்ச்சிகள்,

குழந்தைகளுக்கான படைப்புகள், சுயசரிதை என சிட்னி ஷெல்டன் தொட்டதெல்லாம் சூப்பர் ஹிட். ஆங்கிலத்தில் மட்டுமின்றி, தமிழ் உள்ளிட்ட பல மொழிகளில் லட்சக்கணக்கான வாசகர்களைத் தன்வசம் ஈர்த்துக்கொண்டிருக்கிறார் அவர்.

எப்போது பிறக்கவேண்டும் என்பதை நாம் தீர்மானிக்கவில்லை. அதுபோல, எப்போது இறக்கவேண்டும் என்பதையும் நாம் முடிவு செய்யக்கூடாது, முடியாது.

தற்கொலை ஒரு மிகப் பெரிய கோழைத்தனம், முட்டாள்தனம். நம்முடைய வாழ்க்கைப் புத்தகத்தைச் சட்டென்று மூடிவிடும் உரிமை நமக்கு இல்லை.

யார் கண்டது? நம்முடைய நாவலின் அடுத்த பக்கத்தில், எப்பேர்ப்பட்ட திருப்புமுனைகள் நமக்காகக் காத்திருக்கிறதோ!

43. அன்பு சக்தி

வருடம் 1607. இடம் டெல்லி, மீனா பஜார்.

எங்கு பார்த்தாலும் கடைகள், விதவிதமான பொருள்கள் விரிந்து கிடந்தன, வியாபாரிகளும், பொருள்களை வாங்க வந்தவர்களும் பேரம் பேசுகிற இரைச்சல் சத்தம் காதைப் பிளந்தது.

வண்ணமயமான அந்த மீனா பஜார் சந்தையை வேடிக்கை பார்த்தபடி மெல்ல நடந்தார் அந்த இளைஞர். அவர் பெயர் குர்ரம்.

சாதாரணக் குர்ரம் இல்லை, இளவரசர் குர்ரம்.

ராஜகுமாரன் சந்தைக் கடைக்கு வருகிறார் என்றால், சும்மாவா? ஒவ்வொரு வியாபாரியும் விதவிதமான பொருள்களைக் காண்பித்து அவரைக் கவர்ந்து இழுக்க முயன்றார்கள்.

'இளவரசே, உங்களுடைய கம்பீரத்துக்குப் பொருத்தமான ஆடைகள், வாங்கிச் செல்லுங்கள்.'

'உங்களுக்கு மிகவும் பிடித்த இனிப்பு வகைகள், கொஞ்சம் ருசி பாருங்களேன்.'

‘இளவரசரின் தங்கத் தேகத்தை அலங்கரிப்பதற்குத் தகுதியான சிறந்த ஆபரணங்கள் எங்களிடம்மட்டும்தான் உண்டு, இங்கே வாருங்கள்.’

‘இந்த நறுமண திரவியங்களை ஒரே ஒருமுறை முயற்சி செய்து பாருங்கள் இளவரசே, அதன்பிறகு நீங்கள் என்னைத்தவிர வேறு யாரிடமும் வாசனைப் பொருள்களை வாங்கமாட்டீர்கள்.’

வியாபாரிகளின் கூச்சல் அழைப்புகளை இளவரசர் குர்ரம் கண்டுகொள்ளவில்லை. எல்லோருக்கும் ஒரு புன்னகையைப் பரிசாகக் கொடுத்துவிட்டுத் தொடர்ந்து நடந்துகொண்டிருந்தார்.

உண்மையில், அவர் எந்தப் பொருளையும் வாங்கவேண்டும் என்று விரும்பி மீனா பஜாருக்கு வந்திருக்கவில்லை. சும்மா கொஞ்ச நேரம் காலாற நடந்தால் பொழுது போகும், ஏதாவது சுவாரஸ்யமாகக் கண்ணில் பட்டால் வாங்கலாம், இல்லாவிட்டால் அப்படியே திரும்பிச் சென்றுவிடலாம் என்பதுதான் அவருடைய திட்டம்.

வகைவகையான பொருள்கள் விரிந்திருந்த அந்த மீனா பஜார் சந்தையில், எதுவும் இளவரசர் குர்ரத்தின் கண்களைக் கவரவில்லை. எல்லாம் ஒரேமாதிரி ஆடைகள், ஒரேமாதிரி அலங்காரப் பொருள்கள், ஒரேமாதிரி உணவுப் பண்டங்கள், சுத்த போர்.

சரி, அரண்மனைக்குத் திரும்பிவிடலாம் என்று முடிவு செய்தபோதுதான், இளவரசர் அந்தக் கடையைக் கவனித்தார்.

அது ஒரு சின்னக் கடைதான். பட்டுத் துணிகளும், கண்ணாடியால் ஆன அழகிய அலங்காரப் பொருள்களும் அங்கே விற்பனைக்கு வைக்கப்பட்டிருந்தன.

ஆனால், அங்கே இருந்த பொருள்கள் எவையும் இளவரசரின் கவனத்தை ஈர்க்கவில்லை. கடையில் நின்றிருந்த அந்தப் பேரழகி, அவள்தான் அவரது இதயத்தைப் பறித்துவிட்டாள். அந்தப் பார்வை, சின்னச் சிரிப்பு, செதுக்கிவைத்த தேகம், கலகலவென்று பேசும் குரல், அந்த ராஜகுமாரன் அப்படியே உறைந்துபோய் நின்றுவிட்டார்.

யார் இந்தப் பெண்? இந்தப் பூலோகத்தைச் சேர்ந்தவள்தானா? அல்லது, வானத்திலிருந்து அப்படியே இறங்கி வந்துவிட்டாளா? வைத்த கண் வாங்காமல் அவளையே பார்த்துக்கொண்டிருந்தார் குர்ரம்.

இதுவரை, அவர் எத்தனையோ அழகிகள், பேரழகிகளைக்கூடப் பார்த்திருக்கிறார். ஆனால் இந்தப் பெண், அவர்கள் எல்லோரையும் மிஞ்சிவிட்டவளாகத் தோன்றினாள்.

வெறும் உடல் அழகு மட்டுமில்லை. அதையும் தாண்டி அவளிடம் ஏதோ ஒரு விசேஷம் இருந்தது. அவளைப் பார்த்த மறுகணமே, இவளுடன்தான் மிச்சமுள்ள வாழ்க்கையைக் கழிக்கவேண்டும் என்று குர்ரத்துக்கு உறுதியாகத் தோன்றிவிட்டது.

'யார் இந்தப் பெண்?' விசாரித்தார் இளவரசர்.

'அர்ஜுமன் பானு' என்று பதில் வந்தது, 'அப்துல் ஹசன் அசஃப் கானின் மகள்.'

அந்த விநாடிமுதல் குர்ரம் ஒரு புது மனிதராகிவிட்டார். கண்டதும் காதல். அதன்பிறகு எந்நேரமும், அவர் எங்கு திரும்பினாலும் அனைத்திலும் அர்ஜுமன் பானுவின் முகம்மட்டும்தான் தெரிந்தது.

அடுத்த சில தினங்களில் குர்ரமின் நிலைமை பித்துப் பிடித்ததுபோலாகிவிட்டது. அந்தப் பேரழகியை மீண்டும் சந்திக்கவேண்டும், அவளைத் திருமணம் செய்துகொள்ளவேண்டும் என்கிற ஆசை ஒன்றுதான் அவருடைய உடல், பொருள், ஆவி அனைத்திலும் நீக்கமற நிறைந்திருந்தது.

இளவரசரின் விருப்பத்துக்கு யாரேனும் தடை சொல்வார்களா? குர்ரம் - அர்ஜுமன் பானு இருவரும் பொருத்தமான ஜோடி என்றுதான் எல்லோரும் நினைத்தார்கள்.

ஆனால், அப்போது குர்ரத்துக்கு வயது பதினைந்து. அர்ஜுமனுக்கு வயது பதினான்கு. இந்தச் சின்ன வயதில் அவர்களுக்குத் திருமணம் செய்யமுடியுமா?

அதுமட்டுமில்லை. 'அர்ஜுமன், குர்ரம் இருவரின் திருமண

வாழ்க்கை மகிழ்ச்சியாக இருக்கவேண்டுமென்றால், அவர்களுக்கு இன்னும் ஐந்து வருடம் கழித்துதான் கல்யாணம் செய்துவைக்கவேண்டும்' என்று அரண்மனை ஜோதிடர்கள் கண்டிப்பாகச் சொல்லிவிட்டார்கள்.

ஆகவே, திருமணத்துக்கான ஓர் அடையாள ஒப்பந்தமாக, குர்ரத்திற்கும் அர்ஜுமனுக்கும் உடனடியாக நிச்சயதார்த்தம்மட்டும் நிகழ்த்தப்பட்டது. அதன்பிறகு, அவர்கள் இருவரும் திருமண தேதிக்காக நாளை எண்ணிக்கொண்டு ஏங்கிக் காத்திருக்கவேண்டியிருந்தது.

ஒரு நாள், இரண்டு நாளா, முழுசாக அஞ்சு வருஷம், அதுவரை அவர்களுடைய காதல் தாக்குப்பிடிக்குமா?

இளவரசர் சின்னப் பையன்தானே, ஏதோ ஓர் அழகியைப் பார்த்து ஆசைப்பட்டுவிட்டார், சில மாதங்களில் அவளை மறந்துவிடுவார் என்றுதான் ராஜ்ஜியத்தில் எல்லோரும் நினைத்திருப்பார்கள்.

ஆனால், குர்ரம் அர்ஜுமனை மறக்கவில்லை. ஒவ்வொரு விநாடியும் அவளையே நினைத்துக்கொண்டு உருகிக் காத்திருந்தார்.

இதனிடையே, குர்ரத்துக்கு வேறொரு பெண்ணைத் திருமணம் செய்துவைப்பதாகத் தீர்மானிக்கப்பட்டது. உடனடியாகக் கல்யாணமும் நடந்து முடிந்துவிட்டது.

அந்தக் காலத்தில் ராஜாக்கள், ராஜகுமாரர்கள் எல்லாம் ஒரே ஒரு திருமணத்துடன் நிறுத்திவிடமாட்டார்கள். இரண்டு, மூன்று, நான்கு என்று ஏகப்பட்ட கல்யாணங்களைச் செய்துகொண்டு அந்தப்புரத்தை நிரப்புவதுதான் அவர்களுடைய பொழுதுபோக்கு.

இந்த வழக்கம் இளவரசர் குர்ரத்தையும் விட்டுவைக்கவில்லை. விரைவில் அவருக்கு இன்னொரு திருமணமும் நடந்து முடிந்தது.

ஆனால், ஒன்றுக்கு இரண்டு மனைவிகள் வந்தபிறகும்கூட, அர்ஜுமன் பானுவைக் குர்ரம் புறக்கணித்துவிடவில்லை. 'என்

வாழ்க்கையில் எத்தனை பெண்கள் வந்தாலும் சரி, நீதான் என்னுடைய இதய ராணி' என்று சொன்னபடி, அவளை மணந்துகொள்ளும் நாளை எண்ணித் தவம் கிடந்தார்.

ஒருவழியாக, 1612ம் ஆண்டு குர்ரம் - அர்ஜுமன் பானு திருமணம் நடந்தது. இந்த ஐந்து வருடங்களில், அர்ஜுமனின் அழகு முன்பைவிடப் பலமடங்கு அதிகரித்திருப்பதை குர்ரம் பிரமிப்புடன் பார்த்தார்.

'பெண்ணே, உன் முக அழகு, அக அழகுக்கு யாரும் இணை கிடையாது' என்று புகழ்ந்தார் குர்ரம், 'உனது பேரழகுக்குப் பொருத்தமாக நான் உனக்கு ஒரு புதிய பெயர் சூட்டப்போகிறேன்.'

அர்ஜுமனுக்குக் குர்ரம் சூட்டிய புதுப் பெயர்: 'மும்தாஜ் மஹால் பேகம்'. அதன் அர்த்தம், 'இந்த மாளிகையின் மிகச் சிறந்த, விசேஷமான அழகி!'

இளவரசர் குர்ரம், பின்னர் அரசராகப் பட்டம் ஏறியபோது அவருக்கும் ஒரு புதிய பெயர் சூட்டப்பட்டது: ஷாஜஹான்!

மும்தாஜை மணந்தபிறகு, ஷாஜஹான் தன்னுடைய மற்ற இரு மனைவிகளையும் கண்டுகொள்ளவே இல்லை. ஐந்து வருடங்கள் தவம் கிடந்து பெற்ற வரத்தை, தன்னுடைய 'விசேஷமான' மனைவியை ஒரு விநாடிகூடப் பிரிந்திருக்க அவர் விரும்பவில்லை.

இதனால், ஷாஜஹான் போருக்குச் சென்றால்கூட, அவரோடு மும்தாஜ் கிளம்பிவிடுவார். அவர்களுடைய பிரியாத நேசத்தை எல்லோரும் வியப்புடன் பார்த்தார்கள்.

ஷாஜஹானும் மும்தாஜும் 19 வருடங்கள் சேர்ந்து வாழ்ந்தார்கள். 1631ம் ஆண்டு மும்தாஜ் மரணமடைந்தபோது, அந்தப் பிரிவுத் துயரத்தைத் தாங்கமுடியாமல் துடித்தார் ஷாஜஹான்.

தன்னுடைய காதல் மனைவியின் நினைவாக, ஷாஜஹான் யமுனை நதிக்கரையில் ஓர் அழகிய கட்டடத்தை எழுப்பினார். அதுதான் இன்றைக்கும் அவர்களுடைய காவியக் காதலின்

அடையாளமாக ஆக்ராவில் மிளிர்ந்து நிற்கும் ‘தாஜ் மஹால்’!

கலை நுணுக்கமும், பிரம்மாண்டமும் சரிவிகிதத்தில் கலந்த தாஜ் மஹாலை, உலகமே வியக்கிறது. ’இந்தியா’ என்றதும் பலருக்கு உடனடியாக நினைவுக்கு வருவது இந்த அதிசயக் கட்டடம்தான்.

உண்மையில், தாஜ் மஹால் வெறும் மாளிகையோ, சமாதியோ இல்லை. காதல் என்பது நம் எல்லோரையும் ஆட்டிப் படைக்கக்கூடிய, வழிநடத்தக்கூடிய ஓர் அன்பு சக்தி என்பதற்கான நிரந்தர சாட்சி அது!

44. வெல்லுவதே இளமை!

'அட்டென்ஷன்'

அதிகாரியின் குரல் கேட்டதும், மாணவர்களின் சலசலப்பு அடங்கியது. எல்லோரும் சட்டென்று விறைப்பாக நின்றார்கள். அவர் சொல்வதைக் கவனமாகக் கேட்க ஆரம்பித்தார்கள்.

'நாளைக்கு இங்க ஒரு ட்ரில் போட்டி நடக்கப்போகுது' என்றார் அதிகாரி, 'அதைப் பார்க்க வர்ற சீனியர் மாணவர்கள் எல்லோரும் கறுப்பு சாக்ஸ் போட்டிருக்கணும், மறந்துடாதீங்க.'

கறுப்பு சாக்ஸ். அவ்வளவுதானே? இது ஒரு பெரிய விஷயமா? அணிந்துகொண்டால் போச்சு!

அத்துடன் அன்றைய பயிற்சிகள் முடிவடைந்தன. மாணவர்கள் உற்சாகமாகப் பேசியபடி கலைந்து சென்றார்கள்.

அவர்கள் எல்லோர் முகத்திலும் உடலிலும் துள்ளும் இளமை. இன்னும் சிறிது காலத்துக்குள் ராணுவத்தில் சேர்ந்து நாட்டுக்காகச் சேவை செய்யப்போகிறோம் என்கிற துடிப்பு. கூடவே, அந்த வயதுக்கே உரிய அலட்சியமும்.

அதனால்தான், அதிகாரி சொன்ன கறுப்பு சாக்ஸ் விஷயத்தை அவர்கள் சுலபமாக மறந்துவிட்டார்கள். மறுநாள் காலை

ஏதோ ஒரு வண்ணத்தில் சாக்ஸ் அணிந்துகொண்டு அந்த ட்ரில் போட்டியைப் பார்க்கப் புறப்பட்டுச் சென்றார்கள்.

ராணுவ அதிகாரிகள் கண்ணில் எப்போதும் விளக்கெண்ணெய் சுரந்துகொண்டிருக்கும். மாணவர்களைப் பார்த்தவுடன் அதிகாரி கண்டுபிடித்துவிட்டார், 'கறுப்பு சாக்ஸ் எங்கே?'

அப்போதுதான் அவர்களுக்கு ஞாபகம் வந்தது. திருதிருவென்று விழித்தார்கள், 'ஸாரி ஸார்.'

ராணுவ வாழ்க்கையில் மன்னிப்புகளுக்கு மரியாதை இல்லை. சின்னஞ்சிறிய தவறுக்குக்கூட தண்டனை நிச்சயம்.

'நீங்க எல்லோரும் 9 மைல் தூரம் சுற்றி வரணும்' என்றார் அந்த அதிகாரி, 'நீங்க செஞ்ச தப்புக்கு அதுதான் தண்டனை.'

கறுப்பு சாக்ஸ், வெள்ளை சாக்ஸ், என்ன பெரிய வித்தியாசம்? இந்தத் தப்புக்குப் போய் ஒன்பது மைல் தூரம் ஓடவேண்டுமா? அந்த இளைஞர்களுக்கு எரிச்சல்.

ஆனால், அவர்களில் யாரும் வாய் திறக்கவில்லை. சத்தமாகப் பேசினால், ஒன்பது மைல், பதினெட்டாகிவிடும். பேசாமல் எல்லோரும் ஓட ஆரம்பித்தார்கள்.

நெடுந்தூரம் ஓடியபிறகு, ஒரு வளைவான பகுதி வந்தது, அதைப் பார்த்ததும் ஒருவன் உற்சாகத்தில் துள்ளினான், 'ஏய், நான் ஒரு ஐடியா சொல்றேன், இந்த வளைவில நாம சுத்திப் போகாம, குறுக்கே ஓடினா நமக்குக் கொஞ்ச தூரம் மிச்சமாகும்.'

அந்தக் கூட்டத்திலிருந்த பர்வேஸ் யோசித்தார், அவன் சொல்வது உண்மைதான். இந்த வழியாகச் சென்றால், குத்துமதிப்பாக இருநூறு மீட்டர் தூரம் மிச்சப்படும்.

ஆனால், இந்த விஷயம் அதிகாரிகளுக்குத் தெரிந்தால்? தோலை உரித்துவிடுவார்களே!

'அவங்க எங்கேயோ இருக்காங்க, நாம இப்படிக் குறுக்கே ஓடினோம்ன்னு அவங்களுக்கு எப்படித் தெரியும்?' என்றான் ஒருவன், 'சும்மா பயப்படாம வாங்கப்பா, ஒண்ணும் ஆகாது.'

அவர்கள் சட்டென்று அந்தக் குறுக்கு வழியே புகுந்தார்கள். தூரத்திலிருந்த ராணுவப் பயிற்சிப் பள்ளியை நோக்கி ஓடத் தொடங்கினார்கள்.

எல்லோரும் திரும்பி வந்ததும், அதிகாரி அவர்களை அழைத்தார், 'என்ன? 9 மைல் ஓடினீங்களா?'

'ஆமா சார்'

அதிகாரி அவர்களை உற்றுப் பார்த்தார், 'அந்த வளைவில குறுக்கே ஓடினது யார் யார்? உண்மையைச் சொல்லுங்க'

மாணவர்கள் அதிர்ந்தார்கள். எங்கேயோ நாம் குறுக்கு வழியில் ஓடியது இவருக்கு எப்படித் தெரியும்?

'நான் எல்லாம் பைனாகுலர்ல பார்த்துக்கிட்டுதான் இருந்தேன்' என்றார் அதிகாரி, 'நீங்களா உண்மையைச் சொல்றீங்களா, இல்லை, நான் சொல்லட்டுமா?'

சிறிது நேரத்துக்குள், தவறு செய்த இளைஞர்கள் தனியே பிரிக்கப்பட்டார்கள். அவர்கள் செய்த ஒழுங்குமீறலுக்காகக் கடும் தண்டனை வழங்கப்பட்டது.

பர்வேஸ் புத்திசாலி இளைஞர்தான். ஆனால் அந்த இளம் வயது அவரைத் துடுக்காகச் செயல்படத் தூண்டியது. இதுபோன்ற குறுக்கு வழிகளை அவர் ஒரு பெரிய குற்றமாகவே நினைக்கவில்லை. 'நான் யாருக்கும் கட்டுப்படமாட்டேன், எல்லோரும் என் பேச்சைக் கேட்டு நடக்கவேண்டும்' என்பது போல்தான் அவருடைய நடவடிக்கைகள் அமைந்திருந்தன.

பயிற்சியை முடித்துவிட்டு பர்வேஸ் ராணுவத்தில் சேர்ந்தார். அவரைத் தொலைதூரத்தில் இருந்த ஒரு காட்டுக்கு அனுப்பிவைத்தார்கள்.

அங்கே போவதற்குமுன்னால், வீட்டுக்குச் சென்று தனது பெற்றோர், உறவினர்களைப் பார்த்துவிட்டு வர நினைத்தார் பர்வேஸ். தன்னுடைய அதிகாரியிடம் சென்று விடுமுறை கேட்டார்.

'எத்தனை நாள் லீவ் வேணும்?'

'எட்டு நாள் சார்' என்றார் பர்வேஸ்.

'என்னது? எட்டு நாளா?' அந்த அதிகாரி அதிர்ந்துபோனார், 'உனக்கென்ன பைத்தியமா பிடிச்சிருக்கு? போர் வரப்போகுது, இந்த நேரத்தில யாருக்கும் எட்டு நாள் லீவெல்லாம் தரவேமுடியாது' என்று கண்டிப்பாகச் சொல்லிவிட்டார்.

பர்வேஸுக்குக் கோபம். தன்னுடைய அதிகாரி வேண்டுமென்றே தனக்கு விடுமுறை தர மறுப்பதாக அவருக்குத் தோன்றியது.

'எனக்கு லீவ் தர்றதுக்கு இந்த ஆள் யார்?' என்று எரிச்சலோடு யோசித்தார் பர்வேஸ், 'வர்றது வரட்டும், நான் எட்டு நாள் லீவ் போடத்தான் போறேன்.'

மறுநாள், பர்வேஸ் பெட்டியைத் தூக்கிக்கொண்டு ஊருக்குக் கிளம்பிவிட்டார். அடுத்த எட்டு நாள்களுக்கு அவர் ராணுவத்தைப்பற்றி யோசிக்கக்கூட இல்லை, ஜாலியாக விடுமுறையை அனுபவித்தார்.

அப்போது, பர்வேஸ்மீது அக்கறை கொண்ட ஒரு சீனியர் அவரைத் தொலைபேசியில் அழைத்தார், 'தம்பி, நீ செய்யறது ரொம்பத் தப்பு, இப்படி அனுமதி இல்லாம லீவ் எடுக்கறது ராணுவத்தில பெரிய குற்றம்.'

'என்னை இப்போ என்ன செய்யச் சொல்றீங்க?'

'உடனடியா இங்கே திரும்பி வந்து டியூட்டியில சேர்ந்துடு, இல்லைன்னா உன்மேலே ஒழுங்கு நடவடிக்கை எடுப்பாங்க, அப்புறம் நஷ்டம் உனக்குதான்.'

'ம்ஹூம், நான் வரமாட்டேன்' என்று முடிவு செய்துவிட்டார் பர்வேஸ். அவர்கள் என்ன நடவடிக்கை எடுத்தாலும் பரவாயில்லை, எனக்கு என்னுடைய விடுமுறை கண்டிப்பாக வேண்டும்.

எட்டு நாள் கழித்து, பர்வேஸ் நிதானமாகத் தனது ராணுவப் பிரிவுக்குத் திரும்பிச் சென்றார். அங்கே அவருடைய மேலதிகாரி ஆத்திரத்தில் கொதித்துக்கொண்டிருந்தார்.

'என் அனுமதி இல்லாம நீ ஊருக்குப் போயிருக்கே, டியூட்டிக்கு வரலை, உன்மேல நான் கடும் நடவடிக்கை எடுக்கப்போறேன்' என்று சீறினார் அதிகாரி, 'இதோட உன் ராணுவ வாழ்க்கை முடிஞ்சது.'

அப்போதுதான், பர்வேஸுக்கு விஷயத்தின் தீவிரம் புரிந்தது. ராணுவத்தில் ஒழுங்குமீறல் என்பது மிகப் பெரிய தவறு, மன்னிக்கமுடியாத குற்றம்.

பர்வேஸ் பதறித் துடித்தார். ஐயோ, கொஞ்சம்கூட யோசிக்காமல் பெரிய தப்புச் செய்துவிட்டேனே, இப்போது என்ன நடக்கும்? என்னை நிரந்தரமாக ராணுவத்திலிருந்து நீக்கிவிடுவார்களா? என்னுடைய திமிர், அலட்சியத்தால், தேசத்துக்காகச் சேவை செய்கிற ஒரு நல்ல வாய்ப்பை இழக்கப்போகிறேனா?

அவருடைய நல்ல நேரம், அப்படி எதுவும் நடக்கவில்லை. அடுத்து வந்த போரில் பர்வேஸின் செயல்திறனைப் பார்த்து மகிழ்ந்த ராணுவம், சில சிறிய தண்டனைகளுடன் அவரைத் தொடர்ந்து பணிபுரிய அனுமதித்தது.

அதன் பிறகுதான், பர்வேஸ் எதற்கெடுத்தாலும் உணர்ச்சிவயப் படாமல், தனது வேலையில் அதிக கவனம் செலுத்தத் தொடங்கினார். விதிமுறைகளை மதித்து, சீனியர்கள், அதிகாரிகளுக்கு மரியாதை செலுத்தி உழைக்க ஆரம்பித்தார்.

ஒழுங்குமீறல் குற்றத்துக்காக, பாகிஸ்தான் ராணுவத்திலிருந்து நீக்கப்படவிருந்த அந்த இளைஞர்தான், பின்னாள்களில் அதே ராணுவத்தின் தலைவராக உயர்ந்தார், அந்தத் தேசத்தின் அதிபராகவும் பொறுப்பேற்றுக்கொண்டார். அவர், பர்வேஸ் முஷரஃப்!

நம்முடைய இந்தியப் பார்வையில், முஷரஃப் ஒரு கொடும் வில்லனாக இருக்கலாம். ஆனால் அவருடைய வாழ்க்கை நமக்குச் சொல்லித்தருகிற முக்கியமான பாடம்: இளமையில் கவனம் அவசியம்!

ஏனெனில், இளமைக்கு நம்முடைய கண்களை மறைக்கக்கூடிய வல்லமை உண்டு. 'இந்த உலகில் நீ மட்டும்தான் முக்கியம்,

எதையும், யாரையும் நீ பின்பற்ற வேண்டியதில்லை' என்று அது நம் மனத்துக்குச் சொல்லித்தருகிறது, குறுக்கு வழிகளில் பயணம் செல்லத் தூண்டுகிறது, தப்புச் செய்ய ஊக்குவிக்கிறது, அதன் போதனைகளில் மயங்கினால், எதார்த்த வாழ்க்கை நம்மை நிராகரித்துவிடும்.

இளமையின் வலிமையோடு, அனுபவத்தின் முதிர்ச்சியும் சேரும்வரை நாம் மிகக் கவனமாகப் பயணம் செய்யவேண்டியிருக்கும். எதிலும் உணர்ச்சிபூர்வமாகச் சிந்தித்து அவசர முடிவுகள் எடுக்காமல், நிதானமாக யோசிக்கப் பழகவேண்டும். அப்போதுதான், வாழ்க்கைப் பாதையில் தடுமாற்றம் இல்லாமல் முன்னேறமுடியும்.

துள்ளுவதோ இளமை? வெல்லுவதே இளமை!

45. இது என் மேஜை!

'**எ**னக்கு இந்த ஸ்கூல் பிடிக்கலை' என்றான் ஸ்டீவ், 'நான் இனிமே ஸ்கூலுக்குப் போகவேமாட்டேன்.'

ஸ்டீவின் பெற்றோர் பதறிப்போனார்கள். பையனை ஒழுங்காகப் படிக்கவைக்கவேண்டும் என்பதற்காக அவர்கள் எத்தனையோ கஷ்டப்பட்டுப் பணம் சேர்த்துக்கொண்டிருக்கிறார்கள். ஆனால் இந்தப் பிள்ளை, 'பள்ளிக்கூடம் பிடிக்கவில்லை' என்று முறைத்துக்கொண்டு நிற்கிறது.

மக்குப்பையன் என்றால்கூடப் பரவாயில்லை. 'ஒழிந்து போ' என்று தண்ணீர் தெளித்துப் புறக்கணித்துவிடலாம்.

ஆனால், ஸ்டீவ் புத்திசாலிப் பையன், எதைச் சொன்னாலும் உடனடியாகக் கிரகித்துக்கொள்கிற கற்பூரபுத்தி, சொந்தமாகச் சிந்திக்கும் திறமை, படைப்புத்திறன் எல்லாமே அவனுக்குத் தாராளமாக வாய்த்திருந்தது.

ஏனோ, அவனுக்கும் பள்ளிக்கூடத்துக்கும் ஆகவில்லை. நாலு நாள் ஒழுங்காகப் போவான், ஐந்தாவது நாள் ஏதாவது குறும்பு செய்து மாட்டிக்கொள்வான், கேட்டால் 'எனக்கு போரடிக்கிறது' என்பான்.

நிஜமாகவே ஸ்டீவுக்குப் படிக்கப் பிடிக்கவில்லையா? அல்லது, வேறு ஏதாவது பிரச்னையா? ஸ்டீவின் பெற்றோர், ஆசிரியர்கள் எல்லோருக்கும் இதே கவலைதான்.

அப்போது ஸ்டீவின் வகுப்பு ஆசிரியையாக இருந்தவர் பெயர் இமோஜின். 'இந்தப் பையனை எப்படியாவது மாற்றிவிடவேண்டும்' என்று அவர் முடிவு செய்தார்.

'ஸ்டீவ், உனக்கு என்ன பிரச்னை? ஏன் பாடத்தை ஒழுங்காப் படிக்கமாட்டேங்கறே? ஹோம்வொர்க் செய்யமாட்டேங்கறே? உன் மனசில இருக்கிறது எதுவானாலும் என்கிட்டே வெளிப்படையாச் சொல்லு, நிச்சயமா நான் உனக்கு ஹெல்ப் பண்றேன்.'

இமோஜின் இப்படி வெளிப்படையாகக் கேட்டபோதும், ஸ்டீவ் வாய்திறக்கவில்லை. எப்போதும்போல் விட்டத்தைப் பார்த்துக்கொண்டுதான் உட்கார்ந்திருந்தான்.

சரி, இந்தப் பையனை ஒழுங்காகப் படிக்கவைக்கவேண்டுமென்றால் ஒரே ஒரு வழிதான். அவனுக்கு என்ன பிடிக்கிறது என்பதைத் தெரிந்துகொள்ளவேண்டும். அதைத் தூண்டிலாகப் பயன்படுத்தி அவனைப் படிப்பின் பக்கம் இழுத்துவரவேண்டும்.

அந்த வயதுப் பையன்களுக்கு என்ன பிடிக்கும்? பொம்மைகள்? காமிக்ஸ் புத்தகங்கள்? விளையாட்டுப் பொருள்கள்? சாக்லெட், முறுக்கு, கமர்கட், தின்பண்டங்கள்? - இப்படி அவர்களுக்கு ஆயிரம் ஆசைகள் இருந்தாலும், அத்தனையையும் வாங்குவதற்குக் கையில் காசு போதாது.

மறுநாள் ஸ்டீவுக்கு ஒரு வீட்டுப்பாடம் கொடுத்தார் இமோஜின், 'ஸ்டீவ், நீ இதை ஒழுங்காச் செஞ்சு முடிச்சா, நான் உனக்கு ஒரு டாலர் தருவேன்' என்றார்.

ஸ்டீவுக்கு ஆச்சர்யம்கூட இல்லை. அதிர்ச்சி.

அட, பள்ளிப் பாடத்தைப் படிப்பதற்கு, ஹோம்வொர்க் செய்வதற்குக் காசு தருவார்களா? இது நன்றாக இருக்கிறதே!

விறுவிறுவென்று அவன் அந்தப் பாடத்தைப் படித்து, எழுதி முடித்தான். அதற்குமுன் எப்போதும் ஸ்டீவ் இத்தனை முனைப்போடு படித்ததே கிடையாது.

இமோஜினுக்கு மகிழ்ச்சி. சொன்னபடி அவனுக்குக் காசு கொடுத்தார், 'வெரி குட் ஸ்டீவ்' என்று முதுகில் தட்டிக்கொடுத்தார்.

ஆரம்பத்தில் இப்படி 'லஞ்சம்' வாங்கிப் படிக்க ஆரம்பித்த ஸ்டீவுக்கு, சீக்கிரத்திலேயே தனது டீச்சரை ரொம்பவும் பிடித்துப்போய்விட்டது. அவர் சொல்கிறார் என்பதற்காகவே எத்தனை கடினமான பாடத்தையும் ஆர்வத்தோடு படித்து முடித்தான்.

ஆனால், எவ்வளவு நாளைக்குதான் அவன் இமோஜின் டீச்சரின் வகுப்பிலேயே படித்துக்கொண்டிருக்கமுடியும்? அங்கிருந்து பாஸ் செய்து வெளியேறியதும், அவனுடைய பழைய பிரச்னைகள் தொடங்கிவிட்டன.

ஸ்டீவின் புதிய ஆசிரியர்களுக்கு, அவன் எப்படிப்பட்ட மாணவன் என்பது புரியவில்லை, 'சோம்பேறி', 'மக்கு', 'பிடிவாதக்காரன்', 'அடாவடி மாஸ்டர்' என்றெல்லாம் அவனுக்கு விதவிதமாகப் பெயர் வைத்துவிட்டார்கள்.

இதனால், ஸ்டீவ் பழையபடி தனக்குள் முடங்கிப்போக ஆரம்பித்தான், இந்த ஸ்கூல் பிடிக்கவில்லை, இந்தப் பாடங்கள் பிடிக்கவில்லை, இந்த ஆசிரியர்களைப் பிடிக்கவில்லை என்று புலம்பத் தொடங்கிவிட்டான்.

இப்போது என்ன செய்யலாம்? ஸ்டீவுக்கு இந்தப் பள்ளி பிடிக்கவில்லை என்றால், வேறு பள்ளியை மாற்றிப் பார்க்கலாமா?

ஸ்டீவுக்காகவே, அவனுடைய பெற்றோர் ஊர் மாறினார்கள், வேறு பள்ளியில் அவனைச் சேர்த்துவிட்டார்கள். இனிமேலாவது இந்தப் பையன் ஒழுங்காகப் படிக்கவேண்டுமே என்று பிரார்த்தனை செய்துகொண்டார்கள்.

ஆனால், இந்தப் பள்ளியும் ஸ்டீவுக்குப் பிடிக்கவில்லை. அங்கே கற்றுக்கொள்வதெல்லாம் வாழ்க்கைக்கு எந்த அளவு முக்கியம் என்றே அவனுக்குப் புரியவில்லை. ஓர் இலக்கு இல்லாமல் இஷ்டம்போல் திரிந்துகொண்டிருந்தான்.

ஸ்டீவின் அப்பா, அம்மா இருவருமே அதிகம் படிக்கவில்லை. தங்கள் மகனாவது ஒழுங்காகப் படித்து நல்ல வேலைக்குப் போகவேண்டும், நன்றாகச் சம்பாதிக்கவேண்டும், சமூகத்தில் நல்ல பெயர் எடுக்கவேண்டும் என்று அவர்கள் விரும்பினார்கள். அந்தக் கனவு நிறைவேறாமலே போய்விடுமோ என்று அவர்கள் கவலைப்படாத நாள் இல்லை.

அந்த வயதில், தன்னுடைய பெற்றோரின் வருத்தம் ஸ்டீவுக்குப் புரியவில்லை. அவனுக்குப் பள்ளிக்கூடம், பாடங்கள், விளையாட்டு எல்லாமே கசந்துபோயிருந்தது.

அதேசமயம், அவனால் சும்மா உட்கார்ந்திருக்கவும் முடியவில்லை. எந்நேரமும் துறுதுறுவென ஏதாவது குறும்பு செய்ய அலைந்துகொண்டிருந்தான் அவன்.

அப்போதுதான், எதேச்சையாக அந்த மேஜையைக் கவனித்தான் ஸ்டீவ். சட்டென்று அவனுடைய கண்களில் வெளிச்சம் ஏறிக்கொண்டது.

இப்போது, நம் வீட்டில் ஏதாவது ஒரு பொருள் ரிப்பேராகிவிடுகிறது, அல்லது ஒரு நாற்காலியின் கால் உடைந்துபோய்விடுகிறது. உடனே நாம் என்ன செய்கிறோம்? அதற்கென்று இருக்கும் ஒரு தொழிலாளரை அழைத்துவந்து உடைந்துபோன பொருளைச் சரிசெய்துகொள்கிறோம்.

ஆனால், அமெரிக்காவில் இதுபோன்ற சின்னச் சின்ன வேலைகளைச் செய்யும் தச்சுத் தொழிலாளி, குழாய் ரிப்பேர்க்காரர் போன்றவர்களுக்கு பயங்கர டிமாண்ட். அப்படியே அவர்களைப் பிடித்து அழைத்துவந்தாலும், சேவைக் கட்டணமாக ஏகப்பட்ட காசை எண்ணிக் கீழே வைக்கவேண்டியிருக்கும்.

இந்தச் செலவைத் தவிர்ப்பதற்காக, ஒவ்வொரு வீட்டிலும் கீழ்த் தளத்தில் 'வொர்க் பெஞ்ச்' என்கிற சிறிய மேஜை இருக்கும்,

அதற்குப் பக்கத்திலேயே, சின்னச் சின்ன ரிப்பேர் வேலைகளைச் செய்வதற்கான கருவிகளையும் போட்டு வைத்திருப்பார்கள்.

இதனால், வீட்டுப் பொருள்கள், உபகரணங்களில் ஏதாவது பிரச்னை நேரிட்டால், அவர்களே அதைப் பிரித்துப் பார்த்துச் சரி செய்துவிடுவார்கள். இதன்மூலம் அவர்களுக்கு நிறையப் பணம் மிச்சமாகும். கூடவே, நம் வேலையை நாமே செய்துகொள்கிறோம் என்கிற திருப்தி.

ஸ்டீவுக்கு ஐந்து அல்லது ஆறு வயதாகியிருக்கும்போது, அவனுடைய தந்தை பால் அவனுக்கு அந்த மேஜையை அறிமுகப்படுத்தினார், ‘ஸ்டீவ், இதுதான் என்னோட வொர்க் பெஞ்ச்.’

அந்த மேஜையின் ஓரமாக ஒரு கோடு கிழித்தார் பால், ‘ஸ்டீவ், இனிமே இந்தக் கோட்டுக்கு அந்தப் பக்கம் இருக்கிறது உன்னுடைய வொர்க் பெஞ்ச், அங்கே நீ என்ன வேலை வேணும்ன்னாலும் செஞ்சு பழகலாம்’ என்றார்.

பால் அதோடு நிறுத்தவில்லை. ஸ்டீவுக்காக, சின்னதாகச் சில கருவிகள், உபகரணங்களை எடுத்துக் கொடுத்தார். சுத்தியல் வைத்து ஆணி அடிப்பது எப்படி, மரக்கட்டையை அறுப்பது எப்படி, சின்னச் சின்ன பாகங்களைக் கொண்டு பயனுள்ள பொருள்களை உருவாக்குவது எப்படி என்றெல்லாம் அவனுக்கு அக்கறையாகச் சொல்லிக்கொடுத்தார்.

எப்போதோ விளையாட்டாகக் கற்றுக்கொண்ட அந்த விஷயங்கள், இப்போது ஸ்டீவுக்குப் புதிய ஆர்வத்தை உண்டாக்கின. ‘ஏதாவது புதுசாகச் செய்யவேண்டும்’ என்று அவனுக்குள் ஒரு நெருப்பு பற்றிக்கொண்டது.

அதன்பிறகு, நாளில் பெரும்பகுதியைத் தன்னுடைய ‘வொர்க் பெஞ்ச்’சில் கழிக்கத் தொடங்கினான் ஸ்டீவ். ஏகப்பட்ட கருவிகள், வயர்கள், உலோகத் துண்டுகள், எலக்ட்ரானிக் உதிரிப் பாகங்கள் என்று அந்த இடம் ஒரு குட்டி ஆராய்ச்சி சாலையாகவே மாறிவிட்டது.

அதுவரை, ஸ்டீவுக்கு அதிக நண்பர்கள் கிடையாது. ஆனால் எலக்ட்ரானிக் சாதனங்களை உருவாக்கும் இந்தப் புதிய ஆசை அவனுக்குள் பிறந்தபின்னர், அதேமாதிரியான ஆர்வம் கொண்ட நண்பர்களைத் தேடிப் பிடித்துப் பழக ஆரம்பித்தான். அவர்களுடன் பல விஷயங்களைப்பற்றி விவாதம் செய்வது, தன்னுடைய கண்டுபிடிப்புகளை அவர்களிடம் பகிர்ந்துகொள்வது என அவனுக்கென்று ஒரு தனி உலகம் உருவாகிவிட்டது.

அதன்பிறகு, ஸ்டீவ் எப்போதும் பள்ளிப் படிப்பைப்பற்றிக் கவலைப்படவில்லை. எல்லோருக்கும் பயன்படும்விதமான புதிய விஷயங்களை வடிவமைக்கவேண்டும், உருவாக்கவேண்டும், அவற்றை அதிக எண்ணிக்கையில் விற்று லாபம் சம்பாதிக்கவேண்டும் என்று பரபரப்பாகிவிட்டான்.

சீக்கிரத்திலேயே, ஸ்டீவ் ஜாப்ஸ் ஒரு பிஸினஸ் புள்ளியாகிவிட்டார். அவர் தொடங்கிய 'ஆப்பிள்' நிறுவனம் அதிவேகத்தில் வளர்ந்து உலகின் கவனத்தை ஈர்த்தது. அவரால் உருவாக்கப்பட்ட 'மாகின்டோஷ்' என்ற கணினியும், 'ஐபாட்' என்ற இசை கேட்கும் சாதனமும் அழகு, செயல்திறன் சரிவிகிதத்தில் கூட்டணி சேர்ந்த அற்புதங்கள்.

ஸ்டீவ் ஜாப்ஸின் சமீபத்திய சாதனை, 'ஐஃபோன்'. இதன்மூலம் ஒரே ராத்திரியில் மற்ற செல்ஃபோன் தயாரிப்பாளர்கள் எல்லோருக்கும் சிம்ம சொப்பனமாகிவிட்டார் அவர்.

வாழ்க்கையில் படிப்பு என்பது முக்கியம்தான். ஆனால் அதில் ஆர்வம் இல்லாத குழந்தைகள், இளைஞர்களுக்கு, அதோடு உலகமே முடிந்துவிட்டது என்று அர்த்தம் இல்லை. நமக்குப் பிடித்த, நம் மனம் ஊன்றி ஈடுபடுகிற இன்னொரு துறையைத் தேர்ந்தெடுத்து, அதில் முனைப்புடன் உழைத்தால் எல்லோரும் சிகரம் தொடலாம், நிச்சயம்!

46. களையெடுப்பு

கல்கத்தா ரயில் புறப்படத் தயாராக இருந்தது.

பிளாட்ஃபாரமெங்கும் பரபரப்பு, கடைசி நேர விடைபெறல்கள், வியாபாரிகளின் விற்பனைக் கூக்குரல்கள், ரயில் கிளம்புமுன் யாரோ கட்டுச்சாதக் கூடையைப் பிரித்திருந்தார்கள், காற்றில் புளியஞ்சாத வாசம்.

அந்தப் பெட்டி முழுவதையும் ஒரு சினிமா கோஷ்டி ஆக்கிரமித்திருந்தது. நடுநாயகமாக உட்கார்ந்திருந்தவர், அந்தத் திரைப்படத்தின் தயாரிப்பாளர்.

அவர் இளைஞர்தான். சினிமா எடுக்கவேண்டும் என்கிற ஆசையில் திடீர் தயாரிப்பாளராகிவிட்டார். படப்பிடிப்புக்காக நடிகர்கள், தொழில்நுட்ப வல்லுனர்கள், எழுத்தாளர்கள், இசைக் கலைஞர்கள் இன்னும் ஏகப்பட்ட பேரை இழுத்துப் போட்டுக்கொண்டு கல்கத்தா கிளம்புகிறார்.

அந்தக் காலத்தில், நம் ஊரில் சினிமா ஸ்டூடியோவெல்லாம் கிடையாது. படம் எடுக்கவேண்டுமென்றால் கிழக்கு, மேற்கு, வடக்கு என்று எங்காவது தொலைதூரத்துக்குப் படையெடுத்தால்தான் உண்டு.

அவர்கள் சென்னையிலிருந்து முழுசாக மூன்று நாளுக்குமேல் பயணம் செய்து கல்கத்தா போய்ச் சேர்ந்தார்கள். அங்கே அவர்கள் தங்குவதற்கு, சமைத்துச் சாப்பிடுவதற்கு எல்லா வசதிகளும் ஏற்பாடாகியிருந்தன.

சில நாள்களில், எல்லோரும் நன்றாக செட்டிலாகிவிட்டார்கள். படப்பிடிப்பு தொடங்கியது.

'முருகா, இந்தப் படம் நல்லபடியா அமையணும்' என்று தன்னுடைய இஷ்டதெய்வத்திடம் பிரார்த்தனை செய்துகொண்டார் தயாரிப்பாளர். அதன்பிறகு, பாரத்தையெல்லாம் ஆண்டவன் தலையில் போட்டுவிட்டுப் பட வேலைகளைக் கவனிக்க ஆரம்பித்தார்.

அவர் மட்டுமில்லை, 'அல்லி அர்ஜுனா' என்று பெயர் சூட்டப்பட்டிருந்த அந்தப் படத்தில், அநேகமாக எல்லோரும் புதியவர்கள். ஏதோ அரைகுறையாகத் தங்களுக்குத் தெரிந்த அளவில் நடித்தார்கள். அது ஒழுங்காகப் படமாக்கப்பட்டிருக்கிறதா, இல்லையா என்று சரிபார்க்கக்கூட அவர்களுக்குத் தெரிந்திருக்கவில்லை.

ஒருவழியாக, படப்பிடிப்பு முடிவடைந்தது. அதற்குள் முழுசாக எண்பதாயிரம் ரூபாய் செலவாகியிருந்தது!

அந்த இளம் தயாரிப்பாளர் செலவைப்பற்றிப் பெரிதாகக் கவலைப்படவில்லை. அவருடைய கலக்கமெல்லாம், அந்த அளவுக்கு வரவு இருக்குமா என்பதில்தான்.

விரைவில், 'அல்லி அர்ஜுனா' சினிமா வெளியானது. தன்னுடைய பல மாத உழைப்புக்கு என்ன பலன் என்று தெரிந்துகொள்கிற ஆவலுடன் ஒவ்வொரு திரையரங்கமாக ஏறி இறங்கினார் தயாரிப்பாளர்.

அவர் எதிர்பார்த்ததுபோல், மக்கள் 'அல்லி அர்ஜுனா'வை அவ்வளவாக ஆதரிக்கவில்லை, படம் படுதோல்வி, ஏகப்பட்ட நஷ்டம். அப்போதும், அந்தத் தயாரிப்பாளர் மட்டும் தன்னுடைய நம்பிக்கையை இழந்துவிடவில்லை, 'அடுத்தமுறை

என்னால் நிச்சயமாக ஜெயித்துக் காட்டமுடியும்’ என்று தனக்குள் சொல்லிக்கொண்டார்.

விரைவில், அவருடைய இரண்டாவது படம் தொடங்கியது. அதன் பெயர், ‘ரத்னாவளி’.

இந்தமுறையும், கல்கத்தாவில்தான் படப்பிடிப்பு. ‘அல்லி அர்ஜுனா’வில் செய்த தவறுகளை ஞாபகப்படுத்திக்கொண்ட தயாரிப்பாளர், இப்போது மிகக் கவனமாகச் செயல்பட்டார், அநாவசியச் செலவுகளைக் கட்டுப்படுத்தினார், நல்ல நடிப்பு, சுவாரஸ்யமான கதை போன்றவற்றில் மிகுந்த கவனம் செலுத்தினார்.

ஆனால், ‘ரத்னாவளி’யும் அவரைக் காப்பாற்றவில்லை. கிட்டத்தட்ட ஒன்றரை லட்ச ரூபாய் செலவு செய்து எடுத்த அந்தப் படமும் தோல்வியைத் தழுவியது.

அப்போதும், தயாரிப்பாளர் மனம் தளரவில்லை. முருகன் தன்னைக் கைவிடமாட்டான் என்று உறுதியாக நம்பிய அவர், மூன்றாவது படத்துக்குப் பூஜை போட்டார்.

இந்தமுறை, படப்பிடிப்புக்கு அவர் தேர்வு செய்த இடம், மஹாராஷ்டிர மாநிலத்தில் உள்ள பூனா. அங்கே உள்ள ஒரு நிறுவனத்துடன் ஒப்பந்தம் செய்துகொண்டு, அவர்கள் போட்டுவைத்த அதே செட்களில் இவருடைய படம் பதிவாகத் தொடங்கியது.

‘நந்தகுமார்’ என்று பெயர் சூட்டப்பட்ட அந்தப் படம், பகவான் ஸ்ரீகிருஷ்ணனின் கதை. பெரியவர்கள், குழந்தைகள் எனக் குடும்பத்தில் எல்லோரும் உட்கார்ந்து பார்க்கக்கூடிய ஒரு நல்ல, சுவாரஸ்யமான படமாக அதனை உருவாக்கவேண்டும் என்று அவர் விரும்பினார்.

தன்னுடைய முதல் இரண்டு படங்களைவிட, இந்த மூன்றாவது படத்தின்மீது அவருக்கு அதிக நம்பிக்கை இருந்தது. முன்பு செய்த தவறுகளைத் திரும்பச் செய்யாமல் தனக்குத் தெரிந்தவரையில் சிறப்பானபடி அதனைச் செதுக்கியிருந்தார் அவர்.

மக்களும் 'நந்தகுமார்' படத்தைப்பற்றிப் பரபரப்பாகப் பேசிக்கொண்டார்கள். ஆனால், யாரும் தியேட்டருக்குப் போய்ப் படத்தைப் பார்க்கவில்லை. அந்த இளம் தயாரிப்பாளருக்கு மறுபடியும் தோல்வி.

தொடர்ந்து மூன்று தோல்விகள், முழ நீளத்துக்கு நஷ்டக் கணக்கு. இப்படி ஒரு சூழ்நிலையில் யாராக இருந்தாலும் சினிமாத் தொழில்மீது நம்பிக்கை இழந்திருப்பார்கள், 'இந்த விவகாரமே வேணாம்' என்று தோளில் துண்டைப் போட்டுக்கொண்டு ஊருக்கு நடையைக் கட்டியிருப்பார்கள்.

ஆனால், அந்தத் தயாரிப்பாளர் கொஞ்சம் வித்தியாசமாக யோசித்தார், 'நான் தொடர்ந்து தோற்றுக்கொண்டிருக்கிறேன் என்பது உண்மைதான். ஆனால், அந்தத் தோல்விக்கு யார் காரணம்? என்ன காரணம்?'

நம்முடைய சறுக்கல்களுக்கு அடுத்தவர்களைக் காரணம் சொல்வது ரொம்பச் சுலபம். ஆனால், அதுபோல் சப்பைக்கட்டுக் கட்டிக்கொண்டு தங்களைத் தாங்களே ஏமாற்றிக்கொள்கிறவர்கள், வாழ்க்கையில் பெரிய அளவு வெற்றியடையமுடியாது.

அப்படி ஒரேயடியாகப் பழியைத் தூக்கி இன்னொருவர் தலையில் போடுவதைவிட, பிரச்னைக்கு என்ன காரணம் என்று யோசிப்பது புத்திசாலித்தனம். அதைச் சரிசெய்து முன்னேறுவது இன்னும் புத்திசாலித்தனம்.

'நந்தகுமார்' தோல்வியைத் தொடர்ந்து, அதன் தயாரிப்பாளர் நிதானமாக உட்கார்ந்து யோசித்தார். தனது மூன்று படங்களின் படப்பிடிப்பு எப்படி நடந்தது, அங்கே என்னென்ன தவறுகள் நிகழ்ந்தன, அவற்றை எப்படிச் சரி செய்தோம், பணம் எப்படிச் செலவானது, ஏதாவது சில வழிகளில் இன்னும் பணத்தை மிச்சப்படுத்தியிருக்கலாமா, ஒவ்வொரு படத்தையும் மக்கள் எப்படி நிராகரித்தார்கள், ஏன் நிராகரித்தார்கள், என்ன செய்திருந்தால் அவர்கள் நம் படத்தை ஏற்றுக்கொண்டிருப்பார்கள் என்றெல்லாம் ஒரு விஷயத்தை விட்டுவைக்காமல் அலசிப் பிழிந்து காயப்போட்டார்.

இந்தச் சிந்தனையின் இறுதியில், அவருக்கு ஒரு விஷயம் தெளிவாகப் புரிந்தது: ஒரு சினிமாவை உருவாக்குவது எப்படி என்கிற நுட்பம் எனக்குத் தெரிந்துவிட்டது, ஆனால் படப்பிடிப்பின்போது ரொம்ப அதிகம் செலவழித்துவிடுகிறேன், அதனால்தான் நஷ்டம். எப்படியாவது செலவைக் கட்டுப்படுத்தினால், குறைந்த முதலீட்டில் நல்ல படங்களை எடுத்து என்னால் வெளியிடமுடியும், ஜெயிக்கமுடியும், லாபம் சம்பாதிக்கமுடியும்.

சரி. சினிமாப் படப்பிடிப்பின் செலவைக் குறைப்பது எப்படி?

முதலில், சினிமா ஷூட்டிங்கிற்காக எங்கோ தொலைதூரத்தில் இருக்கிற கல்கத்தா, பூனா போன்ற நகரங்களுக்கு ஓடுவதை நிறுத்தவேண்டும். ஏகப்பட்ட கலைஞர்களை அங்கே கூட்டிக்கொண்டு போய், அவர்கள் தங்குவதற்கு, சாப்பாட்டுக்கெல்லாம் ஏற்பாடு செய்து படப்பிடிப்பை நடத்துவது என்றால், செலவு எகிறத்தானே செய்யும்?

அதற்குப் பதிலாக, உள்ளூரிலேயே நமது படப்பிடிப்புகளை வைத்துக்கொண்டால் என்ன? ஏகப்பட்ட செலவு மிச்சமாகும், படத்தையும் சீக்கிரத்தில் எடுத்து முடித்து வெளியிட்டுவிடலாம்.

நல்ல யோசனைதான். ஆனால், நம் தமிழ்நாட்டில் ஒரு சினிமாப் படப்பிடிப்பு ஸ்டூடியோகூடக் கிடையாதே, என்ன செய்வது?

வேறு வழியில்லை. நாம் நல்ல படங்களைக் குறைந்த செலவில் எடுக்கவேண்டுமென்றால், நம்முடைய படப்பிடிப்புகளுக்காக நாமே ஒரு ஸ்டூடியோவை உருவாக்கவேண்டியதுதான்!

ஆனால், ஸ்டூடியோ அமைப்பது என்றால் சாதாரண விஷயமா? அதற்கு ஏகப்பட்ட நிலம் வேண்டும், நவீன கருவிகள் வேண்டும், அவற்றை இயக்கத் தெரிந்த நிபுணர்கள் வேண்டும், இத்தனை பேரையும் கட்டி மேய்த்து நிர்வாகம் செய்யக் கம்பெனி வேண்டும், முக்கியமாக, நிறையப் பணம் வேண்டும், அதற்கெல்லாம் எங்கே போவது?

'எல்லாம் முருகன் பார்த்துக்கொள்வான்' என்று நம்பிக்கையோடு களத்தில் இறங்கினார் அந்தத் தயாரிப்பாளர். உள்ளூரிலேயே

படப்பிடிப்புகளை நிகழ்த்துவதற்கான ஏற்பாடுகள் மளமளவென்று நடந்தன.

அந்த ஒரு சின்னத் தவறைக் கண்டுபிடித்துச் சரிசெய்தபிறகு, அவர் தொட்டதெல்லாம் வெற்றி. மிக விரைவில் ஒரு வெற்றிகரமான திரைப்படத் தயாரிப்பாளராகச் சிகரம் தொட்ட அவர், 'ஏ.வி.எம்.' என்று திரையுலகினரால் அன்போடு அழைக்கப்படும் ஆவிச்சி மெய்யப்பன். அவரை மையமாக வைத்துதான், அன்றைய தென்னிந்தியத் திரையுலகமே புத்துணர்ச்சி பெற்றது, பலமடங்கு வளர்ந்து முன்னேறியது.

வெற்றிகளைக் கொண்டாடுவது எல்லோராலும் முடியும், ஆனால், தோல்விகளின்போது துவண்டுவிடாமல், பிரச்னைக்கான விஷ வேர் எங்கே என்று கண்டறிந்து, அந்தக் களையை வெட்டி எறிந்துவிட்டுப் பழைய வேகத்தில் முன்னேறுவதுதான் மிகச் சிரமம். அந்தச் சூட்சுமம்மட்டும் நமக்குப் புரிந்துவிட்டால், அதன்பிறகு எத்தனை பெரிய சறுக்கலாலும் நம்மைச் சாய்த்துவிடமுடியாது!

47. கல்லும் முள்ளும் காலுக்கு மெத்தை!

'நாங்கள் புறப்படுகிறோம் குருதேவா', மாணவர்கள் பணிவோடு வணங்கி நின்றார்கள்.

'எல்லோரும் ஜாக்கிரதையாப் பார்த்துப் போய்ட்டு வாங்கப்பா' அன்போடு ஆசிர்வதித்து அவர்களை வழியனுப்பிவைத்தார் குருநாதர்.

'உத்தரவு குருதேவா', மாணவர்கள் மீண்டும் ஒருமுறை வணங்கிவிட்டுப் புறப்பட்டார்கள்.

ஓரமாக நின்று அவர்களையே பார்த்துக்கொண்டிருந்த சிறுவன் யுவானின் கண்களில் ஏக்கம். குருநாதர் தன்னையும் அவர்களுடன் அனுப்பிவைக்கமாட்டாரா என்று அவனுக்கு மிகவும் ஆசையாக இருந்தது.

அந்தப் பிஞ்சு மனத்தின் ஏக்கம், அவனுடைய குருநாதருக்கும் நன்றாகப் புரிந்துதான் இருந்தது. ஆனால் ஏனோ, அவனை மட்டும் அவர் மற்ற மாணவர்களுடன் அனுப்பிவைக்கத் தயாராக இல்லை.

அப்போது யுவான் வசித்தது ஓர் அழகிய மலைக் கோயில், பக்கத்திலேயே ஆசிரமம். சுற்றிலும் பச்சைப் பசேல் மரங்கள், நதிகள், பள்ளத்தாக்குகள் என்று அழகு கொஞ்சியது, இதமான காற்று, குளிர்.

ஆனால், அதையெல்லாம் நிதானமாக ரசிக்க யுவானுக்கு நேரம்தான் இல்லை. தினந்தோறும் அவனுக்குப் பல வேலைகள் காத்திருந்தன.

காலை எழுந்தவுடன், கோவிலைப் பெருக்கிச் சுத்தம் செய்யவேண்டும், துறவிகளுக்கு வேண்டிய பணிவிடைகளைச் செய்யவேண்டும், புனித நூல்களைப் படித்து மனப்பாடம் செய்யவேண்டும், படித்து முடித்து எழுந்தால், அடுத்த வேலைகள் குவிந்திருக்கும்.

யுவான் சலித்துக்கொள்ளவில்லை. புத்த மடாலயத்துக்கு, துறவிகளுக்குச் சேவை செய்வது, பகவான் புத்தருக்குச் செய்யும் வழிபாடு என்று மனதார நினைத்தான் அவன்.

ஆனால், சில நாள்களாக அவன் மனத்தில் சின்னச் சலனம். ஒரு கேள்வி, ஒரு குழப்பம் அவனைக் குடைந்துகொண்டிருந்தது.

அந்த மலைக் கோவில், நகரத்திலிருந்து நெடுந்தூரம் தள்ளியிருந்தது. ஆகவே, அங்கே உள்ளவர்களுக்குத் தேவையான உணவுப் பொருள்களையெல்லாம் வாங்கவேண்டுமானால், மலையிலிருந்து இறங்கிச் செல்லவேண்டியிருக்கும்.

யுவானின் தினசரி வேலைகளில், இந்த 'ஷாப்பிங்'கும் ஒன்று. மலையிலிருந்து இறங்கிச் சென்று, சற்றுத் தொலைவில் உள்ள நகரத்தில் எல்லாப் பொருள்களையும் வாங்கிக்கொண்டு திரும்பவேண்டும்.

இதே வேலை, அந்த மடாலயத்திலிருந்த வேறு சில சிறுவர்களுக்கும் வழங்கப்பட்டிருந்தது. ஆனால், அவர்களையெல்லாம் ஒரு பாதையில் அனுப்பும் குருநாதர், யுவானை மட்டும் வேண்டுமென்றே வேறொரு பாதையில் அனுப்பிவைக்கிறார்.

மற்ற மாணவர்கள் பயணம் செய்யும் பாதை, மிகவும் நன்றாக அமைக்கப்பட்டிருந்தது. அதில் நடந்து செல்கிறவர்களுக்கு எந்தக் களைப்போ, சிரமமோ தெரியாது, இருபுறமும் இயற்கைக் காட்சிகளைப் பார்த்தபடி உல்லாசமாகப் பயணம் போகலாம்.

ஆனால் யுவானின் பாதையோ, கரடுமுரடானது. காலில் கல்கள் முள்போல் குத்தும், பல இடங்களில் பாறைகளில் ஏறி, இறங்கிப் பயணம் செய்யவேண்டியிருக்கும், கொஞ்சம் அசந்தாலும் தடுமாறிக் கீழே விழுந்து அடிபடவேண்டியதுதான்.

மற்றவர்களையெல்லாம் நல்ல பாதையில் அனுப்பும் குருநாதர், என்னைமட்டும் ஏன் இப்படி ஒரு மோசமான பாதையில் அனுப்புகிறார்? இதுதான் அவனுடைய குழப்பம்.

அவன் யோசித்துக்கொண்டிருக்கும்போதே, குருநாதர் அவனை அழைத்தார், 'யுவான், நீ இன்னும் புறப்படவில்லையா?'

'இதோ, கிளம்பிவிட்டேன் குருநாதா' என்ற யுவான், ஏதோ கேட்கத் தயங்குவதுபோல் அங்கேயே சில நிமிடங்கள் நின்றான். தன்னுடைய மற்ற தோழர்கள் நடந்து சென்ற அந்த அழகிய பாதைமீது அவனுடைய கண்கள் பதிந்திருந்தன.

'என்னாச்சு யுவான்?'

'ஒன்றுமில்லை குருநாதா' அவசரமாக முணுமுணுத்தான் யுவான். அதற்குமேல் அங்கே நின்றால் அவர் ஏதாவது கேட்டுவிடுவாரோ என்று அவனுக்குப் பயம், சட்டென்று அந்தக் கரடுமுரடுப் பாதையில் இறங்கத் தொடங்கிவிட்டான்.

வழியெல்லாம், அவனுக்கு இந்தச் சிந்தனைதான். இந்த மோசமான பாதையில் யாராவது நடப்பார்களா? மற்றவர்களெல்லாம் பஞ்சு மெத்தைபோல் உல்லாசமான பாதையில் பயணம் செய்ய, நான்மட்டும் இந்த முள் படுக்கையில் நடக்கவேண்டியிருக்கிறதே, ஏன்? குருநாதர் என்மீது இப்படி ஒரு பாரபட்சம் காட்ட என்ன காரணம்?

யோசித்துக்கொண்டே நடந்ததில், தூரம் தெரியவில்லை. மலை அடிவாரம் வந்துவிட்டது.

குருநாதர் ஆணைப்படி ஒரு மூட்டை அரிசி வாங்கிக்கொண்டான் யுவான். மறுபடியும் அதே கரடுமுரடு பாதையில் நடக்க ஆரம்பித்தான்.

ஏற்கெனவே அந்தப் பாதையில் நடப்பது சிரமம். இப்போது தோளில் ஒரு மூட்டை பாரமும் சேர்ந்துகொண்டுவிட்டதால், ஒவ்வோர் அடியும் எடுத்துவைப்பது மிகப் பெரிய கஷ்டமாக இருந்தது.

ஆனால், இத்தனை நாள்களில் யுவானுக்கு அந்தப் பாதை நன்றாக மனப்பாடமாகிவிட்டது. ஆகவே அதிகம் அவதிப்படாமல் நேராக ஆசிரமத்துக்கு வந்து சேர்ந்துவிட்டான்.

அவனுக்கு முன்னால் புறப்பட்டுப் போன மற்ற பையன்கள் இன்னும் திரும்பி வந்திருக்கவில்லை. குருநாதர்மட்டும் ஏதோ சுவடிகளைப் புரட்டிக்கொண்டிருந்தார்.

யுவானைப் பார்த்ததும் அவர் முகம் மலர்ந்தது, ‘பரவாயில்லை, சீக்கிரம் வந்துட்டியே’ என்றார் மகிழ்ச்சியுடன்.

தன்னுடைய தோளில் இருந்த மூட்டையை ஓரமாக வைத்தான் யுவான். ரொம்ப நாளாகத் தன் மனத்தை அரித்துக்கொண்டிருந்த அந்தக் கேள்வியை, இப்போதாவது குருநாதரிடம் கேட்டுவிடவேண்டும் என்று அவனுக்குத் தோன்றியது.

‘குருநாதா, நான் உங்களிடம் ஒரு விஷயம் கேட்கலாமா?’

‘தாராளமாகக் கேட்கலாம்’ என்று சிரித்தார் குருநாதர், ‘என்ன விஷயம் யுவான்?’

‘தினந்தோறும், நீங்கள் மற்ற மாணவர்களையெல்லாம் நல்ல பாதையில் அனுப்பிவைக்கிறீர்கள், ஆனால் என்னைமட்டும் தனியாக ஒரு மோசமான பாதையில் அனுப்புகிறீர்களே, அது ஏன்? நான் என்ன தப்புச் செய்தேன்? எனக்கு ஏன் இந்தத் தண்டனை?’ தன் மனத்தில் ஒளித்துவைத்திருந்த அத்தனை வருத்தங்களையும் இப்போது அடுக்கடுக்காகக் கொட்டிவிட்டான் யுவான்.

குருநாதர் மெல்லச் சிரித்தார். ஆனால், பதில் சொல்லவில்லை.

மறுநாள், குருநாதர் தன்னுடைய மாணவர்கள் எல்லோரையும் அழைத்தார். அவர்களிடம் ஒரே ஒரு கேள்வி கேட்டார், 'நீங்கள் மலையிலிருந்து இறங்கிச் சென்ற பாதை எப்படி இருந்தது?'

யுவானைத்தவிர, மற்றவர்கள் எல்லோரும் ஒரேமாதிரி பதில் சொன்னார்கள், 'அற்புதமாக இருந்தது குருதேவா, இருபக்கமும் இயற்கைக் காட்சிகளைப் பார்த்து ரசித்தபடி, நாங்கள் மெதுவாக நடந்துவந்தோம்.'

'நீங்கள் நகரத்துக்குச் சென்று திரும்ப எவ்வளவு நேரமானது?'

'ஆறு மணி நேரம்.'

இப்போது அவர் யுவான்பக்கம் திரும்பினார், 'யுவான், அதே நகரத்துக்குப் போய்த் திரும்புவதற்கு உனக்கு எவ்வளவு நேரம் ஆனது?'

'இரண்டு மணி நேரம்.'

'மற்றவர்களுக்கெல்லாம் ஆறு மணி நேரம், ஆனால் உனக்குமட்டும் இரண்டு மணி நேரம், எப்படி?'

யுவான் யோசித்தான். அவனுக்குப் பதில் கிடைத்துவிட்டது, 'ஐயா, நான் சென்ற பாதை கரடுமுரடானது. அதில் அரிசி மூட்டையுடன் ஏறி வருவது சிரமம். ஆகவே, விழுந்துவிடாதபடி மிகக் கவனமாக ஏறத் தொடங்கினேன், கொஞ்சம் கொஞ்சமாக, எனக்கு அந்தப் பாதை பழகிவிட்டது, ஆகவே, விரைவாகச் சென்று திரும்பிவிடுகிறேன்.'

இப்போது குருநாதர் புன்னகையுடன் பேசினார், 'யுவான், பாதை கரடுமுரடாக இருக்கிறதே என்று கவலைப்படாதே, அப்படிப்பட்ட பாதையில் செல்லும்போதுதான், நீ மன உறுதியோடு தைரியமாக இருக்கவேண்டும், பாதையைப்பற்றி நினைக்காமல், உன்னுடைய இலக்கு எது என்பதில்மட்டும் கவனமாக இருக்கவேண்டும்.'

இதைக் கேட்ட யுவானுக்குள் பளிச்சென்று ஒரு தீபம் எரிந்தது. அதுவரை புத்த மதத் துறவியாகப் பழகிக்கொண்டிருந்த அவன்,

ஒரு சிறந்த பயணியாகவும் உருப்பெற்றது அந்தக் கணத்தில்தான்.

புத்திசாலி மாணவரான யுவான் சுவாங், புத்தரின் வாழ்க்கையை, தத்துவங்களை நன்கு வாசித்துப் புரிந்துகொண்டார். ஆனால், அவர் படித்த சீனாவில் புத்த மதம் நன்கு பரவியிருந்தாலும்கூட, புத்தரின் போதனைகள், கொள்கைகள்பற்றிய முழுமையான புரிதல் இல்லை.

இதனால், யுவான் சுவாங் சோர்ந்து உட்கார்ந்துவிடவில்லை. சீன மொழியில் இல்லாத புத்த மதத் தத்துவங்களைத் தேடிக் கொண்டுவருவதற்காக ஓர் உலகப் பயணம் புறப்பட்டார். பல பாலைவனங்கள், காடுகள், மலைகள், பள்ளத்தாக்குகள், கடல்கள், காட்டாறுகள், பனிச் சிகரங்களைக் கடந்து, பல்வேறு ஆபத்துகளை வென்று தனது வாழ்க்கை லட்சியத்தை நிறைவேற்றினார், புத்தரின் போதனைகளுடன் சீனா திரும்பினார்.

இந்தப் பயணங்கள் அனைத்திலும் யுவான் சுவாங்கிற்குத் துணையாக நின்றது, சின்ன வயதில் அவர் கற்றுக்கொண்ட அந்தத் தத்துவம்தான்: பாதையைப்பற்றி நினைக்காதே, உன்னுடைய இலக்கு எது என்பதில்மட்டும் அக்கறை செலுத்து, அதை நோக்கித் தொடர்ந்து நடந்துகொண்டே இரு, நீ நிச்சயம் வெற்றியடைவாய்!

48. நிம்மதி நம் சாய்ஸ்

'அப்பா'

மகனின் குரல் கேட்டுத் திரும்பிப் பார்த்தார் பகவான் சந்திர போஸ், 'வாப்பா ஜெகதீஷ், என்ன விஷயம்?'

'என்னோட மேற்படிப்பு விஷயமா உங்ககிட்டே கொஞ்சம் பேசணும்ப்பா' என்றார் ஜெகதீஷ்.

பகவான் சந்திர போஸ் நிமிர்ந்து உட்கார்ந்தார். அவர் மகன் ஜெகதீஷ் சுறுசுறுப்பான பையன், கடின உழைப்பாளி, படிப்பில் ஆர்வம் அதிகம். அவனுடைய எதிர்காலத்தைப்பற்றி அவர் ஏகப்பட்ட கனவுகளை வளர்த்துக்கொண்டிருந்தார்.

ஜெகதீஷ் வயதுள்ள மற்ற பிள்ளைகளெல்லாம், பொறுப்பில்லாமல் விளையாட்டுப்போக்கில் திரிந்துகொண்டிருக்கிறார்கள். ஆனால் இவன், தானே முன்வந்து படிப்பைப்பற்றிப் பேச ஆரம்பித்திருக்கிறான். நல்ல விஷயம்தானே?

'சொல்லு ஜெகதீஷ், நீ என்ன படிக்கணும்ன்னு ஆசைப்படறே?' ஆர்வத்துடன் கேட்டார் பகவான் சந்திர போஸ்.

'நான் ஐ.சி.எஸ். படிக்க விரும்பறேன்ப்பா' என்றார் ஜெகதீஷ், 'ஆனா அதுக்கு லண்டன் போய்ப் படிக்கணும், ரொம்ப செலவாகும்.'

'செலவு கிடக்கட்டும் ஜெகதீஷ், ஐ.சி.எஸ். படிச்சுட்டு நீ என்ன செய்யப்போறே?'

இந்தக் கேள்விக்கு ஜெகதீஷிடம் பதில் இல்லை. குழப்பமாக அப்பாவை நிமிர்ந்து பார்த்தார்.

ஐ.சி.எஸ். என்பது, இந்தக் கால ஐ.ஏ.எஸ். படிப்பைப்போன்றது. ஐ.சி.எஸ். படித்துவிட்டுத் திரும்புகிறவர்கள் இங்கே பல்வேறு அரசாங்க நிர்வாக வேலைகளில் சேர்ந்து பணியாற்றுவார்கள்.

இந்த விஷயம், ஜெகதீஷுக்கும் தெரியும், அவருடைய அப்பாவுக்கும் நன்றாகவே தெரியும். ஆனாலும், இப்படித் தெரியாததுபோல் கேட்கிறாரே, ஏன்? ஜெகதீஷுக்குக் குழப்பம்.

'சொல்லு ஜெகதீஷ், நீ ஏன் ஐ.சி.எஸ். படிக்கணும்னு நினைக்கறே?' விடாமல் விசாரித்தார் பகவான் சந்திர போஸ், 'அவ்ளோ தூரம் போய்ப் படிச்சுட்டுத் திரும்பி வந்து நீ என்ன செய்வே? நம்மை அடிமைப்படுத்தியிருக்கிற இந்த வெள்ளைக்காரங்களுக்குச் சேவை செய்யப்போறியா? அதுதான் உன்னோட ஆசையா?'

அவமானத்துடன் தலை குனிந்தார் ஜெகதீஷ். அப்பாவின் வார்த்தைகளில் இருக்கும் நியாயம் அவர் நெஞ்சைச் சுட்டது.

'ஜெகதீஷ், உன்னோட விருப்பத்தைக் கெடுக்கணும்னு நான் எப்பவும் நினைக்கமாட்டேன்' என்றார் பகவான் சந்திர போஸ், 'ஆனா, நீ ஐ.சி.எஸ். படிச்சு ஒரு பெரிய அதிகாரியா வர்றதைவிட, நம்ம நாட்டு மக்களுக்குப் பயன்படறமாதிரி ஏதாவது படிக்கணும், உன்னால நம்ம ஜனங்க நாலு பேர் சந்தோஷப்படணும், அதுதான் என்னோட ஆசை.'

'சரிப்பா' சம்மதமாகத் தலையசைத்தார் ஜெகதீஷ், 'நீங்க சொன்னா சரியாதான் இருக்கும், நான் உங்க விருப்பம்போல வேற ஏதாவது படிப்பிலே சேர்ந்துக்கறேன்.'

அப்பா தன்னுடைய ஐ.சி.எஸ். கனவைச் சிதைத்துவிட்டாரே என்று ஜெகதீஷ் கோபப்படவில்லை. அவருடைய உணர்வுகளுக்கு மரியாதை கொடுத்துத் தனது திட்டங்களை மாற்றிக்கொண்டார்.

ஐ.சி.எஸ். படிப்புதான் இல்லை என்றாகிவிட்டது. வேறு என்ன படிக்கலாம்?

ரொம்ப யோசித்தபிறகு, ஜெகதீஷ் ஒரு முடிவுக்கு வந்தார், 'நான் டாக்டராகப் போகிறேன்!'

தன் மகன் மருத்துவக் கல்லூரியில் சேர்வது பகவான் சந்திர போஸுக்கும் சந்தோஷம்தான். அவன் படித்துப் பெரிய டாக்டராகி, பண ஆசை இல்லாமல் ஏழை, எளிய மக்களுக்குச் சேவை செய்யவேண்டும் என்று அறிவுரை சொல்லி ஜெகதீஷைக் கல்லூரிக்கு அனுப்பிவைத்தார்.

இங்கிலாந்து சென்ற ஜெகதீஷ், லண்டன் பல்கலைக்கழகத்தில் மருத்துவம் படிக்கச் சேர்ந்தார். புதிய தேசம், புதிய சூழ்நிலை, வகுப்புகள், பாடங்கள் எல்லாமே அவருக்கு மிகவும் பிடித்திருந்தது.

சின்ன வயதிலிருந்தே ஜெகதீஷுக்குக் கேள்வி கேட்கும் ஆர்வம் அதிகம். ஆரம்பத்தில் தன்னுடைய பெற்றோர், உறவினர்களைத் தொல்லைப்படுத்திக்கொண்டிருந்தவர், பிறகு ஆசிரியர்களைச் சந்தேகம் கேட்டுத் துளைக்க ஆரம்பித்தார். எந்த ஒரு விஷயத்தையும் முழுமையாகக் கேட்டு, படித்துத் தெளிவாகத் தெரிந்துகொள்ளும்வரை அவருக்குத் திருப்தியே ஏற்படாது.

இதனால், பள்ளிப் பாடங்களையும் புத்தகங்களையும் அவர் ஒரு சுமையாகவே நினைக்கவில்லை. படிக்கும் ஆர்வம் அவருக்கு இயல்பாகவே அமைந்திருந்தது.

சீக்கிரத்திலேயே, அந்த மருத்துவக் கல்லூரிப் பேராசிரியர்கள் எல்லோருக்கும் ஜெகதீஷைப் பிடித்துப்போய்விட்டது. அவர் கேட்கும் புத்திசாலித்தனமான கேள்விகள், சொல்லித்தரும் விஷயங்களைச் சட்டென்று புரிந்துகொள்ளும் கற்பூர புத்தி எல்லாவற்றையும் அவர்கள் மனதாரப் பாராட்டினார்கள்.

அன்றைக்கு அவர்கள் கல்லூரியில் 'அனாடமி' வகுப்பு. இறந்து போன மனித உடல்களை அறுத்துப் பார்த்து, உள்ளே இருக்கிற

பல்வேறு உறுப்புகளைப் புரிந்துகொள்ளும் 'ப்ராக்டிகல்' பாடம் அது.

அனாடமி வகுப்பில், மருத்துவக் கல்லூரி மாணவர்களின் பயிற்சிக்காக, இறந்த உடல்களை ரசாயனக் கலவையில் போட்டுப் பாதுகாத்து வைத்திருப்பார்கள். இதனால், அந்த அறைக்குள் நுழைந்தாலே 'குப்'பென்று நாற்றம் மூக்கைத் துளைக்கும்.

பல மாணவர்களால், இந்த நாற்றத்தைப் பொறுத்துக்கொள்ள முடியாது. அப்படியே சகித்துக்கொண்டு உள்ளே வருகிறவர்கள்கூட, மனித உடல் அறுக்கப்படுகிற காட்சியைப் பார்த்துப் பயந்துபோவார்கள், சிலர் மயக்கம் போட்டு விழுந்துவிடுவதும்கூட உண்டு.

அன்றைக்குதான், ஜெகதீஷ் முதன்முறையாக அனாடமி வகுப்புக்குள் நுழைகிறார். ரசாயனக் கலவைகளின் விநோதமான காக்டெயில் மணம் அவருடைய நாசியைத் தாக்க ஆரம்பித்தது.

சில நிமிடங்களுக்குப்பிறகு, அவருக்குத் தலை சுற்ற ஆரம்பித்து விட்டது, உடம்பெல்லாம் தகித்தது, அப்படியே மூக்கைப் பொத்திக்கொண்டு உட்கார்ந்துவிட்டார்.

'ஜெகதீஷ், உனக்கு என்னாச்சு?' பதறியபடி சக மாணவர்களும் ஆசிரியர்களும் ஓடிவந்தார்கள்.

'ஒ-ஒண்ணுமில்லை' என்று சமாளிக்க முயன்றார் ஜெகதீஷ். ஆனால், அவருடைய முகத்தில் வேதனை தெளிவாகத் தெரிந்தது.

யாரோ ஜெகதீஷின் கழுத்தைத் தொட்டுப் பார்த்துவிட்டு, 'அச்சச்சோ, ரொம்ப ஜுரம் அடிக்குது' என்றார்கள், 'இவரை உடனடியா ரூம்க்கு அழைச்சுகிட்டுப் போங்க, கொஞ்சம் ரெஸ்ட் எடுக்கட்டும்.'

அன்றுமுழுவதும் ஜெகதீஷுக்குப் பயங்கர காய்ச்சல். இரண்டு நாள் கழித்துதான் அவருடைய உடல்நிலை ஓரளவு தேறியது, வழக்கம்போல் தனது வகுப்புகளுக்குச் செல்ல ஆரம்பித்தார்.

ஒரு வாரம் கழித்து, மீண்டும் அனாடமி வகுப்பு. லேசான பயத்துடன் உள்ளே நுழைந்தார் ஜெகதீஷ்.

மீண்டும் அதே வாசனை. சில நிமிடங்களில் தளர்ந்துபோய்க் கீழே விழுந்துவிட்டார்.

மறுபடியும், அவரை அறைக்குக் கொண்டுவந்தார்கள். அதே ஜுரம். எழுந்திருக்கக்கூட முடியாமல் சோர்ந்துபோய்க் கிடந்தார் ஜெகதீஷ்.

அவரைப் பரிசோதித்த டாக்டர், வருத்தத்துடன் உதட்டைப் பிதுக்கினார், 'ஜெகதீஷ், உங்களுக்கு அந்த ரசாயனக் கலவைகளோட ஸ்மெல் ஒத்துக்கலை, இனிமே நீங்க அந்தப் பக்கமே போகாம தவிர்க்கறதுதான் நல்லது.'

அனாடமி படிக்காவிட்டால் எப்படி டாக்டர் ஆவது? வேறு வழியில்லாமல், ஜெகதீஷ் மருத்துவக் கல்லூரியிலிருந்து விலகவேண்டியிருந்தது.

ஆக, ஜெகதீஷின் முதல் சாய்ஸும் அவருக்குக் கிடைக்கவில்லை, இரண்டாவது சாய்ஸும் உடல்நிலை காரணமாகப் பறிக்கப்பட்டுவிட்டது.

கடைசியாக, ஜெகதீஷ் ஓர் அறிவியல் கல்லூரியில் சேர்ந்தார். அங்கேதான், அவருடைய திறமைக்கும் ஆர்வத்துக்கும் முழுமையான தீனி கிடைத்தது.

இயற்பியல், உயிரியல், தாவரவியல் என்று பல்வேறு அறிவியல் பிரிவுகளை நிறையவும், நிறைவாகவும் படித்த ஜெகதீஷ், இந்தியா திரும்பினார், ஆசிரியராகப் பணியாற்றினார், ஓய்வு நேரத்தில் பல்வேறு ஆராய்ச்சிகளில் ஈடுபட்டுப் புதுப்புது விஷயங்களைக் கண்டறிந்து புகழ் பெற்றார். அவருடைய பலதுறை ஆய்வுகள், கண்டுபிடிப்புகள் ஜெகதீஷுக்கு சர்வதேசப் புகழைத் தேடித் தந்தன.

ஒருவேளை, ஜெகதீஷ் தனது விருப்பம்போல் ஐ.சி.எஸ்.ஸோ, மருத்துவமோ படித்திருந்தால், ஒரு நல்ல அதிகாரியாக, அல்லது ராசியான டாக்டராகமட்டும் பெயர் வாங்கியிருக்கலாம். ஆனால்

இப்போது, ஜெகதீஷ் சந்திர போஸ் என்றால் ஒட்டுமொத்த உலகத்துக்கும் தெரியும். இந்தியாவின் நவீன அறிவியல் அடையாளங்களில் ஒருவராகக் கௌரவிக்கப்படுகிறவர் அவர்!

சில சமயங்களில், நமது முதல் சாய்ஸ், இரண்டாவது சாய்ஸ்கள் ஒத்துவருவதில்லை, நாம் விரும்பியது கிடைக்காததால், காலம் நமக்கு விதித்த மூன்றாவது சாய்ஸையோ, நான்காவது சாய்ஸையோ ஏற்றுக்கொள்கிறோம். ஆனால் அதில் முழுமையாக ஈடுபடாமல் வருத்தப்பட்டு பாரம் சுமக்கிறோம்.

அதற்குப் பதிலாக, அந்த அநாவசிய பாரத்தைத் தூக்கி எறிந்துவிட்டு, நமக்குக் கிடைத்ததை மனதார விரும்பத் தொடங்கிவிட்டால், அதில் முழு மனத்துடன் உள்ளிறங்கி உழைத்தால், அதன்பிறகு நிம்மதியே நம் சாய்ஸ்!

49. பிழை திருத்தம்

பெரி அவசரமாகக் கிளம்பிக்கொண்டிருந்தான்.

அவன் கடிகாரத்தைப் பார்த்துவிட்டுத் துடிப்பதையும், பரபரப்பாக உடை உடுத்துவதையும் பெரியின் தாத்தா, பாட்டி புன்னகையோடு பார்த்தார்கள். பேரனின் ஒவ்வோர் அசைவும் அவர்களுக்குப் பெருமையான விஷயமாக இருந்தது.

'இப்போல்லாம் பெரி ரொம்ப மாறிட்டான்' மெலிதான குரலில் சொன்னார் தாத்தா.

'ஆமாம்' என்று நிம்மதிப் பெருமூச்சு விட்டார் பாட்டி, 'அவன்கிட்டே இருந்த எல்லாக் கெட்ட பழக்கமும் காணாம போயிடுச்சு.'

'இத்தனைக்கும் என்ன காரணம் தெரியுமா?'

'நல்லாத் தெரியுமே' பாட்டி முகத்தில் மகிழ்ச்சிச் சிரிப்பு, 'அந்த பேஸ்கட்பால் ஆட்டம், அதுதான் அவனைப் பழையபடி மாத்தியிருக்கு!'

பெரி நன்றாகப் படிக்கிற பையன்தான். ஆனால், அப்பா, அம்மாவைப் பிரிந்து தனியே வாழ்கிற சோகமோ என்னவோ, பிடிவாத குணம் அதிகமாகிவிட்டது.

அதுகூடப் பரவாயில்லை. நண்பர்களுடன் சேர்ந்து புகை பிடிக்க ஆரம்பித்தான். அப்படியே போதையின் பாதையில் போய் விழுந்துவிட்டான்.

பெரியின் தாத்தா, பாட்டிக்குக் கவலை தொற்றிக்கொண்டது. தங்கள் பேரன் மீண்டு வருவானா என்கிற ஏக்கத்திலேயே அவர்களுக்குச் சில வயது கூடிவிட்டது.

நல்ல வேளையாக, அந்த நேரத்தில் பெரியின் கவனம் கூடைப்பந்து (பேஸ்கட்பால்) ஆட்டத்தின்மீது திரும்பியது. விளையாட்டு ஆர்வத்தில் கொஞ்சம் கொஞ்சமாகப் பழைய போதை சமாசாரங்களை மறக்க ஆரம்பித்தான்.

சீக்கிரத்திலேயே, பள்ளி பேஸ்கட்பால் அணியின் நட்சத்திர வீரனாகிவிட்டான் பெரி. ஒவ்வொரு போட்டியிலும், அவன் விளையாடுவதைப் பார்ப்பதற்காகவே ரசிகர்கள் வந்து குவிந்தார்கள்.

இந்தப் புகழ் வெளிச்சமும், போட்டியில் நன்றாக விளையாடி ஜெயிப்பதில் இருக்கிற சந்தோஷமும் பெரிக்கு மிகவும் பிடித்துப்போய்விட்டது. தன்னுடைய முழு கவனத்தையும் கூடைப்பந்துப் பயிற்சியில் செலுத்த ஆரம்பித்தான்.

இதோ, இப்போதுகூட அந்தப் பயிற்சிக்குதான் புறப்பட்டுக் கொண்டிருக்கிறான் பெரி. அவனுடைய முகத்தில்தான் எத்தனை மகிழ்ச்சி, உற்சாகம், எதிர்பார்ப்பு, ஆனந்தம்!

ஷூ அணிந்துகொண்ட பெரி உற்சாகமாக எழுந்தான், ‘தாத்தா, பாட்டி, நான் ப்ராக்டிஸ்க்குப் போய்ட்டு வர்றேன்’ என்று சத்தமாகச் சொல்லிவிட்டுப் புறப்பட்டான்.

வழியெல்லாம், பெரியின் கை, கால்கள் சும்மா இருக்கவில்லை. பந்து இல்லாவிட்டாலும்கூட, நேற்றைக்குக் கற்றுக்கொண்ட ஆட்ட நுணுக்கங்களைப் பாவனையாகப் பழகிப் பார்த்தபடி விரைந்தான் அவன்.

பள்ளி மைதானத்துக்குள் நுழையும்போது, பெரியின் உடல்மட்டுமில்லை, மனமும் துள்ளிக்கொண்டிருந்தது,

இன்றைக்குக் கோச் என்ன புதிதாகச் சொல்லிக்கொடுப்பார் என்று கற்பனை செய்து பார்த்தாலே, அவனுக்குப் பரவசமாக இருந்தது.

தூரத்திலேயே பெரியைப் பார்த்துவிட்ட ஒரு நண்பன் அவசரமாக ஓடிவந்தான், 'பெரி, பெரி, உனக்கு ஒரு விஷயம் சொல்லணும்.'

'என்ன விஷயம்? சீக்கிரம் சொல்லு' என்று எரிந்து விழுந்தான் பெரி, 'எனக்கு ப்ராக்டீஸ்க்கு லேட்டாச்சு.'

அந்தப் பையன் கொஞ்சம் தயங்கினான், 'பெரி, உன்னை டீம்ல இருந்து எடுத்துட்டாங்க.'

'வாட்?' மின்சாரக் கம்பியைத் தொட்டதுபோல் அதிர்ந்தான் பெரி, 'நீ என்ன சொல்றே?'

'நிஜமாதான் சொல்றேன் பெரி' என்றான் அவன், 'இப்பதான் கோச் அறிவிச்சார், உனக்குப் பதிலா இன்னொரு பையனை செலக்ட் பண்ணியிருக்காங்க.'

பெரி அப்படியே தளர்ந்துபோய் உட்கார்ந்துவிட்டான். என்னை ஏன் நீக்கினார்கள்? நான் என்ன தப்புச் செய்தேன்? என்னிடம் என்ன குறை?

அவனுடைய உணர்வுகளைப் புரிந்துகொண்ட அந்த நண்பன், பக்கத்திலேயே உட்கார்ந்து ஆறுதல் சொல்ல முயன்றான், 'இந்த விஷயத்தில உன்மேல எந்தத் தப்பும் இல்லை பெரி, உன்னை அவங்க நீக்கினதுக்கு வேற ஒரு காரணம் இருக்கு.'

'என்ன காரணம்?'

அவன் மறுபடி தயங்கினான். பின்னர் தைரியத்தைச் சேர்த்துக்கொண்டு, 'நீ ஒரு கறுப்பன்' என்றான், 'அதனாலதான், உன்னை நீக்கிட்டு இன்னொரு வெள்ளையனை டீம்ல சேர்த்திருக்காங்க.'

'இது என்ன பைத்தியக்காரத்தனம்?' ஆதங்கத்துடன் கேட்டான் பெரி, 'நான் கறுப்பா, சிவப்பா-ங்கறதுதான் இங்கே முக்கியமா?

எனக்கு விளையாடத் தெரிஞ்சிருந்தாப் போதாதா?'

'ம்ஹூம், போதாது பெரி' என்றான் அந்த நண்பன், 'சில எதார்த்தங்களை நீ புரிஞ்சுக்கணும்.'

'மண்ணாங்கட்டி' கோபமாகச் சொல்லிவிட்டு எழுந்தான் பெரி, 'நான் கிளம்பறேன்.'

'பெரி, கொஞ்சம் நில்லு, நான் சொல்றதைக் கேளு' அந்த நண்பன் கெஞ்சிக்கொண்டிருக்கும்போதே பெரி அதிவேகமாக ஓடி மறைந்துவிட்டான்.

வீடு திரும்பும் வழியெல்லாம், பெரி தனக்கு இழைக்கப்பட்ட அநீதியை நினைத்துக் குமுறிக்கொண்டிருந்தான். அப்போதுதான், அவனுக்கு அந்தப் பழைய புகைப்படத்தின் ஞாபகம் வந்தது.

சில வருடங்களுக்குமுன்னால், ஏதோ ஒரு பத்திரிகையில் பார்த்த கொடூரமான புகைப்படம் அது. அந்தப் படமும், கூடவே வெளியாகியிருந்த செய்தியும் பெரியால் என்றைக்கும் மறக்கமுடியாதவை.

யாரோ ஒரு கறுப்பின மாணவன், தன்னுடைய தோலின் நிறம் காரணமாகத் தனக்கு இழைக்கப்படும் கொடுமைகளை நினைத்து மனம் வருந்தியிருக்கிறான். எப்படியாவது தனது தோலை வெள்ளையாக்கிக்கொண்டுவிடவேண்டும் என்று நினைத்து, ஏதோ சில ரசாயனப் பொருள்களைப் பூசிக்கொண்டுவிட்டான்.

அந்த ரசாயனங்கள், அவனுடைய தோலில் சில விபரீத விளைவுகளை உண்டாக்கிவிட்டன. இதனால் உடம்பெல்லாம் காயத்துடன், முன்பைவிடப் பரிதாபமான நிலைமைக்கு ஆளாகிவிட்டான் அந்தப் பையன்.

ஒருவன் உடம்பெல்லாம் வெந்துபோகும் அளவுக்கு ஏதோ ஒரு ரசாயனத்தைப் பூசிக்கொள்கிறான் என்றால், அவன் எப்பேர்ப்பட்ட கொடுமைகளை அனுபவித்திருக்கவேண்டும்? அந்த மாணவனின் மனோநிலையை பெரியால் இப்போது நன்றாக உணரமுடிந்தது.

ஆனால், இதற்குமேல் என்ன செய்யமுடியும்? விளையாட்டு அணியிலிருந்து அவனை நீக்கிவிட்டார்கள், எவ்வளவுதான் புலம்பினாலும், அவர்கள் மீண்டும் அவனை உள்ளே அனுமதிக்கப்போவதில்லை.

ஆகவே, தாற்காலிகமாக பேஸ்கட்பாலை மறந்து, தன்னுடைய பாடப் புத்தகங்களின்மீது முழு கவனம் செலுத்த ஆரம்பித்தான் பெரி. வகுப்புப் பாடங்களோடு நிறுத்திவிடாமல், தன் வீட்டில் இருந்த மற்ற புத்தகங்களையும் தேடிப் பிடித்துப் படிக்கத் தொடங்கினான்.

அப்போதுதான், அவனுக்கு ஆபிரஹாம் லிங்கன் அறிமுகமானார், மார்ட்டின் லூதர் கிங் அறிமுகமானார், மால்கம் எக்ஸ் அறிமுகமானார், இன்னும் கறுப்பினத்தவரின் முன்னேற்றத்துக்காகப் பாடுபட்ட எத்தனையோ தலைவர்களைப் பற்றி விரிவாகப் படித்துத் தெரிந்துகொண்டான் பெரி.

கொஞ்சம் கொஞ்சமாக, தன்னைப்போல் கறுப்புத் தோல் கொண்டவர்கள் சமூகத்தில் எப்படிப்பட்ட கொடுமைகளை அனுபவித்திருக்கிறார்கள் என்பது அவனுக்கு விளங்கத் தொடங்கியது. இந்தச் சமூக அநீதியைச் சரிசெய்வதற்கு என்ன வழி என்று மனத்துக்குள் யோசிக்க ஆரம்பித்தான்.

அதன்பிறகு, பெரி எப்போதும் தான் ஒரு கறுப்பன் என்பதற்காகத் தலைகுனிந்தது கிடையாது. ‘நானும் உன்னைப்போல் ஒரு மனிதன்தான், உனக்கு உள்ள எல்லா உரிமைகளும் எனக்கும் உண்டு’ என்று நெஞ்சு நிமிர்த்திச் சொல்லப் பழகினான்.

அந்தத் தைரியம்தான், பெரி என்கிற பராக் ஒபாமாவை உரத்த சிந்தனையாளர் ஆக்கியது, நல்ல பேச்சாளராக்கியது, சிறந்த அரசியல்வாதியாக்கியது, அவருடைய தன்னம்பிக்கையை வளர்த்து முன்னேற்றத்துக்குத் துணைபுரிந்தது.

இன்றைக்கு, உலகின் மிகப் பெரிய வல்லரசாகிய அமெரிக்காவின் முதலாவது கறுப்பின அதிபராகச் சரித்திரம் படைத்திருக்கிறார் பராக் ஒபாமா. அவருடைய ஆட்சியின்கீழ் கறுப்பர்களுக்கு நிஜமான சம உரிமையும் வாழ்க்கை முன்னேற்றமும் ஏற்படும்

என்று மக்கள் ஆவலுடன் எதிர்பார்த்துக்கொண்டிருக்கிறார்கள்.

நாம் எல்லோருமே, வாழ்க்கையின் ஏதோ ஒரு கட்டத்தில் அநீதியைச் சந்திக்கவேண்டியிருக்கிறது. அப்போது 'எனக்கு இப்படி நேர்ந்துவிட்டதே' என்கிற வருத்தத்தில் முடங்கிவிடாமல், அந்தப் பிழையைத் திருத்த என்ன செய்யமுடியும் என்பதில்தான் நம்முடைய கவனம் இருக்கவேண்டும். அந்த நோக்கத்துடன் முனைந்து உழைத்தால், நம்மைக் குட்டியவர்கள் தலையில் நாளை நாம் குட்டலாம்!

50. ‘புதிய’வர்கள்

அந்தப் படத்தின் பெயர், ‘பாச வலை’.

இப்படிப் பெயர் வைத்ததுதான் காரணமோ, என்னவோ, இப்போது அது ஒரு பெரிய பிரச்னை வலையில் சிக்கித் தவித்துக்கொண்டிருந்தது.

இத்தனைக்கும், அந்தப் படத்தில் வேலை செய்த யாரும் சாதாரண நபர்கள் இல்லை, மகா திறமைசாலிகள். இசைக்கு விஸ்வநாதன், ராமமூர்த்தி, பாடல் எழுதுவதற்குக் கண்ணதாசன், மருதகாசி என்று அட்டகாசமான ஓர் அணியை வளைத்துப்போட்டிருந்தார்கள்.

ஆனாலும், பாடல் பதிவு தொடங்கிய இரண்டாவது நாளே பிரச்னை. வேலைகள் பாதியில் நிற்கின்றன!

விஷயம் இதுதான் - இசையமைப்பாளர் எம். எஸ். விஸ்வநாதன் கொடுத்த ஒரு மெட்டுக்கு, சரியான பாடல் வரிகள் அமையவில்லை.

‘சரி, போகட்டும்’ என்று கிடைத்ததை வைத்துக்கொண்டு சும்மா இருந்துவிடமுடியாது. படத்தின் மிக முக்கியமான ஒரு காட்சியில் வருகிற பாட்டு இது. பாடல் வரிகள் அதற்குப் பொருத்தமாக அமையாவிட்டால் நன்றாக இருக்காது.

கண்ணதாசன், மருதகாசி இருவருமே பிரபல கவிஞர்கள். எளிய வார்த்தைகளில் அழகான வர்ணனைகள், அற்புதமான

தத்துவங்களை, சிந்தனைகளை அடைத்துக் கொடுத்துவிடக்கூடிய கில்லாடிகள்.

ஆனால், இந்த ஒரு மெட்டுமட்டும், அவர்களுக்குப் பெரிய சவாலாக அமைந்துவிட்டது. திரும்பத் திரும்ப ஏதேதோ எழுதிப் பார்க்கிறார்கள், மாற்றி எழுதுகிறார்கள், திருத்தம் செய்கிறார்கள், கடைசியில் ஒன்றும் பிரயோஜனம் இல்லை, அவர்களுக்கே திருப்தி வராமல் எழுதியதைக் கிழித்துப் போட்டுவிட்டு மறுபடியும் ஆரம்பத்திலிருந்து தொடங்குகிறார்கள்.

இரண்டு நாளாக, அவர்கள் கிழித்துப் போட்ட காகிதக் குப்பைகள்தான் அதிகரித்திருக்கின்றன. அந்த ஒரு பாடல்மட்டும் இன்னும் எழுதப்படவில்லை.

இசையமைப்பாளர் எம்.எஸ். விஸ்வநாதன் தவிப்பின் உச்சத்தில் இருந்தார். எப்போது நல்ல பாடல் வரிகளாக அமைந்து, எப்போது பதிவு செய்து, எப்போது படப்பிடிப்புக்கு அனுப்புவது? நினைக்க நினைக்க அவருக்குக் கவலை அதிகரித்தது.

அப்போது, அந்த ஒலிப்பதிவு அறையின் கதவு மெல்லத் திறக்கப்பட்டது. சத்தம் கேட்டுத் திரும்பிப் பார்த்த எம்.எஸ். வி.யின் முகம் லேசாக மலர்ந்தது, ‘வாங்க சுலைமான்’ என்றார்.

சுலைமான், அந்தப் பட நிறுவனத்தில் பணிபுரியும் தயாரிப்பு நிர்வாகி. அவரோடு கூடவே, இன்னோர் இளைஞரும் வந்திருந்தார்.

எம்.எஸ்.வி.க்கு இன்னும் பதற்றம் குறைந்திருக்கவில்லை. அவர்கள் இருவரையும் கவனமில்லாமல் பார்த்தார், ‘என்ன விஷயம்?’ என்றார்.

‘இந்தத் தம்பி பேரு கல்யாண சுந்தரம்’ என்றார் சுலைமான், ‘இவர் நல்ல திறமையுள்ள கவிஞர், இப்போ சில படங்கள்ல பாட்டு எழுதிக்கிட்டிருக்கார், உங்ககிட்டே ஏதாவது வாய்ப்புக் கிடைக்குமான்னு கேட்கறதுக்காக வந்திருக்கார்.’

எம்.எஸ்.வி. அந்த இளைஞரைச் சரியாகப் பார்க்கக்கூட இல்லை, ‘கவிஞரா? சரி சந்தோஷம்’ என்றார் ஆர்வமின்றி, ‘நாம இன்னொரு நாள் நல்லா, நிதானமாப் பேசலாமே,

இப்போ நான் கொஞ்சம் பிஸியா இருக்கேன்.'

சுலைமான் மீண்டும் பேசினார், 'சார், இப்போ நம்ம படத்தில ஒரு பாட்டுக்கு சரியான வரிகள் கிடைக்காம இருக்குதில்லையா?'

'ஆமா, அதுக்கென்ன?'

'அந்த விஷயத்தை இந்தத் தம்பிகிட்டே சொன்னேன், அவர் இந்தக் காட்சிக்குப் பொருத்தமா ஒரு பாட்டு எழுதிக் கொண்டுவந்திருக்கார்' என்றார் சுலைமான், 'நீங்க கொஞ்சம் படிச்சுப் பாருங்க, சரியா இருந்துச்சுன்னா உங்க இஷ்டம்போல பயன்படுத்திக்கோங்க.'

அவர் இப்படிச் சொன்னதும், எம்.எஸ். விஸ்வநாதனுக்குச் சிரிப்பு வந்துவிட்டது. அதை அடக்கிக்கொண்டு, 'என்ன சுலைமான்? விளையாடறீங்களா?' என்று சற்றே கோபத்துடன் கேட்டார், 'கண்ணதாசனும் மருதகாசியுமே இந்த ட்யூனை வெச்சுகிட்டு ரெண்டு நாளா சிரமப்பட்டுகிட்டிருக்காங்க, அவ்ளோ கஷ்டமான மெட்டுக்கு இந்தப் புதுக் கவிஞரால எப்படிப் பாட்டெழுதமுடியும்? அதெல்லாம் சரிப்படாது.'

'சார், தயவுசெஞ்சு நீங்க அப்படிச் சொல்லக்கூடாது' கெஞ்சுகிற தொனியில் கேட்டார் சுலைமான், 'எனக்காக ஒரே ஒரு தடவைமட்டும் இவர் எழுதியிருக்கிறதைப் படிச்சுப் பாருங்க, ஒருவேளை உங்களுக்குப் பிடிக்கலைன்னா அப்படியே விட்டுடலாம்.'

எம்.எஸ்.வி.க்கு எரிச்சல், நான் ஏற்கெனவே சரியான பாடல் வரிகள் கிடைக்காமல் திணறிக்கொண்டிருக்கிறேன், இந்த நேரத்தில் இவர் ஒரு புதுக் கவிஞரைக் கூட்டி வந்து இப்படித் தொல்லை செய்கிறாரே என்று மனத்துக்குள் சலித்துக்கொண்டார்.

சரி போகட்டும், அப்படி இந்த இளைஞர் என்னதான் புதுசாக எழுதியிருக்கிறார்? அதையும் கொஞ்சம் படித்துப் பார்த்துவிடலாமே!

எம்.எஸ்.வி. அரைமனதாகக் கையை நீட்டியதும், அந்தக் கவிஞர் முகத்தில் அளவில்லாத சந்தோஷம். சட்டென்று தான் எழுதிவைத்திருந்த பாடல் வரிகளை அவரிடம் நீட்டினார்.

குட்டி ஆடு தப்பி வந்தா, குள்ள நரிக்குச் சொந்தம்!
குள்ள நரி மாட்டிக்கிட்டா, கொறவனுக்குச் சொந்தம்!
தட்டுக்கெட்ட மனிதர் கண்ணில் பட்டதெல்லாம் சொந்தம்!
சட்டப்படி பார்க்கப்போனா, எட்டடிதான் சொந்தம்!

இந்த ஆரம்ப வரிகளைப் படித்தவுடனேயே, சட்டென்று எம். எஸ். விஸ்வநாதனின் புருவம் உயர்ந்தது. ஆர்வத்துடன் மிச்சப் பாடலையும் தொடர்ந்து வாசித்தார்.

ஒரே மூச்சில் அத்தனை வரிகளையும் படித்து முடித்த எம். எஸ்.வி, அப்படியே பிரமிப்பில் எழுந்து நின்றுவிட்டார், ‘பிரமாதமா எழுதியிருக்கீங்க’ என்று அந்த இளைஞனை மனதாரப் பாராட்டினார்.

நினைக்க நினைக்க, அவருக்கு ஆச்சர்யம் தீரவே இல்லை. காட்சிக்குப் பொருத்தமாக, மெட்டுக்கு இசைவாக, அதேசமயம் கருத்து ஆழத்திலும் குறை வைக்காமல் அற்புதமான ஒரு சாதனையை நிகழ்த்திவிட்டானே இந்த இளைஞன் என்று மகிழ்ந்துபோனார்.

எம்.எஸ்.வி. மட்டுமில்லை, அந்தப் பாடலைக் கேட்ட எல்லோருமே கல்யாண சுந்தரம் என்கிற அந்த இளைஞரின் எளிய, இனிய தமிழில் மயங்கிப்போனார்கள். அதன்பிறகு, அவருக்கு ஏராளமான பாடல் வாய்ப்புகள் வந்து குவியத் தொடங்கின.

பட்டுக்கோட்டை கல்யாண சுந்தரம் அதிக நாள் வாழவில்லை. சினிமாவில் அவர் பாட்டு எழுதியதும் சில வருடங்கள்தான். ஆனால் அந்தக் குறுகிய காலகட்டத்துக்குள் அவர் செய்த சாதனைகள், இன்றுவரை யாராலும் எட்டிப்பிடிக்க முடியாதவை. காலத்தால் அழியாத பல அற்புதப் பாடல்களைக் கொடுத்து ரசிகர்கள் உள்ளத்தில் நிரந்தரமான ஓர் இடத்தைப் பிடித்திருக்கிறார் அவர்.

ஆனால், அன்றைக்கு எம்.எஸ். விஸ்வநாதன் அவருடைய பாடலைப் படிக்க மறுத்திருந்தால்? ஒருவேளை, பட்டுக்கோட்டை கல்யாண சுந்தரம் என்கிற அற்புதக் கலைஞன் பிரபலமாகாமலே பத்தோடு பதினொன்றாக மறைந்துபோயிருக்கக்கூடும், அது தமிழ்

சினிமாவுக்கும், கவிதைக்கும் எப்பேர்ப்பட்ட இழப்பாகியிருக்கும் என்று இப்போது யோசித்துப் பார்த்தாலும் 'பகீர்' என்கிறது!

இந்த விஷயம், வேறு யாருக்குப் புரிந்ததோ இல்லையோ, எம். எஸ். விஸ்வநாதன் அவர்களுக்கு நன்றாகப் புரிந்துவிட்டது. கவிஞர் கல்யாண சுந்தரத்தின் பாடலை முதன்முறையாகப் படித்த தினத்தன்று, அவர் தனக்குள் ஒரு சபதம் செய்துகொண்டார்.

'இனிமேல், என்னைப் பார்ப்பதற்கு யார் வந்தாலும் அலட்சியப்படுத்தமாட்டேன், வாய்ப்புக் கேட்டு வருகிறவர்களை அப்புறமாப் பார்க்கலாம் என்று தள்ளிப்போடமாட்டேன், புதியவர்களின் படைப்புகளுக்கு மரியாதை கொடுத்து உடனே கவனிப்பேன், அவை சிறப்பாக இருந்தால் கண்டிப்பாகப் பயன்படுத்திக்கொள்வேன்.'

நம்முடைய தினசரி வாழ்க்கையில், சில சமயம் நாம் அந்தக் கவிஞரைப்போல் இருக்கிறோம், வேறு சில சமயங்களில் அந்த இசையமைப்பாளரைப்போல் நடந்துகொள்கிறோம்.

ஆகவே, இந்தத் திருப்புமுனைச் சம்பவத்தில் நமக்கு ஒரு செய்தி அல்ல, இரண்டு செய்திகள் இருக்கின்றன!

முதல் செய்தி, ஒரு புதிய விஷயத்தைச் செய்ய வாய்ப்புத் தேடும்போது, சுலபத்தில் நம்பிக்கை இழந்துவிடக்கூடாது. விடாமுயற்சியோடு தொடர்ந்து உழைத்துக்கொண்டே இருந்தால்தான் நாம் தேடி அலைகிற அந்த வாய்ப்பு தானாகக் கையில் வந்து விழும்!

இரண்டாவது செய்தி, புதியவர் என்பதற்காக யாரையும் அலட்சியப்படுத்திவிடாதீர்கள். இன்றைக்குப் பெரிய சாதனையாளர்களாக இருக்கும் எல்லோருமே, ஆரம்பத்தில் பூஜ்ஜியமாகத் தொடங்கி, படிப்படியாக முன்னுக்கு வந்தவர்கள்தான்.

தன் திறமையை நிரூபிக்க ஒரு நல்ல சந்தர்ப்பம் கிடைத்துவிடாதா என்று ஏங்கிக்கொண்டிருக்கும் ஒருவருக்கு நீங்கள் வாய்ப்புத் தராவிட்டாலும்கூடப் பரவாயில்லை, ஊக்கம் தரத் தவறிவிடாதீர்கள்!

51. அன்புச் சாவி

‘குட் மார்னிங் ஹெலன்’ அன்பாக அவளுடைய கன்னத்தைத் தட்டிக்கொடுத்தார் அம்மா.

ஹெலன் அம்மாவுக்குக் ‘குட் மார்னிங்’ சொல்லவில்லை. கையைக் கட்டிக்கொண்டு எங்கேயோ தூரத்தில் வெறித்துப் பார்த்துக்கொண்டிருந்தாள்.

‘என்னாச்சு ஹெலன்? ஏன் கோவமா இருக்கே?’

அப்போதும், ஹெலனின் உதடுகள் இறுக மூடிக்கொண்டுதான் இருந்தன. இன்றைக்கு யாருடனும் ஒரு வார்த்தைகூடப் பேசமாட்டேன் என்று சபதம் எடுத்துவிட்டவளைப்போல் பிடிவாதமாக உட்கார்ந்திருந்தாள் அவள்.

ஹெலனின் தாய் கேட் பெருமூச்சுடன் எழுந்துகொண்டார். ஒரு பீங்கான் தட்டில் காலை உணவைப் போட்டு அவள் கையில் கொடுத்தார், ‘சாப்பிடும்மா’

அடுத்த நிமிடம், அந்தத் தட்டைக் கோபமாகத் தூக்கி எறிந்தாள் ஹெலன், ‘எனக்குச் சாப்பாடு வேணாம்.’

‘ஏன் ஹெலன்? என்னாச்சு?’ கேட் பதறினார், ‘உனக்கு என்ன சாப்பாடு வேணும்ன்னு சொல்லு, எதுவானாலும் நான் செஞ்சு

கொடுக்கறேன், இப்படிச் சாப்பிடாம பட்டினி கிடக்கக்கூடாது செல்லம்.'

ஹெலன் இப்போது கையில் கிடைத்ததையெல்லாம் வீசி எறிய ஆரம்பித்தாள், 'எனக்குச் சாப்பிடப் பிடிக்கலைன்னு சொல்றேன்ல?'

உள் அறையிலிருந்து ஹெலனின் அப்பா ஆர்தர் ஓடி வந்தார், 'கண்ணும்மா, உனக்கு என்ன ஆச்சு? ஏன் இப்படிக் கோவப்படறே?'

அவரைப் பார்த்தபிறகு, ஹெலனின் ஆத்திரம் மேலும் அதிகரித்துவிட்டது. உட்கார்ந்திருந்த நாற்காலியை அப்படியே கீழே தள்ளினாள், மேஜை விரிப்பைப் பிடித்து இழுத்தாள், கண்கள் சிவக்க ஆவேசமாக ஏதேதோ கத்தத் தொடங்கினாள்.

ஹெலனின் அம்மாவும் அப்பாவும் விதவிதமாக அவளைச் செல்லம் கொஞ்சினார்கள், கெஞ்சினார்கள், மிரட்டினார்கள், இன்னும் ஏதேதோ வழிகளில் கஷ்டப்பட்டு அவளைச் சமாதானப்படுத்தப் பார்த்தார்கள், பலன் இல்லை.

கடைசிவரை, ஹெலன் ஒரு வாய்கூடச் சாப்பிடவில்லை. கத்திக் கத்தி வாய் ஓய்ந்தபிறகு, அப்படியே பட்டினியாகக் கீழே படுத்துத் தூங்கிவிட்டாள்.

ஹெலனின் பெற்றோர் சோர்ந்துபோய் உட்கார்ந்தார்கள். கணவரின் தோளில் ஆறுதலாகச் சாய்ந்துகொண்டார் கேட். அவருடைய கண்களில் கரகரவென்று அழுகை வடிந்தது, 'இந்தப் பொண்ணு இப்படி அநியாயத்துக்குப் பிடிவாதமா இருக்கே, என்னங்க பண்றது?'

'எல்லாம் சரியாயிடும், நீ ஒண்ணும் கவலைப்படாதே' மனைவியின் தோள்களை அழுத்தி நம்பிக்கையாகச் சொன்னார் ஆர்தர், 'அவ சின்னக் கொழந்ததானே, ஏதோ விஷயம் புரியாம கோவப்படறா, அவ்ளோதான்!'

ஹெலன் பிறக்கும்போது எல்லாக் குழந்தைகளையும்போலச் சாதாரணமாகதான் இருந்தாள். ஒன்றரை வயதில் வந்த

ஒரு வியாதி, அவளுடைய கண்களையும் காதுகளையும் பறித்துவிட்டது.

அதன்பிறகுதான், ஹெலன் ஒரு கோபக்காரக் குழந்தையாக மாறிவிட்டாள். யாருடைய பேச்சையும் கேட்பது கிடையாது, ஆனால் அவள் ஏதாவது சொல்லிவிட்டால், வீட்டில் எல்லோரும் அப்படியே கேட்டு நடக்கவேண்டும், பிடிவாதம் என்றால் அப்படி ஒரு பிடிவாதம்.

அப்பா ஆர்தர், அம்மா கேட் இருவருக்குமே ஹெலன்மீது பாசம் அதிகம். மகளுக்கு இந்தச் சின்ன வயதில் இப்படி ஆகிவிட்டதே, இனிமேல் அவளுடைய எதிர்காலம் என்ன ஆகுமோ என்று தவித்தார்கள்.

அவர்களுடைய கவலை, ஹெலனுக்குப் புரியவில்லை. அவள் முரட்டுக் குழந்தையாக வளர்ந்துகொண்டிருந்தாள், யாரையும் தன் அருகே வரக்கூட அனுமதிக்கவில்லை, எந்நேரமும் தனியாகவே கிடந்தாள்.

அந்தக் காலத்தில், கண் தெரியாத, காது கேட்காத குழந்தைகளுக்குத் தனிப் பள்ளிக்கூடமெல்லாம் கிடையாது. ஆகவே, ஹெலனை எப்படிப் படிக்கவைப்பது என்று அவளுடைய பெற்றோருக்குப் புரியவில்லை.

அப்போதுதான், யாரோ சொன்னார்கள், ‘பெர்கின்ஸ்ன்னு ஒரு ஸ்கூல் இருக்குப்பா, அங்கே இந்தமாதிரி கண் தெரியாத குழந்தைங்களுக்குப் பாடம் சொல்லித்தர்றாங்க.’

இதைக் கேட்டதும் ஆர்தருக்குச் சந்தோஷம் தாங்கவில்லை. உடனடியாக பெர்கின்ஸ் கல்வி நிறுவனத்துக்கு ஹெலனைப்பற்றி ஒரு கடிதம் எழுதினார்.

அடுத்த வாரமே, அந்தக் கடிதத்துக்குப் பதில் வந்தது, ‘உங்கள் மகளுக்குப் பாடம் சொல்லித்தருவதற்காக, ஆனி என்கிற ஆசிரியையை அனுப்பிவைக்கிறோம்.’

கடிதத்தைப் படித்த ஹெலனின் பெற்றோருக்கு, ஒருபக்கம் சந்தோஷம், இன்னொருபக்கம் பயம்.

அம்மா, அப்பாவையே பக்கத்தில் வர அனுமதிக்காத முரட்டுப் பிள்ளை ஹெலன். இப்படி ஊர், பேர் தெரியாத ஒரு டீச்சர் வந்து நின்றால், அவரை என்ன பாடுபடுத்துவாளோ? இவளுடைய தொல்லை தாங்காமல் அந்த டீச்சர் வெறுத்துப்போய் திரும்பி ஓடிவிட்டால் என்ன செய்வது?

இப்படி அவர்கள் பயந்துகொண்டிருக்கும்போது, ஆனி வந்து சேர்ந்தார். அமைதியான முகம், அன்பான பார்வை என்று அவரைப் பார்த்ததுமே ஹெலனின் பெற்றோருக்கு மிகவும் பிடித்துப்போய்விட்டது.

ஆனால், அவர்களுக்குமட்டும் பிடித்தால் போதுமா? ஹெலனுக்குப் பிடிக்கவேண்டாமா?

'அதைப்பத்தி நீங்க கவலைப்படாதீங்க' என்றார் ஆனி, 'ஒரு காலத்தில, எனக்கும் பார்வை வராமதான் இருந்தது, கண் தெரியாத ஒரு குழந்தையோட மனசு எப்படி ஃபீல் பண்ணும்ன்னு எனக்கு நல்லாத் தெரியும், இனிமே ஹெலனை நான் கவனிச்சுக்கறேன், அவளை ஒரு நல்ல குழந்தையா வளர்க்கவேண்டியது, பிரமாதமாப் படிக்கவைக்கவேண்டியது எல்லாம் என்னோட பொறுப்பு.'

ஆனி பேசப்பேச, ஹெலனின் பெற்றோர் நெகிழ்ந்துபோனார்கள். இனிமேல் தங்களுடைய மகளின் வாழ்க்கையில் நல்ல மாற்றங்கள் ஏற்படும் என்று அவர்களுக்குப் புதிய நம்பிக்கை பிறந்தது.

'ஹெலன், இதுதான் உன்னோட புது டீச்சர்' என்று ஆனியை அவளுக்கு அறிமுகப்படுத்திவைத்தார் அம்மா கேட், 'டீச்சருக்கு குட் மார்னிங் சொல்லு.'

ம்ஹூம், ஹெலனிடம் ஒரு சின்ன மகிழ்ச்சியோ, உற்சாகமோ இல்லை. எப்போதும்போல் கைகளைக் கட்டிக்கொண்டு ஏதோ ஒரு திசையில் முறைத்துக்கொண்டிருந்தாள்.

'ஹலோ ஹெலன், எப்படி இருக்கே?' அவளோடு பல காலம் பழகியதுபோல் அன்பாகக் கன்னத்தைத் தொட்டுப் பேசினார்

ஆனி, 'இன்னிக்கு உன் முகம் இப்படி வாடியிருக்கே, என்ன காரணம்? உன்னைமாதிரி சின்னப் பொண்ணுங்க நல்லா கலகலன்னு சிரிச்சுக்கிட்டு சந்தோஷமா இருக்கவேணாமா?'

ஆனி உற்சாகமாகப் பேசியபோதும், ஹெலன் அவரைக் கண்டுகொள்ளவில்லை. அலட்சியமாக உதட்டைச் சுழித்தாள், தலையைக் குனிந்துகொண்டாள்.

அப்போதும், ஆனி வருத்தப்படவில்லை, கோபம் கொள்ளவில்லை. ஹெலன் அருகே மண்டியிட்டு உட்கார்ந்து கொண்டு தொடர்ந்து ஏதேதோ பேச ஆரம்பித்தார்.

கண் தெரியாத ஒரு குழந்தைக்கு, இந்த உலகமே இருட்டுதான். தன்னைச் சுற்றி ஆயிரம் பேர் இருந்தாலும், தன்னந்தனிமையில் வாழ்வதுபோல்தான் அவர்களுக்குத் தோன்றும், என்னதான் அவர்கள் கேட்டதையெல்லாம் வாங்கிக் கொடுத்து, அருமையான சாப்பாடு போட்டு, பிரமாதமான வீட்டில், சகல வசதிகளோடு கவனித்துக்கொண்டாலும்கூட, அவர்களுக்கு அது போதாது, தங்களிடம் அன்பாகப் பேசுகிற, தங்களுடைய பிரச்னைகளைப் புரிந்துகொள்கிற ஒருவருக்காகதான் அவர்கள் ஏங்குவார்கள். அது கிடைக்காதபோது, அவர்களுக்கு எல்லாவற்றின்மீதும் வெறுப்பு வந்துவிடும்.

ஹெலனின் பெற்றோருக்குத் தெரியாத இந்த விஷயத்தை, ஆனி நன்றாக உணர்ந்திருந்தார். அவளிடம் கொஞ்சம் கொஞ்சமாகப் பேசிப் பழகி, 'உனக்கு நான் இருக்கிறேன்' என்று புரியவைத்தார், ஹெலன் தனக்குத் தானே விதித்துக்கொண்டிருந்த தனிமைச் சிறையிலிருந்து அவளை வெளியே கொண்டுவந்தார்.

அதன்பிறகு, ஹெலனுக்கு உலகத்தின்மீது, வாழ்க்கையின்மீது ஒரு புதிய விருப்பம் பிறந்தது, எல்லோருடனும் நன்கு பழக ஆரம்பித்தாள், கண் தெரியாதபோதும் ஒவ்வொரு பொருளையும் கைகளால் தொட்டு உணர்ந்தாள், விரல்களால் எழுதிப் பழகினாள், எதிரில் இருப்பவர்கள் பேசும்போது அவர்களுடைய உதடுகளைத் தொட்டுப் பார்த்துப் புரிந்துகொண்டு பதில் சொல்லி அசத்தினாள்.

ஹெலன்போன்ற உடல் ஊனமுற்ற குழந்தைகள் ஆனா, ஆவன்னா படிப்பதே அதிசயமாக இருந்த அந்தக் காலத்தில், அவள்மட்டும் கடினமாக உழைத்துப் பள்ளி, கல்லூரி என்று படிப்படியாக உயர்ந்தாள், ஒவ்வொரு பரீட்சையிலும் பிரமாதமான மதிப்பெண்களுடன் தேர்ச்சி பெற்றாள்.

22 வயதில், ஹெலன் கெல்லர் தன்னுடைய அனுபவங்களைச் சுயசரிதையாக எழுதினார், 'தி ஸ்டோரி ஆஃப் மை லைஃப்' என்கிற தலைப்பில் வெளியான அந்த அற்புதமான புத்தகம், இன்றைக்கும் பல நாடுகளைச் சேர்ந்த லட்சக்கணக்கான குழந்தைகளின் தன்னம்பிக்கை வேதமாகத் திகழ்கிறது.

இருட்டுச் சிறைக்குள் அடைபட்டுத் தவித்த ஹெலனை விடுவிப்பதற்கு, ஓர் ஆனி கிடைத்தார். அதற்கு அவர் பயன்படுத்திய சாவி, அன்பு ஒன்றுதான்!

ஹெலன் போன்ற அன்புக்கு ஏங்கும் குழந்தைகள் உலகமெங்கும் இருக்கிறார்கள். அவர்களைப் புரிந்துகொண்டு, அக்கறையை, அரவணைப்பை அள்ளி அள்ளித் தரவேண்டிய பொறுப்பு, கடமை நம் ஒவ்வொருவருக்கும் உண்டு!

52. கற்களால் ஒரு கோட்டை!

அந்த மருத்துவமனையில் சுத்தமாக ஆள் நடமாட்டமே இல்லை. டாக்டர்கள், நர்ஸ்களெல்லாம் பொழுது போகாமல் ஈ ஓட்டிக்கொண்டிருந்தார்கள்.

ஃபார்மஸியில் இருந்த வில்லியம் சிட்னி போர்ட்டருக்குச் செம போர். ஆனால் என்ன செய்யமுடியும்? கால் மேல் கால் போட்டுக்கொண்டு சாய்ந்து உட்கார்ந்திருந்தார். அப்படியே தூங்கிவிடலாமா என்றுகூட ஒரு யோசனை.

ஆனால் அப்போதும், அவரால் நிம்மதியாகத் தூங்கமுடியாது. அவருடைய மனசு முழுக்க வலி, வேதனை, துயரம் நிரம்பிக் கிடந்தது.

ஒரு மனிதருக்கு எத்தனை கஷ்டம்தான் வரமுடியும்? எல்லாத் திசைகளில் இருந்தும் பிரச்னைகள் ஒரே நேரத்தில் தாக்கினால், அவருடைய நிலைமை என்ன ஆகும்?

வில்லியம் சிட்னி போர்ட்டர் பிறந்தது கலிஃபோர்னியாவில். சின்ன வயதிலேயே அம்மா இறந்துவிட்டார், அப்பாவும் எங்கேயோ காணாமல் போய்விட்டார். கடைசியில் அவர் வளர்ந்ததெல்லாம் பாட்டி வீட்டில்தான்.

அப்போது வில்லியமின் மாமா ஒரு மருந்துக்கடை வைத்திருந்தார். அங்கே கொஞ்ச நாள் தொழில் கற்றுக்கொண்டார் அவர்.

சரி, சொந்தமாக ஒரு ஃபார்மஸி வைத்து வாழ்க்கையில் செட்டில் ஆகிவிடலாம் என்று யோசித்தால், ஒரு பெரிய வியாதி அவரை முடக்கிப்போட்டது. வேறு வழியில்லாமல் டெக்ஸாஸுக்கு இடம் மாறினார்.

டெக்ஸாஸில் அவருக்கு நல்ல வேலை எதுவும் கிடைக்கவில்லை. ஆகவே, ஒரு பண்ணை முதலாளியின் வீட்டில் தங்கிக்கொண்டு, ஆடு மேய்ப்பது, சமையல் செய்வது, மற்ற எடுபிடி வேலைகளையெல்லாம் செய்துகொண்டிருந்தார்.

ஆனால், இந்த வேலையும் ரொம்ப நாள் நிலைக்கவில்லை. அவர் வேலை செய்த பண்ணை வேறு ஒருவருக்கு விற்கப்பட்டுவிட்டது, வில்லியமை வெளியே துரத்திவிட்டார்கள்.

அடுத்து என்ன செய்வது என்றே புரியாமல் நடுத்தெருவில் நின்ற வில்லியமுக்கு, ஒரு நண்பர் ஆதரவு அளித்தார். தன்னுடைய வீட்டிலேயே தங்கவைத்து, சாப்பாடு போட்டுக் கவனித்துக்கொண்டார்.

ஆனால், இப்படி எத்தனை நாளைக்குதான் இன்னொருவர் வீட்டில் 'தண்டச் சோறு' சாப்பிட்டுக்கொண்டிருக்கமுடியும்? ரொம்பக் கஷ்டப்பட்டு இன்னொரு வேலையைப் பிடித்தார் வில்லியம்.

அப்போதுதான், அவருக்குக் காதல் வந்தது, கூடவே இன்னும் நிறையப் பிரச்னைகள் வந்தன.

வில்லியமின் காதலி பெயர் ஏதெல். இந்த ஏதெலின் அம்மாவுக்கு, வில்லியமைப் பிடிக்கவில்லை, 'உனக்கு என் மகளைத் திருமணம் செய்து கொடுக்கமாட்டேன்' என்று பிடிவாதமாகச் சொல்லிவிட்டார்.

காதல் என்று வந்துவிட்டால், வெட்டிப்பயலுக்குக்கூட வீரம் பொங்குமே, வில்லியம் சும்மா இருப்பாரா? ஏதெலைக் கடத்திப்போய் கல்யாணம் செய்துகொண்டுவிட்டார்.

கல்யாணம் சரி, அதன்பிறகு? எதார்த்த வாழ்க்கை அந்தப் புதுத் தம்பதியர்மீது ஏகப்பட்ட பிரச்னைகளைத் தூக்கி வீசியது, நெருக்கடியைச் சமாளிக்கமுடியாமல் திணறினார் வில்லியம்.

ஏதெலுக்குப் பிறந்த முதல் குழந்தை, இறந்துபோனது. அடுத்த குழந்தை பிறந்தபோது, அவளுக்குக் காச நோய் தொற்றிக்கொண்டது, கூடவே, வில்லியமுக்கு வேலை போய்விட்டது.

முன்பு வில்லியம் பிரம்மச்சாரியாக இருந்தபோதாவது பரவாயில்லை, ஒரு வேலை போனாலும் இன்னொரு வேலை கிடைக்கிறவரை பட்டினி கிடக்கலாம், மற்ற நண்பர்களிடம் உதவி கேட்கலாம். ஆனால் இப்போது, அவரை நம்பி ஒரு குடும்பம் இருக்கிறது, உடனடியாக வேறொரு வேலையைத் தேடிக்கொள்ளவேண்டிய கட்டாயம்.

வில்லியம் தவித்துப்போனார். பரபரப்புடன் அங்கேயும் இங்கேயும் தேடி அலைந்து, ஒரு பேங்கில் வேலைக்குச் சேர்ந்தார்.

இதில் ஒரு மிகப் பெரிய காமெடி, வில்லியமுக்கு வங்கி வேலைகளைப்பற்றி ஆனா ஆவன்னாகூடத் தெரியாது. எப்படியோ அதையெல்லாம் கஷ்டப்பட்டுப் பழகிக்கொண்டு பிழைப்பை ஓட்டினார்.

அப்போதுதான், நிஜ வாழ்க்கையின் சிரமங்களை மறப்பதற்காக, ஒரு நகைச்சுவைப் பத்திரிகையைத் தொடங்கினார் வில்லியம். அதில் தன்னுடைய அனுபவங்கள், சிந்தனைகளையெல்லாம் கலகலப்பாக எழுதி வெளியிட்டார்.

ஆனால், வில்லியமின் கெட்ட நேரம், சுவாரஸ்யமான அந்தப் பத்திரிகை சில சிக்கல்களில் மாட்டிக்கொண்டது. ஒரே வருடத்துக்குள் அதையும் ஊற்றி மூடிவிட்டார்.

இது போதாது என்று, வில்லியம் இன்னொரு மிகப் பெரிய அதிர்ச்சியையும் சந்திக்க நேர்ந்தது, அவர் வேலை செய்த பேங்கில் இருந்து பணம் திருடிவிட்டார் என்று காவல்துறை வில்லியமைக் கைது செய்தது.

நல்லவேளையாக, அவர்மீது சுமத்தப்பட்ட குற்றச்சாட்டுகளுக்குப் போதுமான ஆதாரங்கள் இல்லை. ஆகவே, கோர்ட் அவரை விடுதலை செய்துவிட்டது.

ஆனால், திருட்டுப் பழி போடப்பட்ட ஒருவருக்கு யார் வேலை தருவார்கள்? மறுபடியும் அவருடைய குடும்பம் பட்டினி கிடந்தது. நோயால் அவதிப்பட்ட மனைவிக்குச் சரியான சிகிச்சை தரக்கூட முடியாமல் நொந்துபோனார் வில்லியம்.

ரொம்பப் பாடுபட்டபிறகு, அவருக்கு ஒரு வேலை கிடைத்தது. இனிமேலாவது எந்தப் பிரச்னையும் இல்லாமல் நிம்மதியாக வாழ்க்கையை அனுபவிக்கலாம் என்று நினைத்தால், வில்லியம் மறுபடியும் கைது செய்யப்பட்டார்.

அதே பழைய பேங்க் - பணம் - திருட்டு விவகாரம்தான். இந்தமுறை அவருக்கு எதிராக நிறைய ஆதாரங்கள் திரட்டப் பட்டிருந்தன. அவர் ஜெயிலுக்குப் போவது கிட்டத்தட்ட உறுதியாகிவிட்டது.

இதற்குள், ஏதெலின் உடல்நிலை ரொம்ப மோசமானது. தன்னுடைய காதல் மனைவியை ஒழுங்காகக் கவனித்துக் கொள்ளக்கூடத் தன்னால் முடியவில்லையே என்று வில்லியம் வருத்தப்பட்டுக்கொண்டிருக்கும்போதே, அவள் இறந்துபோனாள்.

ஏதெலின் பிரிவைத் தாங்கிக்கொள்ளமுடியாமல் வில்லியம் தவித்துக்கொண்டிருந்த நேரத்தில், நீதிமன்றம் அவர்மீது சுமத்தப்பட்ட குற்றச்சாட்டுகளை உறுதி செய்தது, அவருக்கு ஐந்து வருடச் சிறைத் தண்டனை விதிக்கப்பட்டது.

உடனடியாக, வில்லியம் சிறையில் அடைக்கப்பட்டார். வாழ்க்கையில் பெரும் தோல்வி அடைந்த ஒருவராக, எல்லாவற்றையும் இழந்துவிட்ட வெற்று மனிதராக அங்கே தனிமையில் கிடந்தார் அவர்.

வில்லியமுக்கு ஏற்கெனவே மருந்துக் கடையில் வேலை செய்த அனுபவம் உண்டு. ஆகவே, ஜெயிலுக்குள் இருந்த

மருத்துவமனையில் நோயாளிகளுக்கு மருந்து வழங்குகிற பொறுப்பு அவருக்குத் தரப்பட்டது.

ஆனால், ஜெயில் ஆஸ்பத்திரிக்கு எவன் வரப்போகிறான்? பெரும்பாலான நேரம் வெட்டியாகச் சும்மாதான் உட்கார்ந்திருந்தார் வில்லியம்.

ஏதெலின் நினைவுகள் அவரை வாட்டிக்கொண்டிருந்தன. இறப்பதற்குமுன்னால் அவள் சொன்ன சில விஷயங்களைத் திரும்பத் திரும்ப நினைத்துப்பார்த்தார் அவர்.

'வில்லியம், உங்களுக்கு நல்லா எழுத வருது, நீங்க எத்தனையோ அனுபவங்களைப் பார்த்திருக்கீங்க, அதையெல்லாம் சுவாரஸ்யமான கதையா எழுதிப் பத்திரிகைக்கு அனுப்புங்க, காசுக்குக் காசும் வரும், நீங்க ஒரு பெரிய எழுத்தாளராப் பெயரும் வாங்கலாம்.'

இப்போது வில்லியமுக்குக் காசைப்பற்றிச் சுத்தமாக அக்கறை இல்லை. ஆனால், ஏதெலின் கடைசி ஆசையை நிறைவேற்றவேண்டும் என்று அவர் விரும்பினார்.

இதனால், ஜெயில் ஆஸ்பத்திரியில் ஈ ஓட்டிக்கொண்டிருந்த நேரத்தை வீணடிக்காமல், கதை எழுத ஆரம்பித்தார் வில்லியம். அவருடைய வேதனைக்கு ஒரு மருந்து போட்டதுபோல் இந்த எழுத்து அனுபவம் உதவியது.

ஆனால், ஒரு ஜெயில் கைதி எழுதிய கதையை யார் பிரசுரிப்பார்கள்? வெளி உலகத்துக்குத் தன்னுடைய நிஜமான அடையாளம் தெரிந்துவிடக்கூடாது என்பதற்காகவே, தனக்கு ஒரு புனைபெயர் சூட்டிக்கொண்டார் வில்லியம் சிட்னி போர்ட்டர்.

அவர் தேர்ந்தெடுத்த அந்தப் புனைபெயர், ஓ. ஹென்றி!

அதன்பிறகு, சுவாரஸ்யமான கதை, கடைசி வரியில் எதிர்பாராத ஒரு திருப்பம் என்று ஜெயிலில் இருந்தபடி அவர் எழுதிக் குவித்த அட்டகாசமான கதைகளைப் பத்திரிகைகள் போட்டி போட்டுக்கொண்டு பிரசுரித்தன. அவருக்கென்று ஒரு மிகப் பெரிய வாசகர் வட்டம் உருவானது.

இன்றைக்கு 'ஓ. ஹென்றி' என்றால் உலகம் முழுக்கப் பிரபலம். அவர் மரணமடைந்து பல வருடங்களாகியும், அவரது புத்தகங்கள் சுடச்சுட விற்றுத் தீர்கின்றன. கடைசி வரித் திருப்பம் கொண்ட கதைகளுக்கு 'ஓ. ஹென்றி ஸ்டைல்' என்றே பெயர் வந்துவிட்டது.

இத்தனைக்கும் ஆரம்பம், அந்தச் சிறை வாழ்க்கைதான். 'அரசாங்கம் என்னை ஜெயிலில் போடாவிட்டால், நான் ஒரு பெரிய எழுத்தாளன் ஆகியிருக்கமுடியாது' என்றே வேடிக்கையாகச் சொல்லியிருக்கிறார் ஓ. ஹென்றி.

வாழ்க்கை நம்மீது கற்களை எறிந்தால், கவலைப்பட்டுக்கொண்டு சோர்ந்து உட்காரவேண்டியதில்லை. எந்தக் கெட்டதிலும் நிச்சயமாக ஒரு நல்லது இருக்கும், ஓ. ஹென்றிபோல, நம் மேல் எறியப்பட்ட அந்தக் கற்களைக் கொண்டே நமக்கான வெற்றிக் கோட்டையை எழுப்பப் பழகிக்கொள்வதுதான் சாமர்த்தியம்!

53. ஒரே ஒரு புள்ளி!

ஜன்னல் பக்கத்திலிருந்து மெலிதாக ஒரு விசில் சத்தம் கேட்டது.

சட்டென்று துள்ளி எழுந்தான் மைக்கேல். அவனுடைய கண்கள் அந்தப் பக்கமும் இந்தப் பக்கமும் அலைபாய்ந்தன.

ஆனால், ஜன்னல் அருகே சென்று யார் விசில் அடிக்கிறார்கள் என்று பார்ப்பதற்கு அவனுக்குத் தைரியம் இல்லை. காரணம், அப்பா ஜோசஃப் அவன் எதிரிலேயே உட்கார்ந்திருந்தார்.

அதற்குள் மறுபடியும் ஒரு விசில் சத்தம் கேட்டது. அப்பா அதைக் கவனித்துவிடுவாரோ என்று பயந்து நடுங்கினான் அவன்.

மைக்கேலின் அப்பா ஜோசஃப் பயங்கரமான கோபக்காரர். ஏதாவது தப்புச் செய்தால் பெல்ட் பிய்ந்துவிடும், கண் மண் தெரியாமல் அடித்து விளாசுவார்.

இதனால், அப்பா வீட்டில் இருக்கும்போது அங்கே ஒரு சின்னக் குண்டூசி விழும் சத்தம்கூடக் கேட்காது. பெரியவர்கள், சிறியவர்கள் எல்லோரும் வாயை மூடிக்கொண்டு சமர்த்தாக மூலையில் உட்கார்ந்திருப்பார்கள்.

அப்போது மைக்கேலுக்கு வயது ஏழு. மற்ற குழந்தைகளெல்லாம் உற்சாகமாக ஓடியாடிக்கொண்டிருக்கும்போது, அவன்மட்டும்

வீட்டுக்குள் அடைந்து கிடக்கவேண்டும் என்றால் அது என்ன நியாயம்?

ஜோசஃபுக்கு நியாயம், அநியாயமெல்லாம் தெரியாது. பிள்ளைகள் தன்னுடைய பேச்சைக் கேட்டு அடங்கி நடக்கவேண்டும், இல்லையென்றால் தோலை உரித்து விட்டத்தில் மாட்டிவிடுவார்.

இப்போது மூன்றாவது முறையாக விசில் சத்தம் கேட்டது. அப்பா தண்ணீர் குடிப்பதற்காகச் சமையலறைக்குள் போயிருந்ததால், மைக்கேல் கொஞ்சம் தைரியத்தை வரவழைத்துக்கொண்டு ஜன்னல் அருகே வந்தான்.

அங்கே மைக்கேலின் சிநேகிதன் ரெனாட் ஜோன்ஸ் நின்றுகொண்டிருந்தான். அவனைப் பார்த்ததும் உற்சாகமாகக் கையசைத்து, 'சீக்கிரம் வா' என்றான்.

'நான் இப்போ வரமுடியாது' கிசுகிசுப்பான குரலில் சொன்னான் மைக்கேல், 'எங்கப்பா வீட்ல இருக்காரு.'

'அவருக்கு இன்னிக்கு நைட் ட்யூட்டிதானே?'

'ஆமா.'

'அவர் கிளம்பிப் போனதும் வர்றியா?'

'ஓகே' என்று மைக்கேல் தலையாட்டிக்கொண்டிருக்கும்போதே, அப்பாவின் கர்ஜனை கேட்டது, 'அங்கே என்ன சத்தம்?'

'ஒ-ஒண்ணுமில்லைப்பா' என்றபடி சட்டென்று ஜன்னல் கதவை அறைந்து சாத்தினான் மைக்கேல்.

அவனுடைய உடல் பயத்தில் நடுங்கிக்கொண்டிருந்தாலும், உள்ளத்தில் உற்சாகம் பொங்கியது, 'ஹையா ஜாலி ஜாலி! அப்பா ஃபேக்டரிக்குக் கிளம்பினதும் நாம ரெனாட் வீட்டுக்குப் போகலாம்!' என்று உள்ளுக்குள் துள்ளினான்.

சிறிது நேரத்தில் ஜோசஃப் தொழிற்சாலைக்குப் புறப்பட்டார். அவருடைய தலை மறைந்ததும், மைக்கேல், அவனுடைய சகோதரர்கள் சிலர் பதுங்கிப் பதுங்கி வெளியேறினார்கள்.

பக்கத்து வீட்டில் ரெனாட் ஆவலுடன் காத்திருந்தான், 'வாங்க, வாங்க, ஏன் லேட்?'

'அப்பாவைச் சமாளிச்சுட்டு வர்றதுக்குள்ள போதும் போதும்ன்னு ஆயிடுச்சு' என்றான் மைக்கேல், 'சரி, சீக்கிரம் வா, உள்ளே போயிடலாம்.'

'சும்மா பயந்து நடுங்காதே மைக்' என்று அவனைக் கிண்டலடித்தான் ரெனாட், 'உங்க அப்பாதான் ஃபேக்டரிக்குப் போயிட்டாரே, இனிமே அவரால உங்களைப் பார்க்கமுடியாது, நாம ஜாலியா விளையாடலாம்.'

ஆனால், மைக்கேலுக்கு இன்னும் பயம் தீரவில்லை. எப்படியாவது இந்த விஷயம் அப்பாவுக்குத் தெரிந்துவிடுமோ என்று நினைத்தால், அவனுக்கு மூச்சே நின்றுவிடும்போலிருந்தது. அவசரமாக உள்ளே ஓடினான்.

அங்கே எல்லா இசைக் கருவிகளும் தயாராக வைக்கப்பட்டிருந்தன. அவற்றைப் பார்த்தபிறகுதான், மைக்கேல் முகத்தில் சிரிப்பு வந்தது.

அதன்பிறகு, அடுத்த பல மணி நேரங்களுக்கு அவர்கள் உற்சாகமாகப் பாடினார்கள், கிடார் இசைத்தார்கள், யாருக்கும் தூக்கம் வரவில்லை, நேரம் ஓடியதே தெரியவில்லை.

'மைக், நாம கிளம்பணும்' என்றான் அவனுடைய அண்ணன், 'அப்பா திரும்பிவர்ற நேரம் ஆயிடுச்சு.'

'அச்சச்சோ' பாட்டை அப்படியே பாதியில் நிறுத்திவிட்டுப் புறப்பட்டான் மைக்கேல், 'ரெனாட், நாம நாளைக்கு ராத்திரி மறுபடியும் ப்ராக்டீஸ் பண்ணலாம், சரியா?'

'ஓகே மைக், நான் வழக்கம்போல உங்க வீட்டுப் பக்கம் வந்து விசில் அடிக்கறேன்' என்றான் ரெனாட்.

இப்படியாக, ஜோசஃபுக்குத் தெரியாமல் அவருடைய மகன்கள் தொடர்ந்து இசைப் பயிற்சியில் ஈடுபட்டுவந்தார்கள். அவர்களுடைய குரல், வாத்தியத் திறமை எல்லாமே கொஞ்சம் கொஞ்சமாக மேம்பட்டுக்கொண்டிருந்தது.

குறிப்பாக, சின்னஞ்சிறுவன் மைக்கேல் அபாரமான திறமைசாலியாக இருந்தான். அவனுடைய குழந்தைக் குரலும், உற்சாகமான நடனங்களும் கேட்பவர்களை அசரடித்தன.

'மைக், இன்னும் எத்தனை நாளைக்குதான் நாம இப்படி இருட்டில பாடிக்கிட்டிருக்கமுடியும்?' என்றான் ரெனாட், 'என்னிக்காவது நாம மேடையேறிப் பாடிப் பரிசெல்லாம் வாங்கவேண்டாமா?'

'ஐயோ, வேண்டவே வேண்டாம்' பதறினான் மைக்கேல், 'எங்கப்பாவுக்குத் தெரிஞ்சா தொலைச்சுடுவார்.'

'சும்மா இரு மைக், காலம் முழுக்க நீ உங்கப்பாவுக்குப் பயந்துகிட்டு இருக்கமுடியுமா?' ரெனாடின் குரலில் உறுதி தெரிந்தது, 'நான் சொல்றதைக் கேளு, அடுத்த மாசம் இங்கே ஒரு இசைப் போட்டி நடக்கப்போகுது, அதில நாம கலந்துக்கலாம், நிச்சயமா ஃபர்ஸ்ட் ப்ரைஸ் நமக்குதான்.'

ரெனாட் எவ்வளவோ எடுத்துச்சொன்னபோதும், மைக்கேலுக்குத் தைரியம் வரவில்லை. இந்த விஷயம் அப்பாவுக்குத் தெரிந்தால் வீட்டையே இரண்டாக்கிவிடுவார்.

ஆனால், ரெனாட் தன்னுடைய முடிவில் உறுதியாக இருந்தான். அந்த இசைப் போட்டிக்கு அவர்களுடைய பெயரைப் பதிவு செய்துவிட்டான்.

அதன்பிறகு, அவர்களால் ஒன்றும் செய்யமுடியவில்லை. தயங்கித் தயங்கி அப்பாவிடம் விஷயத்தைச் சொன்னார்கள்.

ஜோசஃப் சிரித்தார். இந்த மக்குப் பயல்களா மேடை ஏறிப் பாடப்போகிறார்கள்? எல்லோரும் அழுகின முட்டை, தக்காளியையெல்லாம் வீசி எறிந்து அவமானப்படுத்தினால்தான் இவர்களுக்குப் புத்தி வரும்!

அப்பாவின் அனுமதி இத்தனை சுலபத்தில் கிடைத்துவிடும் என்று மைக்கேல் கொஞ்சம்கூட எதிர்பார்க்கவில்லை. எப்படியாவது ஜெயித்துவிடவேண்டும் என்கிற துடிப்புடன் இன்னும் கடுமையாகப் பயிற்சி எடுத்துக்கொண்டான் அவன்.

அந்த இசைப் போட்டியில், மைக்கேலின் குரலைக் கேட்டு எல்லோரும் சொக்கிப்போனார்கள், 'அந்த ஏழை வீட்டில் இத்தனை அற்புதமான ஒரு திறமையா?' என்று அனைவரும் புகழ்ந்தார்கள், எதிர்பார்த்ததுபோலவே, முதல் பரிசு மைக்கேல் குழுவினருக்குதான் கிடைத்தது.

வெற்றி, பரிசு, கைதட்டல், பாராட்டுகள்... மைக்கேலுக்கு முதன்முறையாகத் தன்மீது நம்பிக்கை வந்தது. என்னாலும் இந்த உலகத்தில் ஒரு நல்ல கலைஞனாகப் பெயர் வாங்கமுடியும் என்று உறுதியாக எண்ணத் தொடங்கினான்.

அதன்பிறகு, அவனுக்கு அப்பா ஜோசஃப்மீது பயம் போய்விட்டது. அதுவரை அவர் சொன்னதையெல்லாம் மறுபேச்சு இல்லாமல் செய்துகொண்டிருந்தவன், இப்போது தைரியமாக எதிர்த்துக் கேள்வி கேட்க ஆரம்பித்தான், 'அப்பா, அநாவசியமா என்னை அடிக்காதீங்க, அப்புறம் நான் பாடறதை நிறுத்திடுவேன்.'

அவன் இப்படிச் சொன்னதும், மைக்கேலின் அப்பா வெலவெலத்துப்போனார். காரணம், இப்போது மைக்கேல் அவரைவிட அதிகமாகச் சம்பாதிக்கிறான். அவன் பாடுவதை நிறுத்திவிட்டால், அவருக்குதான் நஷ்டம்.

அத்தனை ஆண்டுகளாக அப்பாவிடம் ஏகப்பட்ட அடக்குமுறைக் கொடுமைகளை அனுபவித்த மைக்கேல், இப்போது தன்னம்பிக்கையோடு மேடையேறிப் பாடினான். அமெரிக்கர்கள் அவனுடைய குரலை ரசித்து, மகிழ்ந்து, கொண்டாடினார்கள், படிப்படியாக அவனுடைய ரசிகர் வட்டம் உயர்ந்தது. மிக விரைவில், உலகின் 'நம்பர் 1 பாடகர்' என்கிற கௌரவத்தை எட்டிய அவர், பாப் இசையின் முடிசூடாத மஹாராஜா, சமீபத்தில் மறைந்த மைக்கேல் ஜாக்ஸன்!

வாழ்க்கை நம்மீது எத்தனையோ சவால்களை எறிகிறது, நம்மை முடக்கிவைக்கப் பார்க்கிறது. அப்போதெல்லாம், 'அவ்வளவுதான், இதோடு எல்லாம் முடிந்துவிடும்' என்று நினைத்துச் சோர்ந்துபோவதால், இழப்பு நமக்குதான்.

அதுமாதிரி நேரங்களில், மைக்கேல் ஜாக்ஸனின் குழந்தைப் பருவத்தைக் கொஞ்சம் நினைத்துப்பாருங்கள். ஒரு வெற்றி, ஒரே ஒரு வெற்றி ஜாக்ஸனின் தலையெழுத்தையே மாற்றிவிட்டது!

நமக்கும், அப்படி ஓர் ஆரம்பப் புள்ளிமட்டும் கிடைத்துவிட்டால் போதும், அந்த நூலிழையைப் பிடித்துக்கொண்டு நம் வாழ்க்கையை ஓர் அழகான வண்ணக் கோலமாக மாற்றிக்கொண்டுவிடலாம்!

54. கால் இஞ்ச் முன்னே...

கரகர குரலில் ஸ்பீக்கர் அறிவித்தது, 'இன்னும் சில நிமிடங்களில் போட்டி தொடங்கப்போகிறது.'

சுறுசுறுப்பாக நிமிர்ந்து உட்கார்ந்தார் ரோஜர். அந்தச் செவ்வக டென்னிஸ் மைதானத்தின் எதிர்முனையில் உட்கார்ந்திருக்கும் தன்னுடைய போட்டியாளர் குலெர்மோவைக் கூர்ந்து கவனித்தார்.

குலெர்மோ என்ன, இந்த உலகமே மொத்தமாகத் திரண்டு வந்தாலும்கூட, தன்னால் ஜெயித்துவிடமுடியும் என்கிற தன்னம்பிக்கை ரோஜருக்கு உண்டு. அதற்கு ஏற்ற திறமையும் அவரிடம் ஏராளமாகக் கொட்டிக்கிடந்தது.

ஆனால், அந்தத் திறமையை அவரால் முழுமையாகப் பயன்படுத்திக்கொள்ளமுடியவில்லை. அதுதான் பிரச்னை.

சில போட்டிகளில், ரோஜரின் ஆட்டம் மிகப் பிரமாதமாக இருக்கும். எதிராளி கண் சிமிட்டும் நேரத்தில் மைதானத்தின் மூலை முடுக்குகளுக்கெல்லாம் பந்தை விரட்டித் திணறடிப்பார். அவர்கள் என்ன நடக்கிறது என்று புரியாமல் திகைத்துக் கொண்டிருக்கும்போதே போட்டி முடிந்துபோய்விடும், ரோஜர் ஜெயித்திருப்பார்.

நாலு நாள் கழித்து, அதே ரோஜர், இன்னொரு மைதானத்தில் பரிதாபமாகத் தடுமாறிக்கொண்டிருப்பார். ஊர், பேர் தெரியாத உப்புமா வீரர்களிடம் செமத்தியாக உதை வாங்கிக்கொண்டு திரும்பி வருவார்.

ஆகவே, டென்னிஸ் உலகத்தில் யாரும் ரோஜரை அவ்வளவு சீரியஸாக எடுத்துக்கொள்ளவில்லை, 'திறமைசாலிப் பையன்தான். ஆனால் எப்போது நன்றாக விளையாடுவான், எப்போது மண்ணைக் கவ்வுவான் என்பது அவனுக்கே தெரியாது' என்று அவரைக் கிண்டலடித்தார்கள்.

இதுபோன்ற விமர்சனங்களைக் கேட்கும்போது, ரோஜர் இன்னும் டென்ஷனாகிவிடுவார். அதுவரை ஒழுங்காக விளையாடிக்கொண்டிருந்தவர் இப்போது நிறையத் தப்புகள் செய்வார், அதற்கு அடுத்தவர்கள்தான் காரணம் என்று சொல்லி அவர்கள்மீது கோபப்படுவார்.

இதனால், ரோஜரின் ஆட்டத்திறமை கடுமையாகப் பாதிக்கப்பட்டது. அவருடைய பலவீனத்தைப் புரிந்துகொண்ட மற்ற வீரர்கள் அவற்றைத் தங்களுக்குச் சாதகமாகப் பயன்படுத்திக் கொண்டு ரோஜரைச் சுலபமாக வீழ்த்த ஆரம்பித்தார்கள்.

அன்றைக்கு ரோஜரின் ஆட்டத்தை ரசிக்கக் கூடியிருந்த கனடா நாட்டு ரசிகர்கள், அவரை ஆவலுடன் பார்த்தார்கள், 'ரோஜரால் குலெர்மோவைத் தோற்கடிக்கமுடியுமா? அல்லது வழக்கம்போல் யார் மேலாவது கோபப்பட்டுக்கொண்டு பந்தைக் கண்டபடி அடித்துத் தோற்றுப்போய்விடுவாரா?'

உண்மையில், அந்தக் கேள்விக்கான பதில் ரோஜருக்கே தெரிந்திருக்கவில்லை. அத்தனை பெரிய திறமைசாலி, தன்மீதே முழு நம்பிக்கை இல்லாமல் முடங்கிப்போகிறார் என்றால், அது எப்பேர்ப்பட்ட சோகம்?

ரோஜர் பெருமூச்சுடன் எழுந்துகொண்டார். குலெர்மோவின் தாக்குதலைச் சமாளிக்கத் தயாரானார்.

ஆனால், போட்டி தொடங்கிப் பல நிமிடங்களுக்குப் பிறகும், அவருடைய மனம் ஒருநிலையில் இல்லை, ஏதேதோ

குழப்பங்கள், தடுமாற்றங்கள், வரிசையாகப் பல தவறுகளைச் செய்ய ஆரம்பித்தார்.

குலெர்மோ மெல்லச் சிரித்தார். ரோஜர் செய்கிற ஒவ்வொரு தவறும், அவருக்குப் பாயின்ட்களை அள்ளி வழங்கிக் கொண்டிருந்தது.

முதல் செட் முடிவடைந்தது, ரோஜருக்குத் தோல்வி.

'சரி, இரண்டாவது செட்டில் பார்த்துக்கொள்ளலாம்' என்று தோள்களைக் குலுக்கிக்கொண்டார் ரோஜர். தன்னுடைய நாற்காலியில் விழுந்து பாட்டில் தண்ணீரை அப்படியே வாயில் கவிழ்த்தார்.

அப்போது, யாரோ ரோஜரை நெருங்கினார்கள், 'எக்ஸ்க்யூஸ் மீ ஸார், உங்களுக்கு ஓர் அவசரச் செய்தி.'

ரோஜருக்குத் திகைப்பு. டென்னிஸ் போட்டிக்கு நடுவே எனக்குச் செய்தி அனுப்புகிற அளவுக்கு அப்படி என்ன அவசரம்? யாருக்கு என்ன ஆச்சு?

வந்தவர் ஒரு காகிதத்தை நீட்டினார். அதிக ஆர்வமில்லாமல் அதை வாங்கிப் பிரித்துப் படித்த ரோஜர், மறுவிநாடி அதிர்ச்சியில் உறைந்து நின்றார்:

'உங்கள் நண்பர் பீட்டர் கார்ட்டர் கார் விபத்தில் சிக்கி மரணமடைந்துவிட்டார்.'

பீட்டர் கார்ட்டர் ரோஜரின் நண்பர் மட்டுமில்லை, குருநாதர், வழிகாட்டி, ஆலோசகர் என எல்லாமே அவர்தான். தன்னுடைய டென்னிஸ் வாழ்க்கை மொத்தத்தையும் பீட்டரை நம்பி அவர் கையில் முழுசாக ஒப்படைத்திருந்தார் ரோஜர்.

உண்மையில், ரோஜர் டென்னிஸில் இவ்வளவு தூரம் முன்னேறியிருக்கிறார் என்றால் அதற்கு முதல் காரணமே பீட்டர் கார்ட்டர்தான். ரோஜருக்குப் பத்து, பன்னிரண்டு வயதானபோதே அவருடைய தனித்துவமான திறமையை அடையாளம் கண்டு, பயிற்சி கொடுத்து, தவறுகளைத் திருத்தி, புதுப்புது உத்திகளை அறிமுகப்படுத்தி, எதிராளியின்

மனநிலையை ஊகித்து அதற்கேற்ப ஆட்ட பாணியை மாற்றுவது எப்படி என்று சொல்லிக்கொடுத்துப் படிப்படியாக அவரைச் சர்வதேச டென்னிஸுக்கு ஏற்றபடி தயார்ப்படுத்தினார் பீட்டர் கார்ட்டர்.

ரோஜர்மீது பீட்டர் கார்ட்டர் நிறைய நம்பிக்கை வைத்திருந்தார், 'இந்தப் பையனுக்குச் சரியான வாய்ப்புகள் கிடைத்தால் அவன் எங்கேயோ போய்விடுவான்' என்று தன்னுடைய நண்பர்களிடமெல்லாம் அடிக்கடி சொல்வார் அவர்.

அதன்பிறகு, சுற்றுவட்டாரத்தில் எங்கெல்லாம் சிறுவர்களுக்கான டென்னிஸ் போட்டிகள் நடக்கிறதோ, அங்கெல்லாம் ரோஜரை அழைத்துச்சென்றார் பீட்டர் கார்ட்டர். ஒவ்வொரு போட்டியிலும் ரோஜருக்கு வெற்றிகள் மட்டுமே காத்திருந்தன.

சீக்கிரத்திலேயே, அந்த வட்டாரத்தில் ரோஜருக்கு இணையாகச் சொல்லக்கூடிய போட்டி வீரர்கள் யாரும் இல்லை என்கிற நிலைமை ஏற்பட்டுவிட்டது. ஆகவே, ரோஜரை வெளியூர்ப் போட்டிகள், தேசிய அளவிலான டென்னிஸ் ஆட்டத் தொடர்களில் பங்குபெறச் செய்தார் பீட்டர் கார்ட்டர்.

இப்போது ரோஜர் தன்னைவிட வயதில் பெரியவர்களுடன் விளையாடவேண்டியிருந்தது. அப்போதும், துளி பயம் இல்லாமல் தன்னுடைய அபாரமான ஆட்டத்திறமையை வெளிப்படுத்தித் தனக்கென்று ஒரு பெரிய ரசிகர் வட்டத்தை ஈர்த்துக்கொண்டார் ரோஜர்.

அதன்பிறகுதான், ரோஜரின் சொந்த நாடான ஸ்விட்ஸர்லாந்துக்கு வெளியிலும் அவருடைய பெயர் பிரபலமாக ஆரம்பித்தது. வரிசையாகப் பல சர்வதேசப் போட்டிகளில் கலந்துகொண்ட ரோஜர், குறிப்பிடத்தக்க வெற்றிகளையும் குவிக்க ஆரம்பித்தார்.

ஆனால், அவரால் தொடர்ந்து ஜெயிக்கமுடியவில்லை. அதனாலேயே, சிறந்த டென்னிஸ் வீரர்களுக்கான 'டாப் 10' பட்டியலில் அவருக்கு இடம் கிடைக்கவில்லை.

பீட்டர் கார்ட்டர் அதைப்பற்றிக் கவலைப்படவில்லை, 'நீ உன்னோட உணர்ச்சிகளைக் கட்டுப்படுத்திக்கிட்டு விளையாடப்

பழகணும் ரோஜர், அதுக்கப்புறம் மத்ததெல்லாம் தானா நடக்கும், கவலைப்படாதே' என்று ரோஜரைத் தட்டிக்கொடுத்து வேலை வாங்கினார்.

கொஞ்சம் கொஞ்சமாகப் பீட்டரின் வழிகாட்டுதலில் ரோஜர் முன்னேறிக்கொண்டிருந்தபோதுதான், இந்த மரணச் செய்தி வந்து சேர்ந்தது. அப்படியே துவண்டுபோனார் ரோஜர். இனிமேல் பீட்டர் கார்ட்டர் உயிருடன் வரப்போவதில்லை என்பதை நினைக்கும்போது அந்த மன அழுத்தத்தை அவரால் தாங்கிக்கொள்ளவேமுடியவில்லை.

'நான் உலகின் நம்பர் 1 ஆட்டக்காரனாக வரவேண்டும் என்று என்னைவிட பீட்டர்தான் அதிகம் ஆசைப்பட்டார்' என்று வேதனையுடன் நினைத்துக்கொண்டார் ரோஜர், 'எனக்காக இல்லாவிட்டாலும், அவருக்காகவாவது நான் அந்த ஆசையை நிறைவேற்றவேண்டாமா?'

இந்த எண்ணம் தோன்றியபிறகு, ரோஜரின் ஆட்டத்தில் தனி வேகம் சேர்ந்தது. அதுவரை ஒழுங்கான கவனம் இல்லாமல் தன்னுடைய திறமையை வீணடித்துக்கொண்டிருந்தவர், இப்போது முழு அக்கறையோடு தனது ஆட்டத்திறமையை மெருகேற்றுவதில் கவனம் செலுத்த ஆரம்பித்தார்.

இதனால், முன்பு அங்கே ஒன்று, இங்கே ஒன்று என எப்போதாவது தட்டுப்பட்டுக்கொண்டிருந்த வெற்றிகள் இப்போது தொடர்ச்சியாக அவருடைய கிரீடத்தை அலங்கரிக்க ஆரம்பித்தன. அவருடைய மட்டை வேகமும் விவேகமும், பல பெரிய வீரர்களையெல்லாம் மண்ணைக் கவ்வவைத்தது, 'ரோஜர் களம் இறங்கினால் ஜெயித்தே தீருவார், ஒருவேளை தோற்க நேர்ந்தாலும்கூட, கடைசி விநாடிவரை போராடுவதைக் கைவிடமாட்டார்' என்று ரசிகர்கள் பெருமையோடு சொல்லத் தொடங்கினார்கள்.

அதன்பிறகு, ரோஜரின் பயணத்தில் வேகத்தடைகளே இல்லை. படிப்படியாகப் பல பெரிய வெற்றிகளை ருசித்து, உலகின் நம்பர் 1 டென்னிஸ் வீரர் என்கிற கௌரவத்தைப்

பெற்ற ரோஜர் ஃபெடரர், சமீபத்தில் தனது பதினைந்தாவது கிராண்ட் ஸ்லாம் வெற்றிப் பட்டத்தைப் பெற்று உலக சாதனை நிகழ்த்தியிருக்கிறார்!

'ஃபெடரர் எக்ஸ்பிரஸ்' என்று செல்லமாக அழைக்கப்படும் ரோஜர் ஃபெடரரின் சிறப்பு அம்சம், அவர் தன்னுடைய டென்னிஸ் ஆட்டத்தின்மீது செலுத்துகிற அளவுகடந்த நேசம், அக்கறை, வெறி. ஒவ்வொரு போட்டியின்போதும், தன்னுடைய முந்தைய ஆட்டத்திலிருந்து குறைந்தபட்சம் கால் இஞ்ச்சாவது முன்னேறியிருக்கவேண்டும் என்பதில் அவர் கவனமாக இருக்கிறார்.

'கால் இஞ்ச்' என்பது மிக மிகக் குறைவான தூரம்தான். ஆனால், இப்படி ஒவ்வொரு போட்டியிலும் கால் இஞ்ச், கால் இஞ்ச்சாக ரோஜர் ஃபெடரர் தன்னைத் தொடர்ந்து வளர்த்துக்கொண்ட ஒரே காரணத்தால்தான், இன்றைக்கு உலகெங்கும் மற்ற டென்னிஸ் வீரர்கள் எல்லோரும் அவருடைய உயரத்தைப் பிரமிப்புடன் அண்ணாந்து பார்த்துக்கொண்டிருக்கிறார்கள்!

நேற்றைக்கு நாம் என்ன செய்தோம்? இன்றைக்கு என்ன செய்கிறோம்? இரண்டுக்கும் நடுவே, கால் இஞ்ச்சாவது வித்தியாசம் இருக்கிறதா? ஒவ்வொரு நாளும் இந்த ஒற்றை விஷயத்தை உறுதிசெய்துகொண்டுவிட்டால் போதும், நாமும் ரோஜர் ஃபெடரர்போல் சிகரம் தொடலாம்!

55. அசுத்தமும் சோறு போடும்

டாக்டர் அலெக்ஸாண்டர் அதிர்ந்து நின்றார்.

அவர் வாழ்நாளில் எப்போதும் இத்தனை ரத்தத்தை மொத்தமாகப் பார்த்தது கிடையாது. பதற்றத்தில் அவருக்கு மயக்கமே வந்துவிடும்போலிருந்தது.

'டாக்டர், சீக்கிரமா வாங்க', யாரோ கெஞ்சலாகக் கூப்பிட்டார்கள், 'உடனடியா இவங்களுக்கு ட்ரீட்மென்ட் ஆரம்பிக்கணும்.'

அலெக்ஸாண்டர் குழம்பிப்போனார், இந்த அளவு காயம் பட்டிருக்கிறவர்களுக்கு என்ன சிகிச்சை செய்துவிடமுடியும்? இனிமேல் என்னதான் மருந்து போட்டாலும் இந்தக் காயங்கள் ஆறுமா? இவர்கள் உயிர் பிழைப்பார்களா? அந்தக் கடவுளுக்குதான் வெளிச்சம்.

ஒரு டாக்டரே இப்படி நினைப்பது தவறுதான். ஆனால், அந்தக் காலத்தில் காயம் பட்டவர்களுக்குப் போதுமான சிகிச்சைமுறைகள், நம்பகமான மருந்துகளே இல்லை. சில நாள் கழித்துக் காயம் அதுவாக ஆறினால்தான் உண்டு, டாக்டர்களால் எதுவும் செய்யமுடியாது.

இதனால், சின்னச் சின்ன காயங்கள்கூட உயிருக்கே ஆபத்தாக வந்து முடிந்தன. ஷேவிங் செய்யும்போது லேசாகக் கன்னத்தில் கீறிக்கொண்டவர்கள், காய்கறி நறுக்குகையில் கத்தியால் விரலைப் பதம் பார்த்துக்கொண்டவர்கள், தடுக்கி விழுந்து முட்டி சிராய்த்தவர்கள்கூட, கொஞ்சம் கவனமாக இருந்து அந்தக் காயத்தில் பாக்டீரியா பரவாமல் பார்த்துக்கொள்ளாவிட்டால், அப்படியே பரலோகம் போய்ச் சேரவேண்டியதுதான்.

சின்னக் காயங்களுக்கே அப்படி என்றால், ஒரு போர்க்களத்தைக் கற்பனை செய்து பாருங்கள். அதுவும் சாதாரணப் போர் இல்லை, முதலாம் உலகப் போர்!

சண்டை என்று வந்துவிட்டால், மனிதன் மிருகமாகிவிடுகிறான். ஒவ்வொரு நாட்டு வீரனும் அடுத்தவனை ஆவேசமாகத் தாக்க, பாதிப்பேர் அங்கேயே இறந்துபோனார்கள், மீதிப்பேர் காயங்களில் பாக்டீரியா பரவிக் கொடுமையான முறையில் மரணத்தைத் தழுவினார்கள்.

டாக்டர் அலெக்ஸாண்டர் ராணுவத்தில் சேர்ந்து சண்டை போடவில்லை. ஆனால் மற்ற போர் வீரர்கள் எல்லோரையும்விட அதிகமாக, மரணத்தை நேருக்கு நேர் பார்த்திருந்தார் அவர்.

ஒவ்வொரு வீரனும் காயம் ஆறாமலே இறந்துபோகிறபோது, கையையோ, காலையோ, கண்ணையோ இழந்து அவதிப்படுகிறபோது, அலெக்ஸாண்டர் துடித்தார். ஒரு மருத்துவராக இருந்தும் தன்னால் அவர்களைக் காப்பாற்றமுடியவில்லையே என்று மிகவும் வருந்தினார்.

எல்லாம் இந்தப் படுபாவி பாக்டீரியாக்களின் சதி. அவை ஒவ்வொரு காயத்திலும் எக்கச்சக்கமாகப் பரவி நாசம் பண்ணுவதால்தான், பல உயிர்கள் அநியாயமாகப் பறிபோய்விடுகின்றன.

எப்படியாவது, இந்தப் பாக்டீரியாக்களை அழிக்கவேண்டும். அது முடியாவிட்டாலும், அவை கண்டபடி பரவாமல் கட்டுப்படுத்த வேண்டும். அதற்கு ஒரு நல்ல மருந்து கண்டுபிடித்தாகவேண்டும் என்று தனக்குள் தீர்மானித்துக்கொண்டார் அலெக்ஸாண்டர்.

ஒருவழியாக, போர் முடிந்தது, அலெக்ஸாண்டர் தன்னுடைய ஆராய்ச்சி சாலைக்குத் திரும்பினார்.

அதன்பிறகு, மற்ற எல்லா வேலைகளையும்விடப் பாக்டீரியா ஆராய்ச்சிதான் அவருடைய நேரத்தை ஆக்கிரமித்துக்கொண்டது. வட்ட வடிவத் தட்டுகளில் ஏகப்பட்ட பாக்டீரியாக்களை வளரச்செய்வது, பின்னர் அவற்றில் விதவிதமான ரசாயனப் பொருள்களை ஊற்றி, பாக்டீரியாக்கள் மறைகின்றனவா என்று கவனிப்பது என ராப்பகலாகப் பல்வேறு பரிசோதனைகளில் ஈடுபட்டிருந்தார் அவர்.

ஆனால், அலெக்ஸாண்டர் விடாக்கண்டன் என்றால், கண்ணுக்குத் தெரியாத அந்தப் பாக்டீரியாக்கள் கொடாக்கண்டன்களாக இருந்தன. அவர் எத்தனைதான் மருந்துகளைக் கொட்டிக் கிளறினாலும்கூட, அவை கொஞ்சம்கூட அலட்டிக்கொள்ளவில்லை. ஜாலியாகப் பெருகிப் பரவிக்கொண்டிருந்தன. அலெக்ஸாண்டர் குழம்பிப்போனார். இத்தனூண்டு பாக்டீரியாக்கள், மைக்ரோஸ்கோப் வைத்துப் பார்த்தால்தான் கண்ணுக்கே தெரிகின்றன, ஆனால், அதை என்னால் அழிக்கமுடியவில்லையே, ஏன்? இவற்றின் உயிர் எங்கேயோ ஏழு கடல், ஏழு மலை தாண்டி ஒளித்துவைக்கப்பட்டிருக்கிறதா என்ன?

ஒவ்வொரு தோல்வியும், அலெக்ஸாண்டருக்குப் புதிய வேகம் கொடுத்தது. முன்பைவிடக் கூடுதல் ஆவேசத்துடன் வெவ்வேறு ரசாயனக் கலவைகளைப் பரிசோதித்துப் பார்த்தார். ஆனால் அந்தக் கில்லாடி பாக்டீரியாக்களை ஒன்றுமே செய்யமுடியவில்லை. அலெக்ஸாண்டர் வெறுத்துப்போனார்.

'இனிமேலும் இந்தப் பாக்டீரியாக்களுடன் தொடர்ந்து மன்றாடிக்கொண்டிருந்தால், எனக்குப் பைத்தியமே பிடித்துவிடும், ஒரு சின்ன ப்ரேக் விடவேண்டியதுதான்!'

ஒரு மாற்றத்துக்காக, அலெக்ஸாண்டர் விடுமுறையில் செல்ல முடிவெடுத்தார். தன்னுடைய ஆராய்ச்சிகளை அப்படியே நிறுத்திவிட்டுக் கிளம்பினார்.

வெளியே சென்றபிறகுதான், அவருக்கு ஒரு விஷயம் ஞாபகம் வந்தது, 'கிளம்புகிற அவசரத்தில் பாக்டீரியாத் தட்டுகளையெல்லாம் ஒழுங்காகச் சுத்தம் செய்யாமல் வந்துவிட்டேனே!'

'கிடக்கட்டும், லீவ் முடிந்து திரும்பி வந்து எல்லாவற்றையும் ஒழுங்குபடுத்திக்கொள்ளலாம். என்ன அவசரம்?' திரும்பிப் பார்க்காமல் நடந்தார் அலெக்ஸாண்டர்.

அப்போது அவருக்குத் தெரியாத விஷயம், அலெக்ஸாண்டர் வாழ்க்கையில்மட்டுமல்ல, ஒட்டுமொத்த மனித குலத்திற்கே அந்தச் சம்பவம் ஒரு மிகப் பெரிய திருப்புமுனையாக அமையப்போகிறது.

அலெக்ஸாண்டர் ஆராய்ச்சியை நிறுத்திவிட்டு விடுமுறைக்குக் கிளம்பிவிட்டார்தான். ஆனால் அங்கேயும், அவர் மனத்தைப் பாக்டீரியாக்கள்தான் ஆக்கிரமித்திருந்தன. எப்படியாவது இந்தப் பிரச்னைக்கு ஒரு முடிவு கண்டுபிடித்தால்தான் அவருக்கு நிம்மதி பிறக்கும்!

ஒருவழியாக, அலெக்ஸாண்டரின் விடுமுறை முடிந்தது. அவசரம் அவசரமாகத் தன்னுடைய ஆராய்ச்சி சாலைக்குத் திரும்பினார் அவர்.

வழக்கம்போல், அலெக்ஸாண்டரின் ஆராய்ச்சி சாலையில் பொருள்கள் இங்கேயும், அங்கேயுமாக இறைந்து கிடந்தன. இதையெல்லாம் ஒழுங்குபடுத்துவதற்கே நான்கைந்து நாள் பிடிக்கும் என்று அவருக்குத் தோன்றியது. முதல்வேலையாக, தன்னுடைய பாக்டீரியாத் தட்டுகளைச் சுத்தப்படுத்த நினைத்தார் அவர்.

ஆனால், அந்தத் தட்டுகளைக் கழுவிப் பல நாள் ஆகிவிட்டதால், அவற்றின்மீது அழுக்குபோல் ஏதோ படர்ந்திருந்தது. கவனித்துப் பார்த்தால், பூஞ்சைக் காளான்.

இதைப் பார்த்ததும், அலெக்ஸாண்டருக்கு ஏதோ ஒரு சுவாரஸ்யம் தட்டியது. பூஞ்சைக் காளான் படிந்த சில தட்டுகளை எடுத்து, நுண்ணோக்கிமூலம் கவனித்துப் பார்த்தார்.

ஆச்சர்யமான விஷயம், அந்தப் பூஞ்சைக் காளானைச் சுற்றிலும் உள்ள பகுதிகளில்மட்டும், பாக்டீரியாக்கள் வெகுவாக அழிக்கப்பட்டிருந்தன. மற்ற இடங்களில் பழையபடி பாக்டீரியாக்களின் ஆதிக்கம் இருந்தது.

அலெக்ஸாண்டர் மகிழ்ச்சியில் துள்ளினார், இத்தனை காலமாக நான் தேடிக்கொண்டிருந்த மருந்து இதுதானா? நிச்சயமாகச் சொல்வதற்கில்லை, இன்னும் கொஞ்சம் ஆராய்ச்சி செய்து பார்க்கவேண்டும்!

உடனடியாக, தனது பரிசோதனைகளைத் தொடங்கினார் அலெக்ஸாண்டர். அந்தப் பூஞ்சைக் காளானின் பெயர் பெனிசிலியம் நொடேடம் என்று தெரியவந்தது.

அலெக்ஸாண்டர் இந்தப் பெனிசிலியம் நொடேடம் பூஞ்சைக் காளானை நிறைய வளர்த்து, அதில் இருந்து எடுத்த சாறைப் பலவகையான பாக்டீரியாக்களின்மீது செலுத்திப் பரிசோதித்தார். பெரும்பாலான பாக்டீரியாக்கள் உடனடியாக மறைந்துபோய்விட்டன.

அடுத்தபடியாக, அலெக்ஸாண்டர் இதே மருந்தைப் பயன்படுத்தி மனித உடலில் ஏற்படும் காயங்களை ஆற்றமுடியுமா என்று ஆராய்ச்சி செய்துபார்த்தார். அதிலும் பிரமாதமான வெற்றி கிடைத்தது.

இதன்மூலம், அந்தப் பூஞ்சைக் காளான் மருந்து பல்வேறு பாக்டீரியாக்களை அழிக்கக்கூடியது என்று சந்தேகத்துக்கு இடமின்றி நிரூபித்துவிட்டார் அலெக்ஸாண்டர். அந்த மருந்துக்கு அவர் சூட்டிய பெயர், 'பெனிசிலின்'!

டாக்டர் அலெக்ஸாண்டர் ஃப்ளெமிங் மிக எதேச்சையாகக் கண்டுபிடித்த அந்தப் பெனிசிலின் மருந்து, அதன்பிறகு அதிவேகத்தில் புகழ் பெற்றுவிட்டது. இரண்டாம் உலகப் போரின்போது காயமடைந்த ஏராளமான போர் வீரர்கள் பெனிசிலினால் உயிர் பிழைத்தார்கள். இன்றைக்கும், பல முக்கியமான மருத்துவச் சிகிச்சைகளுக்குப் பெனிசிலின் பயன்படுத்தப்படுகிறது.

பெனிசிலினைக் கண்டுபிடித்த அலெக்ஸாண்டர் ஃப்ளெமிங்கிற்கு, 1945ல் நோபல் பரிசு வழங்கப்பட்டது. அதற்கு முக்கியமான காரணம், அவருடைய ஆராய்ச்சித்திறன் மட்டுமில்லை, அன்றைக்கு விடுமுறைக்குக் கிளம்புகிற அவசரத்தில் அவர் தட்டுகளை ஒழுங்காகக் கழுவாததும்தான்!

வழக்கமாக, சுத்தம்தான் சோறு போடும் என்று சொல்வார்கள். ஆனால் அலெக்ஸாண்டர் ஃப்ளெமிங் விஷயத்தில் அசுத்தமும் கூட அவருக்கு உதவி செய்திருக்கிறது!

56. கதவைத் தட்டுவது யார்?

'லேட்டாச்சு, லேட்டாச்சு.'

சாரதா, அவருடைய கணவர் திரிலோக் இருவரும் அவசரமாகப் புறப்பட்டுக்கொண்டிருந்தார்கள். அவர்களுடைய பரபரப்பைப் பார்க்கிறபோது, ஏதோ முக்கியமான வேலை என்று புரிந்தது.

திலீப் லேசாக நிமிர்ந்து பார்த்தார். அதன்பிறகு, எப்போதும்போல் தன்னுடைய வேலையில் மும்முரமாகிவிட்டார்.

அவர் ஒரு விளம்பர இசையமைப்பாளர். ஒரு சின்ன இசைத் துணுக்கை எடுத்துக்கொண்டு, அதை இன்னும் சிறப்பாக மேம்படுத்துவது எப்படி என்று யோசித்து யோசித்து இழைத்துக்கொண்டிருந்தார்.

திலீப் இப்படிக் கஷ்டப்பட்டு உழைப்பதற்குப் பரிசு, அந்த விளம்பரங்களைத் திரை அரங்குகளில், தொலைக்காட்சிகளில் பார்த்து, வானொலியில் கேட்டு மகிழும் ரசிகர்கள், 'எங்களோட விளம்பர ஜிங்கிளுக்கு நீங்கதான் இசையமைக்கணும்' என்று அவருடைய ஸ்டூடியோ வாசலில் காத்திருக்கும் தயாரிப்பாளர்கள். இதுதவிர, அவ்வப்போது சிறந்த

விளம்பர இசைக்கான விருதுகளும் திலீப் வீட்டுக் கதவைத் தட்டிக்கொண்டிருந்தன.

அப்படி ஒரு விருது வழங்கும் விழாவில்தான், திலீப் இயக்குனர் மணி ரத்னத்தைச் சந்தித்தார். திலீபின் நண்பர், மணி ரத்னத்தின் உறவினரான சாரதா அவர்கள் இருவரையும் அறிமுகப்படுத்திவைத்தார்.

அதன்பிறகும், அடிக்கடி மணி ரத்னத்திடம் திலீபைப்பற்றிப் பேசிக்கொண்டிருந்தார் சாரதா, 'ரொம்பத் திறமையான பையன், சின்ன வயதில் நிறைய முதிர்ச்சியோடு வேலை செய்கிறான், அவனுடைய இசையை நீங்கள் கேட்கவேண்டும், முடிந்தால் அவனை உங்களுடைய படங்களுக்குப் பயன்படுத்திக்கொள்ளவேண்டும்.'

சிறந்த இசை ரசிகரான மணி ரத்னத்துக்கு, நிச்சயமாக திலீபின் இசை பிடித்திருக்கும். சாரதா ஒருவருக்கு இந்த அளவு சிபாரிசு செய்கிறார் என்றால், அவர் நிச்சயமாக நல்ல திறமைசாலியாகதான் இருக்கவேண்டும் என்று அவர் நம்பினார்.

அதேசமயம், மணி ரத்னம் அப்போது தன்னுடைய படங்களுக்கு இன்னோர் இசையமைப்பாளரைத் தேடும் யோசனையில் இல்லை. இதயக் கோவில், நாயகன், மௌன ராகம், அஞ்சலி, அக்னி நட்சத்திரம், கீதாஞ்சலி (தெலுங்கு) என்று இளையராஜாவுடன் அவர் இணைந்து பணியாற்றிய எல்லாப் படங்களும் 'ம்யூசிக்கல் ஹிட்'கள்.

இதனால், தன்னுடைய முதல் படமான 'பகல் நில'வில் தொடங்கி மணி ரத்னம் வேறு எந்த இசையமைப்பாளருடனும் பணியாற்றவில்லை. இப்போதும் அதற்கான அவசியம் ஏற்படவில்லை.

ஆகவே, சாரதா திலீபைப் பற்றிச் சொன்னபோது, மணி ரத்னம் மௌனமாகக் கேட்டுக்கொண்டார், உடனடியாக எந்த பதிலும் சொல்லவில்லை, எந்த முடிவும் எடுக்கவில்லை, அதைப்பற்றித் தீவிரமாக யோசிக்கக்கூட இல்லை.

அப்போது மணி ரத்னத்தின் அடுத்த படம் 'தளபதி' உருவாகிக்கொண்டிருந்த நேரம். தமிழ் சூப்பர் ஸ்டார் ரஜினிகாந்த், மலையாள மெகா ஸ்டார் மம்முட்டி என இரண்டு பெருந்தலைகளை ஹீரோக்களாக வைத்து மகாபாரதக் கர்ணன் கதையைப் புது வடிவத்தில் செதுக்கிக்கொண்டிருந்தார் அவர்.

வழக்கம்போல், இந்தப் படத்துக்கும் இளையராஜாதான் இசை. பாடல்கள் வெளியாகித் தமிழ் நாடு முழுக்கப் பட்டையைக் கிளப்பிக்கொண்டிருந்தன.

1991ம் ஆண்டு இறுதியில், 'தளபதி' படத்தின் முதல் பிரதி தயாராகிவிட்டது. தனது நண்பர்கள், திரைத்துறையைச் சேர்ந்த பிரபலங்களுக்காக ஒரு சிறப்புக் காட்சிக்கு ஏற்பாடு செய்திருந்தார் மணி ரத்னம். இதில் கலந்துகொள்வதற்கான அழைப்பு திரிலோக், சாரதாவுக்கும் வந்திருந்தது.

'தளபதி' சிறப்புக் காட்சி நடைபெற்ற தினத்தன்று, அவர்கள் திலீபுடன் ஒரு விளம்பரத்துக்கான ஒலிப்பதிவில் மூழ்கியிருந்தார்கள். அந்த வேலை முடிந்ததும், திரிலோக், சாரதா இருவரும் அவசரமாகப் புறப்பட்டார்கள்.

பொதுவாக, திலீப் தன்னுடைய வேலை முடிந்தபிறகும், ஸ்டூடியோவிலிருந்து கிளம்பமாட்டார். வேறு எதையாவது இசைத்துப் பார்த்துப் பயிற்சி எடுப்பார், அல்லது புதிய இசைத் துணுக்கு ஒன்றைப் பதிவு செய்துகொண்டிருப்பார்.

அன்றைக்கு திரிலோக், சாரதா பரபரப்பாகக் கிளம்புவதைப் பார்த்ததும், எதார்த்தமாக விசாரித்தார் திலீப், 'எங்கே ரொம்ப அவசரமாப் புறப்பட்டுட்டீங்க?'

'இன்னிக்குத் தளபதி ப்ரிவ்யூ ஷோ' என்றார் திரிலோக் நாயர், 'நீயும் வர்றியா?'

அன்றைய தேதிக்குத் தமிழ்நாடு முழுக்கத் 'தளபதி' ரிலீஸுக்காகதான் ஆவலுடன் காத்துக்கொண்டிருந்தது. ரஜினி, மம்முட்டி ரசிகர்கள் ஒருபக்கம், மணி ரத்னம், இளையராஜா பிரியர்கள் இன்னொருபக்கம் என்று அந்தப் படத்துக்கு ஏகப்பட்ட எதிர்பார்ப்பு.

திலீப் முன்பு சினிமாத்துறையிலேயே வேலை பார்த்திருந்தாலும் கூட, அவருக்குப் படம் பார்க்கிற ஆசையெல்லாம் அதிகம் இல்லை. அவருடைய ஆர்வம் முழுக்க இசையில் மட்டும்தான்.

ஆனால் அன்றைக்கு ஏனோ, அவருக்குத் 'தளபதி' பார்க்கவேண்டும் என்று தோன்றியது. திரிலோக், சாரதாவுடன் புறப்பட்டுவிட்டார்.

'தளபதி' சிறப்புக் காட்சி முடிந்தது. மணி ரத்னத்தை மீண்டும் ஒருமுறை சந்தித்துப் பேசுகிற வாய்ப்பு திலீபுக்குக் கிடைத்தது.

ஆனால் இந்தமுறை, மணி ரத்னத்திடம் ஏதோ ஒரு மாற்றம். மற்றவர்களிடம் சம்பிரதாயமாகப் பேசிக் கை குலுக்கிக்கொண்டிருந்தவர், திலீபிடம் மட்டும் கொஞ்சம் அதிக நேரம் செலவிட்டதுபோல் தோன்றியது.

மறுநாள், மணி ரத்னம் சாரதாவை அழைத்தார், 'நீங்க ஒரு ம்யூசிக் டைரக்டரைப் பத்தி அடிக்கடி சொல்வீங்களே, நேத்திக்குக்கூட உங்களோட ப்ரிவ்யூவுக்கு வந்திருந்தாரே.'

'ஆமா, அவர் பேர் ஏ.எஸ். திலீப் குமார்.'

'அவரேதான்' என்றார் மணி ரத்னம், 'நான் கொஞ்சம் அவரோட இசை சாம்பிள்ஸ்ல்லாம் கேட்கணுமே, ஏற்பாடு செய்யமுடியுமா?'

மணி ரத்னமே இப்படி வலிய வந்து கேட்கிறபோது, மறுக்கமுடியுமா? உடனடியாக அவரைத் தன்னுடைய ஸ்டூடியோவுக்கு அழைத்துவந்து, திலீப் இசையமைத்த விளம்பரங்கள், மற்ற இசைத் துணுக்குகளைப் போட்டுக் காண்பித்தார் திரிலோக் நாயர்.

வழக்கம்போல், மணி ரத்னம் அதிகம் பேசவில்லை. இந்தப் புதிய இளைஞனின் இசை உண்மையிலேயே வித்தியாசமானதுதானா என்பதை மனத்துக்குள் எடை போட்டபடி மௌனமாகக் கேட்டுக்கொண்டிருந்தார். அதன்பிறகு, கிளம்பிச் சென்றுவிட்டார். விரைவில், மணி ரத்னம் அலுவலகத்திலிருந்து திலீபுக்கு அழைப்பு வந்தது, 'டைரக்டர் உங்களைச் சந்திக்க விரும்பறார், வரமுடியுமா?'

இரண்டு வருடத்துக்கு ஒரு படம் பண்ணினாலும், தமிழ்த் திரைப்பட இயக்குனர்கள் மத்தியில் மணி ரத்னம் ஒரு சூப்பர் ஸ்டார். அவருடைய படத்தில் தங்களுக்கு ஒரு வாய்ப்புக் கிடைத்துவிடாதா என்று நடிகர், நடிகைகள், கதாசிரியர்கள், இசையமைப்பாளர்கள், கவிஞர்கள், ஒளிப்பதிவாளர்கள் என எல்லோரும் ஏக்கத்தோடு காத்திருப்பதுதான் வழக்கம்.

ஆனால், திலீப் எப்போதும் திரைப்பட வாய்ப்புகளை நினைத்து ஏங்கியது கிடையாது, ஸ்டூடியோ ஸ்டூடியோவாக ஏறி, இறங்கியதும் இல்லை, எப்போதாவது வாய்ப்பு வந்தால் பார்த்துக்கொள்ளலாம் என்று அலட்சியமாக இருந்துவிட்டார்.

அதேசமயம், மணி ரத்னத்தின் கதை சொல்லும் பாணி, படமாக்க உத்திகள் எல்லாமே திலீபுக்கு மிகவும் பிடித்தமானவை. ஒரு நல்ல பாடலை, அவர் தனது காட்சிகளின்மூலம் பலமடங்கு சிறப்பாக்கிக் காண்பித்துவிடுவார் என்பதை திலீப் அனுபவப்பூர்வமாக உணர்ந்திருந்தார்.

ஆகவே, இப்போது மணி ரத்னம் தன்னை அழைக்கிறார் என்றதும், திலீபுக்குள் ஒரு புது ஆர்வம். போய்ப் பார்த்தால்தான் என்ன?

திலீப் மணி ரத்னத்தைச் சந்தித்தார், 'என்னுடைய அடுத்த படத்துக்கு ஒரு புதிய இசையமைப்பாளரைத் தேடிக் கொண்டிருக்கிறேன். உங்களுடைய இசையில் இருக்கும் புதிய ஸ்டைல், தனித்துவமான சவுண்ட் எல்லாமே எனக்குப் பிடித்திருக்கிறது, நாம் சேர்ந்து வேலை செய்வோமா?' என்று கேட்டார் மணி ரத்னம்.

பெரிய இயக்குனர் இப்படிக் கேட்கும்போது மறுக்கமுடியுமா? திலீபுக்குப் பல குழப்பங்கள், தயக்கங்கள் இருந்தபோதும், மணி ரத்னத்துக்காகச் சம்மதித்துவிட்டார். ஆனால், பல காரணங்களால் அந்தப் படம் கைவிடப்பட்டுவிட்டது. அதற்குப் பதிலாக இன்னொரு புதிய படத்துக்குப் பூஜை போட்டார் மணி ரத்னம். 'திலீப்' என்கிற ஏ. ஆர். ரஹ்மான் இசையமைப்பாளராக அறிமுகமான அந்தப் படத்தின் பெயர், 'ரோஜா'!

தன்னுடைய தனித்துவமான பாணியின்மூலம் தமிழ்த் திரையுலகில் தனக்கென்று ஒரு பெரிய ரசிகர் வட்டத்தைச் சேர்த்துக்கொண்ட ஏ.ஆர். ரஹ்மான், பின்னர் ஹிந்தியிலும் 'நம்பர் 1' இசையமைப்பாளராகப் பெயர் வாங்கினார், சமீபத்தில் இரட்டை ஆஸ்கர் விருதுகளைப் பெற்று இந்தியாவுக்கே பெருமை தேடித் தந்திருக்கிறார்.

சில சமயங்களில் நாம் தேடி அலையாத நல்ல வாய்ப்புகள்கூட நம்முடைய வீட்டுக் கதவைத் தட்டுவது உண்டு. அப்போது வேறு வேலையில் பிஸியாக இருந்து அதைக் கவனிக்கத் தவறிவிட்டால், இழப்பு நமக்குதானே?

ஆகவே, நம் காதுகளை எப்போதும் தீட்டியே வைத்திருப்பது அவசியம். அப்போதுதான், கிடைக்கிற வாய்ப்புகளைப் பயன்படுத்திக்கொண்டு, நம் திறமை, உழைப்பின் துணையோடு முன்னேறுவது சாத்தியம்!

57. கண் திறந்தது

அது ஒரு சின்னக் கிராமம். மாட்டு வண்டிதவிர வேறு எந்த வாகனத்தையும் அறியாத கரடுமுரடு சாலை.

இப்போது, அந்தப் பாதையில் ஒரு கார் சென்றுகொண்டிருந்தது. அதுவும் சாதாரணக் கார் இல்லை, முதலமைச்சரின் கார்.

வழக்கமாக ஓர் அமைச்சர் வெளியூர் கிளம்புகிறார் என்றாலே, நம் ஊரில் பெரிய பரபரப்புதான். அமைச்சருக்கு முன்னாலும் பின்னாலும் ஏகப்பட்ட வாகனங்களில் பாதுகாப்புக் காவலர்கள், தொண்டர்கள், உதவியாளர்கள் எல்லோரும் பயணம் செய்வார்கள்.

ஆனால், இந்த முதலமைச்சர் கொஞ்சம் வித்தியாசமானவர், 'நான் மக்களைதானே சந்திக்கப்போறேன்? எனக்கு எதுக்குப் பாதுகாப்பு?' என்று சொல்லிவிட்டு, துளி ஆர்ப்பாட்டமில்லாமல் சுற்றுப்பயணம் கிளம்பிவிட்டார்.

இந்த முதலமைச்சருக்கு, கிராமங்களின்மீது ஆர்வம் அதிகம். அங்கே வாழும் மக்கள் எப்படி இருக்கிறார்கள், தன்னுடைய அரசாங்கம் செய்திருக்கிற நல்ல விஷயங்கள் அவர்களைச் சென்று சேர்கிறதா, இன்னும் என்னென்ன செய்தால்

அவர்களுக்குப் பயன்படும் என்றெல்லாம் தெரிந்துகொள்ள மிகவும் விரும்பினார்.

அவர் நினைத்திருந்தால், இதற்காகவே பல அதிகாரிகளை நியமித்திருக்கலாம், 'இன்னும் பத்து நாள்ல எல்லா விவரமும் என் மேஜைக்கு வரணும்' என்று உத்தரவு போட்டிருக்கலாம்.

ஆனால், அப்படி மிரட்டி வாங்கிய அறிக்கையில் உண்மை இருக்காது. அதை நேருக்கு நேர் பார்த்து அறிவதுதான் நியாயம்.

ஆகவே, முதலமைச்சரின் கார், தமிழகம்முழுக்கச் சுற்றிவந்தது. பல எளிய மனிதர்களை நேரடியாகச் சந்தித்து அவர்களுடைய வாழ்க்கையைப்பற்றிக் கேட்டு, பார்த்துத் தெரிந்துகொண்டார் அவர்.

இப்படி அவர் சேரன்மாதேவி அருகில் உள்ள ஒரு சின்னக் கிராமத்துக்குச் சென்றிருந்தபோது, அங்கே வயலில் ஆடு மேய்க்கிற சிறுவன் ஒருவனைப் பார்த்தார், 'இந்தப் பையனுக்குப் பள்ளிக்கூடம் போகற வயசில்லையா? ஏன் இப்படி ஆடு மேய்ச்சுக்கிட்டிருக்கான்?'

முதல்வருடைய கேள்விக்கு யாரும் பதில் சொல்லவில்லை, 'காரை நிறுத்துங்க' என்றார் அவர்.

ஓட்டுனர் அவசரமாகக் காரை வேகம் குறைத்து நிறுத்தினார். வெள்ளைச் சட்டை, வெள்ளை வேட்டி சகிதம் தூய்மையே உருவாகக் கீழே இறங்கினார் முதலமைச்சர்.

அந்த ஆட்டுக்காரச் சிறுவன் அவரை லேசாக நிமிர்ந்து பார்த்தான். அப்புறம் பழையபடி தன்னுடைய வேலையில் மும்முரமாகிவிட்டான்.

முதலமைச்சர் மெல்லச் சிரித்துக்கொண்டார். நேராக அவனை நோக்கி நடந்தார், 'தம்பி'

'ம்ம்? என்னா?' அவன் குரலில் அலட்சியம்.

முதலமைச்சருடன் வந்திருந்தவர்கள், அதிகாரிகள் பதறினார்கள், 'ஏய்? ஐயா யார்ன்னு தெரியுமா? கொஞ்சம் மரியாதையாப் பேசு!'

‘சும்மா இருங்க’ என்றார் முதலமைச்சர், ‘நான் யாருன்னுகூட அவனுக்குத் தெரியலைன்னா, அது அவனோட குத்தமா? அதுக்கு அவனா பொறுப்பு? விடுங்க!’

இப்போது மீண்டும் அவனிடம் அன்பாகப் பேச ஆரம்பித்தார் முதலமைச்சர், ‘தம்பி, படிக்கவேண்டிய வயசில நீ ஏன்ப்பா ஆடு மேய்ச்சுக்கிட்டிருக்கே? பள்ளிக்கூடத்துக்குப்போய் நாலு எழுத்து வாசிச்சுத் தெரிஞ்சுக்கலாம்ல?’

‘எங்க ஊர்ல ஏது பள்ளிக்கூடம்?’ முரட்டுத்தனமாகப் பதில் வந்தது.

முதலமைச்சர் சிரித்தார், ‘சரி, நான் உனக்குப் பள்ளிக்கூடம் கட்டித்தர்றேன், அப்ப நீ படிக்கப் போவியா?’

‘பள்ளிக்கூடத்தில படிக்கிறதுக்கு ஏகப்பட்ட காசு கேப்பாங்களே, அதுக்கு நான் எங்கே போவேன்?’

அவன் இப்படி முகத்தில் அடிப்பதுபோல் சொன்னாலும், முதலமைச்சர் கோபப்படவில்லை. யோசித்தார். தினசரி சாப்பாட்டுக்கே வழியில்லாத இந்தக் குடும்பங்கள், ஸ்கூல் ஃபீஸுக்கு என்ன செய்வார்கள்? பாவம்!

‘சரி தம்பி, அதுக்கும் நானே ஏற்பாடு பண்றேன்’ என்றார் முதலமைச்சர், ‘அப்ப நீ படிப்பியா?’

இப்போது அந்தப் பையன் நிதானமாக யோசித்தான், ‘நான் படிக்கப் போயிட்டா பொழப்புக்கு என்ன வழி? எனக்கு யாரு சோறு போடுவாங்க?’

இதையும் மனத்துக்குள் குறித்துக்கொண்டார் முதலமைச்சர். பள்ளிக்கூடத்துக்குப் படிக்க வருகிற பையன்கள் பட்டினியோடு இருந்தால் அவர்களுக்கு எப்படிப் பாடத்தில் கவனம் ஏறும்?

‘சரி தம்பி, உனக்கு ஸ்கூல்லயே சாப்பாடு போட்டுப் பாடமும் சொல்லித்தர்றாங்கன்னு வெச்சுக்குவோம், அப்ப நீ ஆடு மேய்க்கிறதை விட்டுட்டுப் படிக்கறதுக்குப் போவியா?’ இப்போது அந்தச் சிறுவன் முகத்தில் பிரகாசம். ‘இந்த ஆள் சொல்வது நிஜமாகவே நடந்துவிட்டால் எப்படி இருக்கும்!’

என்று மனத்துக்குள் கற்பனை செய்து பார்த்து மகிழ்ந்தான்.

முதலமைச்சர் அவனுடைய கன்னத்தைத் தட்டினார், 'நீ கவலைப்படாதே தம்பி, எல்லாத்துக்கும் நாங்க இருக்கோம்' என்றார், 'நீ ஒழுங்காப் படிச்சுப் பெரிய வேலைக்குப் போகணும், அப்பா, அம்மாவை நல்லபடியா கவனிச்சுக்கணும், சரியா?'

மறுநாள், முதலமைச்சர் சென்னை திரும்பினார். உடனடியாகத் தனது கல்வித்துறைத் தலைவர், அதிகாரிகளை அழைத்தார், 'நாம இப்பவே ரெண்டு விஷயம் செஞ்சாகணும்' என்றார்.

'சொல்லுங்கய்யா.'

'முதலாவதா, நம்ம அரசாங்கப் பள்ளிகள்ல அன்னாடங்காய்ச்சிங்க கிட்டே ஃபீஸ் கேட்டுத் தொல்லைப்படுத்தக்கூடாது, எல்லோருக்கும் இலவசமாப் பாடம் சொல்லித்தரணும்.'

அவர் இப்படிச் சொன்னதும், அதிகாரிகளுக்கு மூச்சே நின்றுவிட்டது. பள்ளிக் கட்டணம் இல்லாமல் இலவசக் கல்வி வழங்குவதென்றால் அதற்கு ஏகப்பட்ட செலவாகுமே, பணத்துக்கு எங்கே போவது?

முதலமைச்சர் தொடர்ந்து பேசினார், 'அடுத்தபடியா, நம்மகிட்ட படிக்க வர்ற பிள்ளைங்க, பட்டினி கிடக்கக்கூடாது, அவங்களுக்கு மத்தியானச் சாப்பாட்டை நாமே தரணும்.'

இப்போது அதிகாரிகள் இன்னும் திகிலாகிவிட்டார்கள். தமிழ்நாடுமுழுக்க எல்லா மாணவர்களுக்கும் தினசரி சமைத்துச் சாப்பாடு போடுவது என்றால் சாதாரண விஷயமா? காசு என்ன மரத்திலா விளைகிறது?

அவர்கள் தயங்கித் தயங்கி முதலமைச்சரை அணுகினார்கள், 'ஐயா, இதுக்கெல்லாம் ரொம்பச் செலவாகும்.'

'எவ்வளவு செலவானாலும் பரவாயில்லை' என்றார் முதலமைச்சர், 'பிள்ளைங்க படிக்கணும், அதுதான் நமக்கு முக்கியம், வேற எதைப்பத்தியும் கவலைப்படாதீங்க.' உடனடியாக, இந்தப் புதிய திட்டத்துக்கான உத்தரவில் கையெழுத்திட்டார் முதலமைச்சர். இதன்படி, தமிழகம்முழுக்க

ஏழைப் பிள்ளைகளுக்கு அவர்களுடைய பள்ளியிலேயே இலவச மதிய உணவு வழங்கப்பட்டது.

இதனால், படிப்பின்மீது ஆர்வம் இல்லாதவர்கள்கூட, ஒருவேளைச் சாப்பாட்டுக்காகப் பள்ளிக்கு வருவார்கள் என்பதுதான் முதலமைச்சரின் யோசனை, ‘சோத்துக்காக வர்றவன், அப்படியே நாலு எழுத்து படிச்சுத் தெரிஞ்சுகிட்டா நாட்டுக்கு நல்லதுதானே?’

அவர் நினைத்ததுபோலவே, அந்தத் திட்டம் பிரமாதமான வெற்றி பெற்றது. அதுவரை ஏழைமை காரணமாகத் தங்களுடைய பிள்ளைகளைச் சின்ன வயதிலேயே வேலைக்கு அனுப்பிக்கொண்டிருந்தவர்கள்கூட, இப்போது அவர்களைப் பள்ளிக்கு விரட்ட ஆரம்பித்தார்கள்.

விரைவில், இலவசக் கல்வித் திட்டத்தையும் அறிமுகப்படுத்தினார் அந்த முதலமைச்சர். இதன்மூலம், ஆனா ஆவன்னாவில் தொடங்கிப் பள்ளி இறுதிவரை ஒரு பைசா செலவு செய்யாமல் பிள்ளைகள் படிக்கமுடிந்தது.

அப்போதும், சில குடும்பங்கள் தங்கள் குழந்தைகளைப் பள்ளிக்கு அனுப்பத் தயங்கினார்கள், ‘பிள்ளைக்கு ஒழுங்காப் போட்டுக்கறதுக்கு ஒரு துணிமணிகூட இல்லை’ என்றார்கள்.

இதற்காக, பள்ளி மாணவர்களுக்கு இலவசச் சீருடை வழங்க ஆணையிட்டார் முதலமைச்சர். அதன்பிறகு, ஏழை, பணக்காரன், இந்த மதம், அந்த ஜாதி என்பதுபோன்ற வித்தியாசங்கள் எவையும் இல்லாமல் எல்லா மாணவர்களும் ஒரேமாதிரியான சீருடை அணிந்து படிக்கச் சென்றார்கள்.

‘எந்தக் காரணத்துக்காகவும், யாரும் படிப்பைப் புறக்கணித்துவிடக்கூடாது, எல்லோரும் படிப்பதற்குத் தேவையான வசதிகளைச் செய்து தருவதுதான் ஓர் அரசாங்கத்தின் கடமை’ என்று கருதிய அந்த முதலமைச்சர், கர்ம வீரர் காமராஜர்! இன்றைக்குக் காமராஜரின் அந்தக் கனவு பெருமளவு நிறைவேறியிருக்கிறது. மிகச் சாதாரணமான ஏழைக் குடும்பங்களைச் சேர்ந்த பிள்ளைகள்கூட, செலவைப்பற்றிக்

கவலைப்படாமல் இலவசமாகப் படிக்கிறார்கள், ஆடு மேய்ப்பது, மூட்டை தூக்குவது போன்ற கூலி வேலைகளில் முடங்கிவிடாமல், அவர்களும் சமூகத்தில் ஒரு நல்ல நிலைமைக்கு வருவதற்கான வாய்ப்பு ஏற்பட்டிருக்கிறது.

நல்ல யோசனைகள் யாரிடமிருந்தும் வரலாம். ஒட்டுமொத்தத் தமிழகத்துக்கே கல்விக் கண் திறந்த காமராஜருக்கு வழிகாட்டியவன், ஒரு சாதாரண ஆடு மேய்க்கும் சிறுவன்தானே?

58. ‘நோ’ போடு!

ஸ்லி தன்னுடைய பேங்க் பாஸ்புக்கைத் திறந்து பார்த்தார். வெறும் 106 டாலர்கள். இதை வைத்துக்கொண்டு அமெரிக்காவில் எப்படிப் பிழைக்கமுடியும்?

ஏதாவது செய்யவேண்டும். பெரிய பணக்காரனாக வராவிட்டாலும்கூடப் பரவாயில்லை, ஏதோ தினசரி வாழ்க்கைக்கு இன்னொருவரை எதிர்பார்க்காதபடி நிம்மதியான ஒரு வாழ்க்கை அமைந்துவிட்டால் அதுவே போதும்.

ஸ்லிக்குப் பேராசைகள் இல்லை. அத்தனையும் மிடில் க்ளாஸ் கனவுகள்தான். ஆனால் அவற்றைக்கூட நிஜமாக்கிக்கொள்ளமுடியாதபடி எதார்த்தம் இழுத்துப் பிடித்தது.

அப்போது அவர் ஒரு சின்னக் கடையில் வேலை பார்த்துக்கொண்டிருந்தார். அதுபோக மிஞ்சுகிற நேரத்தில் வேறு சில இடங்களில் எடுபிடி உத்தியோகங்கள்.

ஆனால் இவற்றின்மூலம் கிடைக்கிற வருமானம், அவருடைய குடும்பத்தைக் காப்பாற்றப் போதவில்லை. எவ்வளவுதான் கஷ்டப்பட்டு உழைத்தாலும், மாதக் கடைசியில் யாரிடமாவது கடன் கேட்டு நிற்கவேண்டிய கட்டாயம்.

ஸ்லி வெறுத்துப்போனார். எப்படியாவது நிறையப் பணம் சம்பாதிக்கவேண்டும் என்கிற ஆசையுடன், சினிமாவில் நடிக்கிற முயற்சிகளில் இறங்கினார்.

அப்போதும், அவருக்குப் பெரிய ஸ்டார் ஆகிற கனவெல்லாம் கிடையாது. ஏதோ துண்டு துக்கடாப் படங்களில் நடித்தால்கூடப் போதும், அதன்மூலம் வருகிற பணம் வீட்டு பட்ஜெட்டில் இடி விழாமல் காப்பாற்றும்.

ஆனால், ஸ்லி நினைத்ததுபோல், சினிமாத்துறையும் அவருக்குக் கை கொடுக்கவில்லை. மறுபடியும் அதே பழைய வறுமை நிலைக்குத் தள்ளப்பட்டுவிட்டார், எதிர்காலத்தை நினைத்தால் அவருக்கு ரொம்பப் பயமாக இருந்தது.

'ஏன்ப்பா இப்படிச் சோர்ந்துபோய் உட்கார்ந்திருக்கே?' ஒரு நண்பர் கேட்டார், 'என்னோட ஒரு ப்ரொக்ராமுக்கு வரியா?'

'என்ன ப்ரொக்ராம்?'

'குத்துச்சண்டைப் போட்டி.'

ஸ்லி ஆர்வமில்லாமல் நிமிர்ந்து பார்த்தார், 'ம்ஹூம், நான் வரலை, நீ போய்ட்டு வா.'

'ப்ச், சும்மா அலட்டிக்காதே ஸ்லி, இன்னிக்கு மேட்ச்ல முகமது அலி ஒரு குத்துவிடறதைப் பார்த்தா உன்னோட கவலையெல்லாம் அப்படியே பறந்துபோயிடும்.'

சட்டென்று உற்சாகமானார் ஸ்லி. முகமது அலியா? அவருடைய குத்துச்சண்டையைப் பார்க்கக் கொடுத்துவைத்திருக்கவேண்டுமே!

குத்துச்சண்டை சாம்பியன், முகமது அலி அப்போது உலகம்முழுக்கப் பிரபலம். அவர் ஒரு போட்டியில் கலந்து கொள்கிறார் என்றால், எதிராளி யார் என்பதைக்கூடக் கவனிக்காமல், ரசிகர்கள் வந்து குவிவார்கள்.

காரணம், அன்றைய சூழ்நிலையில் முகமது அலியை ஜெயிக்க யாருமே இல்லை. அவருடன் யார் மோதினாலும், வெற்றி முகமது அலிக்குதான் என்பது சர்வ நிச்சயம்.

ஆகவே, ஸ்லி தாற்காலிகமாகத் தனது கவலைகளை ஒத்திவைத்தார். முகமது அலியைப் பார்க்கப் புறப்பட்டார்.

அன்றைக்கு முகமது அலியுடன் மோதியவர் பெயர், சக் வெப்னர். ரசிகர்கள் அவரைப் பரிதாபத்துடன் பார்த்தார்கள், 'பாவம், பையன் இன்னிக்குச் செமத்தியா உதை வாங்கப்போறான்!'

வழக்கம்போல், முகமது அலி கூடுதல் வேகத்துடன் களமிறங்கினார். முதல் சுற்றிலேயே சக் வெப்னரை வீழ்த்தி ஜெயித்துவிடுகிற ஆவேசம் அவரிடம் தெரிந்தது.

ஆனால், சக் வெப்னர் தோற்கத் தயாராக இல்லை. தைரியமாக முகமது அலியை எதிர்த்து நின்றார்.

இதனால், எல்லோரும் நினைத்ததுபோல் போட்டி அத்தனை சீக்கிரத்தில் முடியவில்லை. ஐந்து சுற்று, பத்து சுற்று என்று இழுத்துக்கொண்டே போனது.

முட்டி மோதி பதினைந்தாவது சுற்றுவரை வந்துவிட்டார் சக் வெப்னர். பார்த்துக்கொண்டிருந்தவர்களுக்கு ஆச்சர்யம் தாங்கவில்லை, 'முகமது அலியை எதிர்த்து ஒரு மனுஷன் இத்தனை தூரம் தாக்குப்பிடிக்கமுடியுமா?' என்று அசந்துபோனார்கள்.

கடைசியாக, அந்தப் போட்டியில் ஜெயித்தது முகமது அலிதான். ஆனால், அத்தனை சீக்கிரத்தில் விட்டுக்கொடுக்காமல் சக் வெப்னர் இறுதிவரை போராடியது எல்லோருக்கும் பிடித்திருந்தது.

வியர்வை வடிய நின்றிருந்த சக் வெப்னரைக் கண் சிமிட்டாமல் பார்த்தார் ஸ்லி. அந்தத் தைரியம், விடாமுயற்சி, தன்னம்பிக்கை எல்லாமே அவருக்கு மிகவும் பிடித்திருந்தது.

சக் வெப்னருக்கு முகமது அலிபோல்தானே, எனக்கு இந்தச் சிரம வாழ்க்கை? ஒரு சாதாரண வெப்னரால், அத்தனை பெரிய சாம்பியன் முகமது அலியைத் தைரியமாக எதிர்த்துச் சண்டையிடமுடிகிறது, என்னாலும் வாழ்க்கையை ஜெயிக்கமுடியாதா? ஒருவேளை இந்தப் போட்டியில்

நான் தோற்றுப்போய்விட்டாலும்கூட, கடைசிவரை தன்னம்பிக்கையோடு போராடினேன் என்கிற திருப்தி இருக்குமே, அதுதானே முக்கியம்?

முன்பைவிடக் கூடுதல் உற்சாகத்துடன் வீடு திரும்பினார் ஸ்லி. அன்று இரவே, அவர் ஒரு புதிய கதையை எழுத ஆரம்பித்தார்.

அந்தக் கதையின் நாயகன், ஒரு சாதாரண மிடில் க்ளாஸ் பார்ட்டி, குத்துச்சண்டையில் ஆர்வம் உண்டு, ஆனால் பெரிய அளவு பலமோ, திறமையோ, அனுபவமோ கிடையாது.

அப்போது, எதேச்சையாக அவனுக்கு ஒரு பெரிய குத்துச்சண்டைப் பந்தயத்தில் கலந்துகொள்கிற வாய்ப்புக் கிடைக்கிறது. அந்தப் போட்டியில் ஒரு பிரம்மாண்டமான எதிராளியைச் சமாளிப்பதற்கு அவன் படுகிற சிரமங்கள்தான் கதை.

அடுத்த மூன்று நாள்கள், தன்னுடைய மற்ற வேலைகளுக்கு நடுவே இந்தக் கதையைப் பரபரப்பாக எழுதிமுடித்தார் ஸ்லி. ஒரு சாதாரண மனிதனின் தன்னம்பிக்கையூட்டும் வெற்றிக் கதையாக அது அமைந்தது.

உற்சாகமான ஸ்லி, இந்தக் கதையைப் பல சினிமா நிறுவனங்களுக்கு அனுப்பிவைத்தார். அவர்கள் இதைப் படித்துவிட்டு என்ன சொல்லப்போகிறார்கள் என்று ஆவலுடன் காத்திருந்தார்.

கடைசியாக, அவர் எதிர்பார்த்த பதில் வந்தது, 'கதை எங்களுக்குப் பிடித்திருக்கிறது, இதை இருபதாயிரம் டாலர் கொடுத்து வாங்கிக்கொள்கிறோம்.'

இருபதாயிரம் டாலர் என்பது, ஸ்லிக்கு மிகப் பெரிய தொகை. இதன்மூலம் அவருடைய பொருளாதாரக் கஷ்டங்களெல்லாம் தீர்ந்துவிடும்.

ஆனால், ஒரு பிரச்னை. ஸ்லி இந்தக் கதையில் தானே கதாநாயகனாக நடிக்கவேண்டும் என்று விரும்பினார்.

படக் கம்பெனி சிரித்தது, 'சும்மா காமெடி பண்ணாதீங்க சார், இந்தமாதிரி ஒரு கதைக்கு, பெரிய நடிகர்கள்தான் சரிப்படுவாங்க, நீங்க நடிச்சா படம் ஊத்தி மூடிக்கும்.'

'இல்லை' என்று பிடிவாதமாக மறுத்தார் ஸ்லி, 'இந்தக் கதை, ஒரு சாதாரண மனுஷனோடது, அதில என்னைமாதிரி ஒரு சாதாரண ஹீரோ நடிச்சாதான் பொருத்தமா இருக்கும்.'

'சான்ஸே இல்லை, நாங்க உங்களை நடிக்கவெச்சு ரிஸ்க் எடுக்கமுடியாது.'

'அப்படின்னா, நானும் என்னோட கதையை உங்களுக்குத் தரமாட்டேன்.'

படக் கம்பெனியைச் சேர்ந்தவர்கள் திகைத்துப்போனார்கள். இருபதாயிரம் டாலர்களை முப்பது, நாற்பது, எண்பது என்று தாராளமாக ஏற்றி பேரம் பேச ஆரம்பித்தார்கள்.

ஆனால், ஸ்லி தன்னுடைய முடிவில் உறுதியாக இருந்தார், 'நீங்க லட்சக்கணக்கா கொட்டிக் கொடுத்தாலும் எனக்கு வேண்டாம், இந்தக் கதையில நான்தான் நடிப்பேன்.'

கடைசியாக, அவர்கள் இறங்கிவந்தார்கள். ஸ்லியைக் கதாநாயகனாக வைத்துப் படம் எடுக்கச் சம்மதித்தார்கள், 'ஆனா, வெறும் இருபதாயிரம் டாலர்தான் சம்பளம் கொடுப்போம், உங்களுக்கு ஏகப்பட்ட நஷ்டம், நல்லா யோசிச்சுக்கோங்க.'

'நோ ப்ராப்ளம்' என்றார் ஸ்லி, 'இப்போ காசுக்கு ஆசைப்பட்டு இந்தப் படத்தில கதாநாயகனா நடிக்கிற வாய்ப்பைத் தவறவிட்டுட்டு, அப்புறம் வாழ்நாள்முழுக்க வருத்தப்படறதுக்கு நான் தயாரா இல்லை.'

அப்படி அவர் தன்னம்பிக்கையோடு நடிக்க ஆரம்பித்த அந்தப் படம், மிகப் பெரிய வெற்றி பெற்றது. திரையிட்ட அத்தனை நாடுகளிலும் வசூலைக் குவித்தது, மூன்று ஆஸ்கர் விருதுகளை வென்றது.

அதையெல்லாம்விட முக்கியம், 'ராக்கி' என்கிற அந்தப் படத்தின்மூலம், சில்வஸ்டர் ஸ்டாலென் ஒரு பிரம்மாண்டமான

நட்சத்திரமாக வளர்ந்தார். உலகமெங்கும் அவருடைய ஆக்ஷன் நடிப்புக்கு மிகப் பெரிய ரசிகர் வட்டம் இன்றைக்கும் இருக்கிறது.

வாழ்க்கையோடு போராடும்போது, வழியில் ஏகப்பட்ட சபலங்கள் கண் சிமிட்டும், நம்மைத் திசை திருப்பப் பார்க்கும். அந்தச் சின்னச் சின்ன வெற்றிகளுக்கு மயங்கி அங்கேயே உட்கார்ந்துவிட்டால், பயணத்தின் இறுதியில் நமக்காகக் காத்திருக்கும் மிகப் பெரிய பரிசை இழந்துவிடுவோம்.

ஆகவே, சில்வஸ்டர் ஸ்டாலென்போல, அரைகுறை வெற்றிகளில் திருப்தியடையாமல் ‘நோ’ சொல்லிப் பழகினால், நிஜமான சிகரங்கள் நம்மை ‘யெஸ்’ சொல்லி வரவேற்கும்!

59. உள்ளங்கையில் ஆக்ஸிஜன்!

ஜமீன்தார் வீட்டுக் கதவு மெல்லத் தட்டப்பட்டது.

உள்ளேயிருந்து ஒரு வேலையாள் வந்தார், 'யாருங்க அது?'

அந்தக் குழுவின் மத்தியில் நின்றிருந்தவர் மெல்ல முன்னே வந்தார், பணிவான குரலில் பேசினார், 'என் பேர் செல்லப்பா, ஜமீன்தார் ஐயாவைப் பார்க்கலாம்ன்னு வந்திருக்கோம்.'

'என்ன விஷயமா அவரைப் பார்க்கணும்?'

'நாங்க இந்த ஊர்ல கொட்டகை அமைச்சு நாடகம் போடறதா இருக்கோம், அது விஷயமா ஜமீன்தார்கிட்டே கொஞ்சம் பேசணும்.'

'உள்ளே வாங்க' என்று அழைத்தார் அந்த வேலையாள், 'ஐயா கொஞ்சம் வேலையா இருக்காரு, உட்காருங்க, இப்போ வந்துடுவாரு.'

செல்லப்பாவும் மற்றவர்களும் அந்தப் பிரம்மாண்டமான வீட்டினுள் நுழைந்தார்கள். ஜமீன்தாருக்காகக் காத்திருக்க ஆரம்பித்தார்கள்.

சிறிது நேரத்துக்குப்பிறகு, பக்கத்து அறையிலிருந்து ஏதோ சத்தம். உற்றுக் கேட்டபோது, இரண்டு பேர் உரத்த குரலில் வாக்குவாதம் செய்வது புரிந்தது.

ஆச்சர்யமான விஷயம், அவர்களுடைய காரசாரமான பேச்சுக்கு நடுவே கம்ப ராமாயணப் பாட்டுகளெல்லாம் அடிபட்டன.

செல்லப்பா அசந்துபோனார். ஜமீன்தார் வீடுகளில் ஆட்டம், பாட்டம், கொண்டாட்டம், உல்லாசம் என்று ஏகப்பட்ட விஷயங்களை அவர் கேள்விப்பட்டிருக்கிறார், ஆனால் இங்கே கம்ப ராமாயணக் கச்சேரி நடக்கிறதே, இதென்ன கலாட்டா?

ஆர்வத்தோடு பக்கத்து அறையை எட்டிப்பார்த்தார் செல்லப்பா. அங்கே ஜமீன்தார் ஓய்வாகச் சாய்ந்திருக்க, அருகே உட்கார்ந்திருந்த இரண்டு பேர் தீவிரமாக வாக்குவாதம் செய்துகொண்டிருந்தார்கள்.

செல்லப்பா கொஞ்சம் கவனித்துக் கேட்டபோது, அவருக்கு விஷயம் புரிந்தது. ராமாயணத்தில் ராமரின் தம்பி பரதனும், ஓடக்காரன் குகனும் சந்திக்கிறார்கள், அப்போது பரதன் குகன் காலில் விழுந்தானா? அல்லது, குகன் பரதன் காலில் விழுந்தானா? இதுதான் சண்டை.

நாடகக் கலைஞரான செல்லப்பாவுக்கு ராமாயணக் கதையில் நிறைய ஆர்வம் உண்டு. அதற்குமுன் பலமுறை ராம சரிதத்தை மேடை நாடகமாக நடத்திப் பாராட்டு வாங்கியிருக்கிறார்.

ஆகவே, இந்த விஷயத்தில் எது உண்மை என்பது அவருக்குச் சட்டென்று புரிந்துவிட்டது - குகன்தான் பரதன் காலில் விழுந்தான்!

ஆனால், இங்கே வாக்குவாதம் செய்கிற இருவரும் கம்ப ராமாயணத்தில் மகா திறமைசாலிகளாக இருந்தார்கள். அவர்கள் வெவ்வேறு பாடல்களை உதாரணம் காட்டிப் பேசுகிறபோது, யார் சொல்வது சரி என்று செல்லப்பாவுக்கே கொஞ்சம் சந்தேகம் வந்துவிட்டது. செல்லப்பா விவாதத்தைக் கூர்ந்து கவனித்தார். குகன்தான் பரதன் காலில் விழுந்தான்

என்று அவருடைய கட்சியில் பேசிய இளைஞரை அவருக்கு மிகவும் பிடித்துப்போய்விட்டது.

அந்த இளைஞரைப் பார்க்கும்போதே, ஒரு கம்பீரம் தெரிந்தது. அவருடைய பேசும் மொழியில், நல்ல தமிழ் ஆர்வம் பளிச்சிட்டது. அவர் நிறையப் படித்திருக்கிறார், ஜமீன்தாரின் அன்பைப் பெற்றவர் என்பதெல்லாம் செல்லப்பாவுக்குச் சட்டென்று புரிந்துவிட்டது.

'யார் அவர்?', ஆர்வமாக விசாரித்தார் செல்லப்பா.

'உள்ளூர்தான், ராமலிங்கம்ன்னு பேரு, நல்லாப் படம் வரைவார், கவிதையெல்லாம் எழுதுவார்.'

மறுநாள், செல்லப்பா ராமலிங்கத்தின் வீட்டுக்குச் சென்றார். தன்னை முறைப்படி அறிமுகப்படுத்திக்கொண்டார், 'நேத்து ஜமீன்தார் வீட்ல நீங்க பேசினதைக் கேட்டேன், ரொம்பப் பிரமாதமா இருந்தது' என்று பாராட்டினார்.

தன்னைப்போலவே இன்னொரு ராமாயண ரசிகரைச் சந்திப்பதில் ராமலிங்கத்துக்கும் மிக்க மகிழ்ச்சி. அவரோடு பல விஷயங்களைச் சுவாரஸ்யமாகப் பேசி மகிழ்ந்தார்.

'அப்புறம், நீங்க என்ன விஷயமா இங்கே வந்திருக்கீங்க?'

'இந்த ஊர்ல தங்கிக் கொஞ்சம் நாடகங்கள் போடலாம்ன்னு இருக்கோம்' என்றார் செல்லப்பா, 'அதுக்காகதான் நேத்து ஜமீன்தாரைச் சந்திக்க வந்தோம்'

ராமலிங்கத்துக்குக் குழப்பம், 'நாடகம் நடத்தறதுக்கு ஜமீன்தார் எதுக்கு?'

'நாடகக் கொட்டகை போடறதுக்கு நல்ல இடம் வேணுமில்லையா? அதுக்குதான் உங்க ஜமீன்தார் தயவு தேவைப்படுது.'

'நீங்க ஒண்ணும் கவலைப்படாதீங்க, நான் ஜமீன்தார்கிட்டே பேசறேன்' என்றார் ராமலிங்கம். நாமக்கல் ஜமீன்தார் துரைசாமி ரெட்டியாருக்கு ராமலிங்கம்மீது தனிப் பிரியம். அவர்கள்

இருவரும் இலக்கியம் பேச ஆரம்பித்துவிட்டால், நேரம் ஓடுவதே தெரியாது.

அன்றைக்கு ராமலிங்கம் ஜமீன்தாரிடம் செல்லப்பாவைப்பற்றிச் சொன்னார். அவர் நாடகக் கொட்டகை அமைப்பதற்கு நிலம் வழங்கவேண்டும் என்று கேட்டுக்கொண்டார்.

‘அதுக்கென்ன? உடனே செஞ்சுடலாம்’ என்றார் ஜமீன்தார்.

செல்லப்பாவுக்கு மிக்க மகிழ்ச்சி. ராமலிங்கத்துக்குப் பலமுறை நன்றி சொன்னார் அவர்.

அதன்பிறகு, அவர்கள் நெருங்கிய சிநேகிதர்களாகிவிட்டார்கள். நாடகக் கதைகளைப் பேசுவது, காட்சிகளை விவாதம் செய்வது, வசனங்களில் மாற்றம் செய்து மேம்படுத்துவது என ராமலிங்கமும் அந்தக் குழுவின் ஓர் உறுப்பினரைப்போலவே மாறிவிட்டார்.

திடீரென்று ஒருநாள், செல்லப்பா அவரிடம் கேட்டார், ‘நீங்க பாட்டெல்லாம் நல்லா எழுதுவீங்களாமே’

‘ஏதோ, எனக்குத் தெரிஞ்ச அளவிலே எழுதுவேன்.’

‘நம்ம நாடகத்துக்கு ஒரு விருத்தம் எழுதிக் கொடுங்களேன்’ என்றார் செல்லப்பா, ‘நாமக்கல் ஜனங்களுக்கு வணக்கம் சொல்றமாதிரி ஒரு பாட்டு, அதையும் உள்ளூர்க் கவிஞர் நீங்களே எழுதினா பிரமாதமா இருக்கும்.’

உற்சாகமாக வேலையில் இறங்கினார் ராமலிங்கம். நாமக்கல்லின் பெருமை, அங்குள்ள தெய்வங்களின் மகிமை, அவர்களைத் தேடி வருகிற பக்தர்களின் குறை தீர்க்கும் கருணை என்று பல விஷயங்களைப் புகழ்ந்து ஒரு பாடல் எழுதி முடித்தார்.

உடனடியாக, அந்தப் பாடல் நாடகத்தில் அரங்கேறியது, ‘உள்ளூர்க் கவிஞர் ராமலிங்கம் எழுதிய பாட்டு’ என்று மேடையில் அறிவிக்கப்பட்டபோது, ஜனங்கள் உற்சாகமாகக் கைதட்டி வரவேற்றார்கள். ராமலிங்கத்துக்குச் சின்ன வயதிலிருந்தே கவிதை ஆர்வம் அதிகம். கண்ணில் பட்ட எதையும் சந்த நயம் கொண்ட பாடல்களாக மாற்றிவிடவேண்டும் என்கிற

துறுதுறுப்புடன் திரிந்துகொண்டிருந்தார் அவர். ஆனால், இதற்குமுன் அவர் எழுதிய கவிதைகள், பாடல்களோடு ஒப்பிடும்போது, செல்லப்பா குழுவினர் அரங்கேற்றிய இந்தப் பாட்டுக்குக் கிடைத்த வரவேற்பு பிரம்மாண்டமாக இருந்தது. அதற்குமுன் ராமலிங்கத்தை ஒரு கவிஞராக மதிக்காதவர்கள்கூட, இப்போது அவருடைய திறமையை ஏற்றுக்கொண்டு பாராட்ட ஆரம்பித்தார்கள்.

'அடுத்த நாடகத்துக்கு ஒரு பாட்டு எழுதிக் கொடுங்க ராமலிங்கம்' என்றார் செல்லப்பா.

'ஆஹா! செஞ்சுட்டாப் போச்சு!'

அந்தப் பாடலுக்கும் பிரமாதமான வரவேற்பு. மக்கள் ராமலிங்கத்தின் பெயர் கேட்டாலே உற்சாகமாகக் கைதட்டினார்கள், பாடல் வரிகளைக் குறிப்பிட்டுச் சொல்லி மகிழ்ந்தார்கள்.

இதனால், ராமலிங்கத்துக்கு இன்னும் நிறைய எழுதவேண்டும் என்கிற ஆசை பிறந்தது. நாடகத்துக்காகவும், தனிப் பாடல்களாகவும் நிறைய எழுதிக் குவிக்க ஆரம்பித்தார்.

அதன்பிறகு, அவர் பல்வேறு அரசியல் பணிகளில் தன்னை ஈடுபடுத்திக்கொண்டார், காந்தியின் சீடராகச் சமூக சேவைகளில் இறங்கினார், இந்தியச் சுதந்திரத்துக்காகப் பாடுபட்டார், ஆனால் இத்தனைக்கும் நடுவில், அவர் தன்னுடைய கவிதை முகத்தைமட்டும் மறந்துவிடவில்லை.

இன்றைக்கும், அந்த ராமலிங்கத்தின் எண்ணற்ற தேசியப் பணிகளையெல்லாம் கடந்து, அவருடைய கவிதைகள்தான் மக்கள் மனத்தில் நிற்கின்றன. அவரை 'நாமக்கல் கவிஞர்' என்று பெருமையோடு அழைத்து மகிழ்கிறது தமிழ்ச் சமூகம்.

சுதந்திரப் போராட்ட காலத்தில் நாமக்கல் கவிஞர் எழுதிய 'கத்தி இன்றி ரத்தம் இன்றி யுத்தம் ஒன்று வருகுது' பாடல் மிகப் பெரிய புகழ் பெற்றது. காந்தியின் உப்புச் சத்தியாக்கிரகப் போராட்டத்தைத் தமிழகத்தின் மூலை முடுக்குகளிலெல்லாம் கொண்டு சேர்த்தது இந்தப் பாடல்தான்.

எத்தனை பெரிய திறமைசாலிக்கும், ரசிகர்களின் கைதட்டல் என்கிற ஆக்ஸிஜன் தேவைப்படுகிறது. சரியான நேரத்தில் தரப்படுகிற சரியான பாராட்டு, ஒரு கலைஞனை இன்னும் சாதிக்கத் தூண்டும், மிகப் பெரிய உயரங்களுக்குக் கொண்டுசெல்லும்.

அடுத்தமுறை ஒரு நல்ல பாடலைக் கேட்கிறபோது, நல்ல ஓவியத்தை, புகைப்படத்தைப் பார்க்கிறபோது, நல்ல சமையலைச் சாப்பிடுகிறபோது, நல்ல கதையையோ, கவிதையையோ வாசிக்கிறபோது, மனம் திறந்து பாராட்டுங்கள். யார் கண்டது, உங்களுடைய வார்த்தைகளால் அந்த இளம் திறமைசாலி இன்னொரு 'நாமக்கல் கவிஞ'ராக உருவாகக்கூடும்!

௬0. மனிதர்கள், புனிதர்கள்!

'ஆக்னஸ்...'

இறைவனின் குரல் மிகவும் மென்மையானதாக இருந்தது. அதைக் கேட்கும்போதே உள்ளுக்குள் ஏதோ ஓர் இதமான சங்கீதம் ஒலிப்பதுபோன்ற பரவச உணர்வு. தன்னுடைய மூடிய கண்களுக்குள்கூட ஒரு பிரகாசமான வெளிச்சம் பரவுவதை நன்றாக உணர்ந்தாள் சிறுமி ஆக்னஸ்.

இப்போது, அந்தக் குரல் மீண்டும் பேசியது, 'ஆக்னஸ், நீ சேவை செய்யப் பிறந்தவள், கஷ்டப்படுகிறவர்களுக்காகவே உன் வாழ்க்கையை அர்ப்பணித்துக்கொள்ளப்போகிறாய்.'

சட்டென்று தூக்கம் கலைந்து எழுந்து உட்கார்ந்தாள் ஆக்னஸ். இது கனவா, நிஜமா, கடவுள் எனக்குத் தருகிற அபூர்வமான வாய்ப்பா, அல்லது அவருடைய கட்டளையா?

பொழுது விடிந்ததும், ஆக்னஸ் தன் தாய் பெர்னாயைத் தேடி ஓடினாள், 'அம்மா, நேத்து ராத்திரி நான் ஒரு கனவு கண்டேன்.'

'என்ன கனவும்மா?' அவர் ஆர்வமில்லாமல் கேட்டார்.

ஆக்னஸ் தன்னுடைய கனவையும் கட்டளையையும் பொறுமையாக விவரித்தாள், 'இதைப்பத்தி நீ என்னம்மா நினைக்கறே?'

பெர்னாய் அன்போடு ஆக்னஸின் நெற்றியை வருடினார், 'இதில நான் நினைக்கறதுக்கு எதுவும் இல்லை ஆக்னஸ், நீ ரொம்பப் பொறுப்பான பொண்ணு, நீயா ஒரு முடிவெடுத்து எதைச் செஞ்சாலும் அது சரியாதான் இருக்கும்.'

உற்சாகமானாள் ஆக்னஸ். முந்தின நாள் இரவு கனவில் ஒலித்த அந்தக் குரல் அவளுடைய காதுகளுக்குள் மீண்டும் மீண்டும் கேட்க ஆரம்பித்திருந்தது.

மிகச் சிறிய வயதிலிருந்தே, ஆக்னஸுக்குச் சேவை மனப்பான்மை அதிகம். தன்னைச் சுற்றியிருக்கிறவர்களுக்கு ஏதாவது ஒரு பிரச்னை என்றால் உடனடியாக ஓடிச் சென்று உதவி செய்யவேண்டும் என்கிற தவிப்பும் கருணை உணர்வும் அவளுக்குத் தானாகத் தோன்றியது.

ஆனால், உதவி தேவைப்படுகிறவர்கள் அக்கம்பக்கத்தில் மட்டும்தான் இருப்பார்களா? உலகம்முழுக்க ஏழைகள் நீக்கமற நிறைந்திருக்கிறார்கள், அவர்களுக்கெல்லாம் சேவை செய்வது ஓர் உன்னதமான பணி இல்லையா? அதற்காகத்தான் கடவுள் என்னைத் தேர்ந்தெடுத்திருக்கிறாரோ?

ஆக்னஸ் மிகுந்த ஆர்வத்தோடு தகவல்களைத் திரட்ட ஆரம்பித்தாள். சேவை ஆர்வம் உள்ளவர்களுக்கான இயக்கங்கள் என்னென்ன என்று விசாரித்து அவற்றிலெல்லாம் தன்னை ஈடுபடுத்திக்கொண்டாள்.

அடுத்த பல வருடங்கள், ஆக்னஸ் பள்ளிக்கூடத்தில் உட்கார்ந்து படித்ததைவிட, ஏழை எளியவர்களின் வீடுகளில், மருத்துவமனைகளில், ஆதரவற்றோர் இல்லங்களில் நேரம் செலவிட்டதுதான் அதிகம். அவர்கள் யாரோ, எவரோ என்று நினைக்காமல் எல்லோரையும் தன்னுடைய சக மனிதர்களாக நினைத்து அன்பு செலுத்தவும், அவர்களுக்கு வேண்டியதைச் செய்து தரவும் பழகியிருந்தாள் அவள்.

அப்போது ஆக்னஸின் ஊரில் இருந்து பல பெண்கள் ஆப்பிரிக்காவுக்கும் இந்தியாவுக்கும் பயணம் போய்க்கொண்டிருந்தார்கள், அங்கேயே மாதக்கணக்கில், வருடக்கணக்கில் தங்கிச் சேவைப் பணிகளில் ஈடுபட்டார்கள்.

இதைப்பற்றிக் கேள்விப்பட்ட ஆக்னஸுக்கு ஆர்வம் அதிகரித்தது, 'நானும் வெளிநாடு போய் முழு நேரச் சேவை செய்ய விரும்பறேன்' என்று வெளிப்படையாகச் சொல்ல ஆரம்பித்தாள். 'ஆனா, ஆக்னஸ் நீ ரொம்பச் சின்னப் பொண்ணு, நல்லாப் படிச்சு, வேலைக்குப் போய், கல்யாணம் செஞ்சுகிட்டு, பிள்ளை குட்டிகளோட சந்தோஷமா இருக்கிறதைவிட்டுட்டு ஏன் இப்படி அநாவசியமா வம்பில மாட்டிக்கறே?', அவளுடைய தோழிகள் பயமுறுத்தினார்கள், 'இந்த வயசில குடும்பத்தைப் பிரிஞ்சுபோகணும்ன்னா ரொம்பக் கஷ்டம், தெரியுமா?'

'நல்லாத் தெரியும்' என்று சிரித்தாள் ஆக்னஸ், 'ஆனா, நான் ஏற்கெனவே முடிவு செஞ்சுட்டேன், இனிமே எனக்கு உலகம்முழுக்கக் குடும்பம்தான்.'

ஆக்னஸ் தனது வழிகாட்டியான பாதிரியாரிடம் பேசினாள், 'ஃபாதர், நான் முறைப்படி பயிற்சி எடுத்துகிட்டு வெளிநாடு போய்ச் சேவை செய்யணும்ன்னு ஆசைப்படறேன்.'

அவர் தயங்கினார். காரணம், ஆக்னஸ் தந்தை இல்லாத பெண், தாய் பெர்னாய்தான் ரொம்பக் கஷ்டப்பட்டுக் குழந்தைகளையெல்லாம் வளர்த்து ஆளாக்கியிருக்கிறார். தன் மகளைப்பற்றி பெர்னாய்க்கு எத்தனையோ ஆசைகள், கனவுகள் இருக்கும், அவ்வளவையும் பொய்யாக்கிவிட்டு 'நான் கன்னிகாஸ்த்ரீ ஆகப்போகிறேன், சேவை செய்யப்போகிறேன்' என்று ஆக்னஸ் கிளம்பினால் அந்தத் தாய் மனசு உடைந்துவிடாதா?

'என்னாச்சு ஃபாதர்? ஏன் யோசிக்கறீங்க?'

பாதிரியார் தயங்கித் தயங்கிப் பேசினார், 'ஆக்னஸ், நீ சேவைப் பயிற்சி எடுத்துக்கணும்ன்னா, அதுக்கு உங்க அம்மாவோட அனுமதி வேணும்.'

ஆக்னஸுக்குத் திக்கென்றது. சேவைக்காகத் தன் வாழ்க்கையை அர்ப்பணித்துக்கொள்வது என்று முடிவு செய்வதுகூட அவளுக்குக் கஷ்டமாக இல்லை, ஆனால், அதுபற்றி அம்மாவிடம் பேசவேண்டும் என்று நினைத்தால்தான் தொண்டை அடைத்துக்கொண்டது.

ஆனால், வேறு வழியில்லை, பேசிதான் ஆகவேண்டும், குடும்பம் என்கிற கட்டுக்குள் அடங்கிக் கிடக்க லட்சக்கணக்கான பெண்கள் இருக்கிறார்கள், நான் அங்கிருந்து வெளியே வந்து மொத்த பூமிக்கும் மகளாக, தாயாக, சகோதரியாக இருக்க விரும்புகிறேன், இதைப் பொறுமையாக எடுத்துச் சொன்னால் அம்மா நிச்சயம் சம்மதிப்பார்.

எப்படிப் பேசவேண்டும், என்ன பேசவேண்டும் என்றெல்லாம் மனத்துக்குள் யோசித்துத் திட்டம் தயார் செய்துகொண்டார் ஆக்னஸ். நேராக வீட்டுக்கு ஓடினார், ‘அம்மா, உங்ககிட்டே ஒரு முக்கியமான விஷயம் சொல்லணும்.’

‘என்னது ஆக்னஸ்?’

அவருடைய முகத்தைப் பார்த்ததும், ஆக்னஸின் வார்த்தைகள் காணாமல் போய்விட்டன. ஆனாலும் எப்படியோ தைரியத்தைத் திரட்டிக்கொண்டு பேசினாள், ‘அம்மா, நான் வெளிநாடு போய்ச் சேவை செய்யணும்ன்னு நினைக்கறேன், அதுக்கு உன்னோட அனுமதியும் ஆசிர்வாதமும் வேணும்.’

பெர்னாய் இதைக் கொஞ்சம்கூட எதிர்பார்த்திருக்கவில்லை. ஆக்னஸுக்குச் சேவை மனப்பான்மை அதிகம் என்பது அவருக்குத் தெரியும், அதுபற்றி அவருக்கு நிறைய சந்தோஷம், பெருமையும்கூட உண்டு. ஆனால் அதற்காக அவள் தன்னுடைய வாழ்க்கையையே தியாகம் செய்துவிடத் தயாராக இருக்கிறாள் என்று தெரிந்தபோது அந்த அதிர்ச்சியை அவரால் தாங்கிக்கொள்ளமுடியவில்லை.

‘அம்மா, உனக்கு என்னாச்சும்மா? ஏன் எதுவும் பேசமாட்டேங்கறே?’ ஆக்னஸ் தவிப்புடன் கேட்டாள்.

பெர்னாய் அமைதியாக உள் அறைக்குள் சென்றார், கதவைத் தாளிட்டுக்கொண்டார், யோசிக்க ஆரம்பித்தார்.

அதேநேரம், கதவுக்கு வெளியே நின்றிருந்த ஆக்னஸுக்கு எத்தனையோ கற்பனைகள், குழப்பங்கள். அம்மா தன்னுடைய ஆசைக்குச் சம்மதம் சொல்வார, அல்லது மறுத்துவிடுவாரா என்று விதவிதமாக யோசித்துப் பார்த்துப் பயந்துகொண்டிருந்தாள் அவள்.

கொஞ்ச நேரம் கழித்து, கதவு திறந்தது. பெர்னாய் மெதுவாக வெளியே வந்தார்.

ஆக்னஸ் ஆவலுடன் தாயின் முகத்தைப் பார்த்தாள், 'அம்மா, நான் ஏதாவது தப்பாச் சொல்லிட்டேனாம்மா?'

'இல்லை ஆக்னஸ்', வாஞ்சையுடன் அவளுடைய கன்னத்தைத் தட்டிக்கொடுத்தார் பெர்னாய், 'நான்தான் அடிக்கடி சொல்வேனே, நீ ரொம்பப் பொறுப்பான பொண்ணு, நீ எப்பவும் தப்பான முடிவை எடுக்கமாட்டே.'

சட்டென்று ஆக்னஸின் முகத்தில் சந்தோஷம் பரவியது, 'அப்போ நான் சேவைப் பயிற்சிக்குப் போகலாமா-ம்மா?'

'சம்மதம்' என்பதுபோல் மெதுவாகத் தலையசைத்தார் பெர்னாய். அவருடைய கண்களில் மகளைப் பிரிகிற துக்கம், கண்ணீர் நிரம்பியிருந்தாலும், அவளது சேவைகளால் இந்த உலகம் இன்னும் சிறப்பானதாக மாறும் என்கிற நம்பிக்கையும் அதில் கலந்திருந்தது.

அம்மாவின் அனுமதி பெற்றுத் தன்னைச் சேவைப் பணிக்காக அர்ப்பணித்துக்கொண்ட அந்த ஆக்னஸ், பின்னர் இந்தியாவுக்கு வந்தார், இங்குள்ள ஏழை, எளியவர்களின் நலனுக்காகத் தன் ஒட்டுமொத்த நேரத்தையும், உழைப்பையும், அன்பையும் கொட்டினார், அவருடைய நேசம் என்கிற குடையின்கீழ் எண்ணற்ற மக்கள் வாழ்க்கையின்மீது புது நம்பிக்கையை வளர்த்துக்கொண்டார்கள். ஓர் உன்னதமான கனவுக்காக, கணவன், குடும்பம், குழந்தைகள் என்கிற வழக்கமான

வாழ்க்கையைப் புறக்கணித்து வெளியே வந்த ஆக்னஸை, இன்றைக்கு இந்தியாவும் உலகமும் 'அன்னை தெரசா' என்று அன்போடு அழைத்து மரியாதை செலுத்துகிறது, புனிதராக மதித்துப் போற்றுகிறது.

ஒன்றைப் பெறவேண்டுமென்றால், இன்னொன்றை இழந்துதான் ஆகவேண்டும் என்பது வாழ்க்கையின் எழுதப்படாத விதிமுறை. இந்தியாவின் பல ஆயிரம் ஆதரவற்றோர்க்கு ஓர் அன்னை கிடைக்கவேண்டும் என்பதற்காக, எங்கேயோ பெர்னாய் என்கிற தாய் தன்னுடைய மகளை விட்டுக்கொடுக்கவேண்டியிருந்தது.

சுயநலம் எல்லோருக்கும் உண்டு. அதைத் தாண்டி வெளியே வருகிறபோதுதான், மனிதர்கள் புனிதர்களாகிறார்கள்!

௬1. பேரின்பம்

ராம்போலா ஆவலுடன் வெளியில் எட்டிப்பார்த்தார், 'பெரிசா மழை வர்றமாதிரி இருக்கு ரத்னா.'

'அதனால என்ன?'

'கண்ணு, நீ இப்ப உன்னோட பிறந்த வீட்டுக்குப் போய்த்தான் தீரணுமா? நாளைக்கோ, அடுத்த வாரமோ, அடுத்த மாசமோ போகக்கூடாதா?'

ரத்னாவளி தன் கணவரைத் தீவிரமாக முறைத்தாள், 'இதுவரைக்கும் நீங்களும் நூறுவாட்டி கேட்டுட்டீங்க, நானும் ஆயிரம்வாட்டி பதில் சொல்லிட்டேன், நான் போகணும், போகணும், போயே தீரணும்'

ராம்போலாவின் முகம் சுண்டைக்காயாகச் சுருங்கியது, ஏமாற்றத்தை விழுங்கிக்கொண்டு தன் மனைவியை வழியனுப்பி வைக்கத் தயாராகிவிட்டார் அவர்.

சிறிது நேரத்தில் ரத்னாவளி மூட்டையைக் கட்டிக்கொண்டு புறப்பட்டாள், 'நான் போய்ட்டுவர்றேன்ங்க, பார்த்து ஜாக்கிரதையா இருந்துக்கோங்க, சீக்கிரமாத் திரும்பி வந்துடுவேன்.'

‘சரி ரத்னா’ ராம்போலாவின் குரலில் ஏக்கம், அழுகை தெரிந்தது, ‘நீ ஜாக்கிரதையாப் போய்ட்டு வா.’

ரத்னாவளிக்கும் அன்பான கணவரைப் பிரிந்து செல்ல மனம் இல்லைதான். ஆனால் அதற்காக எப்போதும் அவரோடு பசை போட்டதுபோல் ஒட்டிக்கொண்டிருக்கமுடியுமா? மற்ற வேலைகள், கடமைகளைக் கவனிக்கவேண்டாமா? மனத்தைக் கட்டுப்படுத்திக்கொண்டு நடக்க ஆரம்பித்தாள்.

கொஞ்ச தூரம் சென்றபிறகு, ரத்னாவளிக்கு முதுகில் ஏதோ குறுகுறுப்பு, யார் தன்னைப் பின்தொடர்கிறார்கள் என்கிற பயத்துடன் சட்டென்று திரும்பிப் பார்த்தால், அங்கே ராம்போலா நின்றிருந்தார்.

கணவரைப் பார்த்ததும் ரத்னாவுக்குக் கொஞ்சம் அதிர்ச்சி, நிறைய கோபம், ‘நீங்க எதுக்குங்க என் பின்னாடி வர்றீங்க?’ என்றாள் எரிச்சலுடன்.

‘ரத்னா, நீ இல்லாம என்னால ஒரு நிமிஷம்கூடத் தனியா இருக்கமுடியாதும்மா’ ராம்போலா கெஞ்சினார், ‘தயவுசெஞ்சு என்னை இங்கே விட்டுட்டுப் போகாதே ரத்னா, நானும் உன்கூடவே வந்துடறேன்.’

இன்னொரு பெண்ணாக இருந்தால், கணவரின் இந்தக் காதல் மொழிகளைக் கேட்டுப் பரவசப்பட்டிருப்பாள். ஆனால் ரத்னாவளிக்கு ஆத்திரம்தான் வந்தது, ‘எப்பப் பார்த்தாலும் இப்படி என் முந்தானையைப் பிடிச்சுகிட்டுத் தொங்கறீங்களே, உங்களுக்கு வெட்கம் இல்லையா? அந்த நேரத்தில உருப்படியா ஏதாவது வேலையைச் செய்யக்கூடாதா? பகவான் பேரைச் சொல்லி பூஜை பண்ணக்கூடாதா?’

ராம்போலா ரத்னாவைப் பரிதாபமாகப் பார்த்தார். அவருக்கு மனைவிதான் பகவான், அவளை நேசிப்பதுதான் பூஜை, அந்தக் கணத்தில் வேறு எதுவும் அவருக்கு முக்கியமாகத் தோன்றவில்லை. ஆனால், அவர் எவ்வளவுதான் கெஞ்சினாலும் ரத்னாவளியின் மனம் இரங்கவில்லை, ‘ஒழுங்கா வீட்டுக்குத் திரும்பிப் போங்க’ என்று சொல்லிவிட்டாள்.

வேறு வழியில்லாமல், ஏமாற்றத்துடன் வீடு திரும்பினார் ராம்போலா. கதவைத் திறந்துகொண்டு உள்ளே நுழைந்தால், வெறுமை தாக்கியது, எந்தத் திசையில் பார்த்தாலும் ரத்னாவளியின் முகம்மட்டும்தான் தெரிந்தது.

ரத்னா, நீ இப்போ எங்கே இருக்கே? என்ன செஞ்சுகிட்டிருக்கே? உன்னைப் பிரிஞ்சு நான் தவிக்கிறமாதிரி, உன் மனசும் என்னை நினைச்சு ஏங்காதா? மறுபடி நான் உன்னை எப்போ பார்க்கப்போறேன்? ஒவ்வொரு நிமிடமும் நரகத்துக்குச் சென்று திரும்புவதுபோல் உணர்ந்தார் ராம்போலா, அவருடைய உடம்பெல்லாம் கொதிக்க ஆரம்பித்திருந்தது.

ஒரு கட்டத்துக்குமேல் அவரால் இந்தத் தவிப்பைப் பொறுத்துக்கொள்ளமுடியவில்லை, *'நான் உடனடியா ரத்னாவைப் பார்த்தாகணும், அவ கோபப்பட்டாலும்கூடப் பரவாயில்லை!'*, துண்டை உதறிப் போட்டுக்கொண்டு கிளம்பிவிட்டார்.

இப்போது மழை நன்றாக அடித்துப் பெய்ய ஆரம்பித்திருந்தது. சில நிமிடங்களுக்குள் ராம்போலா முழுவதுமாக நனைந்துவிட்டார். ஆனால் அதுகூட அவருடைய உடம்புச் சூட்டைத் தணிக்கவில்லை. புத்தியெல்லாம் ஒரே பெயர், ஒரே முகம், ஒரே சிந்தனை. வழியில் ஒரு பெரிய ஆறு, மழை காரணமாக அதில் புது வெள்ளம் பெருக்கெடுத்து ஓடிக்கொண்டிருந்தது, எங்கே பார்த்தாலும் தண்ணீர் நிரம்பி வழிந்தது.

ஆற்றங்கரையில் கொஞ்சம் தயங்கி நின்றார் ராம்போலா. வெள்ளம் மிக அதிகமாக இருக்கிறது, அக்கம்பக்கத்தில் பாலமோ, படகோ எதுவும் தென்படவில்லை, இந்த ஆற்றை எப்படித் தாண்டுவது? வேறுவழியில்லை, நீச்சலடித்து ஆற்றைக் கடந்து செல்லத் தீர்மானித்துவிட்டார் ராம்போலா. ஆனால், ஆற்றில் இப்படித் தண்ணீர் ஆக்ரோஷமாகப் பொங்கிக்கொண்டிருக்கும்போது நீச்சலடிப்பது ரொம்ப ஆபத்து. கொஞ்சம் அசந்தாலும் வெள்ளத்தில் சிக்கிக்கொண்டு ஜல சமாதிதான்.

ராம்போலா எதற்கும் தயாராக இருந்தார், உடனடியாக ரத்னாவைப் பார்த்தாகவேண்டும், அதற்காக எத்தனை பெரிய ஆபத்தையும் சந்திக்கலாம், சமாளிக்கலாம்.

ஏற்கெனவே முழுசாக நனைந்திருந்த ராம்போலா, தைரியமாகத் தண்ணீரில் குதித்தார், கையைக் காலை பலமாக உதைத்துக் கொண்டு எதிர்க்கரையை நோக்கி நீச்சலடிக்க ஆரம்பித்தார்.

ஆனால், அவர் எதிர்பார்த்ததைவிடத் தண்ணீரின் சக்தி அதிகமாக இருந்தது, சில நிமிடங்களுக்குள், வெள்ளம் அவரைப் பிடித்துக்கொண்டுவிட்டது, வேறொரு பக்கமாக இழுத்துச்செல்லப் பார்த்தது.

ராம்போலா சளைக்கவில்லை. கைக்குக் கிடைத்த ஏதோ ஒரு கட்டையைப் பிடித்துக்கொண்டார், அப்படியே சிறிது நேரம் ஆற்றின் போக்கில் பயணம் செய்து எப்படியோ கரையேறிவிட்டார்.

இப்போது அவருடைய உடைகள் தாண்டி, உடல் தாண்டி உள்வரை குளிர் ஊடுறுவியிருந்தது, ஆனால் அந்த நேரத்திலும் அவருடைய உதடுகளில் ரத்னாவின் பெயர்தான், கண்களில் அவள் முகம்தான். மனைவியின் பிறந்த வீட்டை நோக்கி வேகமாக நடக்க ஆரம்பித்தார் அவர்.

இதற்குள், சூரியன் மறைந்துவிட்டது, எங்கு பார்த்தாலும் இருள், அதற்கு நடுவே பாதையைக் கண்டுபிடித்துக் கொட்டும் மழையில் நடந்து செல்வது மிகச் சிரமமாக இருந்தது.

ஆனால் ராம்போலா எதைப்பற்றியும் கவலைப்படவில்லை, காலில் கல்லும் முள்ளும் குத்திக் காயமாவதைப்பற்றிக்கூட நினைக்காமல் ரத்னாவளியின் வீடு இருக்கிற திசையில் வேகமாக நடந்துகொண்டிருந்தார்.

கடைசியாக, அவர் அந்த வீட்டுக்கு வந்து சேர்ந்தபோது, நடுராத்திரியாகியிருந்தது. எல்லோரும் விளக்கை அணைத்து விட்டுத் தூங்கப்போயிருந்தார்கள். என்ன செய்யலாம்? கதவைத் தட்டிக் கூப்பிடலாமா? இந்த நேரத்தில் இப்படித் தொப்பலாக

நனைந்துபோய் ஒருத்தன் வந்து நிற்கிறானே என்று அவர்கள் தப்பாக நினைக்கமாட்டார்களா? காலைவரை இங்கேயே திண்ணையில் காத்திருக்கலாமா?

ராம்போலாவுக்கு எப்படியாவது ரத்னாவளியைப் பார்த்தாகவேண்டும் என்கிற துடிப்பு, கைக்கு எட்டும் தூரத்தில் மனைவி இருக்க, வீட்டு வாசலில் ராத்திரிமுழுக்கக் காத்திருப்பதற்கு அவர் தயாராக இல்லை.

ஆகவே, பக்கத்தில் தெரிந்த ஒரு மரத்தின் விழுதைப் பற்றிக்கொண்டார் அவர், சரசரவென்று சிரமப்பட்டு ஏறி, மாடம்வழியே வீட்டினுள் குதித்துவிட்டார்.

அந்த நிலைமையில் ராம்போலாவைப் பார்த்த ரத்னாவளி அதிர்ந்துபோனாள், 'நீங்க எப்படி இங்கே வந்தீங்க? ஏன் இப்படி நனைஞ்சுபோயிருக்கீங்க, உங்க உடம்பெல்லாம் காயமா இருக்கே, என்ன ஆச்சு?' பதற்றத்துடன் கேள்விகளை அடுக்கினாள்.

ராம்போலா நடந்த கதையையெல்லாம் விளக்கமாகச் சொன்னார், 'உன்னைப் பார்க்கணும்ங்கறதுக்காகதான் இப்படிச் சிரமப்பட்டு வந்து சேர்ந்தேன் ரத்னா' என்று முடித்தார்.

ஆனால், ரத்னாவின் முகத்தில் காதல் இல்லை, அருவருப்புதான் தெரிந்தது, 'ச்சீ' என்றாள் ஆவேசமாக, 'உங்களுக்கு வெக்கமா இல்லையா? கேவலம் ஒரு மனுஷ ஜீவன், அழிஞ்சுபோகப்போற உடம்பு, அதுமேல உங்களுக்கு இவ்வளவு ஆசையா?'

'ரத்னா...'

'பேசாதீங்க' ரத்னாவின் குரலில் சீற்றம், 'பொண்டாட்டிமேல வைக்கிற ஆசையைக் கடவுள்மேல வெச்சுப் பழகுங்க, அதுதான் இந்தப் பிறவிக்கே மரியாதை.'

ராம்போலா அவமானத்துடன் தலை குனிந்து நின்றார். ஒரு பெண்ணுக்காக இத்தனை ஆபத்துகளைத் தாண்டி வரத் துணிந்த தன்னுடைய மனம், அதே கவனத்தை, அக்கறையை, முனைப்பை ஓர் உயர்வான விஷயத்தின்மீது வைத்தால்

எத்தனையோ சாதிக்கலாம் என்கிற உண்மை அவருக்கு அப்போதுதான் புரிந்தது.

இந்தச் சம்பவத்துக்குப்பிறகு, ராம்போலாவுக்கு உலக ஆசைகளின்மீது பற்று குறைந்தது, கடவுள் பெயரைச் சொல்வது, அவர் புகழைப் பாடுவது போன்ற உயர்ந்த விஷயங்களில்மட்டும் கவனம் செலுத்த ஆரம்பித்தார், 'துளசிதாஸர்' என்று பெயர் பெற்ற அவருடைய கவித்திறமைக்கு அடையாளமாக, 'ராமசரிதமானஸ்' எனப்படும் 'துளசி ராமாயணம்' இன்றைக்கும் காலம் கடந்து நிற்கிறது.

நல்ல சாப்பாடு, பளபளப்பான துணிமணிகள், பெரிய வீடு, கார், நகைகள் என்று விதவிதமான உலக ஆசைகளில் மூழ்கிக் கிடக்கிறவர்கள் நம்மிடையே நிறையப் பேர் உண்டு. அவர்கள் துளசிதாஸரைப்போல் அந்தக் கவனத்தைத் தங்களுடைய கடமைகள், பணிகளின்மீது திருப்பப் பழகினால், நிஜமான பேரின்பம் வாசல் கதவைத் தட்டும்!

62. கனவுகள் ஜாக்கிரதை

அந்தப் புத்தகம் மேஜைமீது கிடந்தது. காற்று அதனை மெல்லப் புரட்டிப் பார்த்துக்கொண்டிருந்தது.

பிபூதி பூஷண் பானர்ஜி என்பவர் எழுதிய அந்த நாவலின் பெயர், 'பதேர் பாஞ்சாலி'. அற்புதமான அந்த எதார்த்தக் கதையைச் சிறுவர்கள்முதல் பெரியவர்கள்வரை எல்லோரும் படிக்கவேண்டும் என்று ஆசைப்பட்டார் டி. கே. குப்தா.

ஆனால், பெரிய நாவல்களை ஆர்வமுள்ள சில வாசகர்கள்தான் விரும்பிப் படிப்பார்கள், மற்றவர்களுக்கு அது சின்னதாக, கைக்கு அடக்கமாக, நிறைய படங்களுடன் வெளிவந்தால்தான் நன்றாக இருக்கும்.

டி.கே. குப்தா 'பதேர் பாஞ்சாலி'யைச் சுருங்கிய வடிவத்தில் புத்தகமாக வெளியிட முடிவெடுத்தார். அதற்கான அனுமதியையும் வாங்கிவிட்டார்.

அப்போது அவர் ஒரு விளம்பர நிறுவனத்தில் வேலை பார்த்துக்கொண்டிருந்தார், அங்கே அவருக்குச் சத்யஜித் என்கிற இளைஞர் பழக்கமானார்.

சத்யஜித்துக்குப் படம் வரைவது, டிசைன் வேலைகள் போன்றவற்றில் ஆர்வம் அதிகம். அவரிடம் 'பதேர் பாஞ்சாலி'யைப் பற்றிப் பேசினார் டி. கே. குப்தா.

'நான் இந்த நாவலைச் சுருக்கி வெளியிடப்போறேன், நீங்க அதுக்கு அட்டைப்படம் டிசைன் செஞ்சு தரமுடியுமா?'

'கண்டிப்பாச் செய்யலாம்' சத்யஜித் அந்த நாவலை ஆர்வத்துடன் தொட்டுப்பார்த்தார், 'ஆனா, எனக்கு இந்தக் கதை தெரியாதே'

'அதனால என்ன? இப்போ படிச்சுத் தெரிஞ்சுக்கோங்க.'

சத்யஜித்துக்குத் தயக்கம். அதுவரை பள்ளிக்கூடம், கல்லூரிப் பாடங்கள், விளம்பரத்துறை தொடர்பான புத்தகங்களைமட்டும் வாசித்துக்கொண்டிருந்த அவருக்கு, இப்போது திடுதிப்பென்று இலக்கியத்தில் குதிப்பது விநோதமாகத் தோன்றியது.

ஆனால், 'பதேர் பாஞ்சாலி'க்கு அவர் அட்டைப்படம் வடிவமைக்கவேண்டுமென்றால், முதலில் அந்தக் கதையைப் படிப்பது அவசியம். அதற்காக, அதிக ஆர்வமில்லாமல் மெல்லப் பக்கங்களைத் திருப்ப ஆரம்பித்தார்.

சில நிமிடங்களுக்குள், அந்தப் புத்தகம் அவரை உள்ளிழுத்துக்கொண்டுவிட்டது. ஏதோ ஒரு மாய வலையில் சிக்கிக்கொண்டவர்போல் புத்தகத்தைத் தொடர்ந்து படித்து முடித்தார் சத்யஜித்.

இத்தனைக்கும், அந்தக் கதையில் பெரிய ஹீரோவின் சாகசங்கள் இல்லை, நம்பமுடியாத ஆச்சர்யங்கள் இல்லை, திடுக்கிடும் திருப்புமுனைகள் இல்லை, கதாபாத்திரங்கள் பக்கத்துக்குப் பக்கம் உணர்ச்சி பொங்கும் வசனங்களைப் பொழியவில்லை.

ஆனால், இவற்றையெல்லாம்விடப் பலமாக, அதில் இருக்கும் எதார்த்தம் கன்னத்தில் அறைந்தது. சக மனிதர்களின் வாழ்க்கையை அவர்கள் பக்கத்தில் உட்கார்ந்து பார்ப்பதுபோன்ற ஒரு நுணுக்கத்துடன் சிறப்பாகப் பதிவு செய்திருந்தார் பிபூதி பூஷண் பானர்ஜி. ஒரே வாசிப்பில், அந்த நாவல் சத்யஜித்தை மிகவும் கவர்ந்துவிட்டது, கதையின் பாத்திரங்கள்,

காட்சிகளெல்லாம் அவருக்குள் சினிமாப் படம்போல் ஓட ஆரம்பித்திருந்தன.

சத்யஜித்துக்கு 'பதேர் பாஞ்சாலி' பிடித்திருக்கிறது என்றதும் டி. கே. குப்தாவுக்கு ரொம்ப சந்தோஷம், 'அப்படீன்னா, நீங்க இதுக்கு அட்டைப்படம் செஞ்சு தருவீங்கதானே?'

'நிச்சயமா' என்றார் சத்யஜித், 'அட்டைப்படம் மட்டுமில்லை, கதையில வர்ற முக்கியமான கேரக்டர்ஸ், காட்சிகளையெல்லாம் ஓவியமா வரைஞ்சு கொடுக்கறேன், அதைப் புத்தகத்திலே அங்கங்கே போடுங்க, அப்பதான் எல்லோரும் இந்தக் கதையை ஆர்வமாப் படிச்சுப் பார்ப்பாங்க.'

'பதேர் பாஞ்சாலி' புத்தக வேலைகள் விறுவிறுப்பாக நடந்தன. தன்னை மிகவும் பாதித்துவிட்ட அந்தப் புத்தகத்தை ஓவியங்களாகப் பதிவு செய்ய ஆரம்பித்தார் சத்யஜித்.

கடைசியாக, அந்த நாவலின் சுருக்கமான வடிவம், சத்யஜித்தின் ஓவியங்களை ஒன்றாகப் படித்துப் பார்த்தபோது, டி. கே. குப்தாவுக்கு ரொம்பத் திருப்தி, 'பிரமாதம், இது ஒரு சினிமா திரைக்கதைமாதிரி அழகா வந்திருக்கு' என்றார்.

சட்டென்று சத்யஜித்துக்குள் ஒரு யோசனை, நிஜமாகவே 'பதேர் பாஞ்சாலி'யைத் திரைப்படமாக எடுத்தால் என்ன? புத்தகத்தைவிட, சினிமாதானே அதிகப் பேருக்குச் சென்று சேர்கிறது?

அப்போது சத்யஜித்துக்குச் சினிமாத்துறையில் பெரிய அனுபவமெல்லாம் எதுவும் கிடையாது. நல்ல படங்களைப் பார்க்கும் ஆர்வம் நிறைய உண்டு, ஆனால் திரைக்கதை எழுதுவது, சினிமாவை இயக்குவது போன்ற வேலைகளில் பழக்கம் இல்லை, படம் எடுக்கும் அளவுக்குக் கையில் பணமும் இல்லை. அதனால் என்ன? அவர் தன்னுடைய மனத்துக்குள் படம் எடுத்துப் பார்க்கலாமே, யார் தடுக்கப்போகிறார்கள்?

'பதேர் பாஞ்சாலி' கொடுத்த ஆர்வத்தில், பல முக்கியமான இலக்கியங்களைத் தேடிப் படிக்க ஆரம்பித்தார் சத்யஜித்.

ஒவ்வொரு கதையையும் காட்சிகளாகக் கற்பனை செய்வது, ஓவியங்களாக வரைவது, கத்துக்குட்டித்தனமாக திரைக்கதைகள் எழுதிப்பார்ப்பது என்று அவருடைய உலகம் மிகச் சுவாரஸ்யமாகிவிட்டது.

அப்போது, உலகப் புகழ் பெற்ற இயக்குனர் ஜீன் ரினொய்ர் கொல்கத்தாவுக்கு வந்திருந்தார். அவரைச் சந்தித்துப் பேசிய சத்யஜித், சினிமாபற்றிய தனது கனவுகளை அவரிடம் பகிர்ந்துகொண்டார்.

திடீரென்று, ரினொய்ர் கேட்டார், 'நீங்களே நாளைக்கு ஒரு படம் எடுத்தா, எந்தக் கதையை எடுப்பீங்க.'

உடனடியாக, சத்யஜித்தின் கண்களில் ஒளி ஏறியது. 'பதேர் பாஞ்சாலி'யின் கதையைக் காட்சிகளாக அவருக்கு விவரிக்க ஆரம்பித்தார்.

சத்யஜித் பேசியதைக் கேட்ட ரினொய்ர்க்கு உற்சாகம், 'நீங்க என்னோட சேர்ந்து வேலை செய்ங்க, சினிமாவைப்பத்தி நிறைய விஷயம் கத்துக்கலாம்' என்றார்.

ஆனால், அப்போது சத்யஜித்தின் அலுவலகத்தில் அவரை லண்டனுக்கு அனுப்புவதாக முடிவெடுத்திருந்தார்கள். ஆகவே, அவரால் ரினொய்ரின் குழுவில் இணையமுடியவில்லை.

லண்டன் கிளம்புவதற்குமுன்னால், பல நண்பர்களிடம் 'பதேர் பாஞ்சாலி'யைப்பற்றிப் பேசினார் சத்யஜித், 'இந்தப் படத்தை ரொம்பப் புதுமையா எடுக்கப்போறேன், எல்லாரும் புதுமுகங்கள், யாருக்கும் மேக்-அப் கிடையாது, செட் போடாம, பளீர்ன்னு விளக்குகளை எரியவிடாம ரொம்ப இயற்கையான சூழல்கள்ல, சாதாரண வெளிச்சத்திலே படப்பிடிப்பு நடத்துவேன்.'

அவர் இப்படிச் சொன்னபோது, எல்லோரும் சிரித்தார்கள், 'இப்படியெல்லாம் படம் எடுத்தா மூணு நாள்கூட ஓடாது, ஒழுங்கா உருப்படற வழியைப் பாரு சத்யஜித்.'

இப்படி ஒவ்வொருவரும் சத்யஜித்தின் கனவுகளில் வென்னீர் ஊற்ற, அவருக்குக் கவலை அதிகரித்தது. தான் நினைப்பதுபோல்

அந்தப் படத்தை எடுத்தால் சரிப்படாதோ என்று குழம்பத் தொடங்கிவிட்டார்.

இதனிடையே, சத்யஜித்தின் வெளிநாட்டுப் பயணம் தொடங்கியது. மனைவியுடன் லண்டன் போய்ச் சேர்ந்தார் அவர்.

லண்டனில் தங்கிய ஆறு மாதங்களும், நிறைய படங்களைப் பார்த்தார் சத்யஜித். உள்ளூரில் அவருக்குப் பார்க்கக் கிடைக்காத 'உலக சினிமா'வெல்லாம், இப்போது கைக்கெட்டும் தூரத்தில் கண் சிமிட்டியது, ஆனந்தமாக அள்ளிப் பருகினார்.

அப்போது ஒருநாள், 'பைசைக்கிள் தீவ்ஸ்' என்ற பிரபலமான படம் அங்கே திரையிடப்பட்டது, எதேச்சையாக அதைப் பார்க்கச் சென்ற சத்யஜித், அதிர்ந்து நின்றுவிட்டார்.

எளிமையான கதை, ஆர்ப்பாட்டமற்ற திரைக்கதை, எதார்த்தமான வசனங்கள், புதிய முகங்கள், அலட்டல் இல்லாத நடிப்பு, ஆனால் படம் துளி போரடிக்கவில்லை, பார்ப்பதற்கு உன்னதக் காவியமாகவும், பார்த்து முடித்தபிறகு மனத்தில் ஆழமான தாக்கத்தை உருவாக்குவதாகவும் இருந்தது.

'பைசைக்கிள் தீவ்ஸ்' இயக்குனரால் முடியும் என்றால், என்னால் முடியாதா? நிச்சயமாக நானும் இப்படி ஒரு படத்தை எடுக்கவேண்டும்!

அன்றுதான், மீண்டும் தனது 'பதேர் பாஞ்சாலி'க் கனவைப் புதுப்பித்துக்கொண்டார் சத்யஜித். முன்பைவிடத் தீவிரமாக அதில் உழைக்க ஆரம்பித்தார்.

சத்யஜித் லண்டனில் இருந்து இந்தியா திரும்பும்போது, அந்தக் கப்பல் பயணத்திலேயே 'பதேர் பாஞ்சாலி'யின் திரைக்கதையை இன்னும் நன்றாகச் செதுக்கி மேம்படுத்தினார். பல போராட்டங்கள், சிரமங்களுக்கு நடுவே அவர் அந்தப் படத்தை எடுத்து முடித்து வெளியிட்டபோது, இந்தியாவே பெருமைப்பட்டது, சர்வதேசத் திரைப்பட உலகம் நமது சினிமாவை நிமிர்ந்து பார்த்த தருணம் அது!

எதார்த்த இந்தியாவை ரத்தமும் சதையுமாக உலகிற்குக் காட்சிப்படுத்தியவர் சத்யஜித் ரே. படம் நன்றாக ஓடுவதற்காக எந்தச் சமரசங்களும் செய்துகொள்ளாமல், 'நல்ல சினிமா' ஒன்றே நோக்கமாக இயங்கியவர், அதன்மூலம் நமது திரைப்பட ரசனையை ஒரு படி மேலே கொண்டுசென்றவர். அவரது திரைத்துறைச் சாதனைகளுக்காக 1992ல் அவருக்கு கௌரவ ஆஸ்கர் விருது வழங்கப்பட்டது.

நம்முடைய எண்ணங்கள், நம்பிக்கைகள், கனவுகள் மற்றவர்களுக்குச் சாதாரணமாகத் தோன்றுவது சகஜம்தான். அப்போதெல்லாம் நாமும் அதற்கேற்ப நம் சிந்தனைகளை மாற்றிக்கொண்டுவிட்டால், நூல் அவர்கள் கையில், நாம் வெறும் பொம்மைகளாகிவிடுவோம்.

அதற்குப் பதிலாக, நமது கனவுகளை நாமே எடைபோடப் பழகவேண்டும், அது உன்னதமான நோக்கம் என்று தோன்றிவிட்டால், அதன்பிறகு யார் என்ன சொன்னாலும் கவலைப்படாமல், நம்முடைய பாதையில் கம்பீரமாக நடை போடவும் பழகிக்கொள்ளவேண்டும்!

63. 80:20

'இன்னிக்கு ஃபைனல்.'

'ஹேஏஏஏஏஏய்' அந்தப் பையன்கள் எல்லோரும் உற்சாகமாகக் கூச்சலிட்டார்கள், 'நாமதான் ஜெயிக்கறோம், என்ன பெட்?'

யாரும் பெட் கட்டவில்லை. சாரதாஷ்ரம் பள்ளியின் கிரிக்கெட் அணி என்ன சாதாரணமானதா? அவர்கள் ஒரு போட்டியில் விளையாடுகிறார்கள் என்றால், வெற்றி அவர்களுக்குதான், அதில் சந்தேகமே இல்லை.

அந்தச் சுட்டிப் பையன்கள் துள்ளலுடன் மேட்ச் பார்க்கப் புறப்பட்டார்கள். அப்போது அவர்களது புத்தியெல்லாம் ஒரே ஒரு சிந்தனைதான், 'இந்த ஃபைனல்ல நம்ம ஸ்கூல் ஜெயிக்கணும், கப் வாங்கணும், அதை நாம நேரடியாப் பார்த்துக் கை தட்டணும், இந்த ஜென்மத்துக்கு அது போதும்டா!'

அவர்கள் உற்சாகமாகப் பேசிச் சிரித்துக்கொண்டு நடந்தார்கள். அப்போது, ஓரமாக நின்றுகொண்டிருந்த ஒரு சின்னப் பையன் அவர்களுடைய கண்ணில் பட்டான்.

அந்தச் சிறுவனுக்குப் பன்னிரண்டு வயது இருக்கலாம், குள்ளமான உருவம், சுருட்டை முடி, துறுதுறு கண்கள், கையில் கிரிக்கெட் பேட்.

‘ஏய், நீ ஃபைனல் பார்க்க வரலியா?’

‘ம்ஹூம்’ வருத்தமாகத் தலையாட்டினான் அவன், ‘எனக்கு வேற ஒரு ப்ராக்டீஸ் மேட்ச் இருக்கு.’

‘ப்ராக்டீஸ் எங்கேடா போகுது? எல்லாம் நாளைக்குப் பார்த்துக்கலாம்’ யாரோ அவன் முதுகில் தட்டினார்கள், ‘இன்னிக்கு ஃபைனல்ல நம்ம ஸ்கூல் டீமை நாம உற்சாகப்படுத்தவேணாமா? சும்மா மசமசன்னு நிக்காம புறப்படு!’

அந்தச் சிறுவன் அவர்களை ஏக்கமாகப் பார்த்தான். அவனுக்கும் இந்தப் போட்டியைப் பார்க்கவேண்டும், தன்னுடைய பள்ளி சீனியர்கள் எடுக்கிற ஒவ்வொரு ரன்னையும், ஒவ்வொரு விக்கெட்டையும் ரசித்துக் கை தட்டவேண்டும் என்று கொள்ளை ஆசைதான்.

ஆனால், அவன் இந்த ஃபைனலைப் பார்க்கமுடியாது, பார்க்கக்கூடாது, ‘சார்’ சொல்லிவிட்டார்!

‘சார்’ என்றால், ராமகாந்த் அச்ரேகர், அவனுடைய கிரிக்கெட் குரு.

மும்பையின் புகழ்பெற்ற கிரிக்கெட் கோச்களில் முக்கியமானவர் ராமகாந்த் அச்ரேகர். பல பள்ளி அணிகள், க்ளப்கள், ஆர்வமுள்ள சின்னப் பையன்களுக்கெல்லாம் கிரிக்கெட் சொல்லித்தந்து மெருகேற்றிய கில்லாடி, அவரிடம் கிரிக்கெட் கற்றுக்கொண்ட பலர், பின்னால் மாநில அளவில், தேசிய அளவில் விளையாடிக் கலக்கியிருக்கிறார்கள்.

‘சார்’ பழகுவதற்கு மிகவும் இனிமையானவர், ஆனால் கிரிக்கெட் பயிற்சி என்று வந்துவிட்டால், கண்டிப்பு ஜாஸ்தி, அவரிடம் பாடம் கற்க வருகிறவர்கள், அவர் சொன்னபடி நடக்கவேண்டும், இல்லையென்றால் விளாசித் தள்ளிவிடுவார்.

‘என்னடா? எங்களோட ஃபைனல் பார்க்க வருவியா, மாட்டியா?’, மற்ற பையன்கள் அவனை அதட்டினார்கள்.

‘எப்படி வர்றது? இன்னிக்கு நான் இந்த ப்ராக்டீஸ்

மேட்ச்க்குப் போய் விளையாடணும்ன்னு சார் கண்டிப்பாச் சொல்லியிருக்காரே'

'ப்ச், நம்ம சார்தானே? நோ ப்ராப்ளம்' என்றான் ஒருவன், 'வேணும்ன்னா, ஈவினிங் அவரைப் பார்த்து ஒரு ஸாரி கேட்டுக்கலாம், நீ கவலைப்படாம எங்களோட வா'

சட்டென்று அந்தச் சிறுவனின் முகம் பிரகாசமானது. தன்னுடைய பேட்டை எங்கேயோ ஒளித்துவைத்துவிட்டு அவர்களோடு மேட்ச் பார்க்கச் சென்றுவிட்டான்.

அன்றைய இறுதிப் போட்டி மிகவும் விறுவிறுப்பாக நடைபெற்றது. சாரதாஷ்ரம் பள்ளியைச் சேர்ந்த பையன்கள் ரொம்பப் பிரமாதமாக விளையாடினார்கள், சிக்ஸர்கள், பவுண்டரிகளாக ரன்கள் குவிய, எதிர் அணியினர் என்ன செய்வது என்றே புரியாமல் விழித்தார்கள்.

கடைசியில், எல்லோரும் எதிர்பார்த்தபடி சாரதாஷ்ரம் பள்ளிதான் ஜெயித்தது, வெற்றிக் கோப்பையை அவர்கள் கையில் ஏந்தியபோது, ரசிகர்களின் உற்சாகக் கூக்குரல் வானைப் பிளந்தது.

அந்தப் பையன்கள் ஒரே கோஷ்டியாக வீடு திரும்பினார்கள், எல்லோர் முகத்திலும் பெரிய சிரிப்பு, உலகத்தையே ஜெயித்துவிட்ட பரவசம், 'சூப்பர் மேட்ச், இல்ல?'

'ஆமாண்டா!'

'நாங்க மட்டும் உன்னைக் கூப்பிடலைன்னா, நீ இந்த அருமையான சான்ஸை மிஸ் பண்ணியிருப்பே, தெரியுமா?', யாரோ அவன் கன்னத்தில் செல்லமாகக் கிள்ளினார்கள், 'சூப்பர் மேட்ச்சைப் பார்த்து என்ஜாய் செய்யறதை விட்டுட்டு, ப்ராக்டீஸ் பண்ணப் போறானாம் ப்ராக்டீஸ், சரியான கிறுக்குப் பயடா நீ.'

இப்போது, அவனுக்கு மீண்டும் பயம் தொற்றிக்கொண்டது. சார் பேச்சை மீறி, இன்றைய ப்ராக்டீஸ் மேட்சுக்கு மட்டம் போட்டுவிட்டேனே, ஒருவேளை அவருக்கு இந்த விஷயம்

தெரிந்துவிட்டால்? என்ன சொல்வார்? என்ன செய்வார்? கலவரத்தில் அவன் உடம்பெல்லாம் நடுங்கியது.

சாரிடம் பொய் பேசுகிற தைரியம் அவனுக்கு இல்லை. ஒழுங்காக உண்மையைச் சொல்லிவிடலாம் என்று முடிவெடுத்தான்.

அதன்பிறகு, அவன் ஒரு விநாடிகூடத் தாமதிக்கவில்லை, நேராகத் தன்னுடைய கிரிக்கெட் குருநாதரைத் தேடிச் சென்றான், 'நமஸ்தே சார்'

ராமகாந்த் அச்ரேகர் அவனை நிமிர்ந்து பார்த்தார், 'என்னப்பா? ப்ராக்டீஸ் மேட்ச் நல்லா விளையாடினியா?'

அவன் பதில் சொல்லவில்லை. அவமானமாகத் தலை குனிந்து நின்றுகொண்டிருந்தான்.

'என்னடா பேசமாட்டேங்கறே? இன்னிக்கு நீ எவ்ளோ ரன் எடுத்தே?'

இனிமேலும் மௌனமாக இருக்கமுடியாது, தயங்கித் தயங்கிப் பேச ஆரம்பித்தான் அவன், 'ஸாரி சார், இன்னிக்கு நான் ப்ராக்டீஸுக்குப் போகலை'

அச்ரேகரின் புருவங்கள் உயர்ந்தன, 'ப்ராக்டீஸுக்குப் போகலியா? ஏன்?'

'ஃப்ரெண்ட்ஸோட ஃபைனல் மேட்ச் பார்க்கப் போயிருந்தேன் சார்.'

அடுத்த விநாடி, அச்ரேகரின் கைகள் அவன் கன்னத்தில் ஆவேசமாகப் பதிந்தன, அதிர்ச்சியில் அவன் கையில் வைத்திருந்த டிஃபன் பாக்ஸ் எங்கேயோ போய் விழுந்தது.

இப்போது சாரின் கண்கள் கோபத்தில் துடித்தன, 'நான் உன்னைக் கிரிக்கெட் விளையாடச் சொன்னேன், ஆனா நீ, யாரோ விளையாடறதை வேடிக்கை பார்க்கப் போயிருக்கே, இது உனக்கே அசிங்கமா இல்லை?' என்று உறுமினார். அவன் சிவந்த கன்னங்களைக் கையால் பொத்திக்கொண்டு தலை கவிழ்ந்து நின்றான், சார் மறுபடியும் அடிப்பாரோ என்று அவனுக்குப் பயமாக இருந்தது.

ஆனால், ராமகாந்த் அச்ரேகர் அதன்பிறகு அவனை அடிக்கவில்லை, வார்த்தைகளால் சுட ஆரம்பித்தார், 'கை தட்டறது யாராலயும் முடியும்? ஆனா, விளையாடறது? அது சிலராலமட்டும்தான் முடியும்!'

'நீயே சொல்லு, உனக்கு விளையாட ஆசையா? இல்லை ஓரமா உட்கார்ந்து கைதட்ட ஆசையா?'

'நான் செஞ்சது தப்புதான், ப்ளீஸ், என்னை மன்னிச்சுடுங்க சார்.'

'இனிமே, அடுத்தவங்க விளையாடறதைப் பார்த்துக் கைதட்டணும்ன்னு எப்பவும் ஆசைப்படாதே, நீ உன் பேட்டிங்ல கவனம் செலுத்து, நீ விளையாடும்போது அதைப் பார்க்கறதுக்கு மத்தவங்க வரணும், அவங்க உன்னைப் பார்த்து ஆச்சர்யப்பட்டுக் கை தட்டணும், அதுதான் உனக்குப் பெருமை, சரியா?'

'சரி சார்' என்று தலையாட்டிய அந்தச் சிறுவனின் கண்களில், இப்போது துளி அழுகை இல்லை. குரலில் ஓர் உறுதி சேர்ந்துகொண்டிருந்தது.

அதன்பிறகு, அவன் கிரிக்கெட்டை வெறும் பொழுதுபோக்காக நினைக்கவில்லை, அதுவே அவனுடைய நிரந்தர சுவாசமாக மாறிவிட்டது. பள்ளி செல்லும் நேரம்தவிர மற்ற நேரமெல்லாம் அவனை விளையாட்டு மைதானத்தில்தான் பார்க்கமுடிந்தது, விடுமுறை நாளானால் கேட்கவே வேண்டாம், அதிகாலை தொடங்கிப் பொழுது சாய்கிறவரை ஒரு நாளைக்குக் குறைந்தபட்சம் பதினான்கு மணி நேரம்வரை பயிற்சி, பயிற்சி, பயிற்சி!

இந்தக் கடின உழைப்புக்குப் பரிசு, இன்றைக்கு அந்தச் 'சிறுவ'னைப் பார்த்து உலகமே கை தட்டுகிறது - கிரிக்கெட் சரித்திரத்தின் மிகச் சிறந்த வீரர்களில் ஒருவராக மதிக்கப்படும் சச்சின் ரமேஷ் டெண்டுல்கர்தான் அது!

அடுத்தவர்களைப் பார்த்துக் கை தட்டுவதில் நேரத்தை வீணாக்கினால், நம்முடைய திறமைகளை நன்றாகக் கூர்

தீட்டிக்கொள்ளமுடியாது என்பதை மிக இளம் வயதிலேயே புரிந்துகொண்டுவிட்டார் சச்சின். அதன்பிறகு, அவர் அரை நிமிடத்தைக்கூடச் சிதறடிக்கவில்லை, கவனத்தையெல்லாம் ஒரே திசையில் செலுத்தித் தனது கிரிக்கெட் திறமையை மெருகேற்றிக்கொண்டு வெற்றி பெற்றார்.

சமூகவியல் நிபுணர்கள் 80:20 என்று ஒரு விதிமுறை சொல்வார்கள். எந்தக் கும்பலிலும், நூற்றுக்கு எண்பது பேர் சராசரியாக வாழ்ந்து முடித்துவிடுவார்கள், மிச்சமிருக்கிற இருபது பேர்தான், அபாரமான சாதனைகளைச் செய்து அந்தச் சமுதாயத்தின் ஒட்டுமொத்த வளர்ச்சிக்குக் காரணமாக இருப்பார்கள்.

ராமகாந்த் அச்ரேகர் சச்சினைக் கேட்டதுபோல, நாம் அந்த எண்பதில் ஒருவராகக் கைதட்டிக்கொண்டிருக்கப்போகிறோமா? அல்லது இருபதில் ஒருவராகச் சாதிக்கப்போகிறோமா? முடிவு நம் கையில்தான்!

64. ஒரு துளி ஞானம்!

‘சாம், நீ இன்னும் கிளம்பலியா?’

அம்மாவின் குரல் கேட்டதும் சிறுவன் சாமுவேல் பரபரப்பாக எழுந்துகொண்டான், ‘இன்னிக்கு ரொம்ப லேட் ஆயிடுச்சும்மா.’

‘சரி பரவாயில்லை, பார்த்து ஜாக்கிரதையாப் போய்ட்டு வா.’

‘ஓகேம்மா’, அவன் பரபரப்பாகத் தெருவில் இறங்கினான், வேகமாக நடக்க ஆரம்பித்தான்.

சாமுவேல் முகத்தில் இன்னும் மழலை மாறவில்லை. பள்ளிக்குச் சென்று படிக்கவேண்டிய வயதுதான்.

ஆனால், இரண்டு வருடங்களுக்கு முன்னால், அவனுடைய அப்பா திடீரென்று இறந்துபோய்விட்டார். குடும்பச் சூழ்நிலை காரணமாக, அவன் இந்தச் சின்ன வயதிலேயே வேலைக்குப் போய்ச் சம்பாதிக்கவேண்டிய கட்டாயம்.

சாமுவேலுக்கு ஓர் அச்சகத்தில் வேலை கிடைத்தது. ஓரளவு எளிமையான வேலைதான் - கையெழுத்துப் பிரதிகளைப் பார்த்து ஒவ்வோர் எழுத்தாகக் கண்டுபிடித்துக் கோர்க்கவேண்டும், மற்றவர்கள் அதை இயந்திரத்தில் பொருத்தி, மை தடவி அச்சடிப்பார்கள்.

நன்றாக ஓடி விளையாடவேண்டிய துறுதுறுப்பான பையன், இப்படி ஒரே இடத்தில் உட்கார்ந்து வேலை செய்வது என்றால் கொஞ்சம் சிரமம்தான். ஆனால், என்ன செய்யமுடியும்? இதுதான் தன்னுடைய எதிர்காலம் என்று ஏற்றுக்கொண்டு வாழப் பழகிவிட்டான் சாம்.

அன்றைக்குக் காற்று நன்றாகச் சுழற்றியடித்துக்கொண்டிருந்தது. குளிருக்கு இதமாகக் கைகளைப் பாக்கெட்டில் நுழைத்துக் கொண்ட சாம், விறுவிறுவென்று அச்சகத்தை நோக்கி நடந்தான்.

அப்போது, எங்கிருந்தோ காற்றில் ஒரு காகிதம் பறந்து வந்தது. அவனுடைய காலடியில் வந்து விழுந்தது, சிறகு முறிந்த பறவையைப்போலப் படபடத்தது.

சாம் ஆவலுடன் குனிந்து பார்த்தான், நன்றாகக் கசங்கிய அந்தக் காகிதத்தை எடுத்துப் பிரித்தான்.

அந்தத் தாள், ஏதோ ஒரு புத்தகத்திலிருந்து கிழிக்கப்பட்டிருந்தது. யார் பக்கோடா மடித்துத் தின்றுவிட்டுத் தூக்கிப்போட்டார்களோ, இப்போது சாமுவேலிடம் வந்து தஞ்சமடைந்திருக்கிறது.

சாதாரணமாக, இதுபோன்ற குப்பைக் காகிதங்களையெல்லாம் யாரும் பெரிதாக மதிக்கமாட்டார்கள், ஆனால் சாமுவேல் இப்போது அச்சகத்தில் வேலை செய்வதால், அச்சடித்த காகிதம் எதைப் பார்த்தாலும், உடனடியாகப் படிக்கவேண்டும் என்று அவனுக்குத் தோன்றியது. அந்தக் காகிதத்தைத் தன்னுடைய உள்ளங்கையில் வைத்து மெல்ல நீவினான் சாமுவேல், அழகாகக் கோர்க்கப்பட்டிருந்த எழுத்துகளை ஆர்வத்துடன் வாசிக்கத் தொடங்கினான்.

அது கதையா, கட்டுரையா, அல்லது நாடகமா என்று அவனுக்குப் புரியவில்லை. ஆனால், தலைப்புமட்டும் தெளிவாகத் தெரிந்தது - ஜோன் ஆஃப் ஆர்க்!

சாம் அதற்குமுன்னால் அப்படி ஒரு பெயரைக் கேள்விப்பட்டதே இல்லை. ஆகவே, யார் இந்த ஜோன் ஆஃப் ஆர்க் என்று தெரிந்துகொள்கிற குறுகுறுப்புடன் அந்தக் காகிதத்தை முழுசாகப் படித்து முடித்தான்.

அந்தக் கதையில் வரும் ஜோன் ஆஃப் ஆர்க் எங்கேயோ ஒரு சிறையில் அடைக்கப்பட்டிருந்தாள். காவலாளிகள் இரண்டு பேர் அவளுடைய உடைகளைத் திருடிவிடுகிறார்கள். இதனால், அவளுக்குப் பயங்கரக் கோபம்!

சுவாரஸ்யமான இந்தக் காட்சியில், ஜோன் ஆஃப் ஆர்க் பேசும் வீர வசனங்கள் ஒவ்வொன்றும் சாமுவேலுக்கு ரொம்பப் பிடித்திருந்தன. அவளை ஏமாற்றப்பார்க்கும் அந்தக் காவலாளிகள்மேல் அவனுக்கு ஆத்திரம் பொங்கியது, 'அவங்க மட்டும் என் கையில கிடைச்சாங்கன்னா, ஓங்கி ஒரு குத்து விடுவேன்' என்று நினைத்துக்கொண்டான்.

அப்புறம்தான், சாமுவேலுக்கு எதார்த்தம் புரிந்தது, 'அட, இது வெறும் காகிதம், நிஜமாகவே ஜோன் ஆஃப் ஆர்க், காவலாளிகள் யாரும் இங்கே இல்லை, நான் யார் முகத்திலும் குத்து விடமுடியாது!' வெட்கமாகச் சிரித்துக்கொண்டான் அவன்.

ஆனால், அதன்பிறகும் அவனால் ஜோன் ஆஃப் ஆர்க்கை மறக்கமுடியவில்லை, 'யார் இந்தப் பெண்? நிஜமாக வாழ்ந்தவளா? அல்லது கற்பனைக் கதாபாத்திரமா?' அந்தக் காகிதத்தில் அரைகுறையாகப் படித்துத் தெரிந்துகொண்டதை வைத்துத் தீவிரமாக யோசிக்க ஆரம்பித்தான் சாமுவேல்.

அக்கம்பக்கத்தில் விசாரித்தபோது, அவர்கள் சில புத்தகங்களைச் சிபாரிசு செய்தார்கள், 'இந்த புக்ஸ்ல்லாம் படிச்சுப் பாரு, ஜோன் ஆஃப் ஆர்க் யாருன்னு புரியும்'

சாமுவேல் ஆவலுடன் அந்தப் புத்தகங்களுக்குள் விழுந்தான். ஜோன் ஆஃப் ஆர்க்பற்றிப் படிக்கப் படிக்க அவனுக்குள் இருந்த பிரம்மிப்பு மேலும் அதிகரித்தது.

'ஜோன் ஆஃப் ஆர்க்' என்று குறிப்பிடப்படும் ஜோன், ஃப்ரான்ஸ் எல்லையில் உள்ள ஒரு சின்ன கிராமத்தில் பிறந்தவள். அவளுடைய அப்பா, அம்மாவுக்கு அவ்வளவாக வசதி போதாது. ஆடு மேய்த்துக் கிடைக்கும் சொற்ப வருமானத்தில் எப்படியோ குடும்பத்தை நகர்த்திக்கொண்டிருந்தார்கள்.

மிகச் சிறிய வயதிலிருந்தே ஜோனுக்குப் பக்தி உணர்வு அதிகம். அவளுடைய கனவில் துறவிகள் அடிக்கடி தோன்றுவார்கள், அவள் என்னென்ன செய்யவேண்டும், எப்படிச் செய்யவேண்டும் என்று ஆலோசனையும் அறிவுரையும் சொல்வார்கள்.

அப்போது ஃபிரான்ஸில் ஏகப்பட்ட அரசியல் சிக்கல்கள். உள்நாட்டுக் குளறுபடியெல்லாம் போதாது என்று, வெளியிலிருந்து இங்கிலாந்து அவர்கள்மேல் படையெடுத்து வந்தது.

ஃப்ரெஞ்சு ராணுவத்தினர், எப்படியோ இங்கிலாந்து ஆக்கிரமிப்பைச் சமாளித்துக்கொண்டிருக்கையில், ஜோன் அந்தப் போரில் பங்கு பெறவேண்டும் என்று விரும்பினாள். 'எதிரிப் படைகளை நேருக்கு நேர் சந்திக்கப்போகிறேன்' என்று புறப்பட்டுவிட்டாள்.

அப்போது ஜோனுக்கு வயது பதினைந்தோ, பதினாறோதான். அதுவும் பெண், இந்த லட்சணத்தில் அவள் போரில் கலந்துகொள்ளப்போகிறேன் என்று சொன்னால், எல்லோரும் சிரிக்கமாட்டார்களோ?

சிரித்தார்கள். ஆனால், ஜோன் தன்னுடைய முடிவில் உறுதியாக இருந்தாள், 'இறைவனின் தூதுவர்கள் எனக்கு ஆசி வழங்கியிருக்கிறார்கள், நான் போரில் கலந்துகொள்வேன், என்னுடைய ஃபிரெஞ்சு தேசத்துக்கு வெற்றி தேடித் தருவேன்' என்று அழுத்தமாகச் சொன்னாள்.

அந்தப் போர்க்களத்தில் ஜோன் காண்பித்த வீரம், விவேகத்தைப் பார்த்து எல்லோரும் அசந்துபோனார்கள். தனி மனுஷியாக ஏகப்பட்ட இங்கிலாந்துப் படை வீரர்களை வீழ்த்தினாள் அவள்.

அதற்குமேலும், ஜோன் ஆஃப் ஆர்க்கை விட்டுவைக்கக்கூடாது என்று முடிவெடுத்தது இங்கிலாந்து. படை பலத்தை அதிகப்படுத்தி, அவளைச் சுற்றிவளைத்துப் பிடித்துக் கொன்றுவிட்டார்கள்.

ஆனால், அதே இங்கிலாந்து, பின்னர் ஜோன் ஆஃப் ஆர்க்கின் மகிமைகளைப் புரிந்துகொண்டது. அவளைக் கொடூரமாகக் கொலை செய்தது தவறு என்று ஒப்புக்கொண்டு வருந்தியது.

இதையெல்லாம் படிக்கப் படிக்க, சாமுவேலுக்குப் பரவசமாக இருந்தது. 'நிஜமாகவே ஜோன் என்று ஒரு பெண் வாழ்ந்திருக்கிறாள், அவள் இறந்துபோய் இத்தனை வருடம் கழித்து, நான் அவளுடைய கதையைப் புத்தகங்களில் படித்து ரசிக்கமுடிகிறது, இது பெரிய அதிசயம் இல்லையா?'

அதுவரை, புத்தகங்களை வெறுமனே அச்சுக் கோர்க்கப்பட்ட எழுத்துகள் என்கிற அளவில் நினைத்துக்கொண்டிருந்த சாமுவேல், முதன்முறையாக அவற்றின் மகத்துவத்தை உணர்ந்தான். எங்கேயோ, எப்போதோ நடந்த விஷயங்களை இங்கே நம் கண்முன்னே கொண்டுவந்து நிறுத்துகிற புத்தகங்கள், அதில் எத்தனை எத்தனை விஷயங்கள் கொட்டிக் கிடக்கின்றன, அவ்வளவையும் படித்து முடிப்பதற்கு ஒரு வாழ்நாள் போதாது என்று அவனுக்குப் புரிந்தது.

இந்த எண்ணம் தோன்றியபிறகு, புத்தகங்களைத் தன்னுடைய நெருங்கிய தோழர்களாக ஏற்றுக்கொண்டுவிட்டான் சாமுவேல். முக்கியமாக, வரலாற்றுப் புத்தகங்கள், நாடுகளின் கதைகள், போர்களைப்பற்றிய விரிவான குறிப்புகள், தனி மனிதர்களின் சாதனைச் சரித்திரம் என்று தேடித் தேடிப் படித்தான், கண்ணில் கிடைப்பதையெல்லாம் படித்தான், ஒவ்வொரு வார்த்தையும், ஒவ்வொரு வாக்கியமும் தன்னுடைய ஞானத்தில் ஒரு துளி சேர்ப்பதை அனுபவப்பூர்வமாக உணர்ந்தான் அவன்.

சாமுவேலின் வாசிப்புப் பழக்கம், அவரை ஒரு தேர்ந்த அறிஞராக, சிந்தனையாளராக உருவாக்கியது. பின்னர் 'மார்க் ட்வைன்' என்ற புனைபெயரில் அவர் எழுதிய அமர இலக்கியங்களை உலகம் இன்றைக்கும் வாசித்துப் பிரம்மித்துக்கொண்டிருக்கிறது.

புத்தகங்களில் விரிந்து கிடக்கிற உலகம் மிகப் பிரம்மாண்டமானது. நல்ல நூல்களைத் தேடி வாசிக்கத் தொடங்கும்போதுதான்,

'கற்றது கைமண் அளவு, கல்லாதது உலகளவு' என்கிற பழமொழியின் உண்மையான அர்த்தம் நமக்கு விளங்கும்.

நம்மிடம் எதையும் எதிர்பார்க்காமலேயே, ஏராளமான விஷயங்களை அள்ளித் தருவதற்குப் புத்தகங்கள் காத்திருக்கின்றன, இன்றைய நவீன உலகத்தின் பரபரப்பில், நாம்தான் அவற்றைக் கவனிக்காமல் புறக்கணித்துக்கொண்டிருக்கிறோம்.

சிறுவன் சாமுவேலின் பாதையில் குறுக்கிட்ட ஒற்றைக் காகிதம், அவரை ஒரு மார்க் ட்வைனாக உருவாக்கியது. நம் வழியிலும் அப்படி ஒரு காகிதம் பறந்து வரும்வரை காத்திருக்காமல், புத்தகங்களைத் தேடிச் செல்லத் தொடங்குவோம், குழந்தைகளைத் தொலைக்காட்சிப் பெட்டிக்குள் சிறைவைக்காமல், அவர்களுக்கு நூலகங்களை அறிமுகப்படுத்துவோம், நாளைய உலகத்தின் அறிவைச் சில படிகளாவது மேம்படுத்தவேண்டிய பொறுப்பு நமக்கு இருக்கிறது!

65. முத்திரை

‘எனக்கு ஒரு பழைய சிலை வேணும் மைக்கேல்’ என்றான் லாரன்ஸோ போப்போலானோ.

மைக்கேல் சிரித்தான், ‘எனக்குப் புதுசாச் சிற்பம் செதுக்கதான் தெரியும், பழைய சிலையெல்லாம் வேணும்ன்னா, நீ மண்ணுக்கு அடியிலதான் தோண்டணும்.’

‘இல்ல மைக்கேல், நீ நினைச்சா, எவ்ளோ பழைய சிற்பத்தையும் புதுசா உருவாக்கிடலாம்’ போப்போலானோவின் குரலில் மர்மம் வழிந்தது, ’நான் சொல்றதைக் கொஞ்சம் கவனமாக் கேளு’

இளைஞன் மைக்கேலுக்குச் சுவாரஸ்யம் தட்டியது. ‘அந்தக் கால சிற்பத்தையெல்லாம் பூமிக்குள்ளிருந்து தோண்டிதானே எடுப்பாங்க? பழசை எப்படிப் புதுசா உருவாக்கமுடியும்?’

அந்தச் சின்ன வயதிலேயே, மைக்கேலுக்கு அபாரமான திறமை வாய்த்திருந்தது. அவனுக்குச் சிற்பம் செதுக்கச் சொல்லிக்கொடுத்த வாத்தியார்கள் ஒவ்வொருவரும், ‘இவன் எங்களைத் தாண்டி எங்கயோ போகப்போறான்’ என்று வாயாரப் பாராட்டினார்கள்.

ஆனால், வெறும் பாராட்டைச் சாப்பிட்டு உயிர் வாழமுடியுமா? புவ்வாவுக்கு வழி?

ஆரம்பத்தில் மைக்கேலுக்கு ஒன்றிரண்டு சிற்பங்களைச் செதுக்குகிற வாய்ப்புகள் வந்தன. அதன்மூலம் ஓரளவு நல்ல வருமானமும் கிடைத்தது.

ஆனால் இப்போது, அவன் வசித்த ஃப்ளாரன்ஸ் நகரில் பல அரசியல் மாற்றங்கள். அதற்கு நடுவே மைக்கேல்போன்ற நல்ல கலைஞர்கள் வாய்ப்புத் தேடி அலையவேண்டியிருந்தது.

அந்த நேரத்தில்தான், லாரன்ஸோ போப்போலானோ என்பவன் மைக்கேலுக்கு அறிமுகமானான், 'நீ ஒண்ணும் கவலைப்படாதே, உன்னோட வருமானத்துக்கு நான் வழி பண்றேன்' என்றான்.

சொன்னபடி, விரைவில் மைக்கேலுக்கு ஒரு புதிய சிற்பம் செதுக்குகிற வாய்ப்பை வாங்கித்தந்தான் லாரன்ஸோ போப்போலானோ. மைக்கேலும் அதனை உற்சாகமாகச் செய்து முடித்தான்.

அந்தச் சின்ன சிலைக்குள்ளேயே, மைக்கேலின் அபாரமான திறமை பளிச்சிட்டது. அதைப் பார்த்து அசந்துபோன போப்போலானோ, இந்தப் பையனை வைத்து இன்னும் நிறையச் சாதிக்கமுடியும் என்று புரிந்துகொண்டான், சில ரகசியத் திட்டங்களைத் தீட்ட ஆரம்பித்தான்.

'மைக்கேல், இப்பல்லாம் புதுச் சிலைகளைவிட, அந்தக் காலச் சிற்பங்களுக்குதான் மவுசு ஜாஸ்தி.'

'அதனால?'

'நீ அந்தக் கால பாணியில எனக்கு ஒரு சிற்பம் செதுக்கிக் கொடு, நான் அதில கொஞ்சம் சில்மிஷமெல்லாம் செஞ்சு நிஜமாவே அதை மண்ணுக்குள்ளிருந்து தோண்டி எடுத்தமாதிரி மாத்திடறேன், அப்புறம் நாம அதை நல்ல விலைக்கு விக்கலாம், உனக்கும் லாபம், எனக்கும் லாபம், சரியா?'

மைக்கேலுக்கு இந்த விபரீதக் கணக்கு புரியவில்லை. ஆனால் பழங்கால பாணியில் சிற்பம் வடிக்கும் சவால் பிடித்திருந்தது.

ஆகவே, இதனை மகிழ்ச்சியோடு ஏற்றுக்கொண்டான். சீக்கிரத்தில், மைக்கேலின் அந்தச் சிலை தயாராகிவிட்டது. அதற்கு அவன் சூட்டிய பெயர், 'தூங்கும் மன்மதன்'!

சிலையைப் பார்த்த போப்போலானோவுக்கு முழுத் திருப்தி, 'அசத்திட்டே மைக்கேல்' என்று அவன் தோளில் தட்டிக் கொடுத்தான், 'இந்தச் சிலையைப் பார்க்கும்போது, யாரோ புது ஆள் செஞ்சதுன்னே ஒருத்தருக்கும் தோணாது, நிஜமாவே அந்தக் காலச் சிற்பம்மாதிரி கொள்ளை அழகு, இனிமே இதை இன்னும் பழசா மாத்தற பொறுப்பு என்னோடது.'

லாரன்ஸோ நிஜமாகவே பெரிய கிரிமினலாக இருக்கவேண்டும். மைக்கேலின் புத்தம்புதிய சிலையை மண்ணில் போட்டுப் புரட்டி, சில பல மாற்றங்களைச் செய்து, அதனை அச்சு அசல் ஒரு புராதன சிற்பம்போல் மாற்றிவிட்டான்.

அவன் எதிர்பார்த்ததுபோலவே, கலை அழகு கொஞ்சிய அந்தச் சிற்பத்துக்கு மார்க்கெட்டில் பிரமாதமான வரவேற்பு. பால்தசாரே என்ற வியாபாரி இருநூறு பணம் கொடுத்து அதனை வாங்கிக்கொண்டான்.

இந்த இருநூறில் மைக்கேலுக்குக் கிடைத்தது வெறும் முப்பது பணம்தான். மிச்சத்தையெல்லாம் லாரன்ஸோ போப்போலானா சுருட்டிக்கொண்டுவிட்டான்.

ஆனால், மைக்கேல் அதைப்பற்றிப் பெரிதாகக் கவலைப்பட வில்லை. ஒரு நல்ல சிற்பம் செய்யும் வாய்ப்புக் கிடைத்தது. அதற்கான சம்பளமும் வாங்கியாச்சு, அடுத்து வேறு என்ன செதுக்கலாம் என்று தேட ஆரம்பித்தான் அவன்.

அதே நேரம், மைக்கேலின் சிற்பத்தை வாங்கிய பால்தசாரே அதனை ரோம் நகரத்தில் விற்பனைக்கு வைத்தான். ரியோரியோ என்பவர் ஏகப்பட்ட காசு கொடுத்து அதை விலைக்கு வாங்கிக்கொண்டார்.

அப்போது, ரியோரியோவுக்கு இந்தச் சிற்பத்தின் தில்லுமுல்லு ஜாதகம் தெரியாது. அது நிஜமாகவே பழைய காலத்துச் சிலை என்று நினைத்துதான் வாங்கிப்போட்டிருந்தார்.

ஆனால், லாரன்ஸோ போட்ட வேஷம் ரொம்ப நாள் பலிக்கவில்லை. சீக்கிரத்திலேயே 'தூங்கும் மன்மதன்' சிலை பழசு இல்லை, 'புதுசு கண்ணா புதுசு' என்று ரியோரியோ கண்டுபிடித்துவிட்டார்.

எரிச்சலடைந்த ரியோரியோ பால்தசாரேவைக் கூப்பிட்டார், 'நீ என்னை ஏமாத்திட்டே, ஒழுங்கா இந்தச் சிலையை எடுத்துக்கிட்டுக் காசைத் திருப்பிக் கொடு' என்றார்.

அவருடைய குற்றச்சாட்டை பால்தசாரே ஏற்றுக்கொள்ளவில்லை, 'அந்தச் சிலையோட அழகைப் பாருங்க, கலை நுணுக்கத்தைப் பாருங்க, இந்தக் காலத்தில யாராவது இப்படிச் செதுக்கமுடியுமா? இது நிச்சயமாப் பழைய சிலைதான்' என்று அடித்துச் சொன்னார்.

அப்போதுதான், ரியோரியோ அந்தச் சிலையை உன்னிப்பாக ரசிக்க ஆரம்பித்தார். என்னதான் பொய் வேஷமாக இருந்தாலும், நிஜமாகவே அந்தத் தூங்கும் மன்மதன் சிலை ஓர் உன்னதமான படைப்பு என்று அவருக்குத் தோன்றியது.

ஆனால், பால்தசாரே சொல்வதுபோல, இப்படி ஓர் அற்புதமான சிலையை வடிக்கும் திறமை இப்போது யாருக்கு இருக்கிறது? இந்தச் சிலையைச் செதுக்கிய சிற்பியை நேரில் சந்திக்கவேண்டும் என்று விரும்பினார் ரியோரியோ.

உடனடியாக, ரியோரியோ தன்னுடைய உதவியாளர் ஒருவரை அழைத்தார், 'இந்தச் சிற்பத்தைச் செஞ்சது யார்-ன்னு நீதான் கண்டுபிடிக்கணும்' என்று கட்டளையிட்டார்.

'இதுமாதிரி நுணுக்கமான வேலையைச் செய்யற ஆளுங்க ஃப்ளாரன்ஸ்லதான் இருப்பாங்க' என்றார் அந்த உதவியாளர்.

'அதெல்லாம் எனக்குத் தெரியாது, நீ எங்க போவியோ, என்ன செய்வியோ, அந்தச் சிற்பியைக் கண்டுபிடிச்சு இங்கே கூட்டிகிட்டு வந்துடு, அவ்ளோதான்.'

ரியோரியோவின் உதவியாளர் நேராக ஃப்ளாரன்ஸ் வந்து சேர்ந்தார், 'ரோம் நகரத்தில சில புதிய சிலைகளைச் செய்யணும்,

அதுக்குத் தகுதியுள்ள சிற்பிகள் யாராச்சும் இருக்கீங்களா?' என்று போர்ட் மாட்டிக்கொண்டு உட்கார்ந்துவிட்டார்.

அந்தக் காலத்தில், ரோம் நகரம் உலகம் முழுக்கப் புகழ் பெற்றிருந்தது. அங்கே போனால் எப்படியாவது பிழைத்துக் கொண்டுவிடலாம் என்று நினைத்த ஃப்ளாரன்ஸ் சிற்பிகள் அவரை மொய்க்க ஆரம்பித்தார்கள்.

தன்முன்னால் வரிசையாக வந்து நின்ற சிற்பிகளைக் கவனமாக அலசினார் அந்த உதவியாளர், 'இவர்களில் யார் அந்தத் தூங்கும் மன்மதன் சிலையைச் செதுக்கியது? அதை எப்படிக் கண்டுபிடிக்கறது?'

அவருடைய அதிர்ஷ்டம், மைக்கேலின் சிற்பங்கள், மாதிரிகள், வரைபடங்கள் அவரது பார்வைக்கு வந்தன. அதற்கு நடுவே அந்தத் தூங்கும் மன்மதனையும் கண்டுபிடித்துவிட்டார் அவர்.

முதலாளி கேட்ட அந்தச் சிற்பி, இவன்தான், இவனேதான்! உற்சாகமான உதவியாளர் மைக்கேலைக் கேட்டார், 'என்னப்பா? என்னோட ரோமாபுரிக்கு வர்றியா?'

மகிழ்ச்சியுடன் ஒப்புக்கொண்டான் மைக்கேல். கட்டுப்பெட்டி ஃப்ளாரன்ஸிலிருந்து பிரம்மாண்டமான ரோம் நகரத்தை நோக்கி அவனுடைய பயணம் தொடங்கியது.

அதன்பிறகு, ரோமாபுரி மைக்கேலின் இன்னொரு வீடாகி விட்டது. அங்கே அவருடைய அற்புதமான திறமைக்கு ஏகப்பட்ட தீனி கிடைத்தது. காலத்தைக் கடந்து நிற்கும் பிரம்மாண்டமான பல சாதனைப் படைப்புகளைச் செதுக்கிச் சரித்திரத்தில் இடம் பிடித்துவிட்டார் மைக்கேல் ஆஞ்சலோ.

ஒரு கலைஞன் எந்தப் படைப்பை உருவாக்கினாலும், அதற்குள் அவனுடைய ஒரு சின்ன அடையாளம், முத்திரை நிச்சயமாக ஒளிந்திருக்கும். அவனே விரும்பினாலும்கூட அதை மறைக்கவோ, மறுக்கவோ முடியாது.

மைக்கேல் ஆஞ்சலோ விஷயத்தில், அவர் உருவாக்கிய 'தூங்கும் மன்மதன்' சிலை ஒரு திருட்டு வேலைக்குப் பயன்பட்டாலும்,

அவர் அதை அலட்சியமாகச் செய்துவிடவில்லை. அதிலும் தனது முழுத் திறமையை வெளிப்படுத்திச் செதுக்கினார், அந்த அக்கறைதான் அவருக்கு ரோமாபுரி வாய்ப்பையும், உலகின் மிகப் பிரபலமான சிற்பி என்கிற பெயரையும் தேடிக் கொடுத்தது.

தினசரி வாழ்க்கையில், நமக்குச் சின்னதும் பெரியதுமாக எண்ணற்ற வாய்ப்புகள் கிடைக்கின்றன. அந்த வாய்ப்புகள் ஒவ்வொன்றையும் நாம் அக்கறையுடன் மதித்து, முழுமையான உழைப்பு, திறமையைக் கொடுத்து கௌரவப்படுத்துகிறோமா, அல்லது, பத்தோடு பதினொன்றாக அலட்சியப்படுத்துகிறோமா? நம்முடைய துறை எதுவாக இருந்தாலும், அதில் வெற்றி தோல்வியைத் தீர்மானிக்கப்போகிற மிக முக்கியமான கேள்வி இது!

௬௬. வெறி விலக்கு

போர்க்களம் இருளில் மூழ்கியிருந்தது.

ஆனால், அத்தனை மையிருட்டுக்கு நடுவிலும், ஒரே ஒரு வண்ணம்மட்டும் பளிச்சென்று தெரிந்தது. சிவப்பு, ரத்தச் சிவப்பு!

அரசர் அந்தப் போர்க்களத்தைத் திகிலோடு பார்த்தார், 'இதுவா என் சாம்ராஜ்யம்? இதற்காகவா வாரக்கணக்கில், மாதக்கணக்கில் முட்டி மோதினேன்? இந்த ரத்தச் சேறு படிந்த நிலத்தை ஜெயிப்பதற்காகவா என் நாட்டு வீரர்கள் உயிர் கொடுத்தார்கள்?'

இல்லை! அரசரும் அவருடைய படைகளும் போர் வெறியோடு இங்கே வந்து இறங்கியபோது, இது வளமான பூமியாகதான் இருந்தது. அதன்பிறகு, கத்திகள் ஆவேசமாகச் சுழல, ரத்தம் பாய, உயிர்கள் உருள, கடைசியில் எல்லாமே மாறிவிட்டது.

நடந்ததையெல்லாம் நினைக்கையில், அரசரின் நெஞ்சுக்குள் ஒரு முள் செருகிக்கொண்டது, 'இத்தனை நாசம், எதற்காக?'

வெற்று வீம்பு, போலி கௌரவம், கலிங்க தேசத்து அரசன் எனக்கு அடிபணிய மறுத்தான், அவன்மீது போர் தொடுக்கவேண்டும், அவனுக்குப் பாடம் கற்பிக்கவேண்டும்.

கடைசியில், பாடம் கிடைத்தது யாருக்கு?

அரசர் கலிங்கத்தின்மீது போர் அறிவித்தபோதே, நல்ல உள்ளம் படைத்தவர்கள் சிலர் அவரைத் தடுத்தார்கள், 'யாரோ செய்த தப்புக்காக, அந்த நாட்டு மக்கள் எல்லோரையும் பழிவாங்குவது நியாயம் இல்லை, தயவுசெய்து இந்தப் போர் எண்ணத்தைக் கைவிடுங்கள்!'

ஆனால், எந்த அரசனுக்குதான் மண்ணாசையை விட்டுக்கொடுக்கமுடியும்? கலிங்கத்தை ஜெயித்துத் தன் சாம்ராஜ்யத்துடன் இணைத்துக்கொள்ளவேண்டும் என்கிற வேகம், விவேகத்தைக் காவு கொடுத்துவிட்டது.

அரசர் வெறியோடு புறப்பட்டார். கலிங்க தேசத்தைச் சுருட்டி எடுத்துக்கொண்டுதான் திரும்பி வருவேன் என்று தனக்குள் சபதம் போட்டுக்கொண்டார்.

ஆனால், அவர் நினைத்ததுபோல் அந்தப் போர் அத்தனை சுலபத்தில் முடியவில்லை. கலிங்கத்துப் படைகள் மிகுந்த ஆவேசத்துடன் தங்களுடைய மண்ணைக் காப்பாற்றப் போராடினார்கள்.

அரசருக்கு அந்தத் தவிப்பு புரியவில்லை, 'என்னையே எதிர்க்கிறீர்களா? உங்களை அழிக்காமல் விடமாட்டேன்' என்று மேலும் ஆத்திரம் ஏற்றிக்கொண்டார்.

அப்போதும், சிலர் அரசருக்கு நியாயத்தைச் சொல்ல முயன்றார்கள், 'சாம்ராட், நாம்தான் அவர்கள்மீது போர் தொடுத்திருக்கிறோம், அவர்கள் நம்மைத் தேடி வரவில்லை!'

'என்னைப் பொறுத்தவரை இரண்டும் ஒன்றுதான்' என்று முழங்கினார் அரசர், 'என்னுடைய ஆட்சியை ஏற்றுக்கொள்ளாதவரை அவர்களை விடமாட்டேன்.'

அரசரின் பிடிவாதத்தால், போர் பல நாள்களுக்கு நீண்டது. தினந்தோறும், இருதரப்பிலும் ஏகப்பட்ட உயிர்கள் பலியாகி விழுந்தன. அதைப்பற்றி அரசர் கவலைப்படவில்லை, 'ஒரு பழத்தைப் பறிப்பதற்குப் போராடும்போது, ஆங்காங்கே சில

இலைகள் உதிரலாம், கிளைகள் ஒடியலாம், அதற்கு நாம் என்ன செய்யமுடியும்?'

கடைசியில், ஒருவழியாகப் பழத்தைப் பறித்தாகிவிட்டது. ஆனால், இத்தனை போராட்டத்தினால் அந்தப் பழம் நசுங்கி நாசமாகிக் கிடக்கிறது.

தன்னுடைய மண்ணாசையின் விளைவைக் கண்ணெதிரே பார்த்தார் அரசர். எத்தனையோ எதிரிகளைப் பந்தாடிய அவருடைய வீரம், இப்போது காணாமல் போய்விட்டது, தலை தானாகக் குனிந்தது.

எங்கே பார்த்தாலும் ரத்தம், சிதைந்த உடல் பாகங்கள், சடலங்கள், கண்ணீர். அந்தப் போர்க்களத்தின் ஒவ்வோர் அணுவிலும் பேரழிவு பொதிந்துகிடந்தது.

இனிமேல், இந்த தேசம் என்னுடையதுதான். ஆனால், இங்கே கால்பதிக்கும்போதெல்லாம், குற்றவுணர்ச்சியில் என் உடம்பு கூனிக் குறுகுமே, அதை எப்படித் தாங்கப்போகிறேன்? இத்தனை உயிர்களைக் காவு கொடுத்துதான் எனது சாம்ராஜ்யத்தை விரிவுபடுத்தவேண்டுமா? எண்ணற்ற குடும்பங்களின் கண்ணீரில்தான் என் கிரீடம் மிதந்து செல்லவேண்டுமா? ஒரு தனி மனிதனின் ஆசைக்கு ஒட்டுமொத்த தேசமும் பலியாகவேண்டுமா?

அரசர் யோசனையோடு நடந்துகொண்டிருந்தார். வேதனையின் கனத்தால், அவரது ராஜ நடையின் கம்பீரம் மறைந்துபோயிருந்தது.

அப்போது, எதிரில் ஓர் உருவம் வருவது தெரிந்தது. சட்டென்று அரசரின் எச்சரிக்கைப் புலன்கள் விழித்துக்கொண்டன, 'யார் அது?' வாளை உருவினார்.

வந்தவர் சிரித்தார், 'இன்னும் உன்னுடைய வாளுக்குத் தாகம் அடங்கவில்லையா?'

அவமானத்துடன் தலையைக் கவிழ்த்துக்கொண்டார் அரசர், 'என்னை மன்னித்துவிடுங்கள்' என்றார், 'நீங்கள் யார்?'

‘என்னுடைய பெயர், ஊர், மற்ற தகவல்களெல்லாம் முக்கியமில்லை, நான் சொல்வதைமட்டும் கவனமாகக் கேட்டுக்கொள்.’

வேறொரு சந்தர்ப்பமாக இருந்தால், அரசரை இப்படி மரியாதையில்லாமல் பேசிய குற்றத்துக்காக, வந்தவருடைய தலை மண்ணில் உருண்டிருக்கும். ஆனால் இப்போது, அரசர் அவர்முன்னால் தலை கவிழ்ந்து நின்றார்.

வந்தவர் அமைதியான குரலில் பேசினார், ‘அரசே, உன்னுடைய தவறை உணர்ந்துவிட்டாயா?’

‘ஆமாம்’ என்பதுபோல் தலையசைத்தார் அரசர்.

‘அதற்கு என்ன பரிகாரம் செய்யப்போகிறாய்?’

‘எனக்குத் தெரியவில்லை’ மிகுந்த வேதனையுடன் பேசினார் அரசர், ‘இத்தனை பெரிய தப்புச் செய்த எனக்கு மன்னிப்பு உண்டா?’

‘மன்னிக்கமுடியாத குற்றம் என்று எதுவும் இல்லை, என்றைக்கு நீ உன்னுடைய பிழையை உணர்ந்தாயோ, அப்போதே நல்ல வழியில் செல்லத் தயாராகிவிட்டாய் என்றுதான் அர்த்தம்.’

‘நான் இப்போது என்ன செய்யவேண்டும்?’

‘உன்னால் நிகழ்ந்திருக்கும் இந்தப் பேரழிவுக்கு எது காரணம் என்று யோசித்துப் பார், அதைமட்டும் நிரந்தரமாக நீக்கிவிடு, அவ்வளவுதான்!’

அரசர் குழப்பத்துடன் யோசிக்க ஆரம்பித்தார். வந்தவர் இன்னொரு திசையில் மெதுவாக நடந்து மறைந்தார்.

கலிங்கம் அழியக் காரணம் என்ன? நான்தான்!

அப்படியென்றால், நான் என்னை அழித்துக்கொள்ளவேண்டுமா? அதுதான் என்னுடைய தவறுக்குத் தண்டனையா?

ம்ஹூம், இல்லை. நான் என்பது, என்னுடைய திமிர், ஆணவம், போர் வெறி!

அப்படியானால், நான் இப்போது என் போர் வெறியைத் துறக்கவேண்டும், நாடு பிடிக்கும் ஆசையை மறக்கவேண்டும், இல்லாவிட்டால் சரித்திரம் என்னை ஓர் அரக்கனாகதான் பதிவு செய்யும், வருங்காலம் என் முகத்தில் காறி உமிழும், நரகத்தில்கூட எனக்கு இடம் கிடைக்காது.

அரசர் தன்னுடைய வாளை உருவினார். கண்ணை மூடிக்கொண்டு அதை எங்கோ வீசி எறிந்தார்.

மறுவிநாடி அவர் மனத்தில் ஓர் இனம் புரியாத அமைதி, நிம்மதி உணர்வு. மீண்டும் புதிதாகப் பிறந்தவரைப்போல் உணர்ந்தார்.

அவ்வளவுதான், வாளினால் நாடுகளை அடிமைப்படுத்தத் துடித்த அந்தப் பழைய ராட்சஸன் மறைந்துவிட்டான். இனிமேல், அன்பு ஒன்றுதான் என்னுடைய மொழி, அதைப் பூமிமுழுவதும் பரப்புவதற்காக என்னுடைய மீதமிருக்கும் வாழ்நாளைச் செலவிடுவேன், எல்லோரும் நலமாக வாழவேண்டும் என்பதுமட்டுமே என்னுடைய ஒரே நோக்கமாக இருக்கும், இது சத்தியம்!

புத்தருக்குப் போதிமரத்தடியில் ஞானம் கிடைத்ததுபோல், அசோகச் சக்கரவர்த்திக்கு அந்தப் போர்க்களத்தில் ஞானம் உதித்தது. கலிங்கப் போருடன் தனது ரத்த வேட்டையை நிறுத்திக்கொண்ட அசோகர், நாடு பிடிக்கும் வெறியுடன் அலையாமல் நல்லாட்சி நடத்தினார், அன்பென்ற மழையில் உலகமே நனையக் காரணமாக இருந்தார்.

ஒருவிதத்தில், நாம் எல்லோருமே அசோகரைப்போல்தான். அவருக்கு நாடு பிடிக்கும் ஆசை என்றால், நமக்கு வேறு ஆசைகள், நிறையப் பணம் சம்பாதிப்பது, நகை, நிலம், வீடு வாங்கிக் குவிப்பது, புகழ் பெறுவது, ஆட்சி, அதிகாரம் என்று ஏகப்பட்ட நவீன வெறிகள் நம்மை ஆட்டிப்படைத்துக்கொண்டிருக்கின்றன.

'ஆசையே அழிவுக்குக் காரணம்' என்கிற மகா தத்துவத்தை எல்லோரும் ஏற்றுக்கொள்வது சாத்தியமில்லைதான்.

சில சமயங்களில் ஆசைதான் நம்முடைய வாழ்வை முன்னேற்றுவதற்கான உந்துசக்தியாகச் செயல்படுகிறது.

ஆனால் அதேசமயம், நாம் சிகரம் ஏறுவதற்காக மற்றவர்களின் முதுகில் மிதித்துச் செல்வதும் நியாயமாகாது. நம் ஆசையினால் அடுத்தவர்கள் அவதிப்படும்போது, அதை உணர்ந்து திருந்துவதுதான் மனிதத்தன்மை.

'அசோகர் குளங்கள் வெட்டினார், மரங்கள் நட்டார்' என்று பள்ளிக்கூடத்தில் நிறையச் சொல்லித்தருகிறார்கள். ஆனால் அதையெல்லாம்விட முக்கியமாக, அவருடைய வாழ்க்கை நமக்குத் தருகிற முக்கியமான செய்தி, 'நீ வாழ, பிறரைக் கெடுக்காதே!'

67. மணலில் கிடந்த புதையல்

'ஆஹா, இதுதான் சொர்க்கம்!'

உற்சாகமாக மண்ணில் விழுந்தார் டான். நீல வானம், நிமிடத்துக்கு நிமிடம் உருவம் மாறுகிற மேகங்கள், தாலாட்டும் தென்றல், ஆங்காங்கே காற்றில் ஆடும் தென்னை மர ஊஞ்சல்கள், கண்ணடித்துக் கூப்பிடும் கடல் அலைகளின் கவர்ச்சி.

பல வாரங்கள், மாதங்களுக்குப்பிறகு முதன்முறையாக, டான் மனத்தில் நிம்மதி உணர்வு. அவருடைய பிரச்னைகளெல்லாம் இந்த உப்புக் காற்றில் கரைந்து காணாமல் போய்விட்டதுபோல் தோன்றியது.

கறுப்பு மணலில் தன்னுடைய உடல் செல்லமாக அமிழ்வதை ஆனந்தத்துடன் பார்த்தார் டான். காலம்முழுக்க இங்கேயே, இப்படியே கிடக்கமுடியாதா?

ம்ஹூம், முடியாது!

இதுமாதிரி உல்லாசக் கடற்கரைகளெல்லாம் நாலு நாள், ஒரு வாரம் ஓய்வு எடுக்க மட்டும்தான் லாயக்கு. அதன்பிறகு, நிஜ உலகத்திற்குத் திரும்பிப் போகவேண்டும்.

அதை நினைத்தால்தான் டானுக்கு அடிவயிற்றில் கலவரம். இதுவரை சந்தித்த தடங்கல்களும், ‘அடுத்து என்ன?’ என்கிற எதிர்காலக் கவலையும் அவரை வாட்டியது.

டான் ஒரு பாடகர், இசைக் கலைஞர், பாடலாசிரியர். இந்தத் துறையில் பெரிய ஆளாகவேண்டும் என்கிற ஆசையுடன் ஹாலிவுட்டுக்குப் புறப்பட்டு வந்தவர்.

ஆனால், ஹாலிவுட்டில் டானின் திறமைக்கு ஏற்ற மரியாதை கிடைக்கவில்லை. அங்குள்ள நிறுவனங்கள், இசையமைப்பாளர்கள், ரசிகர்கள் என யாருமே அவரைப் பெரிதாகக் கண்டுகொள்ளவில்லை. டான் உயிரைக் கொடுத்து உருவாக்கிய பாடல்கள், இசைத் தொகுப்புகளெல்லாம்கூட ஐம்பது, நூறு என்று சொற்ப எண்ணிக்கையில்தான் விற்பனையானது.

இரண்டே வருடங்கள். டான் கண்ட கனவுகளெல்லாம் உடைந்து சுக்குநூறாகிவிட்டன. இசைத்துறையில் அவரால் அரை இஞ்ச்கூட முன்னேறமுடியவில்லை.

இப்போது என்ன செய்யலாம்? இங்கேயே இருந்து போராடலாமா? அல்லது, வெளியே போய் வேறு ஏதாவது வேலையில் சேர்ந்துவிடலாமா? முடிவெடுக்கமுடியாமல் தவித்தார் டான்.

அவருடைய குழப்பத்தைப் பார்த்து, காதலி ப்ளைத்துக்குக் கவலை, ‘நீ ரொம்ப டென்ஷனா இருக்கே டான், கொஞ்ச நாள் நாம எங்கேயாவது ஒரு சின்ன டூர் போய்ட்டு வரலாம்’ என்றார், ‘முதல்ல நீ நல்லா ரெஸ்ட் எடு, மனசை ரிலாக்ஸ் செஞ்சுக்கோ, அதுக்கப்புறம் என்ன செய்யறதுன்னு யோசிப்போம், ஓகேயா?’

தயக்கத்துடன் தலையாட்டினார் டான். அவர்கள் பசிஃபிக் பெருங்கடலுக்கு நடுவே இருக்கும் தஹிதி தீவுக்குப் புறப்பட்டு வந்தார்கள்.

ப்ளைத் சொன்னதுபோலவே, இந்த விடுமுறைச் சூழல் டான் மனத்தை லேசாக்கியது. அவரால் முன்பைவிடத் தெளிவாகச்

சிந்திக்கமுடிந்தது. அடுத்து என்ன செய்யலாம் என்று நிதானமாக யோசித்துத் திட்டமிட முடிந்தது.

ஆனால் அப்போதும், அவருக்குள் ஒரே ஒரு கேள்வி பாக்கியிருந்தது, ‘இதற்குமேல், என்னுடைய வாழ்க்கைக்கு என்ன அர்த்தம்? நானும் மற்றவர்களைப்போல ஆஃபீஸ், ஃபைல், சம்பளம், பஞ்சப்படி, போனஸ் என்று முடங்கிவிடுவேனா? எனக்குள் ஒரு படைப்பாளி இருந்தானே, இனிமேல் அவன் என்ன ஆவான்? அவனுடைய க்ரியேட்டிவிட்டியைப் பலி கொடுத்துவிட்டுதான் நான் வாழ்க்கையில் முன்னேறமுடியுமா?’

யோசனையோடு எழுந்துகொண்டார் டான். மணலில் கால்கள் புதையப் புதைய நடக்க ஆரம்பித்தார்.

திடீரென்று, அவருடைய காலில் ஏதோ தட்டுப்பட்டது. குனிந்து பார்த்தால், ஒரு புத்தகம்.

இது யாருடைய புத்தகம்? டான் சுற்றிலும் பார்த்தார், ரொம்பத் தொலைவுக்கு ஒரு சின்ன ஈ, காக்காவைக்கூடக் காணோம்.

பீச்சுக்கு வந்தவர்கள் யாரோ, ரிலாக்ஸாகப் புத்தகம் படித்திருக்கிறார்கள். அதன்பிறகு, அப்படியே தூங்கிவிட்டார்களோ என்னவோ, புத்தகம் கீழே விழுந்துவிட்டது, அதைக் கவனிக்காமல் புறப்பட்டுப் போயிருக்கிறார்கள், பாவம்!

என்ன புத்தகம் இது? டான் ஆர்வத்துடன் அந்தப் புத்தகத்தின் அட்டையைப் பார்த்தார்.

அது ஒரு க்ரைம் நாவல். சிட்னி ஷெல்டன் எழுதிய ‘டூம்ஸ்டே கான்ஸ்பிரஸி’.

டான் அதற்குமுன்னால் சிட்னி ஷெல்டனைப்பற்றிக் கேள்விப்பட்டது கிடையாது. இதுமாதிரி க்ரைம் நாவல்களைப் படித்ததும் கிடையாது.

ஏதோ ஓர் ஆர்வத்தில், அந்தப் புத்தகத்தை லேசாகப் புரட்டிப் பார்த்தார் டான். முதல் வரியே அவரைச் சுண்டி இழுத்தது. பரபரப்பான மருத்துவமனை வார்ட். அங்கே ஒரு நர்ஸ். அவள் பெயர் சூஸன். வெள்ளைவெளேர் யூனிஃபார்மை

நன்கு மிடுக்காக உடுத்தியிருக்கிறாள். ஆஸ்பத்திரிக் கட்டிலில் ஒரு போர் வீரன் அடிபட்டுக் கிடக்கிறான், அவனுடைய காதில் சூஸன் மெல்ல முணுமுணுக்கிறாள், 'எழுந்திரு, நீ சாகக்கூடாது.'

இந்த ஒற்றைக் காட்சி, டானுக்குள் பல கேள்விகளைக் கிளப்பிவிட்டது. யார் அந்தப் போர் வீரன்? அவனை அடித்துப்போட்டவர்கள் யார்? அந்த வீரனுக்கும் இந்த நர்ஸுக்கும் என்ன சம்பந்தம்? இவள் ஏன் அவனைச் 'சாகக்கூடாது?' என்று சொல்கிறாள்? நிஜமாகவே அவன் உயிர் பிழைப்பானா, மாட்டானா? ஒருவேளை அவன் பிழைத்துவிட்டால் அதன்மூலம் என்ன பெரிய புரட்சி நடந்துவிடும்?

ஆவலுடன் அடுத்த பக்கத்தைப் புரட்டினார் டான். தொடர்ந்து படிக்க ஆரம்பித்தார்.

ஒவ்வோர் அத்தியாயத்திலும், நாவலாசிரியர் சிட்னி ஷெல்டன் வரிசையாகப் பல மர்ம முடிச்சுகளைப் போட்டுக்கொண்டே சென்றார். அடுத்து என்ன நடக்குமோ என்று கற்பனை செய்யக்கூட நேரம் இல்லாதபடி கதை ஜிவ்வென்று அதிவேகத்தில் பறந்தது.

டானுக்கு ஆச்சர்யம், இப்படி ஓர் எளிமையான மொழியில், படிப்பவர்களைக் கவர்ந்து இழுக்கும்படி ஒரு புத்தகமா!

அதுவரை டான் படித்த நாவல்கள் எல்லாமே, 'க்ளாசிக்' வகையைச் சேர்ந்தவை. தலையணை சைஸ் தடிமனாக ஒவ்வொரு கதாபாத்திரத்தையும் முழ நீளத்துக்கு வர்ணித்துக்கொண்டு, எல்லோரும் நீள நீளமாக வசனம் பேசிக்கொண்டு, ஒவ்வொரு காட்சியையும் பல பக்கங்களுக்கு இழுத்துக்கொண்டு செமையாகப் போரடிக்கும். படிக்க ஆரம்பித்த நான்காவது நிமிடமே கண் சொக்கித் தூக்கம் வரும்.

ஆனால், இந்த நாவல் அப்படியில்லை. எல்லோருக்கும் புரியும்படியான வார்த்தைகள், ஒரு பக்கத்தைக்கூட வீணடிக்காமல் விறுவிறுவென்று ஓடும் கதை, புத்தகத்தைக்

கீழே வைக்கமுடியாதபடி அத்தியாயத்துக்கு அத்தியாயம் திடுக்கிடும் திருப்புமுனைகள், கேள்விகள், குழப்பங்கள், புத்திசாலித்தனமான தூண்டில்கள், முடிச்சுகள்!

க்ளைமாக்ஸ் நெருங்க நெருங்க, நாவல் இன்னும் சூடுபிடித்தது. ஒவ்வொரு மர்ம முடிச்சையும் மிக அழகாக அவிழ்த்துக் காண்பித்து அசத்தினார் சிட்னி ஷெல்டன்.

பல மணி நேரங்களுக்கு டான் அந்தப் புத்தகத்தைக் கீழே வைக்கவே இல்லை. ஒரே மூச்சில் மொத்தத்தையும் படித்து முடித்துவிட்டார், முழுத் திருப்தி!

அதுவரை, க்ரைம் நாவல், துப்பறியும் கதைகளெல்லாம் ஏதோ 'சின்னப் பசங்க சமாசாரம்' என்று நினைத்துக்கொண்டிருந்த டான் மனத்தில், இப்போது ஒரு பெரிய மாற்றம். பெரியவர்களும் ரசிக்கும்படியாக இந்த த்ரில் கதைகளை எழுதமுடியும் என்று நிரூபித்துக் காட்டிவிட்டார் சிட்னி ஷெல்டன்.

அப்போதுதான், டானுக்கு அந்த யோசனை தோன்றியது, 'நானும் இப்படி ஒரு த்ரில்லர் நாவல் எழுதினால் என்ன?'

அதுவரை, டான் கதைகள் எதுவும் எழுதியது கிடையாது, கவிதைகள், இன்னும் சரியாகச் சொல்வதென்றால் பாடல் வரிகள்தான் அவருடைய டிபார்ட்மென்ட்.

ஆனால், இந்த சிட்னி ஷெல்டன் நாவலைப் படித்தபிறகு, அவருக்குள் ஒரு புது நம்பிக்கை, 'இதுமாதிரி எளிமையான மொழியில், எல்லோரும் படிக்கக்கூடிய விறுவிறுப்பான கதைகளை என்னாலும் எழுதமுடியும்' என்று உறுதியாகச் சொல்லிக்கொண்டார்.

விடுமுறை முடிந்ததும், தன்னுடைய சொந்த ஊருக்குத் திரும்பினார் டான். அங்கே ஒரு பள்ளியில் ஆசிரியராக வேலைக்குச் சேர்ந்தார். அவ்வப்போது கிடைக்கிற ஓய்வு நேரங்களை வீணடிக்காமல், ஒரு நாவல் எழுத ஆரம்பித்தார்.

ஐந்து வருடங்கள் கழித்து, அவருடைய முதல் நாவல் வெளியானது. அடுத்த மூன்று ஆண்டுகளுக்குள் மேலும் இரண்டு

நாவல்களை எழுதிவிட்டார் டான். இவை ஒவ்வொன்றும், சிட்னி ஷெல்டன் பாணியில் எளிமையான மொழியில் அமைந்த விறுவிறுப்பான கதைகள்.

ஆனால், டான் நினைத்ததுபோல் இந்த நாவல்கள் அப்படியொன்றும் பிரமாதமாக விற்பனையாகவில்லை. மீண்டும் தோல்வி அவருடைய தோள்களை அழுத்த ஆரம்பித்தது.

அந்த நேரத்தில்தான், டான் பிரௌனின் நான்காவது நாவல் 'தி டா வின்ச்சி கோட்' வெளியானது. சர்ச்சைக்குரிய கதைக்கரு, நிஜமா பொய்யா என்று குழம்பவைக்கும் தகவல்கள், புதிராகக் கதை சொல்லும் வித்தியாசமான பாணி, கையில் எடுத்தால் கீழே வைக்கமுடியாத சுறுசுறு நடை எல்லாமாகச் சேர்ந்து அந்த நாவலை சூப்பர் ஹிட் ஆக்கியது.

அதன்பிறகு, டான் பிரௌன் எழுதிய பழைய நாவல்களையும் மக்கள் தேடி வாங்கிப் படித்தார்கள். சமீபத்தில் வெளியான அவரது 'தி லாஸ்ட் சிம்பல்' நாவல் பல விற்பனைச் சாதனைகளை முறியடித்திருக்கிறது. இன்றைக்கு உலகிலேயே மிக அதிகம் சம்பாதிக்கும் எழுத்தாளர்களில் ஒருவர் டான் பிரௌன்!

புதையல்கள், பூமிக்குள் அடிஆழத்தில் ஒளிந்திருக்கவேண்டும் என்று எந்த அவசியமும் இல்லை. தஹிதி கடற்கரை மணலில் டான் பிரௌனுக்குக் கிடைத்த அந்த சிட்னி ஷெல்டன் நாவலைப்போலச் சில சமயங்களில் அவை மேலோட்டமாகக் கி(டை)டக்கலாம், பலர் அதைக் கவனிக்காமல் மிதித்துக்கொண்டு கடந்து செல்கிறார்கள், சிலர் எடுத்துப் பார்த்துப் பயன்படுத்திக்கொள்கிறார்கள், எல்லாம் நம் கையில்தான் இருக்கிறது!

௬௮. ஒரு ‘மக்கு’ப் பயலின் கதை!

‘ஆல்பர்ட்.’

அந்தச் சிறுவன் நடுக்கத்துடன் எழுந்து நின்றான். மெதுவாக ஆசிரியரை நோக்கி நடந்தான்.

ஆல்பர்டின் ஆசிரியர் அவனைக் கிண்டலாகப் பார்த்தார், ‘இந்தப் பரீட்சையில உன்னோட மார்க் என்ன தெரியுமா?’ என்றார்.

‘தெரியாது சார்’ என்று தலையாட்டினான் ஆல்பர்ட்.

‘உனக்கு என்னதான் தெரியும்?’ கோபமாகப் பேப்பரை அவன்மீது வீசினார் ஆசிரியர், ’இப்படி ஒவ்வொரு எக்ஸாம்லயும் மகாக் கேவலமா மார்க் வாங்கறியே, உனக்கு வெக்கமா இல்லை?’

ஆல்பர்ட் பதில் பேசவில்லை. அவமானமாகத் தலை குனிந்து நின்றிருந்தான்.

வாத்தியாருக்கு இன்னும் கோபம் குறைந்திருக்கவில்லை, ‘உன்னை மாதிரி மக்குப் பசங்களுக்குப் பாடம் சொல்லித்தரணும்ன்னு எனக்கென்ன தலையெழுத்தா?’ என்று கத்தினார், ‘நீயெல்லாம் வாழ்க்கையில எங்க உருப்படப்போறே? படிக்கவேண்டிய

வயசில இப்படி முட்டாளாத் திரிஞ்சிகிட்டிருந்தா, அப்புறம் காலத்துக்கும் நடுத்தெருவுலதான் நிக்கணும்.'

ஆல்பர்டுக்குக் கண்ணில் அழுகை முட்டியது. இப்போது வகுப்பில் எல்லாப் பையன்களும் தன்னைதான் நக்கலாகப் பார்த்துக்கொண்டிருக்கிறார்கள் என்பதை உணர்ந்தபோது அவனை அவமானம் பிடுங்கித் தின்றது.

ம்யூனிக்கில் ஆல்பர்ட் படித்துக்கொண்டிருந்த அந்தப் பள்ளியின் பெயர், 'லுய்ட்போல்ட் ஜிம்னாஸியம்'. அங்குள்ள வாத்தியார்கள் எல்லோரும், மிக மிகக் கண்டிப்பானவர்கள், தங்களிடம் படிக்கும் மாணவர்களைச் சக்கையாகப் பிழிந்து சாறு எடுத்துக்கொண்டிருந்தார்கள்.

ஒன்பது வயதுப் பையனாக அந்தப் பள்ளியினுள் நுழைந்த ஆல்பர்ட், அப்படியே அதிர்ந்துபோய் நின்றுவிட்டான், 'இது என்ன ஸ்கூலா? இல்லை, மிலிட்டரி கேம்ப்பா?'

ராணுவம்கூடப் பரவாயில்லை, வீரர்கள் அவ்வப்போது சிரித்துப் பேசுவார்கள், ஜாலியாக நேரம் செலவிடுவார்கள். இந்தப் பள்ளியில் அதுவும் முடியாது, படிப்பு, படிப்பு, எந்நேரமும் படிப்புமட்டும்தான்.

அந்தப் படிப்பாவது உருப்படியாக இருக்கிறதா? எப்பப் பார் ஏதாவது ஒரு புத்தகத்தைத் திறந்துவைத்துக்கொண்டு மனப்பாடம் செய்யவேண்டும், ஒரு வரி, ஒரு வார்த்தை, கமா, முற்றுப்புள்ளிகூட மிச்சம் வைக்காமல் அப்படியே ஒப்புவிக்கவேண்டும், அத்தனையையும் பரீட்சை பேப்பரில் வாந்தியெடுக்கவேண்டும், இல்லாவிட்டால், வாத்தியாரின் கிண்டல், கேலி, அடி, உதை.

ஆல்பர்டுக்கு இதெல்லாம் சுத்தமாகப் பிடிக்கவில்லை. அவன் எதையும் உணர்ந்து படிக்கவேண்டும், சொந்தமாகச் சிந்தித்துப் பழகவேண்டும், புதிய விஷயங்களைக் கண்டுபிடிக்கவேண்டும் என்றெல்லாம் மிகவும் விரும்பினான்.

ஆனால், ஆல்பர்டின் ஆசிரியர்கள் இதை வேறுவிதமாகப் புரிந்துகொண்டார்கள், 'இந்தப் பையனுக்கு புத்தி போதாது,

அதான் கண்டபடி பேசிக்கிட்டுத் திரியறான்' என்று தலையில் குட்டினார்கள், 'ஒழுங்கா பாடத்தை நெட்டுருப் போடு, இல்லாட்டி அடி பின்னிடுவோம்' என்று பயமுறுத்தினார்கள்.

இப்படி அர்த்தம் புரியாமல் பாடத்தை மொட்டை மனப்பாடம் செய்ய ஆல்பர்டுக்கு விருப்பம் இல்லை. ஆகவே, வகுப்பில் தன்னுடைய ஆசிரியர்களிடம் விதவிதமான சந்தேகங்களைக் கேட்க ஆரம்பித்தான் அவன்.

அந்தச் சிறிய வயதிலேயே, ஆல்பர்ட் கேட்ட கேள்விகளெல்லாம் மிகவும் ஆழம் பொதிந்தவையாக இருந்தன. ஆசிரியர்கள் அவனுக்குப் பதில் சொல்லமுடியாமல் திணறினார்கள்.

நியாயப்படி பார்த்தால், அவர்கள் ஆல்பர்டைப் பாராட்டியிருக்கவேண்டும், 'என் வகுப்பில் இப்படி ஒரு புத்திசாலிப் பையனா!' என்று அவனை நினைத்துப் பெருமைப்பட்டிருக்கவேண்டும், 'ரொம்ப நல்லாச் சிந்திச்சுக் கேள்வி கேட்கறே, வெரி குட்' என்று கன்னத்தில் தட்டிக்கொடுத்து உண்மையைச் சொல்லியிருக்கவேண்டும், 'இந்தக் கேள்விக்கெல்லாம் எனக்குப் பதில் தெரியலை, நான் விசாரிச்சுச் சொல்றேன், இல்லாட்டி ஏதாவது ஒரு புக்ல படிச்சுப்பார்த்து விளக்கறேன், கொஞ்சம் வெயிட் பண்ணு, சரியா?'

ஆனால், ஆல்பர்டின் ஆசிரியர்கள் அப்படிச் செய்யவில்லை. அவன் ஒவ்வொரு கேள்வியையும் கேட்கக் கேட்க, அவர்களுக்குக் கோபம்தான் வந்தது, 'அதிகப்பிரசங்கித்தனமாப் பேசாதே, ஒழுங்கா மூலையில உட்காரு' என்று அவனை அதட்டினார்கள்.

ஆல்பர்ட் நொந்துபோனான். பையன்கள் புத்தகத்தில் இருப்பதை அப்படியே மனப்பாடம் செய்து ஒப்பிப்பதற்கு இந்த ஆசிரியர்களெல்லாம் எதற்கு? புரியாததை விளக்கிச் சொல்லித்தந்தால்தானே எல்லாவற்றையும் நன்றாகக் கற்றுக்கொள்ளமுடியும்? தன்னுடைய ஏமாற்றத்தை வெளிப்படையாகப் பேச ஆரம்பித்தான் அவன். அதன்பிறகு, லுய்ட்போல்ட் ஆசிரியர்கள் ஆல்பர்டைப் பார்த்தாலே

நெருப்பை உமிழ்ந்தார்கள். 'உன்னால மத்த பசங்களும் எங்களை மதிக்கமாட்டேங்கறாங்க' என்று அவன் காதைத் திருகினார்கள்.

சீக்கிரத்தில், இந்த விஷயம் பள்ளித் தலைமை ஆசிரியருக்குத் தெரியவந்தது, அவர் ஆல்பர்டைக் கூப்பிட்டு விசாரித்தார், 'என்னப்பா? நீ பெரிய ரௌடியா? ஒழுங்கா வாத்தியாருங்க சொல்றதைக் கேட்டு நடக்கமாட்டியா?'

'அதெல்லாம் இல்லை சார்' என்றான் ஆல்பர்ட், 'இங்கே எல்லா ஆசிரியர்களும் ராணுவ அதிகாரிமாதிரி முரட்டுத்தனமா நடந்துக்கறாங்க, அவங்க சொன்னதை அப்படியே செய்யணும், எதிர்த்துப் பேசக்கூடாதுன்னு திட்டறாங்க, எல்லாப் பாடத்தையும் கண்ணை மூடிக்கிட்டு மனப்பாடம் செய்யணும்ன்னு கட்டாயப்படுத்தறாங்க.'

'ஷட் அப்' என்று உறுமினார் ஹெட்மாஸ்டர், 'எங்களுக்கே பாடம் சொல்லித்தர்ற அளவுக்கு நீ பெரிய ஆளாயிட்டியா? இனிமே நீ இங்கே இருக்கக்கூடாது, வெளிய போ.'

தலைமை ஆசிரியர் இப்படிச் சொன்னபோது, ஆல்பர்டுக்குப் பெரிய ஆச்சர்யம் எதுவும் இல்லை. அவன் அமைதியாக அந்தப் பள்ளியிலிருந்து வெளியேறத் தயாராகிவிட்டான்.

அதன்பிறகு, ஆல்பர்ட் 'வழக்க'மான பள்ளிகள் எதிலும் படிக்கவில்லை. வெறுமனே மனப்பாடம் செய்கிற பழக்கத்தை ஊக்குவிக்காமல், நிஜமாகவே மாணவர்களின் படைப்புத்திறன், சிந்தனைக்கு முக்கியத்துவம் தருகிற கல்வி நிறுவனங்களைத் தேடிக் கண்டுபிடித்தான். கணிதம், இயற்பியல் ஆகிய பாடங்களில் பல்வேறு புத்தகங்களைப் படித்துப் புதுப்புது ஆய்வுகளைச் செய்து பார்க்கத் தொடங்கினான், தன்னுடைய சிந்தனைகளை, ஆராய்ச்சி முடிவுகளைக் கட்டுரைகளாக, புத்தகங்களாக வெளியிட ஆரம்பித்தான்.

மிக விரைவில், ஆல்பர்டின் திறமை உலகம்முழுக்கப் பரவியது. சர்வதேச அளவில் எல்லோராலும் மதிக்கப்படுகிற ஓர் அறிவியல் அறிஞராக உயர்ந்தார் அவர்.

அப்போது, இரண்டாவது உலகப் போர் வந்தது. ஐரோப்பா முழுவதும் பல தேசங்களில் அப்பாவி மக்கள்மீது வெடிகுண்டுகள் வீசப்பட்டன. ஏராளமான வீடுகள், கடைகள், தொழிற்சாலைகள், பாலங்கள் சிதைந்து விழுந்தன, லட்சக்கணக்கான ஜனங்கள் கொத்துக்கொத்தாக உயிரிழந்தார்கள்.

இந்தப் போரினால் அதிகம் பாதிக்கப்பட்ட நாடுகளில் ஒன்று, ஜெர்மனி. அங்கே முன்பு ஆல்பர்ட் படித்த 'லுய்ட்போல்ட் ஜிம்னாஸியம்' பள்ளியின்மீது ஒரு குண்டு விழுந்தது, பலத்த சேதம்!

போர் முடிந்ததும், அந்தப் பள்ளி மீண்டும் பழையபடி கட்டிமுடிக்கப்பட்டது. புதிய கட்டடத்துக்கு, உலகப் புகழ் பெற்ற விஞ்ஞானி 'ஆல்பர்ட் ஐன்ஸ்டீன்' பெயரைச் சூட்டினார்கள்.

ஆல்பர்ட் மெல்லச் சிரித்துக்கொண்டார், அன்றைக்கு இதே பள்ளியைச் சேர்ந்த ஆசிரியர்கள்தான், அவர் உருப்படமாட்டார், எதற்கும் லாயக்கில்லை என்றெல்லாம் சாபம் கொடுத்தார்கள். ஆனால் இப்போது, அதே பள்ளிக்கு அவருடைய பெயரை வைத்துக் கைதட்டுகிறார்கள்.

மனித குலத்தின் மிகப் பெரிய புத்திசாலிகளில் ஒருவராக மதிக்கப்படுகிறவர் ஆல்பர்ட் ஐன்ஸ்டீன். உலகெங்கும் அவருடைய சிந்தனைகளை, கண்டுபிடிப்புகளைப்பற்றிப் படிக்காத பள்ளி, கல்லூரி மாணவர்களே இல்லை!

ஆனால், இதே ஐன்ஸ்டீன்தான், ஒருகாலத்தில் 'மக்கு' என்கிற முத்திரையுடன் அவமானப்படுத்தப்பட்டார், தன்னுடைய பள்ளியிலிருந்து வெளியே துரத்தப்பட்டார்.

அப்போது ஐன்ஸ்டீன் நினைத்திருந்தால், 'எல்லோரும்தான் மனப்பாடம் செய்யறாங்க, நானும் அவங்களைப்போல அர்த்தம் புரியாம எதையாவது படிச்சு ஒப்பிச்சு மார்க் வாங்கிக்கலாமே' என்று தீர்மானித்திருக்கலாம், ஒவ்வொரு பரீட்சையிலும் புத்தகத்தை அப்படியே ஈயடிச்சான் காப்பி செய்து தொண்ணூறு, நூறு என்று மதிப்பெண்களைக் குவித்து மெடல் குத்திக்கொண்டிருக்கலாம்.

ஆனால், அவர் அந்தப் பழைய, சுலபமான பாதையை ஏற்றுக்கொள்ள மறுத்தார். 'எதையும் புரிந்துகொண்டுதான் படிப்பேன்' என்கிற பிடிவாதம், அவரை வெறுமனே மார்க் வாங்கும் மெஷினாக மாற்றிவிடாமல், அறிவியலின்மீது உண்மையான ஆர்வம் கொண்ட ஆய்வாளராக உருவாக்கியது, பல அற்புதமான கண்டுபிடிப்புகளை நிகழ்த்தத் தூண்டியது!

எந்த ஒரு விஷயத்தையும், மற்றவர்கள் செய்கிறார்களே என்பதற்காக நாமும் கண்மூடித்தனமாகப் பின்பற்றுவது பெரிய அபத்தம். மந்தை ஆடுகளைப்போலப் பத்தோடு பதினொன்றாகக் காணாமல்போவதைவிட, நம் மனம் சொல்லும் பாதையில் நடந்து பழகினால், அந்தப் பயணமும் இனிமையாக இருக்கும், நாம் தேடுகிற வெற்றியும் வசப்படும்!

௬௯. இரட்டை மாட்டுச் சவாரி

மேடையில் கச்சேரிக்கான ஏற்பாடுகள் மும்முரமாக நடந்துகொண்டிருந்தன. இசைக் கலைஞர்கள் தங்களுடைய வாத்தியங்களைக் கடைசி நேர ஒத்திகை பார்த்துத் தயாரானார்கள்.

இளம் பாடகி வாணி, லேசான பதற்றத்துடன் காத்திருந்தார். இதுதான் அவருடைய முதல் மெல்லிசை நிகழ்ச்சி.

இதற்கு முன்னால், பத்து, பன்னிரண்டு வயதிலேயே அவர் கர்நாடக சங்கீதக் கச்சேரிகள் செய்தது உண்டு. ஆனால், இது முற்றிலும் மாறுபட்ட இசை, வேறு ஊர், வித்தியாசமான ரசிகர்கள், எல்லாமே அவருக்குப் புதுசாகத் தெரிந்தது.

வாணி சின்னக் குழந்தையாக இருக்கும்போதே, இசை அவரை ஆட்கொண்டுவிட்டது. ஐந்து வயதில் கடினமான சாஹித்யங்களைக்கூடச் சுலபமாகப் பாடப் பழகிவிட்டார். எப்பேர்ப்பட்ட பாடலையும் என்ன ராகம், என்ன தாளம் என்று பிரித்துச் சொல்கிற திறமை அப்போதே அவருக்கு வாய்த்திருந்தது.

இதற்கு முக்கியமான காரணம், அவர்களுடைய குடும்பம் மொத்தமுமே இசைப் பிரியர்கள்தான். அம்மா நல்ல பாடகி,

தனது மகள்கள் எல்லோரையும் பாட்டு க்ளாஸில் சேர்த்துவிட்டு முறைப்படி கர்நாடக சங்கீதம் கற்றுக்கொடுத்தார் அவர். வீட்டில் எந்நேரமும் ஓர் இதமான பாட்டொலி கேட்டுக்கொண்டே இருக்கும்.

வாணிக்குக் கர்நாடக சங்கீதம்போலவே, திரைப்பட இசையும் பிடித்திருந்தது. முக்கியமாக வானொலியில் அடிக்கடி ஒலிக்கும் பிரபலமான ஹிந்திப் பாடல்கள், அந்த மென்மையான மெட்டுகள், முகம்மது ரஃபி, லதா மங்கேஷ்கர், கிஷோர்குமார், முகேஷ், மன்னா டே போன்ற அற்புதமான பாடகர்களின் குரல்களில் மனத்தைப் பறிகொடுத்தார் அவர்.

அப்போதெல்லாம், வாணியின் மிகப் பெரிய கனவு, 'நானும் சினிமாவில் பாடவேண்டும். இந்த நிகழ்ச்சியில் என்னுடைய குரலும் ஒலிக்கவேண்டும்!'

வாணியின் பெற்றோர், மகளின் இசை ஆர்வத்தை உற்சாகத்துடன் ஊக்குவித்தார்கள். ஆனால், முழுக்க முழுக்கக் கர்நாடக சங்கீதம்தான், சினிமாப் பாட்டெல்லாம் ஆகாது.

ஒருநாள், தாய் பத்மாவதியிடம் தன்னுடைய விருப்பத்தைச் சொன்னார் வாணி, 'எனக்குச் சினிமாவிலே பாடணும்ன்னுதான் ரொம்ப ஆசையா இருக்கும்மா'

'வாணி, நீ இங்கே எங்களோட பொறுப்பில இருக்கிற வரைக்கும் அந்தமாதிரி கனவு காணறதை நிறுத்திடு' கண்டிப்புடன் சொன்னார் பத்மாவதி, 'எங்க கடமை, உனக்கு ஒரு நல்ல பையனாப் பார்த்துக் கல்யாணம் செஞ்சுவெச்சுடறோம். அதுக்கப்புறம், உன் புருஷனோட அனுமதி, ஆதரவோட நீ சினிமாவிலே பாடலாம், சரியா?'

அம்மா இப்படிச் சொன்னதும், வாணிக்குப் பலத்த ஏமாற்றம்தான். என்றாலும், 'பெரியவங்க நம்ம நல்லதுக்காகதான் சொல்வாங்க' என்று மனத்தைத் தேற்றிக்கொண்டார்.

விரைவில், வாணிக்குத் திருமணம் நிச்சயமானது. அவர் எதிர்பார்த்ததுபோலவே, இசையில் ஆர்வம் உள்ள கணவர், பம்பாயில் சந்தோஷமான குடும்ப வாழ்க்கை!

வாணியின் பாட்டுத் திறமை, சினிமாவில் பாடும் விருப்பம் ஆகியவற்றை அறிந்துகொண்ட அவருடைய கணவர் ஒரு நல்ல யோசனை சொன்னார், 'நீ ஏன் ஹிந்துஸ்தானி இசை கத்துக்கக்கூடாது?'

இசை என்று வந்துவிட்டபிறகு, கர்நாடக சங்கீதம் என்ன, ஹிந்துஸ்தானி என்ன, எல்லாம் ஒன்றுதானே? மகிழ்ச்சியுடன் சம்மதித்தார் வாணி.

பம்பாயில் வாணிக்குக் கிடைத்த ஹிந்துஸ்தானி இசை ஆசிரியர், உஸ்தாத் அப்துல் ரஹ்மான் கான். வடக்கத்திச் சங்கீதத்தில் மூழ்கி முத்தெடுத்த மேதை, கடின உழைப்பு ஒன்றுதான் நம்முடைய குரலை வளப்படுத்துவதற்கான ஒரே வழி என்று உறுதியாக நம்புகிறவர்.

தினந்தோறும், உஸ்தாத் அப்துல் ரஹ்மானின் வகுப்புகள், காலை பத்து மணிக்கு ஆரம்பமாகிவிடும். அதன்பிறகு, மாலை ஆறு மணிவரை பலவிதமான இசை நுணுக்கங்களை வாணிக்குக் கற்றுக்கொடுத்தார் அவர். ஹிந்துஸ்தானி சங்கீதத்தின் பல்வேறு பிரிவுகளையும் ஆழமாகப் பாடப் பழகினார் வாணி.

இந்தக் காலகட்டத்தில், வாணி ஒரு நாளைக்குப் பதினெட்டு மணி நேரம்வரை இசைக்காக ஒதுக்கவேண்டியிருந்தது. ஆனால், அவர் அதைப் பெரிய சுமையாக நினைக்கவே இல்லை. ஏற்கெனவே கர்நாடக சங்கீதத்தில் பெற்றுக்கொண்ட பயிற்சி அவருக்கு மிகப் பெரிய துணையாக இருந்தது.

சீக்கிரத்திலேயே பம்பாய் இசை வட்டாரங்களில் குறிப்பிடத்தக்க ஓர் இளம் நட்சத்திரமாகப் புகழ் பெற்றுவிட்டார் வாணி. பல அமைப்புகள் அவரைத் தங்களுடைய நிகழ்ச்சிகளில் மெல்லிசை பாட அழைத்தார்கள். வானொலி விளம்பரங்கள், மராத்தி மேடை நாடகங்களில் பாடுவதற்கான வாய்ப்புகளும் கிடைத்தன. செம பிஸியான பாடகியாகிவிட்டார்.

ஆனால், வாணியின் குரல், திறமையைப் பார்க்கும்போது, அவர் இப்படி 'செகன்ட் க்ரேட்' மேடைகளில் முடங்கிப்போகக்கூடாது என்று நினைத்தார் உஸ்தாத் அப்துல் ரஹ்மான். தனக்குத்

தெரிந்தவர்களிடமெல்லாம் வாணியைப்பற்றிச் சொல்லிச் சிபாரிசு செய்ய ஆரம்பித்தார்.

அப்போது, பாலிவுட்டில் ரிஷிகேஷ் முகர்ஜி என்ற இயக்குனர் ஒரு புதிய படத்துக்குப் பூஜை போட்டிருந்தார். தர்மேந்திரா, ஜெயபாதுரி நடிக்கும் அந்தப் படத்தின் பெயர், 'குட்டி'.

வழக்கமாக, ஹிந்திப் படங்களில் ஹீரோவுக்குமட்டும்தான் அதிக முக்கியத்துவம் தரப்படும். ஹீரோயின்கள் சும்மா பொம்மைபோல் அழகாக வந்து போவார்கள், அவ்வளவுதான்.

ஆனால் 'குட்டி' படத்தின் கதை கதாநாயகியை மையமாகக் கொண்டது. அதில் வருகிற பெண் கதாபாத்திரத்தின் குரல் ரொம்பப் புதுசாக இருக்கவேண்டும் என்று விரும்பினார் ரிஷிகேஷ் முகர்ஜி.

அவர் இப்படிச் சொன்னதும், அந்தப் படத்தின் இசையமைப்பாளர் வஸந்த் தேசாய் யோசித்தார், 'உஸ்தாத் அப்துல் ரஹ்மான் கான் யாரோ ஒரு நல்ல பாடகியைப்பற்றிச் சொன்னாரே, அவரை இந்தப் படத்தில் பயன்படுத்தினால் என்ன?'

உடனடியாக, வாணிக்குத் தகவல் பறந்தது, 'வஸந்த் தேசாய்-ஜி உங்களைப் பார்க்க விரும்புகிறார், உடனடியாகப் புறப்பட்டு வரமுடியுமா?'

வஸந்த் தேசாய் அன்றைய திரை உலகின் மிகப் பெரிய இசை ஆளுமைகளில் ஒருவர். உணர்ச்சி பொங்கும் அற்புதமான பல பாடல்களுக்காகப் புகழ் பெற்றவர்.

அவரிடமிருந்து அழைப்பு வந்திருக்கிறது என்றதும், வாணி உற்சாகத்தில் மிதந்தார். கணவரை அழைத்துக்கொண்டு வஸந்த் தேசாயைச் சந்திக்கச் சென்றார்.

அப்பேர்ப்பட்ட பெரிய இசையமைப்பாளரைச் சந்திக்கிறோமே என்கிற டென்ஷனுடன் வாணி உள்ளே நுழைந்தால், வஸந்த் தேசாய் மிக எளிமையான மனிதராக இருந்தார். எந்தக் கர்வமோ, அலட்டலோ இல்லாமல் வாணியை வரவேற்றார்,

'ஏதாவது பாடும்மா' என்று கேட்டுக்கொண்டார். அந்த முதல் சந்திப்பிலேயே, வாணியின் குரல் வஸந்த் தேசாய்க்கு மிகவும் பிடித்துவிட்டது. 'நீ ரொம்பப் பெரிய பாடகியா வருவேம்மா' என்று அன்போடு வாழ்த்தினார்.

1970 டிசம்பர் 22ம் தேதி, 'குட்டி'க்காக வாணி பாடிய முதல் பாடல் பதிவு செய்யப்பட்டது. தொடர்ந்து, அதே படத்தில் மேலும் இரண்டு பாடல்களைப் பாடினார் அவர்.

முதல் படத்திலேயே மூன்று பாடல்கள். ஹிந்தி சினிமா அதுவரை கேட்டிருக்காத தனித்துவமான குரல். மக்கள் என்னை ஏற்றுக்கொள்வார்களா? வாணிக்குப் பதற்றமாகவே இருந்தது.

'குட்டி' பாடல்கள் வெளியானதும், ஹிந்தி இசை ரசிகர்கள் வாணியின் குரலைக் கொண்டாடினார்கள். குறிப்பாக, அவர் பாடிய 'போலோ ரே பப்பி ஹரா' என்ற பாடல் நாடுமுழுவதும் ஒலித்தது. அநேகமாக எல்லா வானொலி நிகழ்ச்சிகளிலும் 'குட்டி' பாடல்கள் முதல் இடத்தைப் பிடித்து, அங்கேயே நாற்காலி போட்டு உட்கார்ந்துகொண்டுவிட்டன.

மக்களின் ஆதரவுமட்டுமில்லை, 'குட்டி' பாடல்களுக்காகப் பல விருதுகளும் வாணியைத் தேடி வந்தன. அறிமுகப் படத்திலேயே தனது அழுத்தமான முத்திரையைப் பதித்துவிட்டார் அவர்.

'குட்டி'யில் தொடங்கிய வாணி ஜெயராமின் இசைப் பயணம், அதன்பிறகு இன்னும் சிறப்பாகத் தொடர்ந்தது. பல மொழிகளில் தொடர்ந்து பாடிப் புகழ் பெற்றார். எல்லாவிதமான பாடல்களையும் அதற்குரிய மரியாதை கொடுத்துச் சிறப்பாகப் பாடக்கூடியவர் என்று இசையமைப்பாளர்கள், நிபுணர்கள், விமர்சகர்கள், ரசிகர்களிடையே பெயர் வாங்கினார். தேசிய விருதுகள், மாநில விருதுகளும் அவருடைய வீட்டு அலமாரியை நிரப்பின.

ஆண்கள் குதிரை வீரர்கள் என்றால், பெண்கள் இரட்டை மாட்டுச் சவாரி செய்யவேண்டியிருக்கிறது. பிறந்த வீட்டிலிருந்து புகுந்த வீட்டுக்குச் செல்லும் அந்தப் பயணம், பல பெண்களுடைய வாழ்க்கையைப் புரட்டிப்போட்டுவிடுகிறது.

சிலருக்குதான், அங்கேயும் ஓர் ஆதரவான துணை, மனைவியின் கனவுகளைப் புரிந்துகொண்டு உறுதுணையாக நிற்கக்கூடிய கணவர் வாய்க்கிறார்.

வாணி ஜெயராமின் வெற்றிப் பாதையில், அவருடைய திருமணம், பம்பாய்க்குக் குடிபெயர்ந்தது, ஹிந்துஸ்தானி இசை கற்றுக்கொண்டது, வஸந்த் தேசாயின் சந்திப்பு ஆகியவைதான் முக்கியமான திருப்பு முனைகள். அதேசமயம், அந்த வாய்ப்புகளைச் சரியாகப் பயன்படுத்திக்கொண்டு முன்னேறுவதற்குத் தேவையான அழுத்தமான இசைப் பயிற்சி, திறமை, வலுவான அடித்தளம் அவரிடம் ஏற்கெனவே இருந்தது.

உண்மையான திறமைமட்டும் இல்லாவிட்டால், எப்பேர்ப்பட்ட அதிர்ஷ்டத்தாலும் ஒருவரைக் காப்பாற்றமுடியாது. சிபாரிசுக் காற்று நம்மை லேசாகத் தூக்கிவிடலாம். ஆனால் அதன்பிறகு அங்கே நிலைத்து நிற்பதும், தடுமாறிக் கீழே விழுவதும் நம் கையில்தான் இருக்கிறது!

70. சுவர் பத்திரம்!

வெயில் கொளுத்திக்கொண்டிருந்தது.

அந்தப் பையன்கள் மர நிழலில் ரிலாக்ஸாகச் சரிந்து உட்கார்ந்திருந்தார்கள். எல்லோருக்கும் மீசை முளைக்காத வயது, எதிர்காலத்தைப்பற்றிய கவலைகள் இல்லாத வாழ்க்கை, அவர்களுடைய பேச்சில் கிண்டலும் கேலியும் பொங்கி வழிந்தது.

'மச்சி, தம் வெச்சிருக்கியா?'

யாரோ பாக்கெட்டிலிருந்து தேடி எடுத்துக் கொடுத்தார்கள். எட்ஸன் சுற்றிலும் ஒருமுறை பார்த்துவிட்டு, சிகரெட்டைப் பற்றவைத்தான்.

'ஏண்டா பயந்து சாவறே?' எட்ஸன் தோளில் செல்லமாக ஓர் அடி விழுந்தது, 'உங்க வீடு எங்கயோ இருக்கு, இவ்ளோ தூரம் வந்து நீ தம்மடிக்கிறதை யாரு பார்க்கப்போறாங்க?'

நண்பர்கள் என்னதான் தைரியம் சொன்னாலும், எட்ஸனுக்குப் படபடப்புக் குறையவில்லை. கையில் சிகரெட்டைப் பற்றவைத்ததும், கண்ணில் படுகிற எல்லோரும் அவனுடைய அப்பாவைப்போலவே தெரிந்தார்கள். பயத்தில் அவனுடைய உடம்பெல்லாம் வெலவெலத்தது.

நடுங்கும் விரல்களால் சிகரெட்டைப் பிடித்து உதட்டில் வைத்தான் எட்ஸன். மெல்ல அந்தப் புகையை உள்ளே இழுத்து வெளிவிட்டபோது, மனத்தில் லேசாகத் தைரியம் பிறந்தது. மீண்டும் பழையபடி நண்பர்களுடன் சகஜமாக அரட்டையடிக்க ஆரம்பித்தான்.

சிறிது நேரம் கழித்து, எட்ஸனுக்குப் பக்கத்தில் உட்கார்ந்திருந்தவன் அவனுடைய தொடையில் லேசாக நிமிண்டினான், 'டேய் எட்ஸன்'

'என்னடா?', எட்ஸன் இன்னொரு தம் இழுத்தபடி அலட்சியமாகக் கேட்டான்.

'உங்கப்பா-டா'

அதிர்ச்சியுடன் நிமிர்ந்து பார்த்தான் எட்ஸன். சற்றுத் தொலைவில் அவனுடைய தந்தை டான்டின்ஹோ நடந்து வந்துகொண்டிருந்தார்.

எட்ஸன் அதிர்ச்சியில் சட்டென்று சிகரெட்டைக் கீழே போட்டான். அவனைச் சுற்றிலும் பரவியிருந்த புகையை விரட்ட முயன்றான்.

ம்ஹூம், பிரயோஜனம் இல்லை. அப்பா அவனைப் பார்த்துவிட்டார். இன்றைக்குப் பூஜை நிச்சயம்.

எட்ஸனுக்கு வியர்த்துக்கொட்டியது, 'இப்ப நான் என்னடா பண்றது?'

நண்பர்கள் பரிதாபமாக விழித்தார்கள். பதற்றத்தில் அவர்களுக்கு என்ன பேசுவது என்றே புரியவில்லை. பையன் சிகரெட்டும் கையுமாகப் பிடிபட்டிருக்கிறான். இனிமேல் என்ன செய்யமுடியும்? வீட்டில் பாட்டு வாங்கவேண்டியதுதான், வேறு வழியில்லை!

எட்ஸனின் நிலைமையைப் பார்த்தவுடன், அவனுடைய நண்பர்களுக்கு லேசாகப் பயம் வந்துவிட்டது, 'அப்புறம் பார்க்கலாம்டா' என்று ஒவ்வொருவராகக் கழன்றுகொள்ள ஆரம்பித்தார்கள்.

சிறிது நேரத்தில் ஜமா மொத்தமும் காலியாகிவிட்டது. கவலையோடு வீட்டை நோக்கி நடந்தான் எட்ஸன்.

அவன் நினைத்ததுபோலவே, வாசலில் அப்பா காத்திருந்தார், 'எட்ஸன், நான் உன்னோட கொஞ்சம் பேசணும்.'

எட்ஸன் ஒன்றும் தெரியாத அப்பாவிபோல் முகத்தை வைத்துக்கொண்டான், 'சொல்லுங்கப்பா'

டான்டின்ஹோ அவனை நிதானமாக நிமிர்ந்துபார்த்தார், 'எவ்ளோ நாளா இந்தப் பழக்கம்?' என்றார் அமைதியான குரலில்.

'எ-எ-என்ன சொல்றீங்கப்பா?'

'எதுவும் தெரியாதமாதிரி நடிக்காதே எட்ஸன்' என்றார் அப்பா, 'நீ இன்னிக்கு ஃப்ரெண்ட்ஸோட சேர்ந்து சிகரெட் பிடிச்சுகிட்டிருந்ததை நான் பார்த்தேன், அது உனக்குத் தெரியும்தானே?'

எட்ஸன் அவமானமாகத் தலை குனிந்துகொண்டான். இனிமேல் தப்பிக்கமுடியாது, இடி, மின்னல், மழை எல்லாவற்றுக்கும் தயாராகவேண்டியதுதான்.

ஆனால், டான்டின்ஹோ எட்ஸனை அடிக்கவில்லை. அவனுடைய தோளில் கை போட்டுக்கொண்டு சாதாரணமாகப் பேச ஆரம்பித்தார், 'அப்படி என்னடா இருக்கு அந்த சிகரெட்ல?'

எட்ஸன் பதில் சொல்லவில்லை. அப்பாவின் மனம் வருத்தப்படும்படி நடந்துவிட்டோமே என்கிற அவமானம் ஒருபக்கம், எந்த நேரத்தில் அடி விழுமோ என்கிற பயம் ஒருபக்கம். இரண்டுமாகச் சேர்ந்து அவனுடைய வாயைக் கட்டிப்போட்டிருந்தது. டான்டின்ஹோ சிரிப்போடு எட்ஸன் முதுகில் தட்டினார், 'நிஜமாதாண்டா கேட்கறேன், அந்த சிகரெட்ல அப்படி என்னதான் இருக்கு? ஏன் இளவயசுப் பசங்க எல்லாரும் அதில போய் விழறீங்க? இத்தனை வயசில நான் ஒருவாட்டிகூட சிகரெட் பிடிச்சதில்லை, தெரியுமா?'

அவர் இப்படிச் சொன்னதும், இன்னோர் உண்மை எட்ஸன் முகத்தில் அறைந்தது, 'பாவம் அப்பா! நம்ம குடும்பத்தைக் காப்பாத்தறதுக்காக எவ்ளோ கஷ்டப்படறார், ஒரு காசைக்கூட வீணாக்காம குருவிமாதிரி சேர்த்துவைக்கறார். ஆனா நான்? கொஞ்சம்கூட பொறுப்பில்லாம ஊர் சுத்தறேன், சிநேகிதங்க பேச்சைக் கேட்டுக் கெட்டுப்போறேன், இது தப்பில்லையா?'

இந்த விஷயத்தையெல்லாம் அப்பா நேரடியாகச் சொல்லி நாலு திட்டு திட்டிருந்தால், அடித்திருந்தால்கூட எட்ஸனுக்கு வலித்திருக்காது. ஆனால் இப்போது, தன்னுடைய தவறை எண்ணி மனமார வருந்தினான் அவன்.

அப்பா மீண்டும் பேச ஆரம்பித்தார், 'எட்ஸன், உனக்கு ஃபுட்பால் விளையாடப் பிடிக்கும்தானே?'

'என்னப்பா இப்படிக் கேட்கறீங்க?' என்றான் எட்ஸன், 'ஃபுட்பால் விளையாட்டுன்னா எனக்கு உசிராச்சே!'

'கடவுள் உனக்கு நல்ல திறமையைக் கொடுத்திருக்கார் எட்ஸன், அதைப் பயன்படுத்தி நீ இன்னும் இன்னும் உயரத்துக்குப் போகணும், என்னிக்காவது ஒருநாள், நீ இந்த நாட்டுக்காக ஃபுட்பால் விளையாடணும், நிறைய கோப்பைகள், பரிசுகளை ஜெயிச்சுக் கொண்டுவரணும்.'

எட்ஸன் அவரைப் புரியாமல் பார்த்தான், 'நான் திருட்டுத்தனமா சிகரெட் பிடிச்சதுக்கும் இதுக்கும் என்ன சம்பந்தம்?'

அவனுடைய குழப்பத்தைப் புரிந்துகொண்ட அப்பா, மெல்லச் சிரித்தார், 'சிகரெட் பிடிச்சா சில நிமிஷத்துக்குச் சுகமா இருக்கும், தண்ணியடிச்சா ரெண்டு, மூணு மணி நேரத்துக்கு ஆனந்தமாப் போதையில மிதப்போம், ஆனா அதுக்கப்புறம்? இந்தப் போதைப் பழக்கமெல்லாம் சேர்ந்து உன்னோட உடம்பைத் தின்ன ஆரம்பிச்சுடும்.'

'நீ பெரிய ஃபுட்பால் வீரனா வரணும்ன்னு விரும்பினேன்னா, உடனடியா இந்தக் கெட்ட பழக்கங்களை மறந்துடு. இப்போ இந்தப் போதையில மயங்கினேன்னா, அப்புறம் உன்னால முழுத்

திறமையைக் காட்டி விளையாடமுடியாது, உடம்பில சக்தி குறையும், அடிக்கடி சோர்ந்துபோயிடுவே, மைதானத்தில எப்போ என்ன செய்யணும்-ன்னு முடிவு செய்யமுடியாம திணறுவே, கொஞ்சம்கொஞ்சமா உன்னோட வேகம், ஷார்ப்னெஸ், புத்திசாலித்தனம் அத்தனையும் காணாம போயிடும், உன்னோட கோச், கேப்டன் எல்லாரும் உன்னை விட்டுட்டு இன்னொரு நல்ல ப்ளேயரைத் தேட ஆரம்பிச்சுடுவாங்க, புரியுதா?'

எட்ஸன் மௌனமாகத் தலையசைத்தான். அவனுடைய முகத்தில் பயமும் குழப்பமும் மறைந்து ஒரு தெளிவு தெரிந்தது.

அப்பா தன் பாக்கெட்டிலிருந்து பர்ஸை எடுத்தார், 'இதுக்கப்புறமும் நீ சிகரெட் பிடிக்கணும்-ன்னு ஆசைப்பட்டேன்னா, அது உன்னோட சாய்ஸ்' என்றார், 'ஆனா ஒண்ணு, இனிமே கண்டவங்ககிட்டே ஓசி வாங்கவேணாம், தினமும் சிகரெட்டுக்கு எவ்ளோ காசு வேணும்-ன்னு என்கிட்ட சொல்லு, நானே அதுக்கும் சேர்த்து உனக்கு பாக்கெட் மணி கொடுத்துடறேன்', பர்ஸைப் பிரித்து, சில ரூபாய் நோட்டுகளை எடுத்து அவனிடம் நீட்டினார்.

எட்ஸன் அதிர்ந்துபோனான். கசங்கிய அந்த நோட்டுகளைப் பார்க்கும்போது, அவனுக்குத் தன்னுடைய அப்பாவின் உழைப்பு தெரிந்தது. இனிமேல் எப்போதும் அவரை ஏமாற்றக்கூடாது, அவருடைய மனம் நோகும்படி நடந்துகொள்ளக்கூடாது என்று தனக்குள் உறுதி சொல்லிக்கொண்டான்.

அதன்பிறகு, எட்ஸன் ஒருநாளும் சிகரெட்டைத் தொடவில்லை. மற்ற கெட்ட பழக்கங்களுக்கும் தடை போட்டுவிட்டு, தன்னுடைய விளையாட்டு ஒன்றில்மட்டும் கவனமாக இறங்கினான். எந்நேரமும் மைதானம், பயிற்சி, போட்டிகள் எனத் தவம் கிடந்தான்.

இந்த விடாமுயற்சி, கடின உழைப்புக்குப் பரிசாக, எட்ஸனுக்கு பிரேசில் நாட்டுக் கால்பந்து அணியில் இடம் கிடைத்தது. அவனுடைய அப்பா கனவு கண்டதுபோல், தன் தேசத்தின் பிரதிநிதியாகக் கால்பந்துப் போட்டிகளில் கலந்துகொண்டு ஏராளமான வெற்றிகளைக் குவித்தான்.

இன்றைக்கு 'எட்ஸன்' என்ற பெயரை நமக்குத் தெரியாது. ஆனால், 'பீலே' என்கிற அவருடைய செல்லப் பெயரைக் குறிப்பிட்டால் உலகெங்கும் உள்ள கால்பந்து ரசிகர்கள் அப்படியே மெய்சிலிர்த்துப்போவார்கள். பீலேவின் ஆட்டத் திறமையும், வேகமும், லாகவமும், புத்திசாலித்தனமும், அணி வீரர்களை ஒருங்கிணைத்துச் செல்கிற அழகும் வார்த்தைகளால் வர்ணிக்கமுடியாத அற்புதங்கள். அதனால்தான், சரித்திரத்தின் மிகச் சிறந்த விளையாட்டு வீரர்களில் ஒருவராகக் கொண்டாடப்படுகிறார் அவர்.

ஆனால், இத்தனைக்கும் அடிப்படை, கெட்ட பழக்கங்களில் தன்னுடைய உடலைத் தீய்த்துக்கொள்வதில்லை என அப்போது அவர் எடுத்த முடிவு. அதன்மூலம், உடம்பை வளர்த்து, உயிர்மட்டுமல்ல, உன்னதமும் உலகப் புகழையும்கூட வளர்த்துக்கொண்டிருக்கிறார் பீலே!

இன்னொரு விஷயம், அன்றைக்குப் பீலே திருட்டு தம் அடித்தபோது, 'மவனே, இந்த வயசில உனக்கு சிகரெட் கேட்குதா?' என்று அவருடைய அப்பா பிரம்பைக் கையில் எடுத்திருந்தால், கோபத்தில் அவர் வேறுவிதமாகத் திசை மாறியிருக்க வாய்ப்புகள் உண்டு. அப்படிச் செய்யாமல், எதார்த்தத்தைப் பேசித் தன் மகனை வழிநடத்திய அந்தத் தந்தையும் போற்றப்படவேண்டியவர்.

'சுவர் இருந்தால்தான் சித்திரம்' என்பது நம் ஊர்ப் பழமொழி. கடவுள் நமக்குக் கொடுத்த இந்த அற்புதமான உடம்பை, கெட்ட பழக்கங்களின்மூலம் சிதைத்துக்கொண்டுவிட்டால், அதன்பிறகு வெறும் காற்றிலா படம் வரையமுடியும்? நாம் எல்லோரும் யோசிக்கவேண்டிய கேள்வி இது!

71. ஆர்வம் எனும் அற்புதம்!

அம்மா ஒரு வீடியோ கேமெரா வாங்கிவந்தார்.

சிறிய கேமெராதான். ஆனால் பார்ப்பதற்குப் படுஜோராக இருந்தது.

சிறுவன் ஸ்டீவன் அந்தக் கெமெராவை ஆசையோடு தொட்டுத் தொட்டு ரசித்தான், 'சூப்பரா இருக்கும்மா' என்று சிலிர்த்துக்கொண்டான், 'ஒரே ஒருவாட்டி என்கிட்டே கொடுங்கம்மா, ப்ளீஸ்' என்று கெஞ்சினான்.

'ம்ஹூம், சான்ஸே இல்லை' கண்டிப்பாகச் சொல்லிவிட்டார் அம்மா, 'இதெல்லாம் ரொம்ப கவனமாப் பார்த்துக்கவேண்டிய சமாசாரம், உன்னைமாதிரி சின்னப் பசங்க கையில கொடுத்தா உடைச்சுச் சுக்குநூறாக்கிடுவீங்க.'

'இல்லம்மா, நான் பத்திரமாப் பார்த்துக்கறேன், நீங்க கவலையே படவேண்டாம்!'

'சும்மா இரு ஸ்டீவன், உனக்கு ஒண்ணும் தெரியாது' என்று அதட்டிய அம்மா, தன் கணவரிடம் கேமெராவைக் கொடுத்தார், 'புறப்படலாமா?'

ஸ்டீவன் குடும்பம் அடிக்கடி மலைப் பகுதிகளுக்குச் சிற்றுலா செல்வது வழக்கம். எல்லோரும் உற்சாகமாகப் பேசிச் சிரித்தபடி

காரில் போவார்கள். நன்றாகச் சாப்பிடுவார்கள். கண்ணில் படும் பாதைகளிலெல்லாம் ஏறி, இறங்கி விளையாடுவார்கள், களைத்துப்போய் வீடு திரும்புவார்கள்.

இந்தமுறை, ஒரு வித்தியாசம். பிக்னிக் காட்சிகளையெல்லாம், ஸ்டீவனின் அப்பா தனது வீடியோ கேமெராவில் பதிவு செய்ய ஆரம்பித்தார். சிறுவன் ஸ்டீவன் அந்தக் கெமெராவின் லென்ஸை ஏக்கத்துடன் பார்த்துக்கொண்டிருந்தான், 'என்னிக்காவது, அதைக் கையில் பிடிச்சுப் படம் எடுக்கிற வாய்ப்பு எனக்குக் கிடைக்குமா?'

பிக்னிக் முடிந்தது. வீட்டுக்குள் நுழைந்த மறுவிநாடி, 'அப்பா அப்பா, வீடியோ பார்க்கலாம்ப்பா' என்று நச்சரிக்க ஆரம்பித்தான் ஸ்டீவன்.

'இப்பதானேடா திரும்பி வந்தோம்? அதுக்குள்ள என்ன அவசரம்?'

'நம்ம புதுக் கேமெரா எப்படி இருக்கு-ன்னு பார்க்கவேணாமா?' ஸ்டீவன் ஆர்வத்தில் துடித்தான், 'சீக்கிரம்ப்பா, ப்ளீஸ்'

இப்படி அவன் விடாமல் ரொம்பத் தொல்லை செய்தபிறகுதான், ஸ்டீவனின் பெற்றோர் இறங்கிவந்தார்கள். வீடியோ கேமெராவில் பதிவான காட்சிகளைத் திரையிட்டுப் பார்த்தார்கள்.

ஆனால், வீடியோ ஓடத் தொடங்கிய சில நிமிடங்களுக்குள், ஸ்டீவனின் ஆவலெல்லாம் வற்றிவிட்டது. அவன் முகத்தில் ஏமாற்றம், கோபம், அருவருப்பு.

'என்னாச்சு ஸ்டீவன்?' அப்பா அக்கறையோடு விசாரித்தார், 'உடம்பு சரியில்லையா?'

'உங்க வீடியோ சரியில்லைப்பா' வெடித்தான் ஸ்டீவன், 'ஒண்ணு வெளிச்சம் ஜாஸ்தியா இருக்கு, இல்லைன்னா படுமோசமான இருட்டு, பல நேரம் உங்க கையெல்லாம் கண்டபடி ஆடுது, எதுவுமே தெளிவாப் பதிவாகலை.'

அப்பாவுக்குக் கோபம் வந்துவிட்டது, 'போடா, இவன் பெரிய வீடியோகிராஃபர், சொல்லவந்துட்டான்.'

'அதில்லப்பா. வீடியோ எடுக்கறதுக்குன்னு சில சுலபமான டெக்னிக்ஸ் இருக்கு. அதன்படி எடுத்தா, சாதாரண பிக்னிக்கைக்கூட ரொம்பச் சுவாரஸ்யமாப் படம் பிடிக்கமுடியும்.'

அப்பா ஸ்டீவனைக் கண்டுகொள்ளவில்லை. அவர் தன்னுடைய வேலையைப் பார்க்கச் சென்றுவிட்டார்.

அடுத்தமுறை அவர்கள் பிக்னிக் கிளம்பியபோது, ஸ்டீவன் மீண்டும் கெஞ்ச ஆரம்பித்தான், 'இந்தவாட்டி நான் வீடியோ எடுக்கறேன்ப்பா, அம்மா, ப்ளீஸ், அப்பாவுக்குச் சொல்லுங்கம்மா.'

'பேசாம வண்டியில ஏறி உட்காரு ஸ்டீவன்' என்றார் அப்பா. வீடியோ கேமெரா பத்திரமாக அவர் மடியில் உட்கார்ந்திருந்தது.

அந்தப் பயணம்முழுவதும் ஸ்டீவன் முகம் உர்ரென்றுதான் இருந்தது. ஆனால், அவன் என்னதான் அழுது அடம் பிடித்தாலும், அம்மா, அப்பா மனம் மாறவில்லை.

இந்தமுறையும் அப்பா எடுத்த வீடியோ காட்சிகள் மகாமோசமாகதான் இருந்தது. ஸ்டீவனுக்கு எரிச்சல். ஆனால் வீட்டில் யாரும் அதைக் கண்டுகொள்ளவில்லை, 'இந்த வீடியோவுக்கு என்ன குறைச்சல்? எல்லாம் நல்லாதானே இருக்கு?' என்றார்கள்.

'அடப்பாவிகளா, நீங்க சினிமாவெல்லாம் பார்த்தது கிடையாதா?' ஆத்திரத்தோடு கத்தினான் ஸ்டீவன், 'அதில வர்ற காட்சிகளோட இந்த வீடியோவை ஒப்பிட்டுப் பாருங்க, இது எவ்ளோ கேவலமா இருக்கு-ன்னு உங்களுக்குப் புரியும்.'

'சினிமாவும் இதுவும் ஒண்ணா? நாம சும்மா வீட்ல எடுக்கிற படமெல்லாம் இப்படிதான் சுமாரா வரும், பிக்னிக் வீடியோவுக்கு இது போதும்!'

'உங்களுக்கு எடுக்கத் தெரியலை-ன்னு ஒத்துக்கோங்க' ஸ்டீவன் வேண்டுமென்றே அப்பாவை ஆத்திரப்படுத்துவதுபோல் பேசினான், 'வேணும்ன்னா ஒரே ஒருதடவை என்கிட்ட கேமெராவைக் கொடுத்துப் பாருங்க. அதுக்கப்புறம் உங்க

வீடியோவுக்கும், என் வீடியோவுக்கும் வித்தியாசம் தெரியும்.'

இப்படி ஸ்டீவன் தொடர்ந்து தொல்லை செய்துகொண்டிருக்க, ஒருகட்டத்தில் வெறுத்துப்போன அப்பா கேமெராவை அவன் கையிலேயே ஒப்படைத்துவிட்டார், 'அப்படி நீ என்னதான் படம் எடுக்கப்போறே? அதையும் பார்த்துடலாமே!'

ஸ்டீவனுக்கு உலகையே ஜெயித்துவிட்டதுபோல் உற்சாகம். அடுத்த பிக்னிக்கை எப்படிப் படமாக்கவேண்டும் என்று மனத்துக்குள் கற்பனைகளை விரித்துவைத்துக்கொண்டு நாள்முழுக்க அதில் மூழ்கி எழுந்தான்.

அதன்பிறகு, அவர்களுடைய குடும்பச் சுற்றுலாக்கள் ஒவ்வொன்றும் மினி சினிமாக்களைப்போல் ஒத்திகை பார்த்து நடிக்கப்பட்டன. பெட்டிகளை பேக் செய்வது, காரில் ஏறுவது, இறங்குவது, பெட்ஷீட் விரித்து சாப்பாட்டைப் பரிமாறுவது, விளையாடுவது என ஒவ்வொன்றையும் எப்படிச் செய்யவேண்டும் என்று சொல்லிக்கொடுத்து, அந்தக் காட்சிகளை வித்தியாசமான கோணங்களில் படமாக்கினான் ஸ்டீவன். ஒருவேளை, யாராவது ஏதாவது தப்புப் பண்ணிவிட்டால் போச்சு, மறுபடி அவன் அதைச் சரியாகப் படமாக்கும்வரை திரும்பத் திரும்பச் செய்தாகவேண்டும்.

ஒரே காரில் ஏழெட்டுமுறை ஏறி, இறங்கினால் எல்லோருக்கும் போரடிக்காதா? 'போதும் ஸ்டீவன், படுத்தாதே' என்று அவர்கள் அலறினார்கள், 'ஒரு சாதாரண பிக்னிக் வீடியோவுக்கு இவ்ளோ அலட்டலா?'

ஆனால், ஸ்டீவன் இதைச் சாதாரண சமாசாரமாக நினைக்கவே இல்லை. இந்த வீடியோவில்தான் தன்னுடைய ஒட்டுமொத்த எதிர்காலமும் அடங்கியிருப்பதுபோல் உழைத்தான் அவன். அதுவரை அவன் சினிமாவில் பார்த்துப் பழகிய அத்தனை நுணுக்கங்களையும் அந்தக் குடும்ப வீடியோவுக்குள் பொதித்துவைத்தான்.

அடுத்தமுறை, ஸ்டீவன் குடும்பம் பிக்னிக் காட்சிகளைப் பார்க்க உட்கார்ந்தபோது, அவனுடைய திறமையைக் கண்டு

அசந்துவிட்டார்கள். அலுப்பூட்டும் காட்சிகளைக்கூடச் சுவாரஸ்யமானமுறையில் படமாக்கும் திறமை அவனுக்கு வாய்த்திருந்தது, 'வெரி குட்' என்று பாராட்டினார் அப்பா, 'இனிமே எல்லா பிக்னிக்லயும் நீதான் கேமெராமேன்.'

ஸ்டீவனுக்குப் பெருமை தாங்கவில்லை. இந்தத் துறையில் இன்னும் நிறைய விஷயங்களைக் கற்றுக்கொள்ளவேண்டும் என்று துடித்தான். அக்கம்பக்கத்தில் யாராவது வீடியோ படம் எடுப்பதற்கான நுணுக்கங்களைச் சொல்லிக்கொடுக்கிறார்களா என்று தேட ஆரம்பித்தான்.

அப்போது, அவர்கள் ஊர் ஸ்கவுட் அமைப்பில், புகைப்படம் எடுக்கக் கற்றுக்கொடுக்கும் ஒரு வகுப்பு நடந்துகொண்டிருந்தது. ஆர்வத்தோடு அதில் சென்று சேர்ந்தான் ஸ்டீவன், 'நீங்க எனக்கு வீடியோ எடுக்கவும் சொல்லித்தருவீங்களா?'

'ஃபோட்டோ-ன்னா, அசையாத படம், வீடியோ-ன்னா அசையற படம், அவ்ளோதான் வித்தியாசம், மத்தபடி ரெண்டிலயும் டெக்னிக்ஸ் கிட்டத்தட்ட ஒரேமாதிரிதான்' என்றார் அவனுடைய புகைப்படக்கலை ஆசிரியர், 'நீ இங்கே கத்துக்கற விஷயங்களை வீடியோவுக்கும் தாராளமாப் பயன்படுத்தலாம்.'

அந்த வகுப்பில் கற்றுக்கொண்ட நுணுக்கங்களை வைத்து ஸ்டீவன் ஒரு சிறிய படம் எடுத்தான். சுமார் ஒன்பது நிமிடங்கள் ஓடிய அந்தக் குறும்படத்தில், த்ரில்லர் கதை, பரபரப்பான சண்டைக் காட்சிகள், வித்தியாசமான கேமெரா கோணங்கள் என எல்லாமே சரிவிகிதத்தில் கலந்திருந்தது.

ஸ்டீவனின் அந்தப் படம் திரையிடப்பட்டபோது, அவனுக்கு வயது ஜஸ்ட் பன்னிரண்டுதான். அவனோடு படித்த மற்ற ஸ்கவுட் மாணவர்களெல்லாம் இந்தப் படத்தை மிகவும் ரசித்துப் பாராட்டிக் கை தட்டினார்கள். ஆசிரியர்கள்கூட, 'இந்த வயசில இப்படி ஒரு ஞானமா? நீ பிரமாதமான சினிமா டைரக்டரா வருவே' என்று வாழ்த்தினார்கள். அவர்களுடைய வாய் முகூர்த்தம், இன்றைக்கு ஸ்டீவன் ஸ்பீல்பெர்க் ஹாலிவுட்டின்

மிகப் பெரிய இயக்குனர்களில் ஒருவராகத் திகழ்கிறார். அவரது படங்கள், ஒரு குறிப்பிட்ட வட்டத்துக்குள் சிக்கிக்கொள்ளாமல் எல்லா திசைகளிலும் பரந்து விரிகின்றன, கலை அழகிலும், வசூல் குவிப்பிலும் குறைவைக்காத அபூர்வக் கலவைகளாகத் திகழ்கின்றன.

குழந்தைகளின் துறுதுறுப்பு, ஆர்வங்கள் அனைத்தும் அற்புதமானவை. அவை எந்த நேரத்தில் எந்தத் திசையில் செல்லும் என்று யாராலும் சொல்லமுடியாது. பள்ளிப் பாடங்கள்மட்டும்தான் முக்கியம் என்கிற கயிற்றுக்குள் அவர்களைக் கட்டிப்போடாமல், அவர்கள் சொல்லும் புது விஷயங்களை 'உனக்கு என்னடா தெரியும்?' என்று அலட்சியப்படுத்தாமல், அந்தப் பிள்ளைகளின் இயல்பான திறமைகள், விருப்பங்களை உணர்ந்துகொண்டு, உரிய வாய்ப்புகளைக் கொடுத்துப் பெற்றோர் ஊக்குவித்தால், அவர்களால் மிகப் பெரிய சிகரங்களைச் சுலபமாகத் தொடமுடியும்!

72. பொறு மனமே!

‘ஸிடீஸ் சர்வீஸ் ப்ரிஃபர்ட்’ என்றான் வாரன்.

‘அப்டீன்னா?’

‘அதுதான் அந்தக் கம்பெனியோட பேரு.’

டோரிஸ் யோசித்தாள், ‘நிஜமாவே நல்ல கம்பெனிதானா?’

‘அப்படிதான் எல்லோரும் சொல்றாங்க’ வாரன் குரலில் அவ்வளவாக நம்பிக்கை தெரியவில்லை, ’ஒருவாட்டி வாங்கிதான் பார்ப்போமே. நமக்கு அதிர்ஷ்டம் இருந்தா நிச்சயமா லாபம் கிடைக்கும்.’

‘ஒரு ஷேர் என்ன விலை?’

‘முப்பத்தெட்டு டாலர்.’

‘யம்மாடி!’ டோரிஸ் நெஞ்சைப் பிடித்துக்கொண்டாள், ‘ரொம்ப ஜாஸ்தியா இருக்கே?’

‘இது இன்னும் விலை ஏறும்-ன்னு பேசிக்கறாங்க’ என்றான் வாரன், ‘அக்கா, இப்போ உன்கிட்ட எவ்ளோ காசு இருக்கு?’

‘115 டாலர்.’

வாரனிடமும் கிட்டத்தட்ட அதே அளவு பணம்தான் இருந்தது. மனத்துக்குள் ஒரு சின்னக் கணக்குப் போட்டுப் பார்த்தான், 'ஒரு ஷேர் 38 டாலர் என்றால், 115 டாலருக்கு மூன்று ஷேர் வாங்கலாம், எனக்கு மூன்று, அக்காவுக்கு மூன்று.'

ஒரே பிரச்னை, அப்போது வாரனிடமும் அவனுடைய அக்கா டோரிஸிடமும் இருந்த மொத்தச் சேமிப்பும் இவ்வளவுதான். அதை வைத்து 'ஸிடீஸ் சர்வீஸ் ப்ரிஃபேர்ட்' என்கிற நிறுவனத்தின் பங்குகளை வாங்குவதாக முடிவெடுத்திருந்தார்கள்.

ஆனால், வாரனுக்கும் டோரிஸுக்கும் ஷேர் மார்க்கெட்டைப் பற்றி ஆனா ஆவன்னாகூடத் தெரியாது. கையில் இருக்கிற பணத்தை சும்மா போட்டுவைக்காமல் பங்குச் சந்தையில் முதலீடு செய்தால் நன்றாக லாபம் வரும் என்று யாரோ சொன்னார்கள். அவர்களை நம்பி இந்த விளையாட்டில் இறங்கத் தீர்மானித்துவிட்டார்கள்.

ஒருவேளை, இந்த நிறுவனம் நிஜமாகவே நன்றாக இயங்கினால், அவர்களுடைய முதலீடு கூடுதல் லாபத்துடன் திரும்பி வரும். இல்லாவிட்டால், 'உள்ளதும் போச்சுடா' என்று தலையில் துண்டைப் போட்டுக்கொண்டு உட்காரவேண்டியதுதான்.

'வாரன், நீ என்ன நினைக்கறே? நம்மகிட்ட இருக்கிற எல்லாப் பணத்தையும் இந்தக் கம்பெனியில போடறது புத்திசாலித்தனம்தானா?' டோரிஸ் கண்டிப்பான குரலில் கேட்டாள், 'நாளைக்கு ஏதாவது சொதப்பிடுச்சுன்னா நம்ம பாக்கெட் மணி பூரா காலி.'

'அதுக்கு என்ன செய்யறது டோரிஸ், ஷேர் மார்க்கெட்ன்னாலே கொஞ்சம் ரிஸ்க்தானே?' வாரன் குரலில் அவனுடைய 11 வயதை மிஞ்சிய முதிர்ச்சி.

அமெரிக்காவில் 'ஓமாஹா' என்ற ஊரில் பிறந்தவன் வாரன். அங்கே அவனுடைய தாத்தா மளிகைக்கடை வைத்திருந்தார். அப்பா பங்கு மார்க்கெட் தரகராக இருந்தார். சிறுவன் வாரன் இந்த இருவரிடமிருந்தும் பாடம் படித்துக்கொண்டான்.

ரொம்பச் சின்ன வயதிலேயே, வாரனுக்குப் பிரம்மாண்டமான கனவுகள் இருந்தன. தான் ஒரு மிகப் பெரிய பணக்காரனாக வரவேண்டும் என்று அவன் முடிவுகட்டியிருந்தான். அந்தக் கனவை நிஜமாக்குவதற்கான வழிகளைக் கச்சிதமாகத் திட்டமிட்டு, படிப்படியாகச் செயல்படுத்திக்கொண்டிருந்தான்.

முதலாவதாக, தாத்தாவின் கடையிலிருந்து குளிர்பானங்களை மொத்தமாக வாங்கி வெளியே அதிக விலைக்கு விற்க ஆரம்பித்தான் வாரன். கூடவே, வீடு வீடாகப் பேப்பர் போடுகிற வேலை.

அப்போதே, வாரனுக்குள் இருந்த ‘பிஸினஸ்’காரன் விழித்துக் கொண்டிருந்தான். ஒரு வேலையைச் செய்யும்போதே, இதை எப்படிச் செய்தால் இன்னும் அதிகமாகச் சம்பாதிக்கலாம் என்றுதான் யோசித்துக்கொண்டிருப்பான் அவன். அதேபோல், சுற்றியுள்ளவர்கள் எல்லோரையும் கூர்ந்து கவனித்தபடி, சம்பாதிப்பதற்கான புதுப்புது வாய்ப்புகளை எப்போதும் தேடிக்கொண்டிருந்தான்.

இப்படிக் கஷ்டப்பட்டுச் சம்பாதித்த பணத்தை, வாரன் சும்மா போட்டுவைக்க விரும்பவில்லை. அதைச் சரியான விஷயங்களில் முதலீடு செய்து மேலும் சம்பாதிக்கமுடியுமா என்றுதான் அவனுடைய புத்தி யோசித்துக்கொண்டிருந்தது.

அப்போதுதான், அவன் ஷேர் மார்க்கெட்டைப்பற்றிக் கேள்விப்பட்டான். அக்கா டோரிஸையும் தன்னுடைய கூட்டாளியாகச் சேர்த்துக்கொண்டு, ‘ஸிடீஸ் சர்வீஸ் ப்ரிஃபர்ட்’ என்ற நிறுவனத்தின் ஆறு பங்குகளை விலைக்கு வாங்கினான்.

மறுநாள் தொடங்கி, வாரனும் டோரிஸூம் பள்ளிக்குச் செல்கிறார்களோ, இல்லையோ, அந்தக் கம்பெனியின் ஷேர் என்ன விலைக்கு விற்கிறது என்று கவனிக்க ஆரம்பித்தார்கள். அஞ்சு பைசா, பத்து பைசா லாபத்தைக்கூட மனத்துக்குள் கணக்குப் போட்டு மகிழ்ந்தார்கள்.

ஆனால், அந்தச் சந்தோஷம் ரொம்ப நாள் நீடிக்கவில்லை. திடீரென்று அவர்கள் வாங்கிய பங்குகளின் மதிப்பு விழ

ஆரம்பித்தது, முப்பத்தெட்டு டாலரிலிருந்து 35, 32, 30 என்று சரிந்து, இருபத்தேழு டாலருக்கு வந்துவிட்டது.

வாரன் நொந்துபோனான். ஏற்கெனவே அவனுக்கும் டோரிஸுக்கும் கிட்டத்தட்ட எழுபது டாலர் நஷ்டம். இந்த லட்சணத்தில் நாளைக்கு இந்த ஷேர் இன்னும் கீழே விழுமோ என்னவோ, யாருக்குத் தெரியும்?

'ஸிடீஸ் சர்வீஸ் ப்ரிஃபெர்ட்' பங்கு மதிப்பு சரிவதைக் கவனித்த டோரிஸ் தம்பி வாரனிடம் ஓடிவந்தாள், 'டேய் படுபாவி, உன்னை நம்பி என்கிட்ட இருந்த பணத்தையெல்லாம் கொட்டினேனே, இப்படிச் சொதப்பிட்டியேடா.'

'நான் என்னக்கா செய்வேன்? நல்ல கம்பெனின்னு நினைச்சுதான் பணத்தைப் போட்டோம், அது இப்படிக் கீழே போகும்ன்னு யார் கண்டது?'

'எனக்கு அதெல்லாம் தெரியாது, என்னோட பணத்துக்கு நீதான் பொறுப்பு' டோரிஸ் கண்டிப்பாகச் சொன்னாள், 'எனக்கு லாபம்கூட வேணாம், போட்ட காசு முழுசாத் திரும்பிவந்தாலே போதும்.'

வாரன் பரிதாபமாக விழித்தான். அவன் என்ன மந்திரவாதியா? 'ஜீ பூம்பா' போட்டு அந்த ஷேர்களின் மதிப்பை எகிறவைக்கமுடியுமா?

அடுத்த வாரம், அவர்களுடைய பங்குகள் இருபத்தெட்டு டாலருக்கு உயர்ந்தன, பிறகு அங்கிருந்து இருபத்தொன்பது, முப்பது என்று மெதுவாக அதிகரிக்கத் தொடங்கின.

இதனால், வாரனுக்குள் ஒரு சிறிய நம்பிக்கை பிறந்தது. மூச்சைப் பிடித்துக்கொண்டு காத்திருந்தான்.

சில நாள் கழித்து, 'ஸிடீஸ் சர்வீஸ் ப்ரிஃபெர்ட்' ஷேர்கள் பழைய விலையான முப்பத்தெட்டு டாலர்களை எட்டிப் பிடித்துவிட்டன. வாரன் யோசித்தான், 'வித்துடலாமா?'

'ம்ஹூம், இப்போ வித்தா கமிஷன் தொகையெல்லாம் போக நமக்கு நஷ்டம்தான். இன்னும் கொஞ்சம் பொறுத்திருப்போம்.'

மறுநாள், அந்தப் பங்குகளின் மதிப்பு நாற்பது டாலரைத் தொட்டது. சட்டென்று தன்னிடம் இருந்த ஆறு ஷேர்களையும் விற்றுவிட்டான் வாரன்.

நாற்பது டாலர், மைனஸ் முப்பத்தெட்டு, கமிஷனையெல்லாம் கணக்குப் போட்டுப் பார்த்தால், வாரனுக்கும் டோரிஸுக்கும் ஐந்து டாலர் மட்டும் லாபம் மிஞ்சியது.

இப்போது அதுவா முக்கியம்? போட்ட பணம் எந்தச் சேதமும் இல்லாமல் முழுசாகத் திரும்பிவந்துவிட்டது. அவர்கள் நிம்மதிப் பெருமூச்சுவிட்டார்கள், 'இனிமே நமக்கு ஷேர் மார்க்கெட் சமாசாரமே வேணாம்' என்று முடிவுசெய்தார்கள்.

சில வாரங்கள் கழித்து, எதேச்சையாக அந்த 'ஸிடீஸ் சர்வீஸ் ப்ரிஃபெர்ட்' பங்கு மதிப்பைப் பார்த்தான் வாரன். எழுபத்தைந்து டாலர்.

வாரனுக்கு அதிர்ச்சி. அன்றைக்கு 38 டாலரில் வாங்கிய பங்குகளை இப்போது விற்றிருந்தால் ஒன்றுக்கு இருமடங்காக லாபம் சம்பாதித்திருக்கலாம். அவசரப்பட்டுவிட்டோமே!

அடுத்தடுத்த வாரங்களில், வாரனின் ஏமாற்றம் மேலும் மேலும் அதிகரித்தது. அவன் அவசரப்பட்டு விற்றுவிட்ட அந்தப் பங்குகளின் மதிப்பு நூறு, நூற்று ஐம்பது என எகிறியது. கடைசியில் இருநூறு டாலர்களையே தாண்டிவிட்டது.

'நான் மட்டும் கொஞ்சம் பொறுமையாக் காத்திருந்தா, கிட்டத்தட்ட ஐநூறு டாலர் லாபம் சம்பாதிச்சிருக்கலாம்' வருத்தத்துடன் நினைத்துக்கொண்டான் வாரன், 'இனிமே எப்பவும் நான் இந்தத் தப்பைச் செய்யமாட்டேன். ஷேர் மார்க்கெட்ல அவசர லாபத்துக்கு ஆசைப்படமாட்டேன். பொறுமையாக் காத்திருந்து என்னோட முதலீட்டுக்கு நிறைய லாபம் சம்பாதிப்பேன்.'

பங்கு முதலீட்டில் வாரன் கற்றுக்கொண்ட முதலாவது முக்கியப் பாடம் அது. பொறுமை, கடலைவிடப் பெரியது, இந்த உலகைவிடப் பெரியது!

அதன்பிறகு, வாரன் தனது பங்குச் சந்தை முதலீடுகளை நீண்டகால நோக்கில் மட்டுமே பார்க்க ஆரம்பித்தான். நன்கு வளர்ச்சியடையக்கூடிய சிறு நிறுவனங்களைத் தேடிப் பிடித்துப் பணம் போட்டான், அவை பலமடங்காகத் திரும்பிவந்து அவனுக்கு லாபம் சம்பாதித்துக் கொடுத்தன.

இன்றைக்கு, பங்குச் சந்தையில் வாரன் பஃபெட்க்கு இணையாகச் சம்பாதித்தவர்கள் யாரும் இல்லை. கவனமாகப் பார்த்துத் தேர்ந்தெடுத்த முதலீடுகளின்மூலம் உலகின் மிகப் பெரிய பணக்காரர்களில் ஒருவராக உயர்ந்திருக்கிறார் அவர். தான் சம்பாதித்த செல்வத்தின் பெரும்பகுதியை ஏழை, எளிய மக்களுக்கான சேவைப் பணிகளுக்காக வாரி வழங்கியிருக்கிறார்.

இத்தனைக்கும் அடிப்படை, கொஞ்சம் புத்திசாலித்தனம், நிறையப் பொறுமை. அதுமட்டும் இருந்துவிட்டால், எதுவுமே நம் காலடியில்தான்!

73. (அ)சாதாரணம்

'சைலன்ஸ்.'

வாத்தியார் மூங்கில் பிரம்பால் மேஜையின்மேல் பலமாகத் தட்டினார். மாணவர்கள் சட்டென்று பேச்சை நிறுத்தி மௌனமானார்கள்.

'இப்போ உங்களுக்கெல்லாம் ஒரு சின்ன எக்ஸர்சைஸ்' என்றார் அவர், 'எல்லாரும் அவங்கவங்க சிலேட்டை எடுத்துக்கோங்க.'

சுவாரஸ்யமான பையன்கள் பைக்குள் இருந்த சிலேட்டை அவசரமாகத் தேடி எடுத்தார்கள். பல்பத்தைக் கையில் பிடித்தபடி ஆசிரியரை ஆவலுடன் நிமிர்ந்து பார்த்தார்கள்.

'இன்னிக்கு நாம பார்க்கப்போற பாடம், இலைகள்' என்றபடி கரும்பலகையில் ஓர் இலையை வரைந்து காண்பித்தார் ஆசிரியர், 'நீங்க எல்லாரும் இதுமாதிரி நிறைய இலைங்களைப் பார்த்திருப்பீங்க, இல்லையா?'

'ஆமா சார்' பையன்கள் கோரஸாகச் சொன்னார்கள்.

'இப்போ, அதில ஏதாவது ஒரு இலையைமட்டும் மனசுக்குள்ளே நினைச்சுக்கோங்க, உங்களுக்குத் தோணறமாதிரி அதை சிலேட்ல வரைஞ்சுகாட்டுங்க. சரியா?'

அவர் சொல்லி முடித்ததும், வகுப்பில் புது உற்சாகம். பையன்கள் ஆளாளுக்கு ஏதேதோ பேச ஆரம்பித்தார்கள், மீண்டும் அதே பழைய சலசலப்புச் சத்தம்.

மறுபடி பிரம்பால் மேஜையை அடித்தார் ஆசிரியர், 'யாரும் பேசக்கூடாது, ஒழுங்கா படம் வரையற வேலையை மட்டும் பாருங்க.'

பையன்களுக்கு இந்த விளையாட்டு மிகவும் பிடித்துப்போய் விட்டது. சிலேட்டின்மீது முகத்தைக் கவிழ்த்துக்கொண்டு நுணுக்கமாகப் படம் வரைய ஆரம்பித்தார்கள்.

சில நிமிடங்களில், அந்த வகுப்பறை மொத்தமும் அமைதியாகி விட்டது. சிலேட்டில் பல்பம் தேய்க்கப்படுகிற ஓசைமட்டும்தான் கேட்டுக்கொண்டிருந்தது.

திருப்தியான ஆசிரியர், சத்தமில்லாமல் வெளியேறிச் சென்றார். அவர் போனதைக்கூடக் கவனிக்காமல் பையன்கள் படம் வரைவதில் மும்முரமாக இருந்தார்கள்.

முதல் வரிசையில் ஒரு பையன், வாழை இலையை வரைய ஆரம்பித்திருந்தான். ஆனால், அத்தனை பெரிய இலை வரைவதற்கு அவனுடைய சிலேட் போதவில்லை.

இதைப் பார்த்துக்கொண்டிருந்த இன்னொரு பையன் யோசித்தான், 'இருக்கறதிலேயே ரொம்பச் சின்ன இலை எது?'

சட்டென்று அவன் முகத்தில் பிரகாசம். சிலேட்டில் புளிய மரத்தின் இலையைக் கற்பனை செய்து வரையத் தொடங்கினான். ஆனால், புளிய இலை மிக மிகச் சிறியது. அத்தனை பெரிய சிலேட்டில் அத்தனூண்டு இலையை வரைந்தால், அது யாருடைய கண்ணுக்கும் தெரியவில்லை.

இன்னொருவன், சிலேட்முழுக்க முட்டை முட்டையாகப் போட்டுவைத்திருந்தான். சுற்றியிருந்தவர்கள் எல்லோரும் அவனைச் செமையாகக் கிண்டலடித்தார்கள். இதையெல்லாம் பார்த்து வெறுத்துப்போன இன்னொரு பையன், 'எனக்கு இலை வரையப் பிடிக்கலை' என்று சத்தமாக அறிவித்தான், 'நான் யானைதான் வரையப்போறேன்.'

'போச்சு போச்சு, வாத்தியார் வந்ததும் உனக்குச் செம உதை இருக்கு டோய்!'

இப்படிப் பையன்கள் ஜாலியாக விளையாட ஆரம்பித்தபோதும், ஒரே ஒரு சிறுவன் மட்டும் சிலேட்டிலிருந்து தலையை நிமிர்த்தாமல் வரைந்துகொண்டிருந்தான். அவன் பெயர் லஷ்மண்.

சின்ன வயதிலிருந்தே லஷ்மணுக்குப் படம் வரைவது என்றால் ரொம்ப ஆர்வம். அடுப்புக் கரியை வைத்துக்கொண்டு வீட்டுச் சுவர்முழுக்க விதவிதமான ஓவியங்களைத் தீட்டிவைத்திருக்கிறான்.

நல்லவேளையாக, லஷ்மணின் பெற்றோர் அவனுடைய கிறுக்கல்களைக் கிண்டலடிக்கவில்லை, 'சுவரை அழுக்கு பண்றியா?' என்று அடித்துத் துவைக்கவில்லை, 'உனக்குப் படம் வரைய ஆசையா இருக்கா? பிரமாதம்' என்று சொல்லி ஊக்குவித்தார்கள். அவன் வரைந்த சின்னச் சின்ன ஓவியங்களைக்கூடப் பெரிய அளவில் பாராட்டி உற்சாகப்படுத்தினார்கள்.

லஷ்மணுக்குப் படிப்பில் அவ்வளவாக ஆர்வம் இல்லை. ஆசிரியர்கள் என்னதான் கஷ்டப்பட்டுச் சொல்லிக்கொடுத்தாலும் அவன் மண்டையில் ஏறாது. ஏதோ புரிந்ததை எழுதிவைப்பான், பாஸ் மார்க் கிடைப்பது பகவான் புண்ணியம்தான்.

இதனால், பள்ளி ஆசிரியர்கள் லஷ்மணை அலட்சியப்படுத்த ஆரம்பித்தார்கள். ஒவ்வொரு வகுப்பிலும் வாத்தியார்களிடம் திட்டு வாங்குவது, அவமானப்பட்டுத் தலை குனிவது, காது திருகப்பட்டு, கையில் பிரம்பால் அடி வாங்கித் துடிப்பது அவனுக்கு வழக்கமாகிவிட்டது.

அதுமாதிரி நேரங்களில், லஷ்மணுக்கு ஆறுதல் அளித்தது, ஓவியப் பழக்கம்தான். சுற்றியுள்ள காட்சிகள் ஒவ்வொன்றையும் தனக்குத் தெரிந்த அளவில் படங்களாகத் தீட்டி மகிழ ஆரம்பித்தான் அவன்.

ஆனால், ஓவியமெல்லாம் சும்மா விளையாட்டுக்குதானே? பள்ளிப் பாடங்களை ஒழுங்காகப் படிக்காவிட்டால் நாளைக்குத் தன்னுடைய எதிர்காலம் என்ன ஆகும்? லஷ்மணுக்குக் கவலை.

அன்றைக்கு ஓவிய ஆசிரியர் 'இலைகள்' என்று தலைப்புக் கொடுத்ததும், லஷ்மண் தன்னுடைய கவலைகளைத் தாற்காலிகமாக மறந்துவிட்டான். எந்த இலையை வரையலாம் என்று தீவிரமாக யோசிக்கத் தொடங்கிவிட்டான்.

லஷ்மண் தினமும் வீட்டிலிருந்து பள்ளிக்கு வருகிற வழியில் ஓர் அரச மரம் இருந்தது. அந்த மரத்தின் இலைகள் சற்றே வித்தியாசமான தோற்றம் கொண்டவை. ஒவ்வொரு நாளும் அந்த இலைகளைப் பார்த்துக்கொண்டே நடப்பதால், லஷ்மணுக்கு அவற்றின் வடிவம், கட்டமைப்பு எல்லாம் நன்றாக ஞாபகம் இருந்தது.

அப்புறமென்ன? இத்தனூண்டு பல்பத்தின் துணையோடு ஓர் அரச மர இலையைத் தன்னுடைய சிலேட்டுக்குள் கொண்டுவர ஆரம்பித்துவிட்டான் லஷ்மண்.

சிறிது நேரத்தில், ஓவிய ஆசிரியர் வகுப்புக்குள் நுழைந்தார். பிரம்பால் மேஜையைத் தட்டினார், 'எல்லாரும் சிலேட்டைக் கொண்டுவாங்க, நீங்க என்ன வரைஞ்சிருக்கீங்க-ன்னு பார்க்கலாம்.'

இப்போது, வாத்தியார் முன்னால் ஒரு சின்ன க்யூ வரிசை உருவானது. பையன்கள் ஒவ்வொருவராக முன்னால் வந்து, தங்களுடைய சிலேட்டை அவரிடம் காண்பித்துவிட்டுத் தவிப்போடு நின்றார்கள்.

ஓவிய ஆசிரியர் அவர்களுடைய படங்களை ஆர்வமில்லாமல் பார்த்தார், 'ம்ஹூம், சரியில்லை' என்று உதட்டைப் பிதுக்கியனார், நிறைய குறைகள் சொன்னார், ரொம்ப மோசமாக வரைந்திருந்த பையன்களின் காதைத் திருகினார், காலில் பிரம்பால் அடித்தார், கடைசியில் பத்துக்கு ரெண்டு, மூணு, அஞ்சு என்று மதிப்பெண் போட்டு அனுப்பிவைத்தார்.

கடைசியாக, லஷ்மணின் முறை வந்தது. தன்னுடைய அரச மர இலையை ஆசிரியரிடம் நீட்டினான் அவன்.

லஷ்மண் வரைந்த படத்தைப் பார்த்ததும், ஆசிரியர் முகத்தில் ஆச்சர்யம் வெளிப்படையாகத் தெரிந்தது. சிலேட்டைக் கண்ணுக்கு அருகிலும், சற்றுத் தொலைவிலும் வைத்துப் பார்த்தார், ஒவ்வொரு கோட்டையும் கூர்ந்து கவனித்தார். பல நிமிடங்களுக்கு அவர் எதுவும் பேசவில்லை.

அவ்வளவுதான். லஷ்மணுக்கு உடம்பெல்லாம் நடுங்க ஆரம்பித்துவிட்டது, 'போச்சு, நான் என்னவோ தப்பு செஞ்சுட்டேன், வாத்தியார் அதைக் கண்டுபிடிச்சுட்டார், இன்னிக்கு எனக்கு செம உதை காத்திருக்கு!'

அவன் பயத்தில் நடுங்கிக்கொண்டிருந்தபோது, ஓவிய ஆசிரியர் பேசினார், 'இதை நீயேதான் வரைஞ்சியா லஷ்மண்?'

'ஆ-ஆமா சார்.'

'வெரி குட்' என்று அவன் முதுகில் தட்டிக்கொடுத்தார் ஆசிரியர், 'ரொம்ப நல்லா வரைஞ்சிருக்கே, மத்த பசங்களைப்போலச் சும்மா கிறுக்கித் தள்ளாம, ஒவ்வொரு கோட்டிலயும் உன்னோட திறமை, அக்கறை, உழைப்பு தெரியுது, அரச இலையோட சின்னச் சின்ன நரம்புகளைக்கூட ரொம்ப நுணுக்கமாக் கவனிச்சு வரைஞ்சிருக்கே, இந்த வயசில இவ்ளோ நல்லா வரையற பசங்களை நான் பார்த்ததே கிடையாது.'

லஷ்மணின் சிலேட்டை எல்லோரும் பார்க்கும்படி உயர்த்திக் காண்பித்தார் ஓவிய ஆசிரியர், 'பசங்களா, படம் வரைஞ்சா இப்படி அழகா, தெளிவா வரையணும், இல்லாட்டி, வெறும் சிலேட்டாவே இருந்துடறது உத்தமம், புரிஞ்சதா?'

ஓவிய ஆசிரியர் லஷ்மணுக்குப் பத்துக்குப் பத்து மார்க் கொடுத்தார், 'வருங்காலத்தில நீ ஒரு பெரிய ஓவியனா வருவே-ன்னு எனக்குத் தோணுது, ஆல் தி பெஸ்ட்' என்று மனமாரப் பாராட்டினார். அதுவரை, லஷ்மண் தன்னுடைய ஓவியத் திறமையை ஒரு பெரிய தகுதியாக நினைத்தது

கிடையாது. ஆனால் அன்றைய பாராட்டுக்குப்பிறகுதான், படிப்பைப்போலவே, ஓவியத்தையும் நம்பிப் பிழைக்கமுடியும் என்கிற நம்பிக்கை அவருக்கு வந்தது. அதையே தனது இலக்காக வைத்துக் கடுமையாக உழைக்கத் தொடங்கினார்.

இன்றைக்கு, ஆர்.கே. லக்ஷ்மணின் ஓவியங்கள், கார்ட்டூன்கள் நம் நாட்டின் தேசிய அடையாளங்களாகவே திகழ்கின்றன. அவர் உருவாக்கிய 'காமன் மேன்' இந்தியர்களின் ஒட்டுமொத்தப் பிரதிநிதியாக அறியப்படுகிறார்.

ஓர் அரச இலையை வரைவது அப்படி ஒன்றும் பெரிய விஷயம் இல்லை என்று நீங்கள் நினைக்கலாம். ஆனால், அந்தச் சாதாரண வேலையைக்கூட அக்கறையோடு செய்கிற ஒருவரைக் கவனித்தால், நாலு வார்த்தை பாராட்டி உற்சாகப்படுத்தத் தவறிவிடாதீர்கள், அதன்பிறகு, அவர்கள் இன்னும் தன்னம்பிக்கையோடு செயல்பட்டு அசாதாரண விஷயங்களைக்கூடச் சுலபமாகச் சாதிப்பார்கள்!

74. சொல்லத் தயங்குதா மனசு?

அந்தப் போர்வீரன் துறுதுறு கண்களோடு நடந்து வந்தான், பள்ளத்துக்குள் எட்டிப்பார்த்தான், 'எல்லாரும் என்னப்பா செஞ்சுகிட்டிருக்கீங்க?'

உள்ளே இருந்தவர்கள் அவனைத் தீவிரமாக முறைத்தார்கள், 'நாங்க என்ன செஞ்சா உனக்கு என்ன? பேசாம உன் வேலையைப் பார்த்துகிட்டுப் போ!'

அவன் சிரித்தான், 'வெட்டிவேலை செய்யறதுன்னு முடிவு பண்ணிட்டீங்க, எனக்கென்ன?' என்று தோள்களைக் குலுக்கிக்கொண்டு நடந்தான்.

பள்ளத்துக்குள் இருந்தவர்களின் எரிச்சல் அதிகரித்தது. தாங்கள் செய்துகொண்டிருப்பது உருப்படாத காரியம் என்பது அவர்களுக்கும் நன்றாகத் தெரிந்திருந்தது. ஆனால், என்ன செய்ய முடியும்? பெரிய அதிகாரி கட்டளை போடுகிறார், மறுக்கமுடியுமா? அவர்கள் தொடர்ந்து தோண்ட ஆரம்பித்தார்கள்.

அவர்களைக் கிண்டலடித்த அந்த இளம் வீரன், இன்னும் கொஞ்ச தூரம் நடந்து சென்றான். பிறகு தன்னுடைய

பாக்கெட்டிலிருந்து ஒரு பேப்பரை எடுத்து விறுவிறுவென்று எழுத ஆரம்பித்தான்.

'மரியாதைக்குரிய ராணுவத் தலைமை அதிகாரிக்கு,

நான் உங்களுடைய படையில் ஒரு சாதாரணப் போர் வீரன். உங்களுக்கு நேரடியாகக் கடிதம் எழுதுகிற அளவுக்குப் பெரிய ஆள் இல்லை.

ஆனாலும், இப்போது என்னைச் சுற்றி நடந்துகொண்டிருக்கிற சமாசாரங்களைப் பார்க்கும்போது, ரத்தம் கொதிக்கிறது, சும்மா உட்கார்ந்திருக்கமுடியவில்லை. என்னுடைய இந்த அதிகப்பிரசங்கத்தனத்தைத் தயவுசெய்து மன்னித்துவிடுங்கள்.

தற்போது நான் டுலான் நகரத்தைக் காவல் காக்கும் படையில் இருக்கிறேன். இங்கே நடக்கும் களேபரங்களைப்பற்றி உங்களுக்கு ஏற்கெனவே தெரிந்திருக்கும். இந்த முக்கியமான ஊரை எதிரிகளின் பிடியிலிருந்து காப்பாற்றவேண்டிய பொறுப்பில் நாங்கள் இருக்கிறோம்.'

எழுதுவதை நிறுத்திவிட்டுக் கொஞ்சம் நிமிர்ந்துபார்த்தான் அவன், சற்றுத் தொலைவில் கடல் உற்சாகமாக அலையாடிக் கொண்டிருந்தது.

அந்தக் கடல்வழியேதான் எதிரிகள் வந்திருக்கிறார்கள். ஏராளமான ஆயுதங்கள், உணவு, மற்ற பொருள்களுடன் அவர்களுடைய கப்பல்கள் அங்கே மிதந்துகொண்டிருக்கின்றன.

எப்படியாவது, இந்த எதிரிகளை விரட்டியாகவேண்டும். என்ன செய்யலாம்?

டுலான் ஒரு துறைமுக நகரம். தெற்கிலிருந்து கடல் வழியே ஃபிரான்ஸுக்குள் நுழைய விரும்புகிறவர்கள் எல்லோருக்கும் டுலான்தான் நுழைவாயில் - நம் ஊரில் பம்பாய்த் துறைமுகம்போல.

இதனால், டுலானுக்கு ராணுவ முக்கியத்துவம் அதிகம். கடல்வழித் தாக்குதலில் இருந்து ஃபிரான்ஸ் தங்களைப் பாதுகாத்துக்கொள்ளவேண்டுமானால், அவர்கள் டுலான்

துறைமுகத்தைக் கைக்குள் வைத்திருப்பது அவசியம். அன்றைய ஃபிரான்ஸில் ஒரு பெரிய புரட்சி அரங்கேறிக்கொண்டிருந்தது. பழைய ஆட்சியாளர்களைக் கவிழ்த்துவிட்டு மக்களே புதிதாக அரசு அமைத்திருந்தார்கள்.

ஆனால், டுலான் நகரத்தைச் சேர்ந்தவர்களுக்கு இந்தப் புரட்சியும் பிடிக்கவில்லை, புதிய அரசாங்கமும் பிடிக்கவில்லை. 'என்ன பெரிய புரட்சி, புடலங்காய்?' என்று சலித்துக்கொண்டார்கள்.

உடனே, டுலான் நகர நிர்வாகம் கூடிப் பேசியது, 'இந்தப் புது ஆட்சியாளர்களை அடிச்சு விரட்டணும்ன்னா அதுக்கு ஒரே ஒரு வழிதான், இங்கிலாந்தை உள்ளே கூப்பிடணும், அதுக்கப்புறம் மத்ததை அவங்க பார்த்துக்குவாங்க, என்ன சொல்றீங்க?'

எல்லோரும் ஒரேமாதிரியாகத் தலையாட்டினார்கள். டுலான் தனது கடல் கதவுகளை அகலமாகத் திறந்துவிட்டது.

போதாதா? ஏகப்பட்ட கப்பல்களில் போர் வீரர்கள், ஆயுதங்கள், வெடி மருந்துகள் என்று கொண்டுவந்து குவித்துவிட்டது பிரிட்டன். அங்கே கம்பீரமாக உட்கார்ந்துகொண்டு, சுற்றியிருக்கிற ஃபிரெஞ்சுப் பகுதிகளை ஆசையோடு பார்க்கத் தொடங்கினார்கள்.

ஃபிரான்ஸின் அரசியல் நிலையற்றதன்மையைப் பயன்படுத்தி அந்நாட்டை ஆக்கிரமித்துவிடலாம் என்பது இங்கிலாந்தின் ரகசியக் கணக்கு. இதற்கு வசதியாக, அவர்களை வெற்றிலை பாக்கு வைக்காதகுறையாக அழைத்து, உள்ளே அனுமதித்துவிட்டது டுலான்.

உடனடியாக ஏதேனும் செய்தாகவேண்டும் என்று பரபரத்தது ஃபிரான்ஸ் ராணுவம். ஏற்கெனவே உள்நாட்டுக் கலவரங்களில் அவர்களுக்கு முழி பிதுங்கிக்கொண்டிருக்கிறது. இந்த நிலைமையில் இங்கிலாந்துப் படைகளும் ஃபிரான்ஸினுள் முன்னேறி ஆக்கிரமிக்கத் தொடங்கிவிட்டால், வேறு வினையே வேண்டாம். எப்படியாவது இங்கிலாந்தை டுலானிலிருந்து வெளியேற்றியாகவேண்டும்.

ஃபிரெஞ்சு ராணுவத்துக்கு, என்ன செய்யவேண்டும் என்று தெளிவாகப் புரிந்தது. ஆனால், அதை எப்படிச் செய்வது என்பதுதான் தெரியவில்லை.

டுலான் துறைமுகத்தை இங்கிலாந்துப் படைகள் முழுமையாக ஆக்கிரமித்துவிட்டன. எங்கு பார்த்தாலும் அந்நிய முகங்கள்தான் தென்படுகின்றன. உள்ளூர்க்காரர்களின் ஆசிர்வாதத்துடன், ஆயிரக்கணக்கான படை வீரர்கள் நன்றாக ஈஸி சேர் போட்டு அமர்ந்துகொண்டு, துப்பாக்கியும் கையுமாக ஓய்வெடுக்கிறார்கள்.

அவர்களுக்கு எதிராக, ஃபிரான்ஸ் எத்தனை பெரிய படையைக் குவித்தாலும், இங்கிலாந்துக்குக் கவலை இல்லை. கடல் திறந்து கிடக்கிறது, எவ்வளவு கப்பல்களை வேண்டுமானாலும் அவர்களால் வரவழைக்கமுடியும்.

இத்தனை தடைகளைத் தாண்டி, டுலானை மீண்டும் கைப்பற்றுவது எப்படி? பெருமூச்சுடன் மீண்டும் தனது கடிதத்தைத் தொடர்ந்தான் அந்த ஃபிரெஞ்சு வீரன்.

‘டுலானுக்கு நீங்கள் அனுப்பிவைத்திருக்கும் அதிகாரிகள் எல்லோரும் அடிமுட்டாள்கள். யாருக்கும் உருப்படியாகச் சிந்திக்கக்கூடத் தெரியவில்லை, கேனத்தனமாக என்னென்னவோ செய்கிறார்கள், இவர்களுடைய திட்டங்கள் அத்தனையும் ஓட்டை, பரிதாபமாகத் தோற்றுப்போகிறார்கள்.

இப்படியே போனால், கடைசியில் நம்முடைய போர் வீரர்களே நமக்கு எதிராகத் திரும்பிவிடுவார்கள். அப்படி ஒரு நிலைமை ஏற்பட்டுவிட நீங்கள் அனுமதிக்கக்கூடாது.

உடனடியாக, டுலானில் உள்ள படையை ஒழுங்காக வழிநடத்தக்கூடிய ஒரு புத்திசாலி அதிகாரியை அனுப்பி வையுங்கள். இல்லாவிட்டால், பின்னால் ரொம்ப வருத்தப் படுவீர்கள். ஜாக்கிரதை!’

ராணுவத்தில் எப்போதும் ஒழுக்கம் முக்கியம். அடிமட்டத்தில் இருக்கிற ஒரு போர் வீரன், தன்னுடைய மேலதிகாரிகளை மதித்து நடக்கவேண்டும். அவர்கள் தவறே செய்தாலும்கூட, குறைசொல்லக்கூடாது.

ஆனால் அப்போதைய நிலைமையில், அந்த இளம் வீரனுக்கு வேறு வழி தெரியவில்லை. எப்படியாவது டுலானை மீட்டுவிடவேண்டும் என்கிற பதற்றத்தில், தன் மனத்தில் இருந்ததையெல்லாம் அந்தக் கடிதத்தில் கொட்டிவிட்டான்.

நல்லவேளையாக, அவனுடைய இந்தக் கடிதத்தை யாரும் தவறாக எடுத்துக்கொள்ளவில்லை. காரணம், டுலானில் இருந்த தளபதியால் பெரிதாக எதையும் சாதிக்கமுடியவில்லை என்பதை அவர்கள் நேருக்கு நேர் பார்த்துக்கொண்டிருந்தார்கள்.

ஆகவே, இந்தப் பொடியன் சொல்வதில் ஏதோ விஷயம் இருக்கிறது என்று யோசிக்கத் தொடங்கியது ஃபிரெஞ்சு ராணுவம். அவனை உட்காரவைத்துப் பேச ஆரம்பித்தார்கள், 'எல்லோர்மீதும் குறை சொல்லும் பொடிப் பையா, நீ எப்படி டுலானைக் கைப்பற்றுவாய்? அதைச் சொல்லு!'

உடனடியாக, அந்த இளம் வீரன் உற்சாகமானான். தன்னுடைய மனத்தில் இருந்த திட்டங்களையெல்லாம் படிப்படியாக விளக்கிச் சொன்னான், 'எனக்கு ஒரே ஒரு வாய்ப்புக் கொடுத்துப்பாருங்க சார், நிச்சயம் ஜெயிச்சுக்காட்டுவேன்' என்றான்.

ராணுவ மேலிடம் யோசித்தது, 'இதுவரைக்கும் என்னென்னவோ முயற்சி செஞ்சுட்டோம், கடைசியா, இவன் என்னதான் கிழிக்கறான்னு பார்த்துடுவோமே!'

இளைஞனுக்கு உற்சாகம். தன்னுடைய மேலதிகாரிகளுக்கு நன்றி சொன்னான். யோசித்துவைத்த திட்டங்களை ஒவ்வொன்றாகச் செயல்படுத்த ஆரம்பித்தான். டுலானில் அவன் பயன்படுத்திய உத்திகள் புதுமையானவை என்று சொல்லமுடியாது. ஏற்கெனவே பலர் முயற்சி செய்த அதே விஷயங்களை, சூழ்நிலைக்கேற்பச் சரியானமுறையில் செயல்படுத்தி வெற்றியடைவதுதான் அவனுடைய ஃபார்முலாவாக இருந்தது.

அவனுடைய வழிகாட்டுதலில் முன்னேறிய ஃபிரெஞ்சுப் படைகள், இங்கிலாந்துக்காரர்கள் கொஞ்சம்கூட எதிர்பார்க்காதவிதமாக அவர்களைத் தாக்கினார்கள். ஒரே நாளில் அந்நியர்கள்

எல்லோரையும் ஓட ஓட விரட்டிவிட்டார்கள். ஆக, வெவ்வேறு படைத் தளபதிகள் மாதக்கணக்காகப் போராடிய விஷயத்தை, ஒரே நாளில் சாதித்துவிட்டான் அந்த இளைஞன். டுலான் மீண்டும் ஃபிரான்ஸ் கட்டுப்பாட்டிற்குத் திரும்பிவிட்டது.

சிறிய வெற்றிதான். ஆனால் இதன்மூலம் அந்த இளைஞனுக்குள் அளவற்ற தன்னம்பிக்கை பொங்கியது. ஃபிரெஞ்சு ராணுவம், அரசியல்வாதிகள் அவனைக் கூர்ந்து கவனிக்கத் தொடங்கினார்கள். ‘இந்தப் பையனுக்கு நல்ல எதிர்காலம் இருக்கிறது’ என்று வெளிப்படையாகப் பாராட்ட ஆரம்பித்தார்கள்.

அவர்கள் நினைத்ததுபோலவே, அந்த இளைஞர் அதிவேகமாக முன்னேறினார். உலகின் இணையற்ற படைத் தலைவர்களில் ஒருவராக, ‘மகா’ ஆட்சியாளராகப் புகழ் பெற்றார். அவர், நெப்போலியன் போனபர்ட்.

சில சமயங்களில், மௌனம்தான் நம்முடைய மிகப் பெரிய பலவீனம். ‘இதைச் சொன்னால் மற்றவர்கள் என்ன நினைப்பார்களோ’ என்று யோசித்துத் தயங்குகிறபோது பல வாய்ப்புகளைத் தவறவிடுகிறோம். அதைப்பற்றிப் பின்னால் வருத்தப்பட்டு எந்தப் பிரயோஜனமும் இல்லை.

ஒரு விஷயத்தை நம்மால் சரியாகச் செய்யமுடியும் என்கிற நம்பிக்கை உள்ளுக்குள் இருந்தால், நாம் எங்கே இருக்கிறோம், என்னவாக இருக்கிறோம் என்பதைப்பற்றியெல்லாம் கவலைப்படாமல் தைரியமாகக் கேளுங்கள், கொடுக்கப்படும்!

75. மனே பத்து ஆவே–ச்சே!

‘அப்பா, அப்பா’, கதவைத் திறந்துகொண்டு உள்ளே நுழைந்த அந்த இளைஞரின் நடையில் துள்ளலும் உற்சாகமும் பொங்கியது, ‘அப்பா, எனக்கு எம்.பி.ஏ. சீட் கிடைச்சிடுச்சு’

‘சந்தோஷம்’, அப்பா சிரித்தார், அடுத்த விநாடி, அவருடைய கண்களில் குறும்பு, ‘எம்.பி.ஏ.ன்னா என்ன அர்த்தம் தெரியுமா?’

‘நல்லாத் தெரியுமே, மாஸ்டர் ஆஃப் பிஸினஸ் அட்மினிஸ்ட்ரேஷன்!’

‘ம்ஹூம், இல்லை’ என்றார் அப்பா, ’எம்.பி.ஏ.ன்னா, மனே பத்து ஆவே-ச்சே.’

அவர் இப்படிச் சொன்னதும், அவருடைய மகனுக்கு முகம் வெளுத்துவிட்டது, ‘ஏம்ப்பா இப்படிச் சொல்றீங்க?’ என்றார் அடிபட்ட பாவனையில்.

குஜராத்தி மொழியில் ‘மனே பத்து ஆவே-ச்சே’ என்றால், ‘எனக்கு எல்லாம் தெரியும்!’.

‘பின்னே? எம்.பி.ஏ. படிச்சுட்டு வெளியே வர்ற பசங்க எல்லாரும், அப்படிதானே திமிரா நடந்துக்கறாங்க?’ என்று சிரித்தார்

அப்பா, 'நீங்க புத்தகத்தில படிக்கற விஷயங்களையெல்லாம் இங்கே அப்படியே பயன்படுத்தமுடியாது. சொல்லப்போனா, படிச்சதையெல்லாம் மறந்துட்டு, இங்கே என்ன சூழ்நிலைன்னு ப்ராக்டிகலா பார்த்துத் தெரிஞ்சுக்கணும், அதுக்கு ஏத்தமாதிரி யோசிக்க, முடிவெடுக்கப் பழகிக்கணும், இல்லாட்டி நீங்க வெறும் பேப்பர் புலியாவே இருக்கவேண்டியதுதான், நிஜத்தில எதையும் சாதிக்கமுடியாது.'

இப்போது, அவருடைய மகனுக்கு விஷயம் புரிய ஆரம்பித்தது. அப்பா எம்.பி.ஏ. படித்தவர்களை இழிவாக நினைக்கவில்லை. ஆனால், அந்தப் பட்டம் கையில் கிடைத்தவுடன், மற்றவர்களைக் கேவலமாகப் பார்ப்பது தவறு என்று சுட்டிக்காட்டுகிறார். படிப்பு, ப்ளஸ் அனுபவம் காம்பினேஷன்தான் பெரிய அளவில் ஜெயிக்கும் என்பது அவருடைய எண்ணம். உண்மைதானே?

'நீங்க சொல்றது சரிதான்ப்பா' என்று மெல்லத் தலையாட்டினார் அவர், 'நான் இதை எப்பவும் மறக்கமாட்டேன்.'

விரைவில், அவர் அமெரிக்கா கிளம்பினார். அங்கே ஸ்டான்ஃபோர்ட் பல்கலைக்கழகத்தில் சேர்ந்து படிக்க ஆரம்பித்தார்.

புதிய நாடு, வித்தியாசமான சூழல், மனிதர்கள், சவாலான பாடங்கள், சுவாரஸ்யத்தோடு அறிவைக் கலந்து ஊட்டும் ஆசிரிய மேதைகள், ஸ்டான்ஃபோர்ட் சூழல் அந்த இளைஞருக்கு மிகவும் பிடித்துப்போய்விட்டது.

அமெரிக்கப் பல்கலைக்கழகங்களில் ஒரு விசேஷம், யாரும் எதிர்காலத்தைப்பற்றிச் சிந்திக்காமல் இருக்கமுடியாது. இந்தியாவிலிருந்து சென்ற அந்த இளைஞரும் தன்னுடைய அடுத்த திட்டங்களை யோசித்துவைத்திருந்தார், 'இன்னும் ஒரு வருஷம் படிப்பு பாக்கி இருக்கு, அதை முடிச்சுட்டு இன்னொரு சின்ன கோர்ஸ் பண்ணணும், அதுக்கப்புறம் இந்தியாவுக்குப் போய் வேலை தேடணும், இல்லாட்டி அப்பாவோட பிஸினஸைப் பார்த்துக்கணும்.'

திட்டமெல்லாம் சரிதான். ஆனால் அடுத்த வாரம் அவர்

அப்பாவிடம் பேசியபோது ஒரு பிரச்னை முளைத்தது.

‘நாம ஒரு புது கெமிக்கல் ஃபாக்டரி ஆரம்பிக்கறோம், தெரியுமா?’ என்றார் அப்பா.

‘கெமிக்கல் ஃபாக்டரியா?’ இளைஞர் குரலில் சட்டென்று உற்சாகம். காரணம், அவர் அடிப்படையில் ஒரு வேதியியல் நிபுணர், ‘நல்ல ஐடியா-ப்பா, நானும் இதில கலந்துக்கறேன்’ என்றார், ‘ஃபேக்டரி ஆரம்பிக்க எப்படியும் ஒரு வருஷம், ஒன்னரை வருஷம் ஆகும்ல? அதுக்குள்ள நான் இந்தியா திரும்பிடுவேன்.’

‘ம்ஹூம், நாங்க உடனடியா வேலைகளை ஆரம்பிக்கறோம்’ என்றார் அப்பா, ‘நீ இங்கே திரும்பி வர்றதுக்குள்ள நாங்க ஃபேக்டரியைக் கட்டி முடிச்சு இயக்க ஆரம்பிச்சுடுவோம்!’

அவருடைய மகனுக்கு அதிர்ச்சி, ‘நான் திரும்பிவர்றவரைக்கும் காத்திருக்கமாட்டீங்களா?’ என்றார்.

‘சான்ஸே இல்லை, பிஸினஸ்ல யாரும் எதுக்காகவும் காத்திருக்க முடியாது, நாம இப்பவே வேலை செய்ய ஆரம்பிச்சாகணும். இல்லாட்டி, போட்டியாளர்கள் நம்மை முந்திடுவாங்க.’

‘நான் இப்போ என்ன செய்யறது?’

அப்பா பதில் சொல்லவில்லை. மகன் தீவிரமாக யோசிக்க ஆரம்பித்தார்.

புதிதாக ஒரு தொழிற்சாலையைத் தொடங்கி ரசாயனங்களை உற்பத்தி செய்வது மிகப் பெரிய வாய்ப்பு. அவர்களுடைய கம்பெனி இதை ஒழுங்காகச் செய்து முடித்துத் தரமான பொருள்களைச் தயாரிக்க ஆரம்பித்துவிட்டால், கோடிக்கணக்கில் லாபம் கொட்டுவது நிச்சயம். இதை மையமாக வைத்து இன்னும் பல புதிய தயாரிப்புகளுக்குத் தாவலாம், நிறுவனத்தைப் பெரிதாக விரிவுபடுத்தலாம்.

ஆனால், இதை எல்லோராலும் செய்யமுடியாது. இந்தத் துறைபற்றி நன்றாகத் தெரிந்த, களத்தில் இறங்கி வேலை பார்க்கக்கூடிய ஒருவர் வேண்டும். நம்பிக்கையான, சுறுசுறுப்பாகச்

செயல்படுகிற ஒரு குழு வேண்டும். அந்த இளைஞருக்குத் தன்னால் இந்தத் தொழிற்சாலையைப் பூஜ்ஜியத்திலிருந்து உருவாக்கி நிமிர்த்திவிடமுடியும் என்கிற தைரியம் இருந்தது. ஆனால், அதை அமெரிக்காவில் உட்கார்ந்துகொண்டு செய்யமுடியாது. இந்தமுறை சும்மா இருந்துவிட்டால், இனிமேல் இப்படி ஒரு வாய்ப்பு மீண்டும் கிடைக்குமா, நிச்சயமாகச் சொல்வதற்கில்லை.

எவ்வளவுதான் யோசித்தாலும், அவருக்கு வேறு வழி தெரியவில்லை. எம்.பி.ஏ. படிப்பைப் பாதியில் நிறுத்திவிட்டு இந்தியா திரும்புவதாகத் தீர்மானித்துவிட்டார்.

இந்த முடிவை எடுத்தபோது, அவருக்குள் எத்தனையோ குழப்பங்கள் சலனங்கள் இருந்திருக்கலாம். 'யாராவது ஃபாரின் படிப்பை விட்டுட்டு ஃபேக்டரியைக் கவனிக்கப் போவாங்களா?' என்று மற்றவர்கள் அவரைக் கேலி செய்திருக்கலாம், அவர் மனத்தை மாற்ற முயன்றிருக்கலாம்.

ஆனால் ஏனோ, அந்த இளைஞர் 'மனோ பத்து ஆவே-ச்சே' ஆக விரும்பவில்லை. நிறைய புத்தகங்களைப் படித்து 'எனக்கு எல்லாம் தெரியும்' என்று காலர் நிமிர்த்துவதைவிட, களத்தில் இறங்கிக் கற்றுக்கொள்வது உசத்தி என்பது அவருக்குப் புரிந்துவிட்டது.

அதன்பிறகு, அவர் அரை விநாடிகூடத் தயங்கவில்லை. இந்தியா புறப்பட்டு வந்தார். தனது நிறுவனத்தின் புதிய தொழிற்சாலைக்குப் பொறுப்பேற்றுக்கொண்டார். ஒவ்வொரு விஷயமாகக் கற்றுக்கொண்டு அதனை மிக விரைவாகச் சர்வதேசத் தரத்துக்குக் கொண்டுவந்தார். தன்னுடைய தந்தையின் பாராட்டையும், பிஸினஸ் உலகத்தின் அங்கீகாரத்தையும் பெற்றுக்கொண்டார்.

இன்றைக்கு, அந்த இளைஞர் இந்தியாவின் 'டாப்' பணக்காரர்களில் ஒருவர், நாட்டின் மிகப் பெரிய தொழில் நிறுவனங்களில் ஒன்றைத் தலைமையேற்று நடத்தி வருகிற அவர், 'ரிலையன்ஸ்' திருபாய் அம்பானியின் மகன் முகேஷ் அம்பானி!

திருபாய் அம்பானி படிப்பின் முக்கியத்தை உணர்ந்தவர்தான். அதேசமயம், ஒரு நல்ல வாய்ப்பு வரும்போது அதைத் தவறவிடாமல் ஏற்றுக்கொண்டு, அதிலிருந்து பாடம் படிப்பதுதான் புத்திசாலித்தனம் என்பது அவருடைய கருத்து. அதைச் சரியான நேரத்தில் தன் மகனுக்குச் சொல்லாமல் சொல்லிப் புரியவைத்துவிட்டார்.

உங்களுடைய பாதையிலும் அப்படி ஒரு வாய்ப்பு எதிர்ப்பட்டால், 'மனே பத்து ஆவே-ச்சே' என்று சொல்லாதீர்கள், அதைப் பயன்படுத்திக்கொண்டு மேலேறப் பழகுங்கள். சீக்கிரமாகச் சிகரம் தொடலாம்!

76. கண்ணும் கையும்!

அன்றைக்குச் சுத்தமாக வெய்யிலே இல்லை. எல்லாத் திசைகளிலும் இதமான தென்றல் காற்று தாலாட்டியது.

சிறுமி ஷபானா தோட்டத்தில் உற்சாகமாக விளையாடிக் கொண்டிருந்தாள். வண்ணமயமான பூக்களுக்கு நடுவே பட்டாம்பூச்சிபோல் பறந்து திரிவது அவளுக்கு மிகவும் பிடித்திருந்தது.

அவள் விளையாட்டில் தன்னை மறந்து மூழ்கியிருந்த நேரம், வீட்டுக்குள்ளிருந்து ஏதோ பலமாகச் சத்தம் கேட்டது, ’ஏய்ய்ய்ய்.’

ஆரம்பத்தில் ஷபானா அதைக் கவனிக்கவில்லை. ஆனந்தமாக ஏதோ பாடியபடி ஓடிக்கொண்டிருந்த அவளுக்கு ஒட்டுமொத்த உலகமும் மறந்துபோயிருந்தது.

சிறிது நேரம் கழித்து, மறுபடியும் அதே சத்தம், ‘ஏய்ய்ய்ய்.’

ஷபானா பதறிப்போனாள். என்ன ஆச்சு? அவசரமாக உள்ளே ஓடினாள்.

கதவு திறந்துதான் இருந்தது. அதைத் தள்ளிக்கொண்டு உள்ளே நுழைந்தாள் ஷபானா, ‘அம்மா, அம்மா, எங்கே இருக்கீங்கம்மா? என்ன அது சத்தம்?’

அவளுடைய கேள்விக்குப் பதில் வரவில்லை. மறுபடியும் அதே பழைய 'ஏய்ய்ய்ய்'தான் இன்னும் உரக்கக் கேட்டது.

ஷபானா பரபரப்பாக உள்ளறையை நோக்கி ஓடினாள். அங்கே அவளுடைய தாய் ஷௌகத் கண்ணாடிமுன்னால் நின்று கத்திக்கொண்டிருந்தார்.

'அம்மா, உனக்கு என்னாச்சும்மா?'

ஷௌகத் திரும்பிப் பார்க்கவில்லை, 'ஏய், உனக்கு எவ்ளோ தைரியம் இருந்தா என்முன்னாடி வந்து நிப்பே?' என்று கர்ஜித்தார்.

ஷபானாவுக்கு உடம்பெல்லாம் நடுங்கிவிட்டது. அவள் இதற்குமுன்னால் எப்போதும் தன்னுடைய அம்மாவை இவ்வளவு கோபமாகப் பார்த்தது கிடையாது, 'அம்மா, நான் பாட்டுக்குச் சமத்தா தோட்டத்திலதான்ம்மா விளையாடிகிட்டிருந்தேன், நான் எந்தத் தப்பும் செய்யலியேம்மா' என்று அழ ஆரம்பித்துவிட்டாள்.

அப்போதும், ஷௌகத் முகத்தில் துளி மாற்றம் இல்லை. ஆவேசமாகத் தொடர்ந்து ஏதேதோ பேசிக்கொண்டிருந்தார். வார்த்தைகள் முற்றுப்புள்ளி இல்லாமல் அதிவேகமாக வந்து விழுந்தன. அவர் சொல்வதில் பாதி விஷயங்கள் ஷபானாவுக்குப் புரியவில்லை.

'அம்மா, நீ என்னம்மா சொல்றே? எனக்கு ஒண்ணும் விளங்கலியே', அவள் கதறலோடு கெஞ்சியபோதும், அம்மா பதில் சொல்லவில்லை, தொடர்ந்து அதே புரியாத பாஷையில்தான் பேசிக்கொண்டிருந்தார்.

ஷபானாவுக்கு உடம்பெல்லாம் வியர்த்துவிட்டது. 'அம்மாவுக்கு என்ன ஆச்சு?' அவசரமாக அப்பாவைத் தேடி ஓடினாள்.

அவளுடைய அப்பா கைஃபி, அதே வீட்டின் இன்னோர் அறையில் ஏதோ மும்முரமாக எழுதிக்கொண்டிருந்தார். பரபரப்பாக ஓடி வரும் மகளைப் பார்த்தவுடன் அவர் முகத்தில் புன்னகை, 'என்னம்மா? ஏன் இப்படி அவசரமா ஓடி வர்றீங்க?'

என்று செல்லமாக அவள் கன்னத்தைக் கிள்ளினார்.

'அப்பா, அப்பா' ஷபானாவுக்கு மூச்சிரைத்தது, சரியாகப் பேசக்கூட முடியவில்லை, 'நம்ம அம்மாவுக்கு என்னவோ ஆயிடுச்சுப்பா, நீங்க சீக்கிரமா வந்து பாருங்க.'

கைஃபி மறுபடி சிரித்தார், 'சும்மா விளையாடாதே கண்ணு, அப்பாவுக்கு நிறைய வேலை இருக்கு.'

'இல்லைப்பா, நான் நிஜமாதான் சொல்றேன்' ஷபானாவுக்கு மீண்டும் அழுகை வந்துவிட்டது, 'நீங்க உடனே வாங்கப்பா, ப்ளீஸ்.'

'சரிம்மா, அழாதே' என்றபடி எழுந்துகொண்டார் கைஃபி, 'உங்கம்மா எங்கே?'

ஷபானா கை காட்டிய திசையில் கைஃபி விறுவிறுவென்று நடக்க ஆரம்பித்தார். அவளும் பின்னாலேயே ஓடினாள்.

உள்ளறை வாசலில் ஒரு நிமிடம் தயங்கி நின்ற கைஃபி, ஷௌகத்தின் பேச்சைக் கூர்ந்து கவனித்தார். பிறகு, பெரிதாக வாய்விட்டுச் சிரிக்க ஆரம்பித்துவிட்டார்.

'அப்பா, ஏன்ப்பா சிரிக்கறீங்க?' ஷபானாவுக்குக் குழப்பம், 'அம்மாவுக்கு என்னாச்சுன்னு கொஞ்சம் பாருங்கப்பா.'

'உங்கம்மாவுக்கு ஒண்ணும் ஆகலை கண்ணு', கைஃபி அவளுடைய கை விரல்களைப் பற்றிக்கொண்டார், 'நீ வா, நாம கடற்கரைக்குப் போகலாம்.'

'அப்படீன்னா, அம்மா?'

'பயப்படாதே, அம்மாவுக்கு எந்தப் பிரச்னையும் இல்லை, அவங்க நல்லாதான் இருக்காங்க.'

'அப்புறம் ஏன் இப்படி ஏதேதோ பேசறாங்க, கத்தறாங்க, விநோதமா நடந்துக்கறாங்க? அநேகமா அவங்களுக்குப் பைத்தியம் பிடிச்சுடுச்சுன்னு நினைக்கறேன்.' பரபரப்பாகப் பேசிக்கொண்டே நடந்தாள் ஷபானா.

கடற்கரை அவர்கள் வீட்டிலிருந்து கொஞ்ச தூரம்தான். மணலில் கால் புதைய நடந்த அவர்கள், ஒரு பாறையோரமாக உட்கார்ந்தார்கள்.

அன்றைக்குக் கடல் வழக்கத்தைவிடக் கூடுதல் அழகாக இருந்தது. தூரத்தில் துள்ளி விளையாடும் அலைகள் ஆசையாகக் கை நீட்டி அழைத்தன. ஆனால் ஷபானா அதையெல்லாம் ரசிக்கும் மனோநிலையில் இல்லை, 'அம்மாவுக்கு என்னாச்சு?'

அவளுடைய கவலையைப் புரிந்துகொண்டதுபோல், கைஃபி பேச ஆரம்பித்தார், 'ஷபானா, உங்கம்மா ஒரு நடிகை, அது உனக்குத் தெரியுமா?'

'நடிகை-ன்னா?'

'அவங்க ஒரு நாடகத்தில கதாநாயகியா நடிக்கறாங்க. அதுக்காக இப்படியெல்லாம் வசனம் பேசி ஒத்திகை எடுத்துக்கறாங்க, அவ்ளோதான்.'

'அப்படீன்னா, அம்மாவுக்கு என்மேல கோவம் இல்லையா?'

'ம்ஹூம், இல்லவே இல்லை' என்று ஷபானாவின் தலைமுடியைக் கலைத்துவிட்டார் கைஃபி, 'அவங்க கோவமாப் பேசறதெல்லாம் யாரோ எழுதிக்கொடுத்த வசனம்தான். ஆனா அது நடிப்புமாதிரி தெரியாம இயல்பா இருக்கணும்ன்னு இப்படிக் கஷ்டப்பட்டு பயிற்சி எடுக்கறாங்க.'

சிறிது நேரம் அவர்கள் மௌனமாக உட்கார்ந்திருந்தார்கள். கடல் அலைகளின் சத்தம்மட்டும் பின்னணி ஒலியாகக் கேட்டுக்கொண்டிருந்தது.

பிறகு, அப்பாவே மீண்டும் பேசினார், 'ஷபானா, உங்கம்மாவுக்கு நாடகம், நடிப்புன்னா ரொம்பப் பிடிக்கும், இதுமாதிரி நேரத்தில நாமதான் அவங்களைத் தொந்தரவு செய்யாம உதவியா இருக்கணும், அப்பதான் அம்மாவால இன்னும் சிறப்பா நடிக்கமுடியும், சரியா?'

அப்பா இப்படிச் சொன்னதும், ஷபானாவுக்கு மிகவும் வெட்கமாக இருந்தது. 'ச்சே, விஷயம் புரியாம அம்மாவை

ரொம்பத் தப்பா நினைச்சுட்டேன்' என்று செல்லமாகத் தலையில் குட்டிக்கொண்டாள்.

அதன்பிறகு, ஷபானா தன் தாயின் நடிப்புத் திறமையை ரசிக்க ஆரம்பித்தார். கலை அழகு அவருக்குள் இயல்பாகக் குடிகொண்டது, பின்னர் அவர் தேசத்தின் மிக முக்கியமான நடிகைகளில் ஒருவராகப் புகழ் பெற்றார். தனது நடிப்புத் திறமைக்காக ஐந்து முறை தேசிய விருது வென்ற அவர், ஷபானா ஆஸ்மி!

குழந்தைகள் 'கண் பார்க்கக் கை செய்யும்' என்று நம் முன்னோர் சொல்வார்கள். அந்த அளவுக்கு எதையும் விரைவாகக் கற்றுக்கொண்டுவிடுகிற அசாத்தியத் திறமை அவர்களுக்கு உண்டு.

இதனால், பெற்றோரின் பொறுப்புணர்ச்சி மேலும் அதிகரிக்கிறது. தங்களுடைய பிள்ளைகளுக்கு அவர்கள் எப்பேர்ப்பட்ட முன்னுதாரணமாக இருக்கிறார்கள் என்பதைப் பொறுத்துதான் அந்தக் குழந்தைகளின் எதிர்காலம் அமைகிறது!

77. என்ன விலை விசிலே?

அன்றைக்கு 'பென்' என்கிற பெஞ்சமினுக்குப் பிறந்தநாள்.

காலை எழுந்தவுடன் அவனுடைய நெற்றியில் முத்தமிட்டு 'ஹாப்பி பர்த் டே' சொன்னார் பெஞ்சமினின் அம்மா. கூடவே, 'என்னோட பரிசு' என்று ஒரு சின்னப் பொட்டலத்தைக் கொடுத்தார்.

'இது என்னம்மா?'

'பிரிச்சுப் பாரேன்', குறும்பாகக் கண் சிமிட்டினார் அம்மா.

ஏழு வயது பெஞ்சமின் ஆர்வத்தோடு அந்தப் பொட்டலத்தைப் பிரித்தான், ஐந்தாறு நாணயங்கள் கீழே கொட்டின.

பெஞ்சமினுக்கு அதற்குமுன்னால் யாரும் காசு கொடுத்தது கிடையாது. ஆகவே, அந்த நாணயங்களை அவன் ஆச்சர்யத்துடன் பார்த்தான், 'எனக்காம்மா இதெல்லாம்?'

'ஆமாம் பென்' என்று அவனுடைய முதுகில் தட்டிக்கொடுத்தார் அம்மா, 'பார்த்து ஜாக்கிரதையாச் செலவு பண்ணனும், சரியா?'

அம்மா அந்தப் பக்கம் போனதும், பெஞ்சமின் அந்தக் காசுகளைப் பாக்கெட்டில் போட்டுக்கொண்டு யோசிக்க ஆரம்பித்தான், 'இதை வெச்சுகிட்டு நான் என்ன வாங்கறது?'

பொம்மை வாங்கலாமா? மிட்டாய்கள்? படம் வரைவதற்கு, வண்ணம் தீட்டுவதற்கு பென்சில்கள்? விதவிதமாக யோசித்தபடி தெருவில் இறங்கி நடக்க ஆரம்பித்தான் பெஞ்சமின்.

கையில் பணம் வந்ததும், பெஞ்சமினுக்கு அந்த உலகமே புதிதாகத் தெரிந்தது. கண்ணில் படுகிற எல்லாவற்றையும் வாங்கிப் போட்டுவிடலாமா என்று நினைக்கத் தோன்றியது.

கொஞ்ச தூரத்தில், ஒரு சின்னக் கடை எதிர்ப்பட்டது. ஆவலோடு உள்ளே நுழைந்தான் பெஞ்சமின். அங்கே அடுக்கிவைக்கப்பட்டிருந்த விதவிதமான பொம்மைகளை வேடிக்கை பார்க்க ஆரம்பித்தான்.

‘என்ன வேணும் தம்பி?’ கடைக்காரர் அன்போடு விசாரித்தார்.

பெஞ்சமின் பதில் சொல்லவில்லை. ஒரே இடத்தில் இத்தனை பொம்மைகளைப் பார்த்ததும் அவனுடைய கண்கள் ஆச்சர்யத்தில் உறைந்துபோயிருந்தன. இதுவா, அதுவா என்று முடிவு செய்யமுடியாமல் தவித்தான், எல்லா பொம்மைகளுமே நன்றாக இருப்பதுபோல் தோன்றியது.

அவனுடைய பெரிய பிரச்னை, அவனுக்குக் காசுகளை எண்ணத் தெரியாது. எவ்வளவு காசுக்கு எந்த பொம்மை கிடைக்கும் என்பதும் தெரியாது. கடைக்காரரிடம் அதைப்பற்றிக் கேட்டுத் தெரிந்துகொள்ளலாம் என்றால், வெட்கம் அவனைப் பிடுங்கித் தின்றது.

கடைசியாக, அங்கே எதையும் வாங்காமலே வெளியில் வந்துவிட்டான் பெஞ்சமின். அடுத்து எங்கே போவது என்று தெரியாமல் விழித்துக்கொண்டு நின்றிருந்தான்.

அப்போது, எதிர்த் தெருவிலிருந்து ஒரு பையன் வந்தான். அவன் கையில் ஒரு சின்ன விசில். அதை அவன் பலமாக ஊதிக்கொண்டிருந்தான்.

அந்த விசில், பெஞ்சமினுக்கு மிகவும் பிடித்திருந்தது. காரணம், அதிலிருந்து வந்த ஒலி நாராசமாக இல்லை, ஏதோ ஒருவிதமான மகிழ்ச்சியைக் கிளறிவிடுவதுபோல் அமைந்திருந்தது.

பெஞ்சமின் அந்தப் பையனை ஏக்கத்தோடு பார்த்தான், ‘எனக்கு அந்த விசிலைத் தருவியா?’

‘ம்ஹூம், தரமாட்டேன்’ அவன் பெஞ்சமினை முறைத்தான், ‘இது என்னோடது.’

‘நான் உனக்குக் காசு தர்றேன்.’

அந்தப் பையன் யோசித்தான், ‘எவ்ளோ காசு தருவே?’

பெஞ்சமினுக்குப் பதில் சொல்லத்தெரியவில்லை, பாக்கெட்டில் இருந்த காசுகளை எடுத்துக் காண்பித்தான், ‘என்கிட்ட இவ்ளோதான் இருக்கு. இது போதுமா?’

அந்தப் பையன் பெஞ்சமினை விநோதமாகப் பார்த்தான், பிறகு அவன் கையில் இருந்த காசுகளை எண்ணினான், மெல்லப் புன்னகைத்தான்.

‘என்னாச்சு? இந்தக் காசு போதாதா?’, பெஞ்சமினின் தவிப்பு அவன் முகத்தில் அப்பட்டமாகத் தெரிந்தது.

‘போதும் போதும்’ என்ற அந்தப் பையன் பெஞ்சமினிடம் இருந்த காசுகளைக் கிட்டத்தட்ட பிடுங்கிக்கொண்டான். விசிலை அவன் கையில் கொடுத்துவிட்டு ஒரே ஓட்டமாக ஓடிவிட்டான். பெஞ்சமினுக்கு உற்சாகம் தாங்கவில்லை. விசிலைப் பலமாக ஊதியபடி வீட்டை நோக்கி விரைந்தான்.

அவன் நினைத்ததுபோலவே, அந்த விசில் பிரமாதமாகச் சத்தம் எழுப்பியது. அக்கம்பக்கத்துப் பையன்களெல்லாம் பெஞ்சமினைப் பொறாமையோடு பார்க்க ஆரம்பித்தார்கள்.

சுட்டிப் பையன் பெஞ்சமின் சும்மா இருப்பானா? வேண்டுமென்றே அவர்களை வெறுப்பேற்றுவதற்காக விசிலைச் சத்தமாக ஊதிக்கொண்டு அங்கும் இங்கும் ஓடினான், அவனுடைய தொல்லை தாங்கமுடியாமல் மற்றவர்கள் காதைப் பொத்திக்கொண்டார்கள். அப்போது, யாரோ எதார்த்தமாக விசாரித்தார்கள், ‘பெஞ்சமின், உன்னோட விசில் ரொம்ப நல்லாயிருக்கே, என்ன விலை?’

‘எனக்குத் தெரியாது’ என்றான் பெஞ்சமின், ’அம்மா காசு தந்தாங்க, அதையெல்லாம் ஒரு பையன்கிட்டே கொடுத்து இந்த விசிலை வாங்கினேன்.’

இதைக் கேட்ட பெஞ்சமினின் அம்மாவுக்கு அதிர்ச்சி, ‘என்ன பென் சொல்றே?’ என்று பதறினார், ‘நான் உனக்கு நிறையக் காசு கொடுத்தேனே, இந்தச் சாதாரண விசிலுக்கா அவ்ளோ விலை?’

‘விலை-ன்னா என்னம்மா?’ அப்பாவியாகக் கேட்டான் பெஞ்சமின். அவனுக்கு நிஜமாகவே என்ன பிரச்னை என்பது இன்னும் புரியவில்லை.

அம்மா பெஞ்சமினை உட்காரவைத்து விளக்கினார், ‘கண்ணு, நாம பயன்படுத்தற ஒவ்வொரு பொருளுக்கும் ஒரு விலை இருக்கு, இந்தப் பென்சிலுக்கு ஒரு காசு விலை, அந்தப் பேனாவுக்கு ரெண்டு காசு, சாக்லேட்டுக்கு நாலு காசு, இப்படிச் சரியான விலை கொடுத்தால்தான் நமக்கு அந்தப் பொருள் கிடைக்கும், புரியுதா?’

பெஞ்சமின் பெரிதாகத் தலையாட்டினான், ‘அப்படீன்னா இந்த விசிலுக்கு எவ்ளோம்மா விலை?’

‘இது ஒரு சின்ன விசில் பென், இதோட விலை மிஞ்சிப்போனா ஒரு காசு, ரெண்டு காசுதான் இருக்கும்’ என்றார் அம்மா, ‘ஆனா நீ, உன்கிட்ட இருந்த எல்லாக் காசையும் அந்தப் பையன்கிட்டே கொடுத்துட்டே, நீமட்டும் இப்படி ஏமாறலைன்னா, அந்தக் காசை வெச்சு இன்னும் நிறைய பொம்மைகள் வாங்கியிருக்கலாம், தெரியுமா?’

பெஞ்சமினுக்கு இப்போது தன்னுடைய தவறு புரிந்தது. ஆனால், இனிமேல் அவனால் என்ன செய்யமுடியும்?

ஏழு வயதில் நிகழ்ந்த இந்தச் சம்பவத்தை, பெஞ்சமின் வாழ்நாள்முழுக்க மறக்கவில்லை. அதன்பிறகு எப்போதும் எந்தப் பொருளுக்கும் சரியான விலை கொடுக்கப் பழகினார், அநாவசியச் செலவுகள் செய்யும்போதெல்லாம், ‘இது

நமக்குத் தேவையா? இந்த விசிலுக்கு நான் அநியாய விலை தருகிறேனா?' என்று தன்னைத்தானே கேள்வி கேட்டுக்கொண்டு தெளிவு பெற்றார். அதன்மூலம் தனது வருமானத்தில் புத்திசாலித்தனமாகச் செலவு செய்கிற கலை அவருக்குக் கைவந்தது.

பெஞ்சமின் ஃப்ராங்க்ளின் உலக சரித்திரத்தின் மிக முக்கியமான விஞ்ஞானிகள், அரசியல் தலைவர்களில் ஒருவர். அவருடைய சிறுவயதில் நிகழ்ந்த இந்தச் சம்பவம், இன்றைக்கும் பல நாடுகளில் உள்ள குழந்தைகள், இளைஞர்களுக்குப் பணத்தின் முக்கியத்துவத்தைச் சொல்லித்தந்துகொண்டிருக்கிறது.

யோசியுங்கள், நீங்கள் உங்களுடைய விசிலுக்கு என்ன விலை கொடுப்பீர்கள்?

78. இதுவும் கடந்துபோகும்!

கதவு பலமாகத் தட்டப்பட்டது.

'யாருப்பா இந்த நேரத்தில?' குழப்பத்தோடு கதவைத் திறந்தார் சாரா. வாசலில் நின்றிருந்தது ஹெர்பர்ட், அவருடைய மகன்.

'ஹேய் ஹெர்பர்ட், என்ன திடீர்னு அம்மாவைப் பார்க்க வந்திருக்கே?' உற்சாகத்தோடு அவனை வரவேற்றார் சாரா, 'இன்னிக்கு உனக்கு லீவா?'

'இல்லை' சாராவை முறைத்தபடி சொன்னான் ஹெர்பர்ட், 'நான் வேலையை விட்டுட்டேன்.'

சாரா அதிர்ந்துபோனார், 'என்னப்பா இப்படிச் சொல்றே?' என்றார் திகைப்போடு, 'வேலைய விட்டுட்டியா? நிஜமாவா? ஏன்?'

'ஒண்ணும் தெரியாதமாதிரி கேட்காதீங்கம்மா', ஹெர்பர்ட் ஆத்திரத்தோடு வெடித்தான், 'அந்தக் கடையில என்னை என்ன பாடுபடுத்தறாங்கன்னு உங்களுக்குத் தெரியாதா? தினமும் பதினஞ்சு மணி நேரம், இருபது மணி நேரம் அடிமைமாதிரி நான் அங்கே உழைக்கறேன், ஆனா யாரும் என்னை மதிக்கறதில்லை, எவ்ளோ கஷ்டப்பட்டு வேலை செஞ்சாலும் கேவலமாதான் பேசறாங்க, நாலு பேர் வேலையை

நான் ஒருத்தன் மட்டும் செய்யறேன், ஆனா கிடைக்கிறது வெறும் அடிமாட்டுச் சம்பளம்தான்.'

சாராவுக்கு ஹெர்பர்ட்டின் கோபம் புரிந்தது. அவனுடைய தோள்களை மெல்லத் தட்டிக்கொடுத்துச் சமாதானப்படுத்த முயன்றார், 'நீ முதல்ல உட்காருப்பா, நாம கொஞ்சம் நிதானமாப் பேசலாம்.'

ஹெர்பர்ட் ஓரமாக இருந்த நாற்காலியில் அமர்ந்தான், 'சாப்பிடறதுக்கு எதுனா இருக்காம்மா? ரொம்பப் பசிக்குது.' என்றான் தவிப்போடு.

'அச்சச்சோ, காலங்காத்தால எதுவும் சாப்பிடாமயா இவ்ளோ தூரம் நடந்துவந்தே?' சாரா பதறினார். அவசரமாகச் சமையலறையினுள் நுழைந்தார்.

சிறிது நேரம் கழித்து, ஒரு தட்டில் காலை உணவோடு திரும்பி வந்தார் சாரா, 'சாப்பிடுப்பா.'

ஹெர்பர்ட் அந்தத் தட்டைக் கிட்டத்தட்ட பிடுங்கிக்கொண்டான். பல நாள் பட்டினி கிடந்தவனைப்போல் அவசரமாக அள்ளிப்போட்டுக்கொண்டு சாப்பிட ஆரம்பித்தான்.

மகனைப் பார்க்கப் பார்க்க, சாராவின் விழியோரங்களில் கண்ணீர் துளிர்த்தது, 'பாவம், இந்தச் சின்ன வயசில இவனுக்குதான் எவ்ளோ கஷ்டம்!'

ஹெர்பர்ட்டுக்குப் புத்தகங்கள் என்றால் அவ்வளவு ஆசை, பள்ளிக்குச் சென்ற நேரம்போக, நூலகத்திலேயேதான் தவம் கிடப்பான், எப்போதும் எதையாவது படித்துக்கொண்டிருப்பான், விதவிதமாக எழுதிப்பார்ப்பான்.

ஆனால், சாராவால் அவனைத் தொடர்ந்து படிக்கவைக்க முடியவில்லை. குடும்பச் சூழ்நிலையால் படிப்பைப் பாதியில் நிறுத்திவிட்டு வேலைக்குப் போனான் ஹெர்பர்ட்.

அவனுடைய கெட்ட நேரம், எந்த வேலையும் ஹெர்பர்டுக்குச் சரிப்படவில்லை. எங்கே போனாலும் ஏதாவது ஒரு பிரச்னையில் மாட்டிக்கொண்டு வீட்டுக்குத் திரும்பிவிடுவான்.

இந்தமுறை ஹெர்பர்ட் வேலைக்குச் சேர்ந்திருந்த இடம் மிகக் கொடுமையானது. தினமும் அதிகாலையிலேயே எழுந்து கடையைப் பெருக்கித் துடைப்பதில் ஆரம்பித்து நாள்முழுவதும் எலும்பு முறிய வேலை, அவன் தெரியாமல் ஏதாவது தவறு செய்துவிட்டால் தலையில் குட்டுவார்கள், அடிப்பார்கள், உதைப்பார்கள், கிட்டத்தட்ட ஒரு கொத்தடிமைமாதிரிதான் அவதிப்பட்டுக்கொண்டிருந்தான் அவன்.

சாராவுக்கும் இந்த விஷயமெல்லாம் நன்றாகவே தெரியும். ஆனால், அவரால் என்ன செய்யமுடியும்? ஹெர்பர்டின் சம்பளமும் இல்லாவிட்டால் வீட்டில் எல்லோரும் பட்டினி கிடக்கவேண்டியதுதான்.

ஹெர்பர்டுக்குத் தன்னுடைய குடும்ப நிலைமை புரிந்திருந்தது. ஆனால் அதற்காக இப்படி ஓர் அர்த்தமில்லாத வேலையில் மாட்டிக்கொண்டு திணறுவது பிடிக்கவில்லை. திடீரென்று ஒருநாள் வேலையை ராஜினாமா செய்துவிட்டுத் திரும்பி வந்துவிட்டான்.

'அம்மா, தயவுசெஞ்சு என்னை மறுபடி அங்கே போகச் சொல்லாதீங்கம்மா', அழுகையோடு கெஞ்சினான் ஹெர்பர்ட், 'நீங்க என்னை வற்புறுத்தி அந்தக் கடைக்கு அனுப்பினீங்கன்னா, அப்புறம் நான் உயிரோடயே இருக்கமாட்டேன்.'

'சரிப்பா, நான் உன்னைக் கட்டாயப்படுத்தலை' என்றார் சாரா, 'ஆனா, இனிமே நீ என்ன செய்யப்போறே?'

'தெரியலைம்மா' ஹெர்பர்ட் அவமானமாகத் தலைகுனிந்தான், 'நான் ஏன் வாழறேன்னே எனக்குப் புரியலை.'

அடுத்த சில நாள்கள் ஹெர்பர்ட் சித்தப்பிரம்மை பிடித்தவனைப் போல் சுற்றிக்கொண்டிருந்தான். எதிர்காலத்தைப்பற்றி யோசித்தாலே அவனுடைய கண்கள் இருண்டுகொண்டன. இப்படி இலக்கில்லாமல் வாழ்வதைவிட, பேசாமல் தற்கொலை செய்துகொண்டுவிடலாமா என்றுகூடத் தோன்றியது.

ஒருகட்டத்தில், ஹெர்பர்டால் அந்த மன அழுத்தத்தைத் தாங்கிக்கொள்ளமுடியவில்லை. தன்னுடைய குழப்பங்கள்,

கவலைகள், கேள்விகள், ஏமாற்றங்கள் எல்லாவற்றையும் ஒரு கடிதமாக எழுதினான். அதைத் தன்னுடைய பழைய ஆசிரியர் ஒருவருக்கு அனுப்பிவைத்தான்.

அந்தக் கடிதத்தைப் படித்த ஆசிரியருக்கு அதிர்ச்சி, 'ஹெர்பர்ட் ரொம்ப நல்ல பையனாச்சே, ஏன் இப்படி வாழ்க்கையில நம்பிக்கையில்லாம கண்டபடி உளறிக் கொட்டியிருக்கான்?' என்று கவலைப்பட்ட அவர், உடனடியாக அவனுக்கு ஒரு பதில் கடிதம் எழுதினார்:

> *'அன்புள்ள ஹெர்பர்ட்,*
>
> *நீ மிகவும் புத்திசாலி மாணவன் என்பது எனக்குத் தெரியும். நல்ல புத்தகங்களைத் தேடிப் படிப்பது, சொந்தமாக எழுதுவது என்று பல விஷயங்களில் நீ காட்டிய ஆர்வம் எனக்கு நன்றாக நினைவிருக்கிறது.*
>
> *இப்போது நீ சந்திக்கும் பிரச்னைகளைப் பெரிதாக நினைத்துக் கொள்ளாதே. அதெல்லாம் சீக்கிரம் கடந்துபோய்விடும். நீ இன்னும் பெரிய விஷயங்களைச் சாதிப்பாய் என்பதில் எனக்கு முழு நம்பிக்கை உண்டு, உனக்கு என்னுடைய அட்வான்ஸ் வாழ்த்துகள்!'*

விரக்தியில் மூழ்கியிருந்த ஹெர்பர்டுக்கு, இந்தக் கடிதம் ஒரு புது உற்சாகத்தைக் கொடுத்தது. தன்மேல் யாரோ நம்பிக்கை வைத்திருக்கிறார்கள் என்பதை உணர்ந்தபோது, இந்த உலகமே அவனுக்குப் புதிதாகத் தெரிய ஆரம்பித்தது.

அதன்பிறகு, அவன் தன்னுடைய தினசரிப் பிரச்னைகளைப்பற்றி அலட்டிக்கொள்ளவில்லை. ஒருபக்கம் தனது திறமைக்கு ஏற்ற ஒரு நல்ல வேலையைத் தேடினான், இன்னொருபக்கம் வாசிப்பு, எழுத்துப் பழக்கத்தையும் விடாமல் தொடர்ந்தான்.

அந்த ஹெர்பர்ட், உலகெங்கும் புகழ் பெற்ற ஆங்கில எழுத்தாளர்களில் ஒருவரான ஹெச். ஜி. வெல்ஸ். அவர் எழுதிய டைம் மெஷின், இன்விஸிபிள் மேன், வார் ஆஃப் தி வேர்ட்ல்ஸ் போன்ற அறிவியல் புனைகதைகள் பல தலைமுறைகள் தாண்டி

இன்றைக்கும் லட்சக்கணக்கான வாசகர்களால் விரும்பிப் படிக்கப்படுகின்றன.

மஹாராஜாக்கள் தொடங்கி அடிமட்டத் தொழிலாளிகள்வரை எல்லோருடைய வாழ்க்கையிலும் பலவிதமான தடைகள் உண்டு. ஆனால் அவர்கள் அதையெல்லாம் நிரந்தரமாக நினைத்துக்கொண்டு மனம் தளர்கிறார்களா, அல்லது உடைத்து எறிந்துவிட்டு முன்னேறுகிறார்களா என்பது அவரவர் சாமர்த்தியம். இதுபோன்ற நேரங்களில் ஹெச். ஜி. வெல்ஸுக்குக் கிடைத்ததுபோல் ஒரு சிறிய கடிதம்கூட நம்மைக் கரையேற்றிவிடலாம். தேவை, 'இதுவும் கடந்துபோகும்' என்கிற மனத் தூண்டுதல்மட்டும்தான்!

79. ரகசியக் கடிதம்!

லீ விரக்தியின் உச்சத்தில் இருந்தார்.

அதென்னவோ, அவர் எந்தப் பக்கம் திரும்பினாலும் கதவுகள் தானாக மூடிக்கொள்கின்றன. ஒரு மனிதன் எத்தனை நிராகரிப்புகளைதான் தாங்கமுடியும்?

லீ இளைஞர்தான், கடின உழைப்புக்குச் சலிக்காத உடம்பு, எப்போதும் சுறுசுறுப்பாக இயங்கும் மனசு.

ஆனால், இதெல்லாம் ஹாலிவுட் சினிமாவுக்குப் போதவில்லை, 'உன்கிட்ட என்னவோ குறையுதுப்பா' என்று சொல்லி அவரை மூலையில் உட்காரவைத்துவிடுகிறார்கள்.

லீக்குத் தன்னுடைய குறை என்ன என்பது தெரியும். ஆசிய முகம்!

அமெரிக்கர்களுக்கு எப்போதுமே தற்பெருமை ஜாஸ்தி. அவர்களுடைய நாடுதான் உசத்தியானது, அவர்கள் பேசும் மொழிதான் அழகானது, அவர்களது நடை, உடை, பாவனைகள், கலாசாரம்தான் மேன்மையானது, மற்ற எல்லாமே இரண்டாம்பட்சம்தான் என்று ஒதுக்கிவைத்துவிடுவார்கள்.

லீ அமெரிக்காவில் பிறந்தவர்தான். ஆனால், அவருடைய அம்மா, அப்பா இருவருமே சீன வம்சாவளியில் வந்தவர்கள். ஆகவே, லீயின் முகத்தில் சீனாவின் முத்திரை அழுத்தமாக விழுந்திருந்தது.

இதனால், ஹாலிவுட் இயக்குனர்கள் யாரும் அவருடைய திறமையைக் கண்டுகொள்ளவே இல்லை, 'நீ நல்லாதான் சண்டை போடறே, ஆனா, இந்தச் சீனாக்காரன் மூஞ்சியை அமெரிக்க மக்கள் ஒத்துக்கமாட்டாங்களே' என்று உச்சுக்கொட்டினார்கள். அவரை முக்கியக் கதாபாத்திரங்களில் நடிக்கவைக்கத் தயங்கினார்கள். ரொம்பக் கெஞ்சினாலும், உப்புமாக் கம்பெனிகளில் துண்டு துக்கடா ரோல்கள்தான் கிடைத்தன.

ஒவ்வொரு நாளும், லீக்கு ஏமாற்றம் அதிகரித்துக்கொண்டிருந்தது, அந்த ஏமாற்றம் எரிச்சலாக மாறி, என்றைக்குக் கோபமாக வெடிக்கப்போகிறதோ, தெரியவில்லை!

சின்ன வயதிலிருந்தே, லீ பெரிய சண்டைக்காரர்தான். அவர் ஹாங்காங்கில் வளர்ந்தபோது, ஒழுங்காகப் பள்ளிக்குப் போய்ப் படித்ததைவிட, தற்காப்புக் கலைகளைக் கற்றுக்கொள்வதற்காக அலைந்த நேரம்தான் அதிகம்.

அதுகூடப் பரவாயில்லை, தான் தெரிந்துகொண்ட சண்டை நுணுக்கங்களையெல்லாம் பரிசோதனை செய்து பார்ப்பதற்காக, வேண்டுமென்றே எல்லோரையும் வம்புக்கு இழுப்பார் லீ. கண்ணில் படுகிறவர்களையெல்லாம் இஷ்டப்படி அடித்துத் துவைத்துவிட்டு வீட்டுக்கு வருவார், 'ஏன்ப்பா இப்படிச் செஞ்சே?' என்று கேட்டால் பதில் வராது.

இப்படி ஒரு சின்னப் பையன், ஊரில் ஒவ்வொருவரையும் சண்டைக்குக் கூப்பிட்டு அடித்து நொறுக்கிக்கொண்டிருந்தால், போலிஸ் சும்மா இருக்குமா? அவர்கள் லீயைத் தேடி வலை விரித்தார்கள், இன்னொருபக்கம் லீயிடம் உதை வாங்கிய மாஃபியா கும்பல் ஒன்று அவரைப் பழிவாங்க அலைந்தது.

பயந்துபோன லீயின் பெற்றோர், பையனை ரகசியமாகப்

பார்சல் செய்து அமெரிக்காவுக்கு அனுப்பிவைத்தார்கள், 'இனிமேலாவது சண்டை, அது, இதுன்னு அலையாம ஒழுங்காப் பிழைச்சுக்கோ கண்ணு.'

லீ அமெரிக்காவில் வந்து இறங்கியபோது, அவர் கையில் அதிகக் காசு இல்லை, எங்கேயாவது நல்ல வேலை தேடலாம் என்றால், பெரிய படிப்பும் கிடையாது, கிடைத்த எடுபிடி வேலைகளைச் செய்து கொஞ்சம்போல் சம்பாதித்தார். கைக்கும் வாய்க்குமாகப் பிழைப்பு ஓடியது.

அப்போதும், லீ தன்னுடைய தற்காப்புக் கலை நுணுக்கங்களை மறந்துவிடவில்லை. தொடர்ந்து பயிற்சி எடுத்துக் கொண்டார், சண்டை கற்றுக்கொள்ளவேண்டும் என்று விரும்பியவர்களுக்காகத் தன்னுடைய ஓய்வு நேரத்தில் சிறப்பு வகுப்புகளும் நடத்தினார்.

இந்த நேரத்தில்தான், அவருக்கு ஒரு யோசனை, 'நமக்குதான் நல்லா சண்டை போட வருதே, நாம ஒரு சினிமாவில ஆக்ஷன் ஹீரோவா நடிச்சா என்ன?'

உடனடியாக, ஹாலிவுட் ஸ்டூடியோக்களை ஆக்கிரமிக்க ஆரம்பித்தார் லீ. பல தயாரிப்பு நிறுவனங்கள், இயக்குனர்களைச் சந்தித்தார், தன்னுடைய திறமையை விளக்கிச் சொல்லி வாய்ப்புக் கேட்டார்.

ஆனால், லீ எவ்வளவுதான் முயன்றாலும், அவருடைய சீன முகம் ஒரு பெரிய தடையாக நின்றது. ஏதோ ஒன்றிரண்டு தொலைக்காட்சி நிகழ்ச்சிகளில் சிறிய வேஷங்கள் கிடைத்ததேதவிர, உருப்படியாக எந்த வாய்ப்பும் அமையவில்லை.

1969ம் வருடம் ஜனவரி மாதம், இருபத்தெட்டு வயது இளைஞரான லீ தனிமையில் உட்கார்ந்திருந்தார். ஏதோ யோசனையோடு ஜன்னலுக்கு வெளியே பார்த்துக்கொண்டிருந்தவர், சட்டென்று ஒரு காகிதத்தை எடுத்தார். அதன் மேல் உச்சியில் 'என்னுடைய முதல் நோக்கம்' என்று தலைப்புப் போட்டுக் கோடு கிழித்தார். அதன்பிறகு, விறுவிறுவென்று தொடர்ந்து எழுத ஆரம்பித்தார்:

‘இன்னும் பத்து வருடங்களுக்குள், நான் அமெரிக்காவிலேயே அதிகச் சம்பளம் பெறும் வெளிநாட்டு நடிகனாக ஆவேன், உலகப் புகழ் பெறுவேன், 1980ம் வருடம் என் கையில் பத்து மில்லியன் டாலர்கள் இருக்கவேண்டும். இதுதான் என்னுடைய லட்சியம்!’

‘இந்த லட்சியத்தை அடைவதற்காக, நான் என்னுடைய முழுத் திறமையையும் காண்பித்து உழைப்பேன். தரமான நடிகன் என்று எல்லோரிடமும் பெயர் வாங்குவேன், அதேசமயம் ஓர் அமைதியான, மகிழ்ச்சியான வாழ்க்கையையும் அமைத்துக்கொள்வேன்.’

இப்படி ஒரு ரகசியக் கடிதத்தை எழுதிக் கையெழுத்துப் போட்டபிறகு, லீ முகத்தில் ஒரு புதிய தெளிவு பிறந்திருந்தது. அடுத்த பத்து வருடங்களுக்கு இதுதான் தன்னுடைய இலக்கு என்று தீர்மானித்துக்கொண்டுவிட்டதால், அதை நோக்கி முழுத் தீவிரத்துடன் பயணம் செய்யமுடிந்தது.

கடைசியில் என்ன ஆச்சு? லீ அந்த லட்சியத்தை அடைந்தாரா, இல்லையா?

தன்னம்பிக்கை மனிதரான லீக்கு, தன் இலக்கை எட்டுவதற்கு பத்து வருடங்கள்கூடத் தேவைப்படவில்லை. மூன்றே வருடங்கள், நான்கே படங்கள், அதற்குள் தான் நினைத்தவை அனைத்தையும் சாதித்து முடித்துவிட்டார் மனிதர். இன்றைக்கு ’ப்ரூஸ் லீ’ என்றால் உலகம்முழுக்கச் சின்னக் குழந்தைக்குக்கூடத் தெரியும்படி சர்வதேசப் புகழ் பெற்றுவிட்டார்.

ப்ரூஸ் லீ தனக்குத் தானே எழுதிக்கொண்ட அந்த ரகசியக் கடிதம், நியூ யார்க் நகரத்தில் உள்ள ‘ப்ளானெட் ஹாலிவுட்’ என்ற உணவகம், அருங்காட்சியகத்தில் இப்போதும் இருக்கிறது. அதைப் பார்க்கிற ஒவ்வொருவருக்கும் தனக்குத் தானே இலக்கு நிர்ணயித்துக்கொண்டு முன்னேறுவது எந்த அளவு முக்கியம் என்பது புரியும்.

ஆச்சர்யமான விஷயம், ப்ரூஸ் லீ பயன்படுத்திய இந்த உத்தியைப் பல மேலாண்மை நிபுணர்களும் பலமாகச்

சிபாரிசு செய்கிறார்கள், 'உங்களுடைய இலக்குகளை மனத்தில் வைத்துக்கொண்டிருப்பதைவிட, ஒரு காகிதத்தில் எழுதிவையுங்கள், அதன்பிறகு அதைப் பார்க்கப் பார்க்க இன்னும் உத்வேகத்துடன் இலக்கை நோக்கி முன்னேறுவீர்கள்!' என்கிறார்கள்.

ஆக, ப்ரூஸ் லீ வெறும் பலவான் மட்டுமில்லை, புத்திமானும்கூட!

௪௦. 'தள்ளாத' மனமே வெல்லும்!

'சார்லஸ், நீங்க செய்யறது கொஞ்சம்கூட நல்லாயில்லை.'

ஆதங்கத்துடன் சொன்ன அந்த நண்பரைப் பார்த்துச் சார்லஸ் மெல்லச் சிரித்தார், 'என்மேல என்ன திடீர்ன்னு கோவம்?' என்றார் புன்னகையோடு.

'இது திடீர்க் கோவம் இல்லை சார், பல மாசமா, பல வருஷமா நான் இதையேதான் சொல்லிகிட்டிருக்கேன்' என்றார் அவர், 'நீங்க எப்போ உங்களோட கண்டுபிடிப்புகளைப் புத்தகமா வெளியிடப்போறீங்க?'

இப்போது சார்லஸ் குற்றவுணர்ச்சியோடு நெளிய ஆரம்பித்தார். ஆனால் அதை வெளிப்படையாகக் காட்டிக்கொள்ளவில்லை. 'என்ன அவசரம்? நிதானமாச் செய்யலாமே!' என்றார்.

'என்ன சார் இப்படிச் சொல்றீங்க?' அந்த நண்பருடைய முகம் ஏமாற்றத்துடன் சுருங்கிப்போனது, 'ஊர்ல அவனவன் சரக்கே இல்லாம விதவிதமாப் புத்தகம் போட்டு வித்துகிட்டிருக்கான். ஆனா நீங்க, எவ்ளோ பெரிய மேதை! எத்தனையோ அபூர்வமான விஷயங்களை ஆராய்ஞ்சு கண்டுபிடிச்சிருக்கீங்க. நீங்க அதையெல்லாம் புத்தகமா எழுதி வெளியிட்டாதானே உங்களுக்கும் பெருமை, எங்களுக்கும் சந்தோஷம்?'

அவர் எவ்வளவோ வற்புறுத்தியும்கூட சார்லஸ் சரியாகப் பிடிகொடுத்துப் பேசவில்லை. 'அப்புறமாப் பார்க்கலாம்' என்று தட்டிக்கழித்துவிட்டார்.

வெறுத்துப்போன அந்த நண்பர் சார்லஸிடம் விடை பெற்றுக்கொண்டு கிளம்பினார். கதவைச் சாத்திவிட்டு உள்ளே வந்து அமர்ந்தார் சார்லஸ். எதிரில் இருந்த புத்தக அலமாரி அவருடைய கண்களை உறுத்தியது, 'நான் எப்போ என்னோட புத்தகத்தை எழுதப்போறேன்?'

நண்பர் சொன்னதுபோல, சார்லஸின் ஆராய்ச்சிகள் சாதாரணமானவை அல்ல. இந்த உலகத்தில் பல்வேறு உயிர்கள் எப்படித் தோன்றின என்பதுபற்றி நுணுக்கமான ஆய்வுகளைச் செய்து முடித்திருந்தார் அவர். இந்தப் புள்ளிவிவரங்களின் அடிப்படையில் பலரிடம் விவாதம் செய்து, தன்னுடைய சிந்தனைகளைத் தொகுத்துச் சில தீர்மானமான முடிவுகளையும் எடுத்திருந்தார்.

ஆனால் ஏனோ, அந்த முடிவுகளைப் புத்தக வடிவத்தில் தொகுத்து எழுதி வெளியிடுகிற வேகம் சார்லஸுக்கு வரவில்லை. 'இன்னும் கொஞ்சம் ஆராய்ச்சி செய்யலாம், பாக்கியிருக்கிற ஒண்ணு ரெண்டு விஷயங்களையும் நிச்சயமா உறுதிப்படுத்திகிட்டு அப்புறமாப் புத்தகம் எழுதிக்கலாம்' என்று அதைத் தள்ளிப்போட்டுக்கொண்டே போனார்.

எப்போதாவது அவருக்கே மனம் வந்து புத்தகம் எழுத உட்கார்ந்தால், வேறு ஏதாவது வேலைகள் குறுக்கிட்டுவிடும், அல்லது உடம்பு சரியில்லாமல் போகும், இல்லாவிட்டால் குடும்பக் குழப்பங்கள். இப்படிப் பல பிரச்னைகளால் அந்தப் புத்தக வேலைகள் தடைபட்டுக்கொண்டே இருந்தன. சார்லஸின் தயக்கத்துக்கு இன்னொரு முக்கியமான காரணம், பயம்!

அவருடைய ஆராய்ச்சியின் முடிவுகள் மிகவும் புரட்சிகரமானவை. அதுமட்டும் உண்மை என்று நிரூபிக்கப்பட்டுவிட்டால், 'கடவுள்தான் இந்த உலகத்தை, அதில் உள்ள உயிர்களையெல்லாம் படைத்தார்' என்கிற வாதம் பொய்யாகிவிடும்.

சார்லஸுக்கு அதை நினைத்தால்தான் மிகவும் கவலையாக இருந்தது. அவர் முன்வைத்த கொள்கைகள் என்னதான் அறிவியல்பூர்வமாக உறுதி செய்யப்பட்டாலும்கூட, பெரும்பான்மை மக்கள் அதை ஏற்றுக்கொள்ளமாட்டார்களோ என்று நினைத்துத் தயங்கினார் அவர்.

கொஞ்ச நாள் கழித்து, சார்லஸுக்கு ஒரு கடிதம் வந்தது. அதை எழுதியவர் பெயர் ஆல்ஃப்ரட் ரஸ்ஸல் வாலஸ்!

சார்லஸைப்போலவே, வாலஸும் உயிர்கள் தோன்றிய விதத்தைப்பற்றி ஆராய்ச்சி செய்கிறவர்தான். அவர் தன்னுடைய சிந்தனைகளை ஒரு கட்டுரை வடிவத்தில் எழுதி அனுப்பியிருந்தார்.

‘டியர் ஸார், இத்துடன் இணைத்துள்ள கட்டுரையைப் படித்துப் பாருங்கள். உங்களுக்குப் பிடித்திருந்தால் ஏதேனும் ஒரு பத்திரிகைக்கு அனுப்பிவைக்கலாம்.’

சார்லஸ் ஆவலுடன் வாலஸின் கட்டுரையைப் பிரித்தார். படிக்க ஆரம்பித்தார்.

சில நிமிடங்களில் அவருடைய முகம் மாறியது. உடல்முழுவதும் லேசாக வியர்க்கத் தொடங்கியது.

அந்தக் கட்டுரை முழுவதையும் படித்து முடித்த சார்லஸ் அதிர்ந்துபோய்விட்டார். காரணம், அதில் வாலஸ் குறிப்பிட்டிருந்த சிந்தனைகள் எல்லாமே, சார்லஸ் ஏற்கெனவே யோசித்துவைத்தவை. சொல்லப்போனால், சார்லஸ் எழுதவேண்டிய ஒரு கட்டுரையை வாலஸ் எழுதிவிட்டதுபோல் அவருக்குத் தோன்றியது.

ஆனால், இந்தக் கட்டுரை முதலில் வெளியாகிவிட்டால் மக்கள் என்ன சொல்வார்கள்? சார்லஸ் இத்தனை வருடமாகக் கஷ்டப்பட்டு ஆராய்ச்சி செய்து கண்டுபிடித்த விஷயங்களெல்லாம் வாலஸுக்குச் சொந்தமாகிவிடுமே!

வாலஸ் நிச்சயமாகக் காப்பி அடிக்கிறவர் இல்லை. ஆனால் அதேசமயம், அவருடைய இந்தக் கட்டுரை பிரசுரமானால்

சார்லஸுக்குக் கிடைக்கவேண்டிய நியாயமான கௌரவம் பறிபோவது நிச்சயம்.

உடனடியாக, தன்னுடைய நண்பர்கள், சக அறிவியலாளர்கள் சிலரை அழைத்தார் சார்லஸ். அவர்களிடம் வாலஸின் கட்டுரையைப் படிக்கக் கொடுத்தார். 'இதைப்பத்தி நீங்க என்ன நினைக்கறீங்க?'

கட்டுரையைப் படித்த சார்லஸின் நண்பர்கள் அதிர்ச்சியடைய வில்லை. கொதித்துப்போனார்கள். 'சார்லஸ், நாங்க அப்பவே உங்களுக்குப் படிச்சுப் படிச்சுச் சொன்னோம், நீங்கதான் யார் பேச்சையும் கேட்காம புத்தகம் எழுதற ப்ராஜெக்டைத் தள்ளிப்போட்டீங்க. இப்ப பாருங்க, காத்திருந்தவன் பொண்டாட்டியை நேத்து வந்தவன் கொத்திகிட்டுப் போகப்போறான்!'

அந்தக் கூட்டத்திலேயே ஜோசஃப் ஹுக்கர், சார்லஸ் ல்யெல் என்ற இருவர்மட்டும் கொஞ்சம் நிதானமாகப் பேசினார்கள், 'சார்லஸ், இப்பவும் ஒண்ணும் கெட்டுப்போயிடலை, இந்தக் கட்டுரையில இருக்கிறதெல்லாம் நீங்க ரொம்ப நாளாப் பேசிகிட்டிருக்கிற விஷயங்கள்தான். ஆகவே இதைப்பத்தி நாம பெரிசாக் கவலைப்படவேண்டியதில்லை!'

'நான் இப்போ என்ன செய்யணும்?' பரிதாபமாகக் கேட்டார் சார்லஸ்.

'இனிமேலும் உங்க புத்தகத்தைத் தள்ளிப்போடாதீங்க. உடனடியா உட்கார்ந்து எழுத ஆரம்பிங்க. ரொம்பப் பெரிசா இல்லாட்டியும் பரவாயில்லை. முதல்ல சுருக்கமா உங்க சிந்தனைகளை, கண்டுபிடிப்புகளைச் சொல்லிடுங்க. உங்களோட ஒரு புத்தகம் வெளிவந்துட்டா, அப்புறமா அதை விரிவுபடுத்தி எத்தனை வால்யூம் வேணும்னாலும் எழுதிக்கலாம்.'

நண்பர்களின் கருத்தை ஏற்றுக்கொண்ட சார்லஸ் டார்வின் உடனடியாக ஒரு புத்தகம் எழுத ஆரம்பித்தார். *'Origin Of Species'* என்ற பெயரில் வெளியான அந்த ஆராய்ச்சி நூல் முதல் நாளிலேயே விற்றுத் தீர்ந்தது, மனித குலத்தின் சிந்தனையையே

புரட்டிப்போட்டது. இன்றைக்கும் அவருடைய சிந்தனைகள் ‘டார்வினிஸம்’ என்று பெருமையோடு அழைக்கப்படுகின்றன.

டார்வின் நிச்சயமாகச் சோம்பேறி அல்ல. ஆனால் ஏதோ காரணத்தால் தன்னுடைய அந்தப் புத்தகத்தை எழுதாமல் தள்ளிப்போட்டுக்கொண்டே இருந்தார். வேறு யாரோ அந்தச் சிந்தனையைக் கொள்ளையடித்துவிடுவார்களோ என்கிற பதற்றம் வந்தபோதுதான், அவருடைய செயல்வேகம் அதிகரித்தது. நமக்கு ஓர் அற்புதமான புத்தகம் கிடைத்தது.

இப்படிச் சில சமயங்களில், பதற்றமும் நல்லதுதான். அது ஒரேயடியாக நம்மைத் தூக்கிச் சாப்பிட்டுவிடாதபடி ரிலாக்ஸாக ரிஸ்க் எடுக்கப் பழகிக்கொண்டால் எதையும் ’தள்ளிப்போடுகிற’ கெட்ட பழக்கத்தைத் தவிர்த்துவிடலாம், எப்பேர்ப்பட்ட பரபரப்புக்கு நடுவிலும் நம்முடைய வேலைகளை ஒழுங்காக அமைத்துக்கொள்ளலாம், வெற்றி காணலாம்!

81. கழுகுக் கண்களுக்கு நன்றி!

1949, *ஜூலை 10.*

மும்பையில் வெய்யில் வெளுத்து வாங்கிக்கொண்டிருந்த நேரம் அது. பல வாரங்களாக ஒரு சொட்டு மழைகூட இல்லை. குடிப்பதற்குத் தண்ணீர் இல்லாமல் ஜனம் திண்டாடியது. பேசாமல் இந்த ஊரை விட்டே போய்விடலாமா என்றுகூடப் பலர் யோசித்துக்கொண்டிருந்தார்கள்.

அன்றைக்கு மும்பை சௌபாத்தியில் உள்ள புரந்தரே மருத்துவமனையில் ஓர் ஆண் குழந்தை பிறந்தது. உடனடியாக, வானம் திறந்துகொண்டாற்போல் மழை நிற்காமல் கொட்ட ஆரம்பித்தது.

அத்தனை மழையிலும், பிரசவ வார்ட் எப்போதும்போல் பிஸியாகதான் இருந்தது. விடாமல் அழுதுகொண்டிருக்கும் குழந்தைகள் ஒருபக்கம், இடுப்பு வலிக்காகக் காத்திருக்கும் கர்ப்பிணிகள் இன்னொருபக்கம், இவர்களைக் கவனித்துக் கொள்வதற்காக வந்த உறவினர்கள், நர்ஸ்கள், அவ்வப்போது மின்னல்போல் வந்துபோகிற மருத்துவர்கள் என ஏகப்பட்ட கலாட்டா.

அவ்வளவு அல்லோலகல்லோலங்களுக்கு மத்தியிலும் நாராயண் மசுரேகரின் குரல்மட்டும் தனித்துக் கேட்டது, 'எங்க அண்ணி மினல் இங்கதான் பிரசவத்துக்காக வந்தாங்க. அவங்க எங்கே இருக்காங்க-ன்னு தெரியுமா?'

இரண்டு நர்ஸ்கள் உதட்டைப் பிதுக்கிவிட்டு ஓடி மறைந்தார்கள். மூன்றாவதாக ஒருவர் வழி காட்டி உதவினார், 'அதோ, அந்த ஜன்னலுக்குப் பக்கத்தில இருக்கிற பெட்ல பாருங்க, அவங்களுக்கு மகன் பிறந்திருக்கான்.'

'தெரியும் சிஸ்டர்' உற்சாகமாகச் சொன்னார் நாராயண், 'நானும் அந்தப் பயலைப் பார்க்கறதுக்காகதான் ஓடி வந்தேன்.'

அதற்குள் மினல் அருகே இருந்தவர்கள் நாராயணைப் பார்த்துவிட்டார்கள். விரைந்து வந்து வரவேற்றார்கள். குழந்தையைக் கையில் கொடுத்தார்கள்.

அண்ணியை நலம் விசாரித்தபடி அவருடைய பிள்ளையைக் கவனமாக வாங்கிக்கொண்டார் நாராயண். ஆசையோடு கொஞ்ச ஆரம்பித்தார். முத்தங்களைப் பொழிந்தார்.

அப்போதுதான் எதேச்சையாக ஒரு விஷயம் அவருடைய கண்ணில் பட்டது. குழந்தையின் இடது காது மடலில் ஒரு சிறிய ஓட்டை.

நாராயண் அதைப்பற்றிப் பெரிதாகக் கவலைப்படவில்லை, 'பயல் பார்க்கறதுக்கு ஜம்முன்னு இருக்கான். நல்லாக் கையைக் காலை உதைச்சுகிட்டு அழறான். உடம்பில வேற எந்தக் குறையும் இல்லை. காதில ஒரு தக்கனூண்டு ஓட்டை இருந்தா என்ன? ஒண்ணும் தப்பில்லை' என்று தனக்குள் நினைத்துக்கொண்டு சமாதானமானார்.

மறுநாள் காலை. ஒரு நர்ஸ் மினலின் பிள்ளையை வாங்கிக் கொண்டார். அவனை நன்றாகக் குளிப்பாட்டிவிட்டுத் திரும்பக் கொண்டுவந்து விட்டார். குழந்தை அசந்து தூங்கியது.

சிறிது நேரம் கழித்து, நாராயண் மீண்டும் வந்தார், 'அதென்னவோ தெரியலை, இந்தப் பய கண்ணுக்குள்ளயே நிக்கறான், இவனைத்

திரும்பத் திரும்பப் பார்த்துகிட்டே இருக்கணும்போலத் தோணுது' என்றபடி குழந்தையைக் கையில் எடுத்துக் கொஞ்சினார்.

மறுவிநாடி அவர் முகம் மாறியது. அவருடைய கழுகுக் கண்களுக்கு ஏதோ தப்பு தெரிந்துவிட்டது. 'இது நம்ம குழந்தை இல்லை, வேற யாரோ!' என்றார்.

'என்ன சொல்றீங்க?' சுற்றியிருந்த எல்லோரும் அதிர்ச்சியானார்கள், 'இது வேற குழந்தைன்னு உங்களுக்கு எப்படித் தெரியும்?'

'நேத்து நான் பார்த்த குழந்தையோட காதில ஒரு சின்ன ஓட்டை இருந்தது' என்றார் நாராயண், 'இப்ப இந்தக் குழந்தையைப் பாருங்க.'

அனைவரும் ஆவலோடு குனிந்து பார்த்தார்கள். நாராயண் கையில் இருந்த குழந்தையின் காதுகளில் எந்த ஓட்டையும் இல்லை. எப்படியோ குழந்தை மாறிவிட்டது.

அடுத்த நிமிடம், நாராயண் அந்த மருத்துவமனையையே தலைகீழாகப் புரட்டிப்போட்டுவிட்டார், 'என்னய்யா ஆஸ்பத்திரி நடத்தறீங்க? இப்படியா அக்கறையில்லாம குழந்தையை மாத்துவீங்க? இப்ப எங்க அண்ணன் மகன் எங்கே இருக்கான்? எனக்குத் தெரிஞ்சாகணும்.'

அவர் பேசப்பேச நர்ஸ்கள் நடுங்கினார்கள். அவசரக் குரல்களில் மன்னிப்புக் கேட்டபடி அந்தப் பிரசவ வார்டில் இருந்த எல்லாத் தொட்டில்களையும் வரிசையாக ஆராய்ச்சி செய்ய ஆரம்பித்தார்கள். நாராயணும் சும்மா இருக்கவில்லை. அவரும் பல குழந்தைகளின் காதுகளைக் கவனமாகப் பரிசோதித்துப்பார்த்தார். ஆனால் நேற்றைக்கு அவர் பார்த்த குழந்தையைக் காணவே காணோம்.

கடைசியாக, அந்த மருத்துவமனையின் இன்னொரு மூலையில் படுத்திருந்த ஒரு மீனவப் பெண்ணின் அருகே அந்தக் குழந்தை கிடைத்தது. கடவுளுக்கு நன்றி சொன்னபடி அவனுக்கு முத்தங்களைச் சிந்தினார் நாராயண்.

இப்போது மருத்துவர்கள், நர்ஸ்கள், மற்ற ஊழியர்களெல்லாம் அந்தக் குழந்தையைச் சூழ்ந்துகொண்டார்கள். 'குழந்தையைக் குளிப்பாட்டும்போது எப்படியோ மாறிடுச்சு, ரொம்ப ஸாரி' என்றார்கள்.

'என்னய்யா ஸாரி, பூரி? நேத்திக்கு நான் எதேச்சையா அந்தக் காது ஓட்டையைக் கவனிக்கலைன்னா, இன்னிக்கு எங்க வீட்டுப் பிள்ளை எங்கயோ போய்ச் சேர்ந்திருக்கும்' என்று கோபத்தை உமிழ்ந்தார் நாராயண், 'இனிமேலாவது குழந்தை விஷயத்தில கொஞ்சம் ஜாக்கிரதையா இருங்க.'

அன்றைக்கு நாராயண் கண்டுபிடித்த அந்தக் குழந்தைக்கு, பின்னர் 'சுனில்' என்று பெயர் சூட்டப்பட்டது. அவனுடைய அம்மா, அப்பா தொடங்கிப் பல உறவினர்கள் கிரிக்கெட் பிரியர்களாக இருந்ததால் அவனும் அந்த விளையாட்டில் மிகுந்த ஆர்வத்தோடு வளர்ந்தான்.

தெருவோரப் போட்டிகளில் தன்னுடைய திறமையைக் காட்டத் தொடங்கிய சுனில் படிப்படியாக முன்னேறி இந்திய அணியில் இடம் பிடித்தார். தனது நளினமான, பொறுப்பான ஆட்டத்தின்மூலம் பல பிரம்மாண்டமான சாதனைகளை நிகழ்த்திச் சரித்திரத்தில் இடம் பெற்ற அவர், சுனில் கவாஸ்கர்!

மருத்துவமனையில் குழந்தைகள் மாறிப்போவதுபற்றி எத்தனையோ கதைகளில் படித்திருக்கிறோம், சினிமாக்களில் பார்த்திருக்கிறோம், அப்போதெல்லாம் அதை நம்பாமல் 'காதில பூ சுத்தறாங்கப்பா' என்று கிண்டல் செய்வதுதான் நம்முடைய வழக்கம்.

உண்மையில், கதைகளைவிட நிஜ வாழ்க்கையில்தான் நம்பமுடியாத சம்பவங்கள் அதிகம் நடக்கின்றன. சுனில் கவாஸ்கர் பிறந்தபோது நிகழ்ந்த இந்தச் சம்பவம் அதற்கு ஒரு சாட்சி!

தன்னுடைய சுயசரிதையில் இந்தச் சம்பவத்தைக் குறிப்பிடுகிற சுனில் கவாஸ்கர், 'அன்றைக்கு மட்டும் நாராயண் சித்தப்பா என்னுடைய காது ஓட்டையைக் கவனித்திருக்காவிட்டால்,

நான் எங்கேயோ அரபிக் கடலில் மீன் பிடிக்கிறவனாக மாறியிருப்பேன். அவருடைய கழுகுக் கண்களால்தான் எனக்கு இந்தக் கிரிக்கெட் வாழ்க்கை கிடைத்தது' என்று நெகிழ்கிறார்.

பரபரப்பான இந்த உலகத்தில், தினந்தோறும் எத்தனையோ தவறுகள் யார்மூலமாகவோ நிகழ்ந்துகொண்டிருக்கின்றன. அவை அனைத்தையும் தடுத்து நிறுத்துவது நம்முடைய கட்டுப்பாட்டில் இல்லை. நம்மால் முடிந்தது, எப்போதும் கண்களை, காதுகளை, புத்தியைத் தீட்டி வைத்திருப்பது மட்டும்தான்!

82. செதுக்கிச் செதுக்கி ...

அந்த இளம் பெண் பாடல் பதிவுக்காகக் காத்திருந்தார்.

இன்னும் இசையமைப்பாளர் வரவில்லை. வாத்தியக்காரர்களைக் கூடக் காணோம். ஒருவேளை, இன்றைக்குப் பாடல் எதுவும் பதிவாகவில்லையோ?

அவர் சந்தேகமாக எழுந்து நின்றார். ஆனால் யாரை விசாரிப்பது என்று புரியவில்லை.

அந்தப் பெண்ணின் பெயர் சுசீலா. சொந்த ஊர் ஆந்திரா. பெரிய திரைப்படப் பின்னணிப் பாடகியாகிற கனவோடு தமிழகத்துக்கு வந்திருந்தார்.

பதினைந்து வயதிலேயே அவருக்கு முதல் பாடல் சான்ஸ் கிடைத்துவிட்டது. அது ஒரு சுவாரஸ்யமான கதை.

சின்னஞ்சிறுமியாகத் துள்ளி விளையாடவேண்டிய பருவத்தில், சுசீலாவுக்குப் பாட்டுக் கற்றுக்கொடுக்கிறேன் என்று உட்கார வைத்தார் அப்பா. ஒவ்வொரு பாடமாக வற்புறுத்திச் சொல்லித்தந்து பல மணி நேரம் சாதகம் செய்தால்தான் ஆச்சு என்று அவர் பிடிவாதம் பிடிக்க, குழந்தை சுசீலாவுக்கு அழுகைதான் வந்தது.

அப்போதும், அப்பா விடமாட்டார், 'முதல்ல பாட்டை ஒழுங்காப் பாடு, அப்புறம் உன் இஷ்டம்போல எவ்ளோ நேரம் வேணும்ன்னாலும் அழுதுக்கோ' என்றுதான் சொல்வார்.

இப்படி அப்பாவின் கட்டாயத்தால் பாட்டுக் கற்க ஆரம்பித்த சுசீலா, விரைவில் இசைப் பிரியையாக மாறிப்போனார். பள்ளிப் பாடங்களைவிட, கலைவிழா மேடைகள்தான் அவரை ஈர்த்தன. பரீட்சைகளில் நல்ல மார்க் வாங்குகிறாரோ இல்லையோ, வாய்ப்புக் கிடைக்கும்போதெல்லாம் பிரமாதமாகப் பாடிக் கைதட்டல் வாங்கத் தவறியதில்லை.

ஒருகட்டத்தில், படிப்பு தனி, பாடல் தனி என்று அவர் பிரித்துப் பார்க்க விரும்பவில்லை. இசைக் கல்லூரியில் சேர்ந்து பட்டம் பெற்றார். மேடைக் கச்சேரிகள், ரேடியோ நிகழ்ச்சிகள் என்று ரொம்ப பிஸியாகிவிட்டார்.

சென்னை வானொலியில் அவர் அடிக்கடி கலந்துகொண்டு பாடிய ஒரு நிகழ்ச்சி 'பாப்பா மலர்'. அந்த நிகழ்ச்சியைத் தொகுத்து வழங்கிய 'வானொலி அண்ணா'வுக்கு சுசீலாவின் குரல் மிகவும் பிடித்துப்போய்விட்டது.

ஒருநாள், வானொலி அண்ணா சுசீலா வீட்டுக்கு நேரில் வந்தார். அவருடைய தந்தையைச் சந்தித்துப் பேசினார், 'உங்க மகளுக்கு இசைத்துறையில பிரமாதமான எதிர்காலம் இருக்கு, நீங்க அவளைச் சினிமாவில பாடவைக்கணும்' என்றார்.

சுசீலாவின் அப்பாவுக்குப் பாரம்பரிய இசையில்தான் ஆர்வம். 'சினிமாவா? அதெல்லாம் நமக்கு வேணாம்' என்று தட்டிக்கழித்துவிட்டார்.

பாவம் சுசீலா, திரைப்படங்களில் பாடவேண்டும் என்கிற ஆசை இருந்தும், அப்பாவுக்குப் பிடிக்கவில்லை என்பதால் அந்த விருப்பத்தைத் தன் மனத்துக்குள் விழுங்கிக்கொண்டார். மற்ற இசை வாய்ப்புகளில் முழு கவனம் செலுத்த ஆரம்பித்தார்.

அப்போது, 'பெண்டியால நாகேஸ்வர ராவ்' என்று ஒரு பிரபலமான இசையமைப்பாளர் தன்னுடைய படத்தில்

பாடுவதற்குப் புதுக் குரல்களைத் தேடிக்கொண்டிருந்தார். இதற்காக அவர் சென்ற இடம், அகில இந்திய வானொலி.

'உங்க நிகழ்ச்சிகள்ல ரெகுலராப் பாடற திறமைசாலிப் பெண்கள் இருப்பாங்களே, அதில நல்ல குரல்களா நாலஞ்சு பேரைத் தேர்ந்தெடுத்துச் சொல்லுங்க. அவங்களுக்குச் சினிமாவில பாட விருப்பம் இருந்தா என்கிட்ட அனுப்பிவைங்க.'

உடனடியாக, வானொலி நிலையம் ஐந்து பெண்களைத் தேர்ந்தெடுத்து அனுப்பியது. அதில் நான்கு பேர் குரல் தேர்வில் நிராகரிக்கப்பட்டார்கள். கடைசியாக, சுசீலாவைமட்டும் தேர்வு செய்தார் பெண்டியால நாகேஸ்வர ராவ்.

ஆனால், அப்பா? அவரது சம்மதம் இல்லாமல் சுசீலா சினிமாவில் பாடுவது எப்படி?

நல்லவேளையாக, அவருடைய அப்பா ஒரு படி இறங்கிவந்தார். பதினைந்து வயது சுசீலா திரைப்படப் பின்னணிப் பாடகியாக அறிமுகமானார்.

சுசீலாவின் வசீகரமான புதுக் குரல் பலதரப்பட்ட ரசிகர்களை ஈர்த்தது. அவர்களில் ஒருவர், ஏவிஎம் நிறுவன அதிபர் மெய்யப்பன்.

அதன்பிறகு, ஏவிஎம் தயாரிக்கும் படங்களில் தொடர்ந்து பாடுகிற வாய்ப்பு சுசீலாவுக்குக் கிடைத்தது. அவரும் இந்தப் பாடல்களில் தனது முழுத் திறமையை வெளிக்காட்டினார்.

சுசீலாவின் குரல் தனித்துவமானதுதான். எல்லோரையும் கவரக்கூடியதுதான். ஆனாலும், அவருக்கென்று ஒரு நல்ல 'ப்ரேக்' அமையவில்லை. அதற்கு என்ன காரணம் என்று யாருக்கும் புரியவில்லை.

யோசனையோடு தன்னுடைய இருக்கையில் வந்து அமர்ந்தார் சுசீலா, 'இன்னிக்கு ரெகார்டிங் இருக்கா, இல்லையா?'

திடீரென்று அந்த அறையின் கதவு திறந்தது. தயாரிப்பாளர் ஏவிஎம் மெய்யப்பனும் இன்னொருவரும் உள்ளே நுழைந்தார்கள்.

அவர்களைப் பார்த்ததும் சட்டென்று எழுந்து நின்றார் சுசீலா, 'வணக்கம் சார்.'

'வணக்கம்மா' என்றார் மெய்யப்பன், 'இவர் யார் தெரியுதா?'

சுசீலா அவரை இதற்குமுன்னால் பார்த்த நினைவில்லை. மறுப்பாகத் தலையசைத்தார்.

'இவர் பேரு லஷ்மி நாராயண். இனிமே இவர்தான் உனக்குத் தமிழ் வாத்தியார்.'

சுசீலாவுக்குத் திகைப்பு, 'வாத்தியாரா? நான் என்ன சின்னப் பிள்ளையா, இவரிடம் பாடம் கற்றுக்கொள்ள?'

அவருடைய குழப்பம் புரிந்ததுபோல் சிரித்தார் மெய்யப்பன், 'நீ ஒவ்வொரு பாட்டையும் கஷ்டப்பட்டு நல்லாதான் பாடறேம்மா. ஆனா, சில வார்த்தைகள் தப்பா வருது, அசலூர் வாடை அடிக்குது, கேட்கும்போதே மொழி தெரியாத யாரோ பாடறாங்க-ன்னு புரிஞ்சுடுது. மக்கள் அதை மனசார ஏத்துக்கமாட்டேங்கறாங்க!'

'நீயோ தெலுங்குப் பொண்ணு. உனக்குத் தமிழ் உச்சரிப்பு சரியா வரலைன்னா அது நிச்சயமா உன்னோட தப்பில்லை. அதனாலதான் ஒரு நல்ல தமிழ் வாத்தியாராப் பார்த்து ஏற்பாடு செஞ்சிருக்கேன். உனக்குக் கஷ்டமா இருக்கிற வார்த்தைகளுக்கெல்லாம் இவர்கிட்ட சரியான உச்சரிப்புகளைக் கத்துகிட்டு நல்லாப் பாடிப் ப்ராக்டீஸ் எடுத்துக்கோம்மா. நீ ரொம்ப நல்லா வருவே' என்று ஆசிர்வதித்தார் ஏவிஎம் மெய்யப்பன்.

சுசீலாவின் பார்வையில் இப்போது ஒரு புதிய மரியாதையும் நன்றி உணர்வும் சேர்ந்துகொண்டது. 'எனக்காக இல்லாவிட்டாலும், என்மீது இத்தனை நம்பிக்கை வைத்திருக்கிற இவர்களுக்காகவேனும் நான் தமிழ் மொழியை முறைப்படி கற்றுக்கொள்ளவேண்டும்' என்று மனத்துக்குள் சொல்லிக்கொண்டார். இருபது வயதில் ஒரு வாத்தியார் உதவியுடன் தமிழ் உச்சரிப்புப் பழக ஆரம்பித்த சுசீலா,

படிப்படியாகத் தன்னுடைய தவறுகளைத் திருத்திக்கொண்டார். ஒவ்வொரு வார்த்தையையும் மிகச் சரியாக உச்சரிக்கப் பழகினார், அதன்பிறகு வந்த அவரது பாடல்களில் இந்த மெருகு ஜொலித்தது. தமிழக மக்களும் அவருடைய திறமையைக் கொண்டாட ஆரம்பித்தார்கள், தங்கள் மனத்துக்கு நெருக்கமாக உட்காரவைத்துக் கௌரவித்தார்கள்.

'இசையரசி' என்று தமிழர்களால் பெருமையோடு அழைக்கப்படும் பாடகி பி. சுசீலாவின் தமிழ்ப் பாடல்களை யார் கேட்டாலும், அவரைத் தெலுங்கு தேசத்திலிருந்து வந்தவராக நினைக்கவேமாட்டார்கள். அந்த உச்சரிப்புத் துல்லியமும், பாடல் வரிகளுக்கு ஏற்ற உணர்ச்சிகளைக் கச்சிதமாகக் கொட்டும் குரலும் அவர் எங்கிருந்தோ வாங்கிவந்த வரம் அல்ல, முனைந்து செதுக்கிய சிற்பம், அக்கறை, அர்ப்பணிப்பு, தொழில் பக்தியால் தன்னைத்தானே பட்டை தீட்டிக்கொண்ட வைரம்!

தவம் இருப்பதும் வரம் வாங்குவதும் எல்லோராலும் முடியாதுதான். ஆனால், நம்மில் இருக்கும் தேவையில்லாத பகுதிகளைச் செதுக்கி எறிந்துவிட்டு, அவசியமான திறமைகளை, கலைகளை வளர்த்துக்கொண்டு ஓர் உன்னதச் சிற்பமாக மாறுவது சாத்தியம்தானே? அதற்கு, நாம் எப்போதும் மாணவர்களாக இருப்பதுதான் ஒரே வழி!

83. விண்ணைத் தாண்டி விளையாடு!

'விர்ர்ர்ர்ர்ர்ர்ர்ரூம்.'

பழக்கமான அந்த ஒலியைக் கேட்டதும் ஜஹாங்கீர் சரேலென்று நிமிர்ந்து பார்த்தான். சத்தம் வந்த திசையில் ஆவலுடன் தலையைத் திருப்பிக் கூர்ந்து கவனித்தான்.

அந்த உலோகப் பறவை தூரத்தில் ஒரு சிறிய புள்ளியைப்போலத் தெரிந்தது. பின்னர் கொஞ்சம் கொஞ்சமாக அது நெருங்கிவர, அதன் உருவமும், அது எழுப்புகிற சத்தமும் பிரம்மாண்டமாகிக்கொண்டே போனது. பிளந்த வாய் மூடாமல் அதை வேடிக்கை பார்த்துக்கொண்டிருந்தான் ஜஹாங்கீர்.

அவனோடு விளையாடிக்கொண்டிருந்த இன்னொரு பையன் ஜஹாங்கீரின் தோளைத் தட்டினான், 'ஏய், என்ன மறுபடி ஃப்ளைட்டை வேடிக்கை பார்க்க ஆரம்பிச்சுட்டியா?'

'ப்ச், சும்மாயிரு' அவனுடைய கைகளைத் தள்ளிவிட்டான் ஜஹாங்கீர். விமானத்திலிருந்து அவனுடைய கண்கள் நகர மறுத்தன.

'ஏண்டா, இதே விமானத்தை நீ எத்தனையோவாட்டி பார்த்திருக்கே. அப்புறம் ஏன் ஒவ்வொருமுறையும் காணாததைக் கண்டவன் மாதிரி இப்படி வாயைப் பிளக்கறே?'

ஜஹாங்கீர் பதில் சொல்லவில்லை. அந்தச் சிறிய விமானம் படிப்படியாகக் கீழே நகர்ந்து வந்து கடற்கரை ஓரமாகத் தரையிறங்குவதைக் கண்கொட்டாமல் பார்த்துக்கொண்டிருந்தான் அவன். ஆகாய விமானம் என்றால், ஜஹாங்கீருக்கு அப்படி ஓர் இஷ்டம்.

அதற்கு ஒரு காரணமும் உண்டு. ஏரோப்ளேனுக்கும் ஜஹாங்கீருக்கும் கிட்டத்தட்ட ஒரே வயது!

ஜஹாங்கீர் பிறப்பதற்குச் சில மாதங்கள் முன்பாகதான், ரைட் சகோதரர்கள் ஆகாய விமானத்தைக் கண்டுபிடித்திருந்தார்கள். அதன்பிறகு, சிறுவன் ஜஹாங்கீர் வளர்ந்து இளைஞனாவதற்குள் ஏராளமான புதிய விமானத் தொழில்நுட்பங்கள் அறிமுகமாகியிருந்தன. சின்னதும் பெரியதுமாகப் பல விமானங்கள் ஆகாயத்தை அளக்க ஆரம்பித்திருந்தன.

அப்போது ஜஹாங்கீர் குடும்பம் பாரிஸின் ஒரு கரையோர நகரத்தில் வாழ்ந்துகொண்டிருந்தது. அவர்கள் வீட்டுக்குப் பக்கத்தில் லூயிஸ் ப்ளெரியோ என்கிற புகழ் பெற்ற விமானி குடியிருந்தார்.

இதனால், லூயிஸின் குட்டி விமானம் அவ்வப்போது அவர்கள் வீட்டுக்கு அருகே தரை இறங்கும். சிறுவன் ஜஹாங்கீர் அதை ஆவலுடன் வேடிக்கை பார்ப்பான். அவனைப் பொறுத்தவரை, நாள்முழுக்க எத்தனைமுறை பார்த்தாலும் சலிக்காத அற்புதக் காட்சி அது!

அது சரி, விமானத்தைக் கீழே இருந்தபடி பார்த்து ரசித்தால்மட்டும் போதுமா? அதில் ஏறிப் பறக்கவேண்டாமா?

ஜஹாங்கீருக்கு அந்த ஆசை உண்டு. ஆனால் யாரைக் கேட்பது? எப்படிக் கேட்பது? அப்படியே கேட்டாலும், அவர்கள் ஏதாவது தப்பாக நினைத்துக்கொண்டுவிடமாட்டார்களா? யோசித்துத் தயங்கி நின்றதில் பல நாள்கள், வாரங்கள், மாதங்கள், வருடங்கள் வீணாகிவிட்டன.

கடைசியாக ஒருநாள் ஜஹாங்கீர் தைரியத்தைச் சேகரித்துக் கொண்டான். லூயிஸின் உதவியாளர் ஒருவரை நெருங்கிக்

கேட்டான், 'அங்கிள் என்னையும் உங்களோட ஃப்ளைட்ல கூட்டிகிட்டுப் போவீங்களா?'

பதினைந்து வயது ஜஹாங்கீரை அந்த உதவி பைலட் ஏற, இறங்கப் பார்த்தார். 'பாவம் பையன், ரொம்ப ஆசைப்படறான், சும்மா ஒரு 'ஜாலி ரவுண்ட்' கூட்டிகிட்டுப் போலாமே!' என்று யோசித்தார்.

அவர் தலையாட்டியதும் ஜஹாங்கீரின் உள்ளம் துள்ளியது. அந்தக் குட்டி விமானத்தில் ஏறி உட்கார்ந்தபோது, அவனுக்குத் துளி பயம் இல்லை. ஏதோ பெரிதாகச் சாதிக்கப்போகிற சாகச உணர்வுதான்.

சில நிமிடங்களில் அந்த விமானம் மெல்ல மேலே எழும்பிப் பறந்தது. தன்னுடைய நீண்ட நாள் கனவு நிஜமாகிவிட்ட பரவசத்தில் அமர்ந்திருந்தான் ஜஹாங்கீர்.

சிறிது நேரம் கழித்து அவர்கள் தரையிறங்கினார்கள். அந்த உதவி பைலட் குறும்பாகக் கேட்டார், 'என்னப்பா? ஆசை தீர்ந்துச்சா?'

ஜஹாங்கீர் வெட்கத்தோடு சொன்னான், 'இல்லை அங்கிள், இப்பதான் இன்னும் ஆசை அதிகமாயிருக்கு!'

'என்ன? இன்னொரு ரவுண்ட் மேலே பறக்கணுமா?'

'ம்ஹூம், உங்களை மாதிரி நானும் ஒரு பைலட் ஆகணும், விமானம் ஓட்டணும்' என்றான் ஜஹாங்கீர். அவனுடைய கண்களில் ஆர்வம் பெருகி வழிந்துகொண்டிருந்தது.

ஜஹாங்கீர் இப்படிச் சொன்னதும், அந்த உதவி பைலட் மெல்லச் சிரித்தார், 'இந்த வயசில எல்லாப் பசங்களுக்கும்தான் விமானம் ஓட்டணும்-ன்னு ஆசை, அதுக்காக அவங்க எல்லோருமா பைலட் ஆகிடமுடியும்?' என்று தனக்குள் நினைத்துக்கொண்டார்.

ஆனால், ஜஹாங்கீர் அந்த எண்ணத்தில் மிகத் தீவிரமாக இருந்தான். முதல் விமானப் பயணம் அவனுக்குள் உருவாக்கியிருந்த கலவை உணர்வுகள் அவனுடைய 'பறக்கும்'

ஆர்வத்தைக் கிளறிவிட்டிருந்தன. பைலட் ஆவதற்கு என்ன படிக்கவேண்டும், எங்கே பயிற்சி எடுத்துக்கொள்ளவேண்டும், அதற்கு என்ன செலவாகும் என்றெல்லாம் ஆவலோடு தகவல்களைத் தேடி அலைய ஆரம்பித்தான்.

சில வருடங்கள் கழித்து, இளைஞர் ஜஹாங்கீர் தன்னுடைய சொந்த நாடான இந்தியாவுக்குத் திரும்பினார். இங்கே அவரது குடும்ப நிறுவனத்தில் சேர்ந்து பணியாற்றத் தொடங்கினார்.

அதேசமயம், அவருடைய பறக்கும் ஆர்வம்மட்டும் குறையவில்லை. இந்தியாவில் விமானம் ஓட்டுவதற்காக முறைப்படி பயிற்சி எடுத்துக்கொள்ளவேண்டும், லைசன்ஸ் பெறவேண்டும் என்று முயற்சிகளில் இறங்கினார்.

காமெடி என்னவென்றால், அப்போது இந்தியாவில் விமானி லைசன்ஸ் பெற்றவர்கள் ஒருவர்கூடக் கிடையாது. ஆகவே, இதுபற்றி யாருக்கும் எதுவும் தெரிந்திருக்கவில்லை. ஜஹாங்கீர் திரும்பிய பக்கமெல்லாம் தடைகள் குறுக்கே நின்றன.

அப்போதும் ஜஹாங்கீர் சளைக்கவில்லை. தொடர்முயற்சியின் மூலம் இந்தியாவின் முதல் விமான பைலட்டாக உரிமம் பெற்றுவிட்டார்.

உடனடியாக, ஜஹாங்கீரின் ஆசைகள் இன்னும் அதிக உயரத்துக்குத் தாவிக்கொண்டன, 'லைசன்ஸ் வாங்கியாச்சு, அடுத்தது, சொந்தமா ஒரு விமானம் வாங்கணும்.'

பணக்கார வீட்டுப் பையன், விமானம் வாங்கவேண்டும் என்று காஸ்ட்லியாக ஆசைப்பட்டதில் தப்பில்லைதான். ஆனால் அதேசமயம், ஜஹாங்கீரின் விருப்பம் சும்மா ஆசைக்கு ஒரு விமானம் வாங்கிக் கொல்லைப்புறத்தில் கட்டிவைப்பதோடு நின்றுவிடவில்லை. பல விமானங்களை வாங்கி இந்தியர்களுக்கான ஒரு விமானச் சேவையை அறிமுகம் செய்யவேண்டும் என்று கனவு கண்டார் அவர்.

பல வருடங்களுக்குப்பிறகு, அவருடைய இந்தக் கனவு நிஜமானது. இந்தியாவின் முதல் விமான சேவை நிறுவனம்

உதயமானது. அந்த நிறுவனத்தின் சார்பில் முதலாவது விமானத்தை ஓட்டியவர், வேறு யார்? ஜஹாங்கீர்தான்!

ஜஹாங்கீர் தொடங்கிவைத்த அந்த நிறுவனம் அவரது வழிகாட்டுதலில் படிப்படியாக வளர்ந்து நன்கு லாபம் சம்பாதித்தது. இந்தியா சுதந்தரம் பெற்றபின்னர் அதுவே 'ஏர் இந்தியா' என்கிற பெயரில் அரசு சார்ந்த விமான சேவை நிறுவனமாக மாறியது.

சிறுவயதில் விமானங்களின்மீது ஆசையை வளர்த்துக்கொண்ட ஜஹாங்கீர், பின்னர் எல்லைகள் இல்லாத வானத்தில் மேலே மேலே பறந்து சென்று இன்னும் பெரிய சிகரங்களைத் தொடுகிற வெற்றியாளராக உயர்ந்தார். ஜே.ஆர்.டி. டாடா என்ற பெயரில் அவர் நம் நாட்டின் மிகச் சிறந்த தொழிலதிபர்களில் ஒருவராக உருவெடுத்திருந்தபோதும், அவரது தனித்துவமான சாதனை என்று பார்த்தால், இந்தியாமுழுமைக்குமான விமானக் கனவுகளை நிஜமாக்கித் தந்ததுதான்!

கவியரசர் சும்மாவா சொன்னார், 'பூமியில் இருப்பதும், வானத்தில் பறப்பதும் அவரவர் எண்ணங்களே!'

84. த்ரீ–இன்–ஒன்!

சலீம் மெல்லப் பதுங்கிப் பதுங்கி முன்னேறினான். அவன் கையில் ஒரு துப்பாக்கி.

அந்தப் பாழடைந்த வீட்டின் பின்பக்கத்தில் ஒரு பழங்காலக் குதிரை லாயம். அங்கே இடிபாடுகளுக்கு மத்தியில் சில சிட்டுக் குருவிகளின் உற்சாகக் கூக்குரல்மட்டும் கேட்டுக்கொண்டிருந்தது.

சத்தமில்லாமல் அந்தக் குதிரை லாயத்துக்குள் எட்டிப்பார்த்தான் சலீம். மேலே ஒரு பொந்தில் இரண்டு குருவிகள் கொஞ்சிக் கொண்டிருப்பது தெரிந்தது.

சலீம் மெதுவாகத் தன்னுடைய துப்பாக்கியை உயர்த்தினான். அந்த ஜோடிக் குருவிகளைக் குறிவைத்தான். ட்ரிக்கரை அழுத்தினான்.

மறுவிநாடி, அதில் ஒரு குருவிமட்டும் அடிபட்டுக் கீழே விழுந்தது. இன்னொரு குருவி அழுகைக் குரல் எழுப்பியபடி எங்கேயோ பறந்துசென்றது. சலீம் உற்சாகமாகக் குதிரை லாயத்தினுள் ஓடினான். தான் வேட்டையாடிய பறவையைக் கைப்பற்றினான். உடனடியாக, அவன் முகம் மாறியது, 'இது குருவிதானா? இல்ல, வேற எதுனா புதுப்பறவையா?'

அவனுடைய சந்தேகத்துக்குக் காரணம், அந்தப் பறவையின் தொண்டைப் பகுதியில் ஒரு சிறிய மஞ்சள் பட்டை

தென்பட்டது, ‘வழக்கமாக் குருவிகளோட கழுத்து மஞ்சளா இருக்காதே, இந்தக் குருவி மட்டும் ஏன் இப்படி வித்தியாசமா இருக்கு?’

சலீம் நேராகத் தன் மாமா அமிருத்தீன் த்யாப்ஜியிடம் ஓடினான். அந்தப் பறவையைக் காண்பித்துக் கேட்டான், ‘மாமா, இது சாதாரணக் குருவிதானே?’

அமிருத்தீன் பெரிதாகச் சிரித்தார், ‘ஏய் சலீம், நீ என்ன குருவிங்களையே பார்த்தது கிடையாதா? புதுசாக் கேட்கறே?’

‘இல்ல மாமா, இந்தப் பறவையோட கழுத்தை நல்லாப் பாருங்க, மஞ்சக் கலர்ல இருக்கு.’

சலீம் இப்படிச் சொன்னபிறகுதான் மாமா அந்தப் பறவையைக் கவனித்துப் பார்த்தார். அந்த மஞ்சள் பட்டை அவரையும் குழப்பியது, ‘ஒருவேளை இந்தக் குருவிக்கு ஏதாவது வியாதி வந்திருக்குமோ? இல்லாட்டி, இது வேறவகைப் பறவையா இருக்குமோ?’ புரியாமல் விழித்தார்.

ஆனால், சிறுவன் சலீம் அவரை விடவில்லை, ‘இது என்ன பறவை, சொல்லுங்க மாமா’ என்று நச்சரித்தான்.

மாமா யோசித்தார், ‘இந்தப் பயலைச் சமாளிக்கறதுக்கு மிஸ்டர் மில்லார்ட்தான் சரியான ஆள்!’

அப்போது அவர்கள் வாழ்ந்த பம்பாயில் ஓர் இயற்கைக் கழகம் இருந்தது. அதன் செயலாளராகப் பணியாற்றிக்கொண்டிருந்த ஆங்கிலேயரின் பெயர் வால்டர் சாமுவேல் மில்லார்ட். இந்த மில்லார்டுக்குப் பலவிதமான இந்தியப் பறவைகளைப்பற்றி நன்றாகத் தெரியும். அவரிடம் சலீமை அனுப்பிவைத்தால், இந்த மஞ்சள் பறவையின் ஜாதகத்தைப் புட்டுப்புட்டு வைத்துவிடுவார்.

அமிருத்தீன் த்யாப்ஜி ஒரு காகிதத்தைத் தேடி எடுத்துப் பரபரவென்று அறிமுகக் கடிதம் எழுதினார். அதைச் சலீம் கையில் கொடுத்து பம்பாய் இயற்கை வரலாற்றுக் கழகத்துக்கு அனுப்பிவைத்தார். அப்போது சலீமுக்கு வயது பன்னிரண்டு. அவனுடைய பிறந்தநாளுக்காக மாமா வாங்கித்தந்த ஒரு

துப்பாக்கியை வைத்துப் பல பறவைகளை வேட்டையாடி மகிழ்ந்துகொண்டிருந்தான்.

நம்மை எந்தவிதத்திலும் தொந்தரவு செய்யாமல் வானத்தில் சுதந்தரமாகச் சுற்றித் திரிகிற பறவைகளைச் சுட்டுக் கொல்வது நியாயமா? அந்த வயதில் சலீமுக்கு அது புரியவில்லை. தன்னுடைய ஜாலியான பொழுதுபோக்குதான் முக்கியம் என்று எந்நேரமும் துப்பாக்கியும் கையுமாகத் திரிந்தான்.

ஆனால் இப்போது, இந்தப் புதுமையான மஞ்சள் நிறக் குருவி அவனுடைய சிந்தனையை முழுக்க ஆக்கிரமித்துவிட்டது. இது என்னவிதமான பறவை என்று தெரிந்துகொள்ளும் ஆவலில் துடித்தான் அவன்.

பம்பாய் இயற்கை வரலாற்றுக் கழகம். மிஸ்டர் மில்லார்டின் அறை வாசலில் கொஞ்சம் தயங்கி நின்றான் சலீம். பின்னர் தைரியத்தை வரவழைத்துக்கொண்டு உள்ளே நுழைந்தான். மாமா கொடுத்த அறிமுகக் கடிதத்தை நீட்டினான்.

மில்லார்ட் அந்தக் கடிதத்தை நிதானமாகப் படித்தார். சலீம் கையில் இருந்த பறவையை வாங்கிப் பார்த்தார். மெல்லப் புன்னகை செய்தார். சலீம் தவிப்போடு கேட்டான், ‘அங்கிள், இது என்ன பறவைன்னு உங்களுக்குத் தெரியுமா?’

‘நல்லாத் தெரியும்’ என்று சிரித்தார் மில்லார்ட். சலீமின் முகத்தில் தெரிந்த குறுகுறுப்பு அவருக்கு மிகவும் பிடித்திருந்தது. ‘என்னோட வா’ என்று சைகை செய்தார். சலீம் அமைதியாக அவர்பின்னே நடந்தான். அவர்கள் ஓர் அருங்காட்சியகத்துக்குள் நுழைந்தார்கள்.

ஆர்வத்தோடு கண்களைச் சுழலவிட்ட சலீம் அப்படியே திகைத்து நின்றுவிட்டான். அந்த அறைமுழுவதும் பலவிதமான பறவைகளின் பாடம் செய்யப்பட்ட உடல்கள் பாதுகாக்கப்பட்டிருந்தன. ‘என்ன சலீம்? திடீர்னு அமைதியாகிட்டே?’ குறும்பாகக் கேட்டார் மில்லார்ட்.

‘அ-அ-ங்கிள், உலகத்தில இத்தனை வகையான பறவைகள் இருக்கா?’ திறந்த வாய் மூடாமல் கேட்டான் சலீம், ‘நான்

இதுவரைக்கும் ரெண்டு, மூணு பறவைங்களுக்குமேல பார்த்ததே கிடையாது!'

'சலீம், இது ஒரு சின்னத் துளிதான்' என்றார் மில்லார்ட், 'இதுமாதிரி இன்னும் ஏகப்பட்ட பறவைகள் உலகம்முழுக்க இருக்கு, அதையெல்லாம் பார்த்துத் தெரிஞ்சுக்கணும்ன்னா நமக்கு ஒரு வாழ்நாள் போதாது!'

'நீ இன்னிக்கு வேட்டையாடின பறவையோட பேர் மஞ்சக்குருவி' என்றார் மில்லார்ட். 'இப்படி இன்னும் பலவிதமான குருவிங்க உண்டு. எல்லாம் மேல்பார்வைக்கு ஒரேமாதிரிதான் இருக்கும், நுணுக்கமாப் பார்த்தா வித்தியாசம் தெரியும்.'

சலீம் மிகுந்த பரவசத்தோடு அந்த அறையிலிருந்து வெளியே வந்தான். இப்போது அவன் மனம் பறவை வேட்டையிலிருந்து விலகி, பறவைகளைப் பார்த்துப் புரிந்துகொள்கிற ஆராய்ச்சி ஆர்வமாக மாறியிருந்தது.

அதன்பிறகு, சலீம் அலி தன்னுடைய வாழ்க்கை முழுவதையும் பறவையியலுக்காகவே அர்ப்பணித்துவிட்டார். இந்தியாமுழுவதும் சுற்றி வந்து பல ஆயிரம் பறவை இனங்களை அடையாளம் கண்டார், அவற்றுக்குப் பொருத்தமான பெயர் சூட்டுவது, அவற்றின் வாழ்க்கைமுறைகளைப் பதிவுசெய்வது, புத்தகங்கள் வெளியிடுவது என இந்தத் துறையில் அவர் செய்த சாதனைகள் அளவிடமுடியாதவை!

நம்மில் பெரும்பாலானோர் படிப்பு, வேலை, பொழுதுபோக்கு என்று பிரித்துவைத்துக்கொண்டு ஒவ்வொன்றுக்கும் தனித்தனியே நேரம் செலவிடுகிறோம். அப்புறம் 'நேரமே போதலை' என்று அலுத்துக்கொள்கிறோம். சலீம் அலிபோல் இந்த மூன்றையுமே ஒன்றாகச் சேர்த்துக்கொள்கிற 'த்ரீ-இன்-ஒன்' அதிர்ஷ்டம் வாய்த்துவிட்டால், சலிப்புகளும்கூடக் களிப்புகளாகிவிடும்!

85. தங்கச்சி சபதம்!

‘வாவ், சூப்பர் கதை’ என்றபடி அந்தப் புத்தகத்தைத் தன் நெஞ்சோடு அணைத்துக்கொண்டாள் அகதா, ‘என்னாமா எழுதியிருக்கார்ப்பா, கையில எடுத்தாக் கீழே வெக்கவே முடியலை, கடைசிப் பக்கத்துக்கு வர்றவரைக்கும் யார் வில்லன்னு தெரியாம நெஞ்சு பக்பக்ன்னு அடிச்சுக்குது. செம த்ரில்!’

சற்றுத்தொலைவில் அவளுடைய அக்கா மார்கரெட் என்கிற மாட்ஜ், இன்னொரு புத்தகத்தை மும்முரமாகப் படித்துக்கொண்டிருந்தாள். அவள் அகதாவை நிமிர்ந்துகூடப் பார்க்கவில்லை.

‘ஏய் மாட்ஜ், இங்க ஒருத்தி காது கிழியப் பேசிகிட்டிருக்கேனே, நீ கொஞ்சமாவது அக்கறை காட்டறியா?’

‘இருடி வர்றேன்’ அலட்சியமாகச் சொன்னாள் மாட்ஜ், ‘இன்னும் டென் மினிட்ஸ், நான் இந்தப் புத்தகத்தைப் படிச்சு முடிச்சிடுவேன், அதுக்கப்புறம் நாம என்ன வேணும்ன்னாலும் பேசலாம், ஓகேயா?’

சின்ன வயதிலிருந்தே மாட்ஜ் சரியான க்ரைம் நாவல் பைத்தியம். எந்நேரமும் ஏதாவது ஒரு துப்பறியும் கதையில் முகத்தைப்

புதைத்துக்கொண்டு மூழ்கிக் கிடப்பாள். அகதாவுக்கு எட்டு வயதானபோது, மாட்ஜ் அவளுக்கு ஷெர்லக் ஹோம்ஸை அறிமுகப்படுத்தினாள், 'இந்தக் கதையைப் படிச்சுப்பாரு, சூப்பரா இருக்கும்!'

அந்த முதல் கதையிலேயே ஷெர்லக் ஹோம்ஸின் மர்ம உலகம், அவருடைய சாமர்த்தியம், நுணுக்கமான விஷயங்களைக்கூடக் கவனித்துத் துப்பறிகிற லாகவம் அனைத்தும் அகதாவைக் கவர்ந்து இழுத்துவிட்டன. அவளும் அக்காவைப்போல் வெறி பிடித்த க்ரைம் கதை ரசிகையாகிவிட்டாள்.

அதன்பிறகு, அக்காவும் தங்கையும் ஏகப்பட்ட நாவல்களைத் தேடிப் படித்தார்கள். 'எது நல்லாயிருக்கு? எது சரியில்லை?' என்று மணிக்கணக்காக விவாதித்தார்கள். வெவ்வேறு எழுத்தாளர்களின் பாணியை, துப்பறிவாளர்களின் ஸ்டைல்களை அலசி ஆராய்ந்தார்கள், 'இந்தக் கதையை இப்படி எழுதியிருந்தா இன்னும் சூப்பரா வந்திருக்குமே' என்று பரஸ்பரம் யோசனை சொல்லிக்கொண்டார்கள்.

ஒருநாள், மாட்ஜூம் அகதாவும் ஒரு லேட்டஸ்ட் துப்பறியும் நாவலைப் பிய்த்துப்போட்டுக் குடலாப்ரேஷன் செய்துகொண்டிருந்த நேரம். அகதா தன்னுடைய நெடுநாள் ஆசையைச் சொன்னாள், 'அக்கா, எனக்கும் ஒரு க்ரைம் கதை எழுதணும்ன்னு ஆசையா இருக்கு!'

அவ்வளவுதான், மாட்ஜ் விழுந்து விழுந்து சிரிக்க ஆரம்பித்து விட்டாள், 'நீயா? க்ரைம் நாவல் எழுதப்போறியா? ஜோக் அடிக்காதேடி!'

அகதாவுக்குக் கோபம், 'ஏன்டீ? நான்ல்லாம் கதை எழுதக் கூடாதா?'

'நீ எழுதற கதையைதான் நான் பார்த்தேனே' குறும்பாகக் கண்ணடித்தாள் மாட்ஜ், 'எப்பப்பார் காதல், ரொமான்ஸ்ன்னு ஒரே போர், இந்தமாதிரி ஓவரா ஜொள்ளு விடறவங்களுக்கெல்லாம் க்ரைம் கதை எழுத வராதுடி.'

சட்டென்று அகதாவுக்குக் கன்னம் சிவந்துவிட்டது. கொஞ்சம் வெட்கம், நிறைய ஆத்திரம்.

மாட்ஜும் ஒருகாலத்தில் கதை எழுதிக்கொண்டிருந்தவள்தான். அவள் பயன்படுத்திய பழைய டைப்ரைட்டர் எங்கேயோ பரணில் கிடந்தது. அவர்களுடைய அம்மா க்ளாராதான் அதைக் கண்டுபிடித்துக் கீழே எடுத்துவைத்து, சுத்தப்படுத்தி அகதாவுக்குக் கொடுத்தார்.

ஒரே பிரச்னை, அகதாவுக்குக் க்ரைம் கதை எழுதவரவில்லை. அவள் டைப்ரைட்டரைத் தொட்டாலே காதல் காவியங்கள்தான் பொங்கிவந்தன. எல்லாம் வயசுக் கோளாறு!

'ஆனா அதுக்காக? எனக்குத் துப்பறியற நாவலே எழுதவராதுன்னு அர்த்தமாகிடுமா?' ஆவேசப்பட்டாள் அகதா, 'என்னிக்காவது ஒருநாள் நானும் ஒரு நல்ல க்ரைம் கதை எழுதிக் காட்டறேன்' என்று அக்காவிடம் சவால் விட்டாள்.

'போடி போ, உன்னால என்னிக்கும் க்ரைம் நாவல் எழுதமுடியாது' மாட்ஜ் அவளை இன்னும் நன்றாக வெறுப்பேற்றினாள், 'அப்படியே நீ எழுதினாலும்கூட, அந்தக் கதையை நாலு வரி படிச்சவுடனேயே முடிவு என்ன-ன்னு நான் கண்டுபிடிச்சுடுவேன். என்னை உன்னால ஏமாத்தமுடியாது, தெரிஞ்சுக்கோ!'

அக்கா பேசப்பேச, அகதாவுக்கு அழுகையே வந்துவிட்டது. உதட்டைக் கடித்துக்கொண்டு வெளியே ஓடிவந்தாள்.

அதன்பிறகு, மார்கரெட் அந்தப் பேச்சை மறந்துவிட்டாள், அகதாவும் வேறு வேலைகளில் கவனம் செலுத்த ஆரம்பித்துவிட்டாள். ஆனால் உள்ளுக்குள் அந்த க்ரைம் நாவல் கனவுமட்டும் கரையாமல் உருண்டுகொண்டிருந்தது.

சில வருடங்கள் கழித்து, அகதா ஒரு மருந்துக்கடையில் வேலை பார்க்கவேண்டிய சூழ்நிலை. இப்போது அவளைச் சுற்றிலும் விதவிதமான ரசாயனங்கள். சிலதைச் சாப்பிட்டால் உடம்பு குணமாகும், வேறு சிலதைத் தொட்டாலே உயிர் போய்விடும்.

இதையெல்லாம் பார்க்கப்பார்க்க, அகதாவுக்குள் அந்தப் பழைய ஆசை மீண்டும் மலர்ந்தது. அக்காவிடம் விட்ட சவாலை நினைத்துக்கொண்டாள், 'அந்த க்ரைம் நாவலை இப்போ எழுதினா என்ன?'

அந்த மருந்துக்கடையில் இருந்த நிபுணர்களிடமிருந்து விஷங்களைப்பற்றிப் பல விஷயங்களை விசாரித்துத் தெரிந்துகொண்டாள் அகதா. அதையே மர்ம முடிச்சாக வைத்து ஒரு க்ரைம் கதை எழுத ஆரம்பித்தாள்.

அடுத்த இரண்டு வாரங்களில் அந்த நாவல் தயாராகிவிட்டது. அதைப் படித்துப்பார்த்த அகதாவின் கணவர், 'பிரமாதமா வந்திருக்கும்மா, முடிவு என்னன்னு என்னால கொஞ்சம்கூட ஊகிக்கமுடியலை!' என்று பாராட்டினார்.

இது போதுமே! அகதாவின் நெஞ்சு நிறைந்துவிட்டது. அக்காவிடம் விளையாட்டாக விட்ட சவாலில் ஜெயித்துவிட்டோம் என்கிற திருப்தியுணர்வு.

அகதாவின் அந்த முதல் நாவலை, அவருடைய கணவர் ஒரு பதிப்பகத்துக்கு அனுப்பிவைத்தார். ஆனால் அவர்கள் அதைப் படித்த கையோடு நிராகரித்துத் திருப்பி அனுப்பிவிட்டார்கள்.

அப்போதும் அகதா மனம் தளரவில்லை. அடுத்தடுத்து வெவ்வேறு புத்தக வெளியீட்டு நிறுவனங்களில் முயற்சி செய்தார். எதுவும் சரிப்பட்டுவரவில்லை.

கடைசியாக அவர் நம்பிக்கையை இழந்திருந்த நேரத்தில், ஒரு பதிப்பகம் அவரது நாவலை வெளியிட ஒப்புக்கொண்டது, 'ஆனா, இந்தக் கதையோட முடிவை மாத்தி எழுதணும்' என்று நிபந்தனை போட்டார்கள்.

'முடியவே முடியாது' என்றார் அகதா, 'அந்த க்ளைமாக்ஸ்தான் இந்தக் கதைக்கே உயிர்மாதிரி, அதை மாத்தமாட்டேன்!'

கடைசியில் அவருடைய பிடிவாதம்தான் ஜெயித்தது. அகதா நினைத்தபடி வெளியான அந்த நாவல் குறிப்பிடத்தக்க வெற்றியடைந்தது. அந்த உற்சாகத்திலேயே இன்னும் பல

துப்பறியும் நாவல்களை எழுதி வாசகர் உள்ளங்களில் இடம் பிடித்தார் அகதா.

'க்ரைம் ராணி' என்று பதிப்புலகத்தால் பாராட்டப்படும் அகதா கிறிஸ்டியின் நாவல்கள் இதுவரை கிட்டத்தட்ட நானூறு கோடிப் பிரதிகளுக்குமேல் விற்பனையாகியுள்ளன. பைபிள், ஷேக்ஸ்பியர் படைப்புகளுக்கு அடுத்தபடியாக இந்த அளவு அதிகம் விற்றுள்ள ஒரே எழுத்தாளர் அகதா கிறிஸ்டிதான்!

சுருக்கமாகச் சொன்னால், அக்காவின் சவால், தங்கச்சி சபதம், அதனால் கடைசியில் நம்மைப்போன்ற வாசகர்களுக்கு லாபம்!

86. வெடிக்காத துப்பாக்கி

அவ்வளவுதான். எல்லாம் முடிந்துவிட்டது.

விரக்தியோடு நாற்காலியில் விழுந்தார் ராபர்ட். அவருடைய கண்கள் ஜன்னலுக்கு வெளியே தெரிந்த நீல வானத்தை வெறித்துக்கொண்டிருந்தன. உடல், மனம் எங்கும் சோர்வு குடிகொண்டிருந்தது.

ராபர்ட் இளைஞர்தான். துடிப்பானவர்தான். யாராவது ஒரு வேலை சொன்னால் பத்து வேலைகளைச் செய்துவிடவேண்டும் என்று சுறுசுறுப்பாக இயங்குகிறவர்தான். ஆனால், அவர் பணிபுரிந்த நிறுவனம், ராபர்டின் திறமையைப் புரிந்துகொள்ளவில்லை. உப்புச்சப்பில்லாத ஒரு க்ளர்க் வேலையை அவர் தலையில் சுமத்தி கொடுமைப்படுத்தினார்கள்.

நீங்களே யோசித்துப்பாருங்கள், குடும்பத்தை விட்டுத் தொலைதூரம் வந்து தங்கிக்கொண்டு எந்நேரமும் ஃபைலை, பேப்பரை, பேனாவைக் கட்டிக்கொண்டு இருக்கவேண்டும் என்றால் எந்த இளைஞரால் முடியும்? முன்னேறுவதற்கு ஒரு நல்ல இலக்கு வேண்டாமா? எதை நோக்கிச் செல்கிறோம் என்கிற தெளிவு இல்லாவிட்டால் வாழ்க்கையில் எப்படிப் பிடிப்பு வரும்?

ராபர்ட் தன்னுடைய மேலதிகாரிகளிடம் கெஞ்சினார், 'ஐயா, இதுமாதிரி உப்புமா வேலைகளை என் தலையில்

சுமத்தி வெறுப்பேற்றாதீர்கள். தயவுசெய்து என்னுடைய வயது, படிப்பு, திறமைக்கு ஏற்ற பொறுப்புகளைத் தாருங்கள், அதை நான் ஒழுங்காகச் செய்யாவிட்டால் என்ன தண்டனை வேண்டுமானாலும் கொடுங்கள், சந்தோஷமாக ஏற்றுக்கொள்கிறேன்!'

அவர் எவ்வளவுதான் கெஞ்சிக் கூத்தாடியபோதும், பெரிய அதிகாரிகள் மனம் இரங்கவில்லை. ராபர்ட் திரும்பத் திரும்ப அதே ஃபைல்களைக் கட்டிக்கொண்டு அழவேண்டிய கட்டாயம்.

ஒருகட்டத்தில், ராபர்ட் சுத்தமாக நம்பிக்கை இழந்துவிட்டார், 'நான் வாழ்நாள்முழுவதும் வெறும் க்ளர்க்காகவே இருக்கவேண்டியதுதான். வேறு வழியில்லை!'

'என்னால் இந்த உலகத்துக்கு என்ன பிரயோஜனம்? இப்படி உருப்படாத வேலைகளைச் செய்துகொண்டு நான் ஏன் உயிர் வாழவேண்டும்?' ராபர்ட் யோசித்தார். விரக்தியின் உச்சத்தில் தற்கொலை செய்துகொள்வதாக முடிவெடுத்துவிட்டார்.

ராபர்ட் தன்னுடைய துப்பாக்கியைக் கையில் எடுத்தார். திறந்து பார்த்தார். அத்தனை தோட்டாக்களும் நிரம்பியிருந்தன.

'வாழ்ந்தது போதும். இந்தத் துப்பாக்கியாவது என்னுடைய அவஸ்தைக்கு ஒரு முற்றுப்புள்ளி வைக்கட்டும்', துப்பாக்கியை நெற்றிப்பொட்டில் வைத்தார் ராபர்ட். கண்ணை மூடிக்கொண்டு ட்ரிக்கரை அழுத்தினார்.

க்ளிக்.

துப்பாக்கி வெடிக்கவில்லை. ஏதோ பிரச்னை.

ராபர்ட் வெறுத்துப்போனார், 'வாழவும் வழியில்லை, சாகவும் வழியில்லை, இது என்னடா கொடுமை!' மீண்டும் துப்பாக்கியைத் திறந்துபார்த்தார் அவர். எல்லாத் தோட்டாக்களும் சரியாகவே பொருத்தப்பட்டிருந்தன. அப்புறம் ஏன் வெடிக்கவில்லை?

சரி, இன்னொரு முயற்சி செய்து பார்த்துவிடுவோம். ராபர்ட் மறுபடி துப்பாக்கியை நெற்றிப்பொட்டில் வைத்தார். ட்ரிக்கரை அழுத்தினார்.

மீண்டும் ஒரு 'க்ளிக்'தான் கேட்டது. இந்தமுறையும் துப்பாக்கி வெடிக்கவில்லை. ராபர்ட் விரக்தியின் உச்சத்துக்கே சென்றுவிட்டார். இனிமேல் என்ன செய்வது என்று புரியாமல் துப்பாக்கியை மேஜைமேல் வீசினார். வேறு எந்த வழிகளில் தற்கொலை செய்துகொள்ளலாம் என்று தீவிரமாக யோசிக்க ஆரம்பித்தார்.

அப்போது, ராபர்டின் நண்பர் ஒருவர் அந்த அறையினுள் நுழைந்தார், 'என்னப்பா? நீமட்டும் தனியா உட்கார்ந்திருக்கே? என்ன விஷயம்?'

சட்டென்று ராபர்டுக்கு ஒரு யோசனை தோன்றியது. தன்னுடைய துப்பாக்கியை எடுத்து நண்பர் கையில் கொடுத்தார், 'இந்த பிஸ்டல்ல ஏதோ கோளாறு. என்ன-ன்னு கொஞ்சம் பாரேன்!'

நண்பர் பிஸ்டலை மேலும் கீழும் திருப்பிப்பார்த்தார். திறந்து பார்த்தார், 'எல்லாம் சரியாதானே இருக்கு?'

'ஆமா, ஆனா சுடமாட்டேங்குது. ஏன்னு தெரியலை!'

'அப்படியா?' ஆச்சர்யத்துடன் அவர் துப்பாக்கியை மூடினார். ஜன்னலை நோக்கிக் குறிவைத்துச் சுட்டார்.

டுமீல்!

இந்தமுறை துப்பாக்கி சரியாக வெடித்தது. குண்டு ஜன்னலுக்கு வெளியே பாய்ந்து சிதறுவது நன்றாகத் தெரிந்தது.

ராபர்ட் துள்ளிக்குதித்தார். இது என்ன மாயம்? நான் நெற்றியில் வைத்துச் சுட்டபோது இரண்டுமுறை துப்பாக்கி வெடிக்கவில்லை. ஆனால் இப்போது நன்றாக வெடிக்கிறது.

அப்படியானால், துப்பாக்கியில் எந்தக் குறையும் இல்லை. வேறு ஏதோ பிரச்னை. யோசித்தபோது ராபர்டுக்கு ஒரு பெரிய உண்மை புரிந்தது. இது பிரச்னை இல்லை. இறைவன் எனக்குச் சொல்லும் செய்தி. ஏதோ காரணத்தால், நான் சாகக்கூடாது என்று அவர் விரும்புகிறார்.

அப்படியானால், என்ன அர்த்தம்? இப்போது என் வாழ்க்கையின்முன்னே விரிந்து கிடக்கும் தடைகள் ஒவ்வொன்றும் என்னுடைய கழுத்தை நெரித்துக் கொல்லப்பார்ப்பதுபோல் தோன்றலாம். ஆனால் இவை நிரந்தரம் அல்ல. விரைவில் இந்தக் குறைகள் மறைந்துவிடும், அதன்பிறகு எனக்கு ஒரு நல்ல எதிர்காலம் காத்திருக்கிறது. கடவுள் எனக்காகச் சில பெரிய லட்சியங்களை வைத்திருக்கிறார். அவை இப்போது என் கண்ணுக்குத் தெரியாவிட்டாலும்கூட, நான் நம்பிக்கையோடு வாழவேண்டும்.

வெடிக்காத அந்தத் துப்பாக்கி, ராபர்டுக்குப் பல பாடங்களைச் சொல்லித்தந்தது. புதிய தரிசனம் கிடைத்த நிறைவோடு, அவர் தனது தற்கொலை முயற்சியைக் கைவிட்டார். தன்னுடைய வேலையில் முழு கவனம் செலுத்த ஆரம்பித்தார்.

போர் வீரராக, குமாஸ்தாவாகத் தன் வாழ்க்கையைத் தொடங்கிய அந்த ராபர்ட், பின்னர் இந்தியாவின் மிக முக்கியமான நிர்வாகிகளில் ஒருவராக வளர்ந்தார். வியாபாரத்துக்காக நம் நாட்டினுள் நுழைந்த கிழக்கு இந்தியக் கம்பெனி ஒட்டுமொத்த தேசத்தையும் காலனி ஆதிக்கம் செய்கிற நிலைமையை உருவாக்கிய ‘ராபர்ட் க்ளைவ்’தான் அவர்.

தற்கொலை என்பது ஒரு விநாடி விபத்து. மற்ற எல்லா விபத்துகளையும்போல, இதுவும் தவிர்க்கக்கூடியதுதான். அதற்குத் தேவையான பாதுகாப்புக் கவசம், எதிர்காலம்பற்றிய சிந்தனை, கற்பனை, அது தருகிற நம்பிக்கை உணர்வு.

விரக்தியில் மூழ்கியவர்கள்மட்டுமல்ல. நம் எல்லோருக்குமே கற்பனை அவசியம் என்கிறார்கள் மனவியல் நிபுணர்கள். ‘என்னுடைய எதிர்காலம் இப்படியெல்லாம் இருக்கப்போகிறது’ என்கிற அந்தக் கனவுதான், ஐந்தறிவு ஜீவன்களையும் நம்மையும் பிரித்துக்காட்டுகிறது. இன்றைய சூழ்நிலை எப்படி இருந்தாலும், நாளைய பொழுது நன்றாகவே விடியும் என்கிற அந்த நம்பிக்கையை வளர்த்துக்கொள்கிறவர்கள் தற்கொலை போன்ற விபத்துகளில் சிக்கமாட்டார்கள். ’வாழ்ந்து பார்க்கலாம் வா’ என்று தன்னம்பிக்கையோடு முன்னேறுவார்கள்!

87. அடுத்து என்ன?

அந்த வீடு பிரமாதமாக அலங்கரிக்கப்பட்டிருந்தது.

எங்கு பார்த்தாலும் வண்ணத் தோரணங்கள். ஜிகினா ரிப்பன்கள், பலூன்கள். அத்தனைக்கும் மத்தியில் 'கங்க்ராஜுலேஷன்' என்று கொட்டை எழுத்தில் வாழ்த்து வாசகம்.

இவ்வளவு அலங்காரமும் கொண்டாட்டமும் எதற்காக? யாருக்காக?

'வேறு யார்? என் மகன் மைக்கேலுக்காகதான்' என்றார் டெப்பி. அவருடைய ஒவ்வொரு வார்த்தையிலும் ஒவ்வோர் அசைவிலும் பெருமிதம் நிரம்பிக்கிடந்தது.

மைக்கேல் சாதாரணப் பிள்ளையா? இந்தப் பதினைந்து வயதுக்குள் எத்தனை சாதித்திருக்கிறான்! இதோ, இப்போதுகூட, தேசிய அளவிலான விளையாட்டுப் போட்டிகளில் கலந்துகொண்டு பல சாதனைகளை முறியடித்திருக்கிறான், ஏகப்பட்ட பதக்கங்களை ஜெயித்துத் திரும்பிவருகிறான்.

அவனைக் குஷிப்படுத்துவதற்காகதான், அம்மா டெப்பி இந்த அலங்காரங்களுக்கெல்லாம் ஏற்பாடு செய்திருந்தார். மைக்கேல் இதைப் பார்த்தவுடன் அப்படியே அசந்துபோய் நின்றுவிடவேண்டும் என்பது அவருடைய திட்டம்.

மைக்கேல் சின்னப் பையனாக இருந்தபோது டெப்பியும் அவர் கணவரும் விவாகரத்துப் பெற்றுவிட்டார்கள். அதன்பிறகு அவனுக்கு அம்மா, அப்பா எல்லாமே டெப்பி மட்டும்தான்.

அந்தச் சிறுவயதிலிருந்தே மைக்கேல் கொஞ்சம் விநோதமான சிறுவனாகதான் வளர்ந்தான். அவனால் எதிலும் அதிக நேரம் கவனம் செலுத்தமுடியவில்லை. இங்கே கொஞ்சம், அங்கே கொஞ்சம் என்று ஓடிக்கொண்டிருந்தானேதவிர, எதையும் ஒழுங்காகச் செய்வதில்லை.

தன் மகனின் மனத்தை மாற்றுவதற்காக, அவனுக்கு நீச்சல் கற்றுக்கொடுக்க ஆரம்பித்தார் டெப்பி. ஆனால் மைக்கேல் அதிலும் முழு கவனத்தைத் திருப்பமுடியாமல் தவித்தான்.

இந்த நேரத்தில்தான், மைக்கேலுக்கு ஒரு பிரமாதமான பயிற்சியாளர், வழிகாட்டி கிடைத்தார். அவர் பெயர் பாப் பௌமன்.

முதன்முதலாக பாபைச் சந்தித்தபோது மைக்கேலுக்கு வயது பதினொன்றுதான். ஆனால் அவனைப் பார்த்தவுடனேயே, 'இவன் பெரிய நீச்சல் வீரனாக வருவான்' என்று அடித்துச் சொல்லிவிட்டார் அவர்.

டெப்பிக்கு ஆச்சர்யம். மற்ற ஆசிரியர்களெல்லாம் 'இவன் எதுக்கும் உருப்படமாட்டான்' என்று திட்டும்போது, இவர்மட்டும் வித்தியாசமாகச் சொல்கிறாரே என்கிற சந்தேகத்துடன் சந்தோஷப்பட்டார்.

ஆனால் பாப் பௌமன் மைக்கேலைப்பற்றிச் சொன்ன வார்த்தைகள் ஒன்றுகூடப் பொய்யாகவில்லை. அவருடைய தீவிரப் பயிற்சியின்கீழ் மைக்கேல் பிரமாதமாகக் கலக்க ஆரம்பித்தான்.

ஆரம்பத்தில் சும்மா பொழுதுபோக்கு, உடற்பயிற்சியாக நீச்சல் அடித்துக்கொண்டிருந்த மைக்கேலை பாப் பௌமன் சில போட்டிகளுக்கு அனுப்பிவைத்தார். அவ்வப்போது ஒன்றிரண்டு வெற்றிகளும் கிடைத்தன.

ஆனால், இதெல்லாம் பாபுக்குப் போதவில்லை, 'எப்பவாச்சும் ஜெயிச்சா நீ எப்படி சாம்பியன் ஆகமுடியும்?' என்று மைக்கேலைத் தூண்டிவிட்டார், 'எங்கே எந்தப் போட்டின்னாலும் நீதான் ஜெயிக்கணும், நீ ஒரு போட்டியில கலந்துக்கப்போறேன்னு தெரிஞ்சாலே மத்தவங்க பயந்து நடுங்கணும். புரிஞ்சதா?'

மைக்கேல் தலையசைத்தான். நாளுக்கு நாள் அவனுடைய வேகமும் உடல்திறனும் மெருகேறிக்கொண்டிருந்தது. பல வெற்றிகளும் அவனைத் தேடி வந்தன. அந்தச் சின்ன வயதிலேயே அமெரிக்க மீடியாவுக்குத் தெரிந்த இளம் சாதனையாளனாகி விட்டான்.

இந்த நேரத்தில்தான், வாஷிங்டனில் தேசிய விளையாட்டுப் போட்டிகள் நடைபெற்றன. அதில் நீச்சல் பிரிவில் பல சாதனைகளை நிகழ்த்திப் பதக்கங்களை வென்றான் மைக்கேல்.

வெற்றிகரமாகத் திரும்பிவரும் மகனை வரவேற்பதற்காக, டெப்பி வீடுமுழுவதையும் அலங்கரித்துவைத்திருந்தார். அவனை அன்பாக உச்சிமுகர்ந்து முத்தமிடும் விநாடிக்காக ஆவலுடன் காத்திருந்தார்.

சிறிது நேரம் கழித்து, மைக்கேலும் அவனுடைய குருநாதர் பாப் பௌமனும் வந்தார்கள். வீட்டின் அலங்காரங்கள், 'கங்க்ராஜுலேஷன்' வாழ்த்து வாசகம் போன்றவற்றைப் பார்த்து வியப்போடு வாய் பிளந்து நின்றான் மைக்கேல்.

ஆனால், பக்கத்திலிருந்த பாப் இதையெல்லாம் ரசிக்கவில்லை. லேசாக முகம் சுளித்தார்.

'என்னாச்சு மிஸ்டர் பௌமன்? எதுனா பிரச்னையா?' டெப்பி அப்பாவியாகக் கேட்டார்.

'இந்த அலங்காரமெல்லாம் யார் செஞ்சாங்க?'

'நான்தான். ஏன் கேட்கறீங்க?'

'எதுக்கு இந்த அநாவசிய ஆர்ப்பாட்டம்? முதல்ல இதையெல்லாம் நீக்கிடுங்க' அழுத்தமான குரலில் சொன்னார் பாப் பௌமன்.

'ஏன் சார்? என் மகன் எவ்ளோ பெரிய சாதனையெல்லாம் செஞ்சிருக்கான்! நாங்க அவனைப் பாராட்டிக் கொண்டாடக் கூடாதா?'

'கூடாது' என்றார் பாப், 'நான் உங்களுக்குப் பலதடவை சொல்லியிருக்கேன். மைக்கேல் மிகப் பெரிய திறமைசாலி. அவனோட தகுதிக்கு இதெல்லாம் ரொம்பச் சாதாரணமான வெற்றி. நாளைக்கு அவன் இன்னும் பெரிசாச் சாதிக்கப்போறான். உலகமே அவன் பேரைச் சொல்லி பிரம்மிக்கப்போகுது!'

'அதனால?'

'இப்ப இந்தமாதிரி சின்னச் சின்ன வெற்றிகளைக் கொண்டாடச் சொல்லிக்கொடுத்தீங்கன்னா, அவன் மனசில நான் ஒரு பெரிய ஆள்-ங்கற எண்ணம்மட்டும்தான் நிக்கும். விளையாட்டில கவனம் போயிடும், அதான் ஏற்கெனவே சாதிச்சுட்டமே-ங்கற நினைப்பில, இன்னும் சாதிக்கவேண்டியது நிறைய இருக்கு-ங்கற துடிப்பு மறைஞ்சிடும். புரியுதா?'

டெப்பிக்குப் புரிந்ததோ இல்லையோ, பதினைந்து வயதுச் சிறுவன் மைக்கேலுக்குப் புரிந்துவிட்டது, 'என்னுடைய பயணம் பெரியது. அதில் இதுமாதிரி சிறிய வெற்றிகளைக் கொண்டாடிக்கொண்டு மகிழ்ந்து உட்கார்ந்துவிட்டால், என் லட்சிய இலக்கை எட்டாமலே போய்விடுவேன்!'

அதன்பிறகு, அவன் தன்னுடைய உடல்திறனை வளர்த்துக் கொள்வது, நீச்சல் உத்திகளை மேம்படுத்துவதில் முழு கவனம் செலுத்த ஆரம்பித்தான். சனி, ஞாயிறுகளில்கூட ரெஸ்ட் எடுக்காமல் தீவிரப் பயிற்சிகள் தொடர்ந்தன. தினந்தோறும் போட்டிகளில் கலந்துகொண்டு நிறைய ஜெயித்தாலும், அதைக் கொண்டாடவேண்டும் என்கிற நினைப்பு தோன்றவில்லை. இன்னும் செய்யவேண்டியது நிறைய இருக்கிறது என்கிற எண்ணம்மட்டுமே அவனைத் தொடர்ந்து முன்னோக்கி நகர்த்திக்கொண்டிருந்தது.

பாப் பௌமன் சொன்னதுபோலவே, அந்த மைக்கேல் நீச்சல் விளையாட்டின் உச்சத்தைத் தொட்டுவிட்டார். 2008ம் வருடம்

பீஜிங் நகரில் நடைபெற்ற ஒலிம்பிக் போட்டிகளில் எட்டு தங்கப் பதக்கங்களை வென்று சாதனை படைத்த மைக்கேல் ஃபெல்ப்ஸ்தான் அவர்!

ஒலிம்பிக்ஸில் பல நாடுகள் ஒற்றைப் பதக்கமாவது கிடைக்காதா என்று ஏங்கிக்கொண்டிருக்கும்போது, ஃபெல்ப்ஸ் என்கிற தனி நபர் ஒரே நேரத்தில் எட்டு பதக்கங்களைத் தட்டிச்செல்லமுடிகிறது என்றால், அந்த வெற்றிக்குப் பின்னால் இருக்கும் உழைப்பு சாதாரணமானது அல்ல.

ஆனால் இப்போதும், மைக்கேல் ஃபெல்ப்ஸ் திருப்தியடைந்து உட்கார்ந்துவிடமாட்டார். அடுத்து என்ன சாதிக்கவேண்டும் என்கிற எண்ணம்மட்டுமே அவர் மனத்தை ஆக்கிரமித்திருக்கும்.

நீங்கள் எப்படி?

௪௪. சிறையில் சில நிமிடங்கள்!

சிறுவன் ஆல்ஃப்ரெட் பந்தை வீசினான். அது எதிர்ச் சுவரைத் தொட்டு வேகமாகத் திரும்பி வந்தது. ஆல்ஃப்ரெட் விரைவாகப் பாய்ந்து அதைப் பிடிக்க முயன்றான்.

பந்து அவன் கைகளில் அகப்படவில்லை. எப்படியோ நழுவிப் பின்னாலிருந்த மேஜையின்மீது பலமாக மோதியது.

அடுத்த விநாடி, அந்த மேஜைமேல் வைக்கப்பட்டிருந்த பூ ஜாடி மெல்ல ஆடியது. கண்ணிமைக்கும் நேரத்துக்குள் படாரென்று கீழே விழுந்து சிதறியது.

ஆல்ஃப்ரெட் அதிர்ந்துபோனான். பயத்தில் அவன் உடல் நடுங்க ஆரம்பித்துவிட்டது, 'அப்பா இந்தச் சத்தத்தைக் கேட்டிருப்பாரா?'

அவனுடைய தந்தை பெரிய கோபக்காரர். பிள்ளைகள் ஏதாவது சின்னத் தப்புச் செய்தால்கூட அடி பின்னிவிடுவார்.

இந்தப் பூ ஜாடி என்ன விலையோ தெரியாது. போன நூற்றாண்டில் வாங்கப்பட்ட அபூர்வமான கலைப்பொருளாகக்கூட இருக்கலாம். இது உடைந்துபோய்விட்டது என்கிற தகவல் அப்பாவுக்குத் தெரிந்தால் அவ்வளவுதான். நான் காலி!

ஆல்ஃப்ரெட் பயத்தில் நடுங்கிக்கொண்டிருக்கும்போதே, உள்ளேயிருந்து அப்பாவின் கர்ஜனைக் குரல் கேட்டது, 'என்னடா அங்கே சத்தம்?'

'ஒ-ஒ-ஒண்ணுமில்லப்பா!'

அவன் குரலில் தெரிந்த பதற்றமே ஆல்ஃப்ரெடைக் காட்டிக்கொடுத்துவிட்டது, 'என்னடா மழுப்பறே? ஏதோ குறும்பு பண்ணியிருக்கே, உண்மையைச் சொல்லு' என்று உறுமியபடி எழுந்து வந்தார் அப்பா.

அவருடைய காலடிச் சத்தத்தைக் கேட்டவுடன், ஆல்ஃப்ரெடுக்கு அழுகை முட்டிக்கொண்டு வந்தது. 'அவ்ளோதான், நல்லா மாட்டிக்கிட்டேன், இனிமே எந்தப் பக்கம் ஓடினாலும் தப்பிக்கமுடியாது!'

அப்பா கதவைத் திறந்துகொண்டு வெளியே வந்தார். நடுங்கியபடி நிற்கும் ஆல்ஃப்ரெடையும், மேஜைக்குக் கீழே உடைந்து கிடக்கும் பூ ஜாடியையும் முறைத்துப் பார்த்தார்.

ஆல்ஃப்ரெட் அடி வாங்கத் தயாராகிவிட்டான். தலையா, கன்னமா, முதுகா, காலா? எங்கே அடித்தாலும் வாங்கிக்கொள்ளவேண்டியதுதான், வேறு வழியில்லை!

ஆனால், அப்பா அவனை அடிக்கவில்லை. அமைதியாக மீண்டும் உள்ளறைக்குச் சென்றுவிட்டார்.

ஆல்ஃப்ரெடுக்கு ஆச்சர்யம் தாங்கவில்லை, 'அப்பா என்னை அடிக்கப்போவதில்லையா? நிஜமாகவா? இன்றைக்கு என் அதிர்ஷ்ட தினமோ? கடவுளே, உனக்கு நன்றி!'

மறுவிநாடி, மீண்டும் பயம் அவனைத் தொற்றிக்கொண்டது, 'இவ்ளோ பெரிய பூ ஜாடியை உடைச்சிருக்கேன், அப்பா என்னை அடிக்காம விடுவாரா? பெரிய பிரம்பா எடுத்துகிட்டு வர்றதுக்காகதான் உள்ளே போயிருக்கார்ன்னு நினைக்கறேன்!'

சில நிமிடங்கள் கழித்து அப்பா வெளியே வந்தார். அவர் கையில் பிரம்பு இல்லை, ஒரு காகிதம், 'ஆல்ஃப்ரெட், உனக்கு ஒரு சின்ன வேலை. செய்வியா?'

‘சொ-சொ-சொல்லுங்கப்பா’ என்றான் ஆல்ஃப்ரெட். அப்போதைக்கு அப்பாவின் அடி, உதையிலிருந்து தப்பிப்பதற்காக அவன் எதையும் செய்யத் தயாராக இருந்தான்.

‘உனக்கு நம்ம ஏரியா போலிஸ் ஸ்டேஷன் தெரியுமா?’

‘ஓ, நல்லாத் தெரியுமே!’ உற்சாகமாகச் சொன்னான் ஆல்ஃப்ரெட். அவர்கள் வசிக்கும் தெருவுக்குப் பக்கத்திலேயே ஒரு காவல் நிலையம் இருந்தது. விளையாடுவதற்காக வெளியே செல்கிறபோது அவன் அதைப் பலமுறை பார்த்திருக்கிறான்.

‘அந்த போலிஸ் ஸ்டேஷன்ல என் ஃப்ரெண்ட் ஒருத்தர் வேலை பார்க்கறார்’ என்றார் அப்பா, ‘அவருக்கு நான் ஒரு லெட்டர் எழுதியிருக்கேன், இதை அவர்கிட்ட கொடுத்துட்டு வர்றியா?’

‘ஓகே-ப்பா’ என்று அவர் கொடுத்த கடிதத்தை வாங்கிக் கொண்டான் ஆல்ஃப்ரெட். மறுவிநாடி, சிட்டுப்போல் பறந்துவிட்டான்.

இன்னும் அவனால் தன்னுடைய அதிர்ஷ்டத்தை நம்பமுடியவில்லை, ‘எப்படியோ, நான் பூ ஜாடியை உடைச்சதை அப்பா மறந்துட்டார், ஹையா ஜாலி ஜாலி!’

காவல் நிலையத்தின் வாசலில் ஆல்ஃப்ரெட் கொஞ்சம் தயங்கினான். பிறகு தைரியமாக உள்ளே நுழைந்தான். அங்கிருந்த காவலரை நெருங்கினான், ‘எங்கப்பா இந்த லெட்டரை உங்ககிட்ட கொடுக்கச்சொன்னார்.’

அந்தக் காவலருக்குக் குழப்பம். கடிதத்தை வாங்கிப் படித்தார்:

‘மதிப்பிற்குரிய காவல்துறை அதிகாரி அவர்களுக்கு, வணக்கம்.

இந்தக் கடிதத்தைக் கொண்டுவருகிற பையன் என்னுடைய மகன். நிறைய குறும்பு, அடாவடி, எந்நேரமும் வம்பு, வழக்கு. தினந்தோறும் இவனை அடித்து அடித்து என் கைதான் வலிக்கிறது, இவன் திருந்துகிற வழியைக் காணோம்.

ஆகவே, இவனுக்குப் புத்தி வருவதற்காக நீங்கள் ஒரு சின்ன உதவி செய்யவேண்டும். இவனை ஐந்து நிமிடங்கள் உங்களுடைய

ஜெயிலில் அடைத்துவையுங்கள். அப்புறம் நல்ல புத்தி சொல்லி விடுவித்துவிடுங்கள். அதன்பிறகு, அந்தப் பயத்திலேயே அவன் தப்புச் செய்யமாட்டான் என்று நம்புகிறேன். நன்றி.'

போலிஸ்காரர் சிரித்துக்கொண்டார், 'நல்ல அப்பா, நல்ல பையன், நமக்குன்னு வந்து வாய்க்கிறானுங்க பாரு!'

பெருமூச்சுடன் அவர் ஆல்ஃப்ரெடைப் பார்த்தார், 'தம்பி, ஒரு நிமிஷம் என்னோட வா!'

ஆல்ஃப்ரெட் விஷயம் புரியாமல் அவரோடு நடந்தான். அவனை லாக்-அப்பினுள் தள்ளிக் கதவைச் சாத்தினார் அவர்.

அவ்வளவுதான், ஆல்ஃப்ரெடுக்குச் சப்தநாடியும் ஒடுங்கிவிட்டது. அப்பா ஏன் தன்னைப் போலிஸ் ஸ்டேஷனுக்கு அனுப்பினார் என்று இப்போதுதான் அவனுக்குப் புரிந்தது.

அந்தச் சிறிய அறையின் இருட்டு அவனை இன்னும் பயமுறுத்தியது. வாழ்நாள்முழுக்க இங்கேயே முடங்கிக் கிடக்கவேண்டியதுதான் என்று நினைத்துப் பயந்துவிட்டான்.

நல்லவேளையாக, அப்படி எதுவும் நடக்கவில்லை. சில நிமிடங்கள் கழித்து அதே போலிஸ்காரர் ஜெயில் கதவைத் திறந்து அவனை விடுதலை செய்துவிட்டார், 'இனிமே குறும்பு பண்ணாதே தம்பி, அடுத்தவாட்டி ஏதாவது தப்புச் செஞ்சேன்னா, மறுபடி இங்கேதான் வரணும், புரிஞ்சதா?'

ஆல்ஃப்ரெட் பதில் சொல்லவில்லை. நடுக்கத்தோடு வீடு நோக்கி நடந்தான்.

பாவம், ஐந்து வயதுச் சிறுவனுக்கு இப்படி ஒரு கொடூரமான தண்டனையைக் கொடுக்கிறோமே என்று அவனுடைய அப்பாவும் நினைக்கவில்லை, அந்தப் போலிஸ்காரரும் யோசிக்கவில்லை. ஆல்ஃப்ரெடின் மனத்தில் அந்தச் சம்பவம் அழுந்தப் பதிந்துவிட்டது. வாழ்நாள்முழுவதும் காவல்துறையின் மீது பயம் கொண்ட ஒரு மனிதராகவே அவர் வளர்ந்தார்.

ஆனால் அந்த பயத்தை அவர் வீணடிக்கவில்லை. அதையே ஒரு முதலீடாகக் கொண்டு, திகிலூட்டும் அற்புதமான பல

திரைப்படங்களை எடுத்து உலகப் புகழ் பெற்றார். இன்றைக்கும் ஆல்ஃப்ரெட் ஹிட்ச்காக் படங்கள் என்றால் சிறியவர்கள் தொடங்கிப் பெரியவர்கள்வரை எல்லோரும் அதிபயங்கர நடுக்கத்தோடுதான் பார்க்கிறார்கள்.

குழந்தைகளின் குறும்புகளுக்குக் கண்டிப்பும் சிறு தண்டனைகளும் தேவைதான். ஆனால் அதுவே அளவு மீறிவிட்டால் அவர்கள் வாழ்க்கையே கடுமையாகப் பாதிக்கப்பட்டுவிடக்கூடும். எல்லோரும் ஹிட்ச்காக்போலப் பயத்தையும்கூடப் பாஸிட்டிவ் அம்சமாகப் பயன்படுத்திக்கொள்ளமுடியாது, சில குழந்தைகள் அப்படியே நிரந்தரமாக முடங்கிவிடுகிற ஆபத்து இருக்கிறது. பெற்றோர்கள் ஜாக்கிரதை!

89. படிக்கிற வயசு

‘அம்மா, அம்மா’ பரபரப்பாகக் கூவியபடி உள்ளே வந்தான் லட்சுமிநாராயண், ‘அப்பா எங்கேம்மா?’

அவனுடைய தாய் லட்சுமியை விநோதமாகப் பார்த்தார், ‘என்னடா தெரியாதமாதிரி கேட்கறே? நேத்துதானே உங்கப்பா ஏதோ அவசர வேலைன்னு வெளியூர் புறப்பட்டுப் போனார்?’

சட்டென்று லட்சுமியின் முகம் வாடிவிட்டது. சோகமாக நாற்காலியில் விழுந்தான்.

‘என்னாச்சுடா? எதுக்கு அப்பாவைத் தேடறே?’ அவனுடைய தலைமுடியைக் கோதியபடி ஆறுதல் சொல்ல முயன்றார் அம்மா, ‘உங்கப்பா ஆஃபீஸ் விஷயமா டூர் போறது புதுசா என்ன? வருஷம்முழுக்க ஏதாவது ஒரு காரணம் சொல்லி ஊர் சுத்திகிட்டுதான் இருக்கார். எல்லாம் உங்களுக்காகதானே?’

லட்சுமி தன்னுடைய புத்தகப் பையைத் திறந்தான். மதிப்பெண் அட்டையை எடுத்து நீட்டினான்.

அதைப் பார்த்த அவன் தாய் முகம் மலர்ந்தார். காரணம், லட்சுமி எல்லாப் பாடங்களிலும் வகுப்பில் முதல் மதிப்பெண் வாங்கியிருந்தான்.

'சமர்த்து' என்று அவன் தோளில் தட்டிக்கொடுத்தார் அம்மா, 'உனக்கு என்ன வேணும் சொல்லு? ரசகுல்லா செய்யட்டுமா?'

'ம்ஹூம், வேணாம்' என்று தலையாட்டினான் அவன், 'நான் உடனடியா அப்பாகிட்ட பேசணும், இந்த விஷயத்தைச் சொல்லணும்!'

'அப்படியா? கொஞ்சம் பொறு, அப்பா ஒரு ஃபோன் நம்பர் கொடுத்திருக்கார், நீயே அவரைக் கூப்பிட்டுப் பேசலாம், சரியா?'

'அச்சச்சோ' லட்சுமி பதறினான், 'எனக்குப் பயமா இருக்கும்மா!'

'என்னடா பயம்? நம்ம அப்பாதானே, உன்னை என்ன கடிச்சுத் தின்னுடவா போறார்?'

அம்மா எவ்வளவுதான் சமாதானம் சொன்னபோதும், லட்சுமிநாராயண் ஒப்புக்கொள்ளவில்லை. தந்தை முக்கியமான பிஸினஸ் பயணத்தில் இருக்கும்போது இப்படிக் குறுக்கிட்டுப் பேசினால் அவர் கோபப்படுவாரோ என்று எண்ணி பயந்தான்.

ஆனால், தான் வகுப்பில் முதல் மாணவனாகத் தேறியிருக்கிற விஷயத்தை ஏதோ ஒருவழியில் அப்பாவுக்குத் தெரியப்படுத்த வேண்டும். எப்படி?

யோசித்தபோது அவனுக்கு ஒரு நல்ல யோசனை தோன்றியது. பேசாமல், அப்பா தங்கியிருக்கும் முகவரிக்கு ஒரு தந்தி அனுப்பிவிட்டால் என்ன? வேலை நேரத்தில் அவரைத் தொந்தரவு செய்யவேண்டியதில்லை, அவர் ஓய்வாக இருக்கும்போது தந்தியைப் பிரித்துப் படித்துக்கொள்ளலாம்!

உடனடியாக, லட்சுமிநாராயண் தந்தி அலுவலகத்துக்குச் சென்றான். அவனுடைய அப்பா மோகன்லால் தங்கியிருந்த முகவரிக்கு ஒரு தந்தி அனுப்பினான்.

அதன்பிறகும், அவனுக்குப் பயம் தீரவில்லை. அப்பா என்ன சொல்வாரோ என்று நினைத்து நடுங்கிக்கொண்டேதான் இருந்தான். சில நாள் கழித்து, மோகன்லால் தன்னுடைய பிஸினஸ் பயணத்திலிருந்து திரும்பிவந்தார். மகன் லட்சுமிநாராயணை அழைத்தார்.

பயந்தபடி வந்து நின்றான் லட்சுமி. ஆனால், அப்பா முகத்தில் பெருமிதமான புன்னகை. ‘உன்னோட தந்தியைப் படிச்சேன்’ என்று தட்டிக்கொடுத்தவர், ‘வெரி குட்’ சொல்லி ஒரு விலை உயர்ந்த பேனாவைப் பரிசாகக் கொடுத்தார்.

லட்சுமி வானத்தில் மிதப்பதுபோல் உணர்ந்தான். அப்பாவிடமே பாராட்டு வாங்கிவிட்ட சந்தோஷம்.

அவன் அப்பாவுக்கு, வேறுவிதமான சந்தோஷம். மிகச் சிறிய வயதிலிருந்தே, பிஸினஸ்துறையில் பெரிய ஆளாக வரவேண்டும் என்று அவருக்கு ஆசை. ஆனால் அதற்குச் சரியான சமயமும் சூழ்நிலையும் அமையவில்லை. ஏதோ கிடைத்த வாய்ப்புகளைப் பயன்படுத்திக் கையை ஊன்றிக் கரணம் போட்டுக்கொண்டிருந்தார்.

இப்போது, தன் மகன் நன்றாகப் படிக்கிறான் என்றவுடன் மோகன்லாலுக்குள் புதுப்புது கற்பனைகள், திட்டங்கள் விரிய ஆரம்பித்தன. தொழில்துறையில் தன்னால் நிறைவேற்றமுடியாத விஷயங்களைத் தன் மகன் சாதிப்பான் என்று கனவு காண ஆரம்பித்தார்.

அதுவரை சற்றே பயம் கலந்த மரியாதையுடன் அப்பாவிடமிருந்து விலகிப் பழகிக்கொண்டிருந்த லட்சுமிநாராயண், இந்தச் சம்பவத்துக்குப்பிறகு அவரோடு மிகவும் நெருக்கமாகிவிட்டான். மோகன்லாலும் ‘லட்சுமி சின்னப் பையன்தானே’ என்று நினைக்காமல் அவனோடு சரிசமமாகப் பேசத் தொடங்கினார்.

அதன்பிறகு, தந்தைக்கும் மகனுக்கும் இடையே தினசரி விவாதங்கள்தான். நாட்டின் நிலைமை, பிஸினஸ் சூழல், அதில் வரவேண்டிய மாற்றங்கள், அதற்கு ஏற்ப நம்மை மாற்றிக்கொள்வது எப்படி என்றெல்லாம் மகனுக்கு அக்கறையாக எடுத்துச் சொன்னார் மோகன்லால். அவனுடைய யோசனைகள், புதுமையான சிந்தனைகளையும் ஆர்வத்தோடு கேட்டுக்கொண்டார்.

வெறுமனே பேசினால் போதுமா? லட்சுமிக்குத் தொழில்துறையில் அனுபவம் வேண்டாமா?

லட்சுமி அப்போது கல்லூரியில் படித்துக்கொண்டிருந்தான். 'அங்கே எப்பவாச்சும் ஓய்வு நேரம் கிடைச்சுதுன்னா நீ ஒரு நிமிஷத்தைக்கூட வீணடிக்காதே. உடனடியாப் புறப்பட்டு நம்ம மில்லுக்கு வந்துடு, நிறைய விஷயங்களைப் ப்ராக்டிகலா கத்துக்கலாம்' என்றார் மோகன்லால்.

உடனடியாக, தன்னுடைய தந்தையின் ஆலையில் பகுதிநேர ஊழியராகச் சேர்ந்துகொண்டான் லட்சுமி. தினந்தோறும் கல்லூரிக்குப் போய்த் திரும்பியபிறகு குறைந்தபட்சம் இரண்டு மணி நேரமாவது அவன் வேலை செய்யவேண்டியிருந்தது.

இதைப்பார்த்த அவன் தாய்க்குக் கவலை, 'பாவம், படிக்கிற வயசில பையனை அநியாயமா வேலை வாங்காதீங்க' என்று தன் கணவரிடம் கேட்டுக்கொண்டார்.

'நீ சும்மா இரு, அவன் இப்பக் கொஞ்சம் கஷ்டப்பட்டாதான் பின்னாடி தொழில் நல்லாக் கைவரும்' என்றார் மோகன்லால், 'லட்சுமி, நீ டெய்லி ஒழுங்கா மில்லுக்கு வரணும், வேலையைக் கத்துக்கணும், இல்லாட்டி உனக்கு தண்டனை கிடையாது, எனக்குதான்!'

'என்னப்பா சொல்றீங்க?'

'என்னிக்காவது நீ மில்லுக்கு வரலைன்னா, நான் அன்னிக்குச் சாப்பிடவேமாட்டேன்!'

இப்படி மிரட்டவேண்டிய அவசியமே இல்லாதபடி, லட்சுமி நாராயண் தினந்தோறும் தன்னுடைய தந்தையின் ஆலைக்குச் சென்று பல வேலைகளைக் கற்றுக்கொண்டான். அடுத்த சில வருடங்களுக்கு அவனுடைய கவனம் வேறு எதிலும் செல்லவில்லை.

கல்லூரிப் படிப்பு முடிந்தவுடன், லட்சுமி தன்னுடைய தந்தையின் நிறுவனத்திலேயே வேலைக்குச் சேர்ந்துகொண்டார். அவருடைய இரும்பு ஆலைத் தொழிலில் உதவியாகப் பணிபுரிய ஆரம்பித்து, பின்னர் தனக்கென்று ஒரு சர்வதேச சாம்ராஜ்யத்தைக் கட்டமைத்துக்கொண்டார்.

இன்றைக்கு, லட்சுமி மிட்டல் உலகின் மிகப் பெரிய பணக்காரர்களில் ஒருவர். அசுர உழைப்பு, தெள்ளத்தெளிவான முடிவெடுத்தல் ஆகியவற்றுக்காக நன்கு அறியப்பட்டிருக்கும் அவருடைய திறமைகள், மிக இளம் வயதில் விதை போடப்பட்டவை. அவரது தந்தையின் பிடிவாதத்தாலும் இவரது ஆர்வத்தாலும் உரமேற்றப்பட்டவை.

'படிக்கிற வயசு' என்பது, வெறுமனே பாடப் புத்தகங்களைமட்டும் குறிப்பிடுவது அல்ல. வாழ்க்கையை, நாம் ஈடுபட விரும்பும் துறையை, நம்மைச் சுற்றியுள்ள உலகத்தை, மனிதர்களைப் படித்துக்கொள்ள எத்தனையோ இருக்கிறது. கண்களை, மனத்தைத் திறந்துவைத்தால் போதும், பூமியே ஒரு பெரிய கல்விக்கூடம்தான்!

௯0. நடுவில் ஒரு சுவர்

'ப்ரொஃபஸர்!'

சத்தம் கேட்டுத் தலையைமட்டும் நிமிர்த்திப் பார்த்தார் பேராசிரியர் காட்ஃப்ரே ஹெரால்ட் ஹார்டி, 'என்ன விஷயம்?'

'லெட்டர்ஸ்' என்றார் பணியாளர். ஏழெட்டுக் கடிதங்களை அவர் முன்னே நீட்டினார்.

'அப்படி ஓரமா வெச்சுட்டுப் போங்க' ஆர்வமில்லாமல் சொன்னார் ஹார்டி, மீண்டும் தன்னுடைய வேலைக்குத் திரும்பிவிட்டார்.

அவர் எப்போதுமே இப்படிதான். எந்நேரமும் ஏதாவது ஒரு கஷ்டமான கணக்கில் மூழ்கி உட்கார்ந்திருப்பார். அதற்குச் சரியான விடை கிடைக்கும்வரை விடமாட்டார். சாப்பாடு, தூக்கம் எதைப்பற்றியும் கவலைப்படாமல் நெடுநேரம் அப்படியே தவம் கிடப்பார்.

பேராசிரியர் ஹார்டிக்குக் கணிதத்தின்மீது அப்படி ஒரு காதல். அவரைப்போலவே புதிய விஷயங்களைச் சிந்திக்கக்கூடிய, சிக்கல்களை விடுவிக்கக்கூடிய புத்திசாலிகளைத் தேடிச் சென்று

சந்திப்பார், அவர்களுடன் தன்னுடைய சிந்தனைகளைப் பகிர்ந்துகொள்வார், மணிக்கணக்காக விவாதங்கள் செய்வார்.

அந்தக் காலத்தில் நல்ல திறமைசாலிக் கணிதமேதைகள் எங்கே இருந்தாலும் சரி, அவர்களை அடையாளம் கண்டு வெளிக்கொண்டுவருவதில் ஹார்டி முக்கியப் பங்காற்றினார். அவருடைய உதவியால் பல இளைஞர்கள் தங்களது கண்டுபிடிப்புகளைப் பேச்சுகளாக, ஆய்வுக் கட்டுரைகளாக, புத்தகங்களாக வெளியிட்டுப் பிரபலமாகியிருந்தார்கள்.

அன்றைக்கு, ஹார்டி ஒரு சுவாரஸ்யமான கணக்குப் புதிரை விடுவிக்க முயற்சி செய்துகொண்டிருந்தார். ஆனால் வெகுநேரம் போராடியும்கூட, அவருக்குச் சரியான பதில் கிடைக்கவில்லை.

வெறுத்துப்போன ஹார்டி, பக்கத்திலிருந்த கடிதங்களின் பக்கம் கவனத்தைத் திருப்பினார். ஒரு மனமாற்றமாக இருக்கட்டுமே என்று அவற்றை ஒவ்வொன்றாகப் பிரித்துப் படிக்க ஆரம்பித்தார்.

முதல் கடிதம், ஒரு விழாவுக்கான அழைப்பிதழ். அடுத்த கடிதத்தில் யாரோ அவரை விவாதத்துக்குக் கூப்பிட்டிருந்தார்கள், அப்புறம் கணித இதழ்கள் இரண்டு, துண்டுப் பிரசுரம் ஒன்று, இன்னும் ஏதேதோ விளம்பரக் காகிதங்கள்.

கடைசியாக, ஒரு கனமான கடிதம். அது என்னவாக இருக்கும் என்று யோசித்தபடி பிரித்தார் ஹார்டி.

அந்தக் கடிதத்தை எழுதியிருந்தவர் இந்தியாவைச் சேர்ந்த ஓர் இளைஞர். அவருடைய வித்தியாசமான சில கணக்குகளையும் இணைத்து அனுப்பியிருந்தார்.

ஹார்டிக்கு அதையெல்லாம் நிதானமாகப் படித்துப் பார்க்க நேரம் இல்லை, ‘யாரோ ஆர்வக்கோளாறில பக்கம்பக்கமா எழுதித் தள்ளியிருக்காங்க’ என்று நினைத்தபடி அந்தக் கடிதத்தை ஓரமாக எடுத்துவைத்தார். மறுபடி தன்னுடைய கணிதப் புதிருக்குத் திரும்பிவிட்டார். அதேசமயம், அந்தக் கடிதம் அவருடைய மனத்தின் ஒரு மூலையில் உறுத்திக்கொண்டே

இருந்தது, 'யார் அந்த இந்திய இளைஞர்? நிஜமாகவே கணிதத்தில் திறமைசாலியாக இருப்பாரோ?'

பேராசிரியர் ஹார்டி மிகப் பிரபலமான கணிதமேதை என்பதால், உலகம்முழுவதிலும் இருந்து அவருக்குப் பலவிதமான கடிதங்கள் வரும். இந்தத் துறையில் பெரிய ஆளாக வரவேண்டும் என்று நினைக்கிற எல்லோரும் அவருக்குத் தங்களுடைய புதிய கண்டுபிடிப்புகளை அனுப்புவார்கள்.

ஆனால் ஒரே பிரச்னை, இப்படி எழுதுகிறவர்களில் பாதிக்கு மேல் அரைக் கிறுக்குகள், முழுக் கிறுக்குகள். அவர்களுடைய கடிதங்களை முற்றிலுமாகப் படித்து, அதைப்பற்றியெல்லாம் தீவிரமாக யோசித்துக்கொண்டிருந்தால் ஹார்டிக்கும் பைத்தியம் பிடித்துவிடும்!

அதனால்தான், அன்றைக்கு வந்த அந்தக் கடிதத்தைப்பற்றி அவர் பெரிதாக நினைக்கவில்லை. ஆனால் ஒருவேளை அது முக்கியமானதாக இருந்துவிடுமோ என்கிற சந்தேகமும் லேசாக இருந்தது.

சிறிது நேரத்துக்குள், ஹார்டிக்குப் பொறுமை தீர்ந்துவிட்டது. அந்தக் கடிதத்தைத் தூக்கிக்கொண்டு தன்னுடைய நண்பர் ஜான் லிட்டில்வுடைச் சந்திக்கச் சென்றார்.

ஹார்டிபோலவே லிட்டில்வுடும் பெரிய கணிதமேதைதான். அவருக்கும் புதுப்புதுக் கணக்குகள், கண்டுபிடிப்புகளின்மீது பெரிய ஆர்வம்.

ஆகவே, ஹார்டி காண்பித்த அந்தக் கடிதத்தை ஆர்வத்துடன் பிரித்தார் லிட்டில்வுட். அதில் இணைக்கப்பட்டிருந்த கணக்குகளை இருவரும் கவனமாகப் பார்வையிடத் தொடங்கினார்கள்.

ஒன்று, இரண்டு இல்லை, நூறுக்கும் மேற்பட்ட வித்தியாசமான கணக்குகள், சூத்திரங்கள், தீர்வுகள், ஒவ்வொன்றும் சரியா, தவறா என்று புரிந்துகொள்ளக்கூட அவர்களுக்கு நெடுநேரம் ஆனது.

அதேசமயம், அவர்களுக்கு ஒரு விஷயம் தெளிவாகத் தெரிந்துவிட்டது, 'இந்தக் கடிதத்தை எழுதியவர் நிச்சயம் ஒரு மாமேதையாகதான் இருக்கவேண்டும்!'

உடனடியாக, ஹார்டி அவருக்குப் பதில் எழுதினார், 'அன்புள்ள நண்பரே, நீங்கள் அனுப்பிவைத்த கணக்குகளைப் பார்த்தோம், மிக்க மகிழ்ச்சி. நீங்கள் இங்கே இங்கிலாந்துக்கு வந்து உங்களுடைய ஆராய்ச்சியைத் தொடரலாமே!'

ஹார்டி சாதாரணமாக எழுதிவிட்டார். ஆனால், அந்தக் கடிதத்துக்குப் பதில் வந்தபோதுதான் அவருக்கு நிலைமை புரிய ஆரம்பித்தது. இந்தியாவைச் சேர்ந்த அந்தக் கணிதமேதை, கல்லூரிப் படிப்பைக்கூட ஒழுங்காகப் பூர்த்தி செய்யமுடியாமல் குடும்பத்துக்காகச் சம்பாதித்துப் போட்டுக்கொண்டிருக்கிறார். ஒன்றரையணா குமாஸ்தா உத்தியோகம் அவருடைய திறமைகளையெல்லாம் வடிகட்டிக் குடித்துக்கொண்டிருக்கிறது.

துடித்துப்போனார் ஹார்டி. இத்தனை பெரிய கணித நிபுணர், இன்னும் பல புதுமையான விஷயங்களைக் கண்டுபிடிக்கவேண்டிய மாமேதை, இப்படி உப்புமா வேலையில் சிக்கிக்கொண்டு திணறுவது நியாயமில்லையே. எப்படியாவது அவரை இங்கே அழைத்துவரவேண்டும், அவருக்குத் தகுதியான ஓர் அங்கீகாரத்தை வாங்கித்தந்துவிடவேண்டும் என்று முனைந்தார் அவர்.

ஹார்டி கொடுத்த ஊக்கத்தால், அந்த இளைஞர் இங்கிலாந்துக்குப் பயணம் செய்ய முன்வந்தார். தன்னுடைய சொந்தக் குடும்பத்தினரின் தயக்கங்கள், தடைகளையும் மீறி வெளிநாட்டுக்குக் கப்பலேறினார்.

அதன்பிறகுதான், அவருடைய திறமைகள் வெளிச்சத்துக்கு வந்தன. ஹார்டியின் வழிநடத்துதலில் பல அற்புதமான கண்டுபிடிப்புகளை உலகத்துக்குத் தரத் தொடங்கினார் அவர். சர்வதேசக் கணித நிபுணர்களும் அவரது திறமையைக் கண்டு வியந்து நின்றார்கள். அவர் முன்வைத்த பல சிக்கலான கணக்குகளுக்கு இன்றுவரை யாராலும் விடை காணமுடியவில்லை.

அப்போது, பேராசிரியர் ஹார்டியைப் பேட்டி கண்ட ஒருவர் கேட்டார், 'கணிதத் துறைக்கு உங்களுடைய மிகப் பெரிய பங்களிப்பாக எதை நினைக்கிறீர்கள்?'

ஹார்டி சட்டென்று பதில் சொன்னார், 'ராமானுஜத்தைக் கண்டுபிடித்து இந்த உலகிற்கு அறிமுகப்படுத்தினேனே, அது ஒன்று போதாதா?'

கணிதமேதை ராமானுஜம், சர்வதேச அரங்கில் இந்தியாவின் தனிப் பெருமை. அவர் மட்டும் தன்னுடைய திறமை, சிந்தனை, கண்டுபிடிப்புகள்மீது நம்பிக்கை வைத்திருக்காவிட்டால், அவற்றைப்பற்றி ஹார்டிபோன்ற வெளிநாட்டுப் பிரபலங்களுக்கெல்லாம் எழுதிப் பார்க்கலாம் என்று நினைத்திருக்காவிட்டால், அவருடைய வாழ்க்கை ஒரு சாதாரண குமாஸ்தாவாகவே முடிந்திருக்கக்கூடும்.

பல சமயங்களில், திறமைக்கும் வெற்றிக்கும் நடுவில் உள்ளது ஒரு சின்னச் சுவர்தான். அதில் ஏறிக் குதிக்கிறவர்கள் ஜெயிக்கிறார்கள், மற்றவர்கள் கடைசிவரை மதில்மேல் பூனைகளாகவே இருந்துவிடுகிறார்கள்!

௯1. தூரிகைத் தவம்

குளிர்கிறது!

வின்சென்ட் கைகளை மார்புக்குக் குறுக்கே கட்டிக்கொண்டார், சுருண்டுபடுத்தார். அப்போதும் பனிக்காற்று அவரைப் புரட்டிப்போட்டு நடுங்கச்செய்தது.

பொறுக்கமுடியாமல் மெல்ல எழுந்து உட்கார்ந்தார் வின்சென்ட். இந்தக் குளிர்க் கொடுமை எப்போது நிற்கும்? அதுகூடக் கொஞ்சம் பரவாயில்லை. பசிக்கொடுமை?

நேற்று காலைமுதல் அவர் எதையும் ஒழுங்காகச் சாப்பிட்டிருக்க வில்லை. வயிற்றுக்குள் யாரோ கடமுடா என்று வாத்தியம் வாசித்துக்கொண்டிருந்தார்கள்.

வின்சென்ட் தன்னுடைய சிறிய வீட்டில் இருந்த ஒரு சில பாத்திரங்களைத் திறந்துபார்த்தார். எதிலும் ஒரு துண்டு ரொட்டிகூட மீதம் இல்லை.

எப்படி இருக்கும்? நான்தான் எல்லாவற்றையும் ஏழைகளுக்கு அள்ளிக் கொடுத்துவிட்டேனே!

கந்தல் ஆடையில் குளிருக்கு நடுங்கிக்கொண்டு பசியோடு இருந்தாலும்கூட, அந்த விநாடியில் வின்சென்டுக்கு ஒரு பெருமிதம் தோன்றியது. அது திமிர் அல்ல, நான் வாழ்வதில் ஓர் அர்த்தம் இருக்கிறது, அதனால் யாருக்கோ பலன் இருக்கிறது என்கிற உணர்வு.

ஆனால், மற்றவர்கள் அப்படி நினைக்கவில்லை. வின்சென்ட் அநாவசியமாக பந்தா பண்ணுகிறார் என்றார்கள், 'விரலுக்கு ஏத்த வீக்கம் வேணும்ப்பா' என்று அறிவுரை சொல்லிச் சிரித்தார்கள், அவருக்குப் பைத்தியம் பிடித்துவிட்டதாகக்கூடப் பேசிக்கொண்டார்கள்.

வின்சென்ட் அவர்களையெல்லாம் பொருட்படுத்தவில்லை. இனிமேல் தன்னுடைய வாழ்க்கை ஏழைகளுக்குச் சேவை செய்வதற்காகதான் என்று அவர் உறுதியாகத் தீர்மானித்து விட்டார்.

அதனால்தான், படிப்பு, வேலையைப்பற்றியெல்லாம்கூடக் கவலைப்படாமல் அவர் இப்படி ஒரு குடிசை வீட்டில் கிடக்கிறார். நல்ல ஆடைகள், அறுசுவை உணவு, சிநேகிதிகள், காதலிகள், நாடகம், பொழுதுபோக்கு என்று அனுபவிக்கவேண்டிய இளமைப் பருவத்தில், ஏழைகள் மத்தியில்தான் வாழ்வேன் என்று ஒரு வீம்பு.

சேவை செய்வது தப்பில்லை. ஆனால், தனக்கு மிஞ்சி அல்லவோ தானமும் தர்மமும்?

அப்போது வின்சென்டுக்கு வருமானம் என்று எதுவும் கிடையாது. ஒழுங்காகப் படிக்கவில்லை. குடும்பத்தினரின் சிபாரிசு காரணமாகக் கிடைத்த வேலைகளையும் காப்பாற்றிக்கொள்கிற சாமர்த்தியம் இல்லை. உடல் உழைப்பும் பெரிதாகக் கிடையாது. இப்படித் தன்னுடைய சொந்தச் செலவுகளுக்கே வழி இல்லாமல் திணறிக்கொண்டிருக்கிற ஒருவர், மற்றவர்களுக்குச் சேவை செய்வது எப்படிச் சாத்தியம்?

வின்சென்டுக்கு அது புரியவில்லை. 'யார் என்ன சொன்னாலும் சரி, நான் ஏழைகளுடன்தான் வசிப்பேன்' என்கிற வறட்டுப்

பிடிவாதம். பெட்டி படுக்கையைத் தூக்கிக்கொண்டு பெல்ஜியத்திலிருந்த க்யூஸ்மெஸ் என்ற கிராமத்தில் குடியேறினார்.

அப்போது வின்சென்டின் வயது இருபத்தைந்துதான். வாழ்க்கையில் தான் என்னவாகப் போகிறோம் என்பதை அவர் இன்னும் முழுமையாகத் தீர்மானித்திருக்கவில்லை. அந்தந்தக் கணத்தின் உணர்ச்சிகள் அவரை முன்னே, பின்னே, இடதுபக்கம், வலதுபக்கம், மேலே, கீழே என்று சகட்டுமேனிக்குச் சுழற்றியடித்துக்கொண்டிருந்தன. தன் எதிர்காலத்தைப்பற்றித் தெளிவாகச் சிந்திக்கமுடியாமல், ஒரு தீர்மானத்துக்கு வரமுடியாமல் திணறினார்.

குளிர் காற்று லேசாக மட்டுப்பட்டிருந்தது. கதவைத் திறந்துகொண்டு வெளியே வந்தார் வின்சென்ட்.

அங்கே பெல்ஜியத்தின் எழில் அற்புதமாக விரிந்து கிடந்தது. சிறுவயதிலிருந்தே இயற்கைப் பிரியரான வின்சென்ட் அதனைக் கூர்ந்து கவனித்து ரசித்தபடி மெதுவாக நடந்தார்.

அப்போதுதான், அவருக்கு மீண்டும் அந்த ஆசை பிறந்தது, 'இந்தக் காட்சிகளை ஓவியமாகத் தீட்டினால் என்ன?'

வின்சென்ட்க்கு ஓவிய ரசனை உண்டு. ஆனால் வரையத் தெரியாது. அதற்காக முறைப்படி பயிற்சி எதுவும் எடுத்துக்கொள்ளவில்லை. தன்னால் ஓவியம் வரையமுடியும் என்று அவர் சீரியஸாக நினைத்ததுகூடக் கிடையாது.

ஆனால் இப்போது, தன் கண்முன்னால் கொட்டியிருக்கும் எழிலையெல்லாம் தூரிகையில் வரைந்து பதிவு செய்தாகவேண்டும் என்கிற துடிப்பு அவரைச் செலுத்தியது. பசியை மறப்பதற்காவது ஓவியம் வரைவதில் கவனம் செலுத்தலாம் என்று தீர்மானித்தார்.

அப்போதுதான், அவருக்கு ஜுலெஸ் ப்ரெடன் என்ற புகழ் பெற்ற ஃப்ரெஞ்சு ஓவியரின் நினைவு வந்தது. ஃப்ரான்ஸ் நாட்டுக் கிராமப் பகுதிகளை எதார்த்த ஓவியங்களாகத் தீட்டிய ஜுலெஸின் படைப்புகள் எல்லாத் தரப்பு மக்களிடையேயும் நல்ல வரவேற்பைப் பெற்றவை.

வின்சென்ட் ஜுலெஸை நேரில் சந்திக்க விரும்பினார், அவரிடம் ஓவியக் கலைபற்றிப் பல விஷயங்களைக் கேட்டுத் தெரிந்துகொள்ள நினைத்தார்.

ஒரே பிரச்னை, ஜுலெஸின் வீடு எழுபது கிலோமீட்டர்கள் தள்ளியிருந்தது அத்தனை தூரம் பயணம் செய்து திரும்புவதற்கு வின்சென்ட் கையில் காசு இல்லை.

பரவாயில்லை என்று நடை பயணமாகவே கிளம்பிவிட்டார் வின்சென்ட். நெடுநேரம் நடந்தபிறகு, ஜுலெஸின் வீடு இருந்த கிராமத்தை அடைந்தார்.

ஆனால், அவ்வளவு தூரம் சென்றபிறகு, வின்சென்ட்க்குக் கூச்சம் தொற்றிக்கொண்டது. ஜுலெஸின் வீட்டுக் கதவைத் தட்டமுடியாமல் மிகவும் தயங்கினார் அவர்.

கடைசிவரை, அவருக்கு அந்தத் தைரியம் வரவில்லை. ஏமாற்றத்துடன் தன்னுடைய கிராமத்துக்குத் திரும்பி நடந்தார்.

ஆனால், இந்த நடைபயணம் முழுவதும் வீணாகிவிடவில்லை. வழியில் அவர் பார்த்த இயற்கைக் காட்சிகள், உழைக்கும் மக்களின் கலாசாரம், வாழ்க்கைமுறை எல்லாம் அவருக்குள் பல உணர்வுகளை மீட்டிவிட்டிருந்தது.

அப்போதுதான், வின்சென்ட் ஓர் உறுதியான முடிவெடுத்தார், மக்கள் சேவை என்பது, வெறுமனே பணம், பொருள்களை வாரிக் கொடுப்பதுமட்டுமல்ல. நான் இனிமேல் தூரிகை கொண்டு தவம் செய்யப்போகிறேன், என்னுடைய ஓவியங்களின்மூலம் உலகத்துக்கு ஒரு மிகப் பெரிய சேவை செய்யப்போகிறேன், என் படைப்புகளால் மனித சமுதாயத்துக்கு அன்பைச் சொல்லப்போகிறேன், ஆறுதல் தரப்போகிறேன்!

அந்த விநாடியிலிருந்து, வின்சென்டின் உடல், பொருள், ஆவி அத்தனையும் ஓவியக் கலைக்கு முழுமையாக அர்ப்பணிக்கப்பட்டுவிட்டது. அதன்பிறகு அவர் வரைந்த ஓவியங்கள் ஒவ்வொன்றிலும், எதார்த்தத்தன்மை மிளிர்ந்தது, அதேசமயம் கலை நுணுக்கங்களுக்கும் குறைச்சலே இல்லை.

எல்லோரும் விரும்பி ரசிக்கக்கூடிய படைப்புகளை உருவாக்கி உலகப் புகழ் பெற்றார் அவர்.

வின்சென்ட் வான்கா வாழ்ந்த காலத்தில், அவருடைய மகிமை உலகிற்குப் புரியவில்லை. அவர் வரைந்த அற்புதமான ஓவியங்களை யாரும் போட்டி போட்டுக்கொண்டு வாங்கிச் செல்லவில்லை. அவரைப் பொற்காசுகளில் குளிப்பாட்டவில்லை. அவர் கடைசிவரை வறுமையிலேயே வாழ்ந்து மறைந்துவிட்டார்.

ஆனால் அப்போதும், அவர் தன்னுடைய லட்சியத்தை எட்டுவதில் குறை வைக்கவில்லை. கலை என்பது வெறும் அழகு அம்சம் கிடையாது, அதன்மூலம் தன்னால் மானுட குலத்துக்கு ஒரு மிகப் பெரிய சேவையைச் செய்யமுடியும் என்பதை வின்சென்ட் வான்கா சந்தேகத்துக்கு இடமின்றி நிரூபித்துவிட்டார். அதனால்தான் இன்றைக்குப் பல தலைமுறைகள் கடந்தும் அவரது படைப்புகளை உலகம் கொண்டாடிக்கொண்டிருக்கிறது!

௯2. ரசித்துச் செய்!

'கேதன் தே தின் சார் நி மானெ...'

வசீகரமான கரகரப்புக் குரலில் அந்தப் பாடலைக் கேட்டவுடன், சிறுவன் ஃபீகோ துள்ளி எழுந்தான். பரபரப்பாக வாசலுக்கு ஓடினான்.

அங்கே நின்றிருந்தவர் ஒரு ஃபகிர். வீடு வீடாகச் சென்று இறைவனின் புகழைப் பாடி உதவி கேட்கிறவர். இப்படிக் கிடைக்கிற உணவைச் சாப்பிட்டுப் பிழைக்கிறவர்.

ஃபீகோவுக்கு அவருடைய குரல் என்றால் அப்படி ஒரு பிரியம். தினந்தோறும் அவர் பாடிக்கொண்டு வருகிற நேரமாகப் பார்த்துத் திண்ணைக்கு வந்து நிற்பான். கண்களை மூடிக்கொண்டு அவருடைய பாடலை ரசித்துக் கேட்பான்.

'கேதன் தே தின் சார் நி மானெ...'

ஒவ்வொரு நாளும், திரும்பத் திரும்ப அந்த ஒரே ஒரு பாடல்தான். பின்னணி இசைகூட இல்லாத மிக எளிமையான மெட்டு. அதன் மேன்மையெல்லாம் புரிகிற அளவு ஃபீகோவுக்கு வயது போதாது, இசைஞானமும் போதாது.

ஆனால் அந்தக் குரல், அதுதான் அவனைச் சுழற்றியடித்தது. அதில் இருந்த இனம் புரியாத ஒரு கவர்ச்சி அவனைத் தூங்கவிடாமல் செய்தது.

அதன்பிறகு, ஃபீகோ ஓய்வாக இருக்கும் நேரத்திலெல்லாம், அந்த ஃபகீரைப்போலவே பாடிப் பயிற்சி எடுக்க ஆரம்பித்தான், 'கேதர் தே தின் சார் நி மானெ...'

ஒருநாள், ஃபீகோ இப்படித் தனியாகப் பாடிக்கொண்டிருந்த நேரம், அவனுடைய உறவினர் ஒருவர் வந்துவிட்டார்.

பதற்றத்துடன் எழுந்து நின்றான் ஃபீகோ. ஏதோ திருட்டுத்தனம் செய்து பிடிபட்டுவிட்டவனைப்போல் திருதிருவென்று விழித்தான்.

அந்த உறவினர் சிரித்தார், 'ஏன்ப்பா பயப்படறே? உட்காரு' என்றார், 'நீ இப்ப பாடினியே, அந்தப் பாட்டுக்கு என்ன அர்த்தம்ன்னு தெரியுமா?'

'ம்ஹூம், தெரியாது.'

'வாழ்க்கைங்கறது, ரொம்பச் சின்னது. அதை இப்பவே நல்லா அனுபவிச்சுடணும்' என்றார் அந்த உறவினர், 'அந்தப் பாட்டோட அர்த்தம் இதுதான்!'

'ஆனா, இந்த அர்த்தம் புரியாமலேயே நீ அதை ரொம்பப் பிரமாதமா அனுபவிச்சுப் பாடறே, எதையும் ரசிச்சுச் செய்யறே, உன்னோட சிரத்தை எனக்கு ரொம்பப் பிடிச்சிருக்கு, நீ பெரிய ஆளா வருவே ஃபீகோ!'

அவர் இப்படிச் சொன்னதுபோது, ஃபீகோ கனவுகளில் மிதந்தான். இசையையே தன்னுடைய வாழ்க்கையாக அமைத்துக்கொள்ளவேண்டும் என்று துடித்தான்.

ஆனால், எதார்த்தம் அவனைத் திணறடித்தது, அவனுடைய கனவுகளைத் திருகிக் கீழே எறிந்தது. ஃபீகோவின் குடும்பம் ரொம்பப் பெரியது. அப்பா ஹஜ்ஜி அலி முகம்மதுவின் வருமானம் எல்லோரையும் காப்பாற்றுவதற்குப் போதவில்லை.

ஹஜ்ஜி அலி முகம்மதுவுக்கு வேறு வழி தெரியவில்லை. இளைய மகன் ஃபீகோவை லாகூரில் உள்ள ஓர் உறவினர் வீட்டுக்கு அனுப்பத் தீர்மானித்தார். லாகூரில் ஃபீகோ ஒரு சலூனில் வேலை பார்க்க ஆரம்பித்தான். மைக் பிடிக்கவேண்டிய கைகளில், சவரக் கத்தி. கொடுமைதான். ஆனால் அப்போதும், ஃபீகோ வருத்தப்பட வில்லை. கிடைத்த வேலையைச் சிரத்தையாகச் செய்யத் தொடங்கினான்.

சலூன் வேலை என்பது, செமையாகப் போரடிக்கிற விஷயம். நாள்முழுக்க ஒரேமாதிரியாக வெட்டவேண்டும், அல்லது மழிக்கவேண்டும், மருந்துக்குக்கூடச் சுவாரஸ்யம் தென்படாது.

அதுமாதிரி நேரங்களில், ஃபீகோவுக்கு ஒரே ஆறுதல், இசைதான். தனக்கு மிகவும் பிடித்தமான நாட்டுப்புறப் பாடல்களை மெலிதான குரலில் பாடித் தன்னுடைய வாடிக்கையாளர்களைக் குஷிப்படுத்துவான். ஃபீகோவின் குரலில் மயங்கிய பலர், திரும்பத் திரும்ப அதே சலூனைத் தேடி வந்தார்கள். 'இதைப் பாடு', 'அதைப் பாடு' என்று அவனிடம் நேயர் விருப்பம் வைத்தார்கள். அவனும் சலித்துக்கொள்ளாமல் சலூனைச் சங்கீத சாதகக்கூடமாகப் பயன்படுத்திக்கொண்டான்.

ஒருநாள், ஜிவான் லால் மட்டூ என்பவர் அந்தச் சலூன்வழியே நடந்துகொண்டிருந்தார். உள்ளிருந்து கசிந்துவருகிற பாட்டுச் சத்தம் அவரை ஈர்த்தது. 'யார் பாடறது?' என்று விசாரித்தார்.

'ஃபீகோன்னு ஒரு பையன்ங்க, இங்கதான் வேலை பார்க்கறான். சும்மா பொழுதுபோகாம ஏதாச்சும் கத்திகிட்டிருப்பான். அதைப்போய் பெரிய விஷயமா விசாரிக்கவந்துட்டீங்களே!'

ஜிவான் லால் அசந்துபோனார். பின்னே? சலூனில் வேலை செய்கிற பையனுக்கு இப்படி ஒரு சங்கீத ஞானமா. எத்தனை திருத்தமான குரல், அழகான சங்கதிகள், எப்பேர்ப்பட்ட சிரமமான வரிகளையும் அநாயாசமாகக் கையாள்கிற திறமை!

சட்டென்று சலூன் கதவைத் திறந்துகொண்டு உள்ளே நுழைந்தார் ஜிவான் லால். அவர் வந்ததுகூடத் தெரியாமல் தொடர்ந்து பாடிக்கொண்டிருந்தான் ஃபீகோ.

ஜிவான் லால் அவன் பாடி முடிக்கும்வரை பொறுமையாகக் காத்திருந்தார். பிறகு அவனுடைய கைகளைப் பற்றிக் குலுக்கி 'பிரமாதமாப் பாடறீங்க தம்பி' என்றார், 'நாளைக்கு நீங்க என்னோட ஆஃபீசுக்கு வரமுடியுமா?

'சா-சா-சார் யாருன்னு தெரியலியே?'

'என் பேரு ஜிவான்லால், ஆல் இந்தியா ரேடியோவில வேலை பார்க்கறேன்!'

இதைக் கேட்டதும், ஃபீகோவுக்கு ஆனந்த அதிர்ச்சி. இப்படி ஒரு நல்ல வாய்ப்புக்காகதானே அவன் இத்தனை நாளாகக் காத்திருந்தான்!

ஜிவான்லால் உதவியோடு அகில இந்திய வானொலிக்குள் நுழைந்த ஃபீகோ, குரல் தேர்வில் கலந்துகொண்டு தேர்ந்தெடுக்கப் பட்டான். அதன்பிறகு, லாகூர் ரேடியோவில் அவனுடைய குரல் அடிக்கடி ஒலிக்க ஆரம்பித்தது.

வானொலியில் ஃபீகோ பாடுவதைக் கேட்ட ஓர் இசையமைப்பாளர், அவனைச் சினிமா பின்னணிப் பாடகராக அறிமுகப்படுத்த முடிவெடுத்தார். முதன்முதலாக, 'குல் பலோச்' என்ற பஞ்சாபித் திரைப்படத்தில் ஃபீகோவின் குரல் ஒலித்தது.

அதன்பிறகு, ஃபீகோவின் இசை வாழ்க்கையில் ஏற்றங்கள் மட்டும்தான். இந்தியா சுதந்தரம் பெறுவதற்குச் சில வருடங்கள் முன்னால் தொடங்கி, அடுத்த முப்பது ஆண்டுகளுக்கு மேலாக ஹிந்தித் திரை உலகின் ஈடு இணையற்ற நட்சத்திரமாக ஜொலித்தார் அவர், இன்றைக்கும் அவரது மென்குரலைக் கேட்டால்தான் எங்களுக்கு ராத்தூக்கம் வரும் என்று சிலிர்ப்போடு சொக்கிப்போகிறவர்கள் உலகம்முழுக்க இருக்கிறார்கள். அந்த ஃபீகோ, புகழ் பெற்ற பாடகர், இந்தியாவின் இசை அடையாளங்களில் ஒருவரான முகம்மது ரஃபி!

கிடைக்காததை எண்ணி நம்பிக்கை இழக்காமல், கிடைத்ததைத் திருந்தச் செய்கிறவர்களுக்கு, எதையும் ரசித்துச் செய்கிறவர்களுக்கு, எல்லாமே தேடி வரும். சந்தேகமில்லை!

௯௩. ஒரு மர்மக் 'காப்பி'யம்

நள்ளிரவு நேரம். அந்தக் கிராமம் மொத்தமும் நிசப்தமாக உறங்கிக்கொண்டிருந்தது. திடீரென்று எங்கிருந்தோ அந்தக் குரல் கேட்டது, 'பேய், பேய், பேய்,...'

குடிசைக்கு முன்னால் துண்டை விரித்துப் படுத்திருந்த ஒரு முதியவர் பதறிப்போய் எழுந்து உட்கார்ந்தார், 'யாருப்பா அது?'

சில நிமிடங்களுக்குப்பிறகு, ஒருவன் அரக்கப்பரக்க ஓடிவந்தான், கீழே விழுந்து எழுந்தவன் 'பேய், பிசாசு, பூதம், ஐயோ, காப்பாத்துங்க' என்று கண்டபடி உளறிக்கொட்டினான்.

'என்னப்பா ஏதேதோ சொல்றே? இந்த நேரத்தில என்ன ஆச்சு உனக்கு?'

வந்தவன் முகம்முழுவதும் வெளுத்திருந்தது, 'பேய், பேய்' என்று மீண்டும் அலறினான் அவன்.

முதியவர் துண்டை உதறித் தோளில் போட்டுக்கொண்டார். உள்ளேயிருந்து அவனுக்குக் கொஞ்சம் தண்ணீர் கொண்டுவந்தார், 'முதல்ல இதைக் குடி, எல்லாப் பேய், பிசாசும் தானாக் காணாம போயிடும்!'

‘இல்லைங்க, நிஜமாதான் சொல்றேன், தயவுசெஞ்சு என்னை நம்புங்க, அங்க ஒரு பே..பே..பேய் இருக்கு’ இதைச் சொன்னபோது அவனுடைய கண்கள் பிரம்மாண்டமாக விரிந்திருந்தன. தண்ணீரைக்கூட ஒழுங்காகக் குடிக்கமுடியாமல் மேலே ஊற்றிக்கொண்டான் அவன்.

‘அங்க-ன்னா, எங்க?’

‘ஆட்டு மந்தையில!’

முதியவர் யோசித்தார், ‘அந்தப் பேயை நீ பார்த்தியா?’

‘இ-இ-இல்லை.’

‘அப்புறம் எப்படிப் பேய் வந்திருக்குன்னு சொல்ற?’

‘இந்த நடுராத்திரி நேரத்தில எல்லா ஆடுங்களும் தூங்காம துள்ளி ஆடிகிட்டிருக்குன்னா என்ன அர்த்தம்? இது பேயோட வேலைதானே?’

முதியவர் அவனைக் கோபமாக முறைத்தார், ‘என்னப்பா சொல்றே? ஆடுங்கல்லாம தூங்காம முழிச்சுகிட்டிருக்குதா?’

‘ஆமாங்க, உங்களுக்குச் சந்தேகமிருந்தா என்னோட வந்து பாருங்க!’

அவர்கள் மெதுவாக நடந்தார்கள். கிராமத்தின் மூலையிலிருந்த ஆட்டு மந்தைக்கு வந்தார்கள்.

இப்போது, பெரியவரின் முகத்திலும் அதிர்ச்சி ஏறிக்கொண்டது. காரணம், அங்கிருந்த ஆடுகளில் ஒன்றுகூடத் தூங்கவில்லை. எல்லாம் ஒன்றை ஒன்று முட்டிக்கொண்டும், மோதிக்கொண்டும், சண்டை போட்டுக்கொண்டும், விளையாடிக்கொண்டும் இருந்தன. பட்டப்பகல் நேரம்போல் ஒரே கலாட்டா.

பெரியவர் கண்களை மூடிப் பிரார்த்தனை செய்தார். இது நிச்சயமாகச் சாத்தானின் வேலையாகதான் இருக்கவேண்டும். இல்லாவிட்டால், இந்த நேரத்தில் நன்றாகத் தூங்கவேண்டிய ஆடுகள் இப்படிக் கும்மாளம் போடுவது ஏன்?

‘கடவுளே, இந்த ஆடுகளின் புத்தியை மாற்றிய சக்தி யாராக இருந்தாலும் சரி, அதை முறியடிக்க உன்னால்தான் முடியும். தயவுசெய்து இவற்றை அமைதிப்படுத்து, நிம்மதியாகத் தூங்கச்செய்!’

ஆனால், முதியவர் எவ்வளவுதான் பிரார்த்தனையில் ஆழ்ந்தாலும், மந்தை ஆடுகளிடம் எந்த மாற்றமும் தெரியவில்லை. சொல்லப்போனால், அவை முன்பைவிடத் தீவிரமாகத் துள்ளியாடிக்கொண்டிருந்தன.

முதியவர் கவலையோடு தூங்கப் போனார், ‘இந்த ஆடுகளுக்கு என்ன ஆச்சு? எந்தக் கெட்ட சக்தி அவற்றைத் தூங்கவிடாமல் தடுக்கிறது?’

மறுநாள், மீண்டும் அந்த மந்தைக்குப் பேய்(?) வந்தது. ஆடுகள் ராத்திரி முழுக்கக் கூத்தடித்தன.

இப்போது, பெரியவர் ஒரு முடிவுக்கு வந்திருந்தார், ’இது நிச்சயமாப் பேயோட வேலை இல்லை, இதில வேற ஏதோ மர்மம் இருக்கு!’

‘ஒருவேளை, இந்த ஆடுகள்லாம் எதையோ சாப்பிட்டு வெச்சிருக்குமோ? அதனாலதான் ஒரே இடத்தில உட்காரமுடியாம இப்படித் துள்ளுதோ?’

அடுத்த நாள், அந்த ஆடுகள் மேய்ச்சலுக்காகக் கிளம்பியபோது, பெரியவரும் அவற்றோடு நடந்து சென்றார். அவை எந்தெந்தச் செடிகளைத் தின்கின்றன என்று கூர்ந்து கவனித்தார்.

காலையில் எந்தப் பிரச்னையும் இல்லை, மதியமும் அமைதியாகச் சென்றது, மாலை நேரம், வீடு திரும்பும் வழியில் ஆடுகள் ஒரு புதர்ச் செடியைச் சூழ்ந்துகொண்டு மேய ஆரம்பித்தன.

‘இது என்ன செடி?’ விசாரித்தார் பெரியவர்.

‘தெரியலை’ ஆட்டு இடையர்கள் உதட்டைப் பிதுக்கினார்கள், ‘ஆனா இந்தச் செடியோட இலைங்க, காய், பழத்தையெல்லாம் நம்ம ஆடுங்க ரொம்ப விரும்பிச் சாப்பிடுது!’

பெரியவர் ஆடுகளை ஒருபக்கமாக ஒதுக்கினார். அந்தச் செடியை நெருங்கினார். இலைகளைக் கசக்கி முகர்ந்துபார்த்தார், எந்த வித்தியாசமும் தெரியவில்லை. வாயில் போட்டு மென்றார், ஏதோ அசட்டு ருசி!

அடுத்து, காய்கள், பழங்கள், அதிலும் விசேஷமாக ஒன்றும் தென்படவில்லை.

கடைசியாக, அந்தப் பழத்தினுள் இருந்த விதையை லேசாகக் கடித்துப்பார்த்தார் பெரியவர். உச்சி மண்டையில் சுர்ர்ர்ரென்றது.

'இந்தச் செடியில ஏதோ விஷயம் இருக்கு' தனக்குள் சொல்லிக்கொண்டார் அவர், 'இதுதான் ஆடுங்களோட உற்சாகத்துக்குக் காரணமா-ன்னு கவனிக்கணும்!'

'எப்படி?'

'நம்ம ஆடுங்களை இங்கே மேய விடாதீங்க' கண்டிப்பாகச் சொன்னார் பெரியவர், 'இன்னிக்கு ராத்திரி என்ன நடக்குதுன்னு பார்த்துடலாம்!'

அன்று இரவு, ஆட்டுமந்தைக்குப் பேய் வரவில்லை. ஆடுகள் எல்லாம் நிம்மதியாக உறங்கின.

மறுநாள் காலை, பெரியவர் அந்தச் செடியின் பழங்களை மட்டும் பறித்துவந்தார். அவற்றினுள் இருந்த விதைகளைப் பிரித்து எடுத்து உடைத்துப்பார்த்து ஏதேதோ ஆராய்ச்சிகள் செய்தார். பார்த்தவர்களிடமெல்லாம் அதைத் தின்னக்கொடுத்தார்.

அடுத்தநாள், அவர்களெல்லாம் பெரியவரைத் தேடி வந்தார்கள், 'ஐயா, நேத்திக்கு ஏதோ மூலிகைப்பொடிமாதிரி கொடுத்தீங்களே, அது இன்னும் கொஞ்சம் கிடைக்குமா?'

'ஏன்? எதுக்கு?' ஒன்றும் தெரியாதவர்போல் கேட்டார் பெரியவர். 'அதைச் சாப்பிட்டா ஏதோ ஒருமாதிரி உற்சாகமா இருக்குங்க' அவர்கள் பரவசத்தோடு சொன்னார்கள், 'அதுக்கப்புறம் பல மணி நேரத்துக்குக் கொஞ்சம்கூடக் களைப்பே தெரியலை, நல்லாச் சுறுசுறுப்பா வேலை பார்க்கமுடியுது.'

கிட்டத்தட்ட இருபது நூற்றாண்டுகளுக்கு முன்னால் மனிதன் முதன்முதலாக அனுபவித்த அந்தப் பரவசம், இப்போதும் அவனை விடாமல் சுழற்றியடித்துக் கொண்டிருக்கிறது. முதலில் ஆடுகளையும், பிறகு மனிதர்களையும் பற்றியிழுத்துக் கொண்ட அந்தப் 'பேய்'க் கொட்டையைதான், இன்றைக்கு நாம் உடைத்து, வடிகட்டி, பால் சேர்த்துக் காப்பியாகக் குடித்துக்கொண்டிருக்கிறோம்!

'காப்பி'யின் நதிமூலம் பற்றி இப்படிப் பலவிதமான கதைகள் உண்டு. ஏதோ ஒருவகையில் மனிதன் மிக எதேச்சையாக இயற்கையிலிருந்து கண்டுகொண்ட இந்தத் திருப்புமுனை பானம், இன்றைக்கு ஒட்டுமொத்த உலகத்தையும் கட்டிப்போட்டு வைத்திருக்கிறது.

எல்லாவற்றுக்கும் பேய், பிசாசைக் காரணம் சொல்லிக் கொண்டிருந்தது அந்தக் காலம். 'எதையும் கேள்வி கேள்' என்று பகுத்தறிவு பேசுவது இன்றைய அறிவியல் காலம். அந்தவிதத்தில், காப்பியைக் கண்டுபிடித்துக் கொடுத்த அந்தப் பெரியவருக்கு நாம் இரட்டை நன்றிகள் சொல்லவேண்டும்!

௯4. ஊர் கூடி இழுத்த தேர்

'கொசு ஒழிப்பு தினம்.'

சிறுவன் சுவாமிநாதன் அந்த பேனரை ஆச்சர்யத்தோடு பார்த்தான். கொசுக்களை அடிக்கலாம், ஒழிக்கமுடியுமோ? அப்படியே முடிந்தாலும், ஏன் ஒழிக்கவேண்டும்? பாவம், தக்கனூண்டு ஜீவன்கள், பிழைத்துப்போகட்டும் என்று விட்டுவிடக்கூடாதா?

உடனடியாக, தந்தையிடம் ஓடினான் சுவாமிநாதன், 'அப்பா, எனக்கு ஒரு சந்தேகம்!'

'என்ன?'

'கொசுக்களை ஏன் ஒழிக்கணும்? அதுங்க என்ன பாவம் பண்ணிச்சு?'

'என்னப்பா இப்படிச் சொல்றே? சாயந்தரமானா நம்மைத் தேடி வந்து ஊசி போடுதே, அது தப்பில்லையா?'

சுவாமிநாதன் குழப்பத்தோடு தலையைச் சொறிந்தான், 'அப்பா, கொசு கடிக்கிறது ஒரு சாதாரண விஷயம், லேசா சுரீர்ன்னு ரெண்டு நிமிஷத்துக்கு வலிக்கும், அப்புறம் சரியாப்போயிடும், அதுக்காக இப்படித் திட்டம் போட்டுக் கொசுவை ஒழிக்கணுமா?'

அவனுடைய தந்தை டாக்டர் சாம்பசிவன் மெல்லச் சிரித்தார், 'நீ நினைக்கிற மாதிரி கொசு கடிக்கிறது சின்ன விஷயமில்லைப்பா' என்றார், 'கொஞ்சம் என்னோட வா, கொசுவினால என்னென்ன பிரச்னை வருதுன்னு உனக்கு விளக்கிச் சொல்றேன்!'

சுவாமிநாதனும் சாம்பசிவனும் வீட்டிலிருந்து வெளியேறி நடந்தார்கள். எதிரில் வந்தவர்களெல்லாம் சாம்பசிவனுக்கு வணக்கம் போட்டு மரியாதையோடு விலகி நின்றார்கள்.

அந்த மரியாதைக்கு இரண்டு காரணங்கள்: டாக்டர் சாம்பசிவன் அந்தக் காலத்தில் கும்பகோணத்தில் மிகவும் புகழ் பெற்ற அறுவைச் சிகிச்சை நிபுணர், அந்த ஊர் நகராட்சியின் தலைவரும்கூட!

சாம்பசிவன் தேர்தலில் நின்றபோது மக்களுக்குத் தந்திருந்த ஒரு வாக்குறுதி, 'நான் தலைவராகத் தேர்ந்தெடுக்கப்பட்டால், இங்கே பரவியுள்ள கொசுக்களை ஒழிப்பேன்!'

அப்போது கும்பகோணத்தில் கொசுத்தொல்லை பெரிய பிரச்னையாக இருந்தது. கொசுக்கடியினால் ஊர்முழுவதும் ஏகப்பட்ட நோய்கள் பரவியிருந்தன. மக்கள் கடுமையாக அவதிப்பட்டார்கள். இதையெல்லாம் தன் மகன் சுவாமிநாதனுக்குப் பொறுமையாகக் காண்பித்தார் சாம்பசிவன், 'கொசு பார்க்கறதுக்குச் சின்னதா இருக்கலாம்ப்பா, ஆனா அதனால நமக்கு நிறைய பெரிய பிரச்னைகள் வருது, அதுங்களை ஒழிச்சே தீரணும்!'

சுவாமிநாதன் அப்பாவை ஆச்சர்யத்தோடு பார்த்தான், 'புரியுதுப்பா, ஆனா, இவ்ளோ பெரிய கும்பகோணத்தில ஆயிரக்கணக்கில, லட்சக்கணக்கில கொசுக்கள் இருக்குமே, அத்தனையையும் உங்களால தேடிப் பிடிச்சுக் கொல்லமுடியுமா?'

அவன் இப்படி அப்பாவியாகக் கேட்டதும் டாக்டர் சாம்பசிவனுக்குச் சிரிப்பு வந்துவிட்டது, 'நான் மட்டும் இல்லைப்பா, இந்த ஊர்முழுக்கச் சேர்ந்து தேர் இழுக்கணும், அப்பதான் இதைச் சாதிக்கமுடியும்!'

‘அப்படீன்னா?’

‘கொசுக்கள் பரவறதுக்கு முக்கியக் காரணம், குப்பைங்க, ஆங்காங்கே தேங்கியிருக்கிற அழுக்குத் தண்ணீர்க் குட்டைங்க, அதையெல்லாம் ஒழிச்சாலே பாதி பிரச்னை தீர்ந்துடும்’ சாம்பசிவன் மகனுக்கு விளக்க ஆரம்பித்தார், ‘அதுக்கப்புறம், நம்ம நகராட்சிமூலமா மக்களுக்குக் கொசு மருந்து விநியோகம் பண்ணுவோம், அவங்க கொசுக்கள் அதிகமா உள்ள இடத்திலெல்லாம் அதை அடிக்கணும், இப்படியே எல்லோருமாச் சேர்ந்து கஷ்டப்பட்டா கொசுப்பிரச்னை என்ன, இன்னும் பெரிய பெரிய பிரச்னைகளையெல்லாம்கூட ஊதித் தள்ளிடலாம்!’

சுவாமிநாதனுக்கு இன்னும் நம்பிக்கை வரவில்லை. மறுநாள் கொசு ஒழிப்பு தினத்தன்று என்ன நடக்கிறது பார்க்கலாம் என்று யோசித்தபடி தூங்கச் சென்றான்.

அடுத்த நாள் காலை, ஊர்முழுவதும் திருவிழாபோல் கொண்டாட்டம். ஒவ்வொரு தெருவிலும், ஒவ்வொரு பகுதியிலும் சின்னப் பொடியன்கள்முதல் நரைதள்ளிய முதியவர்கள்வரை மக்கள் ஒன்றாகத் திரண்டு வேலையில் இறங்கினார்கள். குப்பைகள் நீக்கப்பட்டன, குட்டைகள் மூடப்பட்டன, கொசுக்களைத் தேடிப் பிடித்து மருந்து அடித்தார்கள்.

இப்படி எல்லாப் பகுதிகளிலும் ராணுவ தீவிரத்துடன் கொசு ஒழிப்புப் பணிகள் நிறைவேற்றப்பட்டன. ஒரே நாளில் கும்பகோணத்தின் முகமே மாறிவிட்டது.

சுவாமிநாதனும் இந்தப் பணிகளில் ஆர்வத்தோடு ஈடுபட்டான். ‘மக்கள் ஒன்றாகச் சேர்ந்தால் எதையும் சாதிக்கமுடியும்’ என்பதை அவன் அனுபவப்பூர்வமாகப் புரிந்துகொண்டான்.

அதன்பிறகு, சுவாமிநாதன் பள்ளிப் படிப்பை முடித்தான், கல்லூரிக்குச் சென்றான், பலவிதமான நண்பர்களுடன் பேசினான், அவனுக்குச் சில நல்ல வழிகாட்டிகள் கிடைத்தார்கள், எது சரி, எது தவறு என்று சொந்தமாகச் சிந்தித்து முடிவெடுக்கிற திறனை வளர்த்துக்கொண்டான்.

கல்லூரியில் சுவாமிநாதனுக்கு விவசாயத்துறையில் ஆர்வம் ஏற்பட்டது, 'நம்ம நாட்டில ஏகப்பட்ட நிலம் இருக்கு, மண்வளத்துக்கும் குறைச்சல் இல்லை, ஆனா நம்மகிட்டே விளையற தானியங்கள் போதுமான அளவு இல்லை, இதைமட்டும் மாத்திட்டா, இந்தியாவைப் பொன் விளையற பூமியா ஆக்கிடலாமே!' என்று கனவு கண்டான்.

சுவாமிநாதனின் நண்பர்களுக்கு, இந்தத் துறையில் அவர் காட்டுகிற ஆர்வத்தைப் பார்த்து ஆச்சர்யம். ஆனால், 'இதில நாம என்ன பெரிசாச் செஞ்சுடமுடியும்?' என்று சந்தேகப்பட்டார்கள்.

'ஏன் முடியாது? புதுமையான விதைகளைக் கண்டுபிடிக்கணும், அதன்மூலம் விளைச்சலைப் பெருக்கணும், அவ்ளோதானே?'

'அது சரி, இதையெல்லாம் நீ ஒருத்தன்மட்டும் தனி ஆளாச் செஞ்சுமுடிச்சுடுவியா? ரொம்பக் கஷ்டமாச்சே!'

சுவாமிநாதன் சிரித்தார். அவருடைய மனத்துக்குள் ஒரு சின்னக் கொசுவும், அதை ஒழிப்பதற்காகக் கும்பகோணம் மொத்தமும் கூடி இழுத்த தேரும் தோன்றியது, 'நான் மட்டுமில்லை, நம்ம நாட்டு மக்கள் எல்லோரும் இந்தப் புனிதமான வேலையில எனக்கு உதவி செய்வாங்க, நாம ஒண்ணுசேர்ந்தா எதையும் சாதிக்கலாம்' என்று புன்னகையோடு சொன்னார்.

அவருடைய நம்பிக்கை, அப்படியே நிறைவேறியது. அவரே அதனைக் கண்முன்னே நிகழ்த்திக்காட்டினார். ஏராளமான இந்திய விவசாயிகள் அவரோடு சேர்ந்து தேர் இழுத்தார்கள். உணவுப் பிரச்னையைச் சமாளித்துத் தானிய உற்பத்தியில் நாம் தன்னிறைவு பெறமுடிந்தது.

வேளாண்மைத்துறையில் பல புதுமைகளைச் செய்து நம் நாட்டில் பசுமைப் புரட்சிக்கு விதை போட்ட அவர், டாக்டர் எம். எஸ். சுவாமிநாதன். ஒற்றுமையின் மகத்துவத்தை வலியுறுத்த நம்மிடையே பல பழமொழிகள் உண்டு. ஆனால் இன்றைய நவீன சூழ்நிலையில் அவையெல்லாம் மெல்ல மறைந்துகொண்டிருக்கின்றன. தனித்துப் பிழைப்பதுதான்

சாமர்த்தியம், புத்திசாலித்தனம் என்கிற கருத்து அழுத்தமாகப் பரவிவருகிறது.

ஆனால், தனி நபர்களால் ஒரு நிலைக்குமேல் சாதிக்கமுடியாது. டாக்டர் சாம்பசிவன் நினைத்திருந்தாலும்கூட, அவர் ஒவ்வொரு கும்பகோணக் கொசுவாகத் தேடிப் பிடித்துக் கொன்றிருக்கமுடியாது. அவருடைய மகன் எம்.எஸ். சுவாமிநாதன் ஒவ்வொரு வயலாகச் சென்று பசுமைப் புரட்சியும் செய்திருக்க முடியாது. இதுபோன்ற பெரிய பிரச்னைகளைச் சமாளிக்க, எல்லோரும் கை கோர்த்து நடப்பது அவசியமாகிறது, அப்போது, எந்தப் பாதையும் எளிதாகிவிடுகிறது!

95. எனக்கு நானே நீதிபதி!

'வணங்குகிறேன் பேரரசே!'

தீவிர யோசனையில் மூழ்கியிருந்த பேரரசர் மெல்ல நிமிர்ந்து பார்த்தார், 'என்ன விஷயம்?'

'உங்களைப் பார்ப்பதற்கு ஜோதிடர் வந்திருக்கிறார்.'

'யார்? முகம்மது ஷெரீஃபா?'

'ஆமாம் பேரரசே' காவலன் மீண்டும் வணங்கினான், 'வரச்சொல்லட்டுமா?'

பேரரசர் அரை விநாடிமட்டும் யோசித்தார். 'சரி' என்பதுபோல் தலையசைத்தார்.

முகம்மது ஷெரீஃப், பேரரசருடைய நம்பிக்கைக்குரிய ஜோதிடர், ஆலோசகர். பல சந்தர்ப்பங்களில் அவர் சொல்லும் பலன்கள் அப்படியே பலித்திருக்கின்றன. ஆனால் இப்போது?

பேரரசர் ஒரு மிகப் பெரிய போரை எதிர்நோக்கியிருந்தார். அதுவும் ராஜபுத்திரர்களோடு.

'ரானா சங்கா' அந்தப் பெயரை ஒருமுறை சத்தமாகச் சொல்லிப்பார்த்துக்கொண்டார் பேரரசர், 'இவர்கள் எல்லோரும்

சொல்வதுபோல் அவன் என்ன அத்தனை பெரிய வீரனா? என்னால் அவனை ஜெயிக்கமுடியாதா?'

'இப்போது, முகம்மது ஷெரீஃப் என்ன சொல்லப்போகிறார்? வெற்றி எனக்கா, அல்லது அந்த ராஜபுத்திர அரசன் ரானா சங்காவுக்கா?'

அவர் இப்படி யோசித்துக்கொண்டிருக்கும்போதே ஜோதிடர் முகம்மது ஷெரீஃப் உள்ளே வந்தார். முறைப்படி வணங்கிப் பணிவாக நின்றார்.

'அமருங்கள்' பேரரசர் நேராக விஷயத்துக்கு வந்தார், 'இந்தப் போரில் நாம் ஜெயிக்கமுடியுமா? கிரகநிலை எப்படி இருக்கிறது? நீங்கள் என்ன நினைக்கிறீர்கள்?'

முகம்மது ஷெரீஃப் தயக்கத்தோடு தலைகுனிந்தார், 'பாட்ஷா என்னைத் தவறாக நினைத்துக்கொள்ளக்கூடாது' என்றார், 'இப்போதைய நிலைமையில் நீங்கள் போரைத் தவிர்ப்பதுதான் நல்லது. மீறிச் சண்டையிடச் சென்றால், தோல்வி நிச்சயம்!'

சட்டென்று பேரரசரின் முகம் சுருங்கியது. ஏமாற்றத்தால் அல்ல, கோபத்தால்.

அதேநேரம், முகம்மது ஷெரீஃபின் வார்த்தைகள் ஒவ்வொன்றும், அந்தச் சபையில் இருந்த மற்றவர்களின் காதுகளில் நாராசமாக ஒலித்தன. யாரோ கழுத்தில் கத்தி வைத்துவிட்டதுபோல் நடுங்கினார்கள்.

'மதிப்பிற்குரிய பேரரசே, நாங்களும் இதைத்தான் சொன்னோம், இப்போது ஜோதிடரும் அதையே உறுதிப்படுத்தியிருக்கிறார். தயவுசெய்து போர் எண்ணத்தைக் கைவிடுங்கள். நாம் இப்போதே திரும்பிச் சென்றுவிடலாம்.'

'முடியாது' பேரரசரின் குரலில் உறுதி, 'மற்ற எதையும்விட, நான் என்னுடைய வீரத்தின்மீது அதிக நம்பிக்கை வைத்திருக்கிறேன், நாம் போருக்குச் செல்வது உறுதி, வெல்வதும் உறுதி!'

பேரரசர் சொல்லிவிட்டபிறகு, மறுக்கமுடியுமா? போர் ஏற்பாடுகள் சுறுசுறுப்பாக நடந்தன. முகலாயப் படைகள்

அணிவகுத்தன, முன்னேறிவரும் ராஜபுத்திரர்களை எதிர்நோக்கிச் செல்ல ஆரம்பித்தார்கள்.

ஆனால், அவர்கள் முகத்தில் துளி உற்சாகம் இல்லை. 'ஜெயிக்கப்போகிறோம்' என்கிற நம்பிக்கை இல்லை. ஏதோ கடமைக்கு மூட்டை தூக்கச் செல்கிறவர்களைப்போலச் சோர்வாக நடந்துகொண்டிருந்தார்கள்.

பேரரசர் யோசித்தார், 'இவர்களெல்லாம் பெரிய வீரர்கள்தான். சந்தேகமில்லை. ஆனால் ஏனோ, இந்தப் போரில் நம்மால் ஜெயிக்கமுடியாது என்கிற எண்ணம் அவர்கள் மனத்தில் பதிந்துபோய்விட்டது. அதை அகற்றவேண்டும். என்ன செய்யலாம்?'

அன்று மாலை, முகலாய வீரர்கள் ஓர் இடத்தில் முகாமிட்டிருந்தார்கள். ஆங்காங்கே கும்பலாக உட்கார்ந்து மது அருந்திக்கொண்டிருந்தார்கள்.

பேரரசர் அவர்களையெல்லாம் அழைத்தார். தன்னுடைய கையிலும் ஒரு மது ஜாடியை எடுத்துக்கொண்டார்.

'வீரர்களே, நாளை நாம் சந்திக்கவிருக்கும் எதிரி சாதாரணமானவன் அல்ல, மனத்தில் நம்பிக்கை இல்லாமல், வேறு எண்ணங்கள், கவனச் சிதறல்களோடு அவனைச் சந்தித்தால், நமக்குத் தோல்விதான் மிஞ்சும்!'

எல்லோரும் பேரரசரை ஆவலோடு பார்த்தார்கள். 'கடைசியாக, இந்த பாட்ஷா நாம் சொல்வதைப் புரிந்துகொண்டுவிட்டாரா? இப்போது நாம் திரும்பிச் செல்லலாமா?'

ஆனால், பேரரசரின் எண்ணம் வேறுமாதிரியாக இருந்தது. அவர் தன் கையில் இருந்த மது ஜாடியைக் கீழே போட்டு உடைத்தார், 'நாம் நிகழ்த்தவிருப்பது ஒரு புனிதப் போர், அதில் ஜெயித்து முடிக்கும்வரை, இதுமாதிரியான கேளிக்கைகளைத் தவிர்க்கவேண்டும்!'

இப்போது, வீரர்களின் முகத்தில் வியப்பும் குழப்பமும் ஏறிக்கொண்டிருந்தது, 'இவர் என்னதான் சொல்லவருகிறார்?'

பேரரசர் சில விநாடிகள் கண்களை மூடிப் பிரார்த்தனை செய்தார். பிறகு மீண்டும் பேச ஆரம்பித்தார், 'இந்த மண்ணில் பிறந்தவர்கள் எல்லோரும், என்றைக்காவது மரணத்தைத் தழுவுவது நிச்சயம். ஆனால் இந்த இரண்டுக்கும் இடையில் நாம் என்ன செய்கிறோம் என்பதுதான் நம்முடைய பெருமை, சிறுமையைத் தீர்மானிக்கிறது.'

'எதிரியைப் பார்த்துப் பயந்து சுருள்வது கோழைத்தனம், தைரியமாக எதிர்த்து நின்று ஜெயிப்பதுதான் வீரம். இதில் நீங்கள் எந்த வகை என்று கொஞ்சம் யோசியுங்கள்.'

'இந்தப் போரில் நமக்கு உதவுவதற்குக் கடவுள் இருக்கிறார். வெற்றியோ, தோல்வியோ, அவருடைய முடிவுதான். ஆகவே, நாம் அதைப்பற்றிக் கவலைப்படாமல் நம்முடைய கடமையை ஒழுங்காகச் செய்யவேண்டும். இல்லையா?'

பேரரசரின் பேச்சைக் கேட்டு, வீரர்களும் வெகுவாக உணர்ச்சிவயப்பட்டிருந்தார்கள். மதுக் கோப்பைகளைத் தூக்கி எறிந்தார்கள், 'வெற்றி நமக்கே' என்று ஆரவாரமிட்டார்கள்.

அதன்பிறகு, அவர்கள் ஒரு விநாடிகூடச் சோர்வில் மயங்கியிருக்கவில்லை. மிகுந்த உத்வேகத்துடன் ராஜபுத்திரப் படைகளை எதிர்நோக்கிச் சென்றார்கள். பல மணி நேரங்கள் ஆக்ரோஷமாக நிகழ்ந்த அந்தப் போரில் அவர்களுக்கே இறுதி வெற்றி கிடைத்தது. அன்று இரவு. பேரரசர் ஓய்வெடுத்துக்கொண்டிருந்த நேரம். ஒரு காவலன் வந்து வணங்கினான், 'ஜோதிடர் வந்திருக்கிறார்.'

பேரரசர் முகத்தில் சின்னப் புன்னகை, 'வரச்சொல்!'

முகம்மது ஷெரீஃப் தயங்கித் தயங்கி உள்ளே நுழைந்தார், 'பேரரசருக்கு வணக்கம், வாழ்த்துகள்!'

பேரரசர் அவரையே கூர்ந்து கவனித்தார், 'அன்றைக்கு எப்படிப் பேசிய வாய், இப்போது வாழ்த்துச் சொல்கிறது. இந்த ஆளை என்ன செய்யலாம்?' முகம்மது ஷெரீஃபும் அதே கவலையில்தான் இருந்தார். தவறான பலன் சொல்லிப்

பேரரசரைக் குழப்பத்தில் ஆழ்த்தியதற்காகத் தன்னுடைய உயிர் பறிக்கப்படுமோ என்று அவருக்குப் பயம்.

ஆனால், பேரரசர் அப்படி எதுவும் செய்யவில்லை. 'இனிமேல் நீ என்னுடைய நாட்டில் இருக்கக்கூடாது, வெளியேறிவிடு' என்றார். அவ்வளவுதான்.

'பேசுகிறவர்கள் பேசட்டும், நான் என் வீரத்தில்மட்டுமே நம்பிக்கை வைப்பேன்' என்று துணிச்சலோடு செயல்பட்ட அந்தப் பேரரசர், இந்தியாவில் பல நூற்றாண்டுகள் நீடித்த முகலாய ஆட்சியைத் தொடங்கிவைத்த பாபர்!

தங்களுடைய பலங்கள் எவை, பலவீனங்கள் எவை என்று நன்றாக அறிந்துவைத்திருப்பவர்கள், மற்றவர்களுடைய அறிவுரைகள், ஆலோசனைகள், அருள்வாக்குகளையெல்லாம் கேட்டுக்கொள்வார்கள். ஆனால் கடைசியில், இதையெல்லாம் தொகுத்துப் பார்த்துத் தங்களுடைய சொந்தச் சிந்தனையின் படியே முடிவெடுப்பார்கள். அப்போதுதான், நம்முடைய தோல்விக்கும் வெற்றிக்கும் நாமே முழுமையாகச் சொந்தம் கொண்டாடமுடியும்!

௯௬. அனுமதி

ஜாம்ஷெட்ஜி டாடா முப்பதாவது முறையாகக் கடிகாரத்தைப் பார்த்துக்கொண்டார். மணி ஏழைத் தொட்டுவிட்டது.

'என்ன ஆச்சு இவங்களுக்கு? ஏன் இன்னும் வரலை?' பொறுமையில்லாமல் எழுந்து நின்றார் ஜாம்ஷெட்ஜி, சிறிது நேரம் அங்கும் இங்கும் நடந்தார், மறுபடி உட்கார்ந்தார், கடிகாரத்தைப் பார்த்தார்.

அவருடைய விருந்தினர்கள் ஆறரை மணிக்கே வந்திருக்க வேண்டும். ஆனால் இன்னும் வரக்காணோம். என்ன காரணமாக இருக்கும்? ஜாம்ஷெட்ஜி குழப்பத்தில் தவித்தார்.

பத்து நிமிடம் கழித்து, அவருடைய அறைக்கதவு மெல்லத் தட்டப்பட்டது. சரேலென்று எழுந்துகொண்டார் ஜாம்ஷெட்ஜி.

இரண்டு பேர் கதவைத் தள்ளிக்கொண்டு உள்ளே நுழைந்தார்கள். வெள்ளைவெளேர் பிரிட்டிஷ் தேகங்கள், பம்பாயின் வெய்யிலைத் தாங்கமுடியாமல் வியர்வையில் குளித்திருந்தன.

'ஹலோ மிஸ்டர் டாடா' இருவரும் புன்னகையோடு கரம் நீட்ட, ஜாம்ஷெட்ஜி ஆர்வமாக அவர்களுடைய கைகளைப்

பற்றிக் குலுக்கினார், 'வெல்கம்!' என்று வரவேற்று ஓரமாக இருந்த சோஃபாக்களைக் காண்பித்தார்.

ஆனால், அவர்கள் உட்கார்வதில் ஆர்வம் காட்டவில்லை, 'மிஸ்டர் டாடா, உங்களுக்கு ஆட்சேபணை இல்லைன்னா, நாம எங்கேயாவது வெளியே போய்ப் பேசலாமே!'

'ஷ்யூர்' ஜாம்ஷெட்ஜி புன்னகையோடு தலையாட்டினார், 'பக்கத்திலதான் மெஜஸ்டிக் ஹோட்டல், இன்னிக்குத் தேதிக்குப் பம்பாய்லயே பெஸ்ட் அதுதான், அங்கே போகலாமா?'

'ஓகே!'

மெஜஸ்டிக் ஹோட்டல் செல்லும் வழியில், இரண்டு வெள்ளையர்களும் ஜாம்ஷெட்ஜியைப் பார்வையால் அளந்துகொண்டிருந்தார்கள், 'இவர் பேசுவதைப் பார்த்தால் இந்தியர்மாதிரியே தெரியவில்லையே, பக்கா பிரிட்டிஷ் உச்சரிப்பு, பழக்கவழக்கங்களிலும் ரொம்பக் கண்ணியமாகத் தெரிகிறார், இவரை நம்பிப் பிஸினஸில் இறங்கலாமா?'

ஜாம்ஷெட்ஜியின் முன்னோர்கள் எல்லோரும், கிராமத்திலேயே முடங்கிவிட்டவர்கள். முதன்முறையாக, அவருடைய தந்தைதான் பம்பாய்க்கு வந்து பிஸினஸ் செய்ய ஆரம்பித்தார். பின்னர் அவருக்கு உதவியாக ஜாம்ஷெட்ஜியும் களத்தில் இறங்கிவிட்டார்.

அப்போது இந்தியாவில் பிரிட்டிஷ் ஆட்சியின் பிடி நன்றாக இறுகியிருந்தது. அநேகமாக எல்லாத் தொழில்களிலுமே இந்தியர்கள் கஷ்டப்பட்டு உழைப்பது, வெள்ளைக்காரர்கள் அதன் பலன்களை அறுவடை செய்வதுதான் வழக்கமாக இருந்தது.

இது ஜாம்ஷெட்ஜிக்குப் பிடிக்கவில்லை. இங்கிலாந்துக்காரர் களுக்கு இணையாக இந்தியர்களும் தொழில்துறையில் கால் பதிக்கவேண்டும் என்பது அவருடைய எண்ணம், கனவு.

கிட்டத்தட்ட 15 வருடங்கள் தந்தையின் கம்பெனியிலேயே வேலை பார்த்த ஜாம்ஷெட்ஜி, தன்னுடைய முப்பதாவது வயதில் சொந்தமாக ஒரு நிறுவனத்தைத் தொடங்கினார்.

பிறகு அங்கிருந்து படிப்படியாக முன்னேறி அவருக்கென்று ஒரு குட்டித் தொழில் சாம்ராஜ்யம் அமைந்துகொண்டிருந்தது.

அதுவிஷயமாகதான், இந்த இரண்டு வெள்ளைக்காரர்களும் அவரைப் பார்க்க வந்திருந்தார்கள், 'இந்த ஆளை நம்பலாமா, கூடாதா' என்று தீவிரமாக யோசித்துக்கொண்டிருந்தார்கள்.

சிறிது நேரத்தில், அவர்கள் மெஜஸ்டிக் ஹோட்டலுக்கு வந்துவிட்டார்கள். மூவரும் கலகலப்பாகப் பேசியபடி வாசலை நெருங்கினார்கள்.

அங்கே ஒரு முரட்டுக் காவல்காரன் அமர்ந்திருந்தான். அவன் இவர்களைப் பார்த்தவுடன் சட்டென்று எழுந்து நின்றான். யாரும் உள்ளே நுழையமுடியாதபடி வழிமறித்தான்.

'என்னாச்சு?'

'ஸாரி ஸார்' அந்தக் காவல்காரன் இரண்டு பிரிட்டிஷ்காரர் களிடமும் பணிவோடு மன்னிப்புக் கேட்டுக்கொண்டான், 'நீங்க உள்ளே போகலாம், ஆனா, இவருக்கு அனுமதி இல்லை!'

'ஏன்?'

அவர்களுடைய கேள்விக்கு எந்தப் பதிலும் வரவில்லை. ஜாம்ஷெட்ஜியைப் பார்த்து, 'வெளியே போ' என்பதுபோல் அலட்சியமாகக் கையசைத்தான் காவல்காரன்.

அப்போதுதான், அவர்களுக்கு விஷயம் புரிந்தது. இந்த ஹோட்டலில் இந்தியர்களுக்கு அனுமதி இல்லைபோல!

அந்தக் காலத்தில் பல உணவகங்கள், தங்குமிடங்கள் மற்றும் க்ளப்களுக்கு வெள்ளைக்காரர்கள்மட்டுமே செல்லமுடியும். இந்தியர்களை உள்ளே விடமாட்டார்கள்.

சில கட்டடங்களில், போனால் போகிறது என்று இந்தியர்களை அனுமதிப்பார்கள். ஆனால் கோட், சூட் என்று மேற்கத்திய பாணியில் உடை அணிந்திருக்கவேண்டும், வேட்டி, சட்டை, பைஜாமா, குர்த்தா என்று ஜாலியாகக் காற்று வாங்கிக்கொண்டு போனால் அடித்துத் துரத்திவிடுவார்கள்.

அவமானகரமான விஷயம்தான். ஆனால், என்ன செய்யமுடியும்? ஆளும் வெள்ளைக்காரர்களுக்குச் சலாம் போடாவிட்டால் நசுக்கி எறிந்துவிடுவார்களே. அதற்குப் பயந்து பல ஹோட்டல்களின் உரிமையாளர்கள், 'இங்கே இந்தியர்களுக்கும் நாய்களுக்கும் அனுமதி இல்லை' என்றெல்லாம் போர்ட் போட்டுத் தங்களுடைய விசுவாசத்தை நிரூபித்தார்கள்.

அப்படி ஓர் அவமானம்தான், இப்போது ஜாம்ஷெட்ஜி டாடாவுக்கும் நிகழ்ந்திருந்தது. அவருடன் வந்த வெள்ளைக்காரர்களை உள்ளே அனுமதித்துவிட்டு, அவரை மட்டும் வெளியே நிறுத்திவிட்டார்கள்.

ஜாம்ஷெட்ஜியின் 'நண்பர்'கள் தர்ம சங்கடமாக நெளிந்தார்கள், 'நீங்க வாங்க மிஸ்டர் டாடா, நாம வேற ஹோட்டலுக்குப் போகலாம்' என்றார்கள். அவரிடம் மன்னிப்புக் கேட்டுக் கொண்டார்கள்.

'நோ ப்ராப்ளம்' என்று புன்னகைத்தார் ஜாம்ஷெட்ஜி, 'இதெல்லாம் எங்களுக்கு நல்லாப் பழகிடுச்சு!'

வெளியே ஒப்புக்குச் சிரித்தாரே தவிர, அவருக்குள் வேதனையும் ஆத்திரமும் பொங்கிக்கொண்டிருந்தது. இதுமாதிரி பெரிய ஹோட்டல்களுக்கு இந்தியர்கள் வரக்கூடாதா? தங்கக்கூடாதா? ஏன்? இங்கிலாந்துக்காரர்களைவிட நாங்கள் எந்தவிதத்தில் குறைந்துவிட்டோம்? நாங்கள் தருவதுமட்டும் பணம் இல்லையா? காசு கொடுத்தாலும் எங்களை உள்ளே அனுமதிக்கமாட்டோம் என்று சொல்வது என்ன நியாயம்?

ஜாம்ஷெட்ஜி வெறுமனே பொருமுவதோடு நிறுத்திக் கொள்ளவில்லை. இதே பம்பாயில் இந்த மெஜஸ்டிக்கைவிடப் பலமடங்கு சிறப்பான ஒரு ஹோட்டலைக் கட்டவேண்டும். அதில் 'இந்தியர்களுக்கு முழு அனுமதி உண்டு' என்று வாசலில் போர்ட் மாட்டவேண்டும் என்று கனவு கண்டார்.

இது மட்டுமல்ல, இந்தியாவின் தொழில் முன்னேற்றம் பற்றி ஜாம்ஷெட்ஜி டாடா எத்தனையோ ஆசைகள், கற்பனைகள், விருப்பங்களை வளர்த்துக்கொண்டிருந்தார். ஆனால் அவருடைய

வாழ்நாளிலேயே நிறைவேறிய ஒரே கனவு, இதுதான். 1903ம் வருடம் டிசம்பர் மாதத்தில், ஜாம்ஷெட்ஜி டாடா பல லட்சம் ரூபாய் செலவில் கட்டிய 'தாஜ் மஹால்' ஹோட்டல் திறக்கப்பட்டது. பம்பாயில் அதற்குமுன் இருந்த வேறு எந்த ஹோட்டலையும்விட மிகச் சிறப்பான சவுகர்யங்கள் அங்கே கொட்டிக் குவிக்கப்பட்டிருந்தன.

தனக்கு நேர்ந்த அவமானத்தைத் துடைப்பதற்காக ஜாம்ஷெட்ஜி கட்டிய அந்த முதல் ஹோட்டல், இன்றைக்கும் பம்பாயின் மிக முக்கியமான அடையாளங்களில் ஒன்றாக மதிக்கப்படுகிறது. அதிலிருந்து தொடங்கிய பயணம், இப்போது 'தாஜ்' என்ற பெயரில் உலகெங்கும் பல்வேறு ஆடம்பர ஹோட்டல்களைக் கொண்ட ஒரு பிரம்மாண்டமான குழுமமாக உயர்ந்திருக்கிறது.

முக்கியமான விஷயம், இந்தியாவைத் தலைமையகமாகக் கொண்ட தாஜ் குழுமத்துக்கு, இப்போது இங்கிலாந்திலேயே இரண்டு ஹோட்டல்கள் இருக்கின்றன!

௯7. நான் வளர்கிறேனே மம்மி!

அரங்கம் நிறைந்திருந்தது.

மேடையில் ஒரே ஒரு நாற்காலி. பக்கத்தில் ஒற்றை மைக். இன்னொரு மூலையில் ஒரு மலைச் சிகரத்தின் படம்.

'ஒரு மலை' அல்ல. 'ஒரே மலை'. எவரெஸ்ட் சிகரம்!

அதுவரை, யாரும் எவரெஸ்ட் சிகரத்தின்மீது ஏறியதில்லை. அதன் உச்சிக்குப் பக்கத்தில் சென்றவர்கள்கூட மிகக் குறைவுதான். மனித ஆற்றலால் வெல்லப்படாத ஓர் இயற்கை அடையாளமாக அது கம்பீரத்தோடு நின்றுகொண்டிருந்தது.

உலகெங்கும், பல்வேறு மலையேற்ற ஆர்வலர்கள் எவரெஸ்டை ஜெயித்துவிடவேண்டும் என்கிற தவிப்போடு தங்களைத் தயார் செய்துகொண்டிருந்தார்கள். பிரமாதமான உடல் தகுதி, கடுமையான பயிற்சி, முன்னேற்பாடுகள் என்று ஏக தடபுடலுடன் தயாராகி இமய மலை அடிவாரத்துக்குச் சென்று சேர்ந்தார்கள்.

அதன்பிறகுதான், அவர்களுடைய உடல் நடுங்க ஆரம்பித்தது. காரணம், குளிர்மட்டுமல்ல!

எவரெஸ்ட்பற்றி எவ்வளவுதான் படித்திருந்தாலும் சரி, எத்தனைப் புகைப்படங்களைப் பார்த்திருந்தாலும் சரி,

ஆராய்ச்சி நூல்களைப் பொடி செய்து காஃபியோடு சேர்த்துக் குடித்திருந்தாலும் சரி, அந்த மலை அடிவாரத்தில் நிற்கும்போது ஏற்படுகிற நடுக்கத்தைமட்டும் தவிர்க்கவேமுடியாது.

எங்கு பார்த்தாலும் வெண்பனிப் போர்வை. 'யாரும் என்மேல் ஏறுவதற்கு அனுமதிக்கமுடியாது' என்று சொல்வதைப்போல் மேடு பள்ளங்கள் தெரியாத வழவழத் தோற்றம். மலையேறுபவர்கள் ஆங்காங்கே ஓய்வெடுப்பதற்குக்கூட அனுமதிக்க மறுக்கும் முரட்டு வடிவம், இதற்கெல்லாம் மேலாக, உடம்புக்குள் நுழைந்து ஊடுருவும் குளிர், ஆக்ஸிஜன் குறைபாடு, இங்கேயே இப்படியென்றால், இன்னும் மேலே போகப்போக என்ன ஆகுமோ?

சர்வ நிச்சயமாக, எவரெஸ்ட் மனிதகுலத்துக்குப் பெரும் சவாலாக இருந்தது. என்றைக்காவது ஒருநாள் அதன்மீது ஏறி நின்று வெற்றிக் கொடியைப் பறக்கவிடவேண்டும் என்கிற தவிப்போடு முட்டி மோதுகிறவர்கள் அதிகமாகிக்கொண்டிருந்தார்கள், ஒருவர் பாக்கியில்லாமல் அத்தனை பேரும் பல் உடைந்து திரும்பி வந்தார்கள்.

இன்றைய விழாவின் முக்கிய விருந்தினர்கூட, எவரெஸ்டிடம் தோற்றுப்போய்ப் பின்வாங்கியவர்தான். அதுவும் ஒருமுறை அல்ல, இரண்டுமுறை.

நியூசிலாந்தில் பிறந்த எட்மண்ட் ஹில்லரிக்கு, பள்ளி வயதிலேயே மலையேற்ற ஆர்வம் ஏற்பட்டுவிட்டது. உள்ளூர்க் குன்றுகள், பக்கத்து ஊர் மலைகள், அயல்நாட்டுச் சிகரங்கள் என்று படிப்படியாக முன்னேறியவருக்குப் பெரும் கனவு என்று பார்த்தால், எவரெஸ்ட்தான்!

முப்பத்திரண்டு வயதில், அவருக்கு அந்த அபூர்வமான வாய்ப்புக் கிடைத்தது. இங்கிலாந்து மலையேற்றக் குழு ஒன்றின் சார்பாக எவரெஸ்ட் சென்றுவரத் தேர்ந்தெடுக்கப்பட்டார்.

ஆனால், அந்தப் பயணத்தின்போது அவர்கள் மலையேறவில்லை. அதன் சுற்றுவட்டாரப் பகுதிகளைக் கவனமாக ஆராய்ச்சி செய்தார்கள். இந்தச் சிகரத்தை ஜெயிக்கவேண்டுமென்றால்

நாம் என்னென்ன செய்யவேண்டியிருக்கும் என்பதைத் தீர்மானித்தார்கள். ‘டாட்டா, ஸீ யு லேட்டர்’ சொல்லித் திரும்பி வந்துவிட்டார்கள்.

அடுத்த ஆண்டு, இன்னொரு மலையேற்றக் குழு எவரெஸ்ட் புறப்பட்டது. இந்தமுறை, முன் அனுபவம் காரணமாக ஹில்லரிக்கு உடனடியாக இடம் கிடைத்தது.

வருடம் 1952. பிரிட்டிஷ் குழு பிரமாதமான முன்னேற்பாடுகளுடன் கிளம்பிச் சென்றிருந்தது. இருப்பதிலேயே தங்களுக்குச் சாதகமான ‘ரூட்’ எது என்று யோசித்து முடிவு செய்து சிகரத்தைக் குறிவைத்து முன்னேறினார்கள்.

எவரெஸ்ட்ன்னா சும்மாவா? திட்டமிட்டபடி அவர்களால் உச்சியை அடையமுடியவில்லை. ஒரு கட்டத்துக்குமேல் தாக்குப்பிடிக்கமுடியாமல் தோல்வியை ஒப்புக்கொண்டு கீழே இறங்கிவிட்டார்கள்.

ஹில்லரி நொந்துபோனார். எத்தனை வருடக் கனவு! எப்பேர்ப்பட்ட பயிற்சிகள், முன்தயாரிப்புகள், நவீன சவுகர்யங்கள், அத்தனையும் இந்த வெள்ளை இமயத்தின்முன்னால் வீணாகிவிட்டதே. நான் தோற்றுப்போய்விட்டேனே!

நல்லவேளையாக, பிரிட்டிஷ் அரசாங்கமும் மக்களும் அப்படி நினைக்கவில்லை. இமயத்தைத் தொட்டுத் திரும்பிய ஹில்லரி குழுவினரை அவர்கள் பெருமைப்படுத்திக் கொண்டாடினார்கள், ‘அங்கே நீங்க சந்திச்ச அனுபவங்களை எங்களுக்குச் சொல்லுங்க, அப்போதான் வருங்காலத்தில நீங்களோ, வேற குழுவினரோ எவரெஸ்டை ஜெயிக்கறதுக்கு உதவியா இருக்கும்’ என்றார்கள்.

ஹில்லரி எவரெஸ்டிலிருந்து திரும்பி வந்தபிறகு, இங்கிலாந்து அறிவியல் கழகமும் மலையேற்றச் சங்கமும் அவரைப் பேச அழைத்திருந்தார்கள். அவருடைய அனுபவங்களைக் கேட்பதற்காக ஒரு பெரிய கூட்டம் குவிந்திருந்தது. பெரும்பாலும் இளைஞர்கள், எல்லோர் கண்ணிலும் எவரெஸ்ட் கனவு. விழா தொடங்கியது. பிரமாதமான கைதட்டல் ஓசைக்கு நடுவே ஹில்லரி மேடையேறினார். மைக்கை நெருங்கினார்.

ஆனால், அவரால் பேசமுடியவில்லை. அவருக்குள் எத்தனையோ உணர்வுகள் கொந்தளித்துக்கொண்டிருந்தன, 'இத்தனைப் பாராட்டுக்கும் கௌரவத்துக்கும் நான் தகுதியானவன்தானா?'

முந்தைய தோல்வி, ஹில்லரியைச் சிதைத்துப்போட்டிருந்தது. ஆனால் அதேசமயம், அவர் தன்னுடைய ஊக்கத்தை இழந்துவிடவில்லை. அடுத்தமுறை நிச்சயம் ஜெயித்துவிடமுடியும் என்று உறுதியாக நம்பினார்.

ஆகவே, அவர் சும்மா இருக்கவில்லை. சென்றமுறை என்ன பிரச்னைகள் வந்தன என்று யோசித்து, அவை மீண்டும் நிகழ்ந்துவிடாதபடி தன்னைத் தயாரித்துக்கொண்டிருந்தார். கடுமையான பயிற்சியில் ஈடுபட்டிருந்தார்.

ஆனால், இவையெல்லாம் போதுமா? இமயத்தில் கால் பதிக்க எனக்கு இன்னொரு வாய்ப்புக் கிடைக்குமா? எவரெஸ்ட் சிகரத்தில் என்னுடைய பாதச் சுவடுகள் பதியுமா? எப்போது? எப்படி?

அதே மேடையின் மூலையில் இருந்த எவரெஸ்ட் சிகரத்தின் புகைப்படம் ஹில்லரியின் கவனத்தை ஈர்த்தது. அதைக் கூர்ந்து கவனித்தார். அவருடைய முகத்தில் சிவப்பு ஏறியது. கைகள் தானாகக் குவிந்தன, காற்றில் குத்து விட்டன.

'இந்த எவரெஸ்ட், ஒருமுறை அல்ல, இரண்டுமுறை என்னைத் தோற்கடித்துவிட்டது' என்று பேச்சைத் தொடங்கினார் எட்மண்ட் ஹில்லரி, 'ஆனால், நான் என்னுடைய நம்பிக்கையைக் கைவிடப்போவதில்லை, இன்னும் எத்தனைமுறை முயற்சி செய்வதாக இருந்தாலும் சரி, அந்தச் சிகரத்தின்மீது கால் பதிக்கும்வரை ஓயமாட்டேன்!'

'கடுமையான இந்தப் போட்டியில், நான்தான் ஜெயிப்பேன் என்கிற நம்பிக்கை எனக்கு இருக்கிறது. ஏன் தெரியுமா?'

அரங்கில் நிசப்தம். கூட்டம் ஹில்லரியை ஆவலோடு பார்த்தது. அவர் என்ன சொல்லப்போகிறார் என்பதைக் கேட்கக் காத்திருந்தது.

'இந்த எவரெஸ்ட் சிகரம் எவ்வளவு தூரம் வளரமுடியுமோ, அவ்வளவும் வளர்ந்துமுடித்துவிட்டது. இனிமேல் அதனால் அரை இஞ்ச்கூட வளரமுடியாது.'

'ஆனால் நான் அப்படியில்லை, ஒவ்வொரு நாளும் வளர்ந்துகொண்டிருக்கிறேன், நேற்றைவிட இன்றைக்குக் கூடுதலாக முன்னேறியிருக்கிறேன், என்னால் நிச்சயமாக எவரெஸ்ட் சவாலை ஜெயிக்கமுடியும், ஜெயித்தே தீருவேன்!'

இப்படிப் பேசிச் சில வாரங்களில், ஹில்லரிக்கு மீண்டும் இமய மலையேறும் வாய்ப்புக் கிடைத்தது. 1953 மே 29ம் தேதி அவரும் டென்சிங் என்பவரும் முதன்முறையாக எவரெஸ்ட் உச்சியைத் தொட்டுச் சாதனை படைத்தார்கள்.

இந்த உலகத்தில் நமக்கு நிரந்தரப் போட்டி யார் என்று பார்த்தால், மற்றவர்கள் யாரும் இல்லை. நாமேதான்.

'போன வருடம், போன மாதம், போன வாரம், நேற்றைக்கு நான் என்ன செய்தேன்? இன்றைக்கு அதைவிட ஒரு படி மேலாக முன்னேறியிருக்கிறேனா? அல்லது, அங்கேயே தேங்கிக் கிடக்கிறேனா?' இந்தக் கேள்விகளை நமக்கு நாமே கேட்டுக்கொள்ளவேண்டும், அதற்கு நேர்மையான பதில்களைச் சொல்லவேண்டும், அதன் அடிப்படையில் நம் வளர்ச்சியைத் திட்டமிடவேண்டும். அதன்பிறகு, எப்பேர்ப்பட்ட சிகரத்தையும் எட்டிப்பிடித்துவிடலாம்!

98. மாயக்கோடு

'ஷ்யாம்!'

சாரதா தேவியின் குரல் கேட்டதும் அந்த வேலைக்காரர் பரபரப்பாக ஓடிவந்தார், 'அம்மா, கூப்டீங்களா?'

'ஆமா ஷ்யாம், உனக்கு ஒரு சின்ன வேலை.'

'சொல்லுங்கம்மா.'

'இந்தப் பய ரபியைக் கொஞ்சம் பார்த்துக்கோ' என்றார் சாரதா தேவி, 'எனக்குத் தலைக்குமேல வேலை இருக்கு, ஆனா இவன் என்னை விடமாட்டேங்கறான், எப்பப்பார் என்னோட விளையாட வா-ன்னு தொல்லை பண்றான்.'

'நீங்க கவலைப்படாதீங்கம்மா, நான் பார்த்துக்கறேன்' ஷ்யாம் பெரிதாகச் சிரித்தார், 'சின்னய்யாவை எப்படிச் சமாளிக்கறதுன்னு எனக்குத் தெரியும்!'

சிறுவன் ரபி ஷ்யாமைப் பயத்தோடு பார்த்தான், 'இவர் என்னை என்ன செய்யப்போகிறார்? அடிப்பாரோ?'

ஷ்யாம் ரபியை அடிக்கவில்லை. இழுத்துப்போய் ஒரு மூலையில் உட்காரவைத்தார். அவனைச் சுற்றி சாக்பீஸால் ஒரு வட்டம் வரைந்தார், 'இது என்ன தெரியுமா?'

'தெரியலையே!'

'மாயக்கோடு' பயமுறுத்தும் தொனியில் சொன்னார் ஷ்யாம், 'நீங்க இந்தக் கோட்டைத் தாண்டி வெளியே வந்தா அவ்ளோதான், ஒரு பெரிய பூதம் வந்து உங்களை அலேக்கா தூக்கிச் சாப்ட்டும்!'

ரபி நடுங்கிப்போனான். அவனுக்கு எப்போதோ கேட்ட ராமாயணக் கதை ஞாபகம் வந்தது, 'அந்தக் கதையிலயும் இப்படிதானே, சீதைக்குப் பக்கத்தில லஷ்மணன் ஒரு மாயக்கோட்டைக் கிழிச்சிட்டுப் போவான், அப்புறமா சீதை அந்தக் கோட்டைத் தாண்டி வெளியே வந்ததும், அரக்கன் ராவணன் அவளைத் தூக்கிட்டுப் பறந்துடுவானே!'

அடுத்த நிமிடம், ரபியின் மனத்துக்குள் பத்துத் தலை ராவணன் தோன்றினான். அவனை உள்ளங்கையில் ஏந்திக்கொண்டு வானத்தில் தாவினான். வெறும் கற்பனை என்று தெரிந்தபோதும், அவனுக்கு உடம்பெல்லாம் வியர்த்தது.

ரபிக்கு ஓடி விளையாடுகிற வயது. ஆனால், இத்தனை பெரிய வீட்டில் அவனுக்குத் துணையாக விளையாடுவதற்கு யாரும் இல்லை.

அவனுடைய அப்பா எந்நேரமும் வேலை விஷயமாக ஊர்ஊராகச் சுற்றிக்கொண்டிருப்பார். அம்மாவுக்கு வீட்டைக் கவனித்துக்கொள்ளவே நேரம் போதாது.

பாவம் ரபி! ஷ்யாம் என்கிற வேலைக்காரரிடம் சிக்கிக் கொண்டான். அவர் வரைந்த மாயக்கோட்டுக்குப் பயந்து, மூலையில் முடங்கிக் கிடந்தான்.

நல்லவேளையாக, அவன் உட்கார்ந்திருந்த இடத்துக்குப் பக்கத்தில் ஒரு ஜன்னல் இருந்தது. அதன்வழியே வேடிக்கை பார்த்தபோது, பக்கத்தில் ஓடுகிற நதியும் அங்குள்ள மரங்களும் நன்றாகத் தெரிந்தன.

அதன்பிறகு, ரபி அந்த மாயக்கோட்டைப்பற்றிக் கவலைப்பட வில்லை, ஜன்னல்வழியே ஜாலியாக வேடிக்கை பார்க்க

ஆரம்பித்தான். ஆற்றுக்குக் குளிக்கவருகிற மனிதர்கள், அவர்களுடைய உடைகள், பழக்கவழக்கங்கள், பேசுகிற மொழி என ஒவ்வொன்றையும் கூர்ந்து கவனித்தான்.

அடுத்து, ரபி இயற்கையை நேசிக்கப் பழகினான். மஞ்சள் வானத்தை, வெண்மேகங்களை, சலசலத்து ஓடும் தண்ணீரை, மரங்களை, பறவைகளையெல்லாம் ஆர்வத்தோடு பார்த்து ரசித்தான்.

கொஞ்சம் கொஞ்சமாக, ரபி தானே உருவாக்கிக்கொண்ட ஒரு கற்பனை உலகத்தில் மிதக்கத் தொடங்கினான். வீடு, பள்ளிக்கூடம், ஆசிரியர்கள், நண்பர்கள், உறவினர்கள் என எல்லாமே அவனுக்கு மறந்துபோய்விட்டது.

ரபியின் உறவுக்காரப் பையன் ஒருவன், அவன் பெயர் ஜோதி. அப்போதுதான் ஆங்கில இலக்கிய வகுப்பில் புதிதாகச் சேர்ந்திருந்தான்.

தினந்தோறும் ஷேக்ஸ்பியரின் கவிதைகள், நாடகங்களையெல்லாம் ஜோதி சத்தம் போட்டுப் படிக்க, ரபி அவற்றை ஆர்வத்தோடு கேட்டு மகிழ்ந்தான். இதைப் பார்த்த ஜோதிக்கு, ரபியை ரொம்பப் பிடித்துப்போய்விட்டது.

ஒருநாள், ஜோதி அவனிடம் கேட்டான், 'ரபி, நீதான் என்னென்னவோ கற்பனையெல்லாம் பண்றியே, நீ ஏன் ஒரு கவிதை எழுதக்கூடாது?'

'கவிதையா? நானா?' ரபி சிரித்தான், 'சும்மா கேலி பண்ணாதீங்கண்ணா!'

'இல்லடா, நிஜமாதான் சொல்றேன். நீ கவிதை எழுதிப் பழகு, உன்னால நிச்சயமா முடியும்!'

'கவிதை எப்படி எழுதறதுன்னு எனக்குத் தெரியாதே!'

'அது ஒண்ணும் பெரிய கஷ்டமில்லை, நான் சொல்லித்தர்றேன், வா!' ரபிக்குள் இருக்கிற கற்பனையை வார்த்தைகளாக மாற்றுவது எப்படி, அதைச் சரியான கட்டமைப்புக்குள் வைத்து மரபுக்கவிதை எழுதுவது எப்படி என்றெல்லாம் அக்கறையோடு

கற்றுக்கொடுத்தான் ஜோதி, 'சும்மா ஒரு முயற்சி பண்ணிப்பாரு, உன்னால முடியும்' என்று ஊக்கப்படுத்தினான்.

ஆனால், ரபி எவ்வளவுதான் முயன்றபோதும், அவனால் கவிதை எழுதமுடியவில்லை. அந்த வடிவம் அவனுக்குச் சரியாகப் பிடிபடவில்லை.

அதேசமயம், கவிதை எழுதவேண்டும் என்கிற ஆர்வம்மட்டும் ரபிக்குள் அழுத்தமாக இறங்கிவிட்டது. நாள்முழுவதும் பலவிதமான வார்த்தைகளை எதுகை, மோனையோடு பொருத்திப் பார்த்துப் பயிற்சி செய்துகொண்டிருந்தான்.

கொஞ்சநாள் கழித்து, ரபி தன்னுடைய முதல் கவிதையை எழுதினான். அவனையும் அறியாமல் வார்த்தைகள் கச்சிதமாக வடிவத்தில் சென்று விழுந்தன. அப்போது ரபிக்கு வயது, வெறும் எட்டுதான். அவன் எழுதிய கவிதையைப் படித்துப்பார்த்தவர்கள் அசந்துபோனார்கள், 'இந்தச் சின்ன வயசில இப்படி ஒரு ஞானமா!' என்று அவனை உச்சி முகர்ந்து திருஷ்டி கழித்தார்கள்.

அதன்பிறகு, ரபி நிறையப் படிக்க ஆரம்பித்தான். தன்னுடைய தந்தையோடு அம்ரித்ஸர், இமயமலை என்று பல இடங்களைச் சுற்றிவந்தான். நிறைய புது விஷயங்களைத் தெரிந்துகொண்டான். இயற்கையை ரசிக்கப் பழகிக்கொண்டான். இந்த அனுபவமெல்லாம், ரபியை மேலும் செம்மைப்படுத்தியது. அவனுடைய சிந்தனைகளும் கற்பனைகளும் விதவிதமான கவிதைகளாக இறங்கிவந்தன.

ஒருநாள், ரபி தன்னுடைய கவிதை ஒன்றைப் பாடலாக மெட்டுப் போட்டுப் பாடிக்கொண்டிருந்தான். அதை அவனுடைய தந்தை கேட்டுவிட்டார், 'ரொம்ப நல்லாயிருக்கே, யார் எழுதின பாட்டு இது?'

'நான் எழுதினதுதான்ப்பா', ரபி பெருமையோடு சொன்னான், 'உங்களுக்குப் பிடிச்சிருக்கா?'

'ரொம்பப் பிடிச்சிருக்கு' என்றார் அவனுடைய தந்தை, உடனடியாக, தன்னுடைய காசோலைப் புத்தகத்தை எடுத்து, அவன் பெயரில் ஒரு 'செக்' எழுதி நீட்டினார்.

ரபி திகைத்துப்போனான், 'என்னப்பா இது?'

'உன்னோட கவிதைக்குப் பரிசு' என்று சிரித்தார் அப்பா, 'அந்தக் காலத்தில ராஜாக்கள் நல்ல கவிதையைக் கேட்டா உடனடியா வெகுமதி கொடுப்பாங்களாம், அதுமாதிரி, உன்னோட பிரமாதமான கவிதைக்கு, நான் தர்ற பரிசு இது!'

அந்தப் பரிசுதான் ஆரம்பம். அதன்பிறகு ரபி என்கிற ரவீந்திரநாத் தாகூர் ஏராளமான கவிதைகள், கதைகள், நாடகங்கள், இசைப் பாடல்கள், மொழிபெயர்ப்புகள் என வாழ்நாள்முழுவதும் எழுதிக் குவித்தார். நோபல் பரிசு உள்பட ஏராளமான கௌரவங்கள் அவரைத் தேடி வந்தன.

கற்பனை என்பது, குழந்தைகளுக்குக் கிடைத்திருக்கிற ஓர் அபூர்வமான வரம். நாம் எப்பேர்ப்பட்ட மாயக்கோடுகளை வரைந்து அவர்களைக் கட்டுப்படுத்தப் பார்த்தாலும்கூட, சிந்தனை வளம் உள்ள பிள்ளைகள் அவற்றை மீறி வெளியே வரும். சிறுவயதிலிருந்தே அந்த ஆர்வத் தீப்பொறியைத் தண்ணீர் ஊற்றி அணைத்துவிடாமல், தீனி போட்டு வளர்ப்பது மிகவும் முக்கியம். எந்த விதைக்குள் எப்பேர்ப்பட்ட விருட்சமோ, யார் அறிவார்?

௯௯. கடலுக்குள் கலவரம்

‘டாக்டர், டாக்டர்...’

பரபரப்பாக ஓடிவந்தவர்கள் டாக்டர் ஜேம்ஸ் லிண்டின் அறை வாசலில் தடுக்கி விழாத குறையாக நின்றார்கள், ‘டாக்டர், சீக்கிரம் எங்களோட வாங்க.’

‘என்னாச்சுப்பா?’

வந்தவர்கள் கண்களில் பீதியும் மரண பயமும் நிரம்பி வழிந்தது, ‘கப்பல்ல இன்னொருத்தருக்கும் அதே வியாதி டாக்டர்.’

‘ஸ்கர்வியா?’

அவர் ஏதோ பொல்லாத மந்திரத்தை உச்சரித்துவிட்டதுபோல் அவர்கள் அலறினார்கள், ‘ஆமா டாக்டர். சீக்கிரம் வாங்களேன்.’

டாக்டர் ஜேம்ஸ் பெருமூச்சுடன் எழுந்தார். மருந்துப் பெட்டியை எடுத்துக்கொண்டு கப்பல் படிக்கட்டுகளில் கவனமாக நடந்தார்.

எத்தனை மருந்து கொடுத்து என்ன? அந்த ஸ்கர்வி அரக்கனை அழிக்கமுடியவில்லையே!

அந்தக் காலத்தில் அநேகமாக எல்லாக் கப்பல்களையும் ஸ்கர்வி என்கிற வியாதி ஆக்கிரமித்திருந்தது. பயணிகள், மாலுமிகள்,

உதவிப் பணியாளர்கள் என ஒருவர் பாக்கியில்லாமல் எல்லோரும் அந்த நோயின் தாக்குதலால் அவதிப்பட்டார்கள்.

ஸ்கர்வி நோய் கொண்டவர்களை வெறும் பார்வையிலேயே அடையாளம் கண்டுவிடலாம். முகம் வெளுத்துப்போயிருக்கும், ஒன்றிரண்டு பற்கள் பறிபோயிருக்கும், ஈறுகளில் ரத்தம் வடியும், வாழ்க்கையையே வெறுத்துவிட்டவர்கள்போல் ஒரு திசையைப் பார்த்துக்கொண்டு உட்கார்ந்திருப்பார்கள். அதீத களைப்பு, சோர்வில் முடங்கிக் கிடப்பார்கள்.

இந்த வியாதிக்கு என்ன மருந்து?

அதுதான் யாருக்கும் தெரியவில்லை. பல மருத்துவர்கள் விதவிதமான மாத்திரைகள், களிம்புகள், திரவங்கள், பச்சிலைகள், லேலியங்கள், கஷாயங்கள் என்று மிகவும் போராடிப் பார்த்துவிட்டார்கள், எந்தப் பலனும் இல்லை.

ஜேம்ஸ் லிண்ட் வெறுப்பின் உச்சத்தில் இருந்தார். மருந்துக்கு அடங்காத வியாதியா? அப்படி ஒன்று உண்டா என்ன?

அப்போதுதான், அவருக்கு ஒரு யோசனை தோன்றியது. ஒருவேளை, இந்த வியாதியை மருந்துகளைக் கொண்டு கட்டுப்படுத்தமுடியாதோ? வேறுவிதமாக அதற்கு உடம்பைத் தயார் செய்யவேண்டுமோ?

அதாவது, ஸ்கர்வி நம்முடைய உடலில் உள்ள ஏதோ பலவீனத்தைப் பயன்படுத்திக்கொண்டு வளர்கிறது என்று ஜேம்ஸ் லிண்டுக்குச் சந்தேகம். அதற்கு இடம் அளிக்காதபடி மனித உடம்பின் நோய் எதிர்ப்புச் சக்தியைப் பலப்படுத்தவேண்டும், என்ன செய்யலாம்?

அப்போது ஜேம்ஸ் லிண்ட் ‘சலிஸ்பரி’ என்ற கப்பலில் மருத்துவராகப் பணிபுரிந்துகொண்டிருந்தார். மற்ற பல கப்பல்களைப்போலவே, இங்கேயும் ஸ்கர்வியின் ராஜ்ஜியம்தான் நடந்துகொண்டிருந்தது. வழக்கமான மருந்துகள் எவையும் அதனிடம் பலிக்காமல் தோல்வியடைந்தன. ஆகவே, ஜேம்ஸ் லிண்ட் ஒரு சின்னப் பரிசோதனை செய்யத் தீர்மானித்தார்.

இதற்காக, ஸ்கர்வியினால் கடுமையாகப் பாதிக்கப்பட்டவர்களில் 12 பேரைமட்டும் தேர்ந்தெடுத்தார்.

இவர்களை ஜேம்ஸ் லிண்ட் ஆறு குழுக்களாகப் பிரித்தார். ஒவ்வொரு குழுவிலும் இரண்டு பேர். இவர்களை வைத்துக்கொண்டுதான், ஸ்கர்விக்கு முடிவு கட்டவேண்டும் என்று அவர் தீர்மானித்திருந்தார்.

ஆறு குழுக்களுக்கும், வெவ்வேறுவிதமான உணவுப் பொருள்களைத் தேர்ந்தெடுத்துவைத்திருந்தார் ஜேம்ஸ் லிண்ட். வழக்கமான தினசரிச் சாப்பாட்டுடன், இந்தப் பொருள்களும் அவர்களுக்குக் கலந்து தரப்பட்டன.

உதாரணமாக, ஒரு குழுவைச் சேர்ந்த இருவரின் சாப்பாட்டில், பூண்டும் கடுகும் கலக்கப்பட்டிருந்தது. அடுத்த இருவருக்கு, சாப்பாட்டுடன் சில தேக்கரண்டி வினிகர் கலந்தார்கள், இன்னொரு குழுவுக்கு ஆரஞ்சும் எலுமிச்சையும் தந்தார்கள்... இப்படியே ஆறு குழுக்களின் சாப்பாட்டிலும் வெவ்வேறுவிதமான உணவுப் பொருள்களைக் கலந்து தருவதற்கு ஏற்பாடு செய்திருந்தார் ஜேம்ஸ் லிண்ட்.

இதைப் பார்த்த மற்றவர்கள், ஜேம்ஸ் லிண்டைக் கேலி செய்தார்கள், இவர் என்ன டாக்டரா, மந்திரவாதியா? வியாதி வந்தவர்களுக்கு மருந்து கொடுக்காமல், சாப்பாட்டை மாற்றிக்கொண்டிருக்கிறார், இதென்ன கூத்து?

தன்னை விமர்சித்தவர்களை ஜேம்ஸ் லிண்ட் கண்டுகொள்ளவில்லை. கவனமாகத் தனது பரிசோதனையைத் தொடர்ந்தார். அந்தப் பன்னிரண்டு பேரையும் தொடர்ந்து கண்காணித்து வந்தார். சில நாள்களுக்குப்பிறகு, முதல் பத்துப் பேருடைய உடல்நிலையில் எந்தவிதமான மாற்றமும் இல்லை. ஆனால் அந்தக் கடைசி இரண்டு பேர், அவர்கள்தான் கொஞ்சம் கொஞ்சமாகத் தேற ஆரம்பித்தார்கள்.

கடைசியாக, அவர்கள் இருவர்மட்டும் ஸ்கர்வியின் பாதிப்புகளில் இருந்து முழுசாகக் குணமடைந்தார்கள். ஜேம்ஸ் லிண்ட்க்கு உற்சாகம் தாங்கவில்லை.

மற்றவர்களுக்கும் ஆச்சர்யம்தான். ஸ்கர்வி நோய் கண்டவர்கள், எந்த மருந்து, மாத்திரையும் சாப்பிடாமல், யாரோ 'சூ மந்திரக்காளி' போட்டதுபோல் மீண்டும் குணமடைந்ததை அவர்கள் வியப்புடன் பார்த்தார்கள்.

காரணம், அவர்களைக் காப்பாற்றியது மருந்து, மாத்திரைகள் இல்லை, மாய தந்திரங்களும் இல்லை. தினந்தோறும் கொஞ்சம் ஆரஞ்சு, கொஞ்சம் எலுமிச்சை ரசம். அவ்வளவுதான், அவ்வளவேதான்.

காய்கறி, பழம் சாப்பிட்டால் உடம்புக்கு நன்மை என்று எல்லோருக்கும் தெரியும். ஆனால் ஸ்கர்விபோன்ற ஒரு கொடூரமான நோயின் பாதிப்பு, இந்தப் பழங்களால் குறைந்து காணாமல் போய்விடும் என்பதை, மக்கள் அப்போதுதான் முதன்முறையாகப் பார்த்தார்கள்.

தன் பரிசோதனை வெற்றியடைந்தவுடன், டாக்டர் ஜேம்ஸ் லிண்ட் இதுபற்றி நிறையப் பேச ஆரம்பித்தார், 'மனித உடலுக்குத் தேவையான சில சத்துகளை, உணவுப் பொருள்களின் வழியே கொடுத்துவந்தால், ஸ்கர்வி போன்ற பல பற்றாக்குறை நோய்களைத் தீர்த்துவிடமுடியும், மருந்துகள் தேவையே இல்லை.'

அவருடைய கருத்துகளைப் பலர் ஏற்றுக்கொள்ளவில்லை, 'சுத்த முட்டாள்தனம்' என்று விமர்சித்தார்கள். நோய்க்கு மருந்து கொடுக்கவேண்டியதில்லை, ஒழுங்காகச் சாப்பிட்டாலே அது சரியாகிவிடும் என்கிற சிந்தனையைப் பலரால் ஜீரணிக்கக்கூட முடியவில்லை.

ஆகவே, அன்றைய காலகட்டத்தில் ஜேம்ஸ் லிண்டின் கண்டுபிடிப்பு நிராகரிக்கப்பட்டது, கேலி செய்யப்பட்டது. கிட்டத்தட்ட இரண்டு நூற்றாண்டுகளுக்குப்பிறகுதான் அவர் சொன்னது உண்மை என உலகம் புரிந்துகொண்டது. 'சிட்ரஸ் பழங்கள்' என்று அழைக்கப்படும் எலுமிச்சை, ஆரஞ்சு போன்றவற்றில் இருந்து பெறப்படுகிற 'வைட்டமின் சி'தான் ஸ்கர்வி நோய்க்குச் சரியான சிகிச்சை என்று ஆதாரபூர்வமாக நிரூபிக்கப்பட்டது.

இன்றைக்கு, 'ஜேம்ஸ் லிண்ட்'பற்றி அதிகப் பேருக்குத் தெரியாது. ஆனால், அவர் சொன்ன 'வைட்டமின்'களின் மகத்துவத்தை எல்லோரும் புரிந்துகொண்டுவிட்டார்கள், காய்கறிகள், பால் பொருள்கள், முட்டை, இறைச்சி போன்றவற்றின்மூலமோ, மாத்திரைகளாகவோ நம் உடலுக்குத் தேவையான வைட்டமின் தேவைகளைப் பெற்றுக்கொள்வது அவசியம், அப்போதுதான் பல நோய்களை வராமல் தடுக்கமுடியும் என்பதெல்லாம் அனைவராலும் ஒப்புக்கொள்ளப்பட்டுவிட்டது.

அன்றுமுதல் இன்றுவரை, புதிய விஷயங்களைச் சொல்கிற எல்லோருமே ஏதாவது கேலி, கிண்டல், அவமதிப்புகளைச் சந்திக்க நேர்கிறது. அப்போதெல்லாம் 'போதும்டா சாமி' என்று விலகிவிடுகிற அளவுக்கு எரிச்சல் வரும்தான். ஆனால், அதையும் மீறித் தங்கள் சிந்தனையில், நம்பிக்கையில் உறுதியோடு இருந்தவர்கள்தான், காலம் கடந்தும்கூட ஜெயித்திருக்கிறார்கள், மருத்துவர் ஜேம்ஸ் லிண்ட்போல!

100. கதை கேளு!

'மோனியா, வீட்டுப்பாடமெல்லாம் முடிச்சுட்டியா?'

'ஆச்சும்மா!'

'இப்ப என்ன செய்யறே?'

'சும்மாதான்ம்மா உட்கார்ந்திருக்கேன்.'

'வயசுப்பிள்ளை, நல்லா துறுதுறுன்னு இருக்கவேணாமா? இப்படி வெட்டியா உட்கார்ந்திருக்கறதுக்குப் பதிலா வேற ஏதாவது புத்தகத்தை எடுத்துப் படிக்கலாம்ல?'

மோனியா என்கிற மோகன்தாஸ் சலிப்போடு சுற்றிலும் பார்த்தான். வேறு புத்தகங்களைப் படிக்கவேண்டுமா? எதற்கு?

அவனுக்குத் தினந்தோறும் பாடப் புத்தகங்களைப் படிப்பதே பெரிய விஷயமாக இருக்கிறது. வீட்டுப்பாடங்களை ஒழுங்காக முடிக்காவிட்டால் வாத்தியார் கண்டபடி திட்டுவார். அவருக்குப் பயந்து, தட்டுத்தடுமாறிப் பாடங்களை உருப்போடவேண்டியிருக்கிறது. அந்த அவஸ்தை ஒன்று போதாதா? மற்ற புத்தகங்களைப் படிக்க ஏது நேரம்? என்ன அவசியம்?

ஆனால் இப்போது, மோனியாவுக்குச் சும்மா உட்கார்ந்திருக்கப் போரடித்தது. அப்பாவின் அலமாரியில் ஏதேனும் கதைப் புத்தகங்கள் அகப்படுகிறதா என்று தேட ஆரம்பித்தான்.

சிறிது நேரத்துக்குப்பிறகு, அந்த நாடகப் புத்தகம் தென்பட்டது. அதன் அட்டையில் 'சிரவணனின் பிதிர்பக்தி!' என்று கொட்டை எழுத்துகள் அறிவித்தன.

அதென்ன பிதிர்பக்தி? ஆர்வத்தோடு பிரித்துப் படிக்க ஆரம்பித்தான் மோனியா.

சிரவணன் என்கிற இளைஞன். அவனுடைய தாய், தந்தை இருவருக்குமே கண் பார்வை இல்லை. அவர்களுக்கு உதவி செய்ய வேறு யாரும் கிடையாது.

ஆகவே, சிரவணன் எங்கே சென்றாலும் அவர்களைத் தனியே விடுவதில்லை. அம்மாவுக்கு ஒரு கூடை, அப்பாவுக்கு ஒரு கூடை என்று இருவரையும் உட்காரவைத்துக் காவடிபோல் தூக்கிக்கொண்டு போகிறான். பெற்றோருக்கு எல்லாப் பணிவிடைகளையும் சிரத்தையாகச் செய்கிறான். அன்போடு கவனித்துக்கொள்கிறான்.

ஒருநாள், திடீரென்று நேர்ந்த விபத்தில் அந்தச் சிரவணன் கொல்லப்படுகிறான். தங்களுக்கு ஒரே ஆதரவாக இருந்த மகன் இறந்துபோன செய்தியைக் கேட்டு அவனுடைய தாய், தந்தை கதறித் துடிக்கிறார்கள். அவ்வளவுதான் கதை.

மிக எளிமையான இந்த நாடகம், ஏனோ மோனியாவின் மனத்தில் ஆழத் தைத்துவிட்டது. பெற்றோர்மேல் சிரவணன் வைத்திருந்த பாசத்தை, மரியாதை கலந்த பக்தியை நினைத்து ஆச்சர்யப்பட்டான்.

அடுத்த வாரம், அவர்களுடைய ஊரில் ஒரு புதிய பரபரப்பு. படம் காட்டுபவர்கள் சிலர் வந்திருந்தார்கள். அவர்கள் காண்பிக்கும் படங்களைப் பார்க்க, பாடல்களைக் கேட்கச் சிறுவர்கள் முட்டி மோதினார்கள். மோனியாவும் அடித்துப் பிடித்துக்கொண்டு வரிசையில் நின்று அந்தப் படங்களைப் பார்த்தான். ஆச்சர்யம், அங்கேயும் சிரவணன் கதை!

முன்பு புத்தகத்தில் எழுத்துகளாக அவன் படித்துத் தெரிந்துகொண்ட சிரவணன், இப்போது கண்முன்னே படமாக நின்றான். இரண்டு கூடைகளில் தாய், தந்தையைக் காவடியாகத் தூக்கியபடி அவன் நடக்கிற காட்சி மோனியாவை நெகிழச்செய்தது.

அப்புறம், அந்தப் பாட்டு, மகனை இழந்த சிரவணனின் பெற்றோர் பாடும் சோக கீதம் மோனியாவுக்கு மிகவும் பிடித்துப்போய்விட்டது. வேதனை மிகுந்த அந்த மெட்டு, வரிகள் எல்லாமே அவனை உருக்கின. தன்னுடைய தந்தை வாங்கிக்கொடுத்த இசைக்கருவியில் அதைத் திரும்பத் திரும்ப வாசித்துப்பார்த்தான்.

ஆனால், இதெல்லாம் கதைக்குச் சரிப்படும், சிரவணனைப்போல் ஒருவர் நிஜத்தில் இருக்கமுடியுமா? கடைசிவரை தாய், தந்தைமீது பக்தியோடு வாழ்வது சாத்தியமா?

தெரியவில்லை. ஆனால் அப்படிதான் வாழவேண்டும் என்று மோனியாவுக்குள் ஒரு முடிச்சு விழுந்துவிட்டது.

சிலநாள் கழித்து, அவர்களுடைய ஊருக்கு ஒரு நாடகக்குழு வந்தது. அவர்கள் அரிச்சந்திரன் கதையை மேடை நாடகமாக நடித்துக் காண்பித்தார்கள்.

மோனியாவுக்கு அந்த நாடகத்தைப் பார்க்கவேண்டும் என்று ஆசை. பெற்றோரிடம் அனுமதி கேட்டான். கிடைத்துவிட்டது.

முதன்முறையாக அந்த நாடகத்தைப் பார்த்த நாள், மோனியா அதை என்றைக்கும் மறக்கமாட்டான். மேடையில் அரிச்சந்திரன் அனுபவிக்கிற கொடுமைகளையெல்லாம் பார்க்கப் பார்க்க, அவன் கண்களில் நீர் நிற்காமல் வழியத் தொடங்கியது.

அதன்பிறகு, ஒருமுறை, இரண்டுமுறை அல்ல, பலதடவை மோனியா அந்த நாடகத்தைப் பார்த்துவிட்டான். அத்தனைக் காட்சிகளும், அத்தனை வசனங்களும் அவனை வெகுவாக ஈர்த்தன. ஒவ்வொருமுறையும், தேம்பித் தேம்பி அழுதுகொண்டேதான் அவன் வீடு திரும்பினான்.

சிரவணன் பெற்றோர் பாசத்தின் அடையாளம் என்றால், அரிச்சந்திரன் உண்மையின் பிரதிநிதி. வாழ்க்கையில் ஒருநாளும் பொய் சொல்லமாட்டேன் என்று பிடிவாதமாக இருந்தவன். அதற்காகப் பல அவஸ்தைகளைச் சந்திக்க நேர்ந்தபோதும், பொய் பேசாமல் கொள்கைப்பிடிப்போடு வாழ்ந்தவன்.

மறுபடியும், மோனியாவுக்கு அதே சந்தேகம்தான். நிஜத்தில், அரிச்சந்திரனைப்போல் ஒருவர் வாழமுடியுமா?

தெரியவில்லை. ஆனால், எல்லோரும் அரிச்சந்திரர்களாக, உண்மையைமட்டுமே பேசுகிறவர்களாக இருந்துவிட்டால் நன்றாக இருக்குமே என்று அவனுக்குள் ஓர் ஏக்கம்.

இதற்காக, மோனியா அரிச்சந்திரன் நாடகத்தைப் பலமுறை பார்த்ததுமட்டுமல்ல, அதைத் தானே தனக்குள் நடித்துப் பார்த்துக்கொண்டான். லட்சியத்துக்காக வாழும் அந்தக் கதாநாயகன், மோனியா விரும்பிப் பின்பற்றுகிற ஒரு வழிகாட்டியாகவே மாறிவிட்டான்.

சின்ன வயதில் படித்த அந்தச் சிரவணன் நாடகத்தை, தத்ரூபமான படக்காட்சியை, நேருக்கு நேர் பார்த்துச் சிலிர்த்த அரிச்சந்திரன் நாடகத்தை மோனியாவால் என்றைக்கும் மறக்கமுடியவில்லை. பெரியவர்கள்மீதான பக்தி, உண்மையின்மேல் அசைக்கமுடியாத நம்பிக்கை என அவனுடைய வாழ்க்கையையே திசைதிருப்புகிற, வழிநடத்துகிற சம்பவங்களாக இவை அமைந்துவிட்டன.

'என்னைப் பொறுத்தவரை அரிச்சந்திரனும் சிரவணனும் வாழ்வின் உண்மைகள்' என்று தன்னுடைய சுயசரிதையில் உணர்வுபூர்வமாகக் குறிப்பிடும் அந்த மோனியா, மோகன்தாஸ் கரம்சந்த், நம் தேசத் தந்தை மகாத்மா காந்தி!

இன்றைய சிறுவர்கள், கதைகளின் உலகத்திலிருந்து வெகுவேகமாக விலகிச் சென்றுகொண்டிருக்கிறார்கள். காரணம், நவீன வாழ்க்கையின் பரபரப்புத் தேவைகளுக்கு ஈடுகொடுக்க, அவர்கள் மிகச் சிறிய வயதிலேயே தயாராகத் தொடங்கவேண்டியிருக்கிறது. பதற்றம் நிறைந்த அந்த வழியில்,

கதைகளின் இளைப்பாறலுக்கு இடம் இல்லை, நேரமும் இல்லை.

ஆனால், கதைகள்தான் இளம் மனத்தை நெறிப்படுத்துகின்றன, வழிகாட்டுகின்றன என்று உளவியல் ஆய்வுகள் தெரிவிக்கின்றன, நிபுணர்களும் அனுபவஸ்தர்களும் இதை உறுதிப்படுத்துகிறார்கள். ஆயிரம் அறிவுரைகளால் சாதிக்கமுடியாத மாற்றங்களை, ஒரு சிரவணன் கதையோ, அரிச்சந்திரன் நாடகமோ சாதித்துவிடக்கூடும்.

நவீன வாழ்க்கைக்கு ஏற்ப, சூழல்கள் மாறலாம், கதாபாத்திரங்கள் மாறலாம், வசனங்கள் மாறலாம், நீதிகள்கூட மாறலாம், ஆனால் கதைகள் மாறிவிடக்கூடாது. அவை தமக்குள் எத்தனைக் காந்திகளை ஒளித்துவைத்திருக்கின்றனவோ, யாருக்குத் தெரியும்?

★★★

தெளிவான எழுத்தும் ஆழமான ஆய்வும் நிறைந்த நூல்களுக்காகத் தமிழ் வாசகர்களிடையில் நன்கு அறியப்பட்டுள்ள என். சொக்கன் புனைவு, வாழ்க்கை வரலாறு, நிறுவன வரலாறு, தன்னம்பிக்கை, சிறுவர் இலக்கியம் உள்ளிட்ட துறைகளில் இதுவரை எழுபதுக்கும் மேற்பட்ட நூல்கள், நூற்றுக்கணக்கான கதைகள், கட்டுரைகளை எழுதியுள்ளார். விரிவான ஆய்வுகள், சான்றுகளின் அடிப்படையிலான ஆழமான வரலாற்று நூல்களைத் தமிழில் எழுத இயலும், அவற்றைப் பெரும்பான்மை வாசகர்களுக்குக் கொண்டுசேர்க்கவும் இயலும் என்பதைப் பலமுறை நிரூபித்த எழுத்து வகை இவருடையது.

தமிழ், ஆங்கிலம் ஆகிய இரு மொழிகளிலும் எழுதும் சொக்கனுடைய நூல்கள் ஹிந்தி, கன்னடம், மலையாளம் உள்ளிட்ட பல மொழிகளில் மொழிபெயர்ப்பாகியுள்ளன.

www.ingramcontent.com/pod-product-compliance
Ingram Content Group UK Ltd.
Pitfield, Milton Keynes, MK11 3LW, UK
UKHW042139021026
15589UKWH00003B/933

9 789395 222259